पुस्तकासंबंधी...

१९४७ साली हिंदुस्थानची फाळणी झाली. या फाळणीत जो प्रक्षोभ झाला, हिंसाचार उफाळून आला, मानवी संहार झाला त्याला इतिहासात तोड सापडणार नाही. तो एक रक्तलांछित नवा इतिहास आहे. फाळणीमुळे एक कोटी वीस लाख लोकांनी स्थलांतर केलं. दहा लाख लोकांचा बळी गेला. हिंसाचाराची परिसीमा झाली. पंचाहत्तर हजार स्त्रियांना पळवून नेण्यात आलं, त्यांच्यावर बलात्कार केले गेले. असंख्य स्त्रिया अत्याचाराच्या बळी ठरल्या. कुटुंबांची वाताहत झाली, माणसांची ताटातूट झाली. घरंदारं, साधनसंपत्ती नष्ट झाली. लोकांचं जीवन उद्‌ध्वस्त झालं. फाळणीतला रक्तपात थांबला, पण लोकांच्या मनात फाळणीच्या आठवणी घर करून बसल्या. फाळणीची झळ बसलेल्या लोकांच्या आयुष्यात एक स्मशानशांतता पसरली. आयुष्य पुन्हा उभं केलं पाहिजे, जगलं तर पाहिजे! लोकांनी नव्या आयुष्याला सुरुवात केली, पण एका मूक शांततेत. पण लोक खासगीत फाळणीच्या आठवणी सांगू लागले. चर्चा सुरू झाली. अजूनही लोक फाळणीसंबंधी कहाण्या सांगतात. दुःखाला वाट करून देतात.

उर्वशी बुटालिया यांनी जवळजवळ दहा वर्षं परिश्रम करून फाळणीवर संशोधन केलं आहे. ज्यांना फाळणीची झळ बसली, फाळणीत जे तावूनसुलाखून निघाले, अशा लोकांच्या त्यांनी प्रत्यक्ष मुलाखती घेतल्या. त्याशिवाय सरकारी कागदपत्रं, दस्तऐवज, वृत्तपत्रांची कात्रणं, मासिकं, साप्ताहिकातील लेख, लोकसभेतील भाषणं वगैरे जे जे साहित्य मिळाले ते वाचले, अभ्यास केला आणि फाळणीचा एक चालताबोलता इतिहास त्यांनी पुस्तकरूपाने वाचकांपुढे ठेवला. फाळणीचा जनमानसावर झालेला सखोल परिणाम, स्त्रिया, मुलं, दलित, दुर्लक्षित समाज, त्यांच्या व्यथा, यातना याचं यथार्थ दर्शन 'द अदर साईड ऑफ सायलेन्स' या पुस्तकात घडतं. हे या पुस्तकाचं वैशिष्ट्य होय. या इतिहासात लेखिकेनं सामान्य माणसालाच स्थान दिलं आहे, राजकारण आणि राजकारण्यांना नाही. सामान्य माणसांच्या व्यथा, यातना पुस्तकाच्या केंद्रबिंदू आहेत. फाळणीच्या हिंसाचारात धर्म, जातपात, स्त्रिया, स्त्री भावना यांचा बळी दिला. सर्वधर्मसमभावाची फाळणीत होळी झाली. कित्येक गोष्टी लोकांना माहीत नव्हत्या. या पुस्तकरूपानं वाचकांच्या समोर आल्या आहेत. फाळणीनंतर धर्मभावना, द्वेष, मत्सर, जातपात, स्त्रियांवरचे अत्याचार याला जास्तच चालना मिळाली स्वातंत्र्य मिळून पन्नास वर्षं झाली तरी या देशाला, धर्मद्वेष, जातपात, स्त्रियांवरील होत असलेले अत्याचार, दलितांची पिळवणूक यांचा सामना अद्याप करता आला नाही, हे दुर्दैव!

दंगलीची झळ हिंदुस्थान-पाकिस्तान या दोन्ही देशांना लागली. त्यामुळे त्यांनी पाकिस्तानात जाऊनही फाळणीसंबंधीची माहिती गोळा केली. यातील महत्त्वाची गोष्ट म्हणजे, पुस्तकांच्या केंद्रस्थानी आहेत तुमच्या आमच्यासारखी सर्वसामान्य माणसे- राजकारणी वा पुढारी नव्हेत.

याच पार्श्वभूमीवर दमयंती सेहगलसारख्या कार्यकर्तीची मुलाखत अमानुषतेच्या काळोखात माणुसकीचा उजेड पाडणारी आहे. कारण त्यांनी फाळणीत अत्याचारांच्या शिकार ठरलेल्या महिलांच्या पुनर्वसनात - केवळ हिंदुस्थानातीलच नव्हे तर पाकिस्तानातीलही- मोलाचे कार्य केले. त्याचे यथार्थ दर्शन घडविण्यात हे पुस्तक यशस्वी ठरले आहे.

सामना, १३/८/२००२

द अदर साईड ऑफ सायलेन्स

फाळणीग्रस्तांना भोगाव्या लागलेल्या असीम वेदनांची कहाणी

लेखक
उर्वशी बुटालिया

अनुवाद
नारायण प्रल्हाद आवटी

मेहता पब्लिशिंग हाऊस

Please contact us at **Mehta Publishing House,** Pune 411030.
✆ +91 020-24476924 / 24460313
Email : production@mehtapublishinghouse.com
Website : www.mehtapublishinghouse.com

- *या पुस्तकातील लेखकाची मते, घटना, वर्णने ही त्या लेखकाची असून त्याच्याशी प्रकाशक सहमत असतीलच असे नाही.*

THE OTHER SIDE OF SILENCE by Urvashi Butalia

Originally Published by
Penguin Books India Pvt. Ltd.
Translated into Marathi Language by Narayan Aavati

द अदर साईड ऑफ सायलेन्स / राजकीय

अनुवाद : नारायण प्रल्हाद आवटी

Email : author@mehtapublishinghouse.com

प्रकाशक : सुनील अनिल मेहता, मेहता पब्लिशिंग हाऊस,
१९४१, सदाशिव पेठ, माडीवाले कॉलनी, पुणे - ४११०३०.

मुद्रक : ट्रिनिटी अ‍ॅकॅडमी फॉर कॉर्पोरेट ट्रेनिंग लिमिटेड,
नऱ्हे इंडस्ट्रिअल एरिया, झील कॉलेज रोड, नऱ्हे, पुणे - ४१.

मुखपृष्ठ : चंद्रमोहन कुलकर्णी

प्रथमावृत्ती : ऑक्टोबर, २००१ / पुनर्मुद्रण : जानेवारी, २०१८

किंमत : ₹ ३९५

P Book ISBN 9788177662290
E Books available on : amazonkindle Apple Books Google Play Books

मनोगत

अखंड हिंदुस्थानाची फाळणी झाली आणि भारताला स्वातंत्र्य मिळालं. स्वातंत्र्य मिळालं म्हणजे काय झालं तर हा मोठा तुकडा तुम्ही घ्या आणि लहान तुकडा त्यांना द्या. आणि मग खुशाल भांडत बसा. इंग्रज तसे फार मुत्सद्दी आणि तितकेच आगलावे. त्यांनी ठरवलेलंच असणार की, हिंदुस्थानला सुखासुखी स्वातंत्र्य द्यायचं नाही. आणि अखंड हिंदुस्थान तर नाहीच. अर्थात भारताला जे स्वातंत्र्य मिळालं त्याची फार मोठी किंमत मोजावी लागली. स्वातंत्र्य–चळवळीचा इतिहास फार चैतन्यमयी तेवढाच दाहक आहे. अनेकांनी आपल्या घरादारावर तुळशीपत्रं आणि स्वातंत्र्य चळवळीच्या होमकुंडात स्वत:ला झोकून दिलं. कित्येकांच्या घराची राखरांगोळी झाली. हजारो स्वातंत्र्य सैनिकांनी वर्षानुवर्ष तुरूंगवास भोगला. भल्याभल्यांनी तुरूंगात खडी फोडली, हालअपेष्टा सहन केल्या. यातना सहन केल्या. कित्येक क्रांतिकारकांनी गळ्यात फास आनंदाने अडकवून घेतले. अनेकांनी छातीवर बंदुकीच्या गोळ्या झेलल्या. जालियनवाला बागेतल्या हत्याकांडात शेकडो लोक बळी गेले. अनेकांनी विहिरीत उड्या टाकल्या. जालियनवाला बागेतला गोळीबार म्हणजे ब्रिटिश राजवटीच्या क्रूरपणाचा कळस होता. पण हा स्वातंत्र्याचा इतिहास आजच्या पिढीला किती माहीत आहे? आम्ही आज स्वातंत्र्य भोगतो आहोत, मौज मजा करतो आहोत, राजकीय व्यक्ती, अभिव्यक्ती, आविष्कार, लेखन स्वातंत्र्य भोगतो आहोत पण त्याच्या मागच्या यातना कुणाला माहीत आहेत का? आज आम्ही स्वातंत्र्य दिन तरी धड साजरा करतो का?

ते काही जरी असलं तरी नुसत्या चळवळीनं स्वातंत्र्य मिळालं का, तर नाही. त्यासाठी फार मोठी किंमत द्यावी लागली, ती फाळणीची स्वातंत्र्याची चळवळ चालू असतानाच जातीयतेची भावना भडकली. 'फाळणी'ची ठिणगी पडली आणि हिंसाचार उफाळून आला. दोन जमातीतील द्वेष भावना, धर्म भावना जागृत झाली. फाळणी या 'शब्दाची' दाहकता तुम्हा-आम्हाला समजली नाही, आम्हाला झळ बसली नाही. फाळणीच्या बाबतीत हिंसाचार हा शब्दसुद्धा अपुराच आहे. फाळणी जाहीर झाली

आणि हलकल्लोळ माजला. या उपखंडात अचानक मानवी उद्रेक, मानवी स्तंभ झाला. नरसंहार म्हणतात तो हाच. दोन जमाती सुडानं पेटल्या. आधी गुण्यागोविंदानं राहणारे हिन्दू-मुसलमान एकमेकांच्या जिवावर उठले. एक कोटी वीस लाख लोकांनी आपापली घरं-दारं, शेतीवाडी, गावं सोडली आणि स्थलांतर केलं. एवढंच नाही तर दहा लाख लोक या फाळणीमुळे जिवानिशी गेले. सर्रास कत्तल सुरू झाली, प्रेतांचा खच पडला, रक्ताचे पाट वाहिले... कत्तलखान्यात जशी जनावरं न्यावीत तशी, त्याच पद्धतीनं निर्वासित रेल्वेत कोंबले. पाकिस्तानातून भारतात निर्वासित आले आणि भारतातून पाकिस्तानात गेले पण त्यातले किती जिवंत राहिले, उपासमारीनं रोगराईनं किती मेले हा एक इतिहासच आहे. त्याशिवाय स्त्रियांचं अपहरण आणि त्यांच्यावर झालेले बलात्कार आणि त्यातून निर्माण झालेली अनौरस संतती. अपहरण झालेल्यांची संख्या पंचाहत्तर हजार सांगितली जाते. हे सगळे आकडे अधिकृत नाहीत. किती कुटुंबं उद्ध्वस्त झाली, किती लोक घरदारं साधनसंपत्ती सोडून गेली. किती स्त्रियांचं आयुष्य बरबाद झालं आणि किती मुलं रस्त्यावर आली, भीक मागत फिरली हा मोठाच प्रश्न आहे.

उर्वशी बुटालिया यांचं 'अदर साईड ऑफ सायलेन्स' हे पुस्तक वाचलं आणि देशाची फाळणी म्हणजे काय हे समजलं. या पुस्तकात फाळणीचा ज्वलंत इतिहास आहे. यात मन सुन्न करणारे प्रसंग, घटना आहेत. यात काय नाही? फाळणीच्या हिंसाचारातून, उद्रेकातून जी कुटुंब, माणसं होरपळून निघाली त्यांच्या कथा आहेत. हकिकती आहेत. एवढे अत्याचार, हाल अपेष्टा भोगून सुद्धा ती माणसं शांत आहेत. संयमित जीवन जगताहेत. आम्हाला ही कुटुंबं माहीत नव्हती. उर्वशी बुटालिया यांनी अशा अनेक लोकांच्या मुलाखती घेतल्या. फाळणीत लोकांनी स्थलांतर कसं केलं, निर्वासितांचा काफिला निघाला, (जे निर्वासित चालत भारतात आले आणि भारतातून पाकिस्तानात गेले.) या लोकांना वाटेत काय अनुभव आले, रोगराईनं किती माणसं मुकले, जातीच्या-धर्माच्या प्रतिष्ठेसाठी लोकांनी आपल्याच मुलाबाळांना, बायकांना कसं ठार केलं, मुलं कशी रस्त्यावर आली हा सगळा इतिहास तुम्हाला या पुस्तकात मिळेल. त्याशिवाय तुम्हाला इथे माणुसकी, आपुलकीचं दर्शन घडेल. ज्या घरंदारं, प्रतिष्ठित स्त्रियांनी फाळणीतील अपहरण झालेल्या स्त्रियांचं पुनर्वसन केलं, त्यांना अनेक तऱ्हेने मदत केली. अनौरस मुलांचं संगोपन केलं, त्यांना मार्गाला लावण्यासाठी प्रयत्न केले अशा प्रतिष्ठित, सामाजिक कार्यकर्त्यांचं दर्शन तुम्हाला इथे घडेल. उर्वशी बुटालिया यांनी फाळणीतील लोकांच्या ज्या मुलाखती घेतल्या त्या मी जशाच्या तशाच ठेवल्या आहेत. म्हणजे अनुवाद करताना मुलाखत देणाऱ्यांची जशी भाषा होती, निवेदन होतं लेखिकेनं ते आहे तसंच ठेवलं आहे. अनुवाद करताना मी मूळ शैली, त्यांची भाषा तशीच ठेवली आहे. लेखिका ही स्त्रीवादी

समतावादी आहे. त्यामुळे फाळणीत ज्या स्त्रियांनी, मुलांनी अन्याय, अत्याचार सहन केले त्यांच्या व्यथा व त्यांनी जे काही अनुभव घेतले ते लेखिकेनं फारच आत्मियतेनं पुढे ठेवले आहेत. शिवाय दलितांच्या प्रश्नावरही तिनं फार खोलवर विचार केलेला आहे.

तेव्हा अनुवाद करताना कुठे उणीव राहू नये याची काळजी मी घेतली आहे. मला वाटावे देशाच्या फाळणी संदर्भात इतक्या विस्तृतपणे सर्वच बाजूनं विचार करून, चिकित्सक दृष्टीनं लिहिलेलं हे एकमेव पुस्तक असावं. अनुवादाच्या दृष्टीनेही या पुस्तकाचं महत्त्व तेवढंच आहे. मराठीत याचा अनुवाद करून वाचकांपुढे ठेवताना माझ्यासारख्या मराठी माणसाला तर एक समाधान आहेच पण याचं श्रेय मेहता पब्लिशिंग हाऊसला नक्कीच द्यायला पाहिजे. 'द अदर साईड ऑफ सायलेन्स' या पुस्तकाच्या भाषांतराची जबाबदारी सुनील मेहता यांनी माझ्यावर टाकली त्याबद्दल मेहता पब्लिशिंग हाऊसचे श्री. अनिल मेहता आणि सुनील मेहता यांचा आभारी आहे. तसेच या पुस्तकाविषयी चर्चा करून, काही उपयुक्त सूचना श्री. अनिल किणीकर यांनी केल्या आहेत. त्यांचाही मी आभारी आहे. अनुवाद करायचा म्हणजे वेळ तर पाहिजेच. पण तेवढं निवांतपण आणि शांतताही लागते. घरच्या जबाबदारीकडेही थोडं-बहुत दुर्लक्ष होतं. पण माझी पत्नी राधिका आवटी आणि मुलगी देवकी या दोघींनी मला सहकार्य केलं आहे हे इथे नमूद करायलाच पाहिजे. तेव्हा अनुवाद करून पुस्तक हातावेगळं केलं खरं पण 'फाळणी' मनात बसली एकूण. सर्वंकष संहार डोळ्यासमोर आला. फाळणीत लाखो लोक बळी गेले आणि स्वातंत्र्य मिळालं. पण या बलिदान केलेल्या फाळणीतील दुर्दैवी जिवांचं कुठेही स्मारक नाही ही लेखिकांची सुद्धा खंत आहे. तेव्हा सामाजिक संस्थांनी हे काम मनावर घेतलं तरच काही होण्यासारखं आहे. तेव्हा हे अनुवादित पुस्तक फाळणीत जे लाखो लोक बळी गेले त्यांना समर्पण!

नारायण प्रल्हाद आवटी

अनुक्रमाणिका

एक

प्रारंभ

हिन्दुस्थानची राजकीय फाळणी झाली. तीमुळं, कधी नव्हता तो प्रचंड मानवी प्रक्षोभ निर्माण झाला, अविश्वसनीय असा नरसंहार घडून आला. एक इतिहास निर्माण झाला. फाळणीचे परिणाम इतके भीषण होते की, कधी ध्यानीमनी नाही, ते लोकांच्या नशिबी आलं. लोकांनी आपला देश सोडला, घरंदारं सोडली, कुणी ताबडतोब घरं-दारं बदलली. काही महिन्यांच्या आत जवळ जवळ एक कोटी वीस लाख लोकांनी शिरच्छेद झालेल्या या देशात आणि पाकिस्तानात प्रवेश केला. पाकिस्तान दोन भागांत झालं. पूर्व आणि पश्चिम. जे निर्वासित झाले, त्यांच्यापैकी, फार मोठ्या जनसमूहानं म्हणजे जवळ जवळ एक कोटीच्या वर लोकांनी पश्चिम सीमा ओलांडली. तो भाग म्हणजे ऐतिहासिक पंजाब प्रांत. पंजाबचे दोन तुकडे झाले. तेव्हा मुस्लिम लोक पश्चिम पाकिस्तानात गेले आणि हिंदू व शीख पूर्व भागात आले. जाता-येता दोन्ही बाजूंना कत्तली झाल्या. लोकांची पळापळ झाली. दंगली उसळल्या. त्यात पुन्हा वाटेत रोगराई पसरली. कुपोषण आणि रोगराईनं लाखो लोक प्राणास मुकले. दोन लाख ते (ही तत्कालीन ब्रिटिश आकडेवारी) वीस लाख लोक (हा नंतरचा भारतीय अंदाज) मेल्याचा अंदाज असला, तरी; दहा लाख लोक तरी दगावल्याचा अंदाज आता सर्वमान्य झाला आहे. आणि दुसरा प्रकार म्हणजे, स्त्रियांचं अपहरण आणि त्यांच्यावर झालेले लैंगिक अत्याचार. जवळ जवळ पंच्च्याहत्तर हजार स्त्रियांचं अपहरण झालं आणि त्यांच्यावर बलात्कार झाले. आता हे बलात्कार इतर धर्मांच्या लोकांनी तर केलेच; पण कित्येक स्त्रियांवर स्वधर्मीयांनी सुद्धा बलात्कार केले. हजारो कुटुंबं दुभंगली. घरंदारं उद्ध्वस्त झाली. पिकं जळून गेली, खेडी ओस पडली आणि फाळणीची पूर्वकल्पना असूनसुद्धा, दंगलीचा भडका

उडणार, हे माहीत असूनसुद्धा भारत आणि पाकिस्तान या दोन्ही नवनिर्मित देशांची सरकारं गाफील राहिली. उद्रेकापासून, दंगलीपासून लोकांचं सरंक्षण कसं होईल, जीवितहानी कशी टाळता येईल, याची तयारी कोणत्याच देशानं केली नाही. जाति-धर्मावर आखलेल्या सीमारेषेमुळं लोकांमध्ये भीती निर्माण होईल, परिस्थिती अस्थिर होईल, याची पूर्वकल्पना या दोन्ही देशांना आली नाही, राज्यकर्ते आणि पुढाऱ्यांना-सुद्धा आली नाही. ही सीमारेषा हिंदू आणि मुसलमान यांच्यामध्येच आखली गेली. हिंदू विरुद्ध मुसलमान... मुसलमान विरुद्ध हिंदू... त्यामुळं कित्येक लोकांना आपली घरंदारं, देश सोडून पळण्याची पाळी आली, स्थानांतर करण्याची वेळ आली. लोकांना 'सुरक्षित' जागी जावंच लागलं. पलायन करताना संरक्षण आपल्याच लोकांचं. कित्येकदा संरक्षण आहे, नाही. लोक मिळेल त्या वाहनातून पळत सुटले. बसेस्, खाजगी मोटार-गाड्या, रेल्वे तुडुंब भरून जाऊ लागल्या आणि ज्यांना वाहनांतून जाणं शक्य नव्हतं– ते लोक एकत्र जमून झुंडीच्या झुंडीनं चालत निघाले, ज्याला आपण 'काफिला' किंवा तांडा म्हणतो. लोकांचे असे अनेक तांडे चालत देश सोडून निघाले. तसा हजारो मैलांचा प्रवास... त्यांतला सर्वांत मोठा तांडा होता, त्यात चार लाख लोक होते असं सांगतात. जे निर्वासित पश्चिम पाकिस्तानातून पूर्व भारतात चालत निघाले, त्यांना ठरावीक ठिकाणाहून, ठरावीक ठिकाणी पोहोचण्यासाठी आठ-आठ दिवस लागले.

तर अशी ही फाळणी! आता इतिहासाच्या पुस्तकांतून लोकांना ती दिसते आहे. जाहीर रीत्या अवतरली आहे. फाळणीचं सविस्तर वर्णन करता येणं तसं कठीणच. तरीपण भारत आणि पाकिस्तानमधील घरा-घरांत फाळणीच्या गोष्टी खाजगीत सांगितल्या जातात. पुन्हा पुन्हा सांगितल्या जातात आणि मीही अशा गोष्टींबरोबरच मोठी झालेली. माझ्या पिढीतल्या अनेक पंजाबी लोकांपैकी मीसुद्धा एका निर्वासित कुटुंबातीलच. फाळणीतल्या त्या आठवणी, क्रौर्य आणि अमानुषता... आणि तो काळ आधीचा... हाक मारणारा. आता त्या नुसत्या आख्यायिकाच राहिल्या आहेत. त्या वेळी हिंदू, मुसलमान आणि शीख एकत्र, गुण्यागोविंदानं राहत होते. सद्भाव होता. आता त्या आठवणीच नुसत्या. कथेमध्ये रूपांतरित झालेल्या. सांगण्यासारख्या गत गोष्टी. मीही त्यांतच जगले, वाढले. माझे आईवडील लाहोरचे. लाहोर... एक शहर.. ज्या शहरावर तिथल्या रहिवाशांनी आटोकाट प्रेम केलं. भावनाप्रधान झालेलं शहर. पाकिस्तानच्या सीमेच्या आत केवळ वीस मैलांवर पसरलेलं शहर. माझ्या आईनं आपल्या लहान भावांना आणि बहिणीला पाकिस्तानातून इकडं आणलं. त्यासाठी ती दोन वेळा पाकिस्तानात गेली होती. तो प्रवास किती धोकादायक होता, हे ती सांगत असते. गोळीबाराच्या फैरी झडत असताना आणि आगीचं तांडव चालू असताना माझ्या वडिलांनी लाहोर कसं सोडलं, हे त्यांना अजून आठवतं. मी माझ्या

भावा-बहिणींबरोबर या गोष्टी नेहमीच ऐकायची. परंतु मी त्या क्वचितच मनात ठेवायची. आम्ही मध्यम वर्गातले भारतीय होतो. आमचं कुटुंब शांततेच्या आणि भरभराटीच्या काळात वाढलेलं. त्या वेळी सहिष्णुता आणि धर्मनिरपेक्षता एकत्र नांदत होत्या. लुटालूट, जाळपोळ, खून, बलात्कार या ज्या गोष्टी आहेत, त्या वेगळ्या काळातल्या आहेत. प्रत्यक्षपणे मला त्या क्वचितच ज्ञात आहेत.

– आणि १९८४ साली त्या वेळच्या पंतप्रधान इंदिरा गांधी यांचा खून झाला. खून करणारे त्यांचे रक्षक होते, ते शीख होते; आणि नंतर थोड्याच दिवसांनी सबंध देशात शीखांवर हल्ले सुरू झाले. सूडाच्या भावनेनं लोक वेडे झाले. शीखांचे खून पडू लागले. लोकांनी घरं-दारं उद्‌ध्वस्त करून टाकली आणि अनेक लोक प्राणास मुकले. दिल्लीच्या उपनगरातील भागात तीन हजारांहून अधिक शीखांची हत्या झाली. काहींच्या अंगावर रॉकेल ओतून त्यांना पेटवून देण्यात आलं.

त्यांचा मृत्यू झाला, तो भयाण अवस्थेत. त्यांची जिथं प्रेतं पडली होती, तिथं खाली जमिनीवर काळे डाग पडले होते. त्या वेळी राजीव गांधींचं जे सरकार होतं, (जे इंदिरा गांधींचे पुत्र होते.) ते सरकार अगदी अलिप्त राहिलं. त्यांनी लोकांना मदत वगैरे काही एक केली नाही. परंतु कित्येक सामाजिक संस्था आणि नागरिक मदतीला धावले. अनेकांनी दंगलीत होरपळलेल्या लोकांना अन्न, वस्त्र, निवारा आणि इतरही मदत केली. मदत करणाऱ्या नागरिकांचे जे गट होते, त्यांपैकी मी पण एका गटात काम करत होते. प्रत्येक दिवशी आम्ही लोकांना अन्न, ब्लँकेट्स वगैरे वाटत होतो, लोकांशी बोलत होतो, किती लोक मेले, किती लोक बेपत्ता आहेत, याची यादी करत होतो, त्या वेळी लोकांच्या कहाण्या आम्ही ऐकत होतो. अनेकांना नुकसान-भरपाई मिळवून देण्याचे प्रयत्न आम्ही केले. त्या वेळी आम्हांला अनेक म्हातारी माणसं भेटली. १९४७ साली जी माणसं निर्वासित म्हणून दिल्लीत आली होती, त्या लोकांना १९८४ सालची दंगल बघून फाळणीची आठवण आली. कारण अशी दहशत, दंगल त्यांनी यापूर्वी अनुभवली होती. 'आमच्या देशात असं काही घडेल, असं आम्हांला वाटलं नव्हतं,' ते म्हणत, 'हे पुन्हा फाळणीसारखंच उद्‌भवलं.'

मी ज्या भागात राहत होते, तिथून वीस मैलांच्या अंतरावर यमुना नदीच्या जवळ, काही सामान्य, शांतताप्रेमी माणसांनी काही एक कारण नसताना आपल्या शेजारच्या माणसांना घरातून बाहेर काढलं आणि त्यांचे खून पाडले. का? तर ते लोक इतर जाती-धर्मांतले म्हणून. आता फाळणीतल्या कथा, हकीकती काही फार लांबच्या नाहीत. त्या याच देशातल्या, शहरांतल्या, गावांतल्या, खेड्यांतल्या आहेत. लोकही इथलेच. याच देशातले. त्या त्या शहरांतले, गावांतले; परंतु त्यांच्यांतील धार्मिक मतभेदांमुळं, धर्मातील राजकारणामुळं हे लोक अजूनही एकमेकांपासून

दुरावलेले, विभागलेलेच आहेत; आणि एकदा का दरी निर्माण झाली, तर ते एकमेकांचं काहीही भलं-वाईट करतील.

दिल्लीतला जो आगडोंब उसळला, त्यानंतर मी एका ब्रिटिश दूरचित्रवाणीसाठी फाळणीवरच्या चित्रपटाचं काम करत होते. त्याच वेळी जे लोक फाळणीच्या उद्रेकातून वाचले होते, त्यांना भेटून मी त्या वेळच्या हकीकती ऐकायला सुरुवात केली. त्यांच्या तोंडून मी ज्या हकीकती ऐकत होते, त्या इतक्या भयानक होत्या, की माणूस हादरून जावा, अशाच हकीकती मी लहान वयात इतर माणसांच्या तोंडून ऐकत होते. त्या वेळी माझा विश्वासच बसत नव्हता. सक्तीचं धर्मांतर, बलात्कार हे टाळण्यासाठी स्त्रियांनी स्वत:हून विहिरीत टाकलेल्या उड्या, याच आणि अशाच कारणांसाठी, मानहानी टाळण्यासाठी, बापानं स्वत:च्या मुलींचे कापलेले गळे, केलेल्या हत्या– एक ना दोन! आणि या लोकांच्या मुलाखती घेताना मी अशाच गोष्टी त्यांच्या तोंडून ऐकत होते. ते प्रत्यक्ष घटनांचे साक्षीदार होते. त्यांच्या बोलण्यातून संताप, कडवटपणा, तिरस्कार पदोपदी जाणवत होता; आणि या घटना एकदा का बाहेर आल्या, ऐकायला मिळाल्या, की अंगावर काटाच उभा राहायचा! आणि त्या लोकांनी, ज्यांना मी भेटले, मला सांगितलं की आम्ही खरं तेच सांगतोय्, या घटना आम्ही बघितल्या आहेत. भोगल्या आहेत.

त्यांच्या गोष्टी ऐकून माझ्या मनावर सखोल परिणाम झाला. इतक्या क्रूर, रक्त– लांछित घटना माझ्या कुटुंबात तरी घडल्या असतील, असं मला आठवत नाही. नंतर माझ्या लक्षात यायला लागलं की, फाळणीची झळ माझ्या घरालाच लागलीय्, असं नाही, तर फाळणी म्हणजे एक भळभळती जखम आहे. आमच्यामध्ये आलेला भूगोल. ओढलेली एक रेषा... आमच्या मनांतसुद्धा. त्यामुळं आमची मनं अजूनही दुभंगलेलीच आहेत. फाळणीनं केलेली विभागणी ही सर्वांच्याच दैनंदिन आयुष्यातली विभागणी. त्यामुळं आयुष्यात एक विसंगती निर्माण झालेली आहे. आता विरोधाभास, विसंगती कशी, तर, माझ्या आईवडिलांच्या, आजीच्या तोंडून आम्ही काय ऐकत होतो, तर लाहोरमध्ये त्यांचे जे मुसलमान मित्र होते, त्यांचे अगदी जिव्हाळ्याचे संबंध होते. माझे आईवडील, आजी त्यांच्याबद्दल फार जिव्हाळ्यानं बोलायचे आणि या उलट त्यांच्याच तोंडून, त्यातल्या त्यात माझ्या आईच्या तोंडून मी काय ऐकत होते; तर 'ते मुस्लिम' असा औपरोधिक सूर. याचा अर्थ असा की, माझ्या घरातल्या लोकांचंसुद्धा मुसलमानांबद्दल पूर्वग्रहदूषित मन होतं. माझ्या आईच्या भावानं, म्हणजे माझ्या मामानं, पाकिस्तानातच एका मुसलमान मुलीशी लग्न केलं आहे. म्हणून तिच्याच भावाचा तिला द्वेष वाटत होता. अजूनही वाटतो. याचा अर्थ सोपा आहे. फाळणी झाली नसती, तर माझ्या मामानं मुसलमान मुलीशी लग्न केलं नसतं. त्याच्याविषयी कुणाला वाईट वाटलं नसतं. द्वेष-मत्सर वाटला नसता. म्हणजेच

फाळणीचा दीर्घकालीन, चिरंतन परिणाम झालेला आहे.

– आणि या गोष्टीचा प्रत्यय पुन्हा १९८४ साली आला. तेव्हा या फाळणीच्या आठवणी विसरल्या जाणार नाहीत आणि इतिहासजमाही होणार नाहीत. तेव्हा फाळणीच्या हकीकती, इतिहास आत्ताचा आहे. ताजा. जे घडलं, ते इथंच– जे माझ्या घरासह सर्वांनी भोगलं.

इतर संशोधकांप्रमाणेच मी माझ्या कामाला सुरुवात केली. फाळणीच्या विषयी जे काही साहित्य मिळेल, म्हणजे पुस्तकं, लेख वगैरे... ते मी वाचायला सुरुवात केली. आणि साहित्य काही कमी नव्हतं. माझ्या पद्धतीप्रमाणे जेव्हा मी माहिती मिळवायला सुरुवात केली, तेव्हा माझं असमाधान वाढतच गेलं. कधी मला रागही यायचा. मी पुस्तकं वाचत होते: हिंदुस्थानची फाळणी १९४७ साली झाली; आणि त्या संबंधीच्या घटना घडत गेल्या, त्या अशा : कॉंग्रेस आणि मुस्लिम लीग यांच्यामधले वाढते मतभेद, दुरावत चाललेले संबंध. जीना आणि गांधी नेहरू, पटेल आणि राजकीय आघाडीवरील इतर घडामोडींशी संबंधित 'यजमान' यांच्यांतली चर्चा, बोलणी आणि घटनांची, प्रसंगांची मालिका; ती म्हणजे; हिंसाचार, सामूहिक स्थलांतर, निर्वासितांची गर्दी, पुनर्वसन. परंतु फाळणीचा इतिहास या राजकीय घडामोडींच्या प्रगतीत, हालचालीतच दडलेला होता आणि त्याचं फलित म्हणजे उसळलेला आगडोंब. आता याची दुसरी बाजू म्हणजे, या काळात झालेले लाखो लोकांचे हाल. या काळात माणूस म्हणून माणसाला काहीच किंमत राहिलेली नव्हती. माणसाला काही स्थानच राहिलेलं नव्हतं. त्याचं कारण म्हणजे त्याला करावा लागलेला संकटांचा मुकाबला– आणि त्याच्या मनाची गोंधळलेली अवस्था: माणसाच्या वाट्याला काय आलं नाही? सहभाग, सहवास आणि नाश, शत्रुत्व आणि मैत्री, दुःख आणि आनंद, म्हणजे इथं माणसाच्या मनाची उलघाल झाली. पश्चात्तापाची, अपराधीपणाची भावना आणि जे हरवलं, उद्ध्वस्त झालं, त्याचं दुःख आणि मागील आठवणी. घरदार गेलं, मित्र दुरावले, देश सोडावा लागला. या यातना तर झाल्याच; पुन्हा जगण्यासाठी नवीन उभारी. ताजं-तवानं होऊन, पाठीमागचं सगळं विसरून नवीन आयुष्याची सुरुवात करायची. म्हणजे या सगळ्या प्रयासाचं मोजमाप कसं करायचं? या वस्तुस्थितीचं चित्रण करणं फार अवघड काम होतं. एवढं असूनसुद्धा, या माणसांचं फाळणीच्या इतिहासात काहीच स्थान नाही, हे कसं शक्य आहे? ज्या अर्थी जगून-वाचून राहिलेली माणसं, ताजी-तवानी होतात, आठवणी सांगतात, स्वतःच्या आणि इतरांच्याही, आणि पुढं वाटचाल करत राहतात, म्हणजे त्यांचं फाळणीतलं स्थान हे केवळ होरपळीसाठीच होतं. इतिहासात मात्र मोठं स्थान होतं.

नंतर मी या घटनांच्यामागं राजकीय वस्तुस्थिती काय होती आणि ती काय सुचवते, याकडं नजर टाकली. म्हणजे या देशात पुढं ज्या घटना घडल्या, त्यांची बीजं फाळणीतल्या धार्मिक आणि राजकीय वस्तुस्थितीतच दडलेली होती. त्याचा पुरावा म्हणजे फाळणीचा उद्रेक संपला, तरी सुद्धा जातीयवाद, धार्मिक कट्टरवाद आणि वाढता जातीय ताण-तणाव सगळीकडंच पसरत गेला; आणि त्याचा परिणाम म्हणजे १९८४ साली दिल्ली आणि आसपासच्या भागांत जी दंगल झाली, त्या वेळी शीख समाजावर झालेले हल्ले. १९८९ साली भागलपूर (बिहार) आणि त्याच्या आसपास झालेली जातीय दंगल आणि शेकडो मुसलमानांचे गेलेले बळी. बिहारमधील भागलपूरची दंगल ही भारतातली सर्वांत मोठी आणि भीषण दंगल ठरली; आणि नंतर एक-दोन वर्षं झाली नाहीत, तेवढ्यात बाबरी मशीद उद्ध्वस्त केली– आणि नंतर पुन्हा पसरलेली दंगल. बाबरी मशीद पाडली, ती पिसाट हिंदुत्ववाद्यांनी आणि त्या घटनेला पाठिंबा देणं म्हणजे केवळ निर्लज्जपणाच होता. पाठिंबा देणाऱ्यांमध्ये कोण होते, तर भारतीय जनता पार्टी, राष्ट्रीय स्वयंसेवक संघ, विश्व हिंदू परिषद आणि शिवसेना. आणि नंतर सुरत, अहमदाबाद, मुंबई इथं मुसलमानांच्यावर हल्ले झाले. आणि या वेळी कट्टर हिंदुत्ववादी एकत्र जमले आणि त्यांनी ठरवलं की, देशाच्या फाळणीमध्ये मुस्लिमांनी अनेक हिंदूंना ठार केलं, हिंदू स्त्रियांवर बलात्कार केले, तेव्हा आता हीच वेळ आहे सूड घेण्याची. तेव्हा मुसलमानांना ठार करा आणि त्यांच्या स्त्रियांवर बलात्कार करा. ही भूमिका कट्टरवादी लोकांनी घेतली. आणि या जातीय मतभेदाचे अनेक पैलू होते.

या स्वतंत्र भारतात हिंदू आणि मुसलमान या दोन जमातींमध्ये आपापसांत लग्नं होऊ शकत नाहीत. जर कुणी लग्न केलं, तर त्या मुलींचा कसा छळ होईल किंवा मुलांनासुद्धा कोणता धोका पत्करावा लागेल, याची धास्तीच असते. आणि समजा, एखादं लग्न मोडलं, तर त्याचा जाहीर पंचनामाच होतो. आणि कोर्टामध्ये जाऊन घटस्फोट घेतला, तर तिथं हेच सिद्ध होतं की, ज्यांना लग्न मान्य आहे, ते राष्ट्रवादी आणि दुसरे विभाजनवादी. या सगळ्या गोष्टींचा विचार केला, तर एक प्रकर्षानं जाणवतं, ते म्हणजे फाळणीमागचं तत्त्व, विचारसरणी आम्ही सहजासहजी झुगारून देऊ शकत नाही. कारण याची बीजं माणसामाणसांत, घराघरांत रुजलेली आहेत. दोन जमातींतील दुफळी, द्वेष वाढत गेलेला आहे, आणि अनेकांच्या आयुष्यांत याची बीजं ठाण मांडून बसलेली आहेत. तेव्हा हळू हळू माझ्या हे लक्षात आलं; की फाळणी म्हणजे केवळ राजकीय, भौगोलिक मालमत्तेची विभागणी नव्हे. तर ती आणखीही काही आहे. आणि जे लोक हयात आहेत, फाळणीतून सहीसलामत बाहेर आले आहेत, ते म्हणतात की, फाळणी म्हणजे 'हृदयाची विभागणी!' दडलेल्या यातना, दुःख, आघात, हिंसाचार. अशा

लोकांच्या नशिबात हे सारे भोग आले आहेत, की जे आत्तापर्यंत समाजाशी एकरूप झाले होते. मिळून मिसळून राहत होते. नंतर झालं काय, तर दोन जमातींमध्ये एक कायदेशीर रेषा आखली गेली. आणि सगळी कुटुंबं विभागली गेली. आणि ती इतक्या झटक्यात– एका रात्रीतून, की एकमेकांना आपले आईवडील, भाऊ, बहिणी, मुलबाळं, जिवंत आहेत, का नाहीत, हे समजायलाच काही मार्ग उरला नाही. एक हकीकत अशी, की फाळणीच्या दंगलीत एका आईची आणि मुलीची ताटातूट झाली. पन्नास वर्षांनंतर त्यांची गाठभेट एका वृत्तपत्राच्या प्रकाशनातर्फे झाली. भारताच्या स्वातंत्र्याला पन्नास वर्षं पूर्ण झाली, म्हणून काही अनुभव प्रकाशित करण्यासाठी, त्या वृत्तपत्राचा बातमीदार आणि छायाचित्रकार फाळणीतून वाचलेल्या, विभागलेल्या कुटुंबांच्या गाठीभेटी घेत असता, त्या आई आणि मुलीचा शोध लागला; आणि याच वृत्तपत्रानं एका भावाची आणि बहिणीची गाठभेट सीमेवर, ताटातुटीनंतर पन्नास वर्षांनंतर घडवून आणली. दुसरी एक हकीकत म्हणजे, एका माणसाची तेरा वर्षांची मुलगी एका हिंदू माणसानं पळवून भारतात आणली होती. तेव्हा त्या मुलीच्या पित्यानं भारतात मुलीच्या शोधासाठी अनेक खेपा घातल्या. परंतु तो पुन्हा एकदा असाच भारतात आला असता त्याला अटक केली आणि त्याची रवानगी जेलमध्ये केली. का? तर, तो गुप्तहेर आहे म्हणून. त्या मुलीचा शोध नंतर लागलाच नाही.

फाळणीच्या काही बाजू आहेत. ज्यांना फाळणीचं फलित सुद्धा म्हणता येईल. लोकांनी काही गोष्टी कशा जपल्या, त्याचं उदाहरण म्हणजे– सीमेपलीकडं असलेली मैत्री अनेकांनी जपली, कित्येकांनी आपले आघात पचवले आणि आपलं आयुष्य पुन्हा उभं केलं. मानसिक रीत्या आणि शारीरिक दृष्ट्या आपली तंदुरुस्ती ठेवणं लोकांना भाग पडलं, त्यासाठी त्यांनी काय केलं असेल तर आपले आघात, विस्कळीत झालेलं आयुष्य, दुःखं, या लोकांनी सहन केलं आणि पुन्हा वाटचाल सुरू केली. मुख्य म्हणजे हे सगळं सहन करीत, हे लोक ज्या गावात, खेड्यात, शहरात राहिले, त्या ठिकाणांचा लिखित इतिहासात कुठंच उल्लेख नाही. त्याचं प्रतिबिंब कुठंच दिसलं नाही.

१९८४ सालानंतर मला सारखं वाटू लागलं, की फाळणीची हकीकत समजून घेण्यासाठी आपल्याला ही माणसं उपयोगी पडतील. म्हणजे प्रत्यक्ष अनुभव ऐकून घेणं हे मला कागदपत्रं, इतिहास, भाषणं वगैरेंपेक्षा जास्त महत्त्वाचं वाटलं. कारण ते एक साधन होतं. जेव्हा एखादा प्रलय किंवा इतरही कारणानं सर्वनाश झाला असेल, मनुष्यहानी झाली, तर त्याचं चित्रण केवळ आठवणी आणि अधिकृत कागदपत्रं यांच्याच साहाय्यानं करता येतं. यासंबंधी जेम्स यंग सांगतो, की तुम्हांला

अशा प्रसंगाचं, घटनांचं यथोचित वर्णन करायचं असेल, तर तुमच्या हातांत अनेक पुरावे पाहिजेत,[१] अन्यथा त्याचं जिवंत चित्रण कसं होणार? त्याचं उत्तर लेखकानंच दिलं आहे. तो सांगतो : नरसंहार, विनाश यांची माहिती आम्हांला त्याविषयी जे लेखन, साहित्य, इतिहास असतो, शिवाय काही राजकीय पुरावे, लेख असतील, शिवाय व्यक्तिगत साक्षी-पुरावे यांतून मिळते. यातून आपण 'वस्तुस्थिती' समजून घेतो, आणि वस्तुस्थितीही महत्त्वाची असते. त्याचप्रमाणे लोकांच्या आठवणी आणि ते कोणत्या आणि कशा पद्धतीनं सांगतील, याला सुद्धा तेवढंच महत्त्व आहे. आता हा सिद्धांत किंवा ही पद्धत फाळणीलासुद्धा उपयोगी पडणारी आहे. आमच्याजवळ जी साधनं आहेत, ती म्हणजे, कथा-कादंबऱ्या, आठवणी, अधिकृत कागदपत्रं, निवेदनं, भाषणं त्यांशिवाय वैयक्तिक आठवणी, सामूहिक आठवणी आहेत त्याशिवाय जातीयवादाची दोरी– जी सगळीकडे पसरलेली आहे, याच साधनांद्वारे आम्हांला फाळणीचा इतिहास वाचायला मिळतो. या देशात अनेक दुर्घटना घडल्या असतील; परंतु फाळणीची जी महान शोकान्तिका झाली, ती घराघरांत अद्यापही चर्चेचा विषय झालेली आहे. त्यांतल्या त्यांत उत्तर प्रदेशात फाळणीचा इतिहास म्हणजे तिथल्या कुटुंबाचा इतिहास झालेला आहे. आधुनिक भारताच्या इतिहासात या घटना तुम्हांला सापडणार नाहीत. त्या घरांतून तुम्हांला भयानक गोष्टी, क्रौर्याच्या गोष्टी ऐकायला मिळतील. मित्रत्वाच्या, सहजीवनाच्या अनेक गोष्टी पुन्हा पुन्हा सांगितल्या जातात, घराघरांतून, मित्रांमधून, समाजामधून. एक पंजाबी निर्वासित दुसऱ्या पंजाबी निर्वासिताला भेटण्याचा अवकाश, की आठवणी निघतातच. फाळणीच्या, घरादाराच्या, देशाच्या आठवणी आणि एखादा भारतीय निर्वासित पाकिस्तानी निर्वासिताला भेटला, की अशाच आठवणी निघतात. आणि या संकलित आठवणी, वैयक्तिक, सामूहिक, कौटुंबिक आणि ऐतिहासिक आठवणी म्हणजेच फाळणीचं वास्तव दर्शन. या सर्वांच्या आठवणींतून फाळणीच्या अंतरीचं भेदक दर्शन घडतं. आणि याच मार्गानं आपल्याला घटनांचं वास्तव दर्शन घडतं; म्हणून मी या मार्गानं फाळणीच्या इतिहासाकडं वळायचं ठरवलं.

आता मी या मार्गाची निवड केली खरी, परंतु मला तिथंही अडचणीच दिसू लागल्या. कुणाच्या आठवणी आणि स्मरण-शक्तीवर विसंबून राहायचं आणि कुणाकडून काही गोष्टी वदवून घेणं एवढं सहज आणि सोपं नव्हतं; आणि मी ज्या पद्धतीनं काम करायचं ठरवलं, त्या पद्धतीतच या अडचणी आहेत, याची मला पूर्ण कल्पना होती. आणि आठवणी या नेहमीच निर्भेळ असतात, असं नाही. तर त्या

---

१. जेम्स इ. यंग : 'नरसंहार' (Holocaust) लेखन आणि पुनर्लेखन : ब्लूमिंग्टन इंडियाना युनिव्हर्सिटी प्रेस, १९९०

मध्यस्थ असतात. यावर बरंच संशोधन झालेलं आहे. या सगळ्या गोष्टी कुणाला, काय, केव्हा आठवतं, कुणाबद्दल कोण काय सांगतं, यावर सर्व काही अवलंबून असतं. माझ्या बाबतीत विचाराल, तर लोक ज्या तऱ्हेनं आठवायचा प्रयत्न करतात, म्हणजे घटना, इतिहास, ते वस्तुस्थितीइतकंच महत्त्वाचं आहे. ज्याला आपण इतिहास किंवा घटनांचं अंतरंग म्हणतो, सखोल दर्शन म्हणतो. अर्थात या आधुनिक मुद्द्यांना तसा पुरावा नाही. त्याऐवजी असं म्हणता येईल, की ते सुद्धा एक स्पष्टीकरण दिलेलं असतं, जसं आठवेल, तसं किंवा ते कुणीतरी ध्वनिमुद्रित केलेलं असतं. मला हे थोडं उदाहरणासहित स्पष्ट करू द्या; मी ज्या वेळी माझ्या कामाला सुरुवात केली आणि लोकांना भेटले, तेव्हा लोक काही बोलायलाच तयार नव्हते. त्यांनी मला काय विचारलं, तर आम्ही ज्या आठवणी काढायचं टाळतो, त्या पुन्हा उकरून काढण्यात काय अर्थ आहे? त्याचा उपयोग तरी काय? आणि मला अनुभवाला येत असलेली ही सर्वसामान्य प्रतिक्रिया होती. प्रत्येक वेळी मला या प्रश्नाला तोंड द्यावं लागायचं. आणि मग मी स्वत:लाच एक प्रश्न विचारला आणि यातून बाहेर पडले. लोकांनी जर या वेळी आठवणी सांगायच्याच टाळल्या, तर मला आश्चर्य का वाटावं? आणि तसं बघितलं, तर लोक जेव्हा बोलायला नकार देतात, तेव्हा त्यांनी नकळत कुठल्या तरी एका मुद्द्यावर बोट ठेवलेलं असतं. त्यांचा नकार सूचक असतो. आणि लोकांना प्रश्न विचारून त्यांच्या तोंडातून काय वदवून घ्यायचं, केवळ फाळणीमधल्या भीषण दंगली, आणि हकीकतीच? मग त्या भीषण घटनांची, प्रसंगांची अनेक वेळा शिरगणती झालेली असून, त्याची आकडेवारी इतिहासाच्या पुस्तकात आलेलीच आहे. का अजून दुसरा काही हेतू होता की, त्या लोकांनीच निदान काही प्रसंग– घटना यांत भाग घेतला होता का, हे समजून घ्यायचं होतं? तसं बघितलं, तर फाळणीच्या वेळी कुणी 'वाईट' किंवा कुणी 'चांगलं' नव्हतं; आणि तसं बघितलं, तर प्रत्येक कुटुंबातच फाळणीचा इतिहास दडला आहे. कुटुंबाचा इतिहास आहे. कित्येक घरांतून लोक हिंसाचाराला बळी पडलेले होते आणि त्याच घरात भांडकुदळ लोकही होते. आणि असं असेल, तर आमच्या लक्षात यायला पाहिजे की, लोक जाहीरपणे आपल्या पूर्व- स्मृतीला का वाट करून देत नाहीत. कदाचित त्याचं एक कारण असलं पाहिजे, ते म्हणजे त्यांच्या घरातच या फाळणीच्या घटनांचा 'विकृत, कुरूप' भाग दडलेला आहे. तेव्हा मी माझं काम करताना जेम्स यंगच्या सूत्राचा वापर कसा करणार? आमच्याजवळं 'फाळणीच्या इतिहासाच्या संदर्भात जी साधनं आहेत, ती म्हणजे लिखित इतिहास, कागदपत्रं वगैरे. एवढ्यावरून आम्हांला फाळणीची 'खरी' कल्पना कशी काय येणार? किंवा आम्हांला जी माणसं भेटली, त्यांनी आपल्या आठवणी सांगायला नकार दिला, तेवढ्या नकारावरूनही आम्हांला काही कल्पना येणार नाही.' अशा तुटपुंज्या

माहितीवरून आम्हांला जी वस्तुस्थिती माहीत आहे, ती उघड होणार नाही. फाळणीचा सध्या जो इतिहास उपलब्ध आहे, तो चर्चा, भाषणं, ऐकीव गोष्टींवर आधारलेला आहे. आणि जी माणसं चर्चा-बोलणी वगैरे करतात किंवा जे स्पष्टीकरण त्यांनी दिलेलं असतं, त्यामध्ये माणसामाणसागणीक भिन्नता आढळते. त्यामध्ये मेळ हा नसतोच, असं नाही. तरी पण सगळ्याच गोष्टी सांगितल्या जातात, असंही नाही. आणि म्हणून मला त्याच तंत्राची इथं पुनरावृत्ती करायची नाही आणि माझ्या या पुस्तकाचा विषय 'फाळणी' जरी असला, तरी वाचकांना इथं काळाप्रमाणे सूत्रबद्ध प्रसंगाची, घटनांची नोंद सापडणार नाही. म्हणजे फाळणी अमलात येईपर्यंत जे काही रामायण घडत गेलं, ते इथं वाचकांना दिसणार नाही. किंवा राजकीय बोलणी, चर्चा यांचा अंतर्भाव इथं केलेला नाही. तुम्हाला या पुस्तकात फाळणीच्या सारिपाटावर जी राजकीय प्यादी होती, ती दिसणार नाहीत. त्यांचा इथं फारसा नामनिर्देश केलेला नाही. म्हणजे गांधी, नेहरू, पटेल, जीना, लियाकत अलीखान, माऊंटबॅटन या पुढाऱ्यांना माझ्या पुस्तकात मी मुद्दामच फारसं स्थान दिलेलं नाही. त्याऐवजी मी सामान्य माणसांच्या कथा सांगितलेल्या आहेत. जी माणसं नेहमीच पडद्याआड असतात. ही लहान मंडळी म्हणजे महिला, लहान मुलं, मागासलेली जमात. यांच्या मुलाखती आणि कथा, निवेदन, बोलणी यांचाच आधार मी लेखनासाठी घेतला आहे.

आता मी लगेच इथं सांगते : मी माझ्यापुढं अनेक प्रश्न निर्माण केले आहेत. इतिहासावर जेव्हा काही भाषणं वगैरे होतात, तेव्हा मौखिक निवेदनावर आधारलेला इतिहास यावर वादविवाद होतात. म्हणून मी लोकांच्या समोर कथा, लेख किंवा काल्पनिक अर्धेअधिक अनुभवावरून काही सांगणार नाही. कारण यामध्ये गुंतागुंत बरीच आहे. त्यामुळं अनेक प्रश्न निर्माण होतील. मी कुणी इतिहासकार नाही. तो माझा विषय नाही. फाळणीच्याबाबतीत मला जे सांगायचं आहे, ते केवळ माझी काही राजकीय आणि वैयक्तिक इथं बांधिलकी आहे, मीही फाळणीशी निगडित आहे, म्हणून; आणि सध्याचा जातीयवाद ज्याच्या मी विरुद्ध आहे, शिवाय मी एक स्त्री आहे आणि स्त्री-पुरुष समतावाद, स्त्रियांचे हक्क यांवर माझा विश्वास आहे. या कारणामुळंच मला जाणीव झाली, की आपण या लोकांची दुःखं ऐकून घेतली पाहिजेत, जाती आणि धर्मभेद उफाळून आलेले आहेत त्याची कारणं आणि ही अस्थिर परिस्थिती कशी आणि का निर्माण झाली आणि ती चिघळत चालली आहे, याच्यामागची कारणं शोधली पाहिजेत. शीख आणि हिंदू यांच्याबद्दल सांगायचं झालं, तर इथं मला हे कळत नाही की, शीख आणि हिंदू समाजातील जी दुसरी पिढी, तिसरी पिढी आहे, त्या पिढीतील तरुणांच्या तोंडी 'आम्हांला' आणि 'त्यांना' ही दुज्या भावाची भाषा कशी काय येते? 'त्यांना' – म्हणजे मुसलमानांना हे उघड आहे. म्हणजे हा एक पुन्हा फाळणीचाच परिणाम. म्हणजे या लोकांनी फक्त घरातून

आणि समाजातून फाळणीविषयी ऐकीव बातम्याच ऐकल्या असणार. आठवणी ऐकल्या असणार. या पिढीला फाळणीविषयी धड माहिती काहीच नसणार आणि केवळ काही गोष्टी ऐकल्यामुळं त्यांच्या मनांत त्यांच्याविषयी भीती आणि द्वेष निर्माण झालेला असणार. आणि एकूण फाळणीविषयी, इतर जातीविषयी मनांत गैरसमज पोसलेला असणार. मला वाटतं, माणसाच्या मनाचा थोडा लवचिकपणा कुठंतरी दिसायला पाहिजे. तुमच्या मनात काहीही असू द्या. पण निदान वरपांगी तरी मैत्रीची, सद्भावाची भाषा असायला पाहिजे. मला कल्पना आहे की, मी ज्या मार्गानं जायचं ठरवलं आहे, त्या मार्गात अनेक अडचणी आहेत. खरं काय, नि खोटं काय, हे मला पडताळून बघितलं पाहिजे. आणि फाळणीतल्या लोकांनी जे सांगायचं ठरवलेलं असेल, त्या आठवणी 'खऱ्या', की खोट्या? का दडपादडपी आहे? गंमत अशी आहे की, फाळणीला आता पन्नास वर्षं झाली आहेत. घटना घडून गेल्या आहेत. तेव्हा फाळणीतील लोकांनी काही तरी सांगावं लागणार, म्हणून बनवाबनवीची तयारी तर केली नसेल? म्हणजे कुणाकडून तरी काही गोष्टी ऐकलेल्या असतील आणि आम्ही मुलाखती घेताना आम्हांला नेमकं काय सांगायचं, याची रंगीत तालीम त्यांनी केली तर नसेल? तेव्हा मनात असा विचार येतो की त्या लोकांनी काही जरी सांगितलं, तरी ते आम्ही ऐकायचं आणि वाचकांच्या पुढं ठेवायचं का? तेव्हा अशा अनेक शंकाकुशंका मनात येत असताना मुलाखती देणाऱ्या लोकांच्या अंतरंगात आम्ही कसं शिरायचं? माणसाच्या मनाचे, अंतरंगाचे अनेक स्तर असतात. आणि या लोकांच्या अंतरंगांत एक अशी नि:शब्द शांतता असणार, तिथपर्यंत मला पोहोचलं पाहिजे. म्हणजे जे 'सत्य' आहे, जे सुप्त आहे, ते मला समजून घ्यायचं आहे. आणि इतक्या खोलात शिरून आपल्याला हवी ती माहिती मिळवायची, म्हणजे यात माझा स्वार्थ आला. तो योग्य आहे का, म्हणजे असे उलट-सुलट प्रश्न माझ्या मनात उभे राहत. नुसत्या शंका! तरी पण हे सगळं करणं भागच होतं. आता मी ज्या मुलाखती घेणार आहे, नंतर काही इतिहास लिहिणार आहे, त्याला मी 'मौखिक' इतिहास म्हणणार नाही. तसा दावा मी करणार नाही. आणि इतिहास-लेखनात एक शिस्त असावी, हेसुद्धा मी नाकारत नाही. उलट, मला असं वाटतं की, लोकांनी सांगितलेल्या हकीकती, अनुभव, कथा जे काही असेल, ते ऐकावं आणि त्याला विस्तृत रूपानं इतिहासात स्थान द्यावं. ते फायदेशीर होईल. त्याशिवाय इतिहासाची व्याख्या बदलावी आणि त्याच्या कक्षा रुंद कराव्यात. इतिहास-लेखनात सामान्य माणसांच्या 'मौखिक' हकीकती, अनुभव, कथा वगैरेंना स्थान द्यावं. म्हणजे सामान्य माणसाचा जो आवाज आहे, त्याची हाक आहे, त्याला इतिहासात स्थान मिळालं पाहिजे. अशी योजना असायला पाहिजे. मौखिक कथा, अनुभव, हकीकती याला जरी काही मर्यादा असल्या, तरी पारंपरिक इतिहास-लेखनाकडं बघण्याची

आपली दृष्टी बदलेल. अशा हकीकती, कथानकं नेहमीच एकमेकांशी निगडित असतात. तेव्हा घटना, वस्तुस्थिती लिहिताना एक काळ-वेळ याचं भान ठेवलं जाईल. कारण लोक आपले अनुभव सांगताना मूळ घटनेची सुरुवात व शेवट यांचा विचार करत नाहीत, तर ते काळ आणि वेळ यांचा विचार करतात. कारण त्यांचं कथानक आणि निवेदनही प्रवाही असतं. आणि तिथं मग शिस्तबद्ध इतिहास सांगण्याचाही विचार आपोआप झालेला असतो. तेव्हा अशी मौखिक पद्धत आपल्याला इतिहासाकडं वेगळ्या अर्थानं बघायला लावते. मला असा दावा करायचा नाही की, 'मौखिक' इतिहास पारंपरिक इतिहास-लेखनाची जागा घेईल म्हणून. मला एवढंच वाटतं, की अशी मौखिक इतिहास-लेखनाची पद्धत आपल्याला फार वेगळी आणि महत्त्वाची दिशा देऊ शकेल. आणि असा वेगळा दृष्टिकोन आपण स्वीकारला, तर आपलं इतिहास-लेखन हे फार 'समृद्ध' होईल.

फाळणीच्या बाबतीत मला एक खात्रीनं सांगावंसं वाटतं, की फाळणीतून जे सही सलामत राहिलेले आहेत, ते लोक आपले अनुभव कशा पद्धतीनं आठवतात आणि सांगतात, ते समजल्याशिवाय आपल्याला फाळणीचं अंतरंग समजणार नाही. याचा अर्थ शब्दशः घेणं योग्य होणार नाही. तसे प्रयास मी करणार नाही. म्हणजे अगदी पहिल्यापासून की, लोक फाळणीचा इतिहास कशा पद्धतीनं आठवतात, मग ते जे सांगताहेत, ते नीट समजून घ्यायचं, आणि त्यामध्ये वस्तुस्थिती शोधून, मग त्यात सत्य किती आहे, हे वगैरे प्रकार मला करायचे नाहीत. त्याऐवजी माझी इच्छा अशी आहे, की, सांगणारे लोक आठवणी सांगताना काही गोष्टी इकडच्या तिकडं करतात का, शब्दांची फिरवाफिरवी करतात, का त्यातला विश्वसनीय भाग किती, हेच मी बघणार. जेम्स यंग सांगतो की, 'विनाशकारी आपत्तीतून जे लोक वाचलेले असतात आणि ते जेव्हा आपल्या अनुभवाचं, पाहिलेल्या घटनांचं निवेदन करीत असतात, त्यात सत्याचा भाग असतोच. सत्यापासून ते कधीच दूर जात नाहीत. त्यांच्या सांगण्यात जी कथेची बीजं असतात, त्याला कथात्मक रूप दिलेलं असतं. आणि अशा निवेदनातून वास्तवता ही नक्कीच व्यक्त होत असते. त्याबद्दल वाद असण्याचं काही कारण नाही. परंतु अशा अनुभवाच्या घटना सांगण्यात, म्हणजे प्रत्येकाच्या सांगण्यात, साक्षीमध्ये, भाषेभाषेत आणि संस्कृती-संस्कृतीत फरक पडतो; आणि ते अपेक्षितच आहे.' तेव्हा मला असं वाटतं, की मी जे सांगितलं आहे, ते महत्त्वाचं तेच सांगितलं आहे. आणि माझ्या पुस्तकात मी असाच काही प्रयोग केला आहे.[२]

---

२. जेम्स यंग op. eit

साहित्य जमा करणं आणि त्याचा पुस्तकात अंतर्भाव करणं हे काम तसं सोपं असतं. परंतु सर्वांत अवघड काम म्हणजे, जे जमवलेलं साहित्य आहे, त्याची निवड करणं हे फार अवघड काम असतं. कुठलं साहित्य निवडायचं, कुठलं नाही, हे जरा कठीणच. कित्येक वर्षांपासून मी या पुस्तकाचं काम करते आहे. त्यासाठी मी सत्तर एक लोकांच्या मुलाखती घेतल्या असतील, आणि मला वाटतं, फाळणीत इतके लोक होरपळून निघाले आहेत, की त्या मानानं सत्तर लोकांच्या मुलाखती म्हणजे काहीच नाहीत. आणि मला एक कळून चुकलं की, मी जो प्रकल्प हाती घेतला आहे, तो कुणीही एकजण पूर्णपणे तडीस नेऊ शकणार नाही.

आता या पुस्तकाचे दोन भाग करता येतील. एक भाग म्हणजे, मी स्वतःच फाळणीतल्या कथा सांगितल्या आहेत. आणि त्यांसंबंधी माझे विचारही व्यक्त केले आहेत. आणि दुसरा भाग म्हणजे, मी घेतलेल्या लोकांच्या मुलाखती– त्या आहेत तशा वाचकांच्या पुढं ठेवल्या आहेत. त्यामध्ये लोकांनी स्वतःच त्यांच्या हकीकती सांगितल्या आहेत. परंतु मी ज्या मुलाखती घेतल्या, त्यांपैकी फारच थोड्या लोकांच्या मुलाखती या पुस्तकात मी प्रसिद्ध केल्या आहेत. याचा अर्थ असा नाही की, इतर मुलाखती प्रसिद्ध करण्यालायक नव्हत्या. परंतु प्रत्येक मुलाखत, सांगितलेली हकीकत, कथा संपादित करणं या ना त्या कारणानं शक्य नव्हतं. म्हणून पुस्तकात प्रसिद्ध केलेल्या मुलाखती, कथा, हकीकती वगैरेंची निवड मी माझ्या अधिकारात, काही निकष लावून केली. ज्या गोष्टी मला जास्तीत जास्त आवडल्या, त्यांचा अंतर्भाव मी या पुस्तकात केला आहे. शिवाय मुलाखतीच्या कामानिमित्तानं जे लोक माझ्या अगदी निकट आले, माझी ज्यांची मैत्री झाली, किंवा ज्यांच्या मुलाखती मी पुन्हा पुन्हा घेतल्या, अशाच मुलाखती मी या पुस्तकात प्रसिद्ध केल्या आहेत.

वाचकांच्या समोर मुलाखती सादर करताना आम्ही विचारलेले जे प्रश्न होते, ते पुस्तकामधून काढून टाकले आहेत आणि त्याला एक सरळ निवेदनाचं स्वरूप दिले आहे. त्याशिवाय त्या मुलाखतीच्या निवेदनात कुठं प्रसंगाची, घटनेची काळ-वेळे प्रमाणे सुसूत्रता आढळणार नाही. मुलाखती घेताना काही लोकांनी मधेच जो हस्तक्षेप केला, मध्येच काही बोलण्याचा प्रयत्न केला, असे अडथळे मी काढून टाकले आहेत. त्यामागचा उद्देश एवढाच होता, की वाचकांना वाचन सुलभ व्हावं आणि दुसरं म्हणजे, कोणत्याही मुलाखतीची लिखित प्रत पूर्ण वाचून वाचकांच्या पुढं विचारपूर्वक ठेवावी लागते. यावर माझा विश्वास आहे. या मुलाखतीचं शब्दांकन करताना मी बरंच काही गमावलेलं आहे. म्हणजे काही स्वरभेद, काही विचार व्यक्त करताना, एखादं वाक्य किंवा म्हण, काही भावना-शरीराच्या हालचालींतून व्यक्त झालेल्य व्यथा. भावना ज्या शब्दांपेक्षा बरंच काही सांगून जातात. आणि अर्थातच एकूणच या सर्व मुलाखती मी एक मुलाखतकार म्हणून प्रमाणबद्ध केलेल्या आहेत.

ज्यांची मुलाखत मी घेतली, ती फेरबदल करण्याचा तेवढा अधिकार मला होता. आणि, खरं तर मी जे सांगतेय्, ते म्हणजे प्रत्येक मुलाखत मी वाचकांच्या समोर मूळ स्वरूपात ठेवण्याच्या प्रयत्न केला आहे. जरी मी त्या मुलाखती संपादित केल्या असल्या तरी. अर्थात, माझ्या स्पष्टीकरणाची तशी इथं गरज नव्हती, हे मुद्दा खरंच. आणि मी ज्या मुलाखती घेतल्या आहेत आणि ज्या या पुस्तकात मी प्रसिद्ध केल्या नाहीत, त्या लेखनाचा, ध्वनिमुद्रित फितींचा इतर कुणाला नक्कीच उपयोग होईल. हे सर्व साहित्य एखाद्या मोठ्या वाचनालयात किंवा एखाद्या संस्थेत (ग्रंथालयात) ठेवता येईल. आणि ज्यांना फाळणीवर आणखी काही संशोधन करायचं असेल, तर त्यांना त्याचा उपयोग होईल.

आम्ही बहुतेक ज्या मुलाखती घेतल्या, त्या घरच्या वातावरणातच घेतल्या आहेत. म्हणजे कुठल्याही बाईची मुलाखत घेताना ती एकटी कधीच सापडायची नाही. कित्येक वेळा स्त्रियांच्या मुलाखती आम्ही त्यांच्याच घरातल्या एका कोपऱ्यात बसूनच घेतल्या. त्याशिवाय गत्यंतरच नव्हतं. शिवाय त्यांच्या वेळा सांभाळणं हे सुद्धा महत्त्वाचं होतं. एकतर त्यांना आपल्या घरच्या कामांतून, जबाबदारीतून वेळ मिळायला हवा. म्हणजे त्या स्त्रियांच्या सवडीनुसार आम्हांला मुलाखत घ्यावी लागायची. आणि त्याचबरोबर एखाद्या बाईचा नवरा किंवा मुलगा घरात असला तर फारच पंचाईत व्हायची. कारण ते लोक मुलाखत चालू असताना मध्ये लुडबूड करीत. स्वत:च इतकी बडबड करीत, की त्या मुलाखत देणाऱ्या बाईला गप्पच बसावं लागायचं, आणि हा प्रकार तसा सगळीकडंच होता. आणि जे इतिहासकार मुलाखती घेऊन इतिहास लिहितात, त्यांना हे अनुभव नेहमीच येतात. त्याशिवाय अनेक इतिहासकारांनी हे लिहून ठेवलं आहे की, स्त्रियांशी बोलताना अनेक अडचणी येतात; त्यांच्याशी तिऱ्हाईतपणे बोलताना त्यांच्या नाजूक गोष्टी ऐकताना, काही अर्धवट अनुभव ऐकताना इतकी विचित्र परिस्थिती निर्माण होते की, असं वाटतं, हे सगळं ऐकत बसण्यापेक्षा त्यांचं मौन फार काही सांगू शकेल. एखादी स्त्री घरात एकटीच असेल, तर तिच्या तोंडून काही ऐकणं हे वेगळं आणि तिच्याबरोबर घरात इतर माणसं असतील, तर ते बोलणं ऐकणं वेगळं. किंवा दोन-तीन स्त्रियाच एकत्र असतील, तर त्यांचं बोलणं ऐकणं आणखी वेगळा प्रकार असतो. मी ज्या वेळी घेतलेल्या मुलाखती पुन्हा ऐकल्या, तेव्हा मला स्त्रियांच्या आणि पुरुषांच्या बोलण्यांत फरक दिसून आला. या स्त्रियांपासून मी बरंच काही शिकले. त्यांच्या आयुष्यांतल्या बारीकसारीक गोष्टी, अडीअडचणींची मला जाणीव झाली. त्यांना ओळखण्याची कुवत माझ्यात आली. ज्या वेळी पुरुषांशी चर्चा करण्याची वेळ आली, त्या वेळी पुरुष बहुतेक वेळा राजकारणातील खरे-खोटेपणा, जमाती-जमातींतील संबंध यांविषयीच बोलत. क्वचित एखादा माणूस मुलाखतीच्या वेळी माझ्या मुलाला पळवून नेलं,

किंवा त्याला ठार केलं, हे सांगेल. परंतु स्त्रियांच्या बाबतीत हे शक्य नव्हतं. मुलाबाळांचा विषय हा त्यांचा तर महत्त्वाचा, जिव्हाळ्याचा. या प्रश्नाविषयी मी पुस्तकातील समारोपाच्या लेखात उल्लेख केला आहे.

फाळणीविषयी आपण कुणाशी बोलावं, याची चांगलीच समज मला आली होती. मी ज्या वेळी 'हृदयांचं विभाजन' (A Division of Hearts) या चित्रपटाचं काम करत होते, त्या वेळेपासून मी फाळणीच्या विषयावर लोकांशी बोलायला सुरुवात केली. या चित्रपटाचे निर्माते माझे दोन मित्र होते आणि ब्रिटिश दूरचित्रवाणीच्या वाहिनी ४ साठी हा चित्रपट तयार केला जात होता. मी लोकांशी या विषयावर चर्चा करायला सुरुवात केली. आणि मग मी केवळ लोकांशी बोलण्यासाठी म्हणून भ्रमंती सुरू केली. दिल्लीमध्ये तर प्रत्येक पंजाबी माणसाच्या, (स्त्री असो, पुरुष असो) घरा-घरांत फाळणीचा विषय होता. मात्र कोणत्या वयाच्या माणसाशी बोलायचं, हे मला माहीत होतं. दिल्लीमध्ये तर मी नेहमीच रस्त्यावर थांबून या विषयावर लोकांशी बोलायची. तेव्हा जगनपुरा भागात अशीच मी एकदा एका कुटुंबाशी चर्चा करून बाहेर पडले आणि रिक्षा बघू लागले. तेव्हा एक रिक्षावाला मला भेटला. त्याचे कपडे अगदी पाकिस्तानी पंजाबी होते. सलवार आणि कुडता. तुम्ही कुठले, मी त्याला विचारलं, तर त्यानं मला उलट प्रश्न केला; तुम्ही केव्हाचं विचारताय्? या आधी मी कुठं होतो, का आता मी कुठला आहे? एखाद्या उत्तर प्रदेशीय माणसाला 'तुम्ही कुठले' म्हणून विचारलं, तर तुम्हांला हे प्रश्न ऐकावे लागतात. आता 'या आधी' हे भाषांतर आहे 'पीछेसे' या शब्दाचं– जो शब्द त्यानं वापरलेला होता. याचा सरळ अर्थ असा, की तो आधी कुठं होता. म्हणजे गत काळाचा संदर्भ आला... म्हणून 'पीछेसे' हा शब्दप्रयोग त्यानं केला. मी त्याला सांगितलं की, याआधी तुम्ही कुठं होता, हे मला पाहिजे आहे. तेव्हा तो म्हणाला की, मी बलुचिस्थानचा आहे. आणि तिथं मी फाळणीनंतर दहा वर्षं राहिलो होतो. तो एका खेड्यात राहत होता. त्या खेड्यात हिंदू लोक अतिशय शांतपणे राहत होते. लवकरच आम्ही त्याच्या घरी गेलो. तेव्हा आम्ही त्याच्या गत अनुभवांविषयी, पाकिस्तानातल्या आठवणींविषयी बोललो. एकदा मी दक्षिण दिल्लीमधल्या एका हॉटेलमधून रोटी आणि कबाब घेऊन बाहेर पडले. तेव्हा मला एका पंजाबी बोलण्याच्या बाईनं हटकलं आणि काही पैसे मागितले. दिल्लीमध्ये पंजाबी भिकारी क्वचितच आढळतात. मी तिला 'तुम्ही कुठून आला' असं विचारलं. तिनं मला तोच प्रश्न विचारला. आता, का याआधी? मीही मग तिला तेच उत्तर दिलं, जे रिक्षावाल्याला दिलं होतं. मग तिनं मला सांगितलं की, ती चाक-५३ या खेड्यातून आली होती, अशीच निर्वासितांच्या मोठ्या तांड्याबरोबर फिरत फिरत आली आणि इथंच मुक्काम केला. भीक मागत गुजराण करत होती. तेव्हा मी अशा अनेक

लोकांना भेटले. त्यांच्या हकीकती ऐकत फिरले. बरेचसे अनुभव गाठी बांधले. याचा अर्थ असा, की मी या आठवणी सहजपणे बोलता-बोलता एकत्र केल्या, म्हणूनच माझ्या पुस्तकात ज्या मुलाखती आहेत, त्या काही कुठल्या विशिष्ट पद्धतीच्या नाहीत– आणि हे तुम्हांला वाचताना जाणवेल. या मुलाखतीतील काही नमुने वाचकांच्या डोळ्यांत भरतील. उदाहरण द्यायचं झालं, तर यांतल्या कित्येक मुलाखती मी एकाच विभागातून घेतलेल्या आहेत. आणि तो विभाग म्हणजे रावळपिंडी जिल्हा. आणि त्या सगळ्या मुलाखती मार्च १९४७ साली झालेल्या दंगलीसंदर्भात आहेत. या दंगली फाळणीच्या आधी काही महिने सुरू झाल्या होत्या. फाळणीच्या दंगलींमध्ये उद्ध्वस्त झालेल्या समाजाला पुन्हा जीवदान देण्यासाठी लोक एकत्र येत आणि समूहानं कुठंतरी एकाजागी जात किंवा सरकारनं दिलेल्या सुरक्षित जागेत एकत्र राहत. आणि ज्या वेळी मी फाळणीतून वाचलेल्या लोकांचा शोध घ्यायला निघाले, तेव्हा दिल्लीच्या मध्यमवर्गीय लोकांच्या वसाहतीत मी गेले. तिथं रावळपिंडीतल्या दंगलीतून वाचलेले लोक होते. तिथं गेल्यावर माझी एकाशी ओळख झाली. मग एकानं दुसऱ्याशी ओळख करून दिली. असं करीत मी अनेकांना भेटले आणि त्यांच्याकडून मी बरेचसे अनुभव ऐकले. त्याची टिपणं घेतली. त्यांच्या मुलाखती ध्वनिमुद्रित केल्या. आणि माझ्या या प्रकल्पामध्ये रावळपिंडीतल्याच लोकांचा जास्तींतजास्त सहभाग आहे. त्यांच्याच मुलाखती महत्त्वाच्या आहेत.

मौखिक मुलाखतीसाठी मी जरी एक विशिष्ट पद्धत वापरली असली, तरी प्रत्यक्षात या मुलाखतींचा वापर पुस्तकामध्ये कसा करावा, याबद्दल माझ्या मनात अनेक प्रश्न उभे राहिले. याला स्वरूप कुठलं आणि कसं द्यावं, कारण या तर प्राथमिक स्वरूपाच्या मुलाखती होत्या. पुस्तकात त्याची मांडणी कशी करावी? या मुलाखतींमधील भाग कथेच्या रूपात घ्यावा, अनुभव आहेत तसेच पुढं ठेवावेत, का त्याला निवेदनाची जोड द्यावी का त्याची शहानिशा करावी, स्पष्टीकरण द्यावं; मुलाखतींचा मसुदा कसा असावा आणि किती असावा, म्हणजे थोडक्यात का सविस्तर वगैरे. या प्रश्नांनी मला आधी चांगलंच जखडून टाकलं.

सुरुवातीला मला असं वाटलं की, ज्या मुलाखती आहेत, त्या आहेत तशाच पुस्तकात छापाव्यात. त्यांचं काही स्पष्टीकरण देऊ नये किंवा कसलं निवेदन करू नये. हळूहळू नंतर माझ्या लक्षात आलं की, एक वाचक आणि प्रकाशक म्हणून आपण विचार केला, तर काही वाचक अशा मुलाखती जर थोडक्यात असतील, तर वाचतात; आणि दुसरा विचार केला, तर या मुलाखती इतक्या महत्त्वाच्या आहेत, की त्या काट-छाट करून चालणार नाही किंवा कुठलंही स्पष्टीकरण न देता तशाच छापणं योग्य होणार नाही. आणि या मुलाखतींना मी एक व्यवस्थित आकार द्यायचा ठरवलं, तर मला आधी याचा विचार करावा लागेल, की माझ्या दृष्टीनं याचे

महत्त्वाचं काय आहे. मी विचार करून बघितला. या मुलाखतींच्या कामात आणि एकूण त्या सर्व विचारात मी इतकी समरस झाले होते की, माझ्या दृष्टीनं याचे खूपच महत्त्वाचे आणि विचार करण्यासारखे धागेदोरे आहेत. आणि मी ज्यांच्याशी बोलले, त्या लोकांचे विचारही महत्त्वाचे आहेत. त्याच्यामध्ये त्या लोकांनी सांगितलेल्या अनेक गोष्टी आहेत आणि त्यांमध्ये मी यातून काय शिकले, याचाही समावेश आहे. म्हणजे एकूण मुलाखत देणारे आणि घेणारे या दोघांचे तिथे भावनिक आणि वैचारिक संबंध जुळलेले आहेत. मग या दोन्हींचा समन्वय साधायचा मी प्रयत्न केला. आता जो पुस्तकाचा आकृतिबंध, म्हणजे विषयाचा दिसतो आहे, त्यामध्ये मुलाखतीमधील संस्कारित, वेचक उतारे आणि त्यांविषयीचं माझं विवेचन या दोन्हींचा मेळ तुम्हांला दिसून येईल. तरीपण एक राहूनच गेलं आहे, ते म्हणजे संपूर्ण मुलाखतीचा मजकूर कुठं आणि कसा समाविष्ट करावा. काहीच नाही, तरी मी शक्य तेवढा मुलाखतीचा भाग पुस्तकात घेतलेला आहे. आणि पुस्तकात तोच महत्त्वाचा भाग आहे. बराच विचार केल्यानंतर मी असा निर्णय घेतला की, सगळ्या मुलाखती एकत्र करून स्वतंत्रपणे पुस्तकाच्या शेवटी टाकाव्यात. पण एकदा का मुलाखती स्वतंत्रपणे टाकल्या, की पुन्हा प्रश्न निर्माण होणार. तो म्हणजे लोक या मुलाखती वाचणार की, तो एक पुरवणीचा भाग आहे, म्हणून सोडून देणार. परंतु माझ्या दृष्टीनं मुलाखती फार महत्त्वाच्या होत्या आणि त्या कुठं तरी कोपऱ्यात टाकून, मला त्यांचं महत्त्व कमी करून चालणार नव्हतं. म्हणून मी निर्णय घेतला की; ज्या मुलाखती आहेत, त्या मुलाखती पुस्तकातलं इतर जे महत्त्वाचं लेखन आहे, ते लेखन आणि मुलाखती एकत्र करायच्या. तेव्हा प्रत्येक भागात एक-दोन मुलाखतींचा अंतर्भाव केलेला आहे. या बाबतीत शक्य तो असा प्रयत्न केलेला आहे की, मुलाखत आणि फाळणीसंबंधीचा इतर मजकूर यांचा मेळ बसावा. पण प्रत्येक बाबतीत हे काही शक्य झालेलं नाही. कारण प्रत्येक भागानंतर एक मुलाखत टाकणं हे थोडं जोड दिल्यासारखं दिसलं असतं. म्हणून योग्य ठिकाणीच त्या टाकल्या आहेत. या मुलाखती घेण्याआधी जर माझ्या डोक्यात प्रत्येक भागाची कल्पना आली असती, तर, मी मुलाखतीसुद्धा प्रत्येक विषयाशी निगडित घेतल्या असत्या. घेतलेल्या मुलाखती ठरावीक प्रश्नोत्तरांचा साचा वापरून घेतलेल्या नाहीत. तरीसुद्धा मी प्रत्येक भागाबरोबर तिचा अंतर्भाव केलेला आहे. कारण प्रत्येक मुलाखत ही अंतर्गत, महत्त्वाचं काही सांगून जाते. इतकंच नाही, तर मी जे काही विचार या पुस्तकात मांडले आहेत, त्यांपेक्षा बरंच काही या मुलाखती सांगून जातात. त्या काही भागापुरत्या मर्यादित नाहीत. काही मुलाखती संबंधित भागाची सुरुवात करतात, तर काही शेवट करतात. आणि एखादी मुलाखत एखाद्या विशिष्ट भागाशी जुळलेली असते, तेव्हा मुलाखती वाचताना माझ्या स्पष्टीकरणाचा वाचकांना नक्कीच उपयोग होईल.

ज्या वेळी मुलाखतीचा आराखडा तयार केला, तेव्हा मी मुलाखतीच्या इतरही काही महत्त्वाच्या साधनांकडं वळले. तेव्हा मी डायऱ्या, काही आठवणी, वृत्तपत्रं, काही अहवाल, तत्सम कागदपत्रं जी मला महत्त्वाची वाटली, ती वाचली, त्यांशिवाय वेगवेगळ्या लोकांनी लिहिलेली पत्रं, चौकशी आयोगाचे अहवाल, पुस्तिका आणि इतर पुस्तकं वाचली. आणि फाळणीविषयी जी काही लोकांची मतं होती, 'आवाज' होते. व्यथा, कथा, रोष जे काही मी वाचलं, त्याची मी व्यवस्थित जुळणी केली. सरकारी, निमसरकारी, अधिकृत व्यक्त झालेली मतं, प्रसिद्ध झालेल्या बातम्या, अनुभव वगैरे जे मिळेल, ते मी वाचलं. म्हणजे ज्याच्यामधून फाळणीविषयी माहिती, लोकांचा व्यक्त झालेला रोष, संताप, जातीयवादाची बीजं या सगळ्या गोष्टींचा लेखनासाठी वापर केला. त्याशिवाय मी माझीही मतं लेखनातून मांडली आहेत. माझे अनुभवही माझ्या लेखनातून सांगितले आहेत. लोकांशी संपर्क साधून त्यांच्याशी माझं बोलणं, धोका पत्करून कुठंही जाणं हे सगळे बरे-वाईट अनुभव, माझा आतला आवाज माझ्या लेखनातून व्यक्त केलेला आहे. पुस्तकातून मी तुमच्यासमोर एक लेखक म्हणून आणि दुभाषी म्हणूनही तुमच्यासमोर आले आहे. तेव्हा कुणी असंही म्हणेल की, पुस्तकात माझं अस्तित्व वाजवीपेक्षा जास्तच जाणवतंय्, म्हणून. त्यासाठी मी क्षमा मागणार नाही. मी एवढंच म्हणेन, की मी एक इतिहासाचं ओझं वाहणारी 'माणूस' आहे. इतिहासाचं लेखन करणारे इतिहासाचे वाहकच असतात. असा माझा समज आहे. याबाबतीत रोनाल्ड बार्थेजचं एक वाक्य आठवतं. तो म्हणतो, 'असं वाटतं की, इतिहासकार स्वत:च सगळं लिहीत आहेत.' आणि ज्या इतिहास-लेखनात 'मी'च अस्तित्व नाही, ते लेखन 'तटस्थ' वाटतं. आणि त्यामध्ये कधी सत्याचा, प्रत्यक्षाचा आभासही निर्माण झालेला असतो. वास्तवता निर्माण करण्याचा प्रयत्न झालेला असतो. मला असं प्रतिपादन करायचं नाही की, 'मी' विरहित इतिहासाचं लेखन (कथा, हकीकती) फाळणीचं काही प्रत्यक्ष दर्शन घडवतं, म्हणून. आणि मला हे शक्य वाटत नाही. माझा यावर विश्वास नाही. या फाळणीच्या प्रकल्पात कित्येक वर्षांपासून मी गुंतलेली आहे. या कामात मी एकरूप झाले आहे. सर्वार्थानं, भावनात्मक, राजकीय आणि शैक्षणिक दृष्ट्या. तेव्हा माझ्या लेखनाबाबतीत मी असं म्हणेन, की जे सांगितलेलं आहे, ते सर्व 'इतिहासानंच सांगितलेलं' आहे. मी फक्त साधन आहे. तेव्हा याविषयी काही बोलणं अप्रामाणिकपणाचं ठरेल.

फाळणीच्या संशोधनाला मी सुरुवात केली, तेव्हा इतर इतिहासकार, लेखक यांच्याप्रमाणेच मी त्या कामात स्वत:ला झोकून दिलं. म्हणजे अगदी वेड्यासारखं म्हटलं तरी चालेल. माझा हा प्रकल्प चालू असताना इतर कसलाही विचार केला नाही. आणि हे सर्व करीत असताना मला एक खंत वाटत होती, ती म्हणजे माझ्या

कामात कुठं 'वस्तुनिष्ठ' वाटचाल नव्हती. 'साध्य' दिसतच नव्हतं. माझ्या कामात मी एकरूप झालेले होते. माझ्या व्यक्तिगत भावना त्यात गुंतल्या होत्या, राजकीय दृष्ट्याही मी पूर्णपणे त्यात गुंतलेली होते, हे मी कुठल्याच मार्गानं नाकारू शकत नाही. आणि मला या वस्तुस्थितीचं आकलन होण्यासाठी, मनाची तगमग कमी होऊन स्वास्थ्य मिळवण्यासाठी बरीच वर्षं जावी लागली. ही कथा, हकीकत जर इतिहास म्हणून वाचली, तर ती कदाचित दाराबाहेर दूर फेकलेली बरी. त्यापेक्षा उत्तम मार्ग म्हणजे वाचण्याआधी एक शब्द जोडावा 'व्यक्तिगत'. तसा माझा या पुस्तकात प्रयत्न आहेच. तटस्थपणा, साध्य वगैरेंची कल्पना कायमची झुगारून द्या. कारण हा एका अर्थानं व्यक्तिगत इतिहास आहे. तेव्हा असं लेखन कुठलीच वस्तुनिष्ठता, खरेपणा याची बतावणी करत नाही.

फाळणीवरचं माझं जे लेखन आहे, मी घेतलेल्या मुलाखती आहेत, त्या सर्व लेखनातून तुम्हांला माझा एक विशिष्ट 'आवाज' जाणवेल. जो आत-बाहेर करणारा, वेध घेणारा असेल. त्यालाही एक कारण आहे. ते म्हणजे मौखिक मुलाखतीसाठी मी वापरलेली पद्धत– जी शास्त्रशुद्ध आहे. आणि या पद्धतीचा वापर अनेक स्त्री-पुरुष समान हक्काच्या पुरस्कार करणाऱ्या लेखिकांनी केलेला आहे. आणि ती पद्धत अतिशय प्रभावी आहे. तिच्यात एक शक्ती आहे. स्त्रियांचं जे लेखन आहे– कथा, कादंबऱ्या, इतिहास, कागदपत्रं, इ. ते जर सरकारी, अधिकृत इतिहासाच्या भाषणाशेजारी इतिहास-लेखनाच्या शेजारी ठेवलं, तर अशा समतावादी स्त्री लेखिकांना इतिहासाकडं बघण्याची एक नवीन दृष्टी येईल. स्त्रियांच्या नजरेतून इतिहास बघितला, तर तो इतिहास कसा दिसेल? ज्या वेळी एक स्त्री दुसऱ्या स्त्रीशी बोलत असताना कथा, साक्षी-पुरावे, वृत्तपत्रीय लेखन यांमध्ये काही सुधारणा होतील का? इतिहासाचा विकास होईल का? ज्या वेळी मौखिक इतिहास आपली सत्ता गाजवत असतो, त्या वेळी त्या इतिहासाचेही काही प्रश्न असतात. शेवटी सांगणं, कथन करणं याला एकच बाजू असते. ती एकांगी असते. ज्या वेळी अशा मुलाखती घेतल्या जातात, त्या वेळी त्याचे जे विषय असतात, ते प्राथमिक स्वरूपाचे, अपरिपक्व नसतात, असा दावा इतिहासकार कसा करू शकतात? त्यांच्या अनुभवावरून ते एखादा सिद्धांत कसा मांडू शकतात? अशा काही घटनांमध्ये जे 'मौखिक' इतिहासकार आहेत, त्यांतल्या ज्या स्त्रीसमतावादी लेखिका आहेत, त्यांनी आपल्या संशोधनाचे निष्कर्ष त्यांनी निवडलेल्या विषयाला लावण्याचे प्रयत्न केले आहेत, म्हणजे असे विषय, मुलाखती देणाऱ्याला जाचक होऊ नयेत, या प्रयत्नात. तेव्हा असे प्रयत्न त्यांच्या हेतूचा प्रामाणिकपणा सिद्ध करतात. परंतु मौखिक मुलाखतींमधील ज्या काही साक्षी, काही पुरावे, निवेदनं असतात, त्यांच्यामध्ये नकळत प्रश्नकर्त्याचा जो अधिकार असतो, त्याची छाप असते. ती सीमित करण्याचा ते क्वचितच प्रयत्न

करतात. निदान ती निवेदनाच्या पातळीत तरी आली पाहिजे. आता बराच वेळ मी आपला जो विषय आहे, त्यावर तुमच्याशी बोलत राहिले. त्यांचे जे आवाज ध्वनित झाले आहेत, ते तुमच्या कानांत येत राहतील. कदाचित ते तुमच्या प्रगतीला हातभार लावतील. आणि जिथं तुम्ही असाल, तुमचा कोणाशी संबंध येईल, तिथं तुमच्या मागं मागं ते आकृतिस्वरूपात येत राहतील. आणि सांगायचं म्हणजे, मी प्रकल्प सुरू करीत असताना आणि नंतरही माझ्या मनात नेहमीच उलट सुलट विचार येत राहिले. आणि याचा मला बराच त्रास झाला. आणि अशा विमनस्क मन:स्थितीतच मला या पद्धतीच्या शास्त्राचा जणू साक्षात्कारच झाला. आणि या पद्धतीचा मी स्वीकार केला. इथं मी कशाचीही बतावणी करीत नाही. कारण मी इथं एखाद्या सावलीसारखी आहे. आणि या पद्धतीतच मी ज्या कथा, हकीकती, व्यथा ऐकल्या, त्या गुंफल्या आहेत. अर्थात माझे विचार, माझ्या भावना कथांबरोबर व्यक्त केल्या आहेत. मला जे वाटतं, ते पुढंही वाटतच राहणार आहे. मी काहीच विसरू शकणार नाही. आता पुस्तकाबद्दल सांगायचं, तर हे केवळ स्त्रियांचंच नाही. स्त्रिया, त्यांचा इतिहास, त्यांनीच निर्माण केलेली पद्धत, तिचं शास्त्र जे काही आहे, ते सर्व या पुस्तकाच्या हृदयात आहे. ते तुम्हांला दिसेलच. एक स्त्री-समतावादी म्हणून ज्या कुणा एकीला, त्या स्त्री समतावादी इतिहासाचं जे शास्त्र आहे आणि त्याची जी साधनं आहेत, ती फार महत्त्वाची वाटतात तशीच मला वाटली. मी त्याच मार्गानं गेले.

तरी सुद्धा माझ्या कामात एक मोठी उणीव निर्माण झाली. फाळणीवरचा माझा प्रकल्प तसा एकांगीच झाला. म्हणजे मी पंजाबच्या फाळणीचाच फक्त विचार केला. तेच काम तडीस नेलं. मी पूर्वेकडचा; म्हणजे बंगालचा– म्हणजे पूर्व पाकिस्तानाचा विचारच केला नाही. ही तर फारच मोठी उणीव. पण त्यात सगळ्यांत महत्त्वाची, माझी लंगडी बाजू म्हणजे, मला बंगाली भाषा येत नाही. आणि पंजाबच्या फाळणीपेक्षा बंगालची फाळणी ही फारच वेगळी होती. म्हणून त्याची सुरुवात कुठून आणि कशी करावी, हे मला माहीत पडलंच नसतं. आणि पाकिस्तानातून याची माहिती मिळवण्यासाठी माझ्याजवळ काही साधनच नव्हतं. (मी फक्त माझ्या मामाची हकीकत मिळवली. त्याला भेटले, म्हणजे ते माझ्या रक्ताचं नातं होतं. त्याशिवाय आणखी एक मुलाखत मी माझ्या मित्रांकडून मिळवली. तीही उसनवार.) आणि ही खरी शोकांतिकाच झाली, कशी तर, या उपखंडातील इतिहासात एक अशी फार मोठी दुर्घटना घडते आणि संशोधकांना, जे या महत्त्वाच्या घटनेवर काही संशोधन करताहेत, त्यांना फक्त भारत आणि पाकिस्तान या दोन देशांविषयीच माहिती मिळते; तिसऱ्या देशाची मिळाली असती, तर त्यांना बरंच काही करता आलं असतं. परंतु ते संशोधक जणू या दोन्ही देशांतले नाहीत, अशीच वागणूक त्यांना मिळाली. आम्हांला पाहिजेत, त्या फायली आणि इतर कागदपत्रं

सहज मिळतच नव्हती. आणि कुणाची मुलाखत घ्यायची, म्हणजे कडवटपणा आणि यातनाच वाट्याला. अर्थातच पाकिस्तानाल्या लोकांची मुलाखत भारतीय पत्रकारानं, संशोधकानं घेणं म्हणजे जवळ जवळ अशक्यच. जणू काही फाळणीसारख्याच भावना भडकवणारा प्रसंग; मी अनेक वेळा असा प्रयत्न केला. पण यश आलं नाही. या पुस्तकात मी ज्या मुलाखतींचा समावेश केला आहे त्याचं काम कित्येक वर्षं चाललं होतं. ज्या वेळी मी लोकांशी या विषयावर चर्चा करण्यास सुरुवात केली, त्या वेळी मनात नक्की अशी योजना नव्हती. माझ्या कार्यक्रमात पुस्तकाची कल्पनाच नव्हती. पण हळूहळू पुस्तकाची योजना मनात स्वच्छपणे तरळली. नंतर मी पुस्तकाचा निर्णय लवकरच घेतला. तरीपण मुलाखतीचा साचा किंवा आकृतिबंध कसा असावा, याची कल्पना लवकर आली नाही. प्रश्नावली तयार नव्हती. मुळात प्रश्न कोणते विचारावेत, हेच कळलं नव्हतं. मुलाखतीसाठी कुणाची निवड करावी, किती लोकांच्या मुलाखती घ्याव्यात, हे ठरलेलं नव्हतं. लोकांची निवड करताना भौगोलिक पार्श्वभूमीचा विचार करावा, ठरावीक वर्गातले लोक घ्यावेत, हे काहीच नक्की झालं नव्हतं. मी लोकांना फक्त सहजपणे विचारीत होते की, फाळणीच्या आठवणी, तुमच्या आयुष्यात घडलेल्या घटना काही असतील, तर सांगा. आणि मग आमचं संभाषण सुरू व्हायचं, ते म्हणजे अघळपघळ, त्याला शिस्तच नव्हती. गाडी जिकडं जाईल तिकडं. आणि हा निर्णय जाणून बुजून घेतलेला होता. जर एखाद्याला फाळणीमधल्या लोकांचा इतिहास माहीत करून घ्यायचा असेल, तर कुण्या एका व्यक्तीला सगळी माहिती असणं शक्य नसतं. आणि असा कुणी एखादा जणू हे माझंच आहे, म्हणून सांगू लागला, तर त्या कथनाला, निवेदनाला मर्यादा पडतात. अशा मोठ्या, विनाशकारी घटनांची माहिती मिळवायची असेल, तर कुण्या एकावर अवलंबून राहून चालत नाही. शिवाय अशा कामाची सविस्तर, चारही अंगांनी, सखोल माहिती मिळवायची असेल, तर त्याला ठरावीक साच्याची प्रश्नावली असून चालत नाही किंवा लोक कोणते निवडायचे, हे सुद्धा ठरवून चालत नाही. कारण अशी माहिती मग ठरावीक चौकटीतलीच होते. शिवाय अपुरी. तेव्हा मी निर्णय घेतला की, मुलाखती जशा असतील, तशा घ्यायच्या; त्यांचं स्वरूप, विस्तार आहे तसाच ठेवायचा, प्रश्नांचा भडिमार करायचा नाही. म्हणून काळ, वेळ यांचं भान न ठेवता मी अनेक मुलाखती घेतल्या. दमयंती सेहगल यांची मुलाखत तर कित्येक महिने चालली होती.

ज्या वेळी मुलाखतीसाठी मी कुणाच्या घरी जायचे, तेव्हा ज्याची मुलाखत घ्यायची, अशी व्यक्ती एकटी सापडणं कठीणच. मुलाखतीच्या वेळी सगळी लहान-थोर माणसं घरी असायची. मुलं, नातवंडं, एक-दोन पिढ्याच तेव्हा जमलेल्या

असत. कुणी मग मधेच बोलायचं. कुणी एखादा प्रश्नाचं उत्तर द्यायचा प्रयत्न करायचा. ज्यावेळी बोलताना सारखेच अडथळे येत, त्या वेळी आम्हाला काम थांबावावं लागे. थोड्या वेळानं पुन्हा प्रश्न विचारणं किंवा मुलाखतीची सुरुवात करायची म्हटलं, तर विषय भलतीकडंच जायचा. मग आम्ही मूळ मुद्द्यावर कधी आलो तर आलो, नाहीतर नाही. मग अशा वेळी मुलाखत मधेच थांबवावी लागे. मुलाखतीचं जे निवेदन असायचं, त्याचा विषय जरी फाळणीचाच असला, तरी घटनांचं, प्रसंगांचं काळानुरूप, वेळेनुरूप वर्णन कधीच नसायचं, सुसंगती कधी नसायचीच, मग व्हायचं काय, तर एखादा कुणी १९४७ सालच्या फाळणीच्या आठवणी सांगता-सांगता १९८४ सालच्या आठवणी सांगत बसायचा. म्हणजे आपण फाळणीच्या आठवणी ऐकतो आहोत का १९८४ साली दिल्लीत झालेल्या दंगलीच्या आठवणी ऐकतो आहोत ते समजायचंच नाही. मग निवदेनामधल्या गोंधळाची आपण सुसंगती लावण्याचा प्रयत्न करायचा, अशा अनेक मुलाखती आम्ही घेतल्या. कित्येक वेळा लोकांना खूप जुन्या, फाळणीच्या वेळी झालेल्या अत्याचारांच्या आठवणी उकरून काढणं तापदायक वाटायचं. कारण मध्ये अनेक वर्षं गेलेली, तेव्हा पुन्हा शिळ्या कढीला ऊत आणायचा म्हणजे तापच. अशा वेळी लोकांना बोलतं करायचं म्हणजे एक संकटच वाटायचं. कारण कित्येकांना मागच्या प्रसंगाची आठवण आली, की भडभडून यायचं, तोंडातून शब्द फुटायचे नाहीत. कुणी म्हणायचं, 'हे मी कसं सांगू?' आणि तो दुःखानं रडायचाच. म्हणायचा, 'माझ्याजवळ शब्दच नाहीत.' अशा वेळी त्याला तुम्ही बोला, सांगा म्हणणं सुद्धा जड जायचं. आम्हांलाच भीती वाटायची. मागच्या तापदायक आठवणी सांगा म्हणायचं, म्हणजे संकटच वाटायचं. मग अशा वेळी आमचं बोलणं अर्धवटच राहायचं. विषय सोडून द्यावा लागायचा. आणि मला आता या मुलाखती अंगवळणी पडल्या होत्या. फाळणीच्या आठवणी आणि १९८४ सालच्या दिल्लीत झालेल्या दंगलीच्या आठवणी सांगताना झालेला गोंधळ, निवदेनातला अर्धवटपणा, उलट-सुलट सांगण्यामुळं होणारे घोटाळे यांची एक सवय झाली होती. आणि इतर जे मौखिक इतिहासकार सांगतात की, अशा मुलाखतींमध्ये बोलताना, अनुभव ऐकताना समतोल असत नाही. तो समजून घ्यावा लागतो. आणि या गोष्टी उपजतच असतात. आता हे सगळं असूनसुद्धा जे आम्ही ध्वनिमुद्रित केलं, ते मी ऐकलं. लोकांनी आपल्या आयुष्यांतल्या काही गोष्टी उघडपणे सांगितलेल्या होत्या. आणि जेव्हा त्याच लोकांनी मला उलट प्रश्न विचारले की, या तुमच्या ध्वनिमुद्रणाचा उपयोग काय, कोण ऐकणार हे, यातून साध्य काय होणार आणि याचा आता आमच्या आयुष्यांत उपयोग काय होणार, तेव्हा माझ्याजवळ या प्रश्नांची उत्तरंच नव्हती. कारण असं आहे की, मी त्यांचे अनुभव का ध्वनिमुद्रित केले, तर

फाळणीतल्या त्यांच्या आठवणी कायम राहाव्यात, ज्या लोकांनी अनंत यातना भोगल्या आहेत, ज्यांची खाजगी आयुष्यं उद्ध्वस्त झाली आहेत, अशा लोकांच्या आठवणी जपल्या पाहिजेत. फाळणीच्या इतिहासात त्यांना कुठं तरी स्थान मिळालं पाहिजे, पण ही कारणं लोकांना सांगून जमणार होतं का? आणि एक बरोबर आहे की, फाळणीची एकूण माहिती जी मिळते आहे, मी जो इतिहास लिहिणार आहे त्याचा आणि ज्यांनी मुलाखती दिल्या आहेत, त्यांचा तसा अर्थाअर्थी काहीच संबंध नाही. त्या माणसांच्या आयुष्यांत काहीच फरक पडणार नाही आणि या त्यांच्या प्रश्नाला म्हणजे मुलाखती ध्वनिमुद्रित का करायच्या, या प्रश्नाला माझ्याकडं उत्तरं नव्हती.

तू या मार्गानं जा, तू सुरुवात कर हा कानमंत्र मला मिळाला. दिशा मिळाली आणि मी कामाला सुरुवात केली. या कामाची सुरुवात मी एकटीनंच केली. नंतर मला कळून चुकलं, की आपल्याला हे काम झेपणार नाही. एकटीचं हे काम नव्हे. अतिशय भयानक, क्लेशदायक गोष्टी मला ऐकाव्या लागत होत्या. दु:ख, उद्ध्वस्त झालेलं आयुष्य, खून, बलात्कार यांसारख्या कहाण्या ऐकणं, सहन करणं अशक्यच झालं होतं. या गोष्टी सहन करण्याच्या पलीकडं होत्या, काहीच ऐकणं शक्य नव्हतं. तरीपण आता यातून माझी सुटका होणं अशक्य होतं आणि आपण यातून माघार घेणं काही मला पटलं नाही, कारण जी माणसं आधी काही सांगायलाच तयार नव्हती, ती माणसं नंतर कशी तरी बोलू लागली. नंतर त्यांनाही आपण बोलावं आणि आपलं बोलणं कुणी ऐकावं, असं वाटू लागलं. त्यांचं दु:ख कुणीतरी ऐकलं, की त्यांच्याही डोक्यावरचं ओझं कमी होतं. ती माणसं मग अतिशय भावनावेगानं बोलतात. कारण नंतर त्यांच्याही मनावरचा भार कमी होतो. ज्या वेळी मी एकदा जंगपुरा भागातील एका कुटुंबातून बाहेर पडले, त्या वेळी मला चांगली जाणीव झाली, की इतकं दु:ख, यातना-भोग सगळं ऐकणं आपल्याला काही शक्य होणार नाही. कारण त्या कुटुंबातली मुलाखत दीर्घ काळ चालली होती. मग मी या कामात माझी एक जिवलग मैत्रीण सुदेश वेद हिला सहभागी करून घेतलं. मग मात्र आमचं काम सोपं झालं. दु:ख दोघांमध्ये वाटून घेण्याचाच तो प्रकार झाला होता. मग आम्ही दोघींनी मिळून नंतरच्या मुलाखती घेतल्या. म्हणून माझ्या पुस्तकात मुलाखतींचा उल्लेख करताना 'आम्ही' घेतल्या, 'मी' घेतल्या, हे शब्दप्रयोग मी केले आहेत. पण नंतर सुदेशनं हे काम मधेच सोडून दिलं. कारण तिलाही नंतर या दु:खद गोष्टी सतत ऐकणं अशक्य झालं. पण मला हा प्रकल्प सोडून देणं शक्य नव्हतं. कारण आता मी यात पूर्णपणे समरस झाले होते. आणि सुदेश मध्येच सोडून गेली ही बोच माझ्या मनात कायमचं घर करून राहिली. तरीपण मी हा प्रकल्प पूर्ण करायचाच हे ठरवलं. आणि मला नक्की असं वाटतं, की सुदेश बरोबर राहिली असती, तर काम फारच चांगलं झालं असतं.

हे लेखन वाचकांच्या पुढं ठेवताना माझ्या लेखनालाही काही मर्यादा आहेत, याची मला पूर्ण जाणीव आहे. तरी आत्तापर्यंत फाळणीचा जो इतिहास लिहिला आहे, जे इतर लेखन झालं आहे. त्या इतिहासात ही माझी लहानशी भर पडली, असं मी समजेन आणि पुढं मला आशा आहे की, दोन्ही देश लवकरच आपसांतील सीमेची बंधनं मोकळी करून टाकतील. १९९७ साली भारत आणि पाकिस्तान या दोन्ही देशांनी आपल्या स्वातंत्र्याचा सुवर्णमहोत्सव साजरा केला आहे. ह्या निमित्तानं तरी या दोन्ही देशांनी आपापल्या देशाच्या सीमा मोकळ्या केल्या असत्या, एक-दोन वर्षांसाठी दोन्ही देशांचे मार्ग मोकळे केले असते, तर लोक (दोन्ही देशांतले) आपापल्या नातेवाइकांना, मित्रांना भेटू शकले असते. त्यांच्या जुन्या आठवणींना उजाळा मिळाला असता. शेकडोच काय, पण हजारो लोकांनी याचा फायदा घेतला असता. दोन्ही देशांतले लोक इकडून तिकडं मोकळेपणानं फिरले असते. याची मला खात्री होती. पण आता ती वेळ गेलेली आहे. आणि यापुढं तरी आपण सगळे एक खात्री बाळगू या, की कधीतरी दोन्ही देशांचे दरवाजे सर्वांना खुले होतील; आणि अशी काही घटना घडली, आणि फाळणीवर आपण मोकळेपणानं काही बोलू शकलो, तरच काही गत्यंतर आहे. म्हणून आपणाला याकडं जास्त दिवस दुर्लक्ष करून चालणार नाही.

■

दोन

रक्त

भाग १
राणामामा

अपेक्षेप्रमाणे मला फाळणीसंबंधी हकीकती समजल्या, मी अनुभव ऐकले, तेव्हाच खरी कथेची सुरुवात झाली, विचारांना चालना मिळाली. कारण फाळणीसंबंधी काही लिहायचंच, हे माझ्या मनात बसलं होतं. प्रत्येक हकीकत, ऐकलेले अनुभव माझा पाठपुरावाच करीत होते. कथेची सुरुवात कुठून करावी, मांडणी कशी करावी, निवदेनाची पद्धत कशी असावी, याबद्दल मी विचार करत होते. म्हणजे आपण जे ऐकलं आहे, ते तसंच लिहावं का, या उलट-सुलट विचारानं मला थोड्या यातना झाल्या. मी गंभीरपणे विचार करू लागले. कारण मी जे काही लिहिणार आहे, ते सगळं खाजगी, वैयक्तिक असणार. यासंबंधी माझा मामा मला म्हणाला होता की, 'तुला काय लिहायचं असेल ते लिही, त्याचं मला काही वाटणार नाही, दुःख होणार नाही.'

आता माझ्या लिहिण्याविषयी माझ्या आईला सुद्धा माहीत पडलं होतं. तरीसुद्धा माझ्या मनाची चलबिचल मला अस्वस्थ करत होती. त्यातून मी बाहेर पडू शकत नव्हते. मामा आणि माझी आई मला लिहिण्यासाठी जरी उत्तेजन देत होते, तरी नंतरच्या परिणामाची त्यांना कल्पना नव्हती. मला मात्र त्याची खात्री होती. तेव्हा माझ्या मनात एक विचार आला, की फाळणीविषयी आपण जे लिहिणार आहोत, ते लिहून झाल्यावर आधी आईला आणि मामाला वाचून दाखवावं, मगच प्रसिद्धीला द्यावं. पण तेही माझ्या मनाला पटणारं नव्हतं. कारण एकदा मी लिहायचंच, असा

ठाम निश्चय केल्यानंतर परत स्वत:च्या मनाशी प्रतारणा करण्याची माझी इच्छा नव्हती. ते मनाला पटणारंही नव्हतं. तेव्हा या सगळ्याच गोष्टींचा मी अनेक बाजूंनी विचार करू लागले. मी जे लिहिणार आहे, ते अनुभव, त्या हकीकती केवळ माझ्याच कुटुंबांशी संबंधित नव्हत्या. तर त्या निमित्तानं माझ्या आणि माझ्या कुटुंबाशी निगडित अनेक गोष्टी उजेडात येणार होत्या. त्याशिवाय भारत आणि पाकिस्तान या दोन नव्यानं निर्माण झालेल्या देशांबद्दलही बरीच माहिती उजेडात येणार होती. आणि हा सारा इतिहास स्पष्टपणे लिहून काढणं म्हणजे थोडा आक्रस्ताळेपणाही ठरण्याची शक्यता होती. शिवाय लेखनातून मी काही मोठा सिद्धांत मांडणार आहे, असंही मला वाटत नव्हतं. तरीसुद्धा माझ्या मनात अनेक प्रश्नांनी थैमान मांडलं. प्रवासाला निघाल्यापासून या प्रश्नांनी माझा पाठपुरावा केला होता. आणि एकदा लिहिण्याची जबाबदारीच मी घेतली होती, तेव्हा त्याची सुरुवात कुठून करावी, शेवट कसा करावा, याचा विचार करणं भागच होतं. कित्येक अनुभव सांगण्यासारखे होते; पण सुरुवात कुठून करावी, श्री गणेशा कुठून करावा, या गोंधळात थोडे दिवस मी होते. माझ्या लिहिण्यामागची अनेक बलस्थानं होती. आत्तापर्यंतच्या आयुष्यात फाळणीतल्या हिंसाचाराबद्दल, अत्याचार, बलात्कारांबद्दल मी बरंच ऐकलं होतं. आणि त्यामुळे लोकांवर झालेले आघात याचीही मला कल्पना होती. म्हणजे मला लिहायला प्रवृत्त करणारी ही माझ्या मनाची अस्वस्थताच कारण होती. त्याशिवाय मी माझ्या काही मित्रांबरोबर फाळणीवर एक चित्रपट तयार करत होते. त्या वेळी माझ्या मित्रांनी फाळणीतून होरपळून निघालेल्या अनेक लोकांशी माझी ओळख करून दिली होती, प्रत्यक्ष त्यांच्याशी माझं बोलणं झालं होतं. माझ्या प्रेरणेमागचं हे सुद्धा एक कारण होतं. दुसरं म्हणजे, १९८४ साली दिल्लीत इंदिरा गांधींची भीषण हत्या झाली आणि नंतर दिल्लीत दंगल उसळली. हजारो शीखांची हत्या झाली. कत्तल झाली. अनेक जण हल्ल्यामुळं लुळे-पांगळे झाले, हिंसाचाराचा अतिरेक झाला. कित्येकांचं आयुष्यच उद्ध्वस्त झालं. आणि हा हिंसाचार फाळणीची आठवण करून देणाराच होता. कदाचित ही दंगल, हा हिंसाचारसुद्धा माझ्या लेखनामागची प्रेरणा असू शकेल. माझ्या मनात गोंधळ निर्माण झाला होता. आणि, खरी तर इथंच कथेची सुरुवात झाली होती. आता निवदेनाच्या ओघात बऱ्याच गोष्टी पुढं येतीलच.

१९८७ सालचा तो कडक उन्हाळा. रात्रीचे दहा वाजले होते. आणि लाहोरच्या उपनगरातील काहीशा जुन्या घराच्या व्हरांड्यात मी उभी होते. हिरव्या, पिस्ता रंगाच्या, भेगा पडलेल्या जुन्या भिंतीवर एका तारेला एक धुकट असा बल्ब अडकवलेला होता. त्याचा मंद प्रकाश व्हरांड्यात पडला होता. मी थोडी अस्वस्थ

आणि घाबरलेली पण होते. तरी पण मनातली उत्सुकता कमी झाली नव्हती. मला जे काही क्रूर कर्म करायचं होतं, त्याची छाया मनावर पडली होती. शिवाय मनात इतर अनेक विचार, शंका-कुशंका होत्याच. तेव्हा घुमजाव करून पळून जावंसुद्धा वाटत होतं. पण हे लाहोर होतं, रात्रीचे दहा वाजले होते. मुख्य म्हणजे लाहोरमध्ये निर्मनुष्य रस्त्यावर रात्रीच्या वेळी स्त्रिया फिरत नव्हत्या. किंवा गर्दीच्या रस्त्यावरसुद्धा वाहनांच्या शोधात स्त्रिया जात नव्हत्या. म्हणून दारावरची घंटी वाजविण्याशिवाय मला दुसरा पर्यायच नव्हता. मी घंटी वाजवली, तेव्हा थोड्याच वेळात तीन स्त्रिया खिडकीच्या गजांजवळ आल्या. मी 'अमुक एक गृहस्थ घरात आहेत का, ते इथंच राहतात का' म्हणून विचारलं. 'होय.' त्या तिघी म्हणाल्या. परंतु ते गृहस्थ बाहेरगावी दौऱ्यावर गेले आहेत, आणि ते दुसऱ्या दिवशी परत येणार आहेत, असं त्या तिघींनी मला सांगितलं. म्हणजे हे काहीतरीच घडलं होतं. मला हे अनेपक्षित होतं. ठीक आहे. आणि समजा, मला पाहिजे होते, ते गृहस्थ घरीच असले असते तर त्यांनी मला लगेच ओळखलं असतं का? तर नाही. पण ती माझ्या मनाची मूर्ख समजूत होती. आणि, खरं तर, त्या गृहस्थांनी या पूर्वी मला कधी बघितलं सुद्धा नव्हतं. आणि 'मी' म्हणजे 'उर्वशी' कुणी अस्तित्वात असेल, याची त्यांना कल्पना असणं शक्यच नव्हतं.

मी मनाच्या अशा गोंधळलेल्या अवस्थेत खाली, फरशीकडं बघत होते. मग मला अस्पष्ट असं आठवलं की, फरशीवर जे काही कोरलं होतं, तो एक खेळाचा प्रकार होता. सगळ्या चौकटीच कोरल्या होत्या; आणि त्याबद्दल मला माझ्या आईनं आधीच सांगितलेलं होतं. माझ्या आजोबांनी आजीसाठी म्हणून ते सगळं कोरून ठेवलं होतं. विचार करता करता मी माझ्या अंगातलं बळ एकवटलं आणि त्या तिघींना मला कुणाला भेटायचं होतं, मी कुठून आले, हे सांगितलं. मी त्यांच्या बहिणीची मुलगी आहे हे सांगितलं. आणि मी दिल्लीहून आलेय् हे सांगावंच लागलं.

दाराची खिटी ओढली गेली. मला आत बोलावलं. त्या तिघी कोण होत्या, तर एक राणामामाची बायको म्हणजे माझी मामी; आणि तिच्या दोन मुली म्हणजे माझ्या मामेबहिणी. त्या दिवशी त्या तिघीजणी माझ्याशी मोकळेपणानं बोलल्या. खूप चांगलं वागल्या. अर्थात ती माझी कल्पनाच होती. खरोखरच त्या माझ्याशी मैत्रीच्या स्वरूपात बोलल्या का, हे मला काहीच सांगता येत नव्हतं. एक मात्र मला आठवतं, ते म्हणजे मी कोण आहे, हे त्यांनी ओळखलं आणि हेही एक आश्चर्यच होतं. 'तू नक्कीच सुभद्राची मुलगी असली पाहिजेस कारण तू थोडी तिच्यासारखीच दिसतेस' त्या म्हणाल्या. मला आश्चर्य वाटलं. मी तिच्यासारखी दिसतेय् हे कशावरून? त्या तिघींनी तर माझ्या आईला बघितलंसुद्धा नव्हतं. त्या वेळी मी थोडी कावरी-बावरी झाले. मी काही विचारूच शकले नाही. नंतर त्यांनी मला दिवाणखान्यात

नेलं. तो दिवाणखाना फारच मोठा होता. आणि त्याची सजावट फार भडक होती. एक तासभर तरी आम्ही काळजीपूर्वक बोललो. विचारांची देवाणघेवाण झाली. कोकाकोलाही प्यायलो. नंतर मला नेण्यासाठी माझी मैत्रीण फराना आली. मला तिची बहीण फरिदा माहीत होती. त्यांच्या घरी ती राहत होती. खरा तर माझ्या कथेचा शेवट इथंच होऊ शकला असता. कारण माझा मामाच घरी नव्हता, त्यामुळं विषयच संपला होता. आणि माझ्या मनालाही थोडं बरं वाटतं होतं. आता माझ्या मनात चांगले विचार येत होते. की, जे मी केलं, ते चांगलंच केलं आणि जे करायचं होतं तेच केलं. आता मी घरी जाऊ शकते. आणि जे काही घडलंय्, ते विसरू शकते. परंत कृतीपेक्षा बोलणं सोपंच असतं. कारण फाळणीचा इतिहास मला मोकळं सोडणार नव्हता. माझा पाठपुरावा करणार होता.

पाकिस्तानी सरहद्द ओलांडणं हे मी समजत होते त्यापेक्षा कितीतरी सोपं होतं. परंतु व्हिसा मिळणंच फार अवघड होतं. पाकिस्तानातल्या उच्च आयुक्तांचं जे ऑफिस होतं, तिथं व्हिसा मिळविण्यासाठी दोन वेगवेगळी टेबलं होती. एक होतं, ते ज्याला पाकिस्तानी परदेशी समजत होते, त्यांच्यासाठी आणि दुसरं टेबल होतं, ते भारतीयांसाठी. व्हिसा मिळविण्यासाठी तिथं चक्क ढकलाढकलीच चालली होती; इतकी गर्दी होती. आवश्यक त्या कागदपत्रांची लवकर पूर्तता कशी होईल, यासाठी लोकांची धडपड चालली होती. लोकांची जिथं रांग होती, तिच्यापुढं एक म्हातारा बसला होता. थोडा कमरेत वाकलेला, डोक्याला टक्कल पडलेला. झटपट फोटो काढून घ्या, असं तो लोकांना सांगत होता. त्याच्या शेजारीच एक डेव्हलपरची बादली होती. म्हणजे झटपट फोटोचा तो प्रकार होता. एकदा पाकिस्तानच्या हद्दीत आलं, की विमान-तळावरचं सगळं वातावरण आपल्यासारखंच वाटत होतं. तीच भाषा, कपडे तसेच, गोंधळ तसाच, अगदी वासही तसाच! हद्द ओलांडून मी आत आले आणि माझ्या भावना मला आवरता आल्या नाहीत. मला हुंदकाच दाटून आला. हा प्रकार मला अनपेक्षित होता. मला आपल्याच घरी आल्यासारखं वाटलं. या भावनावेगाची मला आधी कल्पना आली नाही. तशी माझ्या मनाची तयारी नव्हती आणि मग मीच मला प्रश्न विचारायला सुरुवात केली की, हे असं का? हे असं का घडलं?

माझा जन्म तर फाळणीनंतर पाच वर्षांनी झाला होता. तरी सुद्धा मी जे ऐकलं होतं, मला जे काही माहीत झालं होतं, ते काय होतं, तर यातना, मनस्ताप, दुःख, आघात, स्थलांतर, हाल... हा इतिहास. ज्या यातनामय इतिहासानं माझ्या आजोबांचा आणि आजीचा जन्मभर पाठलाग केला, ती हीच का जागा? आयुष्यात मी पहिल्यांदाच ही जागा बघत होते. मला कळत नव्हतं की, दिल्लीपेक्षा ही जागा मला

जवळची का वाटावी? दिल्लीत आत्तापर्यंतचं माझं आयुष्य गेलेलं. पण मी इथं का आले? फाळणीचा जो भीषण इतिहास, ऐकलेल्या हकीकती, घटना, यांचा असा कोणता माझ्या मनावर परिणाम झाला? मामाच्या घरातल्या व्हरांड्यात उभी असताना माझ्या डोक्यात अनेक विचार आले. मला हे सगळं अनपेक्षित होतं. माझ्या मनात जेव्हा फाळणीची माहिती घ्यायची, फाळणीचं अंतरंग शोधायचं आलं होतं, तेव्हा बघता-बघता मला बरीच काही ज्ञात-अज्ञात माहिती मिळेल, याची मलाच कल्पना नव्हती. कारण मला ही जी माणसं भेटली, ती माझं इतकं स्वागत करतील, मामा आणि त्याच्या घरातील इतर मंडळी मला इतकी आपुलकी दाखवतील, हे मला माहीत नव्हतं. मला हे लोक आपल्याच कुटुंबातील एक समजले. खरं तर, हे एक आश्चर्यच होतं. कारण फाळणीच्या सीमारेषेनं आम्हांला इतकं दूर लोटलं होतं, की त्याची कल्पना करवत नाही. धर्मामध्ये समाजात, राजकराणात, इतिहास, भूगोलात जिथं तिथं आम्हांला फाळणीच दिसत होती. सीमारेषा आत-बाहेर. आणि या आघातातून कुणी बाहेर पडण्याचे जे काही प्रयत्न केले असतील, त्याची टिंगल-टवाळीच झाली.

त्या रात्री राणामामाच्या घराबाहेर मी उभी होते. राणामामा हा माझ्या आईचा सर्वात लहान भाऊ. फाळणीच्या वेळी उत्तर प्रदेशीय जी कुटुंबं विभागली गेली... त्याप्रमाणे आमचं कुटुंबसुद्धा विभागलं गेलं. माझी आई त्या वेळी अविवाहित होती. आणि ती भारतीय सीमारेषेत होती. म्हणजे भारतात आली होती. राणामामानं मात्र तिथंच राहणं पसंत केलं. माझ्या आईच्या आणि तिच्या वंशजांच्या सांगण्याप्रमाणं पाकिस्तानातच राहण्यात राणामामाचा काही हेतू होता. त्याला माझ्या आजोबांची मालमत्ता, संपत्ती बळकवायची होती. आजोबा फार काळ काही जगले नाहीत. कुटुंबात इतर काही माणसं होती आणि त्यातील काही संपत्तीवर टपलेली होती (या ना त्या मार्गानं) त्यात राणामामा संपूर्ण संपत्तीचा वारसदार होऊ शकणार होता. म्हणजे मालकच! या कारणामुळं आणि फाळणीनंतर मामाशी संपर्क ठेवणं जवळ पास अशक्यच झाल्यामुळं एकूण कुटुंबाचा राणामामाशी संपर्कच तुटला होता. फाळणीनंतर चाळीस वर्षांत त्याच्याबद्दल काहीच समजलं नाही; त्याची कुणाशी गाठ-भेट झाली नाही– अगदी मी त्याला भेटायला जाईपर्यंत.

तेव्हापासून मला आठवतंय् की, आम्ही आमच्या आजीकडून, म्हणजे माझ्या वडिलांच्या आईकडून फाळणीच्या हकीकती ऐकल्या आहेत. ती आमच्याजवळ राहत होती. आणि माझ्या आईवडिलांच्याकडूनही बऱ्याच गोष्टी ऐकल्या आहेत. त्या दोघांनी फाळणीच्या काळात दिवस काढले होते आणि वेगवेगळे अनुभव घेतले होते. वाटेमध्ये मी या सगळ्या हकीकतींची अनुमानानं नोंद केली. त्यात राणाची कथा सुद्धा. राणा पाकिस्तानात नुसताच राहिला नाही, तर त्यानं कळस केला.

म्हणजे त्यानं मुसलमान धर्म स्वीकारला आणि मला संशय आहे, की त्यामुळंच तो आमच्या कुटुंबात नकोसा झाला असणार. माझ्या आईनं जातीय दंगली चालू असता अतिशय कठीण परिस्थितीत पाकिस्तानात दोनदा प्रवास केला. आपल्या कुटुंबीयांना आणण्यासाठी ती दोनदा लाहोरला जाऊन आली. तिनं पहिल्यांदा आपल्या लहान भावाला, म्हणजे बिल्लूला आणि बहिणीला म्हणजे सविताला आणलं. दुसऱ्या खेपेस ती आपल्या आईला आणि सर्वांत लहान भाऊ म्हणजे राणाला आणण्यासाठी गेली होती. (माझे आजोबा म्हणजे आईचे वडील कधीच वारले होते.) आई म्हणाली, की राणानं यायला नकार दिला आणि तो आजीलासुद्धा सोडायला तयार नव्हता. माझ्या आजोबांची जी काही मालमत्ता संपत्ती होती, ती माझ्या आजीच्या नावावर होती. परंतु 'इस्टेटीसाठीच काही मी आजीला ठेवून घेतोय्, असं नाही', असं राणा म्हणाला. मी तिला लवकरच भारतात आणून सोडीन, असं त्यानं सांगितलं. परंतु नंतर ते कधीच घडलं नाही. कारण देशाची फाळणी झाल्यावर भिन्न धर्मीयांना इतर देशांत मुक्तपणे जाता येत नव्हतं. फिरता येत नव्हतं. ते अशक्यच झालं होतं. काही ठरावीक लोकांना आणि सत्ताधारी व्यक्तींनाच तशी मोकळीक होती. नंतर परिस्थिती थोडी सुरळीत झाली. दंगे-धोपे थांबले. ज्या लोकांनी आपली घरं-दारं घाईघाईत सोडून पळ काढला होता, त्या लोकांना परत आपापल्या घरी जाणं अशक्यच झालं होतं. कारण दोन्ही सरहद्दींवर अतिशय सावधानता होती. इकडून तिकडं जाणाऱ्या-येणाऱ्या लोकांच्यावर पोलिसांची व हेरगिरी करणाऱ्यांची सक्त नजर होती. राणा आणि त्यांच्या घरातील लोकांनी काही काळ आमच्याशी संपर्क ठेवला होता. परंतु नंतर त्यांच्या लक्षात आलं की, आपल्यावर पोलिसांची पाळत आहे. आपल्याला गुन्हेगारांसारखं वागवलं जातंय्. आपली पत्रं फोडून वाचली जातात आणि प्रश्न विचारले जातात. त्यानंतर राणा कुटुंबीयांनी हळूहळू संबंधच तोडून टाकले. आणि पुढं चाळीस वर्षे हीच परिस्थिती कायम राहिली. राणामामा जरी माझ्या आजोबांच्या घरात राहत असला, तरी त्याला नंतर कुणी पत्र पाठवत नव्हतं, त्याच्याशी बोलत नव्हतं किंवा त्याच्या घरूनही काही बातमी समजत नव्हती. गेली चाळीस वर्षं हीच परिस्थिती होती.

१९४७ च्या आसपास आमच्या घरातील लोकांनी एक उडत उडत बातमी ऐकली, की माझी आजी (म्हणजे आईची आई) वारली म्हणून. अर्थातच कळत न कळत कानांवर आलेली ही बातमी. खरा प्रकार काय आहे, हे कुणालाच नक्की सांगता येत नव्हतं कारण बातमीच तशी होती, पण या बातमीचा परिणाम व्हायचा तो झालाच. आमच्या सर्व कुटुंबाचं आणि मुख्य म्हणजे, माझ्या आईचं कधीही न भरून येणारं नुकसान झालंय्, हीच भावना सर्वांची झाली; आणि या बातमीचा दुसरा परिणाम काय झाला, तर आजी व राणामामा यांच्याविषयी आमच्या मनांत जी

कटुतेची भावना होती, ती नाहीशी झाली. जो राग होता, तोही मावळला. त्याचं कारण कदाचित आमच्या कुटुंबातला आजी हा शेवटचाच दुवा असावा. ज्या आजीकडून आम्ही लहानपणी फाळणीच्या गोष्टी ऐकल्या, तीच ही आमची आजी!

मध्यरात्र झाली आणि मैत्रिणीच्या घरचा फोन वाजला. म्हणजेच फरिदाच्या घरचा. त्या वेळी आम्ही गप्पा गोष्टी करत बसलो होतो. बराच वेळ आमचं बोलणं चालू होतं. बोलता बोलता आमचं केहवा पिणं चाललं होतं. खारट-गोड चहाला पाकिस्तानात केहवा म्हणतात. फरिदानं फोनकडं थोडं गोंधळूनच बघितलं. कारण तिला थोडी शंका आली की, अशा अपरात्री कुणी फोन केला असेल! नंतर तिनं लगेच फोन माझ्या हातात दिला. आणि म्हणाली, अगदी अधीरपणे 'तुझे मामा दिसतायत्.' फरिदा फोनवर बोलत होती तेव्हाच फोनमधून पुरुषी आवाज ऐकू आला. माझे मामा अगदी मोकळेपणानं बोलत होते. 'फरिदा, कृपया माझ्या मुलीला फोनवर बोलाव. ती तुझ्याच घरी आली आहे असं वाटतं. मला तिच्याशी थोडं बोलायचं आहे.' मी फोन घेतला. तेव्हा मामा म्हणाले, 'बेटी, तू तिकडं काय करतेय्स? खरं तर, तू माझ्या घरीच यायला पाहिजेस. आणि इथंच राहायला पाहिजे. तू मला पत्ता सांग. ताबडतोब मी तुला न्यायला येतो.' तेव्हा माझ्या एक लक्षात आलं की, राणामामा माझ्याशी अगदी आपुलकीनं बोलत होता. त्यात कुठलाही औपचारिकपणा नव्हता किंवा ओळखीच्या काही खाणाखुणा नव्हत्या. त्यामुळं मी अगदी भारावून गेले. फोनवर आम्ही दोघे बोललो. रात्रीची वेळ वगैरे थोडी मी माझी बाजू मांडली. शेवटी मी त्यांना सांगितलं, आता रात्री तुम्ही येऊ नका. मामा नुकतेच दौऱ्यावरून आले असतील आणि थकलेही असतील. पण मामा म्हणाले, 'मी मित्राला बरोबर घेऊन येतो. मी काही केवळ तुझ्याशी बोलायला येत नाही, तर तुला न्यायलाच येतोय्. तू परस्पर जायचं नाहीस. माझं घर हे तुझंच घर आहे आणि तू आपल्या माणसांबरोबर राहायला पाहिजेस.' मामांच्या आर्जवी बोलण्यानं मला आश्चर्यच वाटलं. घर? कुटुंब? आपलीच माणसं?... मला तरी त्या वेळी हे शब्द नवखेच होते! आणि ते बोलणं अशा दोन व्यक्तींमधलं होतं की, ज्या दोघांनी एकमेकांना कधी बघितलंसुद्धा नव्हतं. अशा परिस्थितीत मी त्यांच्या घरी जाऊन राहणं आवश्यक होतं का? खरं तर, मी जायला उत्सुकही होते. तरी पण माझं काही नक्की असं नव्हतं. कारण जे गृहस्थ मला माहीत नाहीत, ज्यांचा आमच्या कुटुंबाशी तसा संबंध नाही, जाणं-येणं नाही, अशा ठिकाणी मी माझा बाडबिस्तरा घेऊन कशी जाणार आणि राहणार? दुसरे दिवशी मी सामान वगैरे न घेताच त्यांच्या घरी गेले. तेव्हा मामांनी लगेच विचारलं की, 'तुझं सामान वैगरे कुठंय्?' त्याच दिवशी संध्याकाळी ते माझ्याबरोबर पुन्हा फरिदाच्या घरी आले आणि आम्ही माझी बॅग वगैरे घेऊन परत त्यांच्या घरी गेलो.

मी एक आठवडाभर मामांच्या घरी राहिले. तेव्हा मुक्काम असेपर्यंत मामाविषयी माझ्या मनात एक कटुतेची भावना होती. कारण माझ्या आईला तो फार कारस्थानी आणि कपटी आहे, असा संशय होता. म्हणून त्याच्याशी पुन्हा संबंध ठेवायची किंवा आपुलकी वाढवायची आईची इच्छा नव्हती. तो पाकिस्तानात का राहिला आणि आईला त्यानं का ठेवून घेतलं, तर ते केवळ इस्टेटीसाठी. कारण लाहोरमधली इस्टेट, घरदार, एकूण सगळी मालमत्ता ही माझ्या आजीच्या नावावर होती. म्हणजे राणामामाच्या आईच्या नावावर होती. त्यामुळं राणामामाविषयीचा माझ्या आईच्या मनातील राग वर्षानुवर्ष तसाच धुमसत होता. परंतु सध्याची माझी पाकिस्तानातील ही भेट राजकीय होती. मला देशाच्या फाळणीविषयी माहिती मिळवायची होती. आमच्या कुटुंबानं इथं काय यातना भोगल्या आहेत, त्याविषयी सुद्धा मला सविस्तर माहिती मिळवायची होती. म्हणून माझ्या दृष्टीनं मामाची गाठ-भेट फार महत्त्वाची होती. मी इथं आले, राणामामाला मी बघितलं, आणि मुख्य म्हणजे, त्यानं मला 'मुली' म्हणून हाक मारली म्हणजे आमचं नातं प्रेमाचं, आपुलकीचंच झालं. आणि अशा परिस्थितीत मला मामाच्या घरून निघणं काही प्रशस्त वाटलं नाही. तेव्हा मी मामाच्या त्या प्रशस्त, भल्या मोठ्या घरात चांगली आठ दिवस राहिले. त्या आठ दिवसांत आम्ही सगळ्यांनी खूप गप्पा मारल्या. तो आठवडा माझ्या दृष्टीनं फारच चांगला गेला. एक वेगळाच अनुभव. तो संपूर्ण आठवडा म्हणजे, प्रेम, भावना, जिव्हाळा यानं ओथंबलेलाच होता. मी भारतात परत आल्यावरसुद्धा ते दिवस विसरू शकले नाही. आणि त्या झालेल्या स्वागताबद्दल, अगत्याबद्दल मी कुणाजवळ धड बोलूही शकले नाही. इतकी मी भारावून गेले होते. माझ्या आयुष्यातला तो प्रसंगच वेगळा होता. मामा, मामी, मामेबहिणी... मनमोकळं बोलणं, खाणं-पिणं, जेवण, झोप... मला तर ते एक स्वप्नच वाटत होतं. आणि मुख्य म्हणजे, मामाबरोबर एकदा माझं जे काही बोलणं झालं होतं, त्याबद्दल मी कुणाजवळही एक चकार शब्द काढला नाही. आणि तसं कुणापाशी बोलणंही शक्य नव्हतं. मला मात्र त्या वेळी आमच्या दोघांत झालेला संवाद सगळा आठवतो. थोडक्यात म्हणजे, मी त्या वेळी मामाला स्पष्टपणे विचारलं,

'तू पाकिस्तानातच का राहिलास, भावा-बहिणींबरोबर तू भारतात का आला नाहीस?'

तसा तो म्हणाला,

'हे तुझं विचारणं ठीक आहे. परंतु त्या वेळी कित्येकांना असं वाटत होतं की, जरी देशाची फाळणी झाली, तरी हिंसाचार, दंगेधोपे काही होणार नाहीत. अर्थात तेव्हा माझाही समज असाच झाला होता. काही तरी मोठा बदल होणार आहे, याची

कल्पना आम्हांला नक्कीच आली होती. पण त्यासाठी आपण आपलं घर का सोडायचं?'

त्या वेळी मामाला वाटलं नव्हतं की, त्या फाळणीसारख्या राजकीय निर्णयाचा आयुष्यावर काही विपरीत परिणाम होईल, म्हणून. पण नंतर जेव्हा राणामामाच्या काही गोष्टी लक्षात आल्या, त्या वेळी खूपच उशीर झाला होता. लाहोर सोडण्याची वेळ निघून गेली होती. बोलता-बोलता त्यानं काही गोष्टी मला सांगितल्या.

'फाळणीच्या वेळी मी वीस वर्षांचा होतो. माझं शिक्षण सुद्धा फारसं झालेलं नव्हतं. मला नोकरी नव्हती. नोकरी मिळवण्यासाठी माझी कुणी शिफारस करील, असं माझ्याजवळ काहीच नव्हतं.' पण मला वाटतं, राणामामाचे अनेक नातेवाईक दिल्लीमध्ये होते. तेव्हा कुणीतरी त्याच्याकडं लक्ष दिलं असतं. पण नंतर तो म्हणाला,

'हे बघ– फक्त तुझी आईच तेवढी होती, तिनं मला भारतात बोलावलं. इतर कुणीही बोलावलं नाही. पण ती एकटीच होती आणि तिनं आधीच इतर नातेवाइकांची जबाबदारी घेतली होती.' मग मी त्याला विचारलं,

'माझ्या आजीनं तुझ्यापाशीच राहावं असा आग्रह तू का धरलास?'

मला वाटलं होतं, की तिला ठेवून घेण्यात काहीतरी तसंच कारण असेल आणि त्याबद्दल राणामामा काही वेगळंच सांगेल, म्हणून. मला उगीचच उत्सुकता लागून राहिली. पण त्यानं जे स्पष्टीकरण दिलं, त्याच्यावर माझा विश्वास बसला नाही.

तो म्हणाला,

'मला तुझ्या आईनं सांगितलं होतं की, तू माझ्याबरोबर चल, म्हणून. पण मी मनात म्हटलं, की माझी जबाबदारी तिच्यावर कशाला टाका, तेव्हा मीच तिला सांगितलं की, मीच आईची जबाबदारी घेतो आणि आम्ही दोघंही इथंच राहतो, म्हणजे तुझी आजी आणि मी.'

माझी आजी दयावन्ती १९५६ साली वारली. आणि ही बातमी आमच्या घरात आणि इतर नातेवाईकांना कधी कळलीच नसावी. मी ज्या वेळी १९८७ राणाला भेटले, तेव्हा त्यानंच ही बातमी मला पहिल्यांदा सांगितली. आम्ही आपलं ऐकत होतो, की आमची आजी पाकिस्तानातच राहिली होती. ती इकडं आलीच नाही. आमच्या घरी कधीतरी अशी अंधूक बातमी आली होती की, आजी १९४९, १९५२-५३ साली वारली किंवा त्याच्याही आधी वारली असावी म्हणून. पण ती खरी बातमी नव्हती. १९५६ साली ती वारली, म्हणजे फाळणीनंतर ती नऊ वर्षं हयात होती. त्या वेळी तिच्या आठ मुलांपैकी सात मुलं दिल्लीत होती. आणि दिल्ली ते लाहोर हे अंतर विमानानं गेलं, तर केवळ अर्ध्या तासाचं होतं. आणि त्यांपैकी म्हणजे दिल्लीत असणाऱ्यांपैकी कुणालाही ही बातमी समजली नव्हती.

राणामामानं मला सांगितलं की, त्याला म्हणे, दिल्लीत यायचं होतं. पाकिस्तानात राहायचं नव्हतं. आपण राणामामाच्या सांगण्याप्रमाणे गृहीत धरू या की, इतरांप्रमाणे तो सुद्धा भारतात येण्याची संधीच बघत होता. पाकिस्तानातच राहण्याचा निर्णय काही त्यानं मनापासून घेतला नव्हता. त्याला स्थलांतर करायचं होतं, त्यासाठी योग्य वेळेची तो वाट बघत होता. परंतु धर्मांतराचं काय? त्या धर्मावर विश्वास ठेवणाऱ्यांपैकी तो एक होता काय? धर्म म्हणजे तो काय समजत होता? शेवटी एका देशाचे दोन तुकडे करण्यामागची तर्क-संगती, विचार– जे काही होतं ते धर्मावर आधारितच होतं, असं सांगितलं जातं; आणि यावरच सर्वाधिक विश्वास ठेवला जात होता. त्याला सत्याची कास होती. कारण अनेक लोकांवर धर्मांतर करण्यासाठी सक्ती करण्यात आली होती. पण राणाचं काय? तो काय म्हणाला,

'माझ्यावर कुणीही, कसल्याही प्रकारची सक्ती केली नाही. पण खरं सांगायचं, तर त्याशिवाय मला दुसरा मार्गच नव्हता. मला जर इथं राहायचं असेल, तर धर्मांतर एवढा एकच पर्याय होता. म्हणून मी तो स्वीकारला. मी माझा धर्म बदलला आणि एका मुसलमान मुलीशी लग्न केलं. मुसलमानी नाव धारण केलं.' परंतु हा जो बदल केला गेला, तो नाईलाज म्हणून, का केवळ सोय म्हणून? तो परिस्थितीचा दोष होता, यावर राणामामा विश्वास ठेवील का? माझ्या प्रश्नाला राणामामानं जे उत्तर दिलं होतं, त्यावर विश्वास ठेवणं मला तरी कठीण होतं. आणि मी जेव्हा त्याला विचारलं, की मी हे सगळं लिहिणार आहे तर तो म्हणाला की,

'अर्थात तुला काय हवं, ते तू जरूर लिही. त्याचा माझ्या आयुष्यावर काही वाईट परिणाम होणार नाही.'

परंतु मला स्वतःला मात्र वाटत होतं, की मी जे लिहिणार आहे, त्याचे बरे-वाईट परिणाम काय होणार आहेत, याची त्याला जाणीव नव्हती. म्हणून मला जे करायचं होतं, मी जे ठरवलं होतं, तेच केलं. मला काही गोष्टींबद्दल गप्प बसणं भाग होतं ते मी केलं. मी यातून काही पळवाट काढणार नव्हते. फक्त एवढंच होतं की, मी ही आख्यायिका म्हणून याचा उपयोग करायचा नव्हता किंवा ज्याला आपण बुद्धिप्रामाण्य म्हणू असं काही करणार नव्हते, किंवा मला राणामामाचा मर्मभेद करायचा नव्हता. किंवा त्याला उघडं पाडायचं नव्हतं.

माझ्या प्रश्नाचं उत्तर देताना राणामामा म्हणाला की,

'एक गोष्ट मी तुला सांगतो, या चाळीस वर्षांत मी एकदाही सुखानं झोपलो नाही. प्रत्येक रात्री मला माझ्या निर्णयाचं दुःख होत होतं. पश्चात्ताप होत होता.'

त्याचं हे बोलणं ऐकून मी थिजूनच गेले. मला समजलं नाही, की तो असं का बोलला, याचा अर्थ काय; त्याला काय सांगायचं होतं? गेली चाळीस वर्षं तो असा

जगला कसा? त्याच्या मनाला ती गोष्ट इतकी लागली असेल, तर पुढील चाळीस वर्षं तो असाच जगणार का?

'हे बघ, माझ्या मुली...' काही तरी पुन्हा सांगण्याच्या भावनेनं तो म्हणाला, जणू मागे आम्ही जी काही चर्चा केली, त्या वेळी त्याला कुणी काही सांगण्यापासून परावृत्त केलं होतं. 'जे काही झालंय्, ते झालंय्; पण धर्मांतराला क्षमा नाही. तुमचा भूतकाळ तुमचा पाठलाग करत असतो, एखाद्या शिकारी कुत्र्यासारखा. माझ्याच बाबतीत सांगायचं, तर मला धर्मांतर फारच त्रासदायक ठरलंय्; कारण मी एकाच जागी राहत आलो आहे. आजसुद्धा मी जेव्हा बाजारात चालत जातो, तेव्हा मी लोकांची 'हिंदू हिंदू' अशी कुजबूज नेहमीच ऐकत असतो. तुला माहीत नाही. ते लोक मला कधीही क्षमा करणार नाहीत. कारण मी बाटगा आहे.'

राणामामा आपल्या कुटुंबीयांना शोधत भारतात का आला नाही? मला याचं आश्चर्य वाटतं. त्याला खरोखरच मनापासून जर आपलं कुटुंब आपल्यापासून दूर गेलेलं आहे, आपलं फार नुकसान झालेलं आहे, असं वाटत असेल, तर तो इतर लोकांप्रमाणे कुटुंबाचा शोध घेत का फिरला नाही? ठीक आहे, अगदी सुरुवातीला सीमा ओलांडून जाणं लोकांना शक्य नव्हतं. पण नंतर परिस्थितीत काहीतरी सुधारणा झालीच होती. तेव्हा त्यानं का प्रयत्न केला नाही? परंतु त्याच्याजवळ याही प्रश्नाचं उत्तर होतं.

'मी कुठं आणि कसा जाणार होतो? माझ्या कुटुंबाला, बहिणींना मी कुठं आहे याचा ठावठिकाणा माहित होता. पण भारतात माझे नातलग नक्की कुठं आहेत, हे मात्र मला माहीत नव्हतं. आणि पूर्वीचा एक हिंदू माणूस मुसलमान धर्म स्वीकारतो आणि आपल्या हिंदू नातेवाइकांना शोधत भारतात येतो, यावर कोण विश्वास ठेवणार होतं? आणि मला माहीत असलेलं फक्त हे एकच घर.'

आणि अजून सुद्धा तो अनेक अर्थांनी घराची व्याख्या करत होता. इथं पूर्वीच दूरचित्रवाणीचं आगमन झालं होतं. राणामामा प्रत्येक दिवशी भारतातील बातम्या ऐकत होता, हे त्यानंच सांगितलं. ज्या वेळी तो दूरचित्रवाणीवर क्रिकेट बघायचा, त्या वेळी भारत-पाकिस्तान सामना असला, तर त्याचा कल गुप्तपणे का असेना; पण तो भारताकडंच असायचा. किंवा भारत इतर देशांबरोबर क्रिकेट खेळत असेल, तर त्याला भारताविषयीच जिव्हाळा वाटायचा. अलीकडं जेव्हा तो चित्रवाणीच्या छोट्या पडद्यावर करमणुकीचा कार्यक्रम, मालिका बघतो, तेव्हा त्याला भारतात, आपल्या घरीच आल्यासारखं वाटतं. त्यानं जरी मला लाहोरमधलं घर हे एकच माझं घर आहे, असं सांगितलं होतं, तरी! पंजाबी भाषेमध्ये भावना आणि आठवणी जागृत करणारा आणि आवाहन करणारा एक शब्द आहे तो म्हणजे 'वतन!' ज्याचं भाषांतर करणं अवघड आहे. तरी सुद्धा त्याचा अर्थ असा की, घर, देश, जमीन वगैरे.

'वतन' या शब्दाचे तिन्ही अर्थ किंवा त्यांपैकी एक अर्थ अभिप्रेत असतो. जेव्हा एखादा पंजाबी किंवा एखादी पंजाबी बाई आपल्या 'वतन' याविषयी बोलतो किंवा बोलते, तेव्हा त्या व्यक्तीला आपल्या जन्मभूमीविषयी, जागेविषयी ओतप्रोत जिव्हाळा, प्रेम-आस्था वाटत असते. फाळणीमुळं अनेक पंजाबी लोकांनी आपल्या मूळ घरादारांचा त्याग केला आहे. म्हणजेच आपल्या 'वतना'चा त्याग केला आहे. राणामामाच्या बाबतीत चेष्टेनं बोलायचं झालं, तर जरी तो पाकिस्तानातल्या आपल्या मूळ घरी राहत असला, तरी त्याचं वतन म्हणजे भारतच होय! भारतात तो एकदाच आणि फार थोड्या कालावधीसाठी गेला होता. राणामामाच्या बायका-मुलांसाठी हा प्रकार थोडा विचित्रच होता. कारण राणामामाच्या मनामध्ये जी सुप्त ओढ आहे, तीविषयी घरातल्यांना काहीच माहिती नव्हती. त्यांना हे गूढ समजत नव्हतं. त्यांना राणामामा ज्या गोष्टी सांगत असे, त्या नवख्याच वाटत. तो या देशाच्या सरहद्दीपलीकडील लोकांविषयी, कुटुंबाविषयी, हिंदूंविषयी बोलतो, त्या गोष्टी त्यांना अनभिज्ञ वाटत. एकदा त्या दोघी तरुण मुली मला म्हणाल्या की,

'आपा, तुझं बरोबर आहे. तू सुद्धा आमच्यासारखीच एक आहेस. पण आम्हांला असं वाटतं, की ते लोक खराखरच भयानक होते.'

—आणि त्या मुलींना दोष कोण देणार? त्यांचं बरोबर होतं. कारण त्या दोघी हिंदूंना भेटल्या, त्या केवळ दूरच्या नात्यातील एका जोडप्याला. जे जोडपं कधीतरी एकदाच त्यांच्याकडं आलं होतं. आणि ते जोडपं अगदी नेहमीप्रमाणेच कडव्या, जुनाट हिंदू रीतीरिवाजाप्रमाणेच वागलं होतं. म्हणजे मुसलमानांना अस्पृश्य समजून ते स्वत:चं जेवण स्वत:च तयार करीत. तसा त्यांचा आग्रहच असायचा. आणि या कुटुंबानं तयार केलेला कुठलाही पदार्थ ते खात नसत. जणू ते या कुटुंबात, घरातील लोकांत न्यूनगंडाचीच भावना निर्माण करीत. कालांतरानं या फाळणीवरच मी काम करत असता वीर बहादूरसिंग नावाच्या इसमाला भेटले. तो म्हणाला की, हिंदू आणि शीख यांनी मुसलमानांना कशी वागणूक दिली, याबद्दल काही सांगतो;

> 'आमच्या घरी कुठलाही समारंभ, कार्यक्रम असला, तर आम्ही मुसलमानांना बोलवत असू. ते आमच्या घरी जेवत, खात-पीत. परंतु आम्ही मात्र त्यांच्या घरी जेवत नव्हतो. खात-पीत नव्हतो. आणि ते काही चांगलं नव्हतं, हे आत्ता मला समजलं. शिवाय मुसलमान जेव्हा आमच्या घरी जेवायला यायचे, तेव्हा आम्ही त्यांना त्यांच्यासाठी कोपऱ्यात वेगळी ठेवलेली भांडी घ्यायला सांगत असू. ती माणसं मग त्या ताट-वाट्यांत (भांड्यांत) जेवायची व सर्व भांडी धुऊन ठेवायची. हा असला भयानक प्रकार तेव्हा होता. पाकिस्तानची निर्मिती होण्यासाठी हेच कारण होतं. आम्ही जेव्हा त्यांच्या

घरी लग्नकार्यासाठी, समारंभासाठी जात होतो, तेव्हा त्यांनी आम्हांला अतिशय सन्मानानं वागवलं होतं. ते आम्हांला त्या वेळी कोरडा शिधा देत. तूप, पीठ, डाळ, त्यांच्याकडं जी काही भाजी असेल, ती आणि कोंबडीचं मटण– इतर मटण आणि ते ही कच्चं; आणि आमचं त्यांच्याशी वागणं इतकं हीन दर्जाचं होतं, की ते सांगायलासुद्धा मला लाज वाटते. एखादा पाहुणा आमच्या घरी आला, तर आम्ही त्याला सांगत असू, की ती भांडी घे आणि धुऊन आण. आणि आई किंवा बहीण त्या पाहुण्याला जेवायला वाढायच्या, त्या अगदी चमत्कारिक रीतीनं. पोळी वगैरे वाढताना त्यांच्या ताटात पोळी वरून फेकायची म्हणजे आई-बहिणीला अशी भीती वाटायची, की तो पाहुणा ताटाला स्पर्श करील आणि ताट दूषित होईल... हिंदू आणि शीखांनी मुसलमानांना जी वागणूक दिली, तशी वागणूक इतर हलक्या जातीच्या लोकांनी दिली नसेल किंवा तशी वागणूक इतर हलक्या जातीतील लोकांना आम्ही दिली नसेल.'

वर्षानुवर्ष राणामामा आपलं अंत:स्थ कोंडमारा होत असलेलं आयुष्य जगत होता. त्यांतल्या त्यांत त्याच्या डोक्यात जे विचार होते, त्याची जपणूक त्यानं केली होती. राणामामाच्या या उलघालीविषयी कुणालाच धड माहीत नव्हतं. परंतु प्रत्येक जण विशेषत: त्याच्या घरातली माणसं मात्र साशंक होती. त्याची मुलं त्यांतल्या त्यांत मुली आणि सुना त्याची काळजी घेत. परंतु राणाच्या मनात कोणते विचार घोळत आहेत, त्याच्या मनात नेमकं काय आहे, याविषयी त्या सगळ्यांना भीती वाटत होती. मुलींनी त्याच्यावर जेवढं प्रेम केलं, त्याच्या तसूभरही त्याच्या मुलांनी मामाला प्रेम दाखवलं नाही. राणामामानं मिळवलेल्या संपत्तीवरच मुलांचं लक्ष होतं. कदाचित राणामामाच्या मनाची जी विचित्र कोंडी झाली आहे, तिची जाणीव फक्त एकाच व्यक्तीला झाली असणार, ती म्हणजे त्याच्या बायकोला– म्हणजे माझ्या मामीला. मला वाटतं की, राणामामाच्या वाट्याला धर्मांतरानंतर जी कुचंबणा आली, त्याची मानसिक उलघाल झाली, ती आपल्या मुलांच्या वाट्याला येऊ नये, याची काळजी मामीनं घेतली. मुलांना तिनं मुसलमान धर्मीय म्हणूनच लहानाचं मोठं केलं. मुलींनी बुरखा धारण केला. मुल्ला-मौलवींना घरीच बोलावून त्यांच्याकडून शिक्षण घेतलं. कुराणाचं पठन कसं करायचं, याचंही शिक्षण त्यांनी घेतलं. त्यांतल्या त्यांत तरुण असणाऱ्या, सर्वांत लहान असणाऱ्यांना, ज्यांना फाळणीचे संदर्भ आठवत नव्हते, घटना लक्षात नव्हत्या, त्यांच्या बाबतीत राणामामा हा परकाच राहिला. म्हणजे कुटुंबाच्या, घरादाराच्या अनेक हकीकती जपून असलेला, असा राणा हा

एकाकीच राहिला. काही बाबतींत घरातील माणसांमधलं आणि राणामधलं अंतर वाढतच गेलं. आणि नंतर राणा जास्तच एकाकी पडला. इतर बाबतींत एक विलक्षण विरोधाभास होता, जो समजून घेतला पाहिजे. एक वयस्कर सन्माननीय पिता, अधिकार असलेली घरातील व्यक्ती म्हणून राणा निष्प्रभ झाला होता

इतर पंजाबी कुटुंबातील सर्वसामान्य, मध्यमवर्गीय माणसांपेक्षा तो जास्तच सहृदय होता. तरी सुद्धा संपत्तीचा मालक असूनही, घरातील सर्व लहान-मोठ्यांना तो एक अडचण-धोंड वाटत होता. हा लवकरात लवकर आपल्या मार्गातून कसा दूर होईल, हीच भावना त्याच्याविषयी घरात होती. इतकी चमत्कारिक परिस्थिती असताना तो राहिलाच कसा? तिथं असं कुणीही नव्हतं, की ज्याच्याशी तो या गोष्टी मन-मोकळपणानं बोलू शकला असता. राणामामानंच हे सर्व सांगितलं. आणि अशा, मनाला यातना देणाऱ्या, छळणाऱ्या गोष्टी सांगणार कुणाला? आणि कशा सांगणार? राणामामाला समजून घेणारं तिकडं कुणीही नव्हतं. एकदा तोच मला म्हणाला होता, 'काही गोष्टी न सांगितलेल्याच बऱ्या.' मग या गोष्टी त्यानं मला तरी का सांगितल्या?, मी कोण?

एक दिवस संध्याकाळी आम्ही असं बरंच बोलत होतो. फक्त चहा, आणि खाणं-पिणं असलं, की थांबत होतो. त्यादिवशी त्यानं फाळणी झाल्यापासून आपण आजपर्यंत कसे दिवस काढले, हे तो सांगत असताना माझ्या मनावर एक प्रचंड दडपण आलं. ते एक संकटच वाटत होतं. त्यानंतर मी मामाला विचारलं,

'तू हे सगळं मला का सांगतोयस्? मी कोण आहे? माझ्याबद्दल तर तुला काहीच माहिती नाही. आपण इथं भेटलो, म्हणून ठीक आहे. बाहेर कुठं भेटलो असतो अगदी अचानक, तरी तू मला ओळखलंसुद्धा नसतंस. हे ठीक आहे की, आपली भाषा एक आहे. कपड्यांमध्ये सुद्धा साम्य आहे. हे ठीक...'

त्यानं माझ्याकडं मग बराच वेळ बघितलं अन् तो म्हणाला,

'माझ्या मुली, माझ्या रक्ताचं जे नातं आहे, त्या नात्यांशी मी पहिल्यांदाचं बोलतोय्.'

हे ऐकून मला थोडा धक्काच बसला. मला त्याचं बोलणं तितकंसं आवडलं नाही, मग मी म्हणाले,

'तुझ्या घरातली माणसं तुझ्या रक्ताची आहेत. मी नव्हे.'

तसा तो म्हणाला,

'ना. त्या लोकांना मी परका आहे. मला वाटतं, तू मला समजून घ्यावं. तुला काही माहिती घ्यायचीय्, म्हणूनच तू इथं आलीस. – आम्हांला सगळं सांग. हे जर काही घडलं नसतं, तर तू आली नसतीस. तू हा विषय निवडलास, तू आलीस, असं समजू या की, तू माझ्या डोक्यावरचं ओझं हलकं करण्यासाठी आलीस.'

राणामामाचं बोलणं मला थोडं पटलं. आणि नंतर मला वाटू लागलं की, केवळ फाळणीमुळं आतून-बाहेरून उद्ध्वस्त झालेली अशी कितीतरी माणसं असतील. हे सगळं मला आत्ता समजतंय्. अशी किती तरी माणसं अबोलपणे, सगळं मनात साठवून शांतपणे जगत असतील. अशी कितीतरी माणसं असतील की, ज्यांनी आपलं मूक दुःख, मनोगत दुसऱ्याला मनमोकळं सांगितलं नसेल; आणि आम्ही तरी काय केलं? शाळेमध्ये भारताचा आधुनिक इतिहास शिकलो एवढंच, पण या देशाची फाळणी झाली आहे, स्वातंत्र्य आणि फाळणी एकदम जन्माला आलेल्या दोन उलट-सुलट घटना; फाळणीची दुसरीही अशी वेगळी बाजू आहे, हे आम्हांला कुठं माहीत आहे? इतिहासकारांनी या भयानक घटनांची नोंद का घेतली नाही? का या संहारक, भीषण घटनेला कुठल्याच पुस्तकात जागा नव्हती?

मी पाकिस्तानातून भारतात परत आले, तेव्हा मी या दुसऱ्या हद्दीत राहणाऱ्या नातेवाइकांसाठी भेट म्हणून पाठवलेल्या वस्तू, पत्रं, आणखीही कित्येक गोष्टी आणल्या होत्या. राणा कुटुंबातील प्रत्येकानं काही ना काही पाठवलं होतं. राणामामानं तर आपल्या बहिणींसाठी एक सविस्तर असं पत्र पाठवलं होतं. (राणामामाला एक भाऊ पण होता. तो वारला.) मी पत्र दाखवलं, तेव्हा सुरुवातीला आई अगदी संतापलीच. तिच्या मनात राणाविषयी फारच कडवटपणा भरला होता. तेव्हा तिची समजूत घालणं कठीणच गेलं. मी आले, त्याच दिवशी आईच्या पाचही बहिणी आमच्या घरी आल्या होत्या. त्या अगदी एका ओळीत बसल्या. त्यांच्या मनांत मामूच्या पत्राबद्दल जिज्ञासा होतीच. पण त्याच्याविषयी तेवढाच रागसुद्धा होता. नंतर एकेक जणीनं ते पत्र घेतलं आणि वाचलं. मग एकेक आठवणी निघाल्या. मोठ्यानं हसणं सुरू झालं. आणि मला त्या म्हणाल्या, 'आम्हांला सांग' सर्वांनी आग्रह केला. 'आपलं ते घर कसं दिसतंय्? गोवा ते अंगणातलं जुनं पेरूचं झाड तसंच आहे का? त्या चॉपर खेळाचं काय झालं? घराच्या मागच्या भागात कोण राहतंय्?' असे अनेक प्रश्न विचारले. मी त्या प्रश्नांची उत्तरं जमतील तशी दिली. कोणत्या खोलीत कोण राहतंय् आणि घर कसं बदललंय्, हे मी कसं सांगणार? कारण ते जुनं घर मी कधीही बघितलं नव्हतं.

मामाचं पत्र पुन्हा पुन्हा वाचलं गेलं. ते पत्र पुन्हा पुन्हा वाचणं, पत्राचा वास घेणं, हसणं, रडणं हे सगळे प्रकार झाले. नंतर माझ्या आईनं आणि तिच्या बहिणींनी मग पाकिस्तानातील लोकांशी संबंध पुन्हा जोडले. मामाकडून नंतर नेहमीच प्रसंगानुरूप पत्रव्यवहार सुरू झाला. नंतर मी सुद्धा अनेक वेळा पाकिस्तानात गेले. मामाला भेटत राहिले. एकदा त्यानं माझ्या आईला पत्र लिहिलं.

'मला असं वाटतं, की उर्वशीला इथं एका पिंजऱ्यात घालूनच ठेवावं!'

मग आई मला म्हणाली की, तुझ्यामुळं मामाच्या आयुष्यात खूप बदल झालाय्. खरंच मामानं मला अशी वागणूक दिली की, मला आता माघार घेऊन चालणार नव्हतं, सगळे संबंधच सुरळीत झाले होते. तरीपण जुने राग-लोभ थोडे राहिलेच. कित्येक अशा सुप्त गोष्टी आहेत, की त्यांची चर्चा करणं शक्य नाही.

एकदा मी पाकिस्तानात जायला निघाले तेव्हा आई मला म्हणाली,

'मामाला विचार की, तू माझ्या आईला जाळलंस, का पुरलंस?'

तिच्या या बोलण्यानं मला सखेद आश्चर्य वाटलं.

'तुझ्या आईनं कधी धर्माला फारसं महत्त्व दिलं नाही. ती नास्तिकही नव्हती. तिनं मनाचा तोल टिकवून ठेवला होता. तुला आता कशी काय आठवण झाली?' मी तिला विचारलं तेव्हा ती म्हणाली,

'ते त्यालाच विचार.'

ती अगदी कळकळीनं बोलली. आईच्या म्हणण्याप्रमाणे मी त्याला विचारलं, तेव्हा त्यानं मला आजीविषयी सांगितलं.

'आजी या देशात आपलं मूळ हिंदू नाव तसंच ठेवून राहिली कशी?' माझा प्रश्न.

'मला तिचा धर्म बदलावा लागला. इथले लोक तिला आयेशाबीबी म्हणूनच ओळखत होते.' तो म्हणाला, 'आईचं मी दफन केलं.'

माझी आजी त्या मूक शांततेत, अंधुकशा वातावरणात फाळणीनंतर नऊ वर्षं राहिली कशी? तिच्या मुली जवळ नाहीत, त्या कुठं असतील, याचं तिला काहीच कसं वाटलं नाही? आपल्याला सगळ्या नातेवाइकांनी, मुलींनी सोडून दिलंय्, असंच ती समजली असेल का? फाळणी झाली, त्यानंतर व आधी बऱ्याच घटना घडल्या आहेत, याची काहीच माहिती तिला समजली नसेल? नावाप्रमाणे खरोखरच ती दयावन्ती होती. नशीबवान. इतकं मोठं कुटुंब असलेली एक भाग्यवान आजी. तिची नऊ मुलं. (सहा मुली आणि तीन मुलं) आणि तिचे पती. ज्यांचा भरभराटीला आलेला वैद्यकीय व्यवसाय. डॉक्टर. तेव्हा आजी नक्कीच नशीबवान, सुखी होती. तिच्याही आयुष्यात एक फार मोठी दुःखद घटना घडली. तिचा मोठा मुलगा, विक्रम, हा अपघातात गेला. विमानोड्डाणाचा सराव करत असता विमानाला अपघात झाला आणि त्यातच तो गेला. ते तिचं फार मोठं दुःख होतं. ती विसरत नव्हती. स्वयंपाक-पाणी आणि घरच्या लोकांची देखभाल एवढाच काय तो तिचा विरंगुळा होता. नंतर दुसरी आपत्ती ओढवली. तिचे पती आजारी पडले आणि त्यातच गेले. तोही आधार गेला. ती पुन्हा अंतर्मुख झाली. अर्थातच जेव्हा फाळणीची वेळ आली, तेव्हा तिला आजूबाजूला काय घडतंय् हेच समजलं नसेल. मग असं वाटतं की,

तिचं जे स्वत:चं, आत्मिक जग होतं, त्यातच ती रमली असेल. तोच तिचा विरंगुळा झाला असेल. अर्थातच, तिच्या वाट्याला फाळणी नंतर जे आयुष्य आलं असेल, त्याविषयी तिला काय वाटत होतं, तिच्या काय भावना होत्या, हे तिला कुणी विचारलं असेल असं मला वाटत नाही. माझी आई तिला नेहमीच 'कट्टर हिंदू' म्हणायची. म्हणजे ती काही अगदी जहाल हिंदू नव्हती. ती एक तेजस्वी ज्योत होती. तिचा धर्मावर विश्वास होता. ती उपासतापास करायची व आत्मिक समाधान मिळवायची. तरी सुद्धा तिचं नशीब पुढं कसं फिरलं; तर एका रात्रीत फाळणीच्या अनेक घटना घडल्या. तिचे दिवस फिरले. जप-तप-पूजा याचं तिला मिळालेलं हे फलित! मला उगीचंच वाटतं की, खरोखरच तिला शेवटी शेवटी काय वाटलं असेल? ती जास्तच विरक्तीकडं वळली असेल का? तिचं शांत चित, स्वच्छ मन... मग शेवटी तिला असा का अनुभव आला? फाळणीनंतर नऊ वर्षांत तिच्याबरोबर होतं कोण? तर दयावन्तीचं जगणं आणि तिचा शेवटी झालेला करुण अंत याविषयी इतिहास काही नोंद घेईल का? किंवा हे असं का घडलं, याचं स्पष्टीकरण तरी करील का?

फाळणीचा परिणाम काय झाला, तर एक कोटी वीस लाख लोकांनी स्थलांतर केलं. घरंदारं सोडली. जवळ जवळ दहा लाख लोक प्राणास मुकले. पंच्याहत्तर हजार स्त्रियांचं अपहरण झालं, त्यांच्यावर बलात्कार झाले. कित्येक स्त्रिया परधर्मीयांकडून गर्भार राहिल्या. हजारो कुटुंबांची ताटातूट झाली, घरंदारं जाळण्यात आली. खेडी ओस पडली. उत्तरेकडील, मोकळ्या, सुंदर जागा मग निर्वासितांच्या छावण्या झाल्या. केंद्रं झाली. परंतु आता पन्नास वर्षांनंतरही तिथं कुठं फाळणीचं स्मारक नाही, किंवा स्मृतिकेंद्र नाही. काही नाही. त्याशिवाय काही कुटुंबांनी, विशिष्ट समाजानं ज्या काही आठवणी जपलेल्या होत्या, त्याही आता हळूहळू पुसट होत चालल्या आहेत. ज्या वेळी मी फाळणीसंबंधी माहिती गोळा करायला लागले, त्या वेळी फारच चमत्कारिक, मन सुन्न करणाऱ्या बातम्या ऐकल्या, त्याआधी ही ऐकत आले होते. त्या म्हणजे दोन्ही सरहद्दींजवळील खेड्यांत शेकडो महिलांनी विहिरीत उड्या टाकल्या किंवा त्यांच्यावर उड्या टाकून प्राणार्पण करण्याची सक्ती केली गेली. कारण त्यांना पळवून नेण्याची, त्यांच्यावर बलात्कार होण्याची, त्यांचं सक्तीनं धर्मांतर होण्याची भीती होती. हे मला थोडं विचित्रच वाटलं होतं. धर्माची एवढी जरब का होती की त्या भीतीनं लोकांनी, त्यांतल्या त्यांत महिलांनी स्वत:चं बलिदान करावं? मग मी बीर बहादूरसिंगच्या आईला म्हणजे बसंत कौरला भेटले. साठीतली उंचीपुरी, सरळ बांध्याची ती बाई त्या वेळी खेड्यात राहत होती. खेडं होतं– थोहा खालसा, साल होतं १९४७. त्याच वेळी महिलांनी विहिरीत उड्या टाकून प्राणार्पण करण्याचा निर्णय घेतला. त्या वेळी नव्वदपेक्षा जास्त महिलांनी मुसलमानांच्या

भीतीनं विहिरीत उड्या टाकल्या आणि हा प्रकार त्या बसंत कौरनं प्रत्यक्ष पाहिला आहे. तिनं सुद्धा उडी टाकली होती. परंतु विहिरीत उडी घेतलेल्या सगळ्याच महिला बुडतील, इतकं पाणी नव्हतं. त्यामुळं ती जिवंत राहिली. ती म्हणाली,

'त्याचं असं आहे, की आपण जर तंदूरमध्ये बऱ्याचशा रोट्या टाकल्या, तर सगळ्याच काही भाजल्या जाणार नाहीत. सगळ्यांत वर असणाऱ्या तशाच राहतील. तसंच झालं. आम्ही उड्या टाकल्या, पण तशाच जिवंत राहिलो. नंतर आम्हांला विहिरीबाहेर काढण्यात आलं, हा भाग वेगळा. ज्या विहिरीत खोल बुडाल्या, त्या गेल्या. आम्ही जिवंत राहिलो.'

आणि तिचा मुलगा बीर बहादूरसिंग यानं तर प्रत्यक्ष आपल्या बहिणीला, स्वतःच्या बापानं ठार मारताना बघितलं. आपल्यासमोर आपल्या बहिणीची प्रत्यक्ष जन्मदात्यानं केलेल्या हत्येचा तो साक्षीदार होता. आणि तो मोठ्या अभिमानानं सांगत होता, की आपली बहीण धीट होती. तिनं हौतात्म पत्करलं. इतर शीखधर्मीय हुतात्मांच्या मालिकेत ती जाऊन बसली. त्याच्या आवाजात प्रौढी होती. 'हृदयाची विभागणी' या चित्रपटाच्या निमित्तानं अमृतसरमध्ये मी मंगलसिंग नावाच्या म्हाताऱ्या माणसाला जाऊन भेटले. आणि आपल्याच कुटुंबातील माणसांना कुटुंब प्रमुखानं कसं मारलं, याची माहिती मला मिळाली. आणि मला धोक्याचीच सूचना मिळाली. यापुढं विचित्र बातम्या ऐकाव्या लागतील, हे मला समजलं. मंगलसिंगनं सांगितलं की,

'मी आणि माझ्या दोघा भावांनी मिळून घरातल्यांना मारण्याचा निर्णय घेतला.' त्याच्या घरातील सतराजण हुतात्मे झाले, असं तो म्हणाला. 'आम्हाला ते कृत्य नाइलाजानं करावं लागलं, असं तो म्हणाला, 'तसं केलं नसतं, तर त्या सर्वांना सक्तीनं धर्मांतर करावं लागलं असतं. आणि आपलं ते कर्तव्य पार पाडून मंगलसिंग अमृतसरमध्ये स्थायिक झाला. त्यानं आपल्या नव्या आयुष्याला अमृतसरमध्ये सुरुवात केली. मी ज्या वेळी त्याला भेटले, त्या वेळी तिघां भावांपैकी तो एकटाच राहिला होता. त्याचं कुटुंब हे नवं होतं. बायको, मुलं, नातवंडं. त्या सगळ्यांनी मंगलसिंगची सर्व हकीकत ऐकली होती. पण त्यांनी मनात काहीच ठेवलं नव्हतं.

'या सगळ्या गोष्टी तू कशासाठी माहीत करून घेतेय्स?' त्यानं मला विचारलं, 'याचा आता उपयोग काय?'

मी त्याला सांगितलं की, तुम्ही तुमचं दुःख, झालेलं अपरिमित नुकसान कसं सहन केलंत, या गोष्टी मला समजून घ्यायच्या आहेत. तेव्हा तो म्हणाला,

'माणसाची जी भूक असते, तिच्याबरोबर दुःख, यातना हे सगळं काही विसरावं लागतं. ते विसरलं जातं. तुझ्या हे लक्षात आलं का? जर तुमच्याजवळ काहीच शिल्लक नसेल, तुम्ही विरक्त झाला असाल, तर दुःख होण्याचं काही कारणच नाही.'

ही सगळी हकीकत तुला कशासाठी पाहिजे आहे? मी ज्यांच्याकडं मुलाखत घेण्यासाठी म्हणून गेले किंवा ज्यांना मी माझं फाळणीसंबंधीचं लेखन दाखवलं किंवा कुणाला दाखवण्यासाठी मी गेले, त्या सगळ्यांनी मला हाच प्रश्न विचारला की, तू हे कशासाठी करते आहेस? या संशोधनाचा उपयोग काय? फाळणीवरच्या संशोधनाला सुरुवात करण्याआधी मी माझी कागदपत्रं अभ्यासू विद्यार्थ्यांच्या परिषदेत दोन-तीन वेळा तरी वाचून दाखवली होती. त्यांतील मला जे प्रश्न अवघड वाटत होते, तेच प्रश्न मी इतरांनाही वाचून दाखवले. त्यामध्ये माझा उद्देश एवढाच होता की इतरांनाही माझ्या या मोहिमेत सहभागी करून घ्यायचं होतं, कारण मला माझ्या इतिहासाचं लेखन पारंपरिक पद्धतीनुसार करायचं नव्हतं. कारण फाळणीची जी वेदना, लोकांनी भोगलेल्या जबरदस्त यातना धोपटमार्गी लेखन पद्धतीत सांगणं शक्यच नव्हतं. आणि दुसरं म्हणजे, हे काम करत असताना अनेकांचे बरे-वाईट अनुभव एकत्र करून त्या अनुभवांना शब्दरूप द्यायचं काम सोपं नव्हतं. भारताच्या जडण-घडणीत या लोकांचा व इतर अनेकांचा कोणता वाटा होता, याची आम्हांला काहीच माहिती नाही. आणि ज्यांनी फाळणीमध्ये हालअपेष्टा, यातना भोगल्या, त्यांना हे नक्कीच माहीत नसणार, की त्यांचे सारे अनुभव, दु:ख, यातना लोकांसमोर शब्दरूपात मांडताना, म्हणजेच दु:ख, यातनांची चिरफाड करताना (लेखणीनं) इतिहासकार व्यथित होणार आहेत का? फाळणीची कहाणी सर्वांचीच होती. फाळणीनं अनेकांना ग्रासलं होतं. अनेक होरपळून निघाले होते. आमच्यासारखी अनेक कुटुंबं फाळणीत निर्वासित झाली होती... माझं काम सुरू करण्याआधी काही काळ निघून जाणारच होता. मी ज्या कथा, वेदना, हकीकती ऐकते आहे, पुढेही ऐकणार आहे, त्याचा अर्थ कसा लावायचा? त्याचा सारांश काय? मला एक मात्र कळून चुकलं होतं, की आपण इतिहासकार झाल्याशिवाय फाळणीच्या घटनांकडं नि:शंकपणे पाहू शकणार नाही. माझ्या मनात अनेक शंका-कुशंका थैमान घालत होत्या. मी सध्या जे काही फाळणी संदर्भात ऐकते आहे, कुणाच्या तोंडून कथा, हकीकती वगैरे त्यांवर किती विश्वास ठेवायचा, खरोखरच त्यावर विसंबून राहावं का? इतकी वर्षं लोटल्यानंतर सुद्धा तेव्हाच्या गोष्टींवर, मौखिक माहितीवर कसा विश्वास ठेवावा? आणि अनेक लोकांनी मला जे आपले अनुभव सांगितले, अगदी निवडक माहिती सांगितली ती आणि तशीच माहिती त्या लोकांनी इतरांनाही सांगितली असणार. म्हणजे त्यांची दु:खं ऐकणारी मी काही पहिलीच लेखिका नसणार. मला याची पूर्ण कल्पना आहे की, मी एक पंजाबी कदाचित अर्धी शीख बाई आहे. तेव्हा लोकांनी मी विचारलेल्या प्रश्नांना जसा प्रतिसाद दिला, तसंच मी त्याचं शब्दांकन केलं. म्हणजे जसं कथन, तसंच शब्दांकन.

फाळणीतील लोकांच्या आठवणींना, पूर्वस्मृतींना मी आणखी किती महत्त्व द्यायला पाहिजे होतं? मी घेतलेल्या मुलाखतींमधून दरवेळी मी अनुभवलं काय, तर त्या लोकांमधली जातीय भावना, कडवटपणा, संताप हेच. आणि त्यांच्या तोंडून या हकीकती ऐकताना मला भीतीच वाटत होती. आणि हे सर्व कथारूपी साहित्य जमा करून मी काय करायला पाहिजे होतं? आता या मधील खरेपण शोधून लोकांपुढं ठेवायला, पर्यायानं जबाबदारी घ्यायला मी कुणी इतिहासकार तरी असायला पाहिजे होते. एक निधर्मी भारतीय असल्यामुळंच मी कोणत्या गोष्टी प्रसिद्ध केल्या पाहिजेत आणि कोणत्या नाही, याची काळजी मी घेतली पाहिजे? या आणि अनेक अशा प्रश्नांनी माझा सतत पाठपुरावा केला होता. मी ज्या काही मुलाखती घेतल्या होत्या, त्या एकतर्फीच असतील, म्हणजे सांगणाऱ्यांनी नाण्याची एकच बाजू मांडली असेल, तर त्या प्रसिद्ध करणं योग्य होईल का? म्हणजे जे साहित्य मी जमवलं आहे, ते उसनंच आहे. आणि याची पहिली किंवा दुसरीच बाजू फक्त प्रसिद्ध करणं म्हणजे त्या साहित्याचा दुरुपयोगच करणं नव्हे का? आजपर्यंत तरी हा प्रश्न मी सोडवू शकलेले नाही. खरं तर, मला प्रामाणिक राहणं आवश्यक होतं आणि म्हणूनच काळजीही घेणं महत्त्वाचं होतं. तेव्हा माझी अशी द्विधा अवस्था झाली होती. आणि मी ज्यांच्याकडं गेले, त्या लोकांनी मला प्रत्येक वेळेला प्रश्न विचारला की तू हे कशासाठी आणि का करतेय्स? हा प्रश्न वेगळ्याच कारणानं मला महत्त्वाचा होता :– ज्या भूमिकेतून आमच्या या दोन देशांमध्ये सीमारेषा आखली होती, ती कारणं लक्षात घेता, मला पाकिस्तानात जाऊन प्रत्येक गोष्टीची शहानिशा करणं जवळ जवळ अशक्यच झालं होतं. मुलाखती घेणं दूरापास्त झालं होतं. त्यामुळं झालं काय, तर माझं जे काम होतं, ते अर्धवट म्हणजे एकतर्फीच झालं होतं आणि मला माहीत होतं, की हे काही खरं नाही. मला काय करावं, हेच कळत नव्हतं. मी घेतलेलं काम सोडून द्यायला पाहिजे होतं का? प्रश्न सोपा नव्हता. उत्तरही सोपं नव्हतं. शेवटी मी ठरवलं, की आपण करतोय्, हे काम जर खरोखरच चांगलं आहे, असं वाटत असेल, तर मी हे काम, कार्य पुढं चालू ठेवायला हवं. सोडून चालणार नाही.

निदान सुरुवातीची काही वर्षं तरी भारत-पाकिस्तान सीमेवरचे निर्बंध फार जाचक नव्हते. जाणं-येणं सहज शक्य झालं होतं. त्याचा चांगला परिणाम म्हणजे मी पाकिस्तानात अनेक वेळा जाऊ शकले व राणामामाशी नातं दृढ करू शकले. आपापसांतील संबंध वाढवू शकले. एकदा राणामामाच्या दुसऱ्या मुलीचं लग्न होतं त्या वेळी मी माझ्या आईला व तिच्या थोरल्या बहिणीला घेऊन पाकिस्तानात मामाकडं गेले होते. आम्ही लग्नाला जायचा बेत ठरवला, तेव्हा आमची उत्सुकता वाढली होती. कारण आम्हांला कुठं तरी परक्या, अनोळखी ठिकाणी आपण जाणार

आहोत, असं वाटत होतं. त्या दोघींना कल्पना नव्हती, की त्यांचा भाऊ त्यांच्याकडं कोणत्या भावनेनं बघेल. राणामामाची तेव्हा प्रतिक्रिया काय होईल? त्यांचं घर त्यांना कसं वाटेल? आणि त्यांचं आवडतं शहर, लाहोर त्या दोघींचं स्वागत कसं करील?... विमानतळावर राणामामा त्याच्या दोघी बहिणींना घेऊन जाण्यासाठी आला होता. एकेचाळीस वर्षांपूर्वी माझ्या आईनं आणि मावशीनं राणामामाला बघितलं होतं. त्या वेळी तो वीस वर्षांचा तरुण होता. सडपातळ, उंच आणि तरतरीत. आणि आता जो माणूस त्यांना भेटला, तो साठीतला, टक्कल पडलेला, आहेत ते केस पांढरे झालेला होता. त्यानं त्या वेळचा प्रसिद्ध अवामी पोशाख परिधान केला होता. घोळदार पायजमा आणि शर्ट. त्या वेळी भुट्टो तसा पोशाख करीत म्हणून तो प्रसिद्धीस आला होता. मी कल्पना करत होते, की तो बघणार काय, तर दोन पांढऱ्या केसांच्या महिला. माझी मावशी सत्तरीतली आणि माझी आई साठीतली. ही दीर्घकाळानंतर झालेली गाठभेट तशी औपचारिक नव्हती. सांगणं तसं कठीणच; कारण प्रत्येक जण स्वत:चे अश्रू आवरण्याचा प्रयत्न करत होता. आता मी एखाद्या पाहुणीसारखी, तिऱ्हाइतासारखी बाजूला उभी होते. माझी मैत्रीण लाला विमानतळावर आली होती. ती मला म्हणाली,

'त्या दोघींच्या व तुझ्या मामाच्या चेहऱ्यावरचे भाव मी कधीच विसरणार नाही. शब्दांमध्ये व्यक्त करणं ते कठीणच होतं.'

आम्ही गाडीतून घरी आलो. घरी येताना गाडीमध्ये प्रत्येकजण मोजकंच बोलत होता.

आम्ही घरी आलो. हेच ते घर– ज्या घरामध्ये माझी आई, मामा व इतर भावंडं मोठी झाली. माझ्या आईला व तिच्या बहिणीला या घराचा कोपरान् कोपरा माहीत होता. आणि आज हेच घर आणि घरातली इतर माणसं त्या दोघींना परकी वाटत होती. खरोखर अनोळखीच होती. तेव्हा या घरात त्या दोघींना मोकळेपणानं प्रवेश करणं शक्यच नव्हतं. त्या दोघींनी अगदी नम्रपणे घरात प्रवेश केला. परंतु माझ्या मामीनं दोघींचं स्वागत फार चांगलं केलं. अत्यंत प्रेमळपणे ती वागली. माझ्या मनात शंका आली. ती म्हणजे पाकिस्तानची सरहद्द सोडून गेलेल्या या दोघी (आणि मी सुद्धा) आज या लग्नघरी कशासाठी आल्या आहेत? त्या इथं काय करताहेत? ही माणसं इतर पाहुण्यांसमोर आपली पंचाईत तर करणार नाहीत? मामी व तिच्या दोन मुली आधी एक दोन दिवस जरा जपूनच वागल्या. त्या तिघी जेव्हा आमच्याशी बोलत, तेव्हा वाटत होतं, की त्या मनमोकळं बोलत नाहीत, त्यांच्या मनांवर कसला तरी ताण आहे. कुठल्या तरी दडपणाखाली त्या वावरताहेत. एक-दोन दिवस गेल्यावर मात्र त्या तिघीजणी मोकळेपणानं बोलू लागल्या. मग मात्र माझा मामा, आई, मावशी एका खोलीत बसून जुन्या आठवणींना उजाळा देऊ लागले.

कधी हसायचे. कधी त्यांना रडू यायचं. मामानं आपल्या दोघी बहिणींना सगळं घर दाखवलं. त्या जुन्या खोल्या, ते आवडतं पेरुचं जुनं झाड सारं काही डोळे भरून बघून घेतलं. अर्थातच आईवडील, नातेवाईक, घराण्याचे पूर्वज यांच्या आठवणी निघाल्या. ज्या वेळी आम्ही विमानतळावर उतरलो, त्या वेळी मी, मामा, आई आणि मावशी यांची मध्यस्थ होते. म्हणजे ओळखी होईपर्यंत (खरं तर, ओळख पटेपर्यंत) पण आता त्या तिघांना माझी जरूर भासत नव्हती. नंतर मी त्यांना सांगितलं, की मी आता माझ्या मैत्रिणीबरोबर राहते. म्हणजे लालाबरोबर. अर्थात लालाबरोबर राहताना मला थोडं अपराध्यासारखं वाटत होतं. पण तरीसुद्धा मी खुशीत राहिले. त्या तिघांची गाठ-भेट घडवून आणली यातच मला आनंद वाटत होता. आता ते तिघं मनमोकळं बोलू शकतील. म्हणजे मी नसतानासुद्धा. पण माझ्या एक लक्षात आलं नाही, की दूर गेलेलं एक कुटुंब अनेक वर्षांनी एकत्र येतं आणि लगेच एकरूप होतं, हे आश्चर्यच नाही का?

आता मामाच्या घरातल्या माणसांसंबंधी सांगायचं झालं तर, लग्नकार्यासाठी म्हणून दोघी बहिणी इथं येणं हे साहजिक होतं. शेवटी ते नातं रक्ताचंच होतं. आणि मुसलमान कुटुंबात हिंदूंना राहता येणार नाही, असा कायदा थोडाच होता? आणि समजा, तसा कायदा असताच, तर? आणि समजा, लग्नकार्यात हिंदूंनी त्या कुटुंबात काही अडचणी निर्माण केल्या, तर काय? म्हणजे आपल्या जमीन-जुमल्यावर हक्क सांगण्यासाठीच हिंदू लोक इथं आले असते तर काय? आता दुसरी एक अडचण म्हणजे, माझी आई आणि मावशी या दोघी म्हाताऱ्या झालेल्या. वयानुसार आणि रीति रिवाजांनुसार त्या दोघींचा आदर ठेवायला पाहिजे. याचा अर्थच असा की, त्या दोघींना लग्नकार्यात वेगळी जागा करून दिली पाहिजे. त्यांना सन्मानानं वागवलं पाहिजे. आणि याची चाहूल मला लागली होती. एक अनाकलनीय स्तब्धता मला घरात जाणवू लागली. या बाबतीत दुरावा वाढत गेला. जी सीमा ओलांडून आम्ही इथं आलो, ती सीमा कशी सहजपणे आखली गेली, याची जाणीव मला झाली.

मी काही वर्षं तरी राणामामाकडं जाणं-येणं चालू ठेवलं होतं. पत्रव्यवहार चालू ठेवला होता. मला काहीतरी करून राणामामाला पुन्हा भेटण्यासाठी जायचं होतं. म्हणून मी ही पूर्वतयारी करत होते. पण ते तेवढं सोपं नव्हतं. आमचा पत्रव्यवहार चालू होता, त्या वेळी पाकिस्तानी पोलिसांनी मामावर नजर ठेवली होती. तेव्हा मामाला काळजी वाटू लागली. मग त्यानं आम्हांला पत्र पाठवणंच बंद करून टाकलं. परंतु माझ्या आईनं काही दिवस तरी राणामामाला पत्रं पाठवणं, भेटी पाठवणं चालूच ठेवलं होतं. त्यानंतर मी सुद्धा माझ्या मित्रांबरोबर राणामामाला अनेक वेळा निरोप पाठवले, पत्रं पाठवली. एक दिवस मामानं माझ्या मित्रांबरोबर

उलट निरोप पाठवला. 'माझ्याशी तू शक्य तो संपर्क ठेवू नकोस. त्याचे परिणाम वाईट होतील. माझ्यापुढं अनेक अडचणी निर्माण होतील.' हा निरोप अधिकृत होता. घरातल्या लोकांनी सुद्धा निदान तुम्ही आपल्या मुलाबाळांसाठी तरी भारतातील तुमच्या नातेवाइकांशी संबंध ठेवू नका. पत्रव्यवहार करू नका, म्हणून मामावर दडपण आणलं होतं. आणि नंतर परिस्थिती अशी आली की, कोणत्याही परिस्थितीत एका देशातून दुसऱ्या देशात जाणं-येणं फार कठीण होऊन बसलं. राणाची भेटगाठ होऊन आता बरीच वर्षं झाली होती. त्याचं काय झालं, तो आहे, का नाही, याची मला काहीच माहिती मिळाली नाही. पण तसं काही झालं नसेल. तो जिवंत असावा आणि त्यानं खुशालीत जगावं, असंच मला वाटत होतं. पण ज्या अर्थी त्याच्याबद्दल कुणी बरी-वाईट बातमी सांगितली नाही, त्या अर्थी तो अजून जिवंत असणार आणि काही घडलं, तर कुणीतरी आपल्याला बातमी सांगणारच. तो नक्कीच सुखरूप असेल. त्यानं तसंच राहावं. मी माझ्या मनाची समजूत करून घेत होते. पण माझा आशावाद मलाच भ्रामक वाटू लागला. मला आठवतं, की आईच्या सांगण्याप्रमाणे मी मामाला तेव्हा विचारलं होतं की, 'तू आजीचं दहन केलंस का दफन केलंस? तू जे काही केलं असेल, त्याप्रमाणे तू मला तिकडं घेऊन चल. म्हणजे स्मशानात किंवा कबरस्तानात. मला ती जागा बघायचीयू.' मला आठवतं, संध्याकाळच्या वेळी आम्ही दोघे बोलत होतो. बाहेर बघता-बघता मी त्याला हा प्रश्न विचारला होता. तेव्हा जमिनीवरची धूळ पायानं झटकत तो म्हणाला,

'नाही, मुली, तशी म्हणजे, मी तुझ्या आजीचं काय केलं आहे, हे सांगण्याची माझ्या मनाची तयारी अजून तरी झाली नाही.'

१४ ऑगस्ट, १९९६ रोजी जवळ जवळ शंभर भारतीय नागरिकांनी भारत-पाकिस्तान सरहद्दीवर असलेल्या पंजाबमधील 'वाघा' या गावाला भेट दिली. या नागरिकांच्या मनांत बरेच दिवसापासून येतं होतं, की 'वाघा' जवळ जावं. आपल्या मनातील सद्भावना पाकिस्तानी हद्दीतील नागरिकांपाशी व्यक्त कराव्यात. दोन्ही देश मनानं एकच आहेत. फक्त मध्ये एक रेषा आहे, एवढंच. म्हणजे अतिशय उदात्त हेतूनं हे लोक पंजाबमध्ये गेले होते.

भारतीयांनी आणि पाकिस्तानी लोकांनी सरहद्दीवर दोन्ही बाजूला समान संख्येनं उभं राहावं आणि शांततेसाठी गाणी म्हणावीत. भारतीयांची अशी कल्पना होती की, सरहद्दीवरची चौकी ही प्रतीकात्म असावी आणि तिथून दोन्ही बाजूंच्या नागरिकांना आपल्या दुसऱ्या विभागाचं दर्शन घेता यावं. परंतु त्या सर्वांची निराशाच झाली आणि त्यांना परत यावं लागलं. कारण भारत-पाकिस्तानमधील सरहद्द ही फारच अडचणीची होती. सरहद्द ओलंडणं एवढं सोपं नव्हतं.

भारतीय हद्दीत एक कमान होती. त्या कमानीवर विजेच्या निळसर प्रकाशात अक्षरं झळकत होती. 'मेरा भारत महान!' आणि पाकिस्तानी हद्दीत तशाच कमानीवर लाल अक्षरे झळकत होती. 'पाकिस्तान झिंदाबाद!' दीर्घायुषी पाकिस्तान. या ठिकाणी लोक सहलीसाठी येतात; खातात, पितात आणि मजा करतात. रोज संध्याकाळी इथे धार्मिक विधी चालतात. कशासाठी, तर पुन्हा विपरीत काही घडू नये, म्हणून. दोन्ही देशांनी एकमेकांच्या कुरापती काढून एकमेकांवर हल्ले करण्याचं, अतिक्रमण करण्याचं सोडून द्यावं व शांतता नांदावी, यांसाठी. दररोज झेंडे खाली घेतले जातात, दोन्ही बाजूंचे सुरक्षा सैनिक खाडखाड करत एकमेकांसमोर येतात आणि मोठ्या तडफेनं पुन्हा मागं वळून आपापल्या जागी जातात. हा संध्याकाळचा विधी इतक्या अचूकपणे रोज केला जातो, तेव्हा मनात येत, की या दोन्ही बाजूंच्या सुरक्षा सैनिकांना आपापले भेद, वेगळेपण, सीमारेषा यांचं संरक्षण करताना किती प्रयास पडत असतील, किती कसरत करावी लागत असेल. दिवसा-उजेडी लोक सीमारेषेजवळ येतात, त्या वेळी तिथं जे हमाल असतात, त्यांच्या गणवेशांचे रंग निळे आणि तांबडे असतात. हेतू हाच, की हा आमचा आणि हा त्यांचा हमाल हे ओळखता यावं, फरक लक्षात यावा! दोन्ही बाजूंचे हमाल बारा इंची रुंद अशा सीमारेषेवर येतात. जड बॅगा वगैरे सामान एकमेकांकडं सुपूर्द करतात. सामान पोहोचतं करताना दोन्ही बाजूंच्या हमालांची डोकी एकमेकांजवळ येतील. पण पाऊल मात्र एक रेषेच्या आत आणि दुसरं बाहेर असतं. फाळणीचं दुःख, यातना, हिंसाचार वगैरेंच्या आठवणी सरहद्दीवर काढल्या जात नाहीत. किंवा इतर कुठंही म्हणजे भारत, पाकिस्तान, बांगला देशात जाहीरपणे याची वाच्यता होत नाही. फाळणीत दहा लाख लोक तरी मेले असतील; पण त्यांचं स्मारक कुठंच झालं नाही. लोकांच्या जवळ फाळणीच्या संदर्भात ज्या आठवणी, (दुःखद घटना) आहेत, त्या क्वचितच घराबाहेर सांगितल्या जातात. आपला धर्म, जात-पात सोडून इतर कुणाजवळ या हकीकती सांगितल्या जात नाहीत. अशा आठवणी, अनुभव फक्त आपल्या हाडा-मांसाच्या नातेवाइकांनाच, जातीतल्या लोकांनाच सांगितल्या जातात.

भाग २

सुभद्रा बुटालिया

'एकाच आईबापाची, एकाच रक्ताची मुलं...'

सुभद्रा बुटालिया ही माझी आई. मी राणामामाला भेटून आल्यानंतर आणि माझ्या आईलाही तिच्या माहेरी नेऊन आणल्यानंतर (म्हणजेच लाहोरला जाऊन आल्यानंतर) आम्ही राणामामा व फाळणीच्या संदर्भात थोडं-बहुत बोलू लागलो. मला नंतर समजलं, की आपण फाळणीविषयी, लाहोरविषयी जुन्या घराविषयी, आजी-आजोबांविषयी जे काही सतत ऐकत होतो, त्यापैकी फार थोड्या गोष्टी आमच्या लक्षात राहिल्या होत्या. माझ्या मामानं पत्रं लिहायला सुरुवात केली आणि माझी आई पुन्हा लाहोरला गेली. तेव्हा माझ्या मनाला उत्सुकता लागून राहिली, ती म्हणजे लाहोरला गेल्यानंतर आपल्या भावाला बघून माझ्या आईला काय वाटलं असेल? लाहोरला जाण्याची मलाच जर इतकी ओढ लागली होती, तर तिच्या मनाची अवस्था काय झाली असेल? नंतर काही वर्षं तरी मी तिला, हळूहळू का होईना, पण बोलतं करीत होते. शेवटी तिचे जे अनुभव होते, ते सांगायला मी तिला प्रवृत्त केलं. आणि पुन्हा मी माझ्या मनाच्या द्विधा अवस्थेत विचार करू लागले. पुन्हा विरोधाभास, शंका-कुशंका... माझ्या आई-वडिलांच्या पिढीतील लोक फाळणीविषयीच्या गोष्टी, आठवणी नेहमीच सांगत असतात. त्यांच्या मनांत खूप काही साठलेलं असतं. त्यांच्या आयुष्याबद्दल, गतकाळाबद्दल त्यांच्याकडून बरंच काही ऐकायला मिळतं. परंतु तुम्ही जर त्यांच्या मुलाखती घ्यायला गेलात, तर अशी माणसं काहीच सांगायला तयार नसतात. मी या गोष्टीवर खूप चिंतन केलं. शेवटी मी त्याच्यातून माझं अनुमान काढलं, की अशी माणसं त्यांच्या मनांत बरंच काही सांगायच असलं, तरी अशी माणसं अनुभव सांगताना फार सावध, चिंताग्रस्त असतात. कारण स्वत:च ती माणसं अनुभवात गुरफटलेली, गुंतलेली असतात. त्यातलं सत्य पडताळून बघतात. म्हणून ही माणसं सहसा मुलाखत द्यायला तयार नसतात. पण एकजात असं अनुमान काढता येत नाही. माझ्या आईबद्दलच सांगायचं झालं, तर तिची हृदयातली जखम, आघात इतके खोलवर होते की, त्यांविषयी काही बोलणं कठीणच! आणि मी तर तिची मुलगी; म्हणून तर फारच कठीण! कदाचित तिथं एखादा अनोळखी माणूस यशस्वी झाला असता. पण मी अयशस्वी झाले. एका मुद्द्यावर बोलायचं झालं, तर म्हणजे मी तिला विचारलं होतं की

'तू तुझ्या आईला लाहोरमध्येच नाइलाजास्तव सोडून इकडं आलीस, त्या वेळी तुला काय वाटलं?' तेव्हा ती म्हणाली की,

'आपल्या आईला सोडून येताना काय यातना होतात, हे कसं सांगता येईल?'

नंतर माझ्या लक्षात आलं, की हा प्रश्न विचारण्याआधी आपण योग्य विचार करायला पाहिजे होता. कारण मुलांना कुठं सोडून येताना आई-वडिलांना जे दुःख होतं, यातना होतात, ते सारं आपण समजू शकतो. परंतु याच्या उलट प्रकार जेव्हा घडतो, तेव्हा त्याची दखल फारशी घेतली जात नाही. फाळणीच्या ऐतिहासिक फटकाऱ्यात किती आई-वडिलांनी आपल्या मुलांचं बरंवाईट बघितलं असेल, किती मुलं अपघातानं पारखी झाली असतील, या फाळणीच्या रेषेनं कुठं परागंदा झाली असतील, हे समजायला काहीही मार्ग नाही.

मी या मुलाखतीचा अंतर्भाव माझ्या पुस्तकात करण्याचा निर्णय जाणून बुजून घेतला. त्याचं मुख्य कारण म्हणजे, राणामामाची जी हकीकत आहे, तिची दुसरी बाजू मला वाचकांसमोर ठेवता येईल. त्याशिवाय आमच्या या कुटुंबात जी नीरव शांतता पसरलेली आहे. तिच्यामागचं कारण समजून येईल. आणि मग मला पुढचा मार्ग सुकर होईल. मी ही कोंडी फोडणार आहे. यातून अनेक प्रश्न निर्माण होतील. मी ही कोंडी कशी फोडली? दुःखद, यातनामय मौनाला मोकळी वाट कुणी करून दिली? आणि नंतरची, म्हणजे मुलाखती घेऊन त्या प्रसिद्ध झाल्यानंतरची जबाबदारी कोण घेणार? आणि मौन स्वीकारलेल्या लोकांना बोलतं करणं ही सुद्धा एक जबाबदारीच नाही का? माझ्या एका मित्रानं माझ्या या मोहिमेचं वर्णन पुढील शब्दात केलं आहे.

'अनेक वर्षं शांत राहिल्यानंतर फाळणीचा शोध घेणाऱ्या एका महिलेनं आपल्या आईला बोलतं केलं. तेव्हा तिच्या आईनं फाळणीतल्या आठवणी सांगितल्या. बराच विचार केल्यानंतर तिच्या आईनं हा निर्णय घेतला. फाळणीच्या आठवणी इतक्या दुःखद, यातनामय होत्या, की तिला रात्र रात्र झोपच येत नव्हती. जी महिला फाळणीचा शोध घेत होती, ती नंतर कुठं दुसरीकडं मुलाखतीसाठी गेली असणार.'

तेव्हा जी माणसं आधी मौन पाळून होती आणि नंतर त्यांनी आपलं मन मोकळं केलं, आठवणी सांगितल्या, भावनेला वाट मोकळी करून दिली. हे एक कौतुकच! तेव्हा वर्षानुवर्षाच्या मौनानंतर एकदम मोकळेपणानं बोलणं ही गोष्ट वाटते तितकी सोपी नसते. आता जबाबदारीचाच विचार केला, तर मी अशाच लोकांना आपले अनुभव सांगण्यासाठी प्रवृत्त केलं, की जे मनमोकळं बोलू शकतील व आपण जे काही बोलणार आहोत, त्याची जबाबदारी स्वतःवर घ्यायला तयार होतील. अर्थात माझी ही मुलाखतीची पद्धत योग्य होती का नव्हती, हे मला समजत नव्हतं. आणि समजायला इतर मार्गही नव्हता. परंतु लेखनाची, मुलाखतीची माझी पद्धत सहज, सोपीच होती, असं मला वाटतं.

मी माझ्या आईची मुलाखत घेतली, त्या मुलाखतीला माझ्या दृष्टीनं आणि इतरही कारणानं फार महत्त्व होतं.

'माझा मामा माझ्या आईशी फार मोकळेपणानं बोलला, म्हणजे माझ्यापेक्षा. पाकिस्तानात वडिलोपार्जित घर होतं, म्हणून तो तिथं राहिला, हे त्यानं मान्य केलं होतं. आणि ही एक कुटुंबाची, मामाची शोकांतिकाच होती. पारंपरिक घर आणि मामा यांचे संबंध नियतीलाच मान्य नव्हते. कारण ज्या घरासाठी मामा फाळणीच्या उद्रेकातसुद्धा तिथंच राहिला, तेच घर नंतर त्याच्याभोवती एखाद्या जात्यासारखं फिरत राहिलं. मामाच्या मुलांच्या दृष्टीतून पाहिलं, तर त्या घरात राणामामाला काडीचीही किंमत नव्हती. आणि हे राणामामाच्या आधीच लक्षात यायला पाहिजे होतं. हेच ते मामानं सांभाळलेलं घर, ज्या घरानं नंतर मामाची किंमत शून्य केली. एकदा तो आईला म्हणाला होता की,

'मी या घरात परकाच आहे. मुलांना माझी काहीही किंमत वाटत नाही. मी कुणीच नाही. मला झपाटल्यासारखं झालं आहे.'

सुभद्रा बुटालिया

१९४६ साली मी नाभामध्ये सरकारी शाळेत नोकरी करत होते. शाळेची इमारत खूप मोठी होती आणि शाळेचं आवारही खूप मोठं होतं. शाळेच्या आस-पास झोपडपट्टी होती. त्या झोपडपट्टीत काही वेश्या राहत होत्या. आणि त्याच झोपड्यांमधून काही गरीब मुसलमान राहत होते. शाळेच्या आजूबाजूला मुसलमानांचीच संख्या जास्त होती. त्याच वेळी एका बाजूला लोक फाळणीबद्दल बोलत होते आणि दुसरीकडं फाळणी होणार आहे की नाही, याची चर्चा चालू होती. लोक शंका व्यक्त करत होते. त्या वेळी आमच्या हायस्कूलची मुख्याध्यापिका रणजित, माझी आई, भाऊ, बहिणी आम्ही सगळे एकत्रच राहत होतो आणि आम्ही सतत भीतीच्या छायेत वावरत होतो. कारण बातम्याच अशा चमत्कारिक पसरत होत्या की, ज्या वेळी फाळणीचा उद्रेक होईल, दंगल सुरू होईल, त्या वेळी आधी मुलींच्या शाळेवर हल्ला होईल. त्या वेळी आमच्या शाळेचा चौकीदार आणि आया हे दोघे मुसलमान होते. तरीसुद्धा आम्ही घाबरलो होतो. असा प्रसंग आलाच, तर आम्ही काय करणार आहोत या विचारानंच आम्ही हैराण झालो होतो. फाळणीची चाहूल लागली, तेव्हा आम्हांला अशा सूचना दिल्या होत्या की, आम्ही सर्वांनी शाळेच्या पटांगणातच झोपायचं. पटांगणात चारी

बाजूंना भिंतींचा आडोसा होता आणि रात्री झोपल्यानंतर काही गडबड, गोंधळ, हिंसाचार सुरू झाला, तर लगेच शाळेत पळायचं. शाळेच्या जवळ जो रस्ता होता, त्या रस्त्याच्या पलीकडे एक वेश्या राहत होती. एक दिवस काय झालं, तर सैन्यातील एका जवानाबरोबर तिचं भांडणं झालं. तेव्हा त्यानं तिला गोळ्या घालून ठार केलं. रात्रीच्या वेळी दोन गोळ्या झाडून तो पळाला नंतर त्यानं भिंतीवरून उडी मारली आणि स्वत:वर गोळ्या झाडून घेतल्या आणि आत्महत्या केली. आम्ही खरोखरच घाबरलो आणि आत पळालो. आणि माझी छोटी बहीण मुन्ना ती तर आत येण्याऐवजी पिसाटल्यासारखी बाहेरच पळाली आणि नाहीशी झाली. आम्ही तर गर्भगळीत झालो. काळजीनं जवळ जवळ वेडेच झालो. मुन्ना, मुन्ना, कुठं आहे ती? बाहेर काय गोंधळ चाललाय्, हे कुणाला माहित नव्हतं. रणजित मला बाहेर सोडायला तयार नव्हती. मी तिला सांगितलं की, मी मुलीला एकटीच कशी सोडू? परिस्थिती फार हातघाईवर आलेली. मग मुन्नाला आमचं ओरडणं ऐकू गेलं. ती सापडली आणि आम्ही तिला आत आणलं. दुसरे दिवशी सकाळी आम्हांला समजलं, की त्यात विशेष काही नव्हतं. त्या जवानानं एका बाईला ठार केलं, एवढंच. ज्या वेळी तो सैन्यात दाखल झाला आणि दूर गावी गेला, त्या वेळेपासून तो त्या बाईला पैसे पाठवत होता. जेव्हा तो परत आला, तेव्हा त्यानं त्या वेश्येला, तू माझ्याशी लग्न करशील का, म्हणून विचारलं होतं. तेव्हा ती बाई म्हणाली की, आधी बाहेर जा. तुझ्यासारखे अनेक येतात आणि माझ्या पायांवर लोळण घेतात. असाच काही प्रकार झाला. पण नंतर त्या बाईची म्हणजे वेश्येची आई रात्री बाहेर रडत बसायची. अल्ला, ती अगदी घाबरलेल्या सुरात देवाला हाक मारायची, रडायची. आम्हीही घाबरलेलोच होतो. कारण असं, की आमच्याबरोबर कोणी पुरुष माणूस नव्हतं. आम्ही सगळ्याच बायका. मनावर ताण होता तो पराकोटीचा. आणि अशा अवस्थेत मी विचार केला की, आपण हे गाव सोडावं आणि दूर कुठं तरी जावं. आणि मुलांनी विचार केला, की लाहोरला निघून जावं. लाहोरमध्ये काय घडेल, याची आम्हांला माहिती नव्हती. तेव्हा रणजित म्हणाली, 'लाहोरला जाऊ नका. तिथली परिस्थिती आणखी वाईट आहे.' आणि आम्ही याची चर्चा करीत असता, विचार चालू असतानाच माझा भाऊ तिथं आला– जो लाहोरमध्येच राहत होता. तो म्हणजे राणा. तो म्हणाला की, तिथं फाळणीविषयी बरीच चर्चा चालू आहे. तेव्हा त्याचा विचार होता, की लाहोरमधलं घर विकून टाकायचं.

मला राणाविषयी थोडं सांगायचं आहे. आमच्या आई-वडिलांची एकूण

नऊ मुलं. त्यांपैकी राणा हा सहावा. जेव्हा माझे वडील वारले, तेव्हा त्यांनी आमच्यासाठी चांगलीच तरतूद करून ठेवली होती. भविष्यात आम्हांला काही कमी पडू नये म्हणून. घराची वास्तू मोठी होती. तोच एक आधार होता.

वडील गेल्यानंतर आमच्या सांत्वनासाठी जे नातेवाईक येत, ते म्हणत, की घरातल्या माणसांना काही एक कमी पडणार नाही. कुणाला काही मागावं लागणार नाही. परंतु आमच्या नशिबात काही तरी दुसरंच होतं. आमच्या कुटुंबात एकुलता एक हुशार होता, तो म्हणजे विक्रम. माझा सर्वांत मोठा भाऊ. त्याला कॉलेजमध्ये जायचं नव्हतं. त्यानं उद्योग सुरू करण्याचा निर्णय घेतला होता आणि त्यासाठी त्यानं आईकडून पैसे घेतले होते. परंतु त्याचा उद्योगधंदा काही चालला नाही. धंद्यातल्या नुकसानीची अजून तरी फारशी झळ लागली नव्हती. नंतर विक्रमनं रॉयल एअर फोर्समध्ये नोकरी पत्करली; आणि ज्या वेळी त्यानं नोकरीतल्या नेमणुकीचं घरी पत्र आणलं, त्याच वेळी तो एका सुंदर, मुसलमान मुलीला घरी घेऊन आला. तिचं नांव होतं 'अमीना'. त्यानं सांगितलं, की त्याचा पहिला पगार हातात पडला, की तो तिच्याशी लग्न करणार आहे. पण तसं काही घडायच नव्हतं. ज्या दिवशी विक्रम आपला पहिला पगार आणण्यासाठी म्हणून त्याच्या ऑफिसमध्ये गेला तेव्हा ऑफिस अजून उघडलं नव्हतं. तेव्हा त्यानं ठरवलं, की त्याचं जे छोटं विमान होतं, ते घ्यायचं आणि हवेत एक १५पेट मारायची. परंतु त्यानं ते विमान कुठल्यातरी विजेच्या तारेवर धडकावलं आणि तो आपले प्राण गमावून बसला. विक्रमच्या मृत्यूमुळं राणाच्या आयुष्यावर बराच परिणाम झाला. त्याला आणखीही कारण होतं. आमचे एक काका होते. ते लाहोर हायकोर्टाचे न्यायाधीश होते. त्यांनी हुकूम काढला, की राणाला खेड्यात पाठवायचं. तेव्हा वयाच्या बाराव्या-तेराव्या वर्षीच राणाला शाळेतून काढलं आणि त्याला परागपूरला पाठवलं. राणाला ते आवडलं नाही. त्याच्या मनात तिरस्कार निर्माण झाला. त्यानं एक दिवस घरी पत्र पाठवलं, ते असं : इथं मला माझ्या बिछान्यावरच्या चादरी धुवायला लागतात. मला इथं राहायचं नाही. तुम्ही जर मला परत बोलावणार नसाल, तर मी कुठं तरी पळून जाईन. आणि नंतर लवकरच आम्ही ऐकलं, की तो नाहीसा झालाय्. आम्हांला काय करावं, हेच सुचेना. त्याला कुठं आणि कसा हुडकायचा. अशा वेळी माझ्या आईला फेफरं येण्याचा विकार जडला. माझ्या मोठ्या बहिणींची लग्नं झाली होती आणि त्या आपापल्या घरी गेल्या होत्या. मी त्या वेळी फक्त वीस वर्षांची होते. राणा माझ्या मावशीकडं गेला

होता, हे आम्हांला नंतर केव्हा तरी कळलं. कसं, हे माझ्या आता लक्षात नाही. आम्ही त्याला परत आणायचा प्रयत्न केला. पण तो आला आणि पुन्हा पळून गेला. राणाचा दोन वर्षं तरी पत्ता लागला नाही. आमचा हा भाऊसुद्धा आमच्यापासून दूर गेला. तो नाहीसा झाला, असेच विचार आमच्या मनात येऊ लागले. इतरांपेक्षा स्वत:चं फार मोठं नुकसान झालंय्, ही भावना माझ्या मनात निर्माण झाली. आणि एक दिवस माझी मोठी बहीण राणाला घेऊन घरी आली. तिला तो रेल्वे कँटीनमध्ये सापडला. एक उधळ्या मुलगा घरी आला होता. घरातल्यांना तो परका वाटत होता. परंतु जगावं कसं, ही कला त्याला आता अवगत झाली होती. त्यानंतर आम्ही सर्वजण पुन्हा नाभाला गेलो आणि राणा लाहोरमध्येच राहिला. नाभामध्ये मी नोकरी पत्करली आणि माझ्या आईला, लहान भावाला व बहिणीला माझ्याजवळच ठेवून घेतलं. राणा लाहोरच्या घरीच राहिला. त्यानं दिवस कसे काढले, काय केलं आणि कसं केलं, हे कुणालाच माहीत पडलं नाही. कित्येकदा तो मला उसने पैसे मागायचा.

मग जेव्हा फाळणीचे ढग आमच्या डोक्यावर जमू लागले तेव्हा मला लाहोरमधल्या घराची काळजी वाटू लागली. कारण आम्हांला तेवढाच एक आधार होता. तेच एक तारण होतं. फाळणीच्या गदारोळात जर घर कुणी बळकावलं, तर जवळ काहीच शिल्लक राहणार नाही. असले विचार माझ्या मनात येऊ लागले. एक दिवस मी वर्तमानपत्रात सहारनपूरच्या घराविषयी एक जाहिरात वाचली. त्या घराचा मालक मुसलमान होता. त्याला सहारनपूरच्या बदल्यात लाहोरमध्ये घर पाहिजे होतं. कारण त्याला सहारनपूर सोडून लाहोरला वास्तव्य करायचं होतं. मला हा व्यवहार बरा वाटला. मी त्या माणसाबरोबर बोलणी सुरू केली आणि माझ्या काकांनासुद्धा पत्र लिहिलं. माझ्या काकांनी काही पत्राचं उत्तर पाठवलं नाही. परंतु काही दिवसांनंतर राणाच आम्हांला भेटायला आला. घराच्या व्यवहाराबाबतीत मी प्रयत्न केल्याबद्दल त्याला आनंद झाला होता आणि घराबाबतीतच त्याला आईशी काही सविस्तर बोलायचं होतं, म्हणून तो आईला लाहोरला घेऊन जायला आला होता. मी आईला पाठवायला तयार झाले. माझ्या प्रयत्नाला यश आल्याबद्दल मला खूप आनंद झाला होता. मी आईला पाठवलं. नंतर बरेच दिवस झाले, तरी आई परत आली नाही. त्यामुळं मला काळजी वाटू लागली. ती आजारी तर पडली नसेल? तेव्हा मी तिला बघण्यासाठी लाहोरला गेले. तिथं गेल्यावर मला काही भलतंच समजलं. माझ्या काकांनी राणाला सावध केलं की, मी सगळी संपत्ती, घरदार गिळंकृत करील,

म्हणून. खरं तर राणानं आईला इथं (लाहोरला) आणलं, ते घरावर आपला ताबा ठेवण्यासाठी. आई हे एक निमित्त होतं. जेव्हा मी त्याला याबद्दल विचारलं. तेव्हा तो म्हणाला की, मी एक अशिक्षित माणूस आहे. मी भारतात येऊन काय करू? आणि तुम्ही मला किती दिवस मदत करणार? जेव्हा तू लग्न करशील, तेव्हा तुझा संसार तुला आधी महत्त्वाचा वाटेल. इथं या घरात निदान मी राहू तरी शकेन. मला आसरा मिळावा, म्हणून मी त्याला पटवायचा खूप प्रयत्न केला. पाकिस्तान जर खरंच अस्तित्वात आलं, तर तू इथं किती दिवस आणि कसा काय राहू शकशील? राणाचं मत अगदी स्पष्ट होतं. तो म्हणाला की,

'जगण्यापेक्षा धर्म महत्त्वाचा नाही. माझी सगळी योजना तयार आहे. काय करायचं ते मी ठरवलंय्. जतिंदरच्या घराशेजारी ज्या खोल्या आहेत, त्यांत ज्या मुलीची आई राहतेय्, ती मुलगी तुला माहीतेय्. ती माझ्याशी लग्न करायला तयार आहे. कारण मी तिला बरेच दिवसांपासून ओळखतोय्. फक्त तिची एक अट आहे, ती म्हणजे मी मुसलमान धर्म स्वीकारला पाहिजे.'

'मग आईचं काय?' मी विचारलं.

तर तो म्हणाला;

ती माझी सुद्धा आई आहे. मी धर्मांतर करीन, त्या मुलीशी म्हणजे फाझियाशी लग्न करीन आणि आईला माझ्याकडंच ठेवीन.

आजारी आणि उपरी भावना झालेल्या, एकाकी आईचं दुःख कसं आणि कोण समजू शकणार?...

मी राणाला पटवून द्यायचा प्रयत्न केला. आईला आणि माझ्या लहान भावाला माझ्याबरोबर येऊ दे म्हणून. राणावर विश्वास ठेवण्यात काही अर्थ नाही, असं मला वाटू लागलं. माझ्या मनात असंही आलं, की संपत्ती, मालमत्तेच्या लालसेनं राणा माझ्या आईचा आणि माझ्या भावाचा जीवसुद्धा घेईल... माझ्यावर खूपच दडपण आलं होतं. मी घाबरले होते. मला रात्री त्या घरात राहण्याची अजिबात इच्छा नव्हती. पण शेवटी मला राहावं लागलं. शेवटी मी गरीब, आजारी, दुःखी कष्टी आईला तिथंच सोडलं. आणि नंतर राणाच्या या दुष्टपणाबद्दल मी त्याला कधीच क्षमा केली नाही. घर सोडताना मला रडू आलं. तेव्हा राणा माझ्याकडे बघून म्हणाला,

'मी मुसलमान धर्म स्वीकारतोय्, म्हणून तुला वाईट वाटतंय्.'

मी त्याचा हात धरला आणि रडले आणि आईकडे लक्ष दे, म्हणून त्याला सांगितलं. मी त्याला असं सुद्धा सांगितलं, की तू हिंदू किंवा

मुसलमान झालास, तरी त्याबद्दल मला काही देणं-घेणं नाही. शेवटी माझे वडील निधर्मी आणि दूर दृष्टीचे, पुरोगामी विचारसरणीचे होते. परंतु ज्या बाईला तो माझ्यापासून हिरावून नेतोय्, ती आजारी आणि दुबळी होती. आणि तिची काळजी घेणं भाग होतं... मी जड अंत:करणानं बाहेर पडले. मला वाटलं होतं, की माझ्या बहिणींपैकी एक जण तरी आईला जाऊ दे, म्हणून राणामामाला पटवायचा प्रयत्न करील. पण तसं काही घडलं नाही. ती नंतर घरी कशी राहिली, तिची काळजी घेतली का नाही, तिला जेवण वगैरे व्यवस्थित मिळत होतं का नाही, का उपाशीच राहत होती, की तिची उपासमार झाली... हे नंतर मला कधीच समजलं नाही. माझ्या मनात तिच्याविषयी एक कामयची हुरहूर लागली होती. वडिलांच्या मृत्यूनंतर आई माझ्याजवळच राहिली होती. ती कडवी हिंदू होती. ती नेहमी संध्याकाळी देवाचं नामस्मरण करायची. आता माझ्या मनात येतं, की तिची दिनचर्या काय असेल, म्हणून...

राणा आता अब्दुल्ला झाला होता. आणि फाजियानं त्याच्याशी लग्न केलं होतं. आमच्या बाळपणीचं घर आता धर्मांतरित मुसलमानाचं आश्रयस्थान झालं होतं. किंवा 'मुसलमान धर्माची बांधिलकी स्वीकारलेल्याचं' असं म्हटलेलंच जास्त खरं. पण राणा सुखी होता का? त्यानं माझ्या आईची नीट देखभाल केली का, हे कळायला माझ्याकडं काहीच साधन नव्हतं. कुठलाच मार्ग नव्हता. एक-दोन वेळा त्यानं माझ्या लहान बहिणीला पत्र पाठवलं होतं. परंतु तिचा नवरा सैन्य दलाल होता आणि याबाबतीत त्याच्यापुढं अनेक प्रश्न निर्माण झाले असते, म्हणून माझ्या बहिणीनं राणाला पत्र-व्यवहार थांबवायला सांगितलं... जसे दिवस निघून जात होते, तसं राणाला जास्तच एकाकीही वाटू लागलं. पुढं मला वाटतं, तो आम्हांलाही विसरत चालला. त्याला चुकल्यासारखंही वाटलं असावं. परंतु त्यानं मला काहीच कळवलं नाही. आणि काही वर्षांनंतर तू त्याच्याशी संपर्क साधलास आणि तुझ्याजवळ त्यानं पत्र दिलं. त्यानं लिहिलं, की तो आता चार मुलांचा व तीन मुलींचा बाप झाला होता. तो म्हणाला; 'तरुण वयात मी जे काही केलं आहे, त्याबद्दल मी स्वत:ला कधीच क्षमा करणार नाही. एकदा वाकडं पाऊल पडलं, ते पडलं. माझा इथं कुणीच स्वीकार केला नाही. माझ्या घरातल्या माणसांनी सुद्धा मला स्वीकारलेलं नाही...' राणाच्या पत्रानं मला अस्वस्थ केलं. मी त्याला उत्तर पाठवलं, 'तू नशीबवान आहेस, कारण तू आपल्या वडिलोपार्जित घरात आपल्या बायकोमुलांसह राहत आहेस.' तेव्हा तो म्हणाला, 'तू माझी आवडती बहीण आहेस. पण तू मला नशीबवान

म्हणू नकोस.' तो म्हणतो, 'मी धर्मांतर केलं, तेव्हापासून मी एक रात्रसुद्धा शांतपणे झोपू शकलो नाही. या घराची प्रत्येक वीट अन् वीट मला टोचतेय्; मी अपराधी असल्यासारखं ती माझ्याकडं बघतेय्. खरंतर, जे माझं म्हणून होतं, ते मी नाकारलं आणि मी जे स्वीकारलं, ते नशिबानं नाकारलं.' राणानं जेव्हा माझ्या आईला बरोबर नेलं, तेव्हा त्याच्या मनात काही काळंबेरं असेल, याची मला कल्पना नव्हती. तरीपण मला फार काळजी वाटत होती. काय करावं, हेच मला सुचत नव्हतं. मी नंतर विचार केला की, मुलांना मसुरीला, सुनीतीकडं म्हणजे माझ्या मोठ्या बहिणीकडं पाठवावं. तेव्हा मी तिला तसं पत्र लिहिलं. पत्रात मी लिहिलं, की ही जागा मला आता सुरक्षित वाटत नाही, म्हणून मुलांना तुझ्याकडं ठेवून घे. परिस्थिती सुधारली, की मी त्यांना परत नेईन. मुलांना पाठवल्यानंतर मी रशियन भाषा शिकण्यासाठी म्हणून मिरांडा हाऊसमध्ये गेले. कारण मुलांची काळजी थोडी दूर झाली होती. शिवाय मला रशियन भाषा शिकावी, असं सारखं वाटत होतं. तेव्हा मी वसतिगृहात राहिले. ते १९४९ साल होतं. जुलै महिना होता. त्या वेळी तिथं बराच ताण-तणाव वाढला होता. परिस्थिती फार वाईट झाली होती. तरी पण मुलं तरी निदान सुरक्षित होती, याचं मला समाधान होतं. परंतु सुनीतीनं मुलांना परत पाठवून दिलं. ती म्हणाली की, इथं आम्ही सुटीवर आलो आहोत; आणि त्यामुळं मुलांच्याकडं बघणं तिला जमणार नव्हतं. पण नंतर रणजित मला म्हणाली की, तू काळजी करू नकोस. आम्ही आता खेड्यात जाणार आहोत आणि तुझ्या मुलांनासुद्धा आम्ही आमच्याबरोबर घेऊन जाऊ. तिथं मुलं सुखात असतील. तू तुझा रशियन भाषेचा अभ्यास सुरू ठेव. रणजित ही एक फार चांगली मैत्रीण होती. मी माझं रशियन शिकणं पुढं चालू ठेवलं.

पहिले सहा महिने फार चांगले गेले. मग सुट्टी लागली, म्हणून मी नाभाला गेले. आणि उन्हाळाच्या सुट्टीनंतर मी जेव्हा परत आले, तेव्हा परिस्थिती फार चिघळली होती. फार वाईट दिवस आले होते. झालं काय, तर एकदा आम्ही मुलींनी प्राचार्य राजाराम यांच्या जीपमधून बाजारात खरेदीसाठी जायचं ठरवलं. राजाराम पण यायला तयार झाले. तो रविवारचा दिवस होता. पण आम्ही जेव्हा बाहेर पडलो, तेव्हा फार भयानक प्रकार आम्हांला बघायला मिळाले. सर्वत्र प्रेतं पडलेली दिसली. आम्ही विद्यापीठ भागातून लाल किल्ल्यापर्यंत गेलो. आणि मला एक आठवतं, ते म्हणजे, तिथं मी एक टांगा बघितला. टांग्यात चार मुली व एक सुरा घेतलेला माणूस बसला होता. त्या मुलींनी टांग्यातून उड्या टाकल्या, तसा तो

सुरेवाला माणूसही त्यांच्यामागं धावला. पुढं काय झालं, हे मला माहीत नाही. त्या जागेमध्ये प्रेतं पडली होती. तेव्हा राजाराम यांनी जीप राजपूर रस्त्याला घ्यायला सांगितली. तिथं एक पोलिस चौकी होती. तेव्हा राजाराम म्हणाले; आपण पोलिसांना ही माहिती कळवू या. म्हणून ते पोलिस चौकीत गेले व त्यांनी पोलिसांना प्रेतांबद्दल माहिती दिली. तेव्हा पोलिसांनी सांगितलं की, आमच्या चौकीत फारसे पोलिस नाहीत. तेव्हा आम्ही याबाबतीत काहीही करू शकत नाहीत. नंतर राजाराम यांनी रेल्वे स्टेशनकडं जायचं ठरवलं. त्यांनी तसा निर्णय का घेतला, हे काही कळलंच नाही. आणि रेल्वेस्टेशनवर आम्ही गेलो. बघतो, तर सगळीकडं रक्ताचा नुसता सडा! मग राजाराम म्हणाले की; आता पुढं जाण्यात काही अर्थ नाही. तेव्हा आम्ही तसेच मागं फिरलो. नंतर राजाराम यांनी आम्हांला वसतिगृहावर सोडलं. त्या वेळी माझ्या खोलीमध्ये झाहिरा इलाही नावाची एक मुलगी राहत होती. मला असं वाटतं की, ती सर सय्यद अहमद यांची पुतणी होती. ती फार समजूतदार, परिस्थितीची जाणीव असणारी मुलगी होती. आम्ही वसतिगृहावर आलो. त्या वेळी विद्यापीठात जाळपोळ, लुटालूट, दंगल हे प्रकार चालूच होते. विद्यापीठात कुरेशी नावाचे एक प्राध्यापक होते. मला चांगलंच आठवतं की, त्या प्राध्यापकांना काही मुलांनी घेराव घातला होता. एका मुलानं कुरेशी यांचा कोट आणि टाय धरून ठेवला होता. नंतर मला बातमी समजली की, कुरेशी यांच्याजवळ जी काही मौल्यवान चित्रं, इतर चीजवस्तू होत्या, ती सर्व चित्रं, वस्तू मुलांनी पळवल्या, विद्यापीठात फारच गडबड, गोंधळ चालू असून, तणाव वाढला आहे. ही बातमी जेव्हा आमच्या कानांवर आली, तेव्हा मात्र आम्ही खूपच घाबरलो. माझ्या आठवणीप्रमाणे त्या वेळी वसतिगृहात फक्त आम्ही सहा-सात जणीच होतो. वसतिगृहाची देखरेख करणारी एक बाई होती. आणि तिची एक मुलगी होती. ती चांगलीच गलेलठ्ठ होती. आम्हांला चांगलीच भीती वाटत होती. कारण आमच्या रक्षणाला तिथं कुणीही नव्हतं. एक दिवस असंच आमचं खाणं-पिणं चाललं होतं. आणि तेवढ्यात एकजण कुणीतरी पळत-पळत आला आणि त्यानं झाहिराचा हात पकडला आणि म्हणाला, 'चल, आपल्याला गेलं पाहिजे. नीघ लवकर.' आणि त्यानं झाहिराला फरफटतच बाहेर नेलं. आम्हांला हा प्रकार काय आहे, हे समजलंच नाही. आम्ही अगदी सुन्न झालो. नंतर केव्हा तरी आम्हांला समजलं, की तो माणूस झाहिराचा भाऊ होता. त्याला म्हणे समजलं होतं की, तिथं कुठं बराच मोठा, लोकांचा समुदाय होता आणि ती माणसं वसतिगृहावर की, कुठं हल्ला करायला

निघाली होती. म्हणून त्यानं तिला पटकन बाहेर काढली. झाहिराचं सर्व सामान, मोठ्या पेट्या वगैरे जे होतं, ते खोलीत तसंच पडून राहिलं होतं. नंतर आम्हांला कळलं की ते दोघे कोटा हाऊसमध्ये राहत होते. नंतर तिच्या भावानं तिला हैद्राबादला की, कुठं नेलं. आणि मग माझा आणि झाहिराचा संबंधच तुटला. परंतु ती दोघं गेल्यानंतर लोकांचा जमाव वसतिगृहावर आला आणि 'आम्हांला झाहिरा पाहिजे' 'आम्हांला झाहिरा पाहिजे' अशा घोषणा देऊ लागला. 'तिला बाहेर आणा' असंही लोक म्हणू लागले. आम्ही सर्व जणी एका खोलीत अगदी बंदिस्त होतो. झाहिरा पळून गेली हे लक्षात आल्यावर जमाव निघून गेला. नंतर त्या अधीक्षक बाईनं आम्हांला वसतिगृहातून कसं तरी बाहेर काढलं आणि राजाराम यांच्या घरी पाठवून दिलं. त्यानंतर आम्ही राजाराम यांच्या घरी काही दिवस राहिलो. आणि मला आठवतं, की तो जमाव जेव्हा इकडून म्हणजे राजाराम यांच्या घरासमोरून गेला, तेव्हा लोकांच्या हातांत मोठमोठ्या पेट्या होत्या. त्या लूटमार केलेल्या वस्तूंनी भरलेल्या होत्या. त्या वेळी घरामध्ये आम्ही फक्त मुलीच उभ्या होतो. जमावातील काहीनी आम्हांला सिल्कचे कपडे वगैरे विकत घेता का, म्हणून विचारलं. आमच्यापैकी कुणी लग्न करणार असेल, तर त्या वस्तू, साड्या उपयोगी पडतील, असं त्या जमावातील लोकांचं म्हणणं. त्यानंतर वसतिगृहात ज्या मुली होत्या, त्या मुली आपापल्या गावी निघून गेल्या. त्यांना जावंच लागलं. मला मात्र कुठं जावं, हे समजत नव्हतं. वेळ फारच चमत्कारिक होती. मी खूप विचार केला. मी थोडी धीट होते. तेव्हा मी नाभा महाराजांच्या ऑफिसमध्ये जाण्याचा विचार केला. मी तिथं गेले. मी सांगितलं की, नाभामध्ये मी नोकरीस होते. मला नाभाला जायचं आहे. इथं माझं कुणीही नाही. तेव्हा कृपा करून मला मदत करा. मी म्हणाले. तेव्हा ऑफिसमधल्या एका माणसानं सांगितलं की, आमच्या गाड्या रोज नाभाला जातात. आम्ही तुम्हांला एका गाडीतून पाठवू. तेव्हा त्या लोकांनी माझी जाण्याची सोय केली. मी ज्या गाडीतून नाभाला गेले, त्या गाडीत मामाचा एक मित्रपण होता. ती सैन्याची गाडी होती. मला नाभाच्या नोकरीचा कंटाळा आला होता. चांगली सहा वर्षं मी नोकरी केली होती. म्हणून मी रजा काढली होती. माझ्या लग्नाविषयी सुद्धा मी नक्की विचार केलेला नव्हता. नाभामध्ये सारखा ताणतणाव वाढत होता. शिवाय माझे काही वैयक्तिक प्रश्न होते. तेव्हा मी नोकरी सोडून जाण्याचा आणि पुढं शिक्षण चालू ठेवून आपली पात्रता वाढवण्याचा विचार केला व इतर काही तरी करावं, या उद्देशानं मी नाभा सोडण्याचं ठरवलं. मग आम्ही गाडीतून नाभाकडं जात असता अंबाला

जवळ थांबलो. त्या वेळी रात्र झाली होती. मी खरोखरच घाबरले होते. मी त्या सज्जन माणसाला विचारलं, काका, तुम्ही मला रेल्वे स्टेशनवर सोडाल का? तेव्हा त्या गृहस्थांनी सांगितलं की, तुम्ही काळजी करू नका, आम्ही सर्व जण इथं आहोत. तुमची जबाबदारी आमच्यावर आहे.

आम्ही जेव्हा नाभामध्ये आलो, तेव्हा रात्रीचे अडीच वाजले होते. माझ्याबरोबर जे गृहस्थ होते, त्यांनी मला सांगितलं की, तुम्हांला वाटलं, तर तुम्ही आता माझ्या घरी चला, मी तुम्हांला इथं सकाळी आणून सोडतो. मी त्यांना सांगितलं की, नको, मी घरीच जाते. शेवटी आपलं घर, ते आपलं घर! तेव्हा माझ्या मनात रात्रीचं कुठं जावं, हे येत होतंच. शेवटी त्यांनी मला शाळेच्या फाटकाजवळ सोडलं आणि ते आपल्या घरी गेले. शाळेच्या चौकीदाराचं नाव होतं जिवना. मी जिवना जिवना म्हणून हाक मारायला सुरुवात केली. परंतु तिथं कुणीही नव्हतं. मी हलकेच फाटक उघडलं. मी शाळेत आले. बघते, तर त्या भल्या मोठ्या जागेत सगळा शुकशुकाट होता. कुठंही उजेड नव्हता. सगळा अंधार. मी बघितलं, तर जिवनाची खोली बंद होती. ते सगळे जण पाकिस्तानात गेले होते. माझ्या हे डोक्यातच आलं नाही. कदाचित सायरा असेल, म्हणून मी तिला हाक मारली. तिथं कुणीही नव्हतं. मी आत घरापर्यंत गेले, तर घराला कुलूप होतं. माझ्या मनात आलं, की कदाचित ही सगळी माणसं नक्कीचं खेड्यात गेली असणार. रणजितनं माझ्या भावाला आणि बहिणीला बरोबर नेलं होतं. सुधा माझी बहीण. तिनं लग्न केलं. माझी जी दुसरी बहीण भुदेर, तिला मी जालंदरच्या कन्या महाविद्यालयाच्या वसतिगृहात ठेवलं होतं. तेव्हा तीही खेड्यात गेली होती. आणि माझा दुसरा भाऊ, बिल्लू तो लाहोरला पळून गेला होता. मला आता काहीच सांगता येत नव्हतं की, मुन्ना आणि माताजी कुठं आहेत. मी गोंधळून गेले होते. पण राणानं माताजीला बरोबर नेलं होतं. हे मात्र आठवतं, तिथं कुणीही नव्हतं. सगळं घर रिकामं झालं होतं आणि ही एवढी मोठी सहा-सात एकरांची जागा... काळोखी रात्र... शेजारी चिटपाखरूही नव्हतं मी चांगलीच हादरून गेले होते. मला काहीही सुचत नव्हतं. मी बाहेर व्हरांड्यात बसले खरी पण मी फार घाबरले होते. शेजारी अंधार होता. शिवाय आजूबाजूला मुसलमानांची वसती होती. नंतर माझ्या मनात आलं, की आपण हा धोका पत्करून मूर्खपणा केलाय्, नंतर माझ्या लक्षात आलं की, शाळेच्या मागील बाजूस आम्ही मश्की घेत होतो. त्याचं नाव होतं... कोण तो? मला आता आठवत नाही. मग मी आवाराच्या भिंतीला धरून सरकत-सरकत मागच्या बाजूला गेले. मी त्याला हाक

मारली. तसा तो एकदम उठला. त्याला धक्काच बसला. तो म्हणाला; बिबाजी, तुम्ही कुठं होता? आणि आता आला कुठून? भिंतीवरून उडी मारून तो आत आला. त्यानं घराचं कुलूप उघडलं आणि नंतर मी व्हरांड्यात येऊन झोपले. तो सकाळी उठला आणि सायकलवरून त्या खेड्यात गेला रणजितकडं. आणि रणजित आली. मग मी थोडे दिवस तिथंच राहिले. दरम्यान मी एकदा लाहोरला गेले आणि राणाला सांगितलं की, मी आईची काळजी घेईन. तू तिला माझ्याबरोबर तिथं पाठव. तेव्हाच मी तिथं पत्र पडलेलं बघितलं आणि माझ्या लक्षात आलं, की हेच ते पत्र. ज्या पत्रात लिहिलं होतं की, 'सुभद्रा सगळी संपत्ती, मालमत्ता गिळंकृत करील. तुझ्या आईला तू कुठं पाठवू नकोस.' तेव्हा मला समजून चुकलं की, आता याचा काही उपयोग नाही, राणा आईला पाठवणार नाही. मग मी निदान बिल्लूला तरी माझ्याबरोबर पाठव, म्हणून राणाजवळ भीक मागितली. त्याला विनंती केली. बिल्लू लाहोरला पळून आला होता. माझ्या मनात शंका आली की, ज्या अर्थी राणानं इस्टेटीसाठी आईला इकडं आणलं, तर तो माझ्या भावाला, म्हणजे बिल्लूला ठार सुद्धा मारील. मी खूप आग्रह केला, तेव्हा त्यानं बिल्लूला माझ्याबरोबर पाठवलं. आणि हे सगळं घडलं, ते फाळणीच्या थोडे दिवस आधी. १९४७ साली. फाळणीच्या आधी मी दोन वेळा लाहोरला गेले होते. पण केव्हा, हे नक्की आठवत नाही. एखाद्या मूर्खासारखं मी लाहोर स्टेशनपासून आमच्या घरी टांग्यानं गेले. मनात कसली भीती नव्हती किंवा काही विकल्प नव्हते आणि ते दिवस म्हणजे धगधगते दिवस होते. दुसऱ्या वेळी मी जेव्हा राणाकडं गेले, तेव्हा त्याला मी पटवून दिलं, की बिल्लूचं तू धड पालन-पोषण करू शकणार नाहीस, त्याच्याजवळ बिल्लूची मी अक्षरशः भीकच मागितली आणि मी बिल्लूला आणलं. रेल्वेतून येताना बिल्लू डब्याच्या दुसऱ्या भागात बसला होता. आणि नंतर केव्हा तरी एक माणूस माझ्याकडं आला आणि सांगू लागला, की तुमच्याबरोबर प्रवास करणारा मुलगा गाडीतून खाली पडलाय् म्हणून. मी तर वेडीच झाले, आणि तो बसला होता, त्या जागेकडं पळत सुटले. बघितलं, तर बिल्लू सुखरूप होता. नंतर तो नोकरी शोधण्यासाठी म्हणून गुरगावला गेला. पण बिल्लू तसा भटक्याच मुलगा होता... अशा तऱ्हेनं मुलं थोडी स्थिरस्थावर झाली. मग मला तुझ्या वडिलांकडं, सिमल्याला जावं लागलं. माझ्यापुढं दुसरा मार्गच नव्हता. तिकडं रेल्वे जात नव्हती. तरी पण मी प्रयत्न करत राहिले. मग मला कुणी तरी सांगितलं, की तिकडं टॅक्सीनं तुम्हांला जाता येईल. परंतु त्यासाठी तुम्हांला सहाशे रुपये द्यावे

लागतील. तेव्हा मी पैसे जमा केले आणि टॅक्सीनं दिल्लीहून सिमल्यास गेले. माझं जे सामान वगैरे होतं, ते मी झाहिरा इलाहीच्या पेटीतच ठेवलं होतं. ते नंतर मला कधीच मिळालं नाही. वसतिगृहाची जी अधिक्षक बाई होती, तिच्या ताब्यात मी माझं सामानसुमान दिलं होतं. आम्हांला नंतर त्या पेट्या मिळाल्या. पण पूर्ण रिकाम्या.

जेव्हा तू आम्हांला परत लाहोरला घेऊन गेलीस, तेव्हा विमानतळावर राणाला बघून मला काय वाटलं, हे सांगणं तसं कठीण होतं. मी विमानतळावर त्याला बघितलं, तेव्हा तो सडपातळ अंगकाठीचा, तरुण राणा नव्हता. म्हणजे जेव्हा मी चाळीस वर्षांपूर्वी त्याला बघितला होता, तसा तो आता स्थूल झाला होता. आमच्या वडिलांसारखा. आणि विक्रम तर उंच, चांगला सहा-सव्वासहा फुटांचा, देखणा होता. राणा जेव्हा विमानतळावर माझ्यासमोर उभा राहिला, तेव्हा तो मला जवळ जवळ वडिलांसारखाच दिसला. तेव्हा माझ्या आठवणी पुन्हा जागृत झाल्या. माझं तेव्हाचं बाळपण, आई-वडील... आणि फार मोठा विश्वासघात... तरी पण मी भावाचा तिरस्कार केला नाही. उलट, मला त्याच्याविषयी वाईटच वाटलं. कारण एक पळपुटा माणूस स्वत:च्याच जाळ्यात अडकलेला... मी पुढं जाऊन जेव्हा त्याला कवटाळलं, तेव्हा तो हलकेच म्हणाला की, 'तू माझ्यावर अजून रागावलेलीच आहेस ना?' मला रडू आलं. कारण आम्ही एकाच आईबापाची, एकाच रक्ताची मुलं. पण आज आम्ही जणू परके झालो होतो. दोन देश, जे एकमेकांचे शत्रू आहेत, त्या देशाचे आम्ही रहिवासी होतो. त्याच्या धर्मांतराचं मला एवढं काही वाटलं नाही. परंतु आईशी तो जसं वागला, त्याला माझ्याजवळ शब्द नव्हते. क्षमा नव्हती. आम्हांला घरी घेऊन जाण्यासाठी त्यानं गाडी आणली होती. आम्हांला त्यानं अशा जागी नेलं की, ती जागा म्हणजे कित्येक वर्षं तरी माझं राहतं घर होतं. आम्ही आत गेलो, तसं मी घराकडं निरखून बघितलं. घराचा दिमाख तसाच होता. परंतु मी अंधारातून आत बघितलं, तर मला तिथं दोन गोष्टी गायब झालेल्या दिसल्या. बाहेरच्या फाटकावर माझ्या वडिलांचं नाव रंगवलेलं होतं, ते कुठंच दिसत नव्हतं. आणि वर पाण्याच्या टाकीवर मोठा ॐ काढलेला होता, तोही दिसत नव्हता. आम्ही राणाच्या घरातील इतर माणसांना भेटलो. त्याची बायको आणि तीन मुलं. चौथा कुठं बाहेर गेला होता. आम्ही आरामात बसलो. तो डिसेंबर महिना होता. प्रत्येक खोलीत उष्णता निर्माण करणारी यंत्रं बसविल्याकारणानं खोल्या उबदार झाल्या होत्या. पाकिस्तानातली स्वयंपाकाचा गॅस पुरवणारी यंत्रणा फारच भिकार होती. गॅस नळीवाटे

पुरवला जात होता. दुसरे दिवशी मी सकाळी उठून बघितलं, तर पूर्वी होती, ती सगळीच फळझाडं नाहीशी झाली होती. राणा म्हणाला की, पाण्याची कमतरता असल्यामुळं सगळी झाडं काढून टाकावी लागली. पण मला मात्र खूप वाईट वाटलं. मला काहीतरी हरवल्यासारखी जाणीव झाली. जशी न भरून येणारी जखम! माझ्या वडिलांनी इतर गोष्टींपेक्षा झाडावर फार प्रेम केलं होतं. एका अर्थी हा सूड घेण्याचाच प्रकार होता. माझ्या मनात आलं, की फाळणीमध्ये आपण बरंच काही गमावून बसलो आहोत. या थोड्याशा झाडांच्या नाशानं मला तर सर्वस्व गेल्यासारखं वाटलं. कारण ती झाडं म्हणजे त्या वेळच्या वैभवाची प्रतीकं होती.

त्या दिवशी तुझी मैत्रीण लाला आली आणि तिनं आम्हांला लाहोरमधली महत्त्वाची ठिकाणं दाखवली. आता लाहोरमध्ये खूपच बदल झाला होता. मला हॉल रोडवरचं माझं जुनं कॉलेज बघायचं होतं. परंतु आम्ही जेव्हा तिथं गेलो, तेव्हा समजलं, की ते कॉलेज आता दुसरीकडं गेलं आहे. मला चांगल्यापैकी माहीत असलेली अनेक स्थळं मी बघितली. परंतु त्या वेळचं, अनेक धर्मीयांचं वसतिस्थान असलेलं लाहोर आता राहिलेलं नव्हतं. आता फक्त दिसत होतं; ते मुसलमानांचं लाहोर. प्रार्थनास्थळावरील ध्वनिक्षेपकावरून बांग ऐकू येत होती. गल्ल्या, मोहल्ले, दुकानं वेगळीच दिसत होती. पाकिस्तानातल्या आमच्या त्या घरात मी दिवसभर राहत होते. पण एकाच खोलीत. मी घरातल्या इतर खोल्यांतून कधी गेले नव्हते. माझी जी खोली होती, ती कशी आहे, हे बघण्याची माझी खूप इच्छा होती. परंतु माझं धाडसच झालं नाही. आमची ती बैठकीची खोली मी सहज, एकदाच बघितली आणि परत फिरले. दुसऱ्या ज्या खोल्या होत्या, त्या खोल्या हुंडा देण्यासाठी म्हणून जमवलेल्या भेटवस्तूंनीच भरून गेल्या होत्या. पुढं होणाऱ्या मुलींच्या लग्नाची ती तरतूद होती; आणि त्या खोल्यांमध्ये कुणी राहत असेल, असं वाटत नव्हतं. मला वाटतं, त्या घरातली सगळी माणसं पहिल्या मजल्यावरच राहत असावीत. जेवणासाठी म्हणून सर्वजण एकत्र येत. आणि आमच्या मुक्कामात आम्हांलाही अतिशय रुचकर असं जेवण तेव्हा मिळालं. काही दिवसांनंतर राणा आमच्या खोलीत आला. त्यानं खोलीचं दार येता-येता बंद करून घेतलं. आणि त्यानं बोलायला सुरुवात केली. तो म्हणाला;

'जर हे घर नसतं, तर मला वाटतं, आपण सर्वजण एकत्र राहिलो असतो. मी धर्मांतरही केलं नसतं आणि आयुष्यभरातली शांतताही घालवून बसलो नसतो.'

पण धर्मांतर करून घेण्याचं तूच ठरवलं होतंस ना?' मी त्याला विचारलं.

'बरोबर आहे.' तो म्हणाला, 'अजूनसुद्धा मला ते मान्य नाही. त्यांच्या दृष्टीतून मी अजूनही हिंदूच आहे. आणि त्या मुलीनं जर लग्न करायचं ठरवलं नसतं, आणि तरीसुद्धा मला राहावं लागलं असतं तर मी नक्कीच जेलमध्ये राहिलो असतो. मला अटक झाली असती.'

हे ऐकल्यानंतर आम्ही सुन्न झालो. त्यानं आणखीही सांगितलं की, त्याच्याच एका मुलानं, तो– म्हणजे राणा (प्रत्यक्ष पिता) हा हेर आहे, म्हणून त्याच्यावर खटला भरला होता.

'मी इथं एखाद्या परक्या माणसा-सारखाच आहे.' तो म्हणाला. 'माझ्याच घरात माझी मुलं भुतासारखी माझ्या मागं लागली आहेत.' त्यानं मला पुन्हा पुन्हा सांगितलं की, 'या अनुभवातून तो एकच शिकलाय् की, कुणीही कुणाचा धर्म बदलू शकत नाही.'

ती पाकिस्तानातली माझी शेवटची रात्र होती. दुसऱ्या दिवशी म्हणजे आम्ही परत निघणार होतो. त्या दिवशी सकाळी आम्ही न्याहारीसाठी बसलो होतो. तेव्हा राणानं रेफ्रिजिरेटर उघडला आणि पांढऱ्या शुभ्र लोण्याचा एक बाऊल बाहेर काढला. तो लोण्याचा बाऊल माझ्यापुढं ठेवत तो म्हणाला,

'तुला पांढरं लोणी किती आवडायचं, हे मी विसरलो नाही. कालच मी हे तुझ्यासाठी आणलंय्.'

तेवढ्यात माझे डोळे भरून आले.

आम्ही दोघं जे बोललो, ते शेवटचंच.

त्या वेळी राणा खरंच बोलत होता, की खोटं, हे माझ्या समजण्यापलीकडचं होतं. धर्मांतर हीच त्याची खरी अडचण होती का? परंतु तिथं अजूनही कित्येक माणसं आहेत, की धर्मांतर करूनसुद्धा ते तिथंच राहिले आहेत. म्हणजे धर्माला शेवटी किती महत्त्व द्यायचं? राणा सरळ सरळ खोटं बोलत होता, की स्वत:चा बचाव करण्यासाठी तो वाकड्या वळणानं जात होता? आधीसुद्धा त्यानं अशीच नाटकं केली होती का? मला काही माहीत नाही. राणाला समजणं कठीणच!

■

तीन

वास्तव

भाग १
आयुष्य दुभंगताना

तीन जून एकोणीसशे सत्तेचाळीरा साली हिंदुस्थानच्या फाळणीची योजना जाहीर झाली. ज्या लोकांनी वाटाघाटी, चर्चा, अनेक वेळा झालेली बोलणी यांमध्ये प्रत्यक्ष किंवा अप्रत्यक्षपणे भाग घेतला होता, त्याची फलनिष्पत्ती म्हणजे ही जाहीर झालेली फाळणीची योजना. योजना जाहीर झाल्यामुळं सगळ्यांच्या डोक्यावरचा ताण कमी झाला.

'धरसोडीच्या धोरणामुळं, जाण्या-येण्यामुळं, आम्ही एवढे वैतागलो होतो, इतके थकलो होतो, की योजना जाहीर झाल्यामुळं आम्ही जणू कृतज्ञ झालो. शेवटी निर्णय घेतला गेला.' असे उद्‌गार त्या वेळच्या काँग्रेस कार्यकर्त्याने म्हणजे संखो चौधरी यानं काढले होते.

'आम्हांला वाटलं; उत्तम झालं, हा तोडगा निघाला. आता आम्ही निवांत राहू शकतो.' त्याच्या या भावना इतरांनी सुद्धा बोलून दाखवल्या.

'शेवटी झालं एकदाचं' एक जोडपं म्हणालं.

ते दोघे नवरा-बायको नंतर निर्वासितांच्या मदत-कार्यास लागले. भांडणं, कटकटी, एकूण गोंधळ आता संपला होता. आता नवी पहाट, नवी सुरुवात होऊ शकेल. जो तोडगा काढला होता, तो काही खरा तोडगा नव्हता. किंवा नव्यानं

झालेली सुरुवात ही काही खरी सुरुवात नव्हती. आणि जरी राजकीय पुढाऱ्यांनी, राज्यानं एकत्रितपणे सुटकेचा श्वास सोडला असला, निर्णय जरी झाला असला, तरी हजारो लोक मात्र गोंधळून गेले होते. फाळणीच्या आधी काही महिने आणि जून १९४७ साली प्रसिद्ध झालेल्या फाळणीच्या योजनेनंतर अखिल भारतीय काँग्रेस कमिटीच्या ऑफिसमध्ये लोकांनी पाठवलेल्या पत्रांचा नुसता ढीग लागला होता. ज्यांनी पत्रं पाठवली, त्यांना फाळणीच्या संदर्भात नक्की काय चाललंय, हे समजून घ्यायचं होतं. आमचं पुढं भवितव्य काय? लोकांनी विचारलं होतं. आम्ही समजून आहोत, हिंदुस्थान देशाचे दोन तुकडे होणार आहेत. आपण वेगळे होणार आहोत. मग नंतर आम्ही कुठं, आणि कसे जाणार? आमच्या ज्या नोकऱ्या आहेत, त्यांचं काय होणार? आणि जर आम्हांला इथून जावंच लागलं, तर आमच्या नव्या मातृभूमीत आम्हांला आहेत त्याच नोकऱ्या मिळणार आहेत का? त्याशिवाय आमच्या इथल्या घरादाराचं, जमीन-जुमल्याच काय होणार? जर आम्हांला इथून जावंच लागलं, तर? सामान्य लोकांच्या पुढं असे अनेक प्रश्न होते.

१४ मे, १९४७ रोजी जे. बी. कृपलानी यांना कुणीतरी एक पत्र पाठवलं होतं. त्या पत्रातला हा मजकूर :–

> 'श्री. जे. बी. कृपलानी',
>
> पंजाबमधल्या अल्पसंख्याकांना (म्हणजे हिंदू आणि शीख जे स्वत:कडे अल्पसंख्याक म्हणून बघतात.) तुम्ही सल्ला देता की, जे स्वत:चं संरक्षण करू शकत नाहीत, ते स्थलांतर करू शकतात. हे धक्कादायक आहे. यातून एक लक्षात येतं की, तथाकथित सामर्थ्यशाली काँग्रेसला पंजाब, बंगाल आणि सिंधमधील असहाय अल्पसंख्याकांचं रक्षण करणं जमलं नाही, रक्षण करणं शक्य नाही किंवा काँग्रेसची तशी इच्छाही नाही.
>
> काँग्रेसनं अहिंसेचा उपदेश करून हिंदूंना आधीच दुबळं करून ठेवलं आहे. आणि आता स्थलांतराचा सल्ला देत आहेत. कृपा करून तुम्ही एक सांगू शकाल का, ते म्हणजे स्थलांतरित लोकांसाठी कुठल्या विभागात तुम्ही जागा देऊ केली आहे? आणि त्यांना सन्मानानं स्थिर-स्थावर होता येईल, यासाठी आतापर्यंत काय तरतूद केली आहे? त्यांनी कुठं स्थलांतर करावं; किती लोकांनी आणि कोणत्या स्वरूपात? आणि त्यांच्या स्थावर-जंगम मालमत्तेचं त्यांनी काय करावं? कृपा करून तुम्ही प्रत्येक माणसाला नोकरी मिळवून देण्यास समर्थ आहात का, किंवा सर्वांसाठी काही धंदा-पाणी? का त्यांनी भिकाऱ्यासारखं यायचं आणि तुमच्या मदत केंद्रांत भिकाऱ्यासारखंच राहून तुमच्या उत्तर प्रदेश, मध्यप्रदेश, बिहार, मुंबईसारख्या ठिकाणी असलेल्या लोकांनी फेकून दिलेल्या तुकड्यांवर जगायचं? तुमच्या

बिहारी, मद्रासी आणि उत्तर प्रदेशातल्या भय्या लोकांप्रमाणे आम्ही आमच्या पाच नद्यांच्या भूमीत सन्मानानं राहत होतो आणि आजही आम्ही सन्मानानं जगत आहोत. तुम्ही तुमच्या सात (७) प्रांतांचं स्वातंत्र्य आमचा बळी देऊन अबाधित ठेवलं आहे. आणि बंगाली व पंजाबी लोकांचं भवितव्य लोंबकळत ठेवण्याची तुम्ही काळजी घेतली आहे. जर तुम्ही हे सारं काही आमच्यासाठी करू शकता, आणि जर तसंच असेल, तर तुम्ही अल्पसंख्याक किंवा बहुसंख्याक प्रांतांमध्ये मुसलमानांना मारण्याचा किंवा त्यांच्याशी लढा देण्याचा सल्ला देऊ शकता. आणि तुम्ही जर आमचं संरक्षण करू शकत नसाल, आणि आमचं संरक्षण आम्हीच करणार असू, तर केवळ भल्यासाठी, तुम्ही आमच्या कामात हस्तक्षेप करू नये आणि तुमच्यापैकी एकानंही आमची तप्तभूमी ओलांडण्याची तुमच्या त्या... उदात्त, पवित्र पायांना तसदी देऊ नये. आम्हांला अशा सल्ल्याची जरूर नाही. तुमच्या केवळ मौखिक मदतीने आम्ही सुरक्षित राहू शकणार नाही. अशी मदत म्हणजे मूर्त स्वरूपाची मदत नव्हे. आम्हांला आमचं संरक्षण करण्यासाठी आणि तुमच्या भारतमातेची एकात्मता टिकविण्यासाठी आम्हांला सर्वंकष, भरपूर महत पाहिजे आहे. नुसती सहानुभूती नको.

आम्ही भटक्या, विमुक्त जमातीसारखे किंवा जिप्सी लोकांसारखे स्थलांतर करू शकत नाही. आम्ही शेवटपर्यंत लढा देऊ आणि परमेश्वरी इच्छेनं त्यात यशस्वी होऊ आणि जगू. परंतु तसं झालं नाही.. आणि रावळपिडींचं विधिलिखित आमचीच प्रतीक्षा करीत असेल... तर फार छान... म्हणजे हिंदूच राहून भिकारी व्हायचं आणि भिकेसाठी तुमच्या दारात डोकावून तुमचं आणि तुमच्या वंशजांचं छद्मी हसणं, हेटाळणी सहन करायची, त्यापेक्षा मुलसमान होणं सर्वांत उत्तम!

जर तुम्ही आमचं रक्षण करू शकत नसाल, तर आम्ही तुमचा सल्ला मान्य करू शकत नाही. आम्हीसुद्धा तुमच्या सारखीच माणसं आहोत. तुमच्यासारखंच आमचंही आयुष्य बहुमोल आहे. आम्हीही जगण्याला लायक आहोत. तुमच्या उदारपणासाठी, उच्च विचारसरणी, उन्नतीसाठी आम्हांला कसाई व्हायचं नाही. आम्हांला जगायचं आहे, ते सन्मानानं जगायचं आहे. आणि जर कॉंग्रेस आमचं संरक्षण करू शकत नसेल, ती जर दुबळी, षंढ असेल, तर पंजाबमधली कॉंग्रेस संघटनाच बरखास्त करून टाका. आणि हिंदूंना त्यांच्या मार्गानं जाऊ द्या. आम्हांला तुमचा संदेश नको आहे. किंवा उंच चबुतऱ्यावरून किंवा आकाशातून दिलेली, (ज्या आकाशात तुम्ही तरंगत असता) प्रवचनं नको आहेत.

तुम्ही आहात भित्रे, तुमची तत्त्वंही भेकडपणाची आहेत आणि भेकडपणेच तुम्ही त्या तत्त्वांना चिकटून आहात. हा घ्या आमचा तुम्हांला राम राम! आमचं अस्तित्व असेल किंवा नसेल, आम्ही जगू किंवा मरू; आम्ही जगू, तर हिंदू म्हणून किंवा आम्हांला जे पसंत असेल, तसं... आणि तुम्ही जर आम्हांला कुठली प्रत्यक्ष, मूर्त स्वरूपात मदत करू शकत नसाल, तर परमेश्वरासाठी तुम्ही दूर व्हा... दूरच राहा.[३]

परंतु हे सारे प्रश्न मोठ्या प्रमाणावर अनुत्तरितच राहिले. आणि फार मोठा विश्वास-घात झाल्याची जाणीव झालेल्या, शेवटी भेदरलेल्या का असेना, अशा माणसाकडून आलेलं हे पत्र बरंच काही सांगून जातं. असं हे भयसूचक पत्र! आणि अशी हजारो, कदाचित लाखोच्या संख्येत माणसं असतील, की पुढं जो काही बदल घडणार आहे आणि जो कायमस्वरूपी राहणार आहे, यावर त्यांचा विश्वासच बसत नव्हता. खरोखरच का त्यांचं आयुष्य इतक्या सहजपणे उर्जितावस्थेत येऊ शकणार नाही? त्यांना चांगले दिवस येणार नाहीत?

'राजकारणी, राजे, पुढारी हे नेहमीच सत्तेसाठी झगडले आहेत.' राजिंदरसिंग म्हणाले. त्यांनी आपलं मत असं प्रदर्शित केलं, की लोकांनी सुद्धा पुन्हा पुन्हा असंच मत प्रदर्शित करावं. असाच त्याचा अर्थ होता.

'आणि राजे महाराजे, पुढारी बदलतील; पण प्रजा कधी बदलणार आहे?' (राजे महाराजे बदलते रहते हैं लेकिन प्रजा कब बदलेगी?) इतरांप्रमाणेच त्यांच्या बोलण्यात काही तथ्य नव्हतं. लोक बदलले आहेत. आणि ते केवळ भौगोलिक जागेपुरतेच बदलले आहेत असं नाही.

जेव्हा परिस्थितीच बिघडली, तेव्हा राजिंदरसिंग म्हणाले,

'आमच्या लक्षात आलं की ही जागा सोडून जाण्याची हीच वेळ आहे. हा सगळाच विभाग पाकिस्तानात जाणार तेव्हा आम्हांला इथून गेलंच पाहिजे.'

तेव्हा जमिनदार म्हणू लागले की,

तुम्हां दुकानदाराचं ठीक आहे, तुम्हांला हे सहज शक्य आहे. तुम्हांला काय तराजू आणि वजनं-मापं घेतली, की निघाले, पण आमचं काय, आमच्या जमिनी आहेत इथं. जमिनी आम्ही कशा घेऊन जाणार? आम्ही आमच्या जमिनी काही डोक्यावर घेऊन जाऊ शकत नाहीत. दुकानदार काय दुकानं कुठंही नेऊ शकतात. आणि लोक आपापसांत बोलू लागले, की नाही, असं घडणारच नाही. राजे लोक आपली मतं बदलतील. पण लोक आपापली जागा सोडून कधी आणि कसे जाणार?

---

३. अ. भा. काँ. क. कागदपत्रे. एफ्. नं. CL-9 (भाग-१)/१९४६ पंजाब मूळ पत्राचा मजकूर मी आहे तसाच माझ्याजवळ ठेवला आहे.

जेव्हा रणजितसिंगनं सत्ता हातांत घेतली होती, तेव्हा लोक बदलले होते का? आणि ज्या वेळी शीख लोकांनी राज्य करायला सुरुवात केली, तेव्हा त्यांनी मुसलमानांना बाहेर हाकलून दिलं का? काहीही काळजी करू नका, त्यांनी सांगितलं. काहीही होणार नाही... त्यांनी असं स्वत:चं मनोधैर्य वाढवत नेलं. माझे वडील म्हणाले... ते म्हणाले, की कहाणी संपलेली आहे. खेड्यांमध्ये लोक तुमच्याकडं डोळे वर करून बघतसुद्धा नाहीत.'

सगळ्यांत आश्चर्याची गोष्ट म्हणजे, अनेक लोकांनी भावी संकटाबद्दल आपली चिंता व्यक्त करून सुद्धा भारतीयांनीही नाही, पाकिस्तान सरकारनं किंवा खरोखर ब्रिटिशांनीही कुठलीच काळजी घेतली नाही. कारण फाळणीमुळं फार मोठे बदल होतील, लोक इकडून तिकडं स्थलांतर करतील आणि भीतीमुळे लोक जिथं आपला समाज असेल, तिथं जातील याची पूर्वकल्पनाच कुणाला आली नाही. तोपर्यंत फाळणीची योजना जाहीर झाली होती. पंजाबच्या रहिवासी लोकांनी मार्च १९४७ सालीच रावळपिंडी जिल्ह्यात झालेल्या फार मोठ्या दंगलीचा, हिंसाचाराचा अनुभव घेतला होता. हजारो लोक मेले होते. लुटालूट, जाळपोळ, स्त्रियांची छेड काढणं, त्यांच्यावर हल्ले करणं, घातपात करणं हे सगळे प्रकार म्हणजे होणाऱ्या फाळणीच्या हिंसाचारावर शिक्कामोर्तबच होतं. ती एक रंगीत तालीम होती. त्याआधी १९४६ साली बंगाल, नोआखाली, बिहार, गडमुक्तेश्वर या ठिकाणी अशाच दंगली झाल्या होत्या. त्यांमध्ये हिंदू आणि मुसलमान दोघांचाही सहभाग होता, दोघांनीही एकमेकांवर हल्ले केले होते– अगदी शेवटपर्यंत. दुसरं म्हणजे १७ ऑगस्ट, १९४७ या दिवशी, म्हणजे फाळणी झाल्यानंतर दोनच दिवसांनी भारताचे आणि पाकिस्तानचे या दोन्ही देशांचे पंतप्रधान अंबाला इथं भेटले होते. आणि निर्वासितांची देवाण-घेवाण करण्याचं त्यांनी कबूलही केलं होतं. तो पर्यंत पुनर्वसन खात्याच्या मंत्रालयानं एक अहवाल प्रसिद्ध केला होता. त्या अहवालाप्रमाणे जवळ जवळ ५००,००० पाच लाखांहून अधिक लोक पाकिस्तानची सरहद्द ओलांडून भारतात आले होते आणि तेवढेच लोक भारतातून पाकिस्तानात गेले होते. एकदाच हे स्पष्ट केलं होतं की, लोक जातील आणि येतील तेव्हा दोन्ही देशांच्या सरकारवर हे मान्य करण्याची, आपल्या देशात लोकांना सामावून घेण्याची सक्तीच केली होती. परंतु जेव्हा निर्वासितांना जाण्याची परवानगी दिली, तेव्हा त्यांच्याजवळ जी मशिनरी त्यांच्या गाड्या, कारखान्यातील साधनसामग्री आणि इतरही मालमत्ता होती ती घेऊन जाण्यास बंदी केली होती. त्यामुळं निर्वासितांना देश सोडताना विलंब लागत होता, हे तर खरंच. परंतु जी मालमत्ता, मशिनरी वगैरे आहे ती तिथंच सोडून दिली जाणार होती. तिचा उपयोग त्या त्या देशाला होणार होता.

अनेक वर्षांनंतरच्या या खरोखर सुस्थित दिवसांत ज्या लोकांनी फाळणीच्या दंगलीत प्रत्यक्ष भाग घेतला होता, त्यांनी स्वत:लाच एक प्रश्न विचारावा की, त्या वेळी असं काय घडलं होतं, की एकमेकांच्या मनांत शत्रुत्वाची इतकी विषारी भावना निर्माण झाली. म्हणजे जे लोक आयुष्यभर परस्परांशी चांगले सबंध ठेवून होते, कधी पिढ्यान् पिढ्या एकत्र नांदल्या, प्रत्येकाचं आयुष्य जरी आपापल्या परीनं वेगवेगळं होतं, तरी प्रत्येक जण प्रत्येकावर अवलंबून होता. विसंबून होता. सगळे सलोख्यानं वागत होते. तरी सुद्धा ते एकमेकांचे शत्रू कसे झाले, त्याचं कारण काय? असं काय घडलं?

'मी काही याचं स्पष्टीकरण देऊ शकत नाही.' हरजितसिंग, एक शीख माणूस म्हणाला. जो सरहद्दीजवळच्या अत्तारी गावात राहत होता. 'परंतु एक दिवस आमचं संपूर्ण खेडंच शेजारच्या मुस्लिम खेड्यात खूनखराबा करण्यासाठी घुसलं. आम्ही नुसते बेभान झालो होतो. आणि त्याचं मोल मी काय दिलं, तर पन्नास वर्षं मी पश्चात्ताप करीत बसलो. आणि पन्नास वर्षांत मला एकाही रात्री धड झोप आली नाही. ज्यांना आम्ही मारलं, त्यांचे चेहरे मी कधीच विसरणार नाही.'

हरजितसिंगनं ज्या भावना व्यक्त केल्या, तशाच भावना 'दुसऱ्या बाजूच्या' माणसांकडून व्यक्त झाल्या. सैन्य दलातून निवृत्त झालेला, नासिर हुसेन, एक शेतकरी सांगतो की,

'मला अजून समजत नाही की, त्या वेळी मला आणि माझ्यासारख्याच दुसऱ्या तरुणांना असं काय झालं होतं, आम्ही का झपाटलो होतो? प्रश्न फक्त दोन दिवसांचा होता. आणि त्या दोन दिवसांत आम्ही सूड-द्वेषाच्या भावनेनं वेडेच झालो होतो... मी किती माणसांना मारलं, हे मला आता आठवत सुद्धा नाही. तो एक असा विचित्र क्षण होता की, आमच्या मनावरचा ताबाच गेला होता. आम्ही काय करत आहोत, हेच आम्हांला समजत नव्हतं.'

–आणि हरजितप्रमाणेच नासिरसुद्धा आयुष्यातल्या त्या बेभान क्षणामुळं पश्चात्तापात होरपळून निघाला होता.

तुमच्यामध्ये जो 'दुसरा' दडलेला आहे, त्याचं माणसातून शत्रूमध्ये रूपांतर होण्याआधी, म्हणजेच जी गोष्ट तुमचा नाश करणार आहे, तिचाच आधी नाश केला पाहिजे. तेच महत्त्वाचं आहे. भाव-भावना (तिरस्काराची, द्वेष भावना सोडून) तटस्थ वृत्ती, यांना फाळणीच्या हिंसाचारात स्थान नव्हतं. ज्यांनी फाळणीच्या हिंसाचारात प्रत्यक्ष भाग घेतला होता, किंवा जे तटस्थ राहिले, म्हणजे डोळ्यांसमोर हिंसा घडत असताना सुद्धा ज्यांनी हस्तक्षेप केला नाही, अशा लोकांच्या या गोष्टी नंतर लक्षात येतील. आणि पश्चात्तापानं त्यांची झोपच उडेल.

एका सत्तर वर्षांच्या प्राध्यापकानं सांगितलं की, त्या वेळी ते गृहस्थ पतियाळामध्ये राष्ट्रीय स्वयंसेवक संघाचं काम करीत होते. ते तरुण स्वयंसेवक होते. त्या वेळी

एका मुस्लिम महिलेवर बलात्कार करून तिला ठार मारण्यात आलं. हा प्रकार पतियाळामधल्या घाऊक बाजारपेठेत झाला. अत्याचार चालू असताना त्या महिलेनं फोडलेली किंकाळी या गृहस्थांनी ऐकली होती. तरी त्याचं त्यांना काहीच वाटलं नाही. त्याचं कारण सांगताना ते म्हणाले,

'त्या वेळी आम्ही रा. स्व. संघाचे सभासद होतो आणि आम्हांला तेव्हा 'त्यांच्याविषयी' करुणा दाखवायला परवानगी नव्हती.'

त्या आठवणीनं पन्नास वर्षांनंतर ते गृहस्थ रडले. त्या महिलेविषयी त्यांना दु:ख झालं होतं, आणि स्वत:च्या तटस्थपणाविषयी पश्चात्ताप झाला होता.

पुढाऱ्यांनी पुढं ठेवलेल्या 'तोडगा' नावाच्या खेळीचं पुढं कुठं नावनिशाणही दिसत नव्हतं. त्यांनी एक भाबडी कल्पना केली होती की, जर युद्धखोर गट (जर ते युद्धखोर गटात असतील, तर) बाजूला केले आणि मधोमध एक प्रादेशिक विभागणीची रेषा आखली, तर प्रश्न मिटणार होता. परंतु लढाई-युद्धखोर वृत्ती हीच सीमारेषेचा आदर करण्यास मारक आहे. युद्धखोर वृत्ती हीच सीमा रेषेला बाधा आणणारी आहे. आणि शेवटी अवघड असलेली शतकांची गुंफण, पक्की गाठ, एका फटकाऱ्यात सोडवणं काही शक्य नाही आणि, खरं तर, सगळ्यांत शोचनीय काय असेल, तर हा पुढाऱ्यांचा 'तोडगा'. या तोडग्यानंच खरी समस्या निर्माण करून ठेवली.

एकदा फाळणीची योजना जाहीर झाल्यावर आणि दोन्ही गटांनी तिला मान्यता दिल्यावर तिची कार्यवाही तातडीनं करण्यासाठी यंत्रणा सज्ज ठेवायला पाहिजे होती. पण तसं झालं नाही. शिवाय जो करार केला होता, तो चलाख होता. आणि त्या करारातले सारेच अवघड प्रश्न नंतर बाजूला पडले. सीमारेषेत दडलेल्या ते मूलभूत प्रश्न विचारात घेतले असते, तर लाखो लोकांचं आयुष्य बदललं असतं. शिवाय भारत आणि पाकिस्तान या देशाचे जे नकाशे तयार केले होते, ते नकाशे कसे आहेत किंवा त्या नकाशांबद्दल दोन्ही देशाचं स्वरूप काय असेल, हे तपासण्यासाठी सिरिल रॅडक्लिफ या गृहस्थाची खास नेमणूक केली होती. परंतु दोन्ही देश स्वतंत्र होऊन सत्ताग्रहण होईपर्यंत नकाशाचं काम पूर्ण झालेलं नव्हतं. म्हणजे देश स्वतंत्र झाल्यानंतर दोन्ही देश नकाशांत आपापल्या भौगोलिक कक्षा काय आहेत, हे तपासणार; आणि अनेक वर्षांनंतर त्यावर आक्षेप घेणार, वादविवाद करणार. १८ जुलै, १९४७ रोजी, म्हणजे फाळणीची योजना जाहीर झाल्यानंतर थोड्याच दिवसांत ब्रिटिश पार्लमेंटमध्ये हिंदुस्थानच्या स्वातंत्र्याचं विधेयक मंजूर झालं आणि त्याचं कायद्यात रूपांतर झालं. आणि त्यातील तरतुदींप्रमाणे दहा तज्ज्ञांची एक समिती नेमण्यात आली. त्या समितीकडं त्या तरतुदी काय आहेत, व्यवहार कसा करायचा, हे काम सोपवलं होतं. त्यातील मुद्दे असे :

१) रचना, सरकारी कागदपत्रं आणि सरकारी नोकर, चाकर.

२) मालमत्ता आणि देणी

३) देशाचं महसुली उत्पन्न

४) कंत्राटं

५) चलन, नाणी, देवाण-घेवाण

६) आर्थिक संबंध (१)

७) आर्थिक संबंध (२)

८) राहण्याच्या जागा

९) परराष्ट्र संबंध

१०) सैन्य दलं[४]

फाळणीमुळं लोकांचं जे सगळं आयुष्यच विस्कळीत झालं होतं, लाखो लोकांची वाताहत झाली होती, त्यासंबंधी यात काहीही तरतूद नव्हती. आणि त्या वेळी भीतीचं, अविश्वासाचं वातावरण मोठ्या प्रमाणावर वाढत होतं. लोकांच्या मनांत भीती, चिंता निर्माण झाली होती. तरीसुद्धा लोकांच्या सुरक्षेसाठी, त्यांच्या भल्यासाठी काहीही लक्ष दिलं गेलं नाही. तरीही राजकीय पुढारी सरळ, अगदी ठामपणे सांगतच होते की, लोकांनी आपण आहोत तिथंच राहायचं ठरवलं, तर काहीही होणार नाही. अगदी ऑगस्ट १९४७ च्या सुरुवातीला लोक आपली घरंदारं सोडून पळून जात आहेत, त्याबद्दल गांधींनी दुःख व्यक्त केलं होतं. त्या वेळी ते म्हणाले की,

'जसं असायला पाहिजे, तसं हे नाही.'

म्हणजे अपेक्षेप्रमाणे हे घडलं नाही.

नंतर त्याच वर्षी नोव्हेंबर महिन्यात अखिल भारतीय काँग्रेस कमिटीने ठराव केला की, घरदारं सोडून गेलेल्या लोकांनी आपापल्या मूळ जागी, घरी परत यावं, यासाठी आपण प्रयत्न करावेत. त्यांना आपापल्या गावी येण्यास प्रवृत्त करावं. लोकांनी स्थलांतर करू नये; तुमच्या रक्षणाची काळजी घेतली जाईल, अशी विनंतीवजा अनेक निवेदनं नंतर प्रसिद्ध केली गेली. आणि ही सगळी निवदनं, दिलासा, आश्वासनं, याचा काहीही उपयोग झाला नाही. लोकांना समजलं, की स्थलांतर हे करावंच लागणार. रावळपिंडी, बिहार आणि नोआखालीमध्ये काय घडलंय्, हे लोकांना माहीत होतं. आणि जेव्हा या दंगली झाल्या, त्या वेळी स्थलांतर केलेल्या लोकांची संख्या धक्का देणारी होती. या आधी किंवा मानवी

४. फाळणीनंतरचा आधुनिक भारत, मालिका, दिल्ली, प्रकाशन विभाग, १९४८ पा. २०-२१

इतिहासापासून सुद्धा, इतक्या मोठ्या प्रमाणावर लोकांनी स्थलांतर केलं नसेल आणि तेही अगदी कमीत कमी वेळात, ते प्रमाण केवळ अभूत-पूर्वच होतं. एक कोट वीस लाख लोकांनी तेव्हा स्थलांतर केलं. (ही संख्या दोन्ही देशांत स्थलांतर केलेल्यांची आहे.) ऑगस्ट ते नोव्हेंबर १९४७ या केवळ तीन महिन्यांच्या कालावधीत निर्वासितांनी भरलेल्या ६७३ रेलगाड्या भारतात आणि पाकिस्तान हद्दीत धावल्या. अंदाजे अठ्ठावीस लाख निर्वासितांनी रेल्वेतून स्थलांतर केलं, एमइओ या संस्थेनं (मिलिटरी इव्हॅक्युएशन ऑर्गनायझेशन ही संस्था सैन्यातील कर्मचाऱ्यांनी स्थापन केली होती. लोकांचं स्थलांतर या नावाचा अर्थच असा.) निर्वासितांना पूर्व पंजाबमध्ये सोडण्यासाठी दहा लाख गॅलन पेट्रोल खर्च केलं. ऑगस्ट महिन्याच्या शेवटी विमान-वाहतूक सुद्धा सुरू करण्यात आली. जरी विमान प्रवास फक्त सरकारी कर्मचारी आणि श्रीमंतांसाठीच मर्यादित होता, तरी एवढे असून सुद्धा भारत आणि पाकिस्तान या दरम्यान प्रत्येक दिवशी सहा ते सात विमाने उड्डाण करीत. प्रवाशांमध्ये सरगोधा, ल्यालपूर, मुलतान आणि रावळपिंडी येथील निर्वासितांचा भरणा होता. या व्यक्तिरिक्त दिल्ली, कराची, लाहोर, क्वेट्टा आणि रावळपिंडी या दरम्यानची विमान वाहतूक होतीच. साधारणत: नोव्हेंबरच्या तिसऱ्या आठवड्यापर्यंत बत्तीस हजार प्रवाशांनी दोन्ही देशांत विमानानं प्रवास केला. सिंध प्रांतापासून मुंबईला जहाजांची सरळ वाहतूक होती. त्यामुळं कित्येक लोकांनी जहाजांतून आणि छोट्या बोटीतूनही स्थलांतर केलं. २१ नोव्हेंबरपर्यंत एक लाख तेहतीस हजार लोकांनी जहाजामधून स्थलांतर केलं. ही संख्या जास्तही झाली असती. परंतु कराची येथील बंदरातील अधिकारी दररोज फक्त दोन हजार लोकांनाच जाण्याची परवानगी देत होते. कारण जास्तीत जास्त तेवढ्याच लोकांची ते सोय करू शकत होते.[५]

ज्यांना रेल्वेतून आणि बसमधून जागा मिळाली नाही, आणि जे गरीब होते, त्यांना आपली नवी मातृभूमी शोधण्यासाठी पायी चालत जाण्याशिवाय गत्यंतर नव्हतं. अशी असहाय माणसं प्रचंड संख्येनं, एकत्रित चालत गेली– ज्याला तांडा किंवा काफिला म्हणता येईल. अशा प्रचंड जनसमुदायानं नव्या मातृभूमीच्या शोधात चालत जायला सुरुवात केली, ती फाळणीनंतर साधारण दोन आठवड्यांनी. सुरुवातीला तीस ते चाळीस हजार लोकांचा तांडा असायचा. नंतर संख्या वाढतच गेली. नंतर तर एका तांड्यात जवळ जवळ चार लाख लोक सामील झाले. हजारो, लाखो पावलांची प्रचंड मोठी रांगच्या रांग... असं सांगितलं जातं की, या पायपीट करून स्थलांतर करणाऱ्या निर्वासितांना ठरवून दिलेल्या ठिकाणांवरून चालत जायला जवळ जवळ आठ दिवस लागले. सप्टेंबर १८ ते ऑक्टोबर २२ च्या

---

५. फाळणीनंतर : पा. ५०-५५

दरम्यान हिंदू आणि शीखांचे २४ काफिले ल्यालपूर आणि माँटोगोमेरीहून भारताकडे निघाले. काफिल्यातील लोकांची एकूण संख्या होती आठ लाख एकोणपन्नास हजार. असं म्हणतात की, एकूण दहा लाख निर्वासितांनी पायी चालत सीमा पार केली. म्हणजे पश्चिमेकडून पूर्वेकडे मार्गक्रमणा केली.[६]

निर्वासितांचा प्रवासही सोपा नव्हता. ज्या रस्त्यावरून लोक जात होते, म्हणजे पायी, रेल्वेमधून, गाडीतून, लॉरीमधून तिथे प्रत्येक ठिकाणी हल्लेखोर वाट बघत थांबलेच होते. कधी जमावाबरोबर जाणारे काही लोकच हिंसक झाले. म्हणजे दोन्ही बाजूंचे तांडे जेव्हा समोरासमोर यायचे (म्हणजे भारतातून पाकिस्तानात जाणारे लोक आणि पाकिस्तानातून भारतात येणारे), तेव्हा दोन्ही बाजूंचे लोक सारखेच वाटत. म्हणजे त्यांच्या चेहरेपट्टीवरून हिंदू किंवा मुसलमान ओळखणं अवघडच होतं. फारच थोडे लोक तसे ओळखू येत. आणि सरसकट लोक दारिद्र्यानं पिडलेले, दु:खी दिसत. पण दोन्ही गटांतल्या लोकांची हिंसक वृत्ती अचानक उफाळून यायची आणि ते मग एकमेकावर खुनी हल्ला करायचे. हजारो स्त्रियांवर बलात्कार झाले, त्यांना पळवून नेण्यात आलं. तांड्यातील जी माणसं कडेकडेनं जात होती, तीच आधी हल्लेखोरांच्या तावडीत सापडत. हिंसक हल्ले चालू झाले, की पळापळ व्हायची. आणि मग मागं राहत, ते आजारी, दुबळे, अपंग, म्हातारे, लहान मुलं आणि स्त्रिया. फारच थोडे लोक स्वत:ची पर्वा न करता दुसऱ्याला मदत करत. भरीत भर म्हणजे सप्टेंबर महिन्यात निसर्गानंही आपलं रौद्ररूप दाखवलं. तुफान पाऊस सुरू झाला. पुरानं थैमान घातलं. दळणवळण तुटलं. रेल्वेची वाहतूक विस्कळीत झाली. गाड्या संथ गतीनं चालवणं भाग पडलं. रस्त्यावरून प्रवास करणं अवघड झालं. आणि अशा अवस्थेत तांड्यामधले लोक पावसाच्या माऱ्यानं भिजल्यामुळं आजारी पडले. रोगराई पसरली. रस्ते आणि पुलांच्या दुरुस्तीसाठी लष्कराला बोलावण्यात आलं आणि जे लोक रेल्वेनं प्रवास करीत होते, ट्रक, गाड्यांमधून प्रवास करीत होते, पायी जात होते, त्यांच्या संरक्षणाची जबाबदारी पोलिस आणि सैन्यावर टाकण्यात आली होती. परंतु पोलिस हे काही पोलिस म्हणून राहिले नाहीत. खरं म्हणजे पोलिस हे तटस्थ वृत्तीचे, ज्यांचं काम कायद्याचं पालन करणं, अशी साधारण समजूत आणि सैन्यातील जवानही पुढं सैन्यातील जवान म्हणून राहिले नाहीत. तटस्थ सैन्य दलातील जवानांचं काम फक्त आपल्यावर टाकलेली जबाबदारी तटस्थपणे पार पाडणे. परंतु ही फाळणी झाली आणि तटस्थ वृत्ती आणि आपलं साध्य, कर्तव्य या कल्पनेलाच तडा गेला. राज्यातील पोलिसांकडून फाळणीनंतर

---

६. आय् बी आय् डी; आणि एच्. भास्करराव : पुनर्वसनाची कथा, दिल्ली, पुनर्वसन खातं १९६७

या तत्त्वांची अपेक्षा करणंच गैर होतं. कारण फाळणीच्या वेळी राज्याच्या पोलिस दलात ६०% मुसलमानांची भरती केली होती. तेव्हा साहजिकच पाकिस्तानातून भारतात निघालेल्या आणि भारतातून पाकिस्तानात गेलेल्या निर्वासितांना आपआपल्या जमातीतील पोलिस बरोबर असतील, तरच सुरक्षित वाटायचं. पण हे काही मर्यादेपुरतंच शक्य होतं. कारण पोलिसांना आणि लष्करालासुद्धा आपल्या अधिकार-क्षेत्रातील विभागाची आखणी करून घ्यावी लागायची. जे निर्वासित पाकिस्तानातून भारतीय हद्दीकडं जात होते, त्यांच्याबरोबर हद्दीपर्यंत पाकिस्तानी सैन्य असायचं आणि कोणत्या ठिकाणापासून सैन्यानं बरोबर जावं आणि कुठपर्यंत, हे ठरलेलं असायचं. याला पाकिस्तानी 'भारतीयांना ताब्यात घेतलं' म्हणायचे. त्या वेळी पोलिस दलात जर मुसलमानांचीच संख्या जास्त असेल, तर मग सैन्य दलात फक्त ३०% मुसलमान ठेवत आणि बाकीची भरती बिगर मुस्लिमांची करत. जेव्हा देशाची फाळणी करण्याचा निर्णय घेतला गेला, तेव्हा साहजिकच इतर बाकी गोष्टींची विभागणी अपरिहार्यच होती. यामध्ये सैन्याचा सुद्धा समावेश होता. म्हणजे इतर साधनसामग्री जशी –सैन्यातील गाड्या, ट्रक्स, रणगाडे, तोफा, दारुगोळ्याची कोठारे याची विभागणी झाली, तशीच सैन्यातील माणूसबळाचीही झाली. अर्थातच सैन्याची विभागणी जातितत्त्वावरच केली गेली. मुसलमान जवान पाकिस्तानात गेले आणि बिगर मुस्लिम भारताकडे आले. फाळणीच्या वेळी सैन्य दलाच्या फेररचनेसाठी अधिकाऱ्यांचं एक मंडळ नेमण्यात आलं होतं. त्या मंडळानं सैन्याच्या फेररचनेसाठी सर्वसाधारण नियम तयार केले होते. त्या नियमावलीतील कलम १ असं वाचावं :–

सैन्य दलाची विभागणी दोन टप्प्यांत केली जाईल. पहिला टप्पा कमी-जास्त प्रमाणात स्थूल मानाचा असेल. त्यामध्ये सैन्य दलाची विभागणी जातीय तत्त्वावर तयार केलेली असेल आणि त्याची आखणी लवकरच झालेली असेल. आराखडा तयार असेल.

दुसऱ्या टप्प्यात सैन्य दलाची छाननी करून जवान, अधिकारी वर्गाला ऐच्छिक बदलीची मुभा दिली जाईल. परंतु त्याला एक अपवाद असेल. तो म्हणजे सध्याच्या हिंदुस्थानी सैन्य दलातील जे पाकिस्तानी मुसलमान असतील, त्यांना विघटन झालेल्या हिंदुस्थानातील (भारतातील) सैन्य दलात जाता येणार नाही. त्याच प्रमाणे पाकिस्तान सोडून इतर विभागीय सैन्य दलातील बिगर मुस्लिमांना पाकिस्तानी सैन्य दलात जाता येणार नाही.[७]

---

७. फाळणीच्या कारभाराविषयी, व्यवस्थापनाविषयी महत्त्वाचे प्रश्न सोडविण्यासाठी ज्या दहा समित्या नेमलेल्या होत्या, त्यांपैकी एक– सैन्य दल फेररचना समिती.

त्यावेळी सैन्य दलातील जवानांना, अधिकाऱ्यांना त्यांच्या पसंतीप्रमाणे, सोयीप्रमाणे बदलीची योजना जाहीर केली होती. पण त्यामागची विचारसरणी काही चमत्कारिक होती. म्हणजे फाळणीच्या वेळी जे मुसलमान पाकिस्तानात होते, आणि लाहोरच्या सैन्य दलात नोकरी करत होते, त्यांना फाळणीनंतरच्या हिंदुस्थानातल्या सैन्य दलात बदली करून घ्यायला परवानगी नव्हती. परंतु त्या उलट, जे हिंदू असून, लाहोरच्या सैन्य दलात होते, त्यांना मात्र भारतीय सैन्य दलात किंवा पाकिस्तानी सैन्य दलात बदली करून घ्यायला परवानगी होती. म्हणजे त्यांच्या पसंतीला मान्यता होती. या योजनेत गुरखा दल मात्र बाजूला राहिलं. भारतीय सैन्याच्या ७% गुरखा फलटण होती. ते तटस्थच राहिले. जरी ते नेपाळसारख्या हिंदू राष्ट्रातून आले होते, तरी फाळणीच्या आधी हिंदुस्थानातल्या सैन्य दलात गुरखा दलाच्या दहा फलटणी होत्या. हिंदुस्थान, नेपाळ आणि ब्रिटन यांच्यामध्ये जो तात्पुरता करार झाला होता, त्याप्रमाणे दहापैकी सहा गुरखा फलटणी हिंदुस्थानी सैन्य दलात राहिल्या. आणि चार ब्रिटिश सैन्य दलात गेल्या. त्या वेळी जे निर्वासित पाकिस्तानातून भारतात आले, किंवा अजूनही कुठल्या मार्गानं आले, त्यांना संरक्षण आणि तेही बिनधास्तपणे होतं, ते गुरखा फलटणीचं, कारण ते हिंदू आणि मुसलमान जवानांपेक्षा अगदी तटस्थ होते. त्यांच्या मनांत दुजाभाव नव्हता.

मागं वळून बघितलं असता फाळणीच्या संदर्भात जे प्रकार झाले, ते सगळे हास्यास्पद वाटतात. दोन जिवांची ताटातूट, हे फारच कठीण काम आणि लाखो लोकांच्या आयुष्याची विभागणी म्हणजे तर वेडेपणाचा कळसच. आणखीही बऱ्याच गोष्टींची विभागणी करून त्याची वाटणी करायची होती. प्रत्यक्ष ताबारेषेची आखणी आणि विभागणी हे काम तर त्याहून जिकिरीचं. संपूर्ण एकसंध पंजाबमध्ये सडका, रस्ते आणि रेल्वेमार्ग यांचं जाळं आडवं-तिडव पसरलेलं होतं. त्याशिवाय पाच नद्यांचं पाणी, पाटबंधारे, कालवे यांद्वारे पंजाब इलाख्याच्या अनेक भागांत पुरवलेलं होतं. उदा, अप्पर बारी डोब कालव्याचं पाणी लाहोर आणि माँटगोमेरी या पश्चिम पंजाब मधील जिल्ह्यांना पुरवलेलं होतं. परंतु त्याची सुरुवात, केंद्र, आखणी पूर्व पंजाबमध्ये होती. दिपालपूर कालव्याचं पाणीही पश्चिम पंजाबमधील काही भागांना पुरवलं होतं. परंतु त्याचं नियंत्रण पूर्व पंजाबमधील फिरोजपूरमधून झालेलं, म्हणजे पाणी अडवून ठेवलं ते फिरोजपूरमध्ये. नंतर प्रत्येक सरकारी व्यवस्थापनातले कर्मचारी विभागले गेले आणि या कर्मचाऱ्यांना हिंदुस्थानात जाण्याची किंवा पाकिस्तानात जाण्याची, त्यांच्या इच्छेनुसार परवानगी देण्यात आली. आता ज्या लोकांनी स्थलांतर करण्याचा निर्णय घेतला, त्यांच्यापुढं अनेक प्रश्न उभे राहिले. त्यांच्या निवृत्तिवेतनाचं, भविष्य निर्वाह निधीचं पुढं काय? आणि ज्या नोकरदारांनी बँकामधून कर्ज काढलं होतं, त्याचं काय? आणि ज्यांनी आपल्या मालकांकडून, कारखानदाराकडून कर्ज

काढलं होतं, त्याचं काय? एका देशातून दुसऱ्या देशात आपल्या इच्छेनुसार स्थलांतर करणं काही लोकांच्या बाबतीत (इतरांच्या साठी नाही) तशी फार साधी गोष्ट. परंतु जेव्हा देश सोडून जाताना आणि मुख्य म्हणजे, त्याची कार्यवाही करताना, औपचारिक गोष्टी, कायदे-कानून नियमांची अंमलबजावणी करताना जो त्रास असतो, अडचणी निर्माण होतात, त्यांमुळे स्थलांतराला उशीर तर व्हायचाच, पण तापही सहन करावा लागायचा. अशा या अनिश्चित, विस्कळीत परिस्थितीमुळं लोकांचं जाणंच लांबणीवर पडलं. त्याची अनेक कारणं तर होतीच. पण महत्त्वाचं म्हणजे, जे स्थलांतर करणार होते, त्यांच्या नोकरीचा प्रश्न, त्यांच्या पगार-पाण्याचा प्रश्न निर्माण झाला. मुलांच्या शिक्षणात अडचणी निर्माण झाल्या. पुन्हा विद्यापीठांची विभागणी करावी, का नाही, हा एक प्रश्न निर्माण झाला. उफाळून आलेला उद्रेक, अस्थिर परिस्थिती याची जाण परदेशांत शिक्षणासाठी गेलेल्या हुशार विद्यार्थ्यांना फारशी नव्हती किंवा ते या गोंधळापासून दूर होते. त्यांतल्या अनेक विद्यार्थ्यांना सरकारी (प्रांतीय) शिष्यवृत्ती प्रदान केलेली होती. म्हणजे सरकारने अशा विद्यार्थ्यांच्या शिक्षणाचा भार संपूर्ण उचलला असेल किंवा निम्मा खर्च केला असेल, आता अशा विद्यार्थ्यांनाही दोन्हींपैकी एका देशाची निवड करायची होती. आता दोन्हीही देश स्वायत्त झाल्यामुळं या विद्यार्थ्यांचा महिन्याचा खर्च कोण करणार? शिष्यवृत्तीचे पैसे कोण देणार? तेव्हा हा प्रश्न साधा, पण अनुत्तरितच होता. पूर्व पंजाबमधून जे मुसलमान तज्ज्ञ कामगार स्थलांतर करणार होते, त्या वेळीही उद्योगधंद्यापुढे अनेक प्रश्न निर्माण झाले. म्हणजे तयार कपड्यांचे कारखाने, इतरही कारखाने, उदा. धातूपासून वस्तूंचे उत्पादन करणारे कारखाने, रेल्वे वर्क-शॉप्स वगैरे. कारण या बहुतेक उद्योग धंद्यांत, कुशल, मुस्लिम कामगारांचीच संख्या जास्त होती, आणि त्यांची एकी होती. उदाहरणच द्यायचं झालं, तर बटाला हे शहर धातूंच्या वस्तू तयार करण्याचं मोठं उद्योग केंद्र होतं; आणि याच उद्योग केंद्रातून बहुतेक मुस्लिम कामगार बाहेर पडल्यामुळं बटालातील उद्योगधंद्यालाच अवकळा आली. त्याशिवाय विभागलेल्या पंजाब प्रांतातील, म्हणजे पूर्व आणि पश्चिम पंजाबमधील आपापसांतील व्यापारावर बंधनं येणार होती. आणि ते अपरिहार्यच होतं. कराचीहून ज्या कच्च्या मालाचा, रसायनं, यंत्र-सामग्रीचा पुरवठा होत असे, तो आता फार काळ होणार नव्हता; आणि त्या पुरवठ्यासाठी आता मुंबईची बाजारपेठ हुडकावी लागणार होती. त्याशिवाय अमृतसर हे कापड विणण्याचं मोठं उद्योग केंद्र होतं. अशा उद्योगांना आता पाकिस्तान सोडून हिंदुस्थानातील इतर भागात व्यापारी केंद्रं, ग्राहक पेठ शोधावी लागणार होती. आणि दुसरं म्हणजे, फाळणीनंतर काही शहरांचे गुणधर्मही बदलणार होते, ते बदलले. शहराचा तोंडवळा बदलला. एके काळी लाहोर हे मोठं सांस्कृतिक केंद्र होतं. ते तसं राहिलेलं नव्हतं. जे अमृतसर शहर या आधी पंजाबच्या केंद्रस्थानी

असलेलं, भरभराटीला आलेलं व्यापारी केंद्र होतं, तेच अमृतसर आता भल्या मोठ्या राज मार्गावरील, 'वाघा' या सरहद्दीअलीकडचं शेवटचं शहर राहिलं होतं.[८] शहरं, गावं सोडण्याच्या गडबडीत प्रत्येकानं आपली संपत्ती, मालमत्ता तशीच मागं ठेवली होती. उदा, रोख रक्कम, दागदागिने, व्यक्तिगत वस्तू, अनामत रकमा, तारण, बँकेत सुरक्षित ठेवलेल्या वस्तू, जुनी क़ागदपत्रं, हिशेबाच्या वह्या... अशा अनेक प्रकारच्या वस्तू. कित्येक जणांना खात्री वाटत होती की, आपण वेगवेगळ्या ठिकाणी पुरून ठेवलेले दागिने, पैसे, सोनं-नाणं, पाकिस्तान सरकार आपणांस परत करील. पण या सगळ्याच वस्तू कशा परत मिळवायच्या, हा एक प्रश्न होताच. १९४७ नंतरची काही वर्षं दोन्ही राष्ट्रांतील संबंधित अधिकारी, निर्वासितांच्या आपापल्या गावी अडकून राहिलेल्या साधनसंपत्तीविषयी, पैसे, सोनं -नाणं याविषयी कर्ज, वसुलीविषयी चर्चा करीत होते. त्यातूनही मार्ग निघाला. ज्या लोकांनी आपले पैसे बँकेत ठेवले होते, किंवा आपली मालमत्ता बँकेच्या ताब्यात दिली होती, त्या लोकांनी निर्वासितांच्या मालमत्तेच्या सुरक्षेसाठी जे अधिकारी नेमले होते (कस्टोडिअन्स), त्यांच्याकडं अर्ज करून आपली मालमत्ता परत मिळविण्यासाठी परवानगी मागायची होती. आणि ज्यांच्याकडं राष्ट्रीय बचत योजनेची सर्टिफिकेट्स होती, सुरक्षा सर्टिफिकेट्स होती किंवा तत्सम आणखीही काही सर्टिफिकेट्स होती, त्यांनी त्यासाठी दोन्ही देशांतल्यापैकी एका पोस्टात अर्ज करायचा होता. दोन्ही बाजूंनी त्या अर्जाची, सर्टिफिकेट्सची शहानिशा झाल्यावर मग ती सर्टिफिकेट्स ज्या त्या व्यक्तीला परत मिळणार होती. त्याशिवाय हत्यारांची सुद्धा देवाण-घेवाण होणार होती. ऑक्टोबर १९५६ साली लाहोरमध्ये हत्यारांची अशी पहिली देवाण-घेवाण झाली आणि त्याच सुमारास जालंदरमध्ये सुद्धा अशी देवाण-घेवाण झाली. फेब्रुवारी १९५८ पर्यंत आणखी चार वेळा भारत-पाकिस्तान यांच्या दरम्यान अशी हत्यारांची देवाण-घेवाण करण्यात आली. आणि त्या वेळी भारताला १२०० हत्यारे परत मिळाली. ती नंतर ज्या त्या मालकांना परत करण्यात आली; आणि याला जोडूनच लागोपाठ म्हणजे १९५४ साली आणि नंतर मे १९५८ पर्यंत पाकिस्तानामध्ये दडवून, पुरून ठेवलेल्या साधारण २२०० प्रकरणांचा शोध घेण्यात आला. आणि त्यांपैकी १३०० प्रकरणांत यश मिळालं. त्या मधून ६९ लाखांहून अधिक किमतीची साधन-संपत्ती, दागिने, पैसे परत मिळविण्यात यश आलं.[९] ब्रिटिश राज कडून

---

८. नवतेज के. पुरेवाल, भरकटलेला समाज : गरीब समाजावर झालेले फाळणीचे दुष्परिणाम, इंटर नॅशनल जर्नल ऑफ पंजाब स्टडीज़, खंड ४, नं- १, जाने-जून – १९९७, १२९-४६.

९. संदर्भ : पंजाब आणि पतियाळाची फाळणी, पब्लिकेशन ब्यूरो, १९७२. कृपालसिंग

मिळालेली चिरकाल स्वरूपाची देणगी म्हणजे त्यांची व्यवस्थापन पद्धती आणि 'फाईल'वरील त्यांचा विश्वास. फायलीमध्ये जे महत्त्वाचं तेच असतं : विशिष्ट सांकेतिक नोंदणी, प्रकरण निकालात निघालं किंवा काढलं; प्रकरणाचा निर्णय नाही, स्थगित वगैरे...[१०]

१९४७ साली राज्यकारभाराची किंवा व्यवस्थापनाची जी पद्धत होती, त्याच पद्धतीचे दोन भागांत रूपांतर करण्यात आलं. आणि त्यामुळं ज्या काही फाईल्स होत्या, त्या प्रत्येक फायलीच्या दोन दोन प्रती करणं भाग पडलं. आणि त्या दिवसांत कुठल्याही कागदपत्रांची दुसरी प्रत तयार करणं म्हणजेच 'नक्कल' करणं एवढं सोपं काम नव्हतं. म्हणजे आजच्यासारखं. त्या वेळी जे व्यवस्थापनातले कर्मचारी पाकिस्तानी राजवटीत गेले होते, त्यांच्यावर प्रत्येक फाईलची दुसरी प्रत तयार करण्याची जबाबदारी टाकली होती. तेव्हा त्या लोकांनी भारतातील मंत्रालयात बसून अनेक महिने प्रत्येक फाईलमधल्या कागदपत्रांची 'नक्कल' करण्यात घालवले. म्हणजेच एका फाईलची दुसरी प्रत तयार करून त्या सर्व फायली त्यांना पाकिस्तानात घेऊन जायच्या होत्या. अणि हे काम इतक्या काळजीपूर्वक करायचं होतं की, मला उगीचच आश्चर्य वाटलं, शंका आली की, लिहिता-लिहिता एखाद्याला झोप आली असती किंवा एखाद्यानं चुकीची नोंद घेतली असती, तर? कारण ही सगळी कागदपत्रं ऐतिहासिक होती.

३० जून, १९४७ रोजी म्हणजे फाळणीची योजना जाहीर झाल्यानंतर तीन आठवड्यांनी हिंदुस्थानच्या गव्हर्नर जनरल यांनी पंजाब आणि बंगाल या प्रांतांसाठी वेगवेगळ्या मंडळांची नेमणूक केली. या अधिकृत मंडळांचं काम म्हणजे या दोन्ही प्रांतांची विभागणी करून दोन्ही देशांच्या सीमा नक्की करावयाच्या व त्याला अनुसरून रेषा आखून त्याप्रमाणे अहवाल सादर करावयाचा. प्रत्येक प्रांताच्या मंडळात किंवा समितीमध्ये चार सभासद होते. त्यामध्ये दोन मुसलमानधर्मीय व दोन हिंदू. आणि त्या दोन्ही समित्यांचे अध्यक्ष म्हणून इंग्लंडमधील सर सिरिल रॅडक्लिफ या कायदे-तज्ज्ञाची नेमणूक केली होती. सर रॅडक्लिफ हे इंग्लंडमधील प्रसिद्ध वकील होते; एक महान कायदेतज्ज्ञ, उमदे व्यक्तिमत्त्व, आणि व्यवस्थापन-क्षेत्रातील त्यांचा विस्तृत अनुभव असलेले गृहस्थ अशी त्यांची ख्याती होती. हिंदू आणि मुसलमानांची संख्या लक्षात घेऊन त्याप्रमाणे भारत-पाकिस्तान सीमेची आखणी करावयाची ही मोठी जबाबदारी सर रॅडक्लिफवर टाकली होती. म्हणजे

---

१०. पंजाबच्या फाळणीवरील निवडक कागदपत्रे, १९४७, भारत आणि पाकिस्तान : पंजाब, हरयाणा, हिमाचल– भारत आणि पंजाब – पाकिस्तान, दिल्ली, नॅशनल बुक शॉप, १९९१ पान नं. १४४-४६. कृपालसिंग

सीमा निश्चित करताना जमातीनुरूप लोकसंख्या लक्षात घेणं आवश्यक होतं, म्हणजे आधी बहुसंख्याक वसतीची छाननी करावयाची आणि सीमा नक्की करताना काही इतरही महत्त्वाच्या बाबी लक्षात घ्यावयाच्या, असंही सूचित केलं होतं. आता या इतर बाबी किंवा काही परिणामकारक गोष्टी म्हणजे नक्की काय, याचा उलगडा शेवटपर्यंत झाला नाही. केवळ पाच आठवड्यांच्या कालावधीत दोन्ही देशांच्या सीमा निश्चित करून त्याप्रमाणे अहवाल सादर करावयाचा होता. (८ जुलै, १९४७ रोजी रॅडक्लिफ हिंदुस्थानात आले आणि लगेच १६ ऑगस्ट, १९४७ ला 'निवाडा' जाहीर करण्यात आला.) सर रॅडक्लिफ हिंदुस्थानात आल्याबरोबर त्यांच्यावर ही मोठी जबाबदारी येऊन पडली होती. आणि सीमा-आखणी करताना त्यामध्ये तीन कोटी पन्नास लाखांहून जास्त लोकसंख्या असलेल्या प्रांताची विभागणी होणार होती. ज्याच्यामध्ये हजारो खेडी, गावं, शहरं, पाटबंधारे आणि कालवे यांचं पसरलेलं जाळं, दळणवळण, एक कोटी साठ लाख मुसलमान, एक कोटी पन्नास लाख हिंदू, पन्नास लाख शीख म्हणजे जे सर्व धर्मांचे लोक आतापर्यंत गुण्यागोविंदानं राहिले, ज्यांनी भाषा, संस्कृती यांमध्ये भेद केला नाही.[११] त्यांचीच आता विभागणी होणार होती. फाळणीची रेषा त्यांच्यामधून ओढली जाणार होती. दूरचा विचार करता हे फाळणीचं काम तसं कठीणच होतं. त्यासाठी जे मंडळ स्थापन केलं होतं, त्याचे सभासद आणि इतर राजकीय पक्ष; संस्था यांमध्ये पराकोटीचे मतभेद निर्माण झाले होते. प्रांतांची विभागणी कशी व कुठून करावी, त्याचे निकष काय असावेत, याविषयी अनेकांनी अनेक मतं व्यक्त केली. जिल्हावार विभागणी करताना त्या त्या जिल्ह्यातील जमातीचं संख्याबळ लक्षात घ्यावं, अशी मुसलमानांची मागणी होती. तर हिंदूंनी, इतर बाबी' लक्षात घ्याव्यात, असे सुचविले. हिंदूनी मागणी केली की, लाहोर हे पूर्व पंजाबमध्येच राहिलं पाहिजे. कारण हिंदूंचे आणि शीखांचे लाहोर या शहराशी ऐतिहासिक संबंध आहेत. त्याशिवाय लाहोरमधील व्यापार उदीम, उद्योग-धंदे हे जास्त करून मुस्लिम सोडून इतर धर्मीयांच्याच मालकीचे आहेत. आणि जिल्ह्यातील मुसलामान आणि हिंदूंच्या संख्येवरून जर विभागणी केली, तर मधल्या मध्ये शीखांची कोंडीच होईल. मग मुसलमानांनी वस्तुस्थितीला धरून फाळणी करावी, अशी मागणी केली. त्यांचं प्रतिपादन असं की, मुसलमानांची बहुतेक पवित्र धार्मिक स्थळं वगैरे होणाऱ्या पाकिस्तानातच आहेत. आणि त्यांचा दुसरा दावा म्हणजे, ज्या जिल्ह्यांमध्ये बहुसंख्य मुस्लिमधर्मीय आहेत, त्यांनीच तेथील जमिनीचा शेतसारा (महसूल) जास्त प्रमाणावर भरला आहे आणि बहुसंख्य मुसलमान असलेल्या भागात जास्तीत जास्त जमिनीही त्यांच्याच मालकीच्या आहेत. आणि मुस्लिमांच्या

---

११. फाळणीनंतर : पान नं. २८-२९

या मागणीवर समझोता वगैरे घडवून आणण्याचा प्रयत्न करणे म्हणजे पुन्हा अडचणी निर्माण करणे होय. अशा परिस्थितीत जे व्हायचं, तेच झालं. अंतिम निर्णय सर सिरिल रॅडक्लिफ यांच्यावरच सोपवण्यात आला.

आता रॅडक्लिफ यांची जबाबदारी इतकी सोपी नव्हती. थोड्याशा अवधीत त्यांना हे काम पूर्ण करायचं होतं. शिवाय या देशातील लोकांशी आणि या मातीशी त्यांची काहीच जवळीक नव्हती. त्यांचा काहीच संबंध नव्हता. आणि जन-गणनेची सध्याची जी आकडेवारी होती, ती जुनी आणि कालबाह्य झालेली होती. सर्वसाधारण : सीमा किंवा हद्दी या भौगोलिक खाणा-खुणा यांवरच निश्चित केल्या जातात. म्हणजे नद्या, डोंगर वगैरे विचारात घेऊन. त्यामुळं काय होतं, की दोन्ही बाजूंचे लोक थोडे भांडकुदळ प्रवृत्तीचे होतात. आणि अशा भौगोलिक सीमासुद्धा तशा संशयास्पद असतात. (उदा., नद्या कधी आपलं वळण बदलतात. आणि अशा वेळी अकारण ताण-तणाव निर्माण होतो.) आणि जिथं धर्माचा प्रभाव असतो, धर्माचं अस्तित्व असतं, तिथं कुठल्याही परिस्थितीत भौगोलिक प्रकारच्या सीमा लक्षात घेतल्या जात नाहीत. शीखांचं जे परमोच्च पवित्र, धार्मिक स्थळ, नानकानासाहेब, हे पश्चिम पंजाबच्या खूपच आतल्या भागात आहे. लाहोर हे शहर दोन्ही जमातींचं सारखंच आवडतं, आपलंसं वाटणारं, शहर. जसं अमृतसर हे व्यापारी केंद्र, तसंच शीखांचं महत्त्वाचं धार्मिक स्थळ. तरी सुद्धा अनेक मुसलमानांचं ते आवडतं शहर होतं. गुरुदासपूरमध्ये मुसलमानांची संख्या जास्त होती, म्हणे, परंतु तिथं आर्थिक दृष्ट्या शीखच जास्त प्रबळ होते. आणि नंतर जी सीमा रेषा आखली गेली; त्या रेषेवर मुसलमानांची अनेक धार्मिक स्थळं होती. आणि या स्थळांना सर्व जातींच्या लोकांनी भेटी दिलेल्या होत्या. त्यात हिंदू, शीख, ख्रिश्चन सगळ्याच धर्मांचे लोक होते.

आता जी सीमा रेषा आखली गेली, त्या जागी मुसलमानांची पवित्र अशी अनेक थडगी होती आणि या स्थळांना हजारो लोकांनी भेटी दिलेल्या आहेत. (अजूनही भेट देत असतात.) त्यांत हिंदू, मुसलमान, शीख, ख्रिश्चन सर्व; पंथांचे लोक होते. खरं तर, भौगोलिक, नैसर्गिक सीमा रेषेच्या नुसत्या विचारानंच राजकारणी अस्वस्थ झाले होते. अशा आखणीमुळं 'सीमा' भागातला तो टापूच संवेदनक्षम होईल, असा त्यांचा अंदाज आणि खरी तर ही त्यांची संकुचित विचारसरणी होती. शेवटी राजकारण यशस्वी झालं. नैसर्गिक सीमारेषा त्यांनी मान्य केल्या नाहीत. आणि राजकीय दबावामुळं रॅडक्लिफ यांना नैसर्गिक भौगोलिक विभागाचा विचार सोडून द्यावा लागला आणि शेवटी खेडी, उजाड माळरान, धर्मस्थानं, आणि नागरिकांचं आयुष्य यातूनच त्यांना सरहद्दीची आखणी करावी लागली. त्याचप्रमाणे आर्थिक व्यवहार, व्यापार-उदीम वगैरे सुद्धा नैसर्गिक सीमेच्या आड आले. हिंदू आणि शीख यांनी धार्मिक आणि आर्थिक मुद्दाही उपस्थित केला. हा मुद्दा थोडा विवादास्पदच

होता. कारण अर्थ व्यवहार आणि धर्म यांची सांगड कशी घालणार? परंतु हिंदू आणि शीखांचं म्हणणं पडलं की, लाहोरच्या प्रगतीत आमचा वाटा फार मोठा आहे. लाहोरची कारखानदारी आणि व्यापार आमचाच आहे. ते बरोबरही होतं. लाहोरमधल्या बँकांची सुरुवात आम्हीच केली. शिवाय कारखाने, विमा कंपन्या, शिक्षण संस्था वगैरेंची मालकी मोठ्या प्रमाणावर हिंदू-शीख म्हणजे मुस्लिम सोडून इतर जमातींतील लोकांच्याकडं होती. आणि न्यायमूर्ती मेहेरचंद महाजन यांनी प्रतिपादन केलं की, समितीवरील एका हिंदुस्थानी प्रतिनिधीनं वरील गोष्टींचाही सीमेचा विचार करताना झाला पाहिजे, केवळ लोकसंख्येचाच विचार करून चालणार नाही, हेच विचार व्यक्त केले.

–आणि शेवटी सांगायचं झालं, तर या निवाड्यामुळं (Award) कुणाचंच समाधान झालं नाही. खरं सांगायचं झालं, तर या विभागणीसाठी समाधानकारक असा दुसरा मार्गच नव्हता. आणि त्याबद्दल अमृत बझारपत्रिका या वृत्तपत्रानं शेरा मारला की, 'ब्रिटिश साम्राज्यवाद्यांनी जाता जाता हिंदू आणि मुसलमान या दोघांच्याही पाठीत अशी लाथ मारली.' आणि 'डॉन' या वृत्तपत्रानं लिहिलं की, 'हा तर प्रादेशिक खूनच झालाय्' आणि ते पुढं म्हणतं की, 'या अन्यायकारक निवाड्यानं पाकिस्तानची फसवणूक झालीय्. हा निर्णय पूर्वग्रहदूषित झाला असून, जो तटस्थ वृत्तीचा, भला माणूस म्हणून ज्या गृहस्थावर विश्वास ठेवला, त्यानं असा भेदभाव करून निर्लज्जपणाची वर्तणूक केली आहे.'[१२] आणि या आपल्या निवाड्यामुळं, केलेल्या कृतीमुळं आपण काही चांगली प्रसिद्धी मिळवली नाही, हे रॅडक्लिफ यांना समजलं होतं. ते नंतर म्हणाले की, मी आता यापुढं हिंदुस्थानात कधीही जाणार नाही. त्यांनी आपल्या पुतण्याला लिहिलं की, 'पंजाब आणि बंगालच्या निवाड्यामुळं हिंदुस्थानात मी प्रत्येकाचाच नावडता झालो आहे. तिथं ८ कोटी लोक आहेत, जे माझा तिरस्कार करतील व सूडाच्या भावनेनं माझा शोध घेत राहतील. त्यांनी माझा शोध घ्यावा आणि मी सापडावा, असं मला वाटत नाही. मी काम केलं आहे, प्रवास केला आहे आणि घाम गाळला आहे. ओह्... मी नेहमीच घाम गाळला आहे.' काही कालावधीनंतर एका मुलाखतीत रॅडक्लिफ यांना विचारण्यात आलं की, जर तुम्हांला आणखी वेळ मिळाला असता, तर तुम्ही वेगळं काही केलं असतं का? तेव्हा ते म्हणाले की, 'होय, मी इथं आल्याबरोबर सगळ्या राजकीय पुढाऱ्यांनी सांगितलं की, 'तुम्हांला ताबडतोब जायला सांगितलंय्. त्यामुळं मला वेळ फार कमी मिळाला; जीना, नेहरू आणि पटेल यांसारख्या पुढाऱ्यांनी सांगितलं की;

---

१२. फाळणीनंतर : पान : ३०

आम्हांला १५ ऑगस्टच्या आत सीमेची आखणी करून पाहिजे आहे.' तेव्हा मी त्यांना लगेच आखणी करून दिली.'[१३] रॅडक्लिफ यांच्या सीमा रेषेच्या आखणीनंतर राजकारणाला वेगळेच वळण लागले. त्यानंतर हिंदू, शीख, मुसलमान यांच्यामधील शत्रुत्व वाढतच गेलं. त्याला कारण केवळ धर्मच नव्हता. तर इतरही कित्येक गोष्टी कारणीभूत ठरल्या. म्हणजे नोकऱ्या, संपत्ती, मायभूमी, इतर उपजीविकेची साधनं, जगणं, सारंच! प्रत्येक बाबतीत स्पर्धा वाढत गेली. हिंदू-मुस्लिम भेद : एखादा 'क्ष' किंवा 'य' यांपैकी नोकरी आधी कुणाला मिळावी– मुसलमानाला, का हिंदूला? सीमा आखताना धर्म आणि भौगोलिक नैसर्गिक बंध यांमध्ये वाद निर्माण झाला. त्याचप्रमाणे इतरही गोष्टींत भेदाभेद सुरू झाले. म्हणजे एखाद्या नदीच्या किंवा डोंगराच्या अलीकडं किती हिंदू आणि किती मुसलमान या संख्याबळावरून, नोकरी-धंदा, मालमत्ता अशा कारणावरून मतभेद झाले. वाद निर्माण झाले. आणि इथं कुठली रेषा आखणं, मतभेदाला पायबंद घालणं इतकं सोपं नव्हतं. भारत-पाक सरहद्द असून सुद्धा लोकांचं इकडून तिकडं जाणं-येणं सुरूच होतं. फाळणीनंतर या दोन देशांच्या दरम्यान काही वर्षं तरी पासपोर्टची पद्धत नव्हती. परंतु आजची जी हास्यास्पद, खुले आम पासपोर्टची पद्धत आहे, ती फारच जाचक आहे. कारण पासपोर्ट मिळाला, तर या आणि त्या देशात राहण्याचा जो 'व्हिसा', तो मिळणं फारच कठीण! आणि व्हिसा मिळाला, तरी दोन्ही देशांपैकी कुठंही जायचं आणि परत यायचं, म्हणजे अग्निदिव्यच! कारण जाण्याआधी पोलिस चौकीत हजेरी लावायची. आल्यानंतरही आधी चौकीत जायचं. शिवाय एखाद्या प्रवाशाला भारतातून पाकिस्तानात जायचं झालं, तर त्याला पाकिस्तानातल्या फक्त तीनच शहरांना भेटी देता येतील हा नियम होता आणि तोच नियम पाकिस्तानातून भारतात आलेल्या प्रवाशांसाठी जो आजही आहे. आता विरोधाभास कसा, तो पाहा; काही सहकार्याच्या गोष्टी असतात. तेव्हा अशा बाबतीत सुद्धा एकमेकांचं शत्रुत्व उफाळून आलं आणि एकमेकांना बाह्या मागं साराव्या लागल्या. दोन्हीही देश काही बाबतींत एकमेकांवर अवलंबून होते. आणि द्वेष, मत्सर, कुरकुर हे सर्व तिथंही होतंच. सुरुवातीला भारतातून पाकिस्तानात न्हावी, शिंपी, सोनार, विणकर आणखीही कुणी फार मोठ्या प्रमाणावर जाणार होते. परंतु भारतातच म्हणजे दिल्लीत, त्यांच्या पुढं काही अडचणी निर्माण झाल्या आणि त्यांचं जाणं रखडलं. त्याचप्रमाणे पाकिस्तानातून भारतात अकाऊंट्समधले कारकून, बँकेतले लोक, वकील, कायदेतज्ज्ञ, शिक्षक येणार होते, परंतु त्यांचंही येणं असंच रखडलं, म्हणजे ज्या अडचणी दिल्लीत

---

१३. कृपाल सिंग : पंजाबच्या फाळणीवरील निवडक कागदपत्रे, पान. ७४४ (लेखकाने सिरिल रॅडक्लिफची घेतलेली मुलाखत.)

निर्माण झाल्या, तशाच अडचणी पाकिस्तानात निर्माण झाल्या. आता पाकिस्तान हे नवीनच राष्ट्र असल्यामुळं त्यांच्याजवळ स्वत:च्या चलनी नोटा छापण्याची काहीच सोय नव्हती. आणि टाकसाळ ही भारतात होती. तेव्हा पाकिस्तानी सरकारकडं स्वत:च्या अशा नोटाच नव्हत्या, ज्या पाकिस्तानातल्या बँकेत चालतील. पाकिस्तानी चलन अमलात येईपर्यंत भारतीय चलन हेच कायदेशीर चलन म्हणून पाकिस्तानात चालत होतं. आणि पाकिस्तानी नोटा छापण्याचं काम हे भारतातच जवळ जवळ वर्षभर चालू होतं. नोटा छापण्याचं काम हे सिमल्याच्या सरकारी छापखान्यात चालू होतं. त्यासाठी भारत सरकारनंच कागद वगैरे व छपाईचं साहित्य पुरवलं होतं. आणि अलिगढमधल्या छापखान्याचा काही भागही याच कामासाठी दिला होता. पाकिस्तानी अधिकाऱ्यांना भारतातच चलनी नोटांची छपाई वगैरेचं कित्येक आठवडे शिक्षण दिलं होतं. आणि भारतीय अकाऊंटंट पाकिस्तानी अधिकाऱ्यांना मदतनीस म्हणून उसनवारी पद्धतीनं दिले होते. जुलै १९४८ मध्ये स्टेट बँक ऑफ पाकिस्तानची स्थापना झाली. आणि तोपर्यंत भारतीय रिझर्व बँक दोन्ही ही देशांत काम करत होती. या दरम्यान पाकिस्तानी बँकेचं चलन व्यवहारात आलं आणि भारतीय चलनाची पाकिस्तानमधील कायदेशीर मुदत संपली. हे सोपस्कार संपले आणि मतभेदाला सुरुवात झाली. पाकिस्ताननं त्यांच्याकडं शिल्लक असलेल्या भारतीय चलनी नोटा भारत स्वीकारत नाही, म्हणून भारताला दोष दिला. भारतीय नोटांचा पाकिस्तानात नंतर काहीच उपयोग होणार नव्हता.

फाळणीसाठी ज्या अटी घातल्या होत्या, त्याच अटींचं प्रतिबिंब पंजाबमध्ये दिसणं हे स्वाभाविकच होतं. आणि याची चर्चाही होणं स्वाभाविकच होतं. मुद्दा असा की, पंजाबमध्ये हिंदू आणि शीख जरी संख्येनं थोडे कमी होते, तरी ते आर्थिक दृष्ट्या प्रबळ होते. त्यांच्याकडं बरीच शेती होती, उद्योगधंदे, कारखाने होते, शिवाय कित्येक जण सावकारीचाही धंदा करत होते. आणि मुसलमानांनी जी आपल्या स्वतंत्र मतदार-संघाची मागणी केली होती, त्यामागं जी कारणं होती, ती हीच होती. त्यांना आपली पिळवणूक होईल, हिंदू-शीख वरचढ होतील, अशी भीती वाटत होती. आपण जर स्वतंत्र मतदारसंघ मागितला आणि आपल्या जमातीपैकी प्रतिनिधी सत्तेवर आले, तर ते आपल्या फायद्याचं होईल. आपली अस्मिता, स्वाभिमान यांचं रक्षण होईल. आपल्याला न्याय मिळेल, अशी त्यांची धारणा होती. भारतामध्ये इतरत्र अन्य जमातीला जरी ते संख्याबळानं कमी होते, तरी त्यांना स्वतंत्र मतदारसंघ दिला होता. परंतु इथं पंजाबमध्ये जनगणनेची आकडेवारी लक्षात घेतली, तर मुसलमानांची संख्या थोडी जास्त होती. परंतु आर्थिक सुबत्ता, समाजातील प्रतिष्ठा याचा विचार केला, तर हिंदू आणि शीख हे वरचढ होते. त्यांचं प्राबल्य होतं. आणि त्यांना स्वतंत्र मतदारसंघ

मंजूर होण्याचं हे एक प्रमुख कारण होतं. मुख्य म्हणजे, याबाबतीत पंजाबमध्ये हिंदू आणि शीख यांची प्रतिक्रिया फार सूचक होती. कारण शीखांचा जो एक गट होता, त्यांची सुद्धा हीच मागणी होती. प्रत्येक जणच आपल्या हक्कासाठी झगडत होता. त्यामागं काही कारणंही असतील. आता एक न्याय मागणार, म्हणजे दुसऱ्या माणसावर अन्याय होणार. परंतु सत्तेची मागणी करणं, कायदे मंडळात चर्चा होताना आमचीही मतं विचारात घ्या, ही मागणी करणं यालाही काही बाजू असू शकेल. परंतु स्वतंत्र राज्याचीच मागणी करणं कसं शक्य होईल? या सर्व मतामतांच्या गलबल्यात, चाललेल्या बैठका, सभा, बोलणी, चळवळी यातून फाळणीचं खूळ कुणाच्या डोक्यातून कसं आणि कधी निघालं? आता फाळणीची ही कल्पना परिस्थितीनुसार आली, की फाळणीसाठी फाळणी पाहिजे होती? म्हणजे कुण्या एका गटाला पाहिजे, म्हणून? याचं उत्तर जरा कठीणच आहे. तरी सुद्धा फाळणीची कल्पना ही काही नवीन नव्हती. या मागचा काही इतिहास वाचला, तर या कल्पनेचं श्रेय चौधरी रहेमत अली यांना दिलं आहे. याचा अर्थ त्यांच्या डोक्यात आधी ही कल्पना आली. आणि याच संदर्भात कवी मोहम्मद इकबाल यांचंही नाव घेतलं जातं. असंही सांगितलं जातं की, पंजाबचे लाला लजपत रॉय यांनी ही फाळणीची कल्पना पुढं मांडली होती. याच वेळी म्हणजे १९४० साली लाहोर ठराव पास झाला. मग जीना यांनी सुद्धा फाळणीची कल्पना उचलून धरली. (१९४० सालच्या लाहोर ठरावाला पुढं पाकिस्तानचा ठराव असंच समजण्यात आलं.) पाकिस्तानच्या निर्मितीला भौगोलिक किंवा इतर कारणंही जशी होती, त्याचप्रमाणे त्याच्या मागं काँग्रेस आणि मुस्लिम लीग यांचे पराकोटीला गेलेले मतभेदही कारणीभूत होते. हे लक्षात आलं आहे. लाहोर ठराव पास झाल्यानंतर सुद्धा मोहम्मद अली जीना यांच्याकडंच पाकिस्तानचे जनक म्हणून बघितलं जातं. परंतु जीनांच्या मनात या कल्पनेनं परस्परविरोधी भावना दाटून आल्या. याचा अर्थ शंभर टक्के ही कल्पना त्यांना मान्य होतीच, असं नव्हे. मग काँग्रेसनं सुद्धा याला फारसा विरोध केला नाही.[१४]

सुरुवातीपासून झालेल्या स्वातंत्र्य-चळवळीचा इतिहास लक्षात घेता असं लक्षात येतं की, दोन या समाजांतील धार्मिक मत-भेद फार पराकोटीचे नव्हते. इतिहासकार सुमित सरकार यांनी लिहिलं आहे की, फाळणीच्या क्षणापर्यंत ज्या काही चळवळी झाल्या, एकत्र बोलणी, चर्चा झाल्या, त्यांमध्ये विसंगती दिसून आली आणि

---

१४. पाहा : ऐझाज अहमद : 'नशिबासह भेट स्वतंत्र, पण विभागलेला' (–भारतामध्ये!) स्वातंत्र्याच्या पन्नासाव्या वाढदिवसानिमित्त हिंदूचा खास अंक. ऑगस्ट १९९७

इंग्रजांविरुद्ध ज्या काही चळवळी झाल्या, त्या वेळी हिंदू-मुसलमानांची एकी लक्षात घेण्यासारखी होती.[१५] आणि ज्या वेळी प्रत्यक्ष बोलणी सुरू झाली, त्या वेळी काँग्रेस आणि मुस्लिम लीग हे दोघे एकमेकांचे मित्र होते. आणि त्याच बरोबर देशाच्या विभागणीचीही मागणी करीत होते. आणि ब्रिटिश मात्र दोघांनाही चुचकारत होते. त्या वेळी ब्रिटिश सरकार विचित्र खेळ खेळत होते. त्यांच्याही वागण्यात एक विसंगती होती. कारण त्या वेळी प्रत्यक्ष इंग्लंडमध्येच अशा काही घटना घडत होत्या की, त्यांच्याही देशात अस्वस्थता निर्माण झाली होती. १९४५ च्या सार्वजनिक निवडणुकीत इंग्लंडमध्ये मजूर पक्षाचा विजय झाला. त्याशिवाय १९३९ च्या दुसऱ्या महायुद्धामुळं इंग्लंडपुढं अनेक अडचणी निर्माण झाल्या होत्या. आंतरराष्ट्रीय स्तरावर त्यांना अनेक गोष्टींना तोंड द्यावं लागत होतं. फाळणी का आणि कशी झाली, हा वाद बाजूला ठेवला, तर १९४६ सालापर्यंत एक नक्की झालं होतं, की ब्रिटिश हा देश लवकरच सोडून जाणार आहेत. १९४५ साली इंग्लंडमध्ये मजूर पक्ष निवडून आला आणि दुसरं महायुद्ध संपल्यानंतर या देशात ब्रिटिशांनी निवडणुका जाहीर केल्या.

भारतीयांना आधी दिलेली आश्वासनं आणि सार्वत्रिक मताधिकार याची जाणीव झाल्यामुळं जरी निवडणुका जाहीर केल्या, तरी काँग्रेस, मुस्लिम लीग आणि इतर पक्ष त्यामुळं फार हुरळून गेले नाहीत. काँग्रेसनं प्रचार केला आणि मुस्लिम लीगच्या मदतीनं त्यांनी मोठं यश मिळवलं. आणि तेही पहिल्यांदाच. प्रचाराच्या धूमधडाक्यानं सगळा पंजाब ढवळून निघाला. पंजाबच्या काना-कोपऱ्यांत प्रचार झाला. परंतु काँग्रेसला स्पष्ट बहुमत मिळू शकलं नाही. त्याचं कारण म्हणजे काँग्रेस, अकाली आणि कामगार संघटना यांची जी आघाडी स्थापन केली होती, त्यामध्येही डावपेच होते. आणि ही आघाडी एका वर्षभरात फुटणार होती. कारण जून १९४७ मध्ये पंजाबचे पंतप्रधान खिजिर हयात खान तिवाना यांनी राजीनामा दिला. तेव्हा मुस्लिम लीगनं संपूर्ण पंजाबवर आपली हुकुमत राहावी, यासाठी प्रयत्न सुरू केले. तशी वाटचाल सुरू केली. पंजाबमध्ये निवडणुकीत जे मतदान झालं, ज्या पद्धतीनं झालं, त्यामुळं जातीय ताणतणाव वाढत गेला. म्हणजे जाती-जमाती तत्त्वावर जे मतदान झालं, त्याचे पडसाद नंतर सर्वत्र उमटले. त्याच वेळी आर्य समाज, सिंग सभा आणि इतरही संघटना ज्या प्रबळ होत्या, त्या रस्त्यावर आल्या. या संघटना मजबूत आणि सनातनी होत्या, कट्टर होत्या आणि त्यात भरीत भर म्हणजे राष्ट्रीय स्वयंसेवक संघ, मुस्लिम लीग नॅशनल गार्ड्स, अकाली सेना यांचीही भर पडली. परंतु या

---

१५. सुमित सरकार : आधुनिक भारत १८८५-१९४७ 'मद्रास', मॅक्मिलन इंडिया १९८३, – प्रस्तावना.

संघटनांनी इतर जातींत ताण-तणाव. वैमनस्य फार मोठ्या प्रमाणावर वाढीस लागेल, असं हीन कृत्य काही केलं नाही.

फेब्रुवारी १९४७ साली एक घटना घडली. ब्रिटिश पंतप्रधान क्लेमंट ॲटली यांनी जाहीर केलं, की जून १९४८ पर्यंत हिंदुस्थानातील उपखंडात सत्ताबद्दल होईल. देशाला स्वातंत्र्य जाहीर करू. तेव्हा मुस्लिम लीगनं सर्व पंजाबमध्ये आपली सत्ता यावी, यासाठी जारीनं प्रयत्न सुरू केले. तशी योजनाच त्यांनी आखली आणि पंजाबच्या पंतप्रधानांनी राजीनामा दिल्यावर मुस्लिमांनी आपली पावलं त्या दिशेनं टाकायला सुरुवात केली. ८ मार्च, १९४७ रोजी रावळपिंडीच्या आजूबाजूच्या खेड्यांतून मुस्लिम समाजानं हल्ले सुरू केले. ज्या खेड्यांत शीखांची संख्या जास्त होती, अशा खेड्यांवर जमावानं हल्ले सुरू केले. तेव्हा काँग्रेस कार्यकारिणीनं ठराव केला की, पंजाबची दोन भागांत विभागणी करावी. या मागणीचे धागेदोरे दंगलीमध्येच होते, दंगलीचं मूळ फाळणीच्या मागणीत होतं, एक आणि दोन. या घटना, चर्चा, मागण्या, वक्तव्यं, भाषणं याचं संकलन केलं, तर तो एक स्वतंत्र विषय होईल. आणि त्यावर एक वेगळा इतिहास लिहिता येईल. यातून लिहिण्यासाठी बरंचसं साहित्य मला मिळालेलं आहे. परंतु मला यामध्ये काही स्वारस्य नाही. मला चर्चा नको आहे. मला कुणाला दोष द्यायचा नाही. काँग्रेस दोषी, का मुस्लिम लीग दोषी, ब्रिटिश आपलं कसब दाखवून कसे बाहेर पडले, मला त्याच्याशी काही देणं-घेणं नाही. मी इतिहासकार नाही. माझी तेवढी पात्रताही नाही. मला फक्त ज्या लोकांनी फाळणीचे दुष्परिणाम भोगले आहेत, ज्यांच्या आयुष्याचं नुकसान झालं आहे आणि आजही जी माणसं असहाय मन:स्थितीत दिवस काढत आहेत, त्यांच्याशी मला हितगूज करायचं आहे, त्यांच्या व्यथा, त्यांचे अनुभव मला समजून घ्यायचे आहेत. एकूण अशा पीडित लोकांचं आयुष्य मला आमच्या या समाजासमोर आणायचं आहे. ही माणसं सर्व सामान्यांसारखीच आहेत, आयष्युही सामान्यच आहे. परंतु फाळणीत त्यांचा वाटा आहे, त्यांनी खूप भोगलं आहे, अशा लोकांचा इतिहास मला लिहायचा आहे. अशा भीषण परिस्थितीतूनही त्यांनी आपलं आयुष्य नव्यानं कसं उभं केलं, हे मला समजून घ्यायचं आहे. अगदी मुळाशी जाऊन विचार केला, तर फाळणी ही काही नवीन नव्हती. भारतानं बंगालची फाळणी आधी बघितलीच होती. परंतु अंतर्गत जी फाळणी, एका प्रांताची, अशी फाळणी देशाच्या फाळणीपेक्षा अगदीच वेगळी! पंजाबसंबधी ज्या वेळी प्राथमिक बोलणी झाली होती, त्या वेळी पंजाबच्या विभागणीची शक्यता, म्हणजे पूर्व आणि पश्चिम पंजाबची विभागणी याचा अंतर्भाव चर्चेत केलाच होता. एका भागात हिंदू आणि शीख यांचं प्राबल्य होतं, तर दुसऱ्या भागात मुस्लिमांचं वर्चस्व होतं. तेव्हा विभागणीसंबंधीच्या अनेक योजनांवर चर्चा झाली. एकाच जमातीचं वर्चस्व राहावं, यासाठी अंबाला पंजाबपासून विभक्त

करणे, रावळपिंडी आणि मुलतान विभागाचं एकत्रीकरण करणे (माँटगोमेरी आणि ल्यालपूर जिल्हे सोडून) आणि सीमेलगतच्या प्रांताला जोडणे. (North-West Frontier Province) म्हणजे पंजाबचा जो उरलेला भाग असेल, त्यामध्ये हिंदू आणि शीख हे निश्चितच बहुसंख्य असतील. प्रश्न असा होता, की पंजाबमध्ये तिन्ही जमातीची संख्या सारखीच होती. तेव्हा एक जमात बाजूला काढली, तर यात बदल होणार होता आणि प्रश्न सुटणार होता. परंतु ही गोष्ट तशी सोपी नव्हती. निवडणूक जिकणं आणि सत्तेवर येणं हे तसं सोपं असतं. पण त्यालाही कुठं मर्यादा असतात. सत्तेचा एक मोह असतो आणि तो मोह हिंदू-मुस्लिमांना झाला होता. परंतु नंतरच्या घटनाच अशा काही घडत गेल्या की, दोघंही गोंधळात पडले आणि त्यातून बाहेर पडण्याची धडपड सुरू झाली. घडलं काय, तर लॉर्ड माऊंटबॅटन यांनी सत्ता-हस्तांतराची तारीख आधीच जाहिर केली आणि राजकीय पुढाऱ्यांनी अधाशीपणा दाखवला. लोकांना यावर विचार करण्याची कुठलीही संधी न देता त्याला मान्यता दिली. माऊंटबॅटन यांना सत्ता-हस्तांतराची घाई झाली होती आणि राजकीय पुढारीही अधीर झाले होते. १९४० च्या सुमारास नेहरूंनी सांगितलं होतं की, स्वातंत्र्य लांबणीवर पडण्यापेक्षा फाळणी झालेली बरी. देशभरातील लोकांची, त्यांतल्या त्यांत काँग्रेस पक्षातल्याच पुढाऱ्यांची त्याला हरकत होती. काँग्रेसमध्येच नाराजीचा सूर होता. तरी कुणाचाही इलाज नव्हता. कारण स्वातंत्र्य मिळवायचं असेल, तर त्यासाठी 'फाळणीची' किंमत मोजावी लागणार हे काँग्रेस पुढारी समजून होते. तेव्हा काँग्रेसवाल्यांनी देशाचा एक अवयव (ज्याला सरदार पटेल यांनी 'रोगट भाग' म्हटले होते.) कापून काढण्यासाठी मदत करण्यास सुरुवात केली. आणि नंतर जो रक्तपात झाल, त्याला तोड नव्हती. एका अवयवाबरोबर हजारो कुटुंबाचं रक्त सांडलं गेलं. कित्येक प्राणास मुकले. काही मर्यादेपर्यंत असं म्हणता येईल, की फाळणीची बीजं आर्थिक विषमतेत आणि सामाजिक मतभेदांमध्ये सापडतात. (जे मतभेद हिंदू, शीख आणि मुसलमान यांच्यांत होते). आणि जे कुणी फाळणीच्या आठवणी सांगतात किंवा फाळणीसंबंधी जे काही लिहिलं गेलं आहे, त्यामध्ये फाळणीच्या आधी हिंदू-मुसलमान आणि शीख हे सगळे एकत्र मिळून मिसळून गुण्यागोविंदानं कसे राहत होते, याचा उल्लेख सगळीकडंच वारंवार होतो. कुणी लिहिलेल्या आठवणीत याचा उल्लेख सापडतो. अद्यापही हा सद्भाव, मैत्री ही टिकून होती. जरी काही योग्य मतभेद असले तरी. त्यानंतर दिवसेंदिवस आणखीही इतर कारणावरून मतभेद निर्माण झाले, वैरभाव वाढीस लागला. मी काही वर्षांपूर्वी जेव्हा बीर बहादूर सिंग याला भेटले होते, त्या वेळी त्यानं सांगितलं होतं :

... समजा, एखादी मुसलमान व्यक्ती रस्त्यात आम्हांला भेटली आणि आम्ही एक हात त्याच्या हातात मिळवून विचारपूस केली आणि त्याच वेळी आमच्या दुसऱ्या हातात एखादा खाद्यपदार्थाचा पुडा असेल, तर तो पदार्थ आम्ही खात नव्हतो. कारण तो पदार्थ बाटला, अशीच आमची समजूत होत असे. परंतु एका हातात तसा पुडा आणि दुसऱ्या हातानं आम्ही कुत्र्याला धरलं असेल, तर ते मात्र आम्ही निषिद्ध मानत नव्हतो. आणि समजा, एखादी मुसलमान व्यक्ती आली आणि तिनं आमच्या आईच्या, दादीच्या हातात हात मिळवला, तर अशा वेळी ते दोघेही सांगत की, मुला, हा पदार्थ तू खाऊ नकोस. त्याला बाधा झाली आहे. तो बाटला आहे. तर अशी आमची त्यांच्याशी वागणूक होती. मग एकाच खेड्यात अशी दोन माणसं राहताहेत, हे कसं शक्य होतं? म्हणजे एकजण दुसऱ्याला अत्यंत आदरानं वागवतो आणि दुसरा त्याला कुत्र्याला जशी वागणूक देतो, तशीसुद्धा देत नाही, हे कसं? ते लोक आमच्या आईला, बहिणीला दीदी म्हणत. ते आम्हांला भाऊ, बहीण, वडील समजत. आणि त्याप्रमाणे आम्हांला आदरानं वागवत. ज्या वेळी आम्हांला त्यांची गरज भासायची, त्या वेळी ते आमच्या मदतीला यायचे. आणि ज्या वेळी ते लोक आमच्या घरी येत, तेव्हा आम्ही त्यांना वाईट तऱ्हेनं वागवत असू... आणि हे वास्तव फार भयानक होतं. तेव्हा पाकिस्तान निर्माण होण्यासाठी हे एक कारण आहे.

फाळणीमागच्या या अशा काही वास्तव घटना आहेत आणि त्या घटना लक्षात घेता, त्यांतील बारीक-सारीक तपशील, जो वास्तव आहे, फाळणीचं ते खरं रूप आहे, उगीच सजवलेल्या कमानीसारखा दिखाऊपणा त्यात नाही आणि हे सत्य सर्वांना चांगलंच माहीत आहे. त्यामुळं त्याची पुनरुक्ती करावी, असं मला वाटत नाही. ही पात्रं तशी लहान आहेत, ज्यांनी थोडं का असेना, पण काही भोगलं आहे. आणि मला अशीच माणसं जवळची वाटतात. सर्वांना माहीत असलेल्या फाळणीच्या इतिहासाकडं मी जरी मागं वळून बघितलं, तरी माझा हेतू काही त्यामधील सत्यता पडताळून बघण्याचा मुळीच नाही. माझ्यापुढं प्रश्न एकच आहे, तो म्हणजे, ज्या घटना, हकीकती गोष्टी महत्त्वाच्या आहेत, त्यांतील काही मी प्रत्यक्ष ऐकल्या आहेत. आणि त्या मोजक्या, नेमक्या स्वरूपात मला लोकांच्यासमोर कशा ठेवता येतील, हाच प्रश्न माझ्या समोर आहे.

केवळ विस्तृत राजकीय चर्चा म्हणजेच फाळणीचा इतिहास, असा विचार आपण करू शकतो का? फाळणीच्या गर्भात भीषण पण वास्तव घटना दडलेल्या आहेत, ज्यांच्यासंबंधी मी चर्चा केली, आणि ज्या कथा, हकीकती फाळणीच्या

संदर्भात आहेत, त्यांना कुठं तरी स्थान द्यायलाच पाहिजे? लोकांच्या तोंडून आठवणी ऐकण्यात, कथा संगृहीत करण्यात मी दहा वर्षांहून अधिक काळ घालवला आहे. तेव्हा आता माझ्यापुढं प्रश्न आहे, तो असा : मी ज्या हकीकती, कथा ऐकल्या, त्यांनी मला काय दिलं? आणि माझ्याजवळ जे संदर्भ आहेत, घटनांचे, राजकारणाचे, त्यात मी काय बघितलं, काय समजून घेतलं? त्या इतिहासाचा आता काही उपयोग होईल का?

कॅरोलिन स्टीडमन सांगते की, मला असं वाटतं की, 'ज्या घटना घडून गेल्या आहेत, त्यांचा अर्थ समजून सांगण्याच्या, त्याचं स्पष्टीकरण देण्याच्या प्रयत्नांत मी आहे. 'जे काही घडून गेलं आहे' ते मी पुन्हा सांगते आहे. आणि 'चालू काळाशी त्याची सांगड घालते आहे.'[१६] तिचा मुद्दा असा आहे की, 'ज्या घटना घडल्या, त्या घडून गेल्या. ती वेळही निघून गेलेली आहे. मागं काहीच शिल्लक राहिलं नाही. तेव्हा तुम्ही त्या घटना कशा तऱ्हेनं स्पष्ट करून सांगणार आहात, त्यावर ते अवलंबून आहे. त्या स्पष्टीकरणात त्या घटनांचं स्वरूप सापडेल.'

माझा संबंध वेगळ्या वस्तुस्थितीशी, वेगळ्या स्पष्टीकरणाशी आहे. माझ्या कथानकातला अर्थ वेगळा आहे.

मी ज्या घटनांचा वर निर्देश केलेला आहे आणि ज्यांचा अंतर्भाव यात मी केलेला नाही, ज्याविषयी मी काही सांगितलेलं नाही, त्यामध्ये खऱ्या रक्ता-मांसाच्या मानवी आकृती आहेत, फाळणीमुळं ज्यांनी मूकपणे बरंच भोगलं आहे, ती जिवंत माणसं तिथं आहेत. जसा माझा मामा– ज्यानं बरंच काही गमावलेलं आहे, कायमचं दु:ख उराशी बाळगून तो जगतो आहे. त्याशिवाय अजूनही कित्येक अशी माणसं असतील की, ज्यांनी फाळणीच्या हिंसाचारात स्वत: अत्याचार, बलात्कार खून केले असतील आणि त्या केलेल्या कृत्याचा पश्चाताप, दु:ख करत आयुष्य काढत असतील. अजूनही आपण जो गुन्हा केलाय्, यावर त्यांचा विश्वास बसत नसेल... आणि त्यांपैकी एखादा जर कुणी मागं वळून, फाळणीच्या, तेव्हा घडलेल्या दुर्दैवी घटनेच्या पलीकडं बघू शकेल, तर त्याला कळेल की 'त्या' इतिहासाची पानं आता एकेक करून उलगडू लागली आहेत. घटना, खून, बलात्कार, होरपळ या गोष्टी आता उजेडात येत आहेत. आता या हकीकती मी ज्या पद्धतीनं पुस्तकात उद्‌धृत करणार आहे, त्यासाठी माझी वेगळी पद्धत असेल. पारंपरिक इतिहासलेखनाची जी साधनं असतात, त्यांहून माझी साधनं वेगळी आहेत; आणि ती समजावून घ्यावीत. मी तशी तुमची अनुमती मागत आहे. आता

---

१६. कॅरोलिन स्टीडमन : सुजाण स्त्रीसाठी एक दिशा, व्हर्गो, लंडन, १९८६ पा. ५-६

लेखनासाठी मी ज्याचा आधार घेत आहे, तो म्हणजे उद्धृत कागदपत्रं, लोकांशी बोलणं, चर्चा अनेक अहवाल, नोंदी इत्यादी. परंतु फाळणीच्या वेळी उफाळून आलेल्या हिंसाचार, दंगलीनंतरच्याही अनेक घटनांचा जो गुंता आहे. तो उलगडायला ही साधनं तशी अपुरी आहेत. सर्व घटनांच्या मागे, (घटना घडून गेल्यानंतरसुद्धा) जी एक मूक, निश:ब्द शांतता पसरलेली आहे– तिच्यावर मला दृष्टिक्षेप टाकायचा आहे. माझा तोच प्रयत्न आहे. लोकांना बोलतं करायचं आहे. परंतु हे करत असताना मला ऐतिहासिक दृष्टी ठेवायची नाही. इतिहासलेखनाचा आदर्श ठेवायचा नाही. माझ्या मामाची कथा मी तो ऐतिहासिक दृष्टिकोन ठेवून लिहिणार नाही. कारण तो निकष लावून लेखन केलं, तर त्याचं दु:ख, यातना, मनाचा गोंधळ यांमुळं त्याची जी मन:स्थिती झाली आहे, तिचं चित्रण योग्य होणार नाही. त्याच्या जवळपासही मी जाऊ शकणार नाही. मन:स्थितीचं योग्य दर्शन होणार नाही. माणूस म्हणून विचार केला, तर शरीर आणि आयुष्यावर आधारलेला इतिहास हा निर्जीव झालेला आहे. शक्तिहीन आहे. फाळणीवर जे लेखन झालं आहे, त्या बहुतेक लेखांमधून असं दिसून येतं, की लोकांचा उपयोग तिथं माहितीचं साधन म्हणूनच केला आहे. नुसतीच माणसांची आकडेवारी त्यात दिसते आहे. माझ्याच बाबतीत सांगायचं, तर फाळणीचा अभ्यास करताना मी अशा लोकांशी बोलले आहे की, ज्यांचं आयुष्य म्हणजेच फाळणीचा इतिहास होय. आणि या पुस्तकामध्ये अशाच माणसांच्या कथा, मुलाखती एकत्र गुंफण्याची माझी धडपड आहे. फाळणीच्या घटनांपैकी एक घटना म्हणजे सैन्य दलाचं विभाजन– ज्याचा संदर्भ मी ओघानंच या पुस्तकात दिला आहे. सैन्य दलाबरोबर स्थावर-जंगम मालमत्तेचीही वाटणी झाली. त्याशिवाय सैन्य दलातील लोकांच्या त्यांच्या पसंतीप्रमाणे बदल्याही केल्या. ज्यांना पाकिस्तानी सैन्यदलात जायचं आहे, त्यांना तशी परवानगी दिली व ज्यांना हिंदुस्थानातील (भारतीय) सैन्यातच राहायचं आहे, त्यांना तशी सवलत दिली. वर वर बघता ही फक्त माहिती आहे. पण मला त्याबद्दल उत्सुकता होती :– हा प्रकार म्हणजे सरकारी मार्गदर्शनाचा एक भाग होता. तुम्ही ठरवा आणि जा. पण यामध्ये फक्त धर्मच लक्षात घेतला का? या विभागणीची आयुष्यात कोणती भूमिका होती? त्या वेळी दिल्लीमध्ये अब्दुल शुदुल नावाचा एक जण सैन्य दलात अगदी खालच्या पातळीवर काम करत होता. त्याच्या इतर सहकारी, कर्मचारी वर्गाने जो निर्णय घेतला, त्याप्रमाणे त्यानं हिंदुस्थानातच राहण्याचा निर्णय घेतला. पाकिस्तानी आणि हिंदुस्थानी या दोन्ही सैन्य दलांच्या बोर्डासमोर त्यानं सांगितलं की, मला इथंच म्हणजे हिंदुस्थानी सैन्यातच राहायचं आहे. तो दिल्लीजवळ असलेल्या बेगमपूरचा होता. बेगमपूरमध्ये त्याचं घर आणि कुटुंब होतं. त्याची नोकरी चांगली होती आणि त्यानं नुकताच संसार थाटला होता. बेगमपूरमध्ये जरी अस्वस्थ वातावरण होतं, तरी

त्याच्या सांगण्याप्रमाणे त्याला त्याच्या शेजाऱ्यांपासून काही भीती नव्हती. कसला धोका नव्हता. त्याला तिथं सहज राहता येणं शक्य होतं. परंतु नंतर त्याच्या आयुष्याला वेगळीच कलटणी मिळाली– जी अनपेक्षित होती. पुढं इथली परिस्थिती चिघळून त्रास होण्याची शक्यता आहे, हे त्याच्या लक्षात आलं. तेव्हा त्यानं आपल्या बायकोला आणि दोन महिन्यांच्या मुलाला आपल्या भावाबरोबर बाहेर पाठवलं. त्याच्या भावानं पाकिस्तानात जाण्याचा निर्णय घेतला होता. पाकिस्तानात जाण्याआधी त्याचा भाऊ वगैरे दिल्लीतच, (पण दुसऱ्या भागात राहत असलेल्या) आपल्या नातेवाइकाकडं जाऊन राहणार होते. परंतु तिकडं जाता-जाताच ते संकटात सापडले. ते आपल्या नातेवाइकांच्या घरी गेलेच नाहीत. त्या ऐवजी त्या सर्वांना कुठं नेण्यात आलं, तर जुन्या किल्ल्यात जिथं निर्वासितांची छावणी होती, तिथं. तिथं अनेक लोक राहत होते आणि त्यांपैकी बरेच जण पाकिस्तानात कधी पाठवतील, त्याची वाट बघत होते. छावणीत त्यांची रवानगी झाल्यानंतर एका आठवड्यानंतर ते सर्व जण पाकिस्तानात गेले. अब्दुल शुदुल याला याची काहीच माहिती नव्हती. एक दिवस तो आपल्या बायकोला आणि मुलाला परत आणण्यासाठी म्हणून त्या नातेवाइकांच्या घरी गेला. तेव्हा त्याला तिथं समजलं, की इथं कुणीच आलं नाही. मग तो जुन्या किल्ल्यात त्यांचा शोध घेण्यासाठी गेला. तर त्याला तिथं समजलं, की एका आठवड्यापूर्वीच ते सगळे पाकिस्तानात गेले. तेव्हा तो घाबरला. त्याला वाटलं, ते सगळे दंगलीत मारले गेले असणार. 'मला माहीत आहे, की ज्या कित्येक गाड्या पाकिस्तानात जाण्यासाठी म्हणून निघाल्या, त्या मध्येच अडविल्या गेल्या, आणि गाड्यांतील निर्वासितांना ठार करण्यात आलं. मला खात्री होती, की माझ्या कुटुंबाच्या बाबतीत सुद्धा असंच घडलं असणार.' तेव्हा अब्दुल वेडाच झाला. तशा गोंधळलेल्या अवस्थेतच तो घरी आला. त्याच्या मनानं मग आयुष्यात एकटंच राहण्याची तयारी केली. काही दिवसांनंतर केवळ योगा-योगानंच शुदुलला त्याच्या भावाची जी एक बॅग होती, त्या बॅगेत एक पत्ता असलेलं लेबल सापडलं. त्याच्या भावानं त्याची बॅग शुदुलकडंच ठेवली होती. त्या लेबलावर त्याला पेशावरचा पत्ता मिळाला– जिथं त्याचा भाऊ जाणार होता. शुदुलनं तेव्हा पाकिस्तानात जायची तयारी केली. 'त्या वेळी...' तो म्हणाला, 'पाकिस्तानात जाण्यासाठी पासपोर्टची पद्धत नव्हती.' तेव्हा तो सहज तिथे जाऊ शकत होता. ऑक्टोबर १९४७ ला तो पाकिस्तानात गेला.

शुदुलनं पाकिस्तानात आपला पहिला मुक्काम सैन्य दलाच्या मुख्यालयात केला. सुदैवानं तिथं त्याची आणि त्याचाच एका जुन्या अधिकाऱ्याची भेट झाली. तो अधिकारी पूर्वी भारतात होता. त्या अधिकाऱ्यानं त्याला आश्वासन दिलं की, तुला तुझं पूर्वीचंच काम इथं मिळेल. 'तुला नक्की पाकिस्तानातच राहायचं आहे का?'

त्या अधिकाऱ्यानं शुदुलला विचारलं, 'या आधी तू भारताची निवड केली होतीस.' परंतु शुदुलनं त्याला पुन्हा आश्वासन दिलं, की त्याला आता पाकिस्तानातच राहायचं आहे. त्याचं कुटुंब इथंच आहे. आणि भारतात कुटुंबाला नेण्यासारखं आता काहीही राहिलं नाही. तेव्हा त्या अधिकाऱ्यानं शुदुलला सांगितलं, की मी तुला शक्य तेवढी मदत करेन. त्या नंतर काही महिने भारतातील सैन्य दलाच्या मुख्यालयाशी पत्र व्यवहार करण्यातच गेले. तो पत्रव्यवहार भारतातील सैन्य दलाच्या मुख्यालयात शुदुलची जी फाईल होती, ती परत पाकिस्तानात पाठवावी, यासाठी केला होता. ती फाईल मिळाली, की शुदुलची पाकिस्तानी सैन्य दलात रीतसर बदली होणार होती. तो अधिकारी स्वतःच एक निर्वासित होता आणि एका निर्वासितानंच दुसऱ्या निर्वासिताला मदत केली होती. अर्थात ही गोष्ट इतरांना आवडली नव्हती. कारण ते कुणी निर्वासित नव्हते. शुदुलला संशय आला की, अशाच एखाद्या कारकुनानं फाईलसंबंधी झालेला पत्रव्यवहार दडपून ठेवला असेल. किंवा भारतातील सैन्य दलाच्या मुख्यालयानं ही गोष्ट फारशी मनावर घेतलीही नसेल. शुदुलच्या सांगण्याप्रमाणे पाकिस्तानामधील सैन्य दलाच्या मुख्यालयात अशी एक समजूत होती की, ज्या लोकांनी पाकिस्तानच्या सैन्यात बदली करवून घेतली आहे, अशा लोकांच्या फाईल्स वगैरे पाठवण्यात भारतीय सैन्य दलाच्या मुख्यालयाला फारसं स्वारस्य वाटत नाही. अनेक तऱ्हेच्या अडचणी ते निर्माण करतात. तेव्हा दोन देशांतील अशा या किरकोळ सत्तास्पर्धेचा तो अजाणताच बळी ठरला.

... या दरम्यान शुदुलनं आपल्या भावाचा आणि बायको-मुलाचा पत्ता शोधून काढला. त्याचा भाऊ वगैरे त्याला घेऊन जाण्यासाठी आले आणि तो त्यांच्याबरोबर पेशावरला गेला. 'परंतु आम्ही काही सुखी नव्हतो.' तो म्हणाला. आमची कुणाशीही ओळख नव्हती. त्या वेळी ती माणसं निर्वासितांमध्ये फारसं मिसळत नव्हती. त्यामुळं माझी बायको म्हणू लागली की, आपण परत भारतात जाऊ. तेव्हा मी विचार केला, की नाहीतरी आपल्याला इथं नोकरी मिळत नाही, तेव्हा आपण परत भारतात जावं आणि होती ती जुनी नोकरी परत मिळवावी.' तेव्हा फेब्रुवारी १९४८ मध्ये शुदुल कुटुंब भारतात परत आलं. तेव्हा त्याच्या बेगमपूरमधल्या घरात हिंदू कुटुंब राहत होतं. तेही निर्वासितच होतं. ते घर परत मिळावं, म्हणून त्यानं अर्ज केला. शुदुल पुन्हा त्याच्या जुन्या ऑफिसमध्ये गेला आणि मला परत कामावर घ्याल का, म्हणून त्यानं विचारणा केली. अर्ज करता-करता नऊ महिने गेले. त्यानंतर शुदुल पुन्हा सैन्यात रुजू झाला. आणि त्यानंतर लवकरच त्याला त्याचं घरही ताब्यात मिळालं. 'खरं तर त्या लोकांना आल्याबरोबर मी घर ताब्यात द्यायला सांगितलं होतं. परंतु ते कुटुंबच त्यांना दुसरं जे घर मिळणार होतं, त्याच्या प्रतीक्षेत होतं. म्हणून त्यांनी मला विनंती केली की, थोडे दिवस थांबा. आम्हांला घर मिळालं,

की आम्ही ही जागा सोडू. त्याप्रमाणे त्यांनी जागा सोडली. तिथं मीच राहिलोय्, का, याची त्यांनी खात्री करून घेतली. मी माझ्या घरात राहायला आलो. त्यांनी आपला शब्द पाळला. 'आज अब्दुल शुदुल बेगमपूरमधल्या आपल्या जुन्या घरात आपल्या तीन पिढ्यांसह राहत आहे. त्या खेड्यात मुसलमानाचं असं त्याचंच एक कुटुंब आहे.' 'लोक बदलले आहेत.' तो म्हणाला, 'बहुतेक जुने लोक गाव सोडून गेले आहेत. परंतु आजपर्यंत आम्हांला इथं कुठल्याही प्रकारचा त्रास झाला नाही.'

अब्दुल शुदुलच्या बोलण्यात राष्ट्र, देश याचा उल्लेख क्वचितच झाला. त्याच्या दृष्टीनं जणू याला फारसं महत्त्व नव्हतं. त्याला महत्त्वाचं होतं, ते रोजी–रोटी आणि बायका आणि मुलं आणि त्यासाठी त्याला पाकिस्तानात जावं लागलं, तर तो जाणार आणि त्यासाठीच परत भारतात यावं लागलं, तर तो पुन्हा तेच करणार. मी त्याला पुन्हा पुन्हा तेच विचारलं की, तुम्ही भारतात येण्याचं का पसंत केलं? पाकिस्तानातलं आयुष्य कसं वाटलं, तिथं काय असं होतं? वाटलं होतं की, राष्ट्रप्रेम, मातृभूमी आपलेपण असं काही तो बोलेल, म्हणून; परंतु त्यानं अशी निरर्थक बडबड काही केली नाही. तो सरळ म्हणाला, 'मी परत आलो, त्याचं कारण मला तिथं माझी होती ती नोकरी मिळण्याची आशा नव्हती. भारत सरकार माझ्या फायली काही पाठवत नव्हतं. आणि माझ्या बायकोच्या मनात आलं, की आपण परत आपल्या जुन्या घरी जाऊ.' *शेवटी तिथं आपल्याला राहायला स्वत:ची जागा तरी आहे.* ' (तिरकी अक्षरे माझी) म्हणून आम्ही आलो.' तेव्हा अब्दुल शुदुलसारख्या ज्या कथा आहेत, तशा, फाळणीची जी वस्तुस्थिती आहे, ज्या घटना घडल्या आहेत, त्यांच्या मागं दडल्या आहेत. आणि आम्ही मागं वळून जर एक दृष्टिक्षेप टाकला, तर आम्ही त्या समजून घेऊ शकतो. सैन्यातील लोकांना केवळ फाळणीच्या वेळी हा किंवा तो देश निवडण्याची संधी दिली, स्वातंत्र्य दिलं, म्हणजे कथा-व्यथा संपल्या, असं नाही. ती तर खरी कथेची सुरुवात होती.

माझ्या मामाची कथा, अब्दुल शुदुलचं आयुष्य या आणि अशा कथा तुम्हांला पुस्तकात सापडतील. माझ्यासाठी या हकीकती, घटना म्हणजे एक अनुभव आहे. त्यामध्ये जी एक दृष्टी आहे, ज्या भावना आहेत, राग, लोभ, संताप, यातना– जे काही यात दडलेलं आहे, त्यातच फाळणीचं सार साठलेलं आहे. ज्या कथा आहेत, त्या अर्थपूर्ण आहेत. फाळणीचं फलित. आज मी जिथं उभी आहे, ती मी आहे, फाळणीनंतरच्या पिढीची एक प्रतिनिधी, निर्वासित आई-वडिलांच्या पोटी जन्मलेली. एक स्त्रीवादी, समान हक्कांसाठी झगडणारी, एक मध्यमवर्गीय भारतीय स्त्री, सर्वधर्मसमभाव, लोकशाही या तत्त्वांशी बांधिलकी असलेली. या अशा कथा, जाणिवा ज्यांमुळं मी खूप मागं गेले. खूप बघितलं आणि आता एक वेगळी दृष्टी घेऊन मी त्यांवर भाष्य करणार आहे. फाळणीच्या कथा, हकीकती ऐकून माझ्यात

झालेला हा बदल. माझा वेगळा दृष्टिकोन. फार मोठं राजकारण बाजूला ठेवून, तुम्ही जर लोकांना केंद्रस्थानी ठेवलंत, तर जे फाळणीचं दर्शन होईल, तेच खरं. फाळणीकडं मी अशाच नजरेनं बघितलंय्, आणि अशीच मला फाळणी दिसली. समजली. समाजातली जी अशी पात्रं आहेत, महत्त्वाचे घटक आहेत त्यांचा इतिहास बघितला, तर भारतीय इतिहासानं त्यांची फार मोठी उपेक्षाच केली आहे, हे मला स्पष्ट सांगावं लागतंय्. तर ते सगळे घटक म्हणजे : महिला, मुलं आणि हरिजन, हिंदू समाजातला सर्वांत खालचा थर.

भाग २
राजिंदर सिंग
नगर कुठलं? कुठली बाजू? दिशा कुठली?

१९९० साली मी आणि सुदेश आम्ही दोघांनी राजिंदरसिंग याच्याशी चर्चा केली. राजिंदर सिंग हा दिल्लीमध्ये तीन चाकी स्कूटर चालवत होता. आम्ही त्याची स्कूटर भाड्यानं घेतली. दिल्लीमधल्या एका भागातून दुसऱ्या भागात जाण्यासाठी. जाता जाता वाटेत आम्ही त्याला विचारलं (बोलण्यासाठी त्याचं वय योग्य वाटलं) तुम्ही कुठले आहात? तेव्हा त्यानं आम्हाला सांगितलं की, तुम्ही माझ्या घरी या, म्हणजे मी माझी हकीकत तुम्हांला सांगेन. कथा ऐकण्याच्या ओढीनं आम्ही मग दिल्लीच्या बाहेर जी वसाहत होती, जिचं पुनर्वसन झालेलं होतं, तिथं आम्ही गेलो. तिथं दाट वस्ती असलेल्या एका अरुंद गल्लीत अगदी आतल्या बाजूला राजिंदरसिंगचं छोटं घर होतं. तिथं ज्या कुटुंबांना आम्ही भेटलो, त्या सर्वांनीच आमचं अगदी घरच्यासारखं स्वागत केलं. राजिंदरसिंग आणि त्याचा भाऊ मनमोहन सिंग दोघेही आमच्याशी गप्पा मारायला खूप उत्सुक होते. किती तरी वेळ आम्ही त्या दोघांशी बोलत होतो. चर्चा करत होतो. आम्ही त्यांच्या मुलाखती घेतल्या. आमचं बोलणं चालू असताना शेजारचे लोकही आत यायचे, कुणी बाहेर थांबायचे. आमचं काय बोलणं चाललंय् याविषयी त्यांनाही कुतुहल होतं. त्यांच्या जवळही काही सांगण्यासारखं होतं. त्यांनाही आमच्याशी बोलावंसं वाटत होतं. कथा सांगणं सुरू झालं. बोलण्याच्या ओघात थोडा अडथळा यायचा, तो केव्हा तर जेव्हा दुसरं कुणी आतमध्ये यायचं. किंवा ते दोघे भाऊ सांगता-सांगता एकदम विचार करायचे तेव्हा किंवा आपण हे सांगायचं का वगैरे असे विचार त्या दोघांच्या मनांत यायचे, तेव्हा चर्चेत थोडा खंड पडायचा. आता घरात नेहमी जी परिस्थिती असते, तिला अनुसरून आम्ही घरातल्या स्त्रियांशी क्वचितच बोलत होतो. अर्थात जेव्हा त्या एकट्या असत, तेव्हा मात्र आम्ही त्यांच्याशी मोकळेपणानं बोलत होतो. पहिल्यांदा जरी आम्ही सर्वांशीच बोलत होतो तरी नंतर आम्ही निर्णय घेतला की, एका वेळी स्त्री किंवा पुरुषांशी बोलायचं. प्रश्नांचा भडिमार न करता दोघांशी स्वतंत्रपणे बोलायचं.

फाळणीचा अर्थ वेगवेगळ्या लोकांनी वेगवेगळा लावला. राजिंदर सिंगला फाळणीतल्या घटना काही आठवत नव्हत्या, असं नाही. परंतु त्याच्या स्वतःच्या ज्या काही आठवणी आहेत, त्या अशा : काही वर्षांपूर्वी, जेव्हा तो लहान होता,

तेव्हा वेश्या वस्तीतल्या गाणारणी किंवा गाणाऱ्यांचा जो एक गट होता, त्यामध्ये भाग घेण्यासाठी म्हणून तो घरातून पळून गेला. लाहोरच्या हिरामंडी भागात ती वस्ती होती. तिथं रस्त्यावर जलसा करणारेही होते. चार वर्षं झाली, तरी राजिंदर घरी आला नाही, तेव्हा त्याला शोधण्यासाठी म्हणून त्याचे वडील हिरामंडीतल्या कोठ्यावर गेले. राजिंदरला घरी परत आणण्याचा त्यांचा विचार होता. तेव्हा राजिंदर एका कोठीच्या छपरावर होता. राजिंदरनं बघितलं की, त्याचे वडील त्या गल्लीत येतायत आणि लोक त्यांची टिंगलटवाळी करतायत, टोमणे मारतायत. त्याचे वडील म्हातारे होते. राजिंदरनं हे सगळं ऐकलं. नंतर त्यानं बघितलं, तर त्याचे वडील एका फुलाच्या दुकानासमोर मुद्दाम अडखळले. तो फूलवाला आपल्या घरासमोरच दुकान थाटून बसला होता. जेव्हा त्याचे वडील अडखळून पडले, तेव्हा त्यांचा डोक्यावरचा पटका सुटला. तेव्हा तो प्रसंग खरा तर शीख जमातीची बेअदबी करणारा होता. तरीसुद्धा त्या म्हाताऱ्यानं कसा तरी पटका डोक्याला गुंडाळला आणि तो हळूहळू चालत पुढं निघून गेला. आता राजिंदरची द्विधा मन:स्थिती झाली. एक तर त्याला ती गाणं-बजावणं चालणारी कोठी आवडत होती आणि दुसरीकडं वडिलांच्याविषयी वाटणारं प्रेम. मग राजिंदर ताबडतोब रेल्वेस्टेशनवर गेला व त्यानं वडिलांना गाठलं. तेव्हा तो घरी गेला. पुढं मग त्यानं 'दासका' गावी एक भांड्याच्या कारखान्यात नोकरी पत्करली. आणि इथंच त्याला फाळणीची झळ काय असते, मतभेद कसे असतात, याचा अनुभव आला. विभागणी किंवा इतरही काही जातिभेद वगैरे फाळणीनंतर जास्तच उजेडात आले. काय झालं, कारखान्याच्या मालकानं आपल्या कारखान्यात हिंदू, मुस्लिम व शीख या तिन्ही जमातींचे कामगार भरती केले होते. जशी फाळणी जवळ आली, तशी या कामगारांत भांडणं सुरू झाली. राजिंदरच्या मनात मुस्लिम कामगारांविषयी द्वेष, मत्सर वगैरे काहीही नव्हता. त्यानं सांगितलं : – आता त्यानं त्याची जी कथा सांगितली, त्याचा एक भाग मी पुन्हा इथं सांगतेय. त्याच्या निवेदनात खरी वस्तुस्थिती आणि सत्य घटना या प्रकर्षानं जाणवत होत्या. जी अनेक माणसं होती, की ज्यांच्या जवळ काही कसब नाही किंवा स्वत:च्या 'धंदा' नाही. त्यांच्याप्रमाणेच राजिंदर एक होता. भारतात आल्यावर त्यानं अनेक नोकऱ्या केल्या. पडेल ते काम केलं. आधी त्यानं अमृतसरमध्ये एका हलवायाच्या दुकानात नोकरी केली. नंतर त्यानं स्वत:चं दुकान घातलं. थोडे दिवस त्यानं टांगा चालवला. आणि ज्या वेळी आम्ही त्याला भेटलो, तेव्हा तो तीन चाकी स्कूटर चालवत होता. त्यानं ती विकत घेतली होती. राजिंदरची मी जी मुलाखत घेतली होती, तिचा एक भाग मी इथं समाविष्ट करण्यासाठी निवडला आहे. त्याचं कारण असं, राजिंदर सांगतो की; त्याचं सगळं कुटुंब, खेड्यातल्या इतर लोकांच्या एका काफिल्याबरोबर चालत बाहेर पडलं. आणि पुढं जसजसे इतर लोक काफिल्यात येऊ लागले तसा

काफिला मोठा होत गेला. काही ठरावीक अंतरापर्यंत पाकिस्तानी सैन्य सोबत म्हणून आणि संरक्षण म्हणून बरोबर आलं. नंतर काफिल्याचा ताबा भारतीय सैन्यानं घेतला. राजिंदर म्हणाला की, या आधी मी ही हकीकत कुणालाही सांगितली नाही. कारण त्याची नातवंडं फार लहान होती. आणि मुलं इतकी आपल्या कामात व्यग्र होती, की त्यांना त्यांच्या आयुष्यात असलं काही ऐकायला वेळच नव्हता. आणि ते बरोबर होतं. कारण आम्ही जेव्हा राजिंदरची मुलाखत घेत होतो, तेव्हा घरातली इतर माणसं सारखी यायची आणि सांगायची की, आम्हांला तो प्रसंग, ती घटना पुन्हा ऐकवा. राजिंदरचा आवाज ऐकला, म्हणजे आम्ही ध्वनीफीत पुन्हा चालू केली, की घरातल्या माणसांना जणू वाटायचं की, आपण फार मोठ्या अनुभवी व्यक्तीचा आवाज ऐकतोय्. राजिंदर निवेदन करत होता की; कुठलीही तयारी नसताना लोकांना आपलं घर, गाव सोडून कसं जावं लागलं, कुणाला गाव सोडून जायलाच पाहिजे, हे कसं पटवून द्यावं लागलं, आणि गाव सोडून बाहेर पडल्यावर वाटेत लोकांना किती त्रास सहन करावा लागला, अनेक संकटांना कसं तोंड द्यावं लागलं, याचं त्यानं यथार्थ वर्णन केलं. राजिंदरनं एका गरोदर महिलेचीही कथा सांगितली. ती महिला गरोदर होती आणि तिनं 'डेक' नदीजवळ मुलीला जन्म दिला; (त्या मुलीचा जन्म डेक नदीजवळ झाल्या कारणाने, तिला आयुष्यभर लोक डेकोच म्हणून हाक मारायचे, असं राजिंदरनं मला नंतर सांगितलं.) ती बाई जेव्हा बाळंत झाली, तेव्हा तिथं तिला एका म्हाताऱ्या माणसानं मदत देऊ केली. कारण तो म्हातारा आपल्या नातीला मागं सोडून आला होता. तेव्हा त्याच्या नातीवर कुणी पळवून नेऊन बलात्कार केला, का तिला मारून टाकली, हे काही त्यानं सांगितलं नाही. आता असं वाटतं की, त्याला केलेल्या कृत्याचा पश्चात्ताप झाला असेल, म्हणून त्यानं त्या गरोदर बाईला मदत देऊ केली असेल. मला जाणवलं; की हे सांगताना राजिंदरचा आवाज हृदय पिळवटून टाकणारा, करुण वाटत होता. त्याचं कारण तो वर्णन अगदी संथपणे, एकाग्रतेनं करत होता. लोक कसे संथपणे पुढं जाताहेत, हे त्याच्या आवाजातून जाणवत होतं. त्याच्या सांगण्याप्रमाणे वाटेत वादळं, संकटं इतकी आली, की लोकांचं आयुष्यच जणू विदीर्ण, चक्काचूर झालं. ज्याला आवर घालता येणं अशक्य झालं. लोकांच्या पुढं भविष्यात काय वाढून ठेवलंय् हेच कळत नव्हतं. त्याच्याच शब्दांत सांगायचं, तर :– 'आमचं हृदय भीतीनं कापत होतं, आम्ही कुठं जात आहोत? आमचा शेवट कुठं होणार?' आणि फाळणीसंबंधी लोकांच्या तोंडून मी जे काही ऐकलं होतं, ऐकत होते, त्या प्रत्येक संभाषणातून मला हाच प्रश्न ऐकावा लागत होता. अनेक वेळा हाच प्रश्न विचारला जात होता.

राजिंदर सिंग

माझ्या आत्याच्या मोठ्या मुलाचे नातेवाईक रिकाडी खेड्यात राहत होते. माझा भाऊ तिथं आपल्या आत्याच्या धाकट्या मुलाबरोबर तिकडं गेला. त्याला वाटलं, की आपल्याला काही झालं, तरी यातून बाहेर पडायचं आहे. तेव्हा आपण एकदम सगळेच बरोबर न जाता थोडे थोडे करून बाहेर पडू. तेव्हा सगळे एकदमच मारले जाणार नाहीत. आम्हांला कुणकूण लागली होती, की काही झालं, तरी आम्हांला मरावंच लागणार आहे. म्हणून आम्हांला वाटलं, की आपण थोड्या थोड्या लोकांनी विखरून बाहेर पडावं. असं जर केलं, तर कदाचित आम्ही बघू शकू, की आमच्यापैकी एक जण किंवा दुसरा जिवंत राहिलेला असेल. तेव्हा मी माझ्या बायकोला आणायला म्हणून गेलो... पण माझा भाऊ पाठीमागं राहील, याची मला भीती वाटली. तेव्हा आम्ही सगळे जण बाबालाखन या गावी आलो. आम्ही तिथं आलो, तेव्हा त्या खेड्यातले काही लोक तिथं जमले होते. तेव्हा मी त्यांना सांगितलं, की तुम्ही फारच थोडे लोक आहात. गावातल्या लोकांनासुद्धा तुम्ही का बोलावून घेत नाहीत. तिथं पुष्कळसे शीख आहेत. तेव्हा ते जर आमच्यामध्ये आले, तर आपला काफिला खूप मोठा होईल आणि आपली तेवढी ताकद वाढेल. नाही तरी या एका खेड्यात फारच थोडी माणसं आहेत. तेव्हा त्यांना बोलावून आपण काफिल्याची संख्या का वाढवू नये? वाटेत मग आम्ही माणसं गोळा करीत गेलो. दिवसेंदिवस आमच्या काफिल्यातली संख्या वाढत गेली. जाता जाता आम्ही एका दुसऱ्या खेड्यात गेलो आणि बघतो, तर गावातली सगळी माणसं झोपलेली होती. रात्रीचे ९ वाजले होते. आणि सगळे कसे आरामात झोपले होते. कुणाला कसली काळजीच नव्हती. ज्या वेळी आम्ही तिथं गावात गेलो आणि त्यांना सांगितलं, की चला फाळणीमुळं गाव सोडावं लागेल, तेव्हा ती माणसं म्हणाली की, नाही असं काही घडणं कसं शक्य आहे? मग मी त्यांना सांगितलं, की अशा काही गोष्टी मागं घडल्या नसतील, पण आज त्या घडत आहेत. जर तुम्हांला असं वाटत असेल की, काही घडणार नाही तर मग तुम्ही चूक करता आहात. ते घडत आहे. मग काही म्हातारी माणसं आली नि त्यांनी आमच्या बोलण्याकडं लक्ष द्यायला सुरुवात केली. तुम्ही खरं आहे तेच सांगताय् ना? त्यांनी विचारलं. मी म्हणालो, होय, असं घडतंय्. जरा बाहेर जा आणि बघा, जरा बाबालाखनला जा. तिथं बरेच लोक वाट बघतायत... मग आम्ही जेव्हा बाबालाखनला आलो, तेव्हा आम्ही बघितलं, तर आणखी

दोन खेड्यांतली माणसं तिथं आली होती. आता एकूण हजार एक लोक तिथं जमले होते... या आधी फक्त चारशे किंवा पाचशेच हिंदू, शीख होते. लोकांनी बरोबर जेवढ्या म्हणून लहान, मोठ्या वस्तू घेता येतील, तेवढ्या घेतल्या होत्या. जे काही कपडे चादरी त्यांनी घेतल्या होत्या, ते कपडे चादरी त्यांनी आपल्या खांद्यावर घेतल्या होत्या. छोट्या-मोठ्या वस्तू कपड्यांच्या आत लपवल्या होत्या. लोकांनी त्या हलक्या वस्तू घेतल्या आणि काफिल्यात सामील झाले. जड वस्तू कोण घेणार होतं? आणि मग काफिला पुढं निघाला. वाटेत दुसरं खेडं लागलं, ते कटियाना. तिथं, त्या गावात मुसलमानांचं लग्न होतं. फटाकडे वगैरे उडवले जात होते. आम्हांला वाटलं, तिथं बंदुका आहेत आणि गोळीबार होतोय्. म्हणून आम्ही त्या खेड्याच्या अलीकडंच थोड्या अंतरावर थांबलो. काही लोक म्हणाले, की आम्ही जातो आणि काय आहे, ते बघतो. ते लोक जेव्हा निघाले, तेव्हा दुसरे लोक म्हणाले की, तुम्ही थोडी काळजी घ्या. असं उघडपणे जाऊ नका. असं घडू नये, की तुम्ही तिथं काही बघण्यासाठी म्हणून गेला आणि तुम्ही बंदुकीला बळी पडला. मारले गेलात... ते पुढं गेले, तर त्यांना संगीत ऐकू आलं आणि त्यांना समजलं, की तिथं लग्न आहे.

... हळूहळू सकाळ झाली. आमची ती पहिलीच रात्र... नंतर सकाळ झाली. सूर्य उगवला. पाऊस पडत होता. पाऊस भरपूर पडला. आणि आमचे कपडे खूपच जड झाले... आम्ही ते कपडे धरू शकत नव्हतो. आमचे कपडे खूपच भिजले. आणि लोकांनी कपडे तिथेच टाकून दिले. आमचं पोट रिकामं होतं. आम्हांला भूक लागली होती. आमचे कपडे ओलेचिंब झाले होते. आमचं काळीज भीतीनं उडत होतं... आम्ही कुठं आलो होतो? आम्ही शेवटी कुठं जाणार आहोत? शेवट कुठं होणार? आम्हांला दुःखानं घेरलं होतं. काय होणार आहे? आम्ही कुठं जावं? जसं काही आम्ही जेव्हा आज घर सोडलं तेव्हा आम्ही गांधी नगरला जाणार आहोत, हे कुणाला माहीत होतं? आम्हांला ते माहीतसुद्धा नव्हतं. कोणतं नगर, कुठल्या बाजूला, कुठल्या दिशेला... आम्हांला काही खाण्याची इच्छा नव्हती. आणि खायलाही काही नव्हतं. शेवटी आम्ही जेव्हा आमची घरं सोडली, तेव्हा आम्ही बरोबर पीठ वगैरे घेतलं नव्हतं किंवा तव्यावरच्या भाकऱ्या बरोबर घेतल्या नव्हत्या. आपण बरोबर पीठ घ्यावं, ते मळावं आणि भाकऱ्या भाजाव्यात, असा आम्ही विचारच केला नव्हता. आम्ही असंच, आहे तसं, रिकाम्या हातानं घर सोडलं. मग वाटेत काही लोक आजारी पडले. तर काही दुःखानं आजारी पडले. काहींना जुलाब होऊ

लागले. कुणाला ताप भरला... कित्येक लोक मधूनच निघून गेले. ते पुढं आलेच नाहीत. त्यांची प्रकृती काही चांगली राहणार नव्हती. ते धट्टे कट्टे राहणार नव्हते. काही आधीच आजारी पडले. काही दु:ख-भारानं आजारी झाले. मग पुन्हा पाऊस सुरू झाला. आणि पुन्हा सूर्य वर आला. ऊन आणि थंडीमुळं लोकांची शरीरं वाळून गेली. आणि या बदलत्या वातावरणामुळं लोक आजारी पडले. आणि असं करता-करता आम्ही दुपारी बटियानामध्ये आलो. आम्हांला गाव आलेलं समजलंच नाही.

... तिथे एक बाई होती. ती गरोदर होती. आणि तिचे दिवस भरले होते. ती बाळंत होण्याच्याच मार्गावर होती. सगळा काफिला पुढं जात होता. परंतु ती थोडी नाराजच झाली होती. तेव्हा ती म्हणाली; तुम्ही लोक जा पुढं. वेळ आली, तर मी माझ्या मरणाची तयारी ठेवलीय्. आणि मला स्वत:चं असं कुणीच राहिलं नाही, की मला प्रेमानं हाक मारील. मी माझा त्रास सहन करीन. तुम्ही काळजी करू नका... माझ्याबरोबर जो म्हातारा बाबा होता, त्याला मी म्हणालो; की, बाबा, काही माणसं चांगली कामं करण्यासाठीच जन्माला आलेली असतात. तुमची नात तुमच्याबरोबर येत होती. तुम्ही तिला सोडलंत आणि माझ्या बरोबर आलात... मी त्या बाबाला सांगत होतो. तुम्ही काळजी का करता? तुम्ही त्या गरीब बाईकडं बघा. ती आता कधीही बाळंत होईल. ती तरुण आहे. आणि बघा ती रस्त्यावर पडली आहे... जा त्यांतल्या त्यांत काही चांगलं काम करू. त्या बाईबद्दल आम्हां सगळ्यांनाच अतिशय वाईट वाटत होतं. आम्ही रडत होतो. तेव्हा ते म्हातारे बाबा म्हणाले, काय, झालं काय? तेव्हा मी सांगितलं; त्या मुलीकडं बघा. तिला भाऊ, आईवडील कुणीही नाही. तिचा नवरा मारला गेला. ती आता बाळंत होईल. त्या मुलीच्या शेजारी आणखी काही बायका बसल्या होत्या. आणि जेव्हा काफिला पुढं निघाला, तेव्हा त्या बायकाही निघाल्या. तेव्हा तो बाबा तिला म्हणाला, मुली, माझ्या घोड्यावर बैस. पुढं कुणी जर तुला मदत करणारा भेटला, तर आम्ही तिथं तुला सोडू. परंतु भीतीमुळे ती मुलगी तिथेच बाळंत झाली. तिला मुलगी झाली. मुलीची नाळ कशी कापायची? आमच्यापुढं सवाल आला. कारण भीतीमुळं आम्ही जवळ हत्यारं म्हणजे सुरी वगैरे काहीच घेतलं नव्हतं. तुम्हाला माहीतेय्, नाळ कापायला सुरी, कातरी लागते. तिथं एक माणूस होता. त्याच्या जवळ एक तलवारीसारखं हत्यार होतं. तेव्हा आम्ही त्या माणसाला सांगितलं, की, बाबा, असा असा प्रकार आहे, तुम्ही आम्हांला मदत करा. कृपा करा. मग त्यानं आम्हांला ते हत्यार दिलं. मग त्या बाईनं नाळ कापली. तेव्हा आम्ही आमचा काफिला

जवळजवळ तासाला पंधरा मिनिटं कमी असेपर्यंत थांबवला. आम्ही सगळ्यांना सांगितलं की, तुम्ही आपला सन्मान राखला पाहिजे. एका अनोळखी घरात तुमचा मान-सन्मान जाणार आहे. घराघरांत तुमचं नाव राहणार आहे. तुम्हांला थोडा उशीर झाला म्हणून कुठं बिघडलं?...

...वाटेत आम्हाला एक गाव लागलं. त्याचं नाव पसरूर. तेव्हा आमच्याबरोबर बलुची सैन्य होतं.

त्यांनी आम्हांला एका शाळेत ठेवलं. ते म्हणाले, 'कुणी जरी इथून बाहेर पडण्याचा प्रयत्न केला, या चार भिंतींच्या बाहेर, तर आम्ही त्याला कापून टाकू. शाळेची भिंत चार फूट उंच होती. त्यांनी जरी कडक वागण्याचा प्रयत्न केला होता, पण आम्हांला खायला-प्यायला काहीच नव्हतं. तेव्हा लोक बाहेर गेले. त्यांनी एक दुकान फोडलं आणि काही शेंगदाण्याची पोती आणली. मग आम्ही शेंगादाणे भाजले आणि खाऊन घेतले. शेवटी नाही तरी दुसरं काय करणार होतो? कुणाला इतके मिळाले आणि कुणाला तितके मिळाले. मग कुणीतरी भिंतीवरून उडी मारली आणि शेजारी असलेल्या उसाच्या शेतात गेला, ऊस चोरून आणण्यासाठी. तो ऊस चोरणार, तो सैन्यातल्या लोकांपैकी कुणीतरी त्याला ठार केलं. आमच्या समोर त्यांनी एका जाट जातीच्या माणसाला मारलं. त्याचं जे कुटुंब होतं, त्या कुटुंबातील लोकांच्याजवळ एक गाडी होती. त्यांनी त्या गाडीतून काही सामान आणलं. आणि त्या ठार झालेल्या माणसाला जाळण्यासाठी त्यांनी जे काही आहे ते– काटक्या-कुटक्या, गवत, लाकडे पेटवून त्याला शेवटचा अग्नी दिला...

'नरोवर' नंतर मद्रासी सैन्यानं आम्हांला ताब्यात घेतलं. त्यांनी बलुचींना बाजूला जा म्हणून सांगितलं. त्यांचं काम संपलेलं आहे आणि त्यांनी इथं थांबायचं काही कारण नाही. इथं दोन मिलिटरीचा झगडा सुरू झाला. एकानं सांगितलं, की हे आमचं काम आहे, तेव्हा दुसरे लोक म्हणाले, की तुमचं काम संपलेलं आहे, तुम्ही आता जा.

... विहिरींमध्ये औषध आणि विष होतं. आतमध्ये माणसांचे मुडदे पडलेले होते. तिथं पाणी सुद्धा प्यायला नव्हतं. आम्हांला भूक लागली होती... तहान लागली होती... खायलाही काही नव्हतं, प्यायलाही काही नव्हतं. मग आमच्या सैन्यानं दोन ट्रक भरून पीठ आणलं. त्यांनी खाली ताडपत्री आंथरली आणि ते पीठ आम्हांला दिलं. त्यांनी लोकांना सांगितलं, की तुम्हांला पाहिजे तेवढं पीठ घ्या. त्यांनी मग आम्हांला मक्याची कणसं द्यायला सुरुवात केली. त्यांनी सांगितलं की, खा, खा त्यांची शेती उद्ध्वस्त

करा. मद्रासी सैन्यानं खरोखरच आम्हांला खूप मदत केली. आमच्यांतला प्रत्येक जण दु:खी होता. कुणाची आई वारली होती. कुणाचे वडील गेले होते. कुणाच्या मुलीवर बलात्कार झाला होता... मग आम्ही पुढं निघालो. तुम्हांला माहीतंय् ना, मेलेल्या मुडद्याची थोडी भीती वाटते. पण आम्हांला त्या वेळी कसलीच भीती वाटत नव्हती... तिथून आम्ही रावीच्या पुलावर आलो. तिथं त्यांनी आम्हांला सांगितलं की, आमच्या कामाची इथंपर्यंतच हद्द आहे. आम्ही आता परत जात आहोत. 'दासका'हून दुसरा काफिला आला आहे. आम्ही पाहिलं, की एका रेल्वेगाडीत जे हिंदू होते, त्या सगळ्यांना ठार करण्यात आलं होतं. आणि डेराबाबा नानकमध्ये आम्ही पाहिलं, तर तिथं अशीच एक रेल्वे गाडी दिसली. त्यातले सगळे मुसलमान मारले होते. ते मुसलमान लुधियानाहून का कुठून आले होते. त्यांनी एकमेकांचीच माणसं मारली होती. आम्ही मुसलमानांची प्रेतं बघितली. भांडीकुंडी, कपडे, सगळं चिखलात पडलं होतं... काही प्रेतं एकमेकांवर पडली होती. काही लोक दुसऱ्याच्या खाली गाडले गेले होते... सगळीकडे आजूबाजूला रोगराई पसरली होती. आम्ही जेव्हा डेराबाबा नानक येथे आलो, तेव्हा ते लोक आम्हांला म्हणाले की, तुम्ही आता तुमच्या घरी आला आहात. पण आम्हांला वाटलं की, आमचं घर तिथं होतं. ते आम्ही पाठीमागंच सोडून दिलं. हे कसं आमचं घर असेल?

■

चार

स्त्रिया

दमयंती सेहगल

'बरंच काही सांगण्यासारखं आहे...'

__मी__ १९८९ साली दमयंती सेहगल यांना पहिल्यांदा भेटले. त्या वेळी त्यांचं वय ८० वर्षांचं होतं. बांधा लहानखुरा, डोळे मिश्किल– थोडे खट्याळ होते. लिना धिंग्रा ही त्यांची भाची. जिनं माझी दमयंती सेहगल यांची ओळख करून दिली. 'माझ्या मावशीबरोबर बोला.' ती म्हणाली. एक दिवस मी त्यांच्याशी फाळणीसंबंधात मी जी माहिती गोळा करतेयू, त्याविषयी बोलत होते. 'तिच्याजवळ बऱ्याच गोष्टी सांगण्यासारख्या आहेत.' लिना म्हणाली. परंतु स्वतः दमयंती यांना त्याविषयी फारशी उत्सुकता नव्हती. 'तुम्हांला माझ्याशीच का बोलायचंयू? इकडच्या तिकडच्या काही सटर फटर गोष्टी सोडल्या, तर माझ्याजवळ काहीही सांगण्यासारखं नाही.' त्या म्हणाल्या. परंतु मी माझी चिकाटी सोडली नाही. मी म्हणाले, तुमच्या त्या सटर-फटर, मूर्खासारख्या ज्या गोष्टी आहेत, त्या मी आनंदानं ऐकेन. शेवटी होय नाही करता त्यांनी आपली ताठर भूमिका सोडली. मग मवाळपणे त्या बोलू लागल्या. एकदा त्यांनी माझ्याशी बोलण्याचा निर्णय घेतल्यानंतर, बाई त्याविषयी आत्मीयतेनं विचार करू लागल्या. मी त्यांच्या घरी जाऊन त्यांची मुलाखत घेण्याची कल्पना त्यांनी झिडकारून टाकली. 'त्या ऐवजी मीच तुमच्या घरी येईन', सेहगल म्हणाल्या. 'म्हणजे, तुम्ही मला कॉफी, जेवण तरी द्याल आणि मी जरा गंमत-जंमत करीन.' त्या म्हणाल्या. गंमत आम्ही केलीच आहे. कारण मी आतापर्यंत इतक्या मुलाखती घेतल्या; पण माझ्या घरी कुणाची मुलाखत घेण्याची ही पहिलीच वेळ

होती. साधारणपणे आम्ही आत्तापर्यंत असाच प्रयत्न केला होता की, शक्यतो ज्यांची मुलाखत घ्यायची आहे, त्यांच्याच घरी जायचं. म्हणजे होतं काय, की घरी वातावरण निर्माण होतं, आणि अशा लोकांच्या घरी कितीही वेळ बसता येतं. त्यांच्या घरी बोलता-बोलता आठवणींना जास्त उजाळा येतो. आणि कित्येक वेळा आम्हांला हाच अनुभव आलेला आहे. पण नंतर माझ्या लक्षात आलं की, दमयंती यांची माझ्या घरी येण्याची जी कल्पना होती, त्यामागं एक कारण होतं. कारण त्यांना स्वतःचं असं घर नव्हतं. त्यामुळं मला त्या कुठं, आणि कशा बोलावणार. आणि आपण बेघर आहोत. ही भावना फाळणीपासून त्यांच्या मनात खोल रुजली असणार. 'हरिद्वारमधली जी छोटीशी झोपडी असेल, तेच माझं घर' त्या म्हणाल्या.

ज्या दिवशी मुलाखत ठरली होती, त्या दिवशी दमयंती सेहगल आपल्या बहिणीला, म्हणजे कमला बलदून धिंग्रा यांना घेऊन आल्या. शिवाय बरोबर त्यांची भाची लिना होतीच. माझ्या बरोबर माझी मैत्रीण आणि त्या वेळेची माझी सहप्रवासी सुदेश वेद होती. आमच्या या मुलाखती अनेक महिने चालू होत्या म्हणजे या दीर्घकालीन मुलाखतीसाठी आम्ही त्या महिन्यांत अनेक वेळा एकत्र आलो. पुष्कळदा मुलाखतीमधून सेहगल या स्वतःचे अनुभव सांगण्याऐवजी सर्वसाधारण सामुदायिक अनुभवच सांगायच्या. यातून निर्माण काय होत असे, तर त्याला चर्चेचं स्वरूप यायचं आणि प्रत्येक जण जोरजोरात बोलायची. एका मुद्द्यावर दमयंतीच्या बहिणीनंच त्यांना प्रश्न विचारायला सुरुवात केली. तू हे का केलं नाहीस आणि त्या वेळी तू ते का केलं नाहीस. एकदा तर असा प्रकार घडला की, त्यांच्या बहिणीनं म्हणजे कमला धिंग्रानं जणू मुलाखत आपणच घेतोय्, या आवेशानं बोलायला सुरुवात केली. सगळा ताबा तिनंच घेतला. तेव्हा एकदा अनेक लोक खोलीत आले आणि त्या वेळी दमयंती जे अनुभव सांगत होत्या, ते सांगणं सगळं अर्धवटच राहिलं.

आता जी मुलाखत तुम्ही वाचणार आहात, ती मुलाखत तुमच्यापुढं ठेवताना मी काही तत्त्वं पाळली आहेत. मुलाखतीच्या अनुषंगानं जे निवेदन आलं आहे ते संपादित केलेलं, काटेकोर, अचूक आलेलं आहे. निवेदन सलग, कुठंही न अडखळता, कुठलीही आडकाठी न येता सफाईदार होईल, याची काळजी घेतली आहे. ते जरी असलं, तरी मुलाखतीमधील पहिल्या आणि दुसऱ्या भागात तसं बघितलं, तर त्यांच्या संपूर्ण मुलाखतीत कुठे बंधनं अशी आम्ही घातली नाहीत. आणि दुसरं म्हणजे, त्यांच्या एकूण निवेदनात सुसंगती अशी मुळीच नाही. तिसऱ्या आणि चौथ्या भागांत दुसऱ्या भागाचीच पुनरुक्ती झालेली दिसून येईल. निवेदन लांबलं आहे, त्याचं कारण म्हणजे पळवून नेलेल्या स्त्रिया, त्यांच्यावर झालेले अमानुष अत्याचार, बलात्कार, त्यांना हुडकून काढणं, त्यांची सुटका, पुनर्वसन हे सारे अनुभव टप्प्याटप्प्यानं आलेले आहेत. त्याशिवाय या संपूर्ण कामात धोका हा

होताच. म्हणजे ज्या स्त्रियांची सुटका करायची, त्यांना आणि सुटकेसाठी प्रयत्न करणाऱ्या कार्यकर्त्यांनाही धोका होताच. पुनर्वसन करण्याचं काम हे थोडं समाधान देणारं असतं. दमयंती सेहगल यांच्या बोलण्यातून एक जाणवलं की, त्या स्त्रियांचं पुनर्वसनाचं काम करताना त्यांच्यावर एक दडपण असायचं. एका नवोदित राष्ट्राच्या सेविका आणि विशाल दृष्टिकोनातून बघायचं झालं, तर देवाच्या म्हणजेच त्यांच्या भाषेत ठाकुरांच्या हातातील एक खेळणं. हे जरी असलं, तरी इतर स्त्रियांबद्दल मनात करुणा असणारी एक 'स्त्री' असं त्यांचं वर्णन करता येईल. इतर स्त्रियांनी आपापल्या परीनं संकटाचा मुकाबला केला. आणि कित्येक जणी करतातही. मात्र दमयंती सेहगल यांनी आपलं काम करताना कुठलीही लाचारी पत्करली नाही. उलट, त्यांनी स्वत: विरुद्ध आणि सरकारी अधिकाऱ्यांविरुद्धही बंडखोरी केली. सत्याची चाड आणि स्पष्टवक्तेपणा हे त्यांचे मोठे गुण होते. आणि त्यांच्या सांगण्यावरून एक लक्षात आलं होतं, की त्यांचं आणि पाकिस्तानी अधिकाऱ्यांचं कधी पटलं नाही. त्यांचे नेहमीच मतभेद व्हायचे. एक पाकिस्तानी न्यायाधीश सुटका झालेल्या स्त्रियांच्या वयाचं प्रमाणपत्र देत. आणि दमयंती सेहगल या स्त्रियांचं वय, इतर माहिती याची नोंदणी करणं ती तपासणं याच्या प्रमुख होत्या. सेहगल यांचे अनुभव, त्यांची कामाविषयी आस्था, प्रामाणिकपणा या त्यांच्या गुणाला साजेशीच त्यांची बंडखोरी होती. मी आणि सुदेशनं दमयंती सेहगल यांची जी मुलाखत घेतली होती, ती माझ्या दृष्टीनं फार महत्त्वाची होती. दमयंती आणि आम्ही मुलाखतीच्या निमित्तानं एकत्र येत होतो. त्यामुळं आमची चांगलीच मैत्री जमली होती. बोलता-बोलता त्यांनी आम्हां दोघींना सांगितलं होतं, की तुम्ही मला 'दांतीच' म्हणा. किंवा आम्हां दोघींना प्रशस्त वाटलं, तर मावशी, काकी म्हणून हाक मारावी. दमयंती यांना आम्ही जेव्हा भेटलो, त्या आधीपासून आणि नंतरही त्या दिल्ली आणि हरिद्वार या दोन्ही ठिकाणी राहत होत्या. दिल्लीमध्ये त्या आपल्या बहिणीच्या, म्हणजे कमलाच्या फ्लॅटमध्ये राहत होत्या. आणि हरिद्वारला त्यांची छोटीशी खोली होती. त्यांनी जास्तीत जास्त हरिद्वारलाच राहणं पसंत केलं. हळूहळू त्या तिथंच स्थिर झाल्या. नंतर त्यांनी दिल्लीला येणंच टाळलं. हरिद्वारमध्येच राहायचं आणि तिथंच शेवटचा श्वास घ्यायचा, हे त्यांनी ठरवलं होतं.

दमयंती सेहगल यांच्या मुलाखतीचे आणखी एक वेगळेपण मला जाणवत होतं. फाळणीमुळं ज्या स्त्रिया रस्त्यावर आल्या, त्यांपैकीच दमयंती सेहगल एक. फाळणीमुळं त्यांचंही आयुष्य रस्त्यावर आलं. कित्येक स्त्रियांना कल्पना सुद्धा नव्हती, की फाळणी होईल आणि ऐन तारुण्यात आपल्या आयुष्याचे तीन तेरा वाजतील म्हणून. मग लग्न करून संसार थाटणं तर बाजूलाच राहिलं. कृष्णा सोबती या प्रसिद्ध लेखिकेनं फाळणीचा प्रत्यक्ष अनुभव घेतला आहे. ती म्हणते : फाळणीमुळं

स्त्रियांची एक पिढीच बरबाद झाली. निर्वासित झालेल्या कुटुंबांचं मिळेल त्या मार्गानं पुनर्वसन करावं लागलं. स्त्रिया आणि मुलींना अनेक प्रकारची कामं करावी लागली. काही छोटे-मोठे उद्योग करावे लागले. नंतर काही गोष्टी मार्गाला लागल्या. थोडीशी स्थिरता आली होती. निर्वासित स्त्रियांच्या आयुष्याची घडी, तात्पुरती का होईना, बसली होती. कित्येक कुटुंबं स्त्री-वर्गाच्या काबाड-कष्टांवर, त्यांच्या कमाईवर इतकी अवलंबून राहिली होती, की कष्टकरी स्त्रियांना आपल्या इच्छा-आकांक्षा दडपून टाकाव्या लागल्या. घरंदारं कायमची सोडावी लागली किंवा आपलंही घर होतं, माणसं होती, हे सारं विसरावं लागलं. आपल्या आयुष्यावर तुळशीपत्र ठेवलेल्यांपैकी दमयंती एक होत्या. त्यामुळं आपल्या मावशीच्या म्हणजे प्रेमावती थापर यांच्या प्रेरणेमुळं त्या सामाजिक कार्यात पडल्या. त्यांचा स्वतःच्या नातेवाइकांशी असा संबंध नव्हताच. आणि आपली कुणी आठवण काढत असेल, असंही त्यांना वाटलं नसेल. त्याशिवाय 'स्त्रियांचं पुनर्वसन' यासारख्या महत्त्वाच्या कामात त्यांनी अनेक वर्षं काढल्यानंतर त्यांना आपल्या नातेवाइकांची आठवण आली नसेल. आणि आली असली, तरी त्यांनी दुर्लक्ष केलं असेल. त्यामुळंच दमयंती सेहगल इतर स्त्रियांच्या सुखदुःखांशी समरस झाल्या असतील. शेवटी त्यांच्या घरातील माणसांनी त्यांना वाऱ्यावरच सोडलं होतं. याला फाळणीची परिस्थितीच कारणीभूत ठरली आणि फाळणीमुळंच अनेक स्त्रियांचं आयुष्यच उद्ध्वस्त झालं. आणि फाळणीमुळंच अनेक सामाजिक कार्यकर्त्या निर्माण झाल्या. हा बदलही लक्षात घेण्यासारखाच आहे.

दमयंती सेहगल यांना आपल्या एकाकी आयुष्याविषयी काय वाटलं असेल, याचं मला कुतूहल होतं. फाळणीच्या आधी तरुण वयात त्यांना आपण आकर्षक दिसावं, आपण लग्न करावं, असं वाटत होतं; आणि त्यांचं तारुण्य उमलत असतानाच फाळणी झाली. आणि लग्न, तारुण्याच्या नैसर्गिक भावनाच दडपल्या गेल्या. त्यांनीच सांगितल्याप्रमाणे नंतर त्यांचं लग्नाचं वय निघून गेलं होतं. त्या चाळिशीला आल्या होत्या. मला वाटतं, शरीरापेक्षा त्यांचं मन म्हातारं झालं होतं. म्हणून त्यांनी कुठल्याही बांधिलकीचा विचार न करता अगदी सहजपणे सार्वजनिक कार्याला वाहून घेतलं. हा एक योगायोगच होता. आणि मुलाखतीचा विचार केला, तर त्यांना आपल्या आयुष्याविषयी आणि फाळणीविषयी सांगण्यात एक प्रकारचं समाधान वाटत होतं. त्याचं कारण आजपर्यंत त्यांना त्याच्या आयुष्याबद्दल, फाळणीबद्दल कुणी विचारलेलं नव्हतं. त्यांच्या बहिणीलासुद्धा याबद्दल काहीही माहिती नव्हती. पहिल्यांदाच ही हकीकत तिनं ऐकली होती. एकदा कमलानं त्यांना विचारलंसुद्धा होतं की, या आधी तू फाळणीच्या अनुभवाबद्दल काहीच बोलली नाहीस, म्हणून. त्या वेळी मलाही आश्चर्य वाटलं होतं. आपल्याच नात्यातील एका

माणसाविषयी किती अनास्था? मला वाटतं, फाळणीतल्या कडवट अनुभवामुळेच दमयंती यांना प्रेम म्हणजे काय, आपुलकी, तटस्थवृत्ती याची चांगलीच जाण आली असावी. म्हणजे आमच्यापेक्षा जास्तच. म्हणूनच त्यांनी एकटं राहणंच पसंत केलं. आणि तेही शेवटपर्यंत. तरीसुद्धा उर्वरित आयुष्यात जास्तच जाणीव झाली असावी. त्यांनी स्त्रियांचं पुनर्वसन करताना इतकं प्रेम, जिव्हाळा दाखवला पण स्वतःच्या आयुष्यात त्या अलिप्त राहिल्या. म्हणून मला कधी कधी वाटतं, की फाळणीमधल्या दुर्दैवी स्त्रियांबद्दल त्या इतक्या पोटतिडकीनं बोलायच्या, की जणू त्या स्वतःच्याच आयुष्याबद्दल बोलत होत्या. शेवटी त्यांना त्यांचे नातेवाईक भेटले. पण त्या अलिप्त, एकट्याच राहिल्या. अगदी जाणूनबुजून. त्यांच्या मृत्यूच्या आधी त्या हरिद्वारमध्ये आजारी पडल्या. त्यांच्या बहिणीनं, भाचीनं आग्रह करून सुद्धा त्यांनी दिल्लीला जायचं टाळलं. खरं तर, दिल्लीला गेल्यानंतर त्यांच्या प्रकृतीची चांगली देखभाल झाली असती. त्या वारल्या, तेव्हा जवळ कुणीही नव्हतं. जणू आयुष्यात त्यांचं कुणीच नव्हतं. शेवटी त्यांच्या एका मुलांपैकी, म्हणजे फाळणीच्या वेळी जो अनाथ होता आणि दमयंतीनी त्याला मुलासारखं वागवलं, त्या तरुणानं बाईंच्यावर शेवटचे अंत्यसंस्कार केले.

दमयंतीचं निवेदन मला नेहमीच वैशिष्ट्यपूर्ण वाटलं. त्यांनी भारतातील काही राज्यांत स्त्रियांच्या पुनर्वसनाचं काम केलं. आणि पाकिस्तानातही राहून त्यांनी काम केलं. पाकिस्तानात अशा दुर्दैवी स्त्रियांच्या शोधात हिंडता-फिरताना त्यांच्याबरोबर पाकिस्तानी पोलिस सोबत असायचे. परंतु पोलिसांना स्त्रियांची सुटका, पुनर्वसन या एकूण कामाविषयीच राग होता. पाकिस्तानी पोलिसांचा याला विरोधच होता. खरं तर, दमयंती सेहगल यांनी फाळणीमधल्या दुर्दैवी स्त्रियांची सुटका करताना जे बरे-वाईट अनुभव घेतले आणि जे मला सविस्तर सांगितले, असे अनुभव मी एखाद्या पुस्तकात सुद्धा वाचले नव्हते. इतकं त्यांचं निवेदन परिणामकारक होतं. सांगताना त्यांनी काहीही ठेवलं नाही. अंतरंग मोकळं करून टाकलं. स्त्रियांना जबरदस्तीनं पळवणं, बलात्कार, जबरदस्तीनंच लग्न लावून मुलाला जन्म देण्यास भाग पाडणं, हे आणि असे अनेक प्रकार, पुन्हा पुनर्वसनाच्या कामात राज्यातील अधिकाऱ्यांनीच घातलेला गोंधळ, हे सगळं ऐकताना माझ्यासारख्या लेखिकेच्या मनात अनेक प्रश्न उभे राहिले. स्त्रियांचं भौतिक पुनर्वसन झालं असेल; पण त्यांच्या अंतर्मनाचं, अंतरंगाचं, भावनेचं पुनर्वसन झालं का? त्यांना बोलतं करणं एवढं सोपं होतं का? एकूणच अशा दुर्दैवी स्त्रिया शोधून काढणं, त्यानां दिलासा देणं, त्यांच्याशी बोलणं, हे काम फारच अवघड, म्हणून माझ्या एकूण कामात मला दमयंती सेहगल यांचा खूपच उपयोग झाला. त्याचं मोल हे सांगून कळणार नाही. कडवट अनुभव गुंफणारा धागा, असंच दमयंतीच्या मुलाखतीचं वर्णन करावं लागेल.

फाळणीच्या वेळी मी कोथ्रा नावाच्या खेड्यात होते. ते खेडं लाहोरपासून तीस मैलांवर मुलतान रस्त्यावर होतं. रावळपिंडी स्टेशनजवळ आमचं जे काही मालकीचं होतं, ते तिथंच होतं. आमचा एक कारखाना होता. मी लग्न केलेलं नव्हतं. त्यामुळं मी वडिलांच्या जवळच राहत होते. मला आई नव्हती. तेव्हा वडिलांना माझीच सोबत होती. आता तेव्हा जे जे काही घडलं, ते असं... तेव्हा माझ्या वडिलांनी विचार केला की, आपली सगळी संपत्ती, इस्टेट इथंच आहे. तेव्हा तसा काही वाईट प्रसंग आला, तर माझे कामगार मला मदत करतील. त्यांचा फार विश्वास... माझे चुलते पी. एन्. थापर हे त्या वेळी लाहोर विभागाचे आयुक्त होते. एकदा एक माणूस आला आणि तो सांगू लागला. जांदियालामध्ये एका गुरुद्वारात शीखांनी एक सभा घेतली. सभेत त्यांनी रावळपिंडीतील मुसलमानांचा सूड घेण्याची त्यांनी शपथ घेतली. त्यांनी तो दिवस सुद्धा नक्की केलाय्. मला आता तो दिवस आठवत नाही. तेव्हा ते मुसलमानांची सरसकट कत्तल सुरू करतील. तेव्हा माझे काका थापर यांनी असा निरोप पाठवला, की तुम्ही इथून बाहेर पडा. कारण माझ्या जवळ एक गुप्त अहवाल आला आहे. अमृतसरजवळ जांदियाला खेड्यातील गुरुद्वारात शीख एकत्र जमले होते. त्यांनी शपथ घेतली की, अमुक एका दिवशी आम्ही मुसलमानांचा खातमा करू. आणि असं झालं, तर त्याचे उलट परिणाम होतील. इकडं मुसलमान हिंदूंची कत्तल करतील. शीख म्हणाले की, रावळपिंडीत आमच्या स्त्रियांच्या बाबतीत जे घडलं, त्याचा बदला घेतल्याशिवाय आम्ही राहणार नाही. माझे वडील म्हणाले की, ठीक, काय आहे, तो थापर आहे भित्रा. हे सगळं सोडून आम्ही कसं जाणार? माझ्याजवळ बरीच माणसं आहेत. ते लोक माझं रक्षण करतील. थोडे दिवस काही गडबड, गोंधळ होईल. नंतर सगळं शांत होईल. तेव्हा ते गाव सोडायला तयार झाले नाहीत. आम्हांला पुन्हा दुसरा निरोप आला... काका म्हणाले की, तुझे वडील चांगले धट्टकट्टे, मजबूत आहेत. तेव्हा तुला तरी गाव सोडलं पाहिजे. फार तर तुझे वडील मारले जातील. पण... तू... तू उद्ध्वस्त होशील. आणि आम्ही हे सहन करू शकणार नाही. फार जड जाईल. तू गाव सोड. नाहीतर तू खलास होशील. माझ्या वडिलांनी काही ऐकलं नाही. त्यांच्या कारखान्यात सगळ्या जातींचे कामगार होते. हिंदू होते, जाट होते. परंतु मुसलमान कामगार जास्त होते. कारण खेड्यात मुसलमानांचीच संख्या जास्त होती. त्या वेळी वडिलांविषयी

लोकांच्या मनात आदर होता. त्यांना मान होता. ते सुरक्षित होते. मी वडिलांना खूप सांगितलं. पटवून दिलं. तेव्हा ते म्हणाले, ठीक आहे. तुला जर भीती वाटत असेल, तर तू जा. पण मी कुठं जाणार? मी म्हटलं, बाऊजी... तसं ते म्हणाले, नाही, बेबी, तुला भीती वाटतेय, तर तू जा. मग मी लाहोरला आले. मला आठवतं की, मी विचारलं, मी कुठं जाणार? मी करू काय? माझे वडील मला जाऊ नको म्हणत होते. त्यांनी नकार दिला. मग ते म्हणाले, हिंदूंचा सर्वांत सुरक्षित विभाग म्हणजे... काय म्हणतात बरं त्याला आता... कमला, काय बरं ते, ते अगदी बिआसच्या उत्तरेला आहे... माझा मेंदू कधी लवकर विसरतो. हो.. हो... आठवलं. कुलू... कुलूमनाली. तो सगळाच विभाग...

फाळणी सुरू झाली होती. मी एकटीच निघाले. आणि अमृतसरमध्ये दंगा सुरू झाला होता. मी माझ्याबरोबर एक लहान मुलगा घेतला. त्याचं नाव काय होतं, हे मला आठवत नाही. दिपू.. दिपू किंवा टिपू. एक लहान मुलगा. बाऊजी म्हणाले, हा मुलगा तुझ्याबरोबर घे. आणि हे पैसे. जे काही असतील, ते. मला वाटतं दोनशे किंवा तीनशे. जे काही होते, तेवढे पैसे त्यांनी माझ्या हातावर ठेवले. घरी होते तेवढे... मला आठवत नाही. आणि ते म्हणाले, एकदा तू कुलू मनालीस गेलीस, की तिथं डॉ. देवीचंद... मला म्हणाले होते, की तिथं त्यांचं घर आहे आणि मी तिथं जाऊन राहावं. तिथं तू सुरक्षित राहशील. आणि एकदा सगळं स्थिरस्थावर झालं, की तू परत येऊ शकतेस, म्हणून मी तो नोकर बरोबर घेतला. आणि काही रुपये... काही तरी दोनशे... तीनशे... कदाचित शंभरच. मला आठवत नाही. जेव्हा आम्ही अमृतसरजवळ आलो, तेव्हा आम्हांला समजलं, की काही लोक गाड्या थांबवून आतील माणसांना ठार मारताहेत म्हणून. आम्ही नशीबवान होतो. आम्हांला ऐकू येत होतं. प्रत्येकजण सांगत होता, की खिडक्या बंद करा. गाडीत ते लोक सगळ्यांना कापून काढताहेत. गाडी.. गाडी – प्रत्येक जण भलताच घाबरलेला होता. गाडीच्या खिडक्या बंद करा... बंद करा... ते सांगत सुटले. अमृतसर जवळ आलंच... जवळ येतंय्... खिडक्या बंद करा. लोकांचे मुडदे पडताहेत... आम्ही खिडक्या बंद केल्या. ते लोक बाहेर काय करत होते, हे परमेश्वरालाच माहीत... आम्ही प्रार्थना करत होतो, की आमची गाडी स्टेशनवर थांबू नये, म्हणून. आणि गाडी तशीच पुढं गेली. आम्हांला समजलं, की तिकडं लुटालुट सुरू आहे आणि खून पडताहेत, म्हणून. मुसलमान आणि शीख या दोघांनीही हत्यारं पाजळली आहेत म्हणून. तिकडं काही का असेना, पण आम्ही कुलूला पोहोचलो आहोत.

आणि काही दिवस देवीचंद व्होरा यांच्या घरी थांबलो. तो लहान मुलगा नोकर, तोही होता माझ्याबरोबर. त्यानंतर मी ते घर सोडलं. आणि ती कोण कमला... ते तुमचं कोणतं नगर? आम्ही तिथं सुद्धा गेलो. आणि मनालीलासुद्धा. मी त्या भागात खूप फिरले. काही दिवस मला रेस्ट हाऊसमध्ये राहावं लागलं. रेस्ट हाऊसमध्ये फक्त आठ-दहा दिवसच राहायची परवानगी होती. मला तिथे सही करावी लागली. आठ-दहा दिवसांनंतर तो चपराशी सहीचं पुस्तक आणेल. मग रेस्ट हाऊसचे लोक येतील आणि सांगतील की, तुमची वेळ संपली आहे. तुम्हांला जागा सोडली पाहिजे. आम्हांला मग रेस्ट हाऊसचे पैसे द्यावे लागले. नंतर त्यांनी मला नगरला पाठवलं. तेवढंच मला आठवतंय्. मी जेव्हा गाव सोडून पळाले, तेव्हा माझ्याजवळ फक्त दोन-तीन धोतरं होती. होय, माझे वडील म्हणाले होते की, तू एकदा तिकडं गेलीस की, भाड्यानं घर घे. मला पत्र पाठव किंवा तार कर. मग मी तिकडं येईन. वडील म्हणाले, मी अशा अवस्थेत तुझ्याबरोबर येणार नाही. मी म्हातारा माणूस आहे. तू मला कुठं घेऊन फिरणार? मला अशा परिस्थितीत यायची इच्छा नाही. असा येणार नाही. पण तू जर एकदा काही व्यवस्था करशील, तर मला कळव. मी येईन. तिथं काय सोय करणार? मी अगदी पहिल्यांदा धर्मशाळेत गेले. त्या लहान मुलाला समजलं, की माझ्याजवळ काही पैसे उरले नाहीत. काही दहा दिवस... महिनाभर तो माझ्या जवळ राहिला. पण तेव्हा माझ्याजवळ जेवणासाठी सुद्धा पैसे नव्हते. जाऊ दे त्याला एकटं, तेव्हा तो समजला, की माझ्याजवळ काही उरलं... नाही. मग तो पळून गेला. कुठं गेला, कुणास ठाऊक, कांग्राला का कुठं तरी. मला माहीत पडलं नाही. दुसऱ्या दिवशी मी त्याला दिपू दिपू म्हणून हाक मारायला सुरुवात केली. पण तो कुठंच दिसला नाही. तो पळून गेला. जेव्हा त्या रेस्ट हाऊसच्या चौकीदारानं मला पैसे मागितले, तेव्हा माझ्याजवळ पैसे नव्हते. मी त्याला सांगितलं. मी एका महत्त्वाच्या घराण्यातील आहे. मी सही करते आणि खाली नाव लिहिते. मी माझ्या घरातून पळून आलेय्. मी तिथं परत जाऊ शकत नाही. रेडिओवरून बातम्या सांगण्यात आल्या होत्या. तिकडं लूटमार, खून, जाळपोळ चालू आहे. वर्तमानपत्रात पण छापून आलं होतं. माझे नातेवाईक कुठं आहेत, हे मला माहीत नाही. मला एकदा माझ्या नात्यातील लोकांची बातमी कळली, की त्यांच्याकडून मी पैसे घेईन आणि तुमचे पैसे देईन. तिकडून मी नगरला गेले. आणि परत आले. ती कोणती जागा होती, हे माहीत नाही. वेगळीच जागा होती. खून पडत होते.

तिकडे काही गुजर लोक होते आणि ते मुसलमानांचे खून पाडत होते.

जनसंघाचे लोक सुद्धा खून करत होते. ते दारू प्यायचे आणि खून करायचे. हिंदू असं करू शकणार नाहीत. ते घाबरतात. तरुण मुलं खूप दारू पिऊन येत आणि मुसलमानांचे खून करत. तिथं एक तरुण मुलगा होता. देखणा, लहान, प्रकृतीनं मजबूत एखादा पठाणासारखा दिसायचा. त्या वेळी मी डॉ. देवीचंद यांच्या बंगल्यात होते. मी तिथं उभी होते. आणि ते लोक आरडा-ओरडा करीत होते. 'ते सगळे त्या मुलाला मारायला निघाले होते.' आणि लोक त्यांना सांगत होते की, 'त्याला मारू नका; त्याला मारू नका. तो तरुण आहे...' मग त्यांनी उत्तर दिलं, 'ठीक आहे, आम्ही त्याला सांगतो आहोत की, तू हिंदू हो. तो हिंदू झाला, तर आम्ही त्याला सोडून देऊ. नाहीतर आम्ही त्याला सोडणार नाही.' आम्ही त्या मुलाला सांगण्याचा प्रयत्न केला, आम्ही म्हणालो; मुला तू हिंदू हो. पण तो मुलगा गुरगुरला, '**मी हिंदू होणार नाही. ते काही माझा गळा कापू शकणार नाहीत. परंतु मी हिंदू होणार नाही!**' असलं धाडस. मी गळा कापून घेईन. आरडा-ओरडा करत, किंचाळत ते त्याला घेऊन गेले. मला माहीत नाही, त्यांनी त्याला मारलं का नाही. त्या वेळी दिवस वाईट होते. सगळीकडं प्रेतं पडलेली होती. बिआस नदीला मोठा पूर आला होता... त्या वेळी खूप पाऊस पडला होता. मी असा पाऊस कधीच बघितला नव्हता. पूर इतका आला, की पूररेषा ओलांडून पाणी वाहू लागलं. आजूबाजूला पडलेली प्रेतं पाण्यात बुडून वाहून जात होती... माझ्याजवळ पैसे नव्हते. कपडे नव्हते. फक्त फाटके कपडे होते. काहीतरी करून मी एक थाळी खरेदी केली. कुठून तरी पीठ आणायचं, थाळीतच पीठ मळायचं आणि थाळीवरच भाकरी भाजायची... दिवस वाईट होते.

एके दिवशी मी संध्याकाळी नदीच्या किनारी फिरत होते. माझ्या हातात माळ होती. जवळ पैसे नव्हते. मी जवळ जवळ संन्यासिनी झाले होते. मी जेव्हा 'कोथ्रा'मध्ये होते, तेव्हा मी लग्न करायचं नाही, असं ठरवून टाकलं. कारण मी माझ्या देवाशी लग्न केलं होतं, माझे ठाकूर. मी फक्त त्याच्यावर प्रेम करते. त्याचं कारण म्हणजे मी माझ्या 'एक प्रकारच्या' आयुष्याचा शेवट करत होते. तेव्हा मी हातात माळ घेत होते आणि ओठांवर देवाचं नाव. त्याआधी अर्थातच मला कपड्यांची फार आवड होती. चांगले कपडे घालून मी माझ्या शरीराच्या बांध्याकडं बघत होते. माझ्या बहिणी दिसायला चांगल्या होत्या. आणि मी काळी होते. पण मला माझ्या देहाकृतीचा फार अभिमान होता. मी टेप घेऊन उंची, लांबी, रुंदी मोजायची आणि तुम्हांला माहीतंय्? मी द्राक्षं खायची. स्तनांची वाढ व्हावी म्हणून, तेव्हा मी

स्वत:लाच तपासायची. हे असं पाहिजे, हे तसं पाहिजे. खाली, वर, मागं मी बघत राहायची. कुरळ्या केसांबद्दल मी काळजी घ्यायची. ती फॅशन मला आवडायची. कुठली पानं मी केसांत ठेवायची. कुणीतरी मला सांगितलं की, तू चुकतेय्स. केसात तू बेरीची पानं ठेव. मग कुणी सांगितलं, की तू केसांना केरोसिन लाव. मी काही तसं सांगू शकत नाही की मी किती दिवस केसांना रॉकेल लावत होते. मला वाटलं, रॉकेलमुळे केस पांढरे होणार नाहीत. अर्थातच केस जसे व्हायचे, तसेच झाले. पण मी आपली उगीच तुम्हांला सांगतेय्. नखं... कंबर... नंतर देवानं मला आशीर्वाद दिले. देव भेटला. काय झालं, केव्हा, माहिती नाही. मग मी यमुनेच्या काठी हरिद्वारला गेले. तिथं दिवस काढले. मी नेहमी देवाचं नाव घ्यायचे नंतर माझ्या वडिलांना वाटलं, की हिच्या मेंदूत काहीतरी बिघाड झालाय्. मग मी एकटीच भटकत राहिले. देवाचं नाव घेत. आणि फाळणी झाली. ती अशा परिस्थितीत...

त्या रेस्ट हाऊसमध्ये एक चौकीदार होता. तो म्हातारा होता. मला वाटतं, मी एक दोन दिवस जेवले नव्हते. शेवटी जवळ पैसे असतील, तर कुणी जेवणार! नंतर एक अधिकारी आला. त्यानं चौकीदाराला विचारलं, की त्या शेजारच्या खोलीत कोण होतं? चौकीदार म्हणाला, मला खरंच माहीत नाही. मी समजू शकत नाही. पण तिथं एक बाई आहे. त्या वेळी माझी तब्येत चांगली होती. गाल लाल होते... चौकीदार म्हणाला. ती दार बंद ठेवते. ती काही खात नाही आणि पीत नाही. नंतर त्या अधिकाऱ्यानं माझ्या खोलीचं दार वाजवलं. तो म्हणाला, मी इथला अधिकारी आहे आणि मी आता कामावर आहे. तुम्ही कुठून आला आहात? मग मी कुठून आले ते सांगितलं. माझी हकीकत सांगितली. मग तो म्हणाला तुमच्या खाण्यापिण्याची काय सोय आहे? मी गप्प बसले... मी काय सांगणार होते? त्या वेळी मला वाटतं, माझे डोळे भरून आले. त्याला फार वाईट वाटलं आणि तो म्हणाला; तुम्ही माझ्याबरोबर चला. तुम्ही इथं अशा स्थितीत राहू नका. हे काही खरं नाही. मग त्यानं मला खाणं-पिणं दिलं. एक दिवस तो म्हातारा चपराशी आला, (चौकीदार) तो म्हणाला, 'मी तुम्हांला एक गोष्ट सांगतो. इथं एक इंग्लिशमन होता. डेप्युटी कमिशनर, मला त्याचं नाव आठवत नाही. तो या रेस्ट हाऊसमध्ये थांबला होता. मी त्याचा चपराशी होतो. तो एके दिवशी रात्री आला आणि मला म्हणाला, चपराशी माझ्या पायांतले बूट काढ... माझ्या पायांत बूट आहेत, ते काढ... आणि आज मी तुम्हांला एक गोष्ट सांगतो. पेन, पेपर घ्या आणि लिहून घ्या... तुम्हांला तुमचे बाबा गांधी माहीत आहेत का, त्यांनी आम्हांला खूप त्रास दिलाय्. खूप त्रास दिलाय्.

तो म्हातारा माणूस... तो क्षणभर श्वास सुद्धा घ्यायला थांबायचा नाही. तो आम्हांला सांगतच सुटला... चालते व्हा... चालते व्हा... शेवटी आम्ही जाणार कुठं? इथं आम्ही फार सुखी आहोत, बाबा, आम्ही जाऊ... कारण आम्हांला जायलाच पाहिजे. पण त्याला धडा शिकवल्याशिवाय आम्ही जाणार नाही... आम्ही जाऊ; पण गोंधळ माजवून जाऊ... भाऊ भावाशी भांडेल, बहीण बहिणीशी भांडेल... जाळपोळ चालू असेल, खून पडतील, बलात्कार होतील... आम्ही असा गोंधळ माजवून जाऊ, की त्याला ते आवरणं शक्यच होणार नाही. अणि तो मग हात जोडून देवाला विनंती करील की, आम्हांला परत पाठव. आणि मग काय होईल, की त्याचे लोक, त्याचीच माणसं त्याला शिव्या-शाप देतील. ते लोक मग त्याला त्रास देतील. ते म्हणतील, बघ, ते म्हणतील. हा गोंधळ तू घालून ठेवलास. बघ आता. तू स्वतःच त्यात अडकलास. आणि मग त्यानं एक कागद काढला आणि म्हणाला; बघ, खाली घे आणि बघ आजची तारीख. आम्ही तुला सांगतो की, आम्ही जाऊ, आता आम्ही इथं बहुतेक थांबणार नाही... परंतु जायच्या आधी त्याला धडा शिकवू... असंही घडेल. हे घडेल... ते घडेल.. आणि प्रत्येक जण म्हणेल की हे देवा, त्यांना परत पाठव.

कमला : या कोणत्या, आणि कुठल्या गोष्टी आहेत? तू आम्हांला आधी सांगितल्या नाहीस या गोष्टी?

दमयंती : तुला माहीत नाही. कमला, तुला काहीच माहीत नाहीय्... कारण तू लंडनमध्ये होतीस...

कमला : नाही, मला वाटतं, आम्हांला बोलायला जास्त वेळच मिळाला नाही... एक तास तिकडं आणि एक तास इकडं. तू फार थोडा वेळ काढून यायचीस.

दमयंती : आणि तेव्हा मला माझं दुसरंही काही आयुष्य होतं. काळ बदलत गेला...

कमला : मला माहीत आहे. तू यातनं कशी बाहेर आलीस, ते आम्ही तुला कधीच विचारलं नाही.

दमयंती : मी एकटी आले.

कमला : नाही, मला म्हणायचं असं की, आम्हांला वाटलं...

दमयंती : कधीच नाही. कधीच...

कमला : आम्हांला वाटलं, की सगळेच आले आहेत. तेव्हा आम्ही

इंग्लंडहून आलो. आम्हांला वाटलं की सगळे व्यवस्थित आले आहेत...

दमयंती : कमला, मदत करणारं तिथं कुणीही नव्हतं.

कमला : आम्हांला वाटलं तू इथं आलीस आणि आश्रमात गेलीस. तू एकटी आलीस, हे कुणालाही माहीत नाही. इतर लोक सगळे मिळून आले.

दमयंती : तुला माहीत आहे...

कमला : इतर लोक बरोबर आले. आम्हांला वाटलं, तू त्यांच्याबरोबर आली असणार...

... मला वाटलं या जगात मला कुणीही नाही. कोण कुठं होतं, हे खरोखरच मला माहीत नाही. मी डोंगरभागात एकटीच होते. माझ्याजवळ पैसेही नव्हते. मी काय करू शकणार होते? एक दिवस मी नदीच्या किनाऱ्यावर दोन तरुणांना बोलताना बघितलं. ते अगदी हळू आवाजात बोलत होते. मी ते बोलणं ऐकण्याचा प्रयत्न केला... ते म्हणत होते, आमचं ऑफिस आता सुरू होणार आहे. आमची रजा शिल्लक नाही. नगरपासून काही अंतरावर जे ठिकाण आहे, तिथून त्यांनी वीज घेतली होती. कमला, त्या जागेचं नाव काय? ते नंतर येईल. बरेच दिवस झाले होते. त्या दोघांना कामावर रुजू व्हायचं होतं. मी माझे कान टवकारले. ते म्हणत होते, की त्या डोंगरात एक जागा आहे. त्या वाटेवरून पोलिस जा-ये करतात. म्हणजे खैबरच्यापुढं नाही... असंच काही तरी... तो रस्ता डोंगरातून जातो. आपण त्या रस्त्यावरून जाऊ. नदीला पाणी भरपूर होतं. मी त्यांना भेटले आणि विचारलं. अगदी नम्रपणे. तुमचा तिकडं जायचा विचार आहे का? ते म्हणाले होय. आमचं ऑफिस सुरू होणार आहे आणि आम्हांला परत गेलं पाहिजे. नाहीतर आमच्यावर कारवाई होईल. आम्ही डोंगरातून जाणार आहोत. तेव्हा मी म्हणाले, मला पण बरोबर घ्या. तसे ते म्हणाले; नाही नाही. तो रस्ता धोक्याचा आहे. काही ठिकाणी अत्यंत अरुंद आहे. वेळ पडल्यास आम्हांला मध्ये एक-दोन रात्र मुक्काम करावा लागणार आहे. तिथं पोहोचणं म्हणजे कठीण काम आहे. मी म्हटलं, मला गेलचं पाहिजे. पण ते ऐकणारे नव्हते. दुसरे दिवशी त्या दोघांनी किती वाजता भेटायचं, हे नक्की केलं. ते सकाळी भेटणार होते. तेव्हा मी पण जिथं डोंगरावर जाण्याचा रस्ता होता, तिथं सकाळी जाऊन बसले. शेवटी माझं काय नुकसान होणार होतं? माझे जे काही कपडे होते, ते माझ्या अंगावरच होते.

मी त्यांना सांगितलं की, मी फक्त तुमच्यामागं येते. ते मला थांबवू शकत नव्हते. त्या आधी मी जंगलामधल्या लोकांच्यांकडं वाटेत कुठं काही रेस्ट हाऊस आहे, का याची चौकशी केली होती. तसं असेल, तर माझ्यासाठी जागा राखून ठेवा म्हणून सांगितलं होतं, तेव्हा त्या लोकांनी म्हणजे मी ज्यांच्याकडं चौकशी केली होती त्यांनी सांगितलं की, त्या जागा फार धोकादायक आहेत. तिथं अजून खून पडताहेत. मी त्यांना सांगितलं, की तुम्ही मला एखाद्या मोटारीतून किंवा इतर वाहनातून सिमल्याला पाठवू शकाल का. तिथं माझे नातेवाईक आहेत. परंतु त्यांनी नकार दिला. ते मला पैसे देऊ लागले; परंतु पैसे घ्यायला मी नकार दिला. ते म्हणत होते की, तुम्ही आमच्या बहिणीसारख्या, आईसारख्या आहात. चांगल्या घरच्या आहात. पण मी काही पैसे घेतले नाहीत. तेव्हा मी डोंगर-कपारीच्या रस्त्यानं जायचं ठरवलं. आणि जेव्हा ते दोघे तरुण सकाळी तिथं आले, तेव्हा त्यांना धक्काच बसला. त्यांनी मला विचारलं की, या रस्त्यावर तुम्ही काय करता आहात? आम्ही तुम्हांला पुन्हा पुन्हा सांगितलं की, आम्ही ज्या रस्त्यानं जाणार आहोत, तो रस्ता धोकादायक आहे. तेव्हा मी त्यांना सांगितलं की, माझ्याजवळ पैसे नाहीत. मी चालत येणार आहे. तेव्हा तुम्ही कसे काय मला अडवता? ते म्हणाले की, आम्ही तुम्हांला पैसे देतो. पण मी नुसते पैसे घेणार नव्हते. मला इथून बाहेर पडायचं होतं. तेव्हा तुम्हांला ती जागा माहीत आहे, की ज्यातून विजेचा पुरवठा होतोय्. ती जागा म्हणजे मंडी आहे का? मी म्हणाले; तुम्ही जर मला मंडीपर्यंत सोडू शकाल, तर तिथून मी धर्मशाळा किंवा पंजाबला जाऊ शकेन. परंतु त्यांनी सांगितलं की, रस्ता धोकादायक आहे. पण मी ऐकलं नाही. मी त्यांच्यामागं चालत निघाले. ते दोघे तरुण रागावले. पण ते काही करू शकत नव्हते. काही अंतर चालून गेल्यावर त्यांनी आपली जेवणाची पाकिटं उघडली. अर्थात मलाही थोडं जेवण त्यांना द्यावंच लागलं. त्यांनी मला आपल्या मनात काय जळू आहे, साडे साती वगैरे म्हटलं असणार. पण त्याला माझा इलाज नव्हता. मी त्यांची पाठ सोडू शकत नव्हते. एक तर माझ्या जवळ पैसे नव्हते आणि दुसरं म्हणजे, मी अशक्त झाले होते. लाल डोळे, चेहरा सुकलेला. थोडं अंतर चालून गेल्यावर वाटेत एक खेडेगाव लागलं. तिथं त्यांनी मला दूध आणि भाकरी सुद्धा दिली. दुसरे दिवशी सकाळी मी पुन्हा त्यांच्या मागोमाग गेले. परंतु वाटेत सगळं गवत वाढलेलं होतं. ते गवत अंगाला घासत होतं. खरचटत होतं. धड चालता येत नव्हतं. थंडी होती. घालायला गरम कपडे नव्हते. मग आम्ही अशा ठिकाणी आलो, की तिथून बसेस् वगैरे सुटत

होत्या. त्या ठिकाणी पोलिस चौकी होतीच. त्या दोघांनी मला पोलिस चौकीपर्यंत सोडायचं ठरवलं. कारण मी त्यांची पाठ धरूनच ठेवली होती. त्या दोघांनी मला एका ठिकाणी बसायला सांगितलं. आम्ही तुमच्यासाठी पाणी वगैरे काही तरी घेऊन येतो, असं सांगून ते पसार झाले. शेवटी त्यांना माझ्यापासून सुटका करून घ्यायचीच होती. मग मी जशी बसून राहिले, तेव्हा तिथं पोलिस आले. मग मी त्यांना सांगितलं, की मी लाहोरहून आलेय्. मी इथं कशी आले, आणि माझे इथे कोण नातेवाईक आहेत, हे सारं सांगितलं. आणि मला धर्मशाळेत सोडण्याची विनंती केली. त्यांनी मला विचारलं की, तुम्ही धर्मशाळेत जाऊन काय करणार? मी त्यांना सांगितलं की, मी तिथं डेप्युटी कमिशनर (उपआयुक्त) यांच्याशी संपर्क साधू शकेन. ते सध्या तिथंच कामावर आहेत. माझ्याजवळ पैसे नाहीत, हे सुद्धा मी सांगितलं. तेव्हा तुम्ही मला कसंही करून बसमध्ये बसवून द्या. हे पाहा, मी तिथं चौकीत होते. माझे पाय सोलवटून निघाले आहेत. माझं अगं आखडून गेलं आहे. आणि मला चालणं अशक्य आहे. मी हलूच शकत नाही. त्यांनी मग काय केलं, रस्त्यावर एक साखळी, तार आडवी बांधली, कारण बसेस् थांबाव्यात, म्हणून. एक बस आली आणि थांबली. पोलिसांनी सांगितलं की, या बाईला तुम्ही घेऊन जा. बसवाल्यांनी सांगितलं की, आमच्या बसमध्ये जागा नाही. त्यांनी सांगितलं, तुम्हांला या बाईंना बसमध्ये घेतलं पाहिजे. बसवाल्यांनी सांगितलं, आमच्या बसमध्ये लग्नाचं वऱ्हाड आहे आणि एकही जागा रिकामी नाही. पोलिसांनी सांगितलं की, ही गरीब दुर्दैवी बाई परिस्थितीची शिकार झालेली आहे. तुम्ही या बाईला बसमध्ये घेतलंच पाहिजे. आणि जिथं वीजनिर्मिती होते, त्या ठिकाणी या बाईला तुम्ही सोडलं पाहिजे. आता मला त्या जागेचं नाव आठवत नाही. तरीसुद्धा बसवाल्यानं नकार दिला. पण नंतर त्यांनी काय केलं, की मागचं दार उघडलं आणि अगदी मागे जी थोडी जागा होती, त्या जागेवर मला बसवलं. मला देव नेहमीच मदत करत आला आहे. बस चालू झाली. माझ्या अंगात उभं राहण्याचीसुद्धा ताकद नव्हती. माझं डोकं गरगरायला लागलं. डोकं ठणठण करू लागलं. मला थोडी चक्कर आली. शुद्ध जातेय् असं वाटलं. आणि मला उलटी झाली. माझ्या कुडत्यामध्येच मी उलटी केली. मला सारखी जाणीव होऊ लागली, की आपण कपड्यामध्येच उलटी केलीय्. माझी प्रकृती बिघडली, याची मला खात्रीच पटली. मी देवाची प्रार्थना केली... हे परमेश्वरा, हे देवा, तू द्रौपदीची लाज राखलीस आणि माझी स्थिती कशी झालीय्, बघ. हे देवा, मला वाचव. मी प्रार्थना करीत होते

आणि बसचा पुढचा थांबा आला. मी खिडकीच्या बाहेरसुद्धा बघू शकत नव्हते. उलटी झालेल्या कपड्यावर मी वाकून बसले होते. दार उघडलं गेलं आणि खादीचे कपडे घातलेला एक तरुण, जो उंचापुरा, देखणा होता, तो आला आणि म्हणाला, माताजी, बहेनजी तुम्ही पुढं माझ्या जागेवर जाऊन बसा. तेव्हा मी म्हटलं, नाही, नाही, मला एकटंच सोडा, मी घाणेरडी आहे; घाण आहे. मी जास्त बोलू शकत नव्हते. आणि तुम्हांला माहीतय्, तो आला थोड्या वेळानं, म्हणजे मी प्रार्थना केली आणि थोड्या वेळानं खरं तर तो आला. तो मला म्हणाला; मला काही हे पटत नाही, अशा परिस्थितीत तुम्ही इथं बसू नका. माझी पुढं जागा आहे. तुम्ही तिथं जाऊन बसा. मी इथं बसतो. मी म्हणाले, नाही, नाही, मी घाणरेडी आहे. मी तिथं येऊन बसेन, तर ती खुर्ची खराब होईल. तो म्हणाला, काही हरकत नाही. मला रडूच येऊ लागलं. तेव्हा त्यानं मला धरलं आणि पुढं त्याच्या जागेवर नेऊन बसवलं. मी रडू लागले. मी सगळी ताटकळून गेले होते. मी आहे तशाच अवस्थेत बसून राहिले. त्यानं माझं काहीच ऐकलं नाही. मला त्यानं त्याच्या खुर्चीवर बसवलंच. माझे कपडे धुळीनं मळलेले, उलटी होऊन घाणेरडे झालेले, तसेच वाळलेले. मला बसवून तो गेला. कुठं गेला, माहीत नाही.

जेव्हा आम्ही जिथून वीजपुरवठा होतो, त्या जागी पोहोचलो. तिथं बस थांबली. त्या जागेवरून मला दुसरी बस मिळणार होती. मी बसायचा प्रयत्न केला. कुणी तरी मला म्हणालं की, काळजी करू नका. दुसरी बस आली, की आम्ही त्या बसमध्ये तुम्हांला बसवून देऊ. मी म्हणाले, माझ्याजवळ काहीच नाही. कृपा करून मला धर्मशाळेपर्यंत पोहोचवा. तेवढी मला मदत पाहिजे. बाकी काही नको. मग तो तरुण जागचा उठला आणि म्हणाला, मी इथंच नोकरीला आहे तेव्हा मी इथंच राहत असतो. इथं माझं घर आहे तेव्हा तुम्ही माझ्या घरी चला. मी म्हणाले नाही. तर तो म्हणाला का? मी म्हणाले; नाही बेटा, मी येणार नाही. तो म्हणाला; मी तुम्हांला इथं या अवस्थेत सोडणार नाही. मी सांगितलं, मी डोंगरमाथा चढू शकणार नाही. तो काही ऐकत नव्हता. तो म्हणाला; मी दुसऱ्या माणसाला मदतीला घेतो. आम्ही दोघं थोडा वळसा घालून तुम्हांला माझ्या घरी व्यवस्थित नेतो. त्याचा बंगला मोठा होता. त्यानं मला तिथं नेल्यावर बंगल्याच्या व्हरांड्यात बसवलं. मग त्यानं आतमधून कुणाला तरी हाक मारली. म्हणाला; बहेनजी, बहेनजी, बघा कोण पाहुणी आलीय् ती. तुमच्यासाठी मी पाहुणी घेऊन आलोय्. आणि दार उघडून जी बाई बाहेर आली, ती माझी शिष्या होती.

मला आश्चर्य वाटलं. माझ्या देवा, देवा, तुम्हांला काय झालं होतं, बघा, बहेनजी, तुमची काय दशा झाली ती! – ती म्हणाली.

कमला, तुला सांगते, ती शकुंतला होती. महिला देवी मधली, एक सुंदर मुलगी. ती माझ्या जवळ आली आणि माझ्या गळ्यात गळा घालून रडली. म्हणाली; बघा, तुमची दशा काय झालीय् ती! मी तिला विचारलं की, तू शकुंतला आहेस का, तर ती म्हणाली; होय... होय... मग मी सांगितलं, माझ्यापासून दूर हो, माझ्या अंगावर घाण आहे... घाण... पण ती एकदम म्हणाली; ही बाई म्हणजे आमची जीव की प्राण! प्रत्येक विद्यार्थिनी हिच्यावर प्रेम करायची. मग तिनं माझ्यासाठी गरम पाणी केलं. कपड्याचा जोड आणला. मला अंघोळ घातली. कपडे घालायला दिले आणि चहा दिला. मला बिछान्यावर झोपवलं. मला अश्रू आवरले नाहीत. तशी ती म्हणाली, बहेनजी, तुम्ही का रडता आहात? तुम्ही आम्हांला ज्ञानाची देणगी दिलीत. तशी मी म्हणाले; शंकुतला, मला काय करावं, कुठं जावं, हे सुचत नाही. मला काही समजेनासं झालंय्. कृपा करून तू मला धर्मशाळेत पाठव. माझ्याजवळ पैसे नाहीत. माझ्यावर तुझे फार उपकार होतील. माझा आत्मा तुला दुवा देईल. तेव्हा ती म्हणाली; मला लाजवू नका. आणि अशा अवस्थेत मी तुम्हांला कुठंही पाठवणार नाही. आधी तुम्ही विश्रांती घ्या, बऱ्या व्हा, तुम्हांला धड चालता आलं पाहिजे. तुमची प्रकृती धड-धाकट झाली पाहिजे. हे तुमचंच घर आहे. आम्ही तुमची मुलं आहोत. हे माझ्या बहिणीचं घर आहे. आणि मग मी त्यांच्या घरी दहा ते पंधरा दिवस राहिले. डॉक्टर आले, मालिश झालं, मी खूश होते. मला नंतर वाटायला लागलं की, ज्यांच्याकडून आपण आदरातिथ्य करून घेत आहोत, ती माणसं आपल्याला फारशी माहीत नाहीत. मला अपराध्यासारखं वाटायला लागलं. मग त्यांनी मला धर्मशाळेत पाठवलं. तिथं मग मी सरळ त्या डेप्युटी कमिशनरकडं गेले.

मी त्यांना सांगितलं की, मी कशी पळून आले. मी कुठून आले. मी तुमच्याकडं फारशी मदत मागत नाही. मला तुम्ही फक्त पंजाबला पाठविण्याची सोय करा. माझे नातेवाईक कोण कुठं आहेत, हे मला माहीत नाही. फक्त डॉ. संतोष सिंग पंजाबमध्ये म्हणजे अमृतसरला आहेत. तेव्हा कृपा करून मला तुम्ही तिथं पाठवा. तसे ते म्हणाले, तुम्ही काळजी करू नका. पण त्या आधी तुम्ही माझ्या घरी चला. त्यांनी मग आपल्या ड्रायव्हरला बोलावलं आणि मला घरी सोडायला सांगितलं. त्यांच्या बायकोला दमा होता. पण तिनं माझी महिनाभर चांगली तैनात ठेवली. महिन्याभरानंतर मी विचारलं,

तेव्हा त्यांनी सांगितलं की, मी तुम्हांला आता पाठवू शकत नाही. कारण नद्यांना पूर आले आहेत आणि सगळे रस्ते बंद आहेत. परिस्थिती सुधारली, की मी लगेच तुम्हांला पाठवतो. आता रस्ते निसरडे झाले आहेत आणि जीप घसरण्याची जास्त शक्यता आहे.

कमला : एक मिनिट. घरातल्यापैकी कुणीही काळजी केली नाही? असं कसं? आणि परमीकाकी काय करत होती? तिला माहीत नव्हतं?

दमयंती : कमला, त्यांना कसं माहीत असणार? आणि मला तरी काय माहीत? त्यांना फक्त मी कोथ्रामध्ये आहे, एवढंच माहीत होतं. मी मेली आहे, का जिवंत... वेळ तशी होती. कुणालाही दुसऱ्या कुणाविषयी माहिती नव्हती. आणि इतरांविषयी माहिती करून घ्यायची कुणाला गरजही वाटत नव्हती. तेव्हा त्यांना माझ्याविषयी कशी माहिती असणार? तिचं ती बघेल, असा त्यांनी विचार केला असेल.

भाग १

दडलेल्या कथा

स्त्रियांच्या इतिहासाबद्दल मला नक्की कधी जाणीव झाली, हे मी सांगू शकत नाही. 'जाणीव झाली' असा शब्दप्रयोग मी केला, त्याचं कारण मी एकूण परिस्थितीचा एकत्रच विचार करत होते. आणि एक दिवस मला स्पष्टपणे जाणीव झाली, की करण्यासारख्या, कृतीत आणण्यासारख्या काही गोष्टी आहेत. आणि त्यांचा विचार मी केला पाहिजे. आणि तेव्हा कुठं माझ्या मनात एकेक कथा झिरपू लागली– ज्याची बीजं फाळणीतच होती. मी जरी असा विचार करत होते, तरी 'स्त्री' मनाचा शोध मी नव्यानंच घेत होते. मी एक स्त्री आहे. म्हणूनच मला त्याची जाणीव झाली. अर्थात ही गोष्ट एवढी सोपी नव्हती. कारण एक वेगळं, गुंतागुंत असलेलं सत्य स्वीकारायचं, म्हणजे आधी मागं वळून बघायचं, अनेक स्तर असलेला जो इतिहास आहे, त्याची पानं उलगडायची (किंवा ज्याला आपण घटना म्हणतो, त्या समजून घ्यायच्या.) मी स्वत:ला नेहमीच असा एक प्रश्न विचारत असते की, 'स्त्री'च्या शोधात एवढं आश्चर्य असं काय वाटावं? ही एक धक्का देणारीच गोष्ट समजली जाते, ती का? काही जरी असलं, तरी ती गोष्ट धक्का देणारी आहे खरी! कारण कित्येक अकल्पित घटना, स्वभावदर्शन वगैरे त्यातून पुढं येत असतं. आणि त्या शोधाची मला उत्सुकता लागण्याचं कारण म्हणजे फाळणीचा समग्र विचार करताना मी 'स्त्री' ही विचारातच घेतली नव्हती. आणि एक स्त्रीवादी म्हणूनच फाळणीतली स्त्री मला शोधली पाहिजे. आणि एकदा का मी तिचा शोध घेतला की तिला उजेडात आणायचा प्रयास मी केला पाहिजे. मग ते चित्रण पूर्ण असेल किंवा अपूर्ण असेल. तिथं अर्थातच संपूर्ण चित्र कुणाचं नाही. हे मला आता समजलं. एखादी व्यक्ती दुसऱ्या वेळी तशीच वाटते, असं नाही. पुन्हा तिच्यात काही नवीन स्वभावदर्शन घडत असतं. मागं वळून बघितलं, की प्रत्येक वेळी चित्रं बदलतं. तू कोण, कुठून आलीस, तू कुणाशी बोलतेस, तू त्यांच्याशी कधी बोललीस, कुठं बोललीस, तू काय ऐकलंस, त्यांनी तुला काय सांगितलं... या सगळ्या उलट सुलट प्रश्नांचा भडिमार मनात चित्र उभं करताना होतोच. राणामामाची कथा ऐकताना मला याची सखोल जाणीव झाली. आणि मला हे समजलं, की उदाहरण द्यायचं झालं, तर राणामामाचं द्यावं. त्याच्याबरोबर त्याच्या अनुभवासंबंधी, हकीकतीसंबंधी बोलताना मला खूपच जड गेलं. मग एखाद्या स्त्रीजवळ बोलताना मला किती यातना झाल्या असल्या पाहिजेत. त्या स्त्रिया कुणाशी बोलणार होत्या? त्यांचं कुणी ऐकलं असतं

का? कोण ऐकणार होतं? मला हे सुद्धा समजलं होतं की, मी स्त्री-पुरुषांना एकाच पद्धतीनं प्रश्न विचारले होते. महत्त्वाचं म्हणजे, 'स्त्री'चा जो आतला आवाज असतो, तो ऐकण्यासाठी प्रश्नांची मांडणी, प्रश्नाचं वेगळेपण, विषयांची गुंफण, वेगळे विषय याचा मी नीट विचार करायला पाहिजे होता. तरच मला महत्त्वाच्या कित्येक गोष्टी ऐकायला मिळाल्या असत्या. त्यांचं बोलणं, त्यांचा अबोलपणा, नि:शब्द अवस्था, त्यांनी अर्धवट सांगितलेल्या गोष्टी, त्यांच्या भावना जाणून घेणं तितकंच महत्त्वाचं होतं. पुरुष स्त्रियांच्याबद्दल क्वचितच बोलतात. आणि स्त्रिया स्वत:बद्दल कधीच बोलत नाहीत. आणि त्यांच्याजवळ खरंच काही सांगण्यालायक, योग्य असलं, तरी ते सांगण्याचं टाळतील. कारण त्यांच्यावर नकळत नवऱ्याचं बंधन असतंच. एक लगाम असतो. किंवा कधी नेहमीच असं घडतं की, काही बोलण्याच्या वेळी पुरुष हजर नसतात आणि याचा संकलित विचार करता मला बरंच काही करायचं होतं. माझ्यासारख्या एका परक्या आणि तिऱ्हाईत अशा बाईला अनेकांच्या आयुष्यात डोकावून बघायचं होतं. आयुष्यातले खोल, बरे-वाईट अनुभव मला शोधायचे होते. काहींना आपल्या आयुष्यात मागं वळून पाहा, प्रसंग, क्षण आठवा म्हणून थोडी जबरदस्तीच करावी लागणार होती. कदाचित कित्येक प्रसंग, क्षण कुणाला आठवतही नाहीत. आणि आपणाला नेमकं काय पाहिजे आहे, याचंही भान मला नंतर आलं. मला त्या घटनांची संपूर्ण माहिती पाहिजे होती. फाळणीतला हिंसाचार, खून, बलात्कार... आणि ज्या स्त्रिया अशा वेदना मूकपणे सहन करताहेत, अशा स्त्रियांना मला भेटायचंय्. तेव्हा या संदर्भातली माहिती म्हणजे कागदपत्रं वगैरे आणि आपण जे प्रश्न विचारणार आहोत, त्यांचीही जुळवणी नीट करावी, म्हणून माझं काम थोडे दिवस मी थांबवलं. कारण फाळणीचा जो इतिहास आहे, त्यामध्ये अनेक स्तर आहेत. म्हणून मी स्वत:ला समजून सांगितलं, की तुला जी माहिती हवी आहे, त्यासाठी तुला इतरही मार्ग आहेत. साधनं आहेत. असे आणखी कित्येक नि:श्वास, स्पंदनं, भोग सुप्त असतील. अशा पीडितांना तुझ्या लेखनात तू स्थान दिलं नसशील. अशा विचारातच मी इतर काही अति महत्त्वाच्या, अस्सल कागदपत्रांची माहिती मिळवण्यासाठी प्रयत्न करू लागले. अशा कित्येक कागदपत्रांच्या मी शोधात होते. पुरावे मला मिळत नव्हते. वर्तमानपत्रांतील माहिती, अहवाल, लेख, आठवणी, वगैरे जे काही मला मिळालं, त्याचा मग मला खूप फायदा झाला. मी कथांची जुळवणी करू शकले. त्यात अनेक कथा मिळाल्या. प्रेमाच्या, हेटाळणी, तिरस्कार, चारचौघांचं उद्ध्वस्त आयुष्य आणि दोन देश– तेव्हा मी परत स्त्रियांच्या इतिहासाकडं वळले. झैनाब आणि बुटासिंग यांची कथा त्यांपैकीच एक :

झैनाब ही मुसलमानाची मुलगी. तरुण. ती जेव्हा आपल्या लोकांबरोबर पाकिस्तानात निघाली होती, तेव्हा तिला कुणीतरी पळवलं. तो पाकिस्तानात निघालेला मोठा

काफिला होता. काफिल्यातून तिला बाहेर काढली. तिला कुणी पळवलं, ती नंतर किती लोकांच्या तावडीत सापडली, हे सगळं प्रकरण काही समजलं नाही. परंतु ज्या लोकांनी तिला पळवली होती, त्या लोकांनी, म्हणजे गुंडांनीच तिला अमृतसरमधल्या बुटासिंग नावाच्या इसमाला विकली. बुटासिंग हा जाट होता. त्या वेळी इतर पुरुष स्वत:च पळवून आणलेल्या किंवा विकत घेतलेल्या मुलींशी लग्न करीत. त्याप्रमाणे बुटासिंगनं झैनाबशी लग्न केलं. बुटासिंग हा अविवाहित होता. तेव्हा त्यानं त्यांच्या रिवाजाप्रमाणे आधी 'चद्दर' हा समारंभ केला आणि नंतर तिच्याशी लग्न केलं. त्या दोघांनी एकमेकांवर प्रेम केलं. आणि लग्नही वेळेवर केलं. त्यांना नंतर दोन मुली झाल्या. त्या मोठ्या झाल्या. फाळणीनंतर काही वर्षांनी बुटासिंगच्या घरी काही लोक आले. त्या वेळी दोन्ही देशांत अपहरण केलेल्या आणि ज्यांच्यावर बलात्कार झाला आहे, अशा स्त्रियांचा शोध चालू होता. तेव्हा अमृतसरमध्ये तपास करणाऱ्या लोकांना झैनाबचा पत्ता मिळाला. अर्थातच, ती बुटासिंगबरोबर राहत होती. तेव्हा असाही एक संशय होता की, बुटासिंगच्या भावानं किंवा त्याच्या पुतण्यानं झैनाबची माहिती पोलिसांना किंवा एखाद्या संस्थेला दिली असणार. बुटासिंगच्या भावाला आणि पुतण्याला एक संशय होता की, बुटासिंगची मुलं आपल्या घराण्यातील मालमत्तेवर हक्क सांगतील, त्यात वाटा मागतील आणि त्यात आपला वाटा कमी होईल. तेव्हा इतर अनेक अपहृत स्त्रियांची जशी सुटका केली होती, तशीच झैनाबची सुटका करायला लोक आले होते. झैनाबचा इलाज नव्हता. तिला जाणं भाग होतं. त्या प्रसंगाचं वर्तमानपत्रांनी अगदी करुण वर्णन केलं होतं. झैनाब निघाली, तेव्हा सगळा गाव तिला बघण्यासाठी जमला होता. ती आपल्या लहान मुलाला कडेवर घेऊन आणि एका हातात कपड्याचं गाठोडं घेऊन हलकेच बाहेर आली. तिचं सामान, कपडे वगैरे जीपमध्ये ठेवण्यात आलं. जीपमध्ये बसता-बसता तिनं बुटासिंगकडे बघितलं आणि आपल्या मोठ्या मुलीकडं बोट दाखवीत ती म्हणाली, या मुलीची जरा काळजी घ्या. मी लवकरच परत येईन, काळजी करू नका. झैनाबच्या सुटकेबरोबर तिच्या नावानं असलेल्या जमीन-जुमल्याचा पत्ता लागला, यात काही शंका नाही. झैनाबचे आईवडील दंगलीत ठार झाले होते. परंतु त्या कुटुंबाला पर्यायी मालमत्ता म्हणून पाकिस्तान सरकारनं ल्यालपूर इथं जमीन दिली होती. कारण पाकिस्तानमध्ये पळून जाताना झैनाबच्या कुटुंबीयांनी आपली मालमत्ता, घरदार पंजाबमध्येच, म्हणजेच भारतीय हद्दीत सोडून पळ काढला होता. त्याची भरपाई म्हणून झैनाबच्या वडिलांना ल्यालपूरमध्ये पाकिस्तान सरकारनं जमीन दिली होती. अर्थातच आईवडिलांच्या खुनानंतर ती जमीन झैनाब आणि तिच्या बहिणीच्या नावांवर झाली होती. आणि तिच्या काकाला शेजारचा तुकडा मिळाला होता. अफवा अशी पसरली होती की, झैनाबच्या सुटकेसाठी तिच्या काकांनीच

पुढाकार घेतला होता. त्याचं कारण असं होतं की, झैनाबच्या वाट्याला जी जमीन आली होती, तिच्यावर काकांचा डोळा होता. झैनाब सापडली की, तिचं लग्न आपल्या मुलाशी लावून द्यायचं आणि तिच्या नावावरची जमीन आपल्या ताब्यातघ्यायची. आणि मग ती जमीन आपोआपच त्यांच्या घरात येणार होती. परंतु तो मुलगा झैनाबशी लग्न करायला तयार नव्हता. त्याचं कारण असं सांगितलं जातं, की झैनाब अनेक वर्षं एका शीख माणसाबरोबर राहिलीय्. आणि त्याची चर्चा झैनाबच्या काकांच्या घरी झाली होती. आणि बुटासिंगला त्याविषयी शेजाऱ्यांकडून माहिती मिळत होती.

मध्यंतरी बुटासिंगनं आपली कैफियत जिथं शक्य होती तिथं मांडून बघितली. परंतु काही उपयोग झाला नाही. त्यानं पाकिस्तानात जायचा प्रयत्न केला. पण त्या वेळी तेही शक्य नव्हतं. एक दिवस बुटासिंगला पाकिस्तानातून पत्र आलं. ते पत्र झैनाबच्या शेजाऱ्यानं पाठवलंय्, असं वर वर तरी वाटत होतं. पण त्याविषयी कुणी काही नक्की सांगू शकत नव्हतं. ...पत्रात त्याला पाकिस्तानात ताबडतोब येण्याविषयी लिहिलं होतं. झैनाबच्या घरचे लोक लवकर लग्न कर म्हणून तिच्यावर दबाव आणत होते. बुटासिंगनं आपल्या वाट्याची जमीन विकून पैसा उभा केला. परंतु या दोन्ही देशांतला प्रवास करणं किती अवघड आहे, हे त्याला माहीत नव्हतं. पासपोर्ट आणि व्हिसा काढण्यासाठी तो दिल्लीत गेला. धर्मांतर करून तरी लवकर पासपोर्ट मिळेल, म्हणून बुटासिंगनं मुस्लिम धर्म स्वीकारला. तेव्हा तो आता जमिल अहमद झाला होता. मग त्यानं पासपोर्ट आणि पाकिस्तानचं राष्ट्रीयत्व, नागरिकत्व मिळावं, म्हणून अर्ज केला. त्यामुळं तरी झैनाबला भेटणं शक्य होईल. आणि बुटासिंगनं हाच रास्त विचार केला होता. त्याचा सगळा प्रयत्न झैनाबसाठीच होता. परंतु त्या वेळची परिस्थिती अशी होती की, कुठल्याही एका देशात 'परक्या' माणसाला कायमचं वास्तव्य करणं शक्य नव्हतं. पाकिस्तानच्या उच्च आयुक्तांच्या कचेरीत बुटासिंगचा अर्ज स्वीकारला व पुढील कारवाईसाठी तो पुढं पाठवून दिला. त्या वेळी एखाद्याला राष्ट्रीयत्व बदलण्याचा प्रश्न एवढा सोपा नव्हता. सोपा असणंही शक्य नव्हतं. कारण दोन्ही देश युद्धाच्या तयारीत होते. दोन्ही देशांना एकमेकांच्या हालचालींविषयी शंका होती. रोजच दोन्ही देश एकमेकांच्या सरहद्दीजवळ टेहेळणी करीत होते. दोन्ही देशाच्या सीमेजवळ मोकळेपणानं कुणी फिरू शकत नव्हतं. तेव्हा एखादा माणूस अचानक दुसऱ्या एका देशावर असं प्रेम दाखवतो, त्या देशाचं राष्ट्रीयत्व मागतो, यावर कोण विश्वास ठेवील? आणि त्याची मागणी कोण मान्य करील? तेव्हा साहजिकच काही महिन्यांनंतर बुटाचा अर्ज नामंजूर करण्यात आला. (आणि गंमत म्हणजे, त्याच वेळी मीना नावाच्या प्रसिद्ध अभिनेत्रीस पाकिस्तानचं

नागरिकत्व पाहिजे होतं. तिनं त्यासाठी अर्ज केला होता. आणि तो ताबडतोब मंजूर झाला होता. आणि हे प्रकरण त्या वेळी वृत्तपत्रांतून बरंच गाजलं होतं. आधार : त्या वेळची वृत्तपत्रं व अहवाल); परंतु बुटासिंग गप्प बसणारा नव्हता. या प्रकरणाकडं त्यानं डोळेझाक न करता पाकिस्तान सरकारकडं तात्पुरता व्हिसा मागितला. आता पाकिस्तानी उच्च आयुक्तांच्या कचेरीतले लोक त्याला ओळखत होते. त्याचा व्हिसा मंजूर झाला आणि बुटासिंग ऊर्फ जमिल अहमद पाकिस्तानात गेला. तिथं गेल्याबरोबर त्याला कळलं, की झैनाबनं आपल्या चुलत भावाशी लग्न केलंय्. आणि खरं तर, या बातमीनंच बुटासिंगचं आयुष्य उद्ध्वस्त झालं होतं. प्रकरणावर पडदा इथंच पडला होता. परंतु तो दुसऱ्याच एका चक्रात सापडला. परिस्थितीचा फेरा म्हणतात, तो असा! झैनाबसाठी झगडा करण्याची संधी त्याला आपोआपच मिळाली. त्या वेळी पाकिस्तानात आणि भारतात कायदा असा होता की, कुणीही त्या देशात गेलं तर त्यानं आधी म्हणजे, चोवीस तासाच्या आत त्या त्या देशातल्या पोलिस खात्याला आपली माहिती द्यायची. परंतु झैनाबच्या शोधात आलेल्या बुटासिंगला याचं भान राहिलं नाही. तेव्हा पाकिस्तानी पोलिस खात्यानं त्याला फौजदारी न्यायालयात उभं केलं. तेव्हा त्यानं न्यायालयात सांगितलं, की झैनाबच्या विरहामुळं, तिच्या समजलेल्या हकीकतीमुळं तो फार निराश झाला होता. त्यामुळं आपली माहिती पोलिसांना देण्याच्या मन:स्थितीत तो नव्हता. मग न्यायाधीशांनी झैनाबला कोर्टात हजर करण्याचा हुकूम सोडला. कोर्टानं तिची जबानी घेतली. तेव्हा बुटासिंगच्या सर्व आशा धुळीस मिळाल्या. झैनाब कोर्टात आली, तीच मुळी आपल्या नातेवाइकांच्या गराड्यात. झैनाबनं बुटासिंगची कैफियत नाकारली. ती म्हणाली, 'मी आता लग्न केलं आहे. आता या माणसाशी माझा काही एक संबंध नाही. मी येताना त्याच्या मुलाला आणलं आहे. पाहिजे तर तो आपल्या मुलाला बरोबर घेऊन जाऊ शकतो.'

–आणि त्याचा परिणाम बुटासिंगवर व्हायचा तोच झाला. त्यानं दुसरे दिवशी रेल्वेखाली जीव दिला. त्याच्या खिशात आत्महत्येसंबंधी एक चिठ्ठी सापडली. त्या चिठ्ठीत त्यानं लिहिल होतं की, त्याचं दफन झैनाबच्या खेड्यातच केलं जावं. अर्थात त्याची ही इच्छा काही पूर्ण झाली नाही. आणि ज्या वेळी बुटासिंगचं शरीर शवविच्छेदनासाठी म्हणून लाहोरला आणलं. तेव्हा बाहेर बरेच लोक जमले होते. जमलेल्यांपैकी कुणी रडत होतं. एक चित्रपट-निर्मात्यानं या कथेवर चित्रपट काढण्याची तयारी दाखवली. नंतर पोलिसांनी बुटाचं प्रेत झैनाबच्या खेड्यात नेलं. परंतु तिथं झैनाबच्या जातवाल्यांनी बुटाचं प्रेत त्याच गावात दफन करण्यास विरोध केला. त्या गावातील लोकांना बुटासिंगची नामोनिशाणीसुद्धा तिथे नको होती. आणि मग

बुटासिंग ऊर्फ जामिल अहमद, याला पुन्हा लाहोरला नेण्यात आलं आणि तिथंच त्याला पुरण्यात आलं.[१७]

बुटासिंग मरणोत्तर नायक झाला. एक आख्यायिकेचा विषय. जी भूमी हीर-रांझा, सोनी-महिवाल, यांसारख्या प्रेमिकांची, त्या भूमीतच बुटासिंगचा शेवट झाला. नंतर तरी झैनाबचं आयुष्य, मन, तिच्या सभोवतालच्या निशःब्द, शांत परिसरात स्थिर झालं असेल का? आपल्या प्रियकराबद्दलचं दुःख व्यक्त करणंच तिला अशक्य झालं. तिला बोलण्याचं स्वातंत्र्यच नव्हतं. आणि त्या वेळची परिस्थितीही तशीच होती. त्या वेळी ज्या हजारो स्त्रिया पीडित होत्या, त्यांपैकी एक झैनाब होती. झैनाब आणि बुटासिंग यांची कथा माझ्या मनात घर करून बसली. इतकी ती हृदयस्पर्शी होती. त्या कथेत सर्व काही होतं. आयुष्यातला अपुरेपणा, क्लेश, विरह... म्हणून ती माझ्या मनात घर करून बसली ती कायमचीच. मनात एक सल... ती खरी एका नायकाची, आणि घेतलेल्या 'बळीची' कथा होती. आम्ही बुटासिंगपासून काय शिकलो? त्याच्याकडून बरंच काही शिकण्यासारखं होतं. त्याचा उत्साही स्वभाव, त्याची जिद्द, जगण्यातलं आणि विचारातलं गांभीर्य, आपल्या आवडत्या स्त्रीसाठी सर्वस्व अर्पण करण्याची त्याची तयारी, समर्थ प्रेम, परंतु जी एका वेगळ्या अर्थानं बळी गेली, त्या झैनाबचं काय? तिचा जो आतला आक्रोश आहे, त्याची भरपाई मी काय, कुणीही कधी करू शकणार नाही. कुणीही नाही!

प्रश्न इतका साधा आणि सोपा नव्हता. खरोखरच झैनाबला बुटासिंगविषयी काही आत्मीयता होती का? बुटासिंगची तिला थोडी तरी काळजी वाटत होती का? तिच्या आयुष्यात दोन पुरुष आले, तेव्हा दोन्ही पुरुषांबद्दल तिच्या मनात नेमक्या कोणत्या भावना होत्या? खरोखरच ती अगदी अलिप्तपणे वागली असेल? तिच्यावर बलात्कार झाला होता, त्याबद्दल तिला काय वाटलं असेल? आपल्यावर बलात्कार झालाय्, याची तिच्या मनात नक्कीच टोचणी असणार. असं सांगतात, की बुटासिंग आणि झैनाब हे सुखात होते. दोघांचं, म्हणे, एकमेकांवर प्रेम होतं. एक पुरुष एखादी बाई पैसे मोजून विकत घेतो आणि ती बाई त्या पुरुषावर प्रेम करते, हे कसं शक्य आहे? पैसे देऊन

---

१७. झैनाब व बुटासिंग या प्रकरणाची मला जी माहिती मिळाली, ती साधनं पुढीलप्रमाणे : वृत्तपत्रातील कात्रणं, पुस्तकं, अप्रसिद्ध हस्तलिखित, त्याशिवाय लाहोर, एक आठवण : लेखक : सोम आनंद : बुटासिंग-झैनाब यांच्या कहाणीची अनेक भाषांमधून भाषांतरं झालेली आहेत. या कहाणीला आख्यायिकेचा दर्जा मिळाला आहे. तेव्हा प्रत्येक भाषेतला तपशील वेगवेगळा सापडतो. आणि माझ्या विश्वसनीय माहितीप्रमाणे या कथेवर 'कर्तारसिंग' नावाची चित्रफीतही नुकतीच पाकिस्तानात प्रसिद्ध झाली आहे.

जवळ केलेली बाई ही तशी साधी कशी असेल? मला हे पटत नव्हतं. म्हणून मी ठरवलं, की आपण या दोघांची संपूर्ण माहिती मिळवली पाहिजे. त्या काळची, झैनाबला ओळखणारी कुणी स्त्री भेटली, तर काही माहिती मिळू शकेल. आणि खरी माहिती मिळवण्याचा तोच एक मार्ग असेल. अर्थात माझ्या मनात आलेली ही कल्पना फारशी उत्साहवर्धक नव्हती. कारण मला कल्पना होती, आपल्याला मानवी स्वभावाबद्दल काही माहिती मिळवायची आहे. आणि समजा, एखाद्या बाईला झैनाबबद्दल काही माहिती असेल, ती मला सांगेल; पण झैनाबच्या भाव-भावना, तिचं अंतरंग केवळ ऐकीव माहितीवर कसं समजणार? सांगणारी व्यक्ती ही फक्त माहिती देत असते. तिथं भावना, दु:ख, व्यथा यांचा काही संबंध नसतो. मग आशा 'कोरड्या' माहितीचा उपयोग काय? झैनाबच्या अंतर्मनाचा ठाव कसा लागणार? तेव्हा उगीच कसल्या तरी अर्धवट माहितीत मला गुरफटून घ्यायचं नव्हतं. तेव्हा मी ठरवलं, की राणामामाची जशी आपण माहिती मिळवली, त्याच्याशी जसे आपण परखडपणे वागलो, तशाच पद्धतीनं इतरांशी वागून आपण माहिती मिळवली पाहिजे. आता माझ्या एक लक्षात आलं होतं की, फाळणीचा इतिहास म्हणजेच हिंसाचार, खून, जाळपोळ, विध्वंस, जुलूम, अत्याचार याचाच इतिहास. स्त्रियांच्या मानसिक, शारीरिक छळाचा इतिहास. तेव्हा यापुढं मी अशाच लोकांशी बोलायचं ठरवलं, की ज्यांना खरोखरच काही सांगण्याची (मनापासून) इच्छा आहे. त्याशिवाय या संदर्भात इतरही काही साहित्य, इतर साधनं उपलब्ध आहेत का, हे पाहिलं पाहिजे. ज्या साहित्याद्वारे मला स्त्रियांचा इतिहास, स्त्रियांचे भोग, त्यांच्यावर झालेले अन्याय, त्यांची पीडा याची सविस्तर माहिती मिळू शकेल. आणि सध्या जे कार्य मी हाती घेतलं आहे, त्यासाठी अशा माहितीचा मला उपयोग होईल. या निमित्तानं मला एक गोष्ट समजली की, आपण एखादी, महत्त्वाची जबाबदारी अंगावर घेतली की, ती पार पाडण्यासाठी तुम्ही तन, मन, धन अर्पून काम करू लागता, तेव्हा या सगळ्या गोष्टी सहज घडतात.

१९८८ साली 'मानुषी' या खास स्त्रियांच्यासाठी असलेल्या नियतकालिकात एका गुजराती पुस्तकावर परीक्षण आलं होतं. पुस्तकाचं नाव होतं 'मूल सुत उखडे' (धागे मुळापासूनच तुटले.) लेखिका होती कमलाबेन पटेल. फाळणीमध्ये ज्या स्त्रियांचं अपहरण झालं, ज्या स्त्रियांच्यावर बलात्कार झाले, अशा स्त्रियांचं चित्रण त्या पुस्तकात लेखिकेनं केलं होतं. कमलाबेन यांनी पुस्तकात ज्या कथा, हकीकती सांगितल्या होत्या, त्या अंगाचा थरकाप उडविणाऱ्या होत्या. फाळणीच्या वेळी जवळ जवळ पंच्याहत्तर हजार स्त्रियांना पळवून नेण्यात आलं होतं. आणि त्यांच्यावर बलात्कार झाले होते. आणि हे प्रकार पाकिस्तान आणि भारत या दोन्ही देशांत झाले होते. आणि काश्मीरमध्ये झालेले अत्याचार लक्षात घेतले असते, तर स्त्रियांची संख्या आणखी वाढली असती. लाखाच्यावर गेली असती. स्त्रियांच्यावर नुसतेच बलात्कार

झाले नाहीत. तर, इतर अनेक गलिच्छ, निर्लज्जपणाचा कळस गाठणारे, भीषण प्रकार स्त्रियांच्या बाबतीत घडले आहेत. कित्येक स्त्रियांना विवस्त्र करून गल्लीबोळांतून फिरवलं गेलं. कित्येक स्त्रियांची वक्षस्थळं कापून काढली. त्यांना विवस्त्र करून त्यांच्या अंगावर इतर धर्मीयांची बोधचिन्हं, इतर खाणा-खुणा गोंदवून काढल्या. यामागचा उद्देश एवढाच, की तुमच्या धर्माला तुच्छ लेखणं, तुमच्या धर्मावर आक्रमण करणं. आणि याचाच एक भाग म्हणून इतर धर्मांच्या पुरुषांबरोबर स्त्रियांना गलिच्छ कृत्य करण्यास भाग पाडलं. त्यामुळं झालं काय, तर कित्येक स्त्रिया गरोदर राहिल्या. कित्येक जणी बाळंत झाल्या, त्यांना मुलं झाली. कित्येक स्त्रियांच्यावर 'मुलाला जन्म दिलाच पाहिजे.' म्हणून सक्ती केली. म्हणजेच गर्भपात करवून घ्यायला बंदी केली. कित्येक कुटुंबांनी व्यापारी तत्त्वावर स्त्रियांची विक्री केली आणि कुटुंबप्रमुखांनी स्वतःची सुटका करवून घेतली. काही स्त्रिया अचानक नाहीशा झाल्या. त्यांना एक तर छावणीमधून पळवून नेलं किंवा निर्वासित लोकांचा जो काफिला चालत सरहद्दीबाहेर गेला, त्या काफिल्याबरोबर त्या निघून गेल्या. तेव्हा फाळणीच्या वेळी हजारो स्त्रियांना पळवून नेलं, हजारो स्त्रियांच्यावर बलात्कार झाले आहेत हे आता स्पष्ट झालं आहे.

कमलाबेन यांनी इतर स्त्रियांना, कार्यकर्त्यांना बरोबर घेऊन, फाळणीत ज्या स्त्रियांना पळवून नेलं होतं, त्यांच्या सुटकेचं, त्यांना परत आपल्या घरी पोहोचवण्याचं कार्य केलेलं आहे. आणि त्यांच्या एकूण कार्याबद्दल कमलाबेन यांनी आपल्या पुस्तकात विवेचन केलेलं आहे. एकूण त्यांचे अनुभव पुस्तक रूपानं प्रसिद्ध करण्यास त्यांना अनेक वर्षं लागली. मला आश्चर्य याचं वाटलं, की त्यांनी हे पुस्तक इतक्या उशिरा का प्रसिद्ध केलं? आणि त्यांना हे अनुभव प्रसिद्ध करावे, असं का वाटलं? त्या इतके दिवस गप्प का बसल्या? त्या शांत का राहिल्या? मला हे समजून घ्यायचं होतं. त्याप्रमाणे मी त्यांचा पत्ता हुडकून काढला. सरळ बांध्याची, लहानखुरी बाई, एकटीच, पण सोबतीला, मदतीला कुणी असावं, म्हणून एका मुलीला दत्तक घेतलेलं. बाई मुंबईत राहत असलेल्या. 'मी माझ्या कामाबद्दल, स्त्रियांबद्दल का लिहिलं नाही, हेच तुम्हांला माहीत करून घ्यायचं आहे ना, मी सांगते.' आणि त्या म्हणाल्या,

> 'मी हे पुस्तक लवकर का लिहिलं नाही, याचं कारण त्या वेळी मी जे बघितलं होतं, त्याच्यावर माझा विश्वासच बसत नव्हता. माणसं ही अशी वागू शकतात, यावर विश्वास ठेवणं फार कठीण होतं. असं वाटत होतं की जणू राक्षसच या पृथ्वीतलावर जमा झालेत... असा भास होत राहिला, की, राक्षसांनी शंकराचं रूप धारण केलंय् आणि ते तांडव नृत्य करतायत. विध्वंस आणि मृत्यूचं तांडव नृत्य... जणू प्रत्येक स्त्री पुरुषांमध्ये हे भूत

संचारलं होतं. सगळीकडं मृत्यू आणि विध्वंस! तेव्हा फाळणी म्हणजे एक तांडव नृत्यच होतं. मी अशा कित्येक विकृत गोष्टी बघितल्या आहेत. तेव्हा मी स्वत:ला विचारत होते की, यात लिहिण्यासारखं काय आहे, आणि ते मी का लिहावं?'

कमलाबेन का शांत राहिल्या, इतके दिवस त्या गप्प का बसल्या, हा प्रश्न वेगळा आहे. परंतु ज्या अनेक कुटुंबांशी मी प्रत्यक्ष याबद्दल बोलले आहे, त्यांचं काय? माझ्याशी बोलताना त्या कुटुंबातील लोकांनी स्त्रियांवर झालेले बलात्कार, स्त्रियांना पळवून नेणं, याचा उल्लेख का केला नाही? त्या लोकांनी काही हातचं राखून सांगितलं, का मीच चुकीचे प्रश्न विचारले होते? का चर्चा चालू असताना त्यांनी बारीक-सारीक गोष्टी लक्षात घेतल्या नाहीत का? मला वाटतं, लोकांनी सांगितलेलं मीच धडपणे ऐकलं नसेल. लोकांनी हे सगळं सांगितलंही असेल. तेव्हा मी त्या मुलाखती पुन्हा एकदा ऐकल्या आणि एका चमत्कारिक शांततेत एक अस्पष्ट बोलणं, मी ऐकू लागले. ती मुलाखत होती रावळपिंडीच्या दंगलीतून वाचलेल्या दोघां भावांची. दिल्लीत त्यांना मी भेटले होते. त्यांच्या कुटुंबीयांविषयी ते बोलत होते :

> आमच्या घरी आमची आजी, आजोबा, आई-वडील, तीन भाऊ, तीन बहिणी (तिघींपैकी एक बहीण पंजाबमध्ये राहते) आमची मावशी दिल्लीत राहत होती. आपल्या मुलीला घेऊन ती आम्हांला भेटायला म्हणून आली होती. त्या दोघी तिथं मारल्या गेल्या. खरं तर, त्या लोकांनी आगचं सगळं कुटुंबच ठार केलं. आम्ही उरलो फक्त दोघे भाऊ. आम्ही दोघेही वाचलो.
>
> काही जणांना गुरुद्वारात मारलं. काहींना इतर ठिकाणी. आमच्या आजी आणि आजोबांना घरीच ठार केलं. आणि बाकीच्या माणसांना म्हणजे माझी आई, धाकटा भाऊ, यांना गुरुद्वारात ठार केलं. आमच्या वडिलांनी पळून जाण्याचा प्रयत्न केला; पण वाटेतच कुठं त्यांना मारलं. आम्ही फक्त दोघेच राहिलो. वाचलो, एवढं खरं.

त्या दोघांनी सांगितल्याप्रमाणे त्यांच्या घरचे सगळेच लोक मारले गेले. परंतु हे सांगत असताना त्या दोघांनी आपल्या दोन बहिणींचा कुठं उल्लेख केला नाही. त्यांच्या तीन बहिणी होत्या. त्यांपैकी दोघी कुठं नाहीशा झाल्या. ते दोघे भाऊ मला त्यांची हकीकत सांगत असाताना शेजारी जी माणसं होती, त्यांना ही कथा माहीत होती. सगळे शेजारी त्याच खेड्यातले होते. त्याच जातीधर्मातले होते. त्यांपैकी एक दोघांनी मला हळूच सांगितलं की, 'त्यांच्याशी बोला. त्यांच्या दोन बहिणी अचानक कुठं नाहिशा झाल्या आहेत.' म्हणजे त्या माणसांच्या कुजबुजण्यावरून माझी अशी खात्री झाली होती, की त्या दोघी बहिणी नाहीशा झाल्या ही घटना थोडी लज्जास्पद

होती. तेव्हा मी त्या दोघां भावांना याबद्दल फारसं काही विचारलं नाही. पण मी टेप केलेलं आमचं बोलणं जेव्हा पुन्हा एकदा ऐकलं, तेव्हा मला ऐकता-ऐकता मध्येच शांतता जाणवली. ते दोघे भाऊ अचानक अबोल झाल्याचं जाणवलं. म्हणजे त्या दोघांच्या नि:शब्द अवस्थेतच मला त्या दोन बहिणीचं रहस्य समजलं. त्या दोघांना त्याबद्दल स्पष्ट काही बोलायचं नव्हतं, हेच खरं! मग माझ्या लक्षात आलं की या नि:शब्द, अबोल अवस्थेतच फाळणीच्या अनेक घटना दडलेल्या असतील. अशी हजारो कुटुंबं असतील, की त्यांच्याजवळ बरंच काही सांगण्यासारखं आहे; पण ते उघडपणे सांगणं जमत नाही. बोलता येत नाही. म्हणजेच ही नि:शब्द अवस्थाच बरंच काही बोलून जाते. फाळणीची काळीकुट्ट बाजू दाखवते. म्हणजे स्वातंत्र्याची दुसरी बाजू. मी शांतपणे मुलाखती घेत असतानाच हा काळा इतिहास मला समजला.

काही महिन्यांनंतर मी आणि सुदेश एका जुन्या पुस्तकांच्या दुकानात गेलो असता तिथं आम्ही एक पुस्तक बघितलं. ते भलं मोठं जाडजूड पुस्तक होतं. त्या पुस्तकामध्ये पळवून नेलेल्या किंवा नाहीशा झालेल्या शीख, हिंदू स्त्रियांची भली मोठी यादी होती. पत्त्यांसह इतर तपशील पण होता. फाळणीनंतर नाहीशा झालेल्या स्त्रियांच्या घरातील लोकांनी पोलिस खात्याकडं लेखी तक्रारी केलेल्या होत्या. चांगलं १४१४ पानांचं, ते मोठ्या आकाराचं पुस्तक होतं. त्या पुस्तकामध्ये हरवलेल्या मुलांची, स्त्रियांची जिल्हावार यादी होती. काही २१,८०९ नावं. अर्थातच ती यादी अपुरीच होती. पण तरीसुद्धा अंगावर काटा आणणारी त्या दोन हरवलेल्या मुलींची नावं त्यात होती. इतर ही अगणित नावं होती... तरुण मुली, वयस्कर स्त्रिया, मुलं अनेक प्रसंगी ज्याच्या त्याच्या खेड्यातूनच ही मुलं पळवली गेली. स्त्रियांच्या बाबतीत हाच प्रकार. एक आख्यायिका अशी आहे की, जातीय दंगलीचे जे इतिहासकार आहेत, त्यांचं आवडतं फलित एकच. त्यांचं सांगणं असं की, जे जातीय दंगलीत सापडतात, ते लोक क्वचितच हिंसाचार करतात किंवा हिंसाचाराला मदत करतात. आक्रमण करणारे लोक, हल्लेखोर हे नेहमीच बाहेरचे असतात. आता मी जी यादी बघतेय्, ती याच्या अगदी विरुद्ध आहे. कित्येक स्त्रियांना त्याच खेड्यातल्या लोकांनी उचलून नेलं आहे. वयस्कर स्त्रियांना सुद्धा पळवून नेलं आहे. त्यांचं वय पन्नास ते साठ असेल. सामाजिक कार्यकर्त्यांच्या सांगण्याप्रमाणे यात काही विशेष आहे, असं नाही. ज्या स्त्रिया विधवा आहेत, परिस्थितीनं दुबळ्या झाल्या आहेत, ज्यांचे जन्माचे जोडीदार इस्टेटीसाठी मारले गेले आहेत, अशा स्त्रियांना पळवून न्यायचं आणि मला तुझा मुलगा म्हणून स्वीकार कर, अशी जबरदस्ती करून अशा स्त्रियांची संपत्ती हडप करायची. हा त्यातला हेतू. आता ही जी यादी आहे, त्यातील नमुने पाहा :–

गुजरात विभाग

अनु. क्र.	नोंदणी क्रमांक	पळवून नेलेल्या व्यक्तीची माहिती	पळवून नेलं ती जागा दिनांक	पळवून नेलेल्या व्यक्तीचे पालक तपशील
८५१	गुज एस-२ एन ११ सी	प्यारा सिंग, वय १० कन्यालाल यांचा पुत्र गाव, किदार पी एस खुटालिया, बिंका पोस्ट आणि तहसील फालिया जिल्हा गुजरात	किदार, जिल्हा गुजरात २८.८.४७	मियाँ सदर दिन वडील : नासर दिन कब्सी गाव, गजन, पो. आणि तहसील फालिया जि. गुजरात
८५२	गुज/बी/यू/ ९७ डब्ल्यू	परमेश्वरी बाई, २८ वय नवरा: हरीदयाळ गाव : गांधी खेल, पी एस् ताजौरी, तहसील ताकीमारवार जि. बानू	गुजरात १२.१.४८	ती गुजरातमध्येच किंवा आसपास असण्याची शक्यता
८५३	गुज/बी/यू	पिरी बाई : वय १८ वडील : मूळचंद पती : भानराम गाव : हुस्सो खेल, पो. बन्नू, तहसील ; मिराली, जि. बन्नू	गुजरात स्टेशन १०.१.४८	ती गुजरातमध्येच किंवा आसपास असण्याची शक्यता
८५४	गुज/बी/ओ ६ सी	पेशावरी लाल वय ९ वर्ष वडील : पालाराम गाव : बुर्क, बाखटेडा, पी एस, कादिराबाद तहसील : फालिया, जि. गुजरात	मंडी बहाउद्दीन २८.८.४७	लंबारदार माउलू; वडील : तेजा, गाव : बुर्न, पो. बारखेडा आणि पी एस, किदराबाद तहसिल : फालिया जि. गुजरात

८५५	गुज/बी/यू ९४ डब्ल्यू	प्रकाश कौर, वय २२ पती: प्रीतमसिंग गाव : डिंगा तहसील : खारियन	डिंगा १८.४.४७	ता. डिंगा, जि. गुजरातमध्येच किंवा आसपास सापडण्याची शक्यता
८५६	गुज/एस-२, यू १६ सी	पाश, वय ६ वर्ष वडील : सरदारीलाल, गाव : चुकरी भिलोवाल तहसील : खारियान जि. गुजरात		ता. चाकुरी भिलोवाल जि. गुजरातमध्ये किंवा आसपास सापडण्याची शक्यता
८५७	गुज/एस/१ ओ-८ डब्ल्यू	पुरु वय २५ वर्ष, वडील : सरदारसिंग, गाव : पो भागोवाल तहसील आणि जि. गुजरात	भागोवाल ऑगस्ट ४७	रहेमत खान आणि गुलाम कादीर भोगोवाल जि. गुजरात
८५८	गुज/एस/ १/५९	प्रकाश वय १० वर्ष, पिता : मोहनलाल गाव : खांबी, तहसील जि. गुजरात	लाथेरी ऑगस्ट ४७	दालतखान, पो. आणि गाव : खांबी तहसील : खारियन, जि. गुजरात
८५९	गुज/एस/ एस-१४	प्रेमदेवी, वय ४० पिता : जमनराम पती : भगतराम गाव : बटाला तहसील : भिंवर जिल्हा : मिरपूर	बटाला	त्याच खेड्यातला भोला कारपेंटर
८६०	गुज/ एस १४/२	प्रेम कौर वय ३४ पती : रामसिंग गाव : लाथेरी तहसील : खारियन जिल्हा : गुजरात	लाथेरी ऑगस्ट ४७	गाव तेच सुभेदार अनायतखान

हे पुस्तक ए. जे. फ्लेचर यांनी प्रसिद्ध केलं होतं. फ्लेचर हे अंबाला आणि जालंदर विभागाचे कमिशनर होते. त्याशिवाय त्यांच्याकडं भारतातील पळवून नेलेल्या स्त्रिया आणि मुलं यांचा शोध घेऊन त्यांची मुक्तता करण्याचं अतिरिक्त कामही सोपविलं होतं. या पुस्तकातील याद्यांच्या संदर्भात सांगायचं झालं, तर पाकिस्तान आणि पाकिस्तानच्या बाहेर युद्धबंदी रेषेजवळ जम्मू-काश्मीर भागातून पळवून नेलेल्या बिगर मुस्लिम जमातींतल्या बायका-मुलांची जी अधिकृत यादी होती, ती नावानिशी जाहीर केली नव्हती. त्याचं कारण म्हणजे त्या यादीतील बायका-मुलांच्या पालकांनी, नातेवाइकांनी नावाच्या प्रसिद्धीला त्या वेळी विरोध केला. तेव्हा 'मतभेद' आणि त्यांच्या भावना लक्षात घेऊन ती यादी सार्वजनिक रीत्या प्रसिद्ध केली नाही असे फ्लेचर यांनी पुस्तकाच्या प्रस्तावनेत म्हटले आहे.

पुस्तकाचा हा खंड अगदी व्यवस्थित असून, यादीच्या मांडणीचा विचार करता परिपूर्ण असा आहे. १९४७ सालच्या गोंधळात पश्चिम पंजाबमधून (पाकिस्तान) हिंदू आणि शीख यांची जी बायकामुलं पळवली होती, त्यांची नावं पुस्तकात आद्याक्षराप्रमाणे छापली असून, इतर तपशीलही सविस्तर दिला आहे. आणि प्रत्येक वेळी याची माहिती पाकिस्तान सरकारला यादी आणि पुरवणी यादीच्या प्रति पाठवून दिली होती. आता या याद्यांमध्ये इतकी भर पडली आहे की, याद्यांचे गठ्ठे बोजड, विस्कळीत झाले आहेत. आणि एखादा संदर्भ शोधायचा म्हटलं तर गोंधळच उडतो. इतकं ते काम कठीण आणि जिकिरीचं झालं आहे. आता व्यक्तींच्या नावांचे गट जिल्हावार तयार केले असून, बातम्या अशा आहेत, की जी गटवारी केली आहे, त्याप्रमाणे ती माणसं तिथं राहत आहेत. तेव्हा याची सत्यता पडताळून पाहण्यासाठी, चौकशीसाठी, पळवून नेलेल्या लोकांच्या मूळ घरी आणि जिथून पळवून नेलं, त्या ठिकाणी जाणं आवश्यक आहे. आता हे पुस्तक प्रसिद्ध झालं आहे, त्यामध्ये ती विवादास्पद यादी प्रसिद्ध केली आहे. आणि ती प्रसिद्ध करताना अपहृत स्त्रियांच्या, मुलांच्या आणि त्यांच्या नातेवाइकांच्या भावना लक्षात घेतलेल्या नाहीत. कारण वेळच अशी आली होती, की त्या दुर्दैवी स्त्रियांची, मुलांची ताबडतोब सुटका करून त्यांना परत स्वत:च्या घरी पाठविण्याची आधी गरज होती. त्यासाठी ती यादी प्रसिद्ध करणं आवश्यक होतं. तसेच, भारत आणि पाकिस्तानातील संबंधित अधिकाऱ्यांकडं, 'बळी' पडलेल्या लोकांची सविस्तर माहिती पाठवायलाच पाहिजे होती. शिवाय मानवी दृष्टीतून हे काम शक्य तेवढ्या लवकर करायचं होतं. म्हणून ही माहिती पंजाबमधल्या (पश्चिम) निर्वासितांनी भारतातल्या संबंधित अधिकाऱ्यांना

कळवली होती. हेतू हा, की त्यांना भारतात प्रवेश करणं सुलभ व्हावं. त्याचबरोबर सध्या ज्या ठिकाणी ते निर्वासित तात्पुरते राहत होते, तिथंही अशी माहिती कळवली होती. कारण पुढे काही अडचणी निर्माण होऊ नयेत, म्हणून.

काही कुटुंबांनी त्यांच्या घरातील स्त्रिया नाहीशा झाल्या आहेत, अशी तक्रार पोलिस खात्याकडं केली होती. तेव्हा एकदा अशा तक्रारीचं स्वरूप स्पष्ट झालं, दिशा मिळाली की, राज्यातील सरकारी यंत्रणेला पुढील कारवाई करावीच लागते. पहिली गोष्ट म्हणजे, हरवलेल्या स्त्रियांची एक यादी तयार करणं. ती यादी तयार करायची म्हणजे, आधी माहिती मिळवायची. त्यासाठी योजना तयार करायची. आणि हे काम तसं वरवर दिसतं, तेवढं सोपं नव्हतं. बऱ्याच वेळा असं घडलेलं आहे की, एकाच कुटुंबातली तीन-चार माणसं वेगवेगळ्या ठिकाणी विखुरली गेली होती. त्यांपैकी एखाद्याच स्त्रीचं नाव नोंदवायचं. आणि मुख्य म्हणजे, त्या वेळी माहिती गोळा करून ती नीट तपासून घ्यायची पद्धत नव्हती. तेव्हा त्या वेळी नुसत्या यादीवर विसंबून राहण्यात काही अर्थ नव्हता. आणि अशा याद्या तयार करण्याचं काम एडविना माऊंटबॅटनच्या संलग्न सल्लागार पुनर्वसन आणि स्वास्थ्य या संस्थेकडं दिलं होतं. तिनं नावं तपासली आणि ती स्थानिक, विशिष्ट विभागातल्या पोलिस चौकीकडं पाठवली होती.

जेव्हा ही यादी दिवसेंदिवस वाढतच गेली, तेव्हा कुठं सरकारला जाग आली. आणि मग सरकारनं पुढील हालचाल सुरू केली. सप्टेंबर १९४७ च्या आधी लाहोरमध्ये भारत आणि पाकिस्तान या दोन देशांच्या पंतप्रधानांची एक बैठक झाली आणि त्या बैठकीत अपहृत स्त्रियांच्या प्रश्नावर विचारविनिमय करून एक ठाम निर्णय घेतला. आणि त्याच वेळी एक संयुक्त निवेदन काढलं. ते निवेदन असं : 'भारत आणि पाकिस्तान सरकार आणि पूर्व पंजाब व पश्चिम पंजाब सरकार हे स्पष्टपणे जाहीर करत आहे की, सक्तीनं केलेलं धर्मांतर आणि जबरदस्तीनं लावलेली लग्नं याला आम्ही मान्यता देणार नाही. आणि अपहृत स्त्रिया आणि मुलींना त्यांच्या मूळ घरी, गावी परत पाठवणं हे बंधनकारक राहील. अशा स्त्रिया आणि मुली आपापल्या घरी परत गेल्याच पाहिजेत. आणि त्यासाठी दोन्ही देशांच्या अधिकाऱ्यांनी कसून प्रयत्न केले पाहिजेत. अशा स्त्रियांचा आणि मुलींचा शोध घेतला पाहिजे आणि त्यांची मुक्तता करून त्यांना आपापल्या घरी पाठवलं पाहिजे.'[१८]

या मागचा समज असा होता, की ज्यांचं अपहरण झालं आहे, त्यांचं सक्तीनं धर्मांतर झालं असणार आणि असे सक्तीचं धर्मांतर मान्य करणं शक्य नाही. त्यानंतर

---

१८. यू भास्करराव : पुनर्वसनाची कथा, दिल्ली पुनर्वसन खाते, १९६७, पान : ३०

डिसेंबरला (त्याच वर्षी) दोन्ही देशांमध्ये स्टेशनरी, ऑफिस फर्निचर व इतर मालमत्ता यांची वाटणी झाली. पण इतर महत्त्वाचे निर्णय मात्र तसेच भिजत पडले. आणि या इतक्या क्षुल्लक वाटणीसाठी मात्र बडेबडे अधिकारी कामाला जुंपले होते. आणि विशेष म्हणजे, भारत आणि पाकिस्तान या दोन्ही देशांनी स्त्रिया आणि मुले यांचं अपहरण झाल्याचं मान्य केलं. याचा अर्थ असाच, की प्रत्येक देशाला आपापली माणसं कोण आहेत, हे माहीत असणार, तेव्हा या अपहरण झालेल्या स्त्रिया आणि मुलं यांची मुक्तता करण्यासाठी एक यंत्रणा उभी करायची, हे दोन्ही देशांनी मान्य केलं. त्याशिवाय भारत-पाक सरकारनं हे सुद्धा मान्य केलं, की ज्या स्त्रिया इतर धर्मांच्या पुरुषांबरोबर राहत असतील, तर त्यांना परत आणलं पाहिजे. जरूर पडली, तर त्यांच्या 'स्वत:च्या' घरात घुसून अशा स्त्रियांची मुक्तता केली पाहिजे. आता इथं स्वत:चं घर म्हणजे त्यांच्या धर्माचं घर, ठिकाण आणि हा विरोधाभास कोड्यात टाकणाराच होता. निदान भारताच्या बाबतीत तरी. हिंदुस्थान हा निधर्मी, उदारमतवादी, समान हक्क वगैरे तत्त्वांवर उभा असलेला देश. या तात्त्विक मुद्द्यावरच आमच्या राष्ट्रीय पुढाऱ्यांनी फाळणीला विरोध केला होता. धर्मावरून देश ओळखला जाऊ नये, ही त्या मागची भूमिका. म्हणून अखंड हिंदुस्थानचं स्वप्न भारतीय नेते बघत होते.

आता स्त्रियांचाच विचार केला तर, तात्त्विक दृष्ट्या त्या या देशाच्याच समान नागरिक असल्या, तरी धर्मावरून त्यांची ओळख होणार हे नक्की. तेव्हा ज्या हिंदू आणि शीख स्त्रियांना पळवून नेलं आहे, (अशी ठाम समजूत आहे) त्यांचं 'स्वत:च' घर म्हणजे भारत, म्हणजे हिंदू आणि शीख धर्मीयांचं घर. आणि तद्वत, मुस्लिम स्त्रियांचं स्वत:चं घर म्हणजे पाकिस्तान म्हणजेच मुस्लिम धर्मीयांचं घर. मात्र त्या स्त्रिया काही स्वत:च निर्णय घेणार असतील, स्वत:च्या पसंतीप्रमाणे आपला आधार बघणार असतील आणि त्याप्रमाणे तिथं राहणार असतील, तर ते मात्र त्यांचं कायदेशीर घर नाही, हे विशेष! फाळणीच्या वेळी प्रत्येक नागरिकाला निवडीचा अधिकार होता. त्याला किंवा तिला कुठं जायचंय्, कुठं राहायचं, हे ते ठरवू शकत होते. पण पळवून नेलेल्या दुर्दैवी बाईला मात्र हा निवडीचा अधिकार नव्हता. तिला ते स्वातंत्र्य नव्हतं. तेव्हा अशा दुर्दैवी स्त्रियांच्या आणि मुलांच्या सुटकेसाठी जी यंत्रणा उभी करण्यात आली होती, तिच्यामध्ये पोलिस अधिकारी आणि सामाजिक कार्यकर्त्या किंवा सुस्थित घराण्यातल्या स्त्रिया, ज्यांना हे काम करण्याची इच्छा आहे आणि त्या वेळ देऊ शकणार आहेत, अशा स्त्रियांचा त्यात समावेश होता. आणि अशा सामाजिक कार्य करणाऱ्या स्त्रियांमध्ये मृदुला साराभाई, प्रेमावती थापर, कमलाबेन पटेल आणि दमयंती सेहगल या कार्यकर्त्या प्रामुख्याने होत्या.

दमयंती सेहगल

माझी मावशी प्रेमावती थापर लग्नानंतर तीन महिन्यांत विधवा झाली. तिचं लग्न करायचं, म्हणून तिला शाळेत पाठवायचं बंद केलं होतं. नवरा गेल्यानंतर तीन महिन्यांनी ती पुन्हा शाळेत गेली. (कॉन्व्हेंट) शाळेत तिनं मिस् थापर म्हणून नाव नोंदवलं. तिचा नवरा देवी दयाळ हा गणितज्ञ होता. तेव्हा तिनं एफ. ए., बी. ए., एम्. ए. दोनदा एम. ए. केलं. नंतर ती अर्थशास्त्रात प्रावीण्य मिळविण्यासाठी केंब्रिजला गेली आणि पदवी घेऊन परत आली. एक दिवस महात्मा हंसराज, (लाहोरमधले प्रसिद्ध आर्यसमाजी कार्यकर्ते) माझ्या नानांना भेटायला आले आणि म्हणाले; थापरसाहेब, आम्ही तुम्हांला एक महत्त्वाचा प्रश्न विचारायला आलो आहोत. तुम्हांला माहीत आहेच, की आर्यसमाजी काही हेतू असल्याशिवाय कुणाकडं जात नाहीत. आणि मी तुम्हांला असंच काही विचारायला आलो आहे. आम्ही जे मागणार आहोत, ते तुम्ही द्याल, असं आम्हांला तुमच्याकडून वचन पाहिजे आहे. तेव्हा थापर साहेबांनी विचारलं की, तुम्हांला पाहिजे तरी काय? तुम्ही निदान त्याची मला कल्पना तरी द्याल, की नाही? तेव्हा त्यांनी सांगितलं की 'नाही.' पण आम्ही मागू, ते तुम्ही द्यालच, असं आम्हांला वचन पाहिजे आहे. आणि आम्ही आलो आहोत, ते मागितलेली वस्तू घेऊन जाण्यासाठीच, तुम्हांला माहीतंय् की आर्यसमाजी माणसं मोठी चिकाटीची असतात. माझे नाना म्हणाले, ठीक आहे. तुम्ही विचार करा आणि मागा, म्हणजे तुम्ही मागाल. ते मला देता येईल. मग त्यांनी सांगितलं की, तुमची मुलगी नुकतीच परत आलीय्. तिनं जर आपलं जीवन आमच्यासाठी दिलं, तर बरं होईल. इथं मुलींच्यासाठी डीएव्ही कॉलेज आहे. पण तिथं मुलींच्यासाठी शाळा नाही. तेव्हा तुमच्या मुलीच्या ताब्यात शाळेची सूत्रं देण्याचा आमचा विचार आहे. शाळेची प्रमुख म्हणून तिनं काम करायचं आहे आणि तेही सन्माननीय म्हणून अर्थातच विनावेतन.

तेव्हा माझे भाईजी म्हणाले की, तुम्ही हे काय बोलताय्? मी तिच्या शिक्षणावर बराचसा पैसा खर्च केला आहे, आणि तिला कित्येक ठिकाणी नोकरीचं बोलावणं आलं होतं. (खरोखर तिला अनेक ठिकाणी नोकरीसाठी बोलावलं होतं) आणि तुम्ही तिला विनावेतन काम करायला सांगताय्, आणि मी ही तिला तशी परवानगी द्यावी? तिनं खायचं काय, जगायचं कसं? मग ते लोक हसले आणि म्हणाले, रावसाहेब, तुम्ही अगदी लहान मुलासारखं बोलता आहात. हे पाहा, तुम्हांला तीन मुलं आहेत. तशी ही

मुलगी तुम्ही मुलासारखीच समजा. चौथा मुलगा असला असता, तर तुम्ही टाकून दिला असता का? तसंच तुम्ही तुमच्या मुलीला मुलगा समजा आणि तिला तुमच्या संपत्तीतला वाटा देऊन टाका. मग ती त्याच्यावर गुजारा करील. परंतु माझे नाना याला तयार नव्हते. त्यांचं म्हणणं असं की, मी तिच्यासाठी एवढा पैसा खर्च केलाय् आणि मी तिला तशीच कशी सोडून देऊ... परंतु माझी प्रेमीमावशी बाहेर आली आणि म्हणाली की, मी निर्णय घेतला आहे. मी हे काम करणार आहे. तसे नाना म्हणाले, प्रेमी, जरा समजून घ्यायचा प्रयत्न कर. पण ती ऐकायला तयार नव्हती. मावशीनं मग एक रुपया मानधनावर शाळेचं काम करायला सुरूवात केली... आम्ही सर्वांनी तिच्या हाताखाली काम केलं, महिन्याला एक रुपया मानधन.

हे पाहा, मावशी खरोखरच चांगली होती. तिचं व्यक्तिमत्त्व चांगलं होतं. तिनं जन्मभर सामाजिक काम केलं. लाहोरमध्ये अनेकांनी तिच्या हाताखाली काम केलंय्. नंतर ती सौ. नेहरूंच्याकडं काही काम आहे का, म्हणून गेली आणि सौ. नेहरूंनी सांगितलं की, जवाहरलाल काही करतायत, तेव्हा तुम्ही त्यांना भेटा. दोन्ही देशांत तेव्हा एक करार झाला आहे. तुम्हांला माहीत आहे की आमच्या ज्या स्त्रियांना पळवून नेलं आहे, त्या किती दु:खी आहेत. आम्हांला अशा स्त्रियांना दुष्टांच्या तावडीतून सोडवायचं आहे. आणि इथं शीखांनी तेच केलं आहे. तेव्हा आम्ही त्यांच्या मुक्ततेसाठी एक संस्था काढणार आहोत. आणि मी तुला तिथं काही काम देणार आहे. मग मावशी म्हणाली की, माझ्याजवळ काहीच पैसे नाहीत. आणि मला थोडे पैसे... राहायला जागा, एक गाडी आणि चपराशी पाहिजे. कृपा करून तेवढं मला द्या. एक दिवस मावशी मला म्हणाली. दांती, आता हिवाळा येत आहे आणि आमच्याजवळ कपडे नाहीत. पैसेही नाहीत. तुम्हांला सांगते, प्रेमीमावशीला कपडे फार आवडायचे, तिला इतरही वस्तू आवडायच्या आणि तिला स्वच्छ राहणी आवडायची. तिनं आधी आयुष्य मजेत घालवलं होतं. लाहोरमधल्या घरात कपड्यांनी कपाटं भरली होती, इतरही वस्तू होत्या आणि आम्हांला हे माहीत होतं, की लाहोरमधली आमची घरं कुणी घेतली आहेत. तिथं कोणती कुटुंबं राहत आहेत. त्या वेळी कुठं जाण्यासाठी संरक्षण मिळायचं तेव्हा आम्ही लाहोरला गेलो. मावशी म्हणाली, दांती, चल, आपण लाहोरला डीएव्ही कॉलेजमध्ये जाऊ. तिथून आपण सरकारी जीप घेऊ आणि आपण आपल्या जुन्या घरी जाऊ. घरून मी काही धोती घेते आणि शाल घेते. तेव्हा आम्ही लाहोरला गेलो. आम्ही डीएव्ही कॉलेजमध्ये गेलो. कॉलेजमधून आम्हांला जीप मिळाली, अर्थातच संरक्षण

मिळालं. आणि आम्ही मावशीच्या घरी गेलो. जे लोक राहत होते, त्यांनी आमचं स्वागत केलं. मुस्लिमांच्या बेगमांना आम्ही ओळखत होतो. त्या बाहेर आल्या. मावशीनं सांगितलं की, आम्ही इथं काही कामासाठी आलो आहोत. माझी काही कपाटं इथं आहेत, त्यांना कुलपं आहेत. आणि मी गारठून गेले आहे. मी काही कपडे आणि शाल घेण्यासाठी इथं आले आहे. तेव्हा त्या बेगम म्हणाल्या, तुम्ही काय बोलताय् काय, इथं काहीच नाही. ते सगळं झैत-ऊल-मनियतमध्ये म्हणजे जिथं बेवारशी मालमत्ता आहे, तिथं नेलं आहे. ते ऐकून मला आणि मावशीला धक्काच बसला. त्यांनी आम्हांला चहाचा आग्रह केला. परंतु आम्ही घेतला नाही. तुमचं इथं काहीही शिल्लक नाही. त्या बेगम सांगतच राहिल्या पुन्हा पुन्हा...

आम्ही पुन्हा छावणीत आलो. तिथं मग आम्ही थोडं खाऊन घेतलं. दाळ आणि रोटी. भल्या मोठ्या भांड्यांमधून डाळ आणि रोट्या ठेवल्या होत्या. तुम्हांला सांगते, छावणीमध्ये निर्वासितांना ठेवून घ्यायचे, पण गर्दी झाली, की सुरक्षा सैनिक येत आणि त्यांना सीमेबाहेर घेऊन जात. तर आम्ही असे जेवत होतो, तितक्यात मृदुला साराभाई अगदी उडी मारूनच आमच्याकडे आल्या. मावशीची आणि त्यांची ओळख होती. माझी ओळख नव्हती. पण मला त्यांच्याबद्दल माहिती होती. तेव्हा त्या म्हणाल्या, थापर, तू इथं? तशी मावशी म्हणाली; होय, मी माझे कपडे वगैरे नेण्यासाठी इथं आले होते. पण इथं काहीच मिळालं नाही. तशा मृदुला साराभाई म्हणाल्या की, तुला या संस्थेबद्दल माहिती आहेच. अपहृत स्त्रियांची मुक्तता करणारी (केंद्रीय मुक्ती संस्था). मी या संस्थेच्या अध्यक्षपदी तुझी नेमणूक करणार आहे. असा निर्णय मी घेतलेला आहे. आणि ही कोण आहे, माझ्याकडं बोट दाखवत त्यांनी विचारलं. माझी भाची. मावशीनं सांगितलं. वा! फारच छान! ही सुद्धा माझ्या कामात मदत करेल. मला पाहिजे तशीच ही मिळाली. हे बघ, प्रेमी, या संस्थेची तू संचालक दुसरीकडं असशील आणि ही इथं संचालक असेल. मला अगदी लाजल्यासारखं झालं. मी काहीही करू शकणार नाही. फक्त माळ घेऊन जप करीत बसेन. हे काय चाललंय्. मी नंतर सांगितलं, की नको नको, मला यातून बाहेरच ठेवा. पण त्या म्हणाल्या की, नाही, मी हिला प्रमुख संपर्क अधिकारी म्हणून नेमणार आहे; आणि मावशीला त्या म्हणाल्या, की हिला परत घेऊन जायचं नाही. मी लवकरच हिच्या नेमणुकीचं पत्र आणतेय्. मी त्यांना विचारलं, हे काय चाललंय्? तेव्हा त्या म्हणाल्या की, मी तुला संचालक करणार आहे. मी विचारलं, कसली संचालक? तर त्या म्हणाल्या, मुक्ती. पळवून नेलेल्या स्त्रियांची सोडवणूक करणं. त्यांना

मुक्त करणं. आता प्रश्न असा होता, की मला सोडवणूक, मुक्ती, संचालक हे काहीच माहीत नव्हतं. परंतु त्या म्हणाल्या, नाही नाही, आता ते सगळं ठरलंय्. सगळं झालंय्. मग मी म्हणाले की, माझ्याजवळ कपडेसुद्धा नाहीत. तर त्या म्हणाल्या, की जीप जातेय् आत्ता जीपमधून तुझे कपडे येतील. मला कळेचना, की हे काय चाललंय्. आणि लगेच मावशी गेली. माझ्याजवळ कपडेच नव्हते. तर... तुम्हांला सांगते, मला अशी सवय आहे. माझ्यापुढं जेव्हा जेव्हा काही प्रश्न निर्माण होतात, तेव्हा मी माझ्या देवाजवळ हे सगळं सांगते. माझे ठाकूर. मला काहीही माहीत नाही. मी आपली त्याच्या हातांतली एक बाहुली आहे. मी साधन आहे. तेव्हा मी त्यालाच विचारलं की, हे काय चाललंय्, माझ्याशी तू हा काय खेळ चालवलायस्? आणि बघा, माझ्या हातात हे पत्र पडलंय्. मी संचालक झालेय्. माझे वडील आणि आजोबा सुद्धा संचालक झाले नव्हते. आता माझा स्वाभिमान वगैरे तुझ्या हातांत.

त्यानंतर थोड्याच वेळात एक निरोप आला की, एक तरुण मुलगी पळवलेली आहे आणि तिचा पत्ता लागलाय्. ती इथंच जवळपास कुठंतरी आहे. तेव्हा आम्ही तिला सोडवून आणली. बरेचसे निर्वासित तिथं सारखे येत आणि त्यांना जरी आणलं जात होतं, तरी संख्या फारच वाढली, की सुरक्षा जवान त्यांना दुसरीकडं घेऊन जात.

भाग २

इतिहास : बाईचं एक शरीर

पळवून नेलेल्या स्त्रियांची संख्या जशी वाढली, तसे अनेक प्रश्न निर्माण झाले आणि त्यामुळं भारत आणि पाकिस्तान सरकारला याचा विचार करावाच लागला. त्याचीच परिणती म्हणजे ६ डिसेंबर, १९४७ रोजी दोन्ही देशांतील राज्यांतर्गत झालेला करार. पळवून नेलेल्या जेवढ्या स्त्रियांचा तपास लागेल, त्यांपैकी जास्तींत जास्त स्त्रियांची ताबडतोब सुटका करणं. आता मदत कार्य 'केंद्रीय मुक्ती मदत कार्य' या नावानं ओळखलं जाऊ लागलं. आणि मृदुला साराभाई या एका महिलेनं ही मोहीम सुरू करण्यास हातभार लावला.

मृदुला साराभाई यांचा नेहरू आणि गांधी यांचा चांगलाच परिचय होता. इतकंच नाही, तर त्यांचं वजनही होतं. मृदुला साराभाई या अहमदाबादमधील फार मोठ्या उद्योजकांच्या घराण्यातील. त्याशिवाय त्या काँग्रेस पक्षाशी निगडित होत्या. त्यांनी पंडित नेहरूंना चौदा पानी पत्र लिहून, अपहरण झालेल्या स्त्रियांच्या सुटकेचे प्रयत्न करणे किती आवश्यक आहे, हे कळवलं होतं. आणि त्यांच्या पत्राचा प्रभाव पडला. सरकारनं लगेच मोहीम सुरू केल्याची व मुक्ती कृती समिती किंवा एक यंत्रणा उभी करण्याचं आश्वासन दिलं. १९४७ च्या दोन्ही देशांच्या राज्यस्तरीय बैठकीच्या वेळी मान्य करण्यात आलं, की पळवून नेलेल्या स्त्रियांच्या सुटकेची जबाबदारी मृदुला साराभाई यांच्यावर सोपवण्यात आली आहे. आणि त्यांची प्रमुख सामाजिक कार्यकर्त्या म्हणून नेमणूक करण्यात आलेली आहे. त्यांच्या मदतीसाठी म्हणून पोलिसांची एक तुकडी देण्यात आलेली आहे. असा ठरावच मंजूर झाला. नंतर थोड्याच दिवसांत दोन्ही देशांनी मिळून एक करार केला. आणि त्याला कायद्यानं संमती दिली :- 'अपहरण झालेल्या व्यक्तींची सुटका आणि त्यांचे पुनर्वसन' या वटहुकुमाचे नंतर विधेयकात रूपांतर केलं आणि नंतर १९४९ साली तसा कायदा झाला.[१९] आणि या कायद्यातील तरतुदीप्रमाणे भारत सरकारने एक अंमलबजावणी यंत्रणा स्थापन केली. आणि त्याचं महत्त्व ओळखून तरतुदींप्रमाणे, त्याच्या कार्यवाहीसाठी नंतर एक व्याख्याच केली गेली, एक संज्ञाच निर्माण झाली. ती म्हणजे अपहृत व्यक्ती!

---

१९. अपहृत व्यक्ती (सुटका आणि पुनर्वसन) कायदा १९४९ (ACT No LXV. 1949)

–आणि त्या दृष्टीनं हे फार आवश्यक होतं. कारण हे काम तसं फार किचकट स्वरूपाचं होतं. गंमत अशी आहे की, कुणाला पळवून नेलंय् आणि कुणाला नाही, हे कसं समजायचयं? आणि एखादी बाई स्वेच्छेनं कुणाबरोबर गेली असेल, तर? या आणि अशा गोष्टींचा विचार करूनच निर्णय घ्यावा लागणार होता. तेव्हा यासाठी राज्यतरीय यंत्रणाच उपयोगाची होती. तोच एक सोपा मार्ग म्हणजे वेळ, तारीख, वार, आकडेवारी यांचा विचार करून आणि माणूसबळ वापरून पुढं योग्य कृती करणं सोपं जाणार होतं. तेव्हा एखादी स्त्री कधी पळवून नेली, हे समजण्यासाठी तारीख, महिना आणि साल निश्चित करण्यात आलं. पंजाबमध्ये हिंसाचार केव्हा सुरू झाला तर, मार्च १९४७ ला. तेव्हा १ मार्च, १९४७ नंतर एखादी बाई जर नाहीशी झाली असेल किंवा कुण्या परधर्मीय पुरुषाबरोबर ती गेली असेल, किंवा तसा संशय असेल, एखादी गोष्ट नजरेस आली असेल, तर अशी बाई जबरदस्तीनंच पळवून नेली, असंच समजून त्याप्रमाणे पुढील कार्यवाही करायची. त्याशिवाय त्या ठरावीक तारखेनंतर परधर्मीयाबरोबर एखाद्या स्त्रीचं लग्न झाल्याचा प्रकार लक्षात आला, तर अशी लग्नं ही सक्तीनंच झाली आहेत असे समजून अशा लग्नाला दोन्ही देशांनी मान्यता द्यावयाची नाही. धर्मांतराचंही तसंच. मग अशा वेळी एखाद्या बाईनं काही जरी सांगितलं, विरोध जरी केला, किंवा तशा संबंधातून एखादी बाई अडचणीत जरी आली असेल, आणि तिला दुसरा मार्गच उरला नसेल, तरीसुद्धा मान्यता द्यावयाची नाही. असं जरी असलं, तरी, तारीख नक्की करताना अनेक प्रश्न अनुत्तरितच राहिले होते. ठरलेल्या तारखेनंतर एखाद्या बाईला मुलं झाली असतील, (दोन्हीही बाजूंच्या) परस्परसंबंधातून किंवा आधीच झाली असतील, तर अशी स्त्री किंवा अशा स्त्रियांना पळवूनच नेलं होतं, असं समजायचं का? का फक्त १ मार्च नंतर जन्मलेल्या मुलांच्यासाठीच हा कायदा लागू करायचा? म्हणजे असे काही प्रश्न होते, की ज्यांचा उलगडा होणं शक्यच नव्हतं. आता या 'मुक्ती' कार्यक्रमात प्रमुख सामाजिक कार्यकर्त्याला साहाय्य करण्यासाठी पोलिस खात्याचं एक पथक तैनात केलं होतं. यामध्ये एक सहायक पोलिस महानिरीक्षक, दोन उप दुय्यम निरीक्षक, पंधरा निरीक्षक, दहा दुय्यम निरीक्षक आणि सहा सहायक दुय्यम निरीक्षक यांचा समावेश केला होता. त्याशिवाय काही स्त्री सामाजिक कार्यकर्त्यांची– ही नेमणूक केली होती. या पोलिस पथकाला दोन्ही देशांत जाऊन तपासणी करण्याचे अधिकार दिले होते. एखाद्या किंवा विशिष्ट स्त्रियांच्या शोधासाठी दुसऱ्या देशात जाणं, त्यांचा शोध घेणं, सापडलेल्या स्त्रियांना आपल्या देशात परत आणणं, यासाठी स्वयंसेवकांना पोलिसांची मदत मिळणार होती. अर्थातच, अशा स्त्रिया कुठं आहेत, याची खातरजमा करून घ्यायची आणि मगच पुढील कारवाई करायची. आता ज्या सामाजिक कार्यकर्त्या, स्वयंसेविका होत्या, त्यांना स्त्रियांचा शोध घेण्यासाठी वेगवेगळ्या (युक्त्या) योजाव्या

लागत. पळवाटा शोधाव्या लागत. कित्येक वेळा स्थानिक पोलिस त्यांच्या मदतीला असत. न जाणो, एखाद्या बाईला काही बातमी लागली, आणि ती दडून बसली किंवा घरातील लोकांनीच तिला लपवून ठेवली, तर अशा वेळी पोलिसांची मदत उपयोगी पडायची. आता शक्कल कशी लढवायची, याचाच विचार केला, तर कुणी तपास करायला जाताना वेशांतर करीत, कोणी खोटी नावं धारण करीत. कुणी स्वत:च्या जबाबदारीवर अगदी गुप्तपणे जात. कुणी एखाद्या बाईचा ठावठिकाणा लागला, तर अगदी धाडस करून त्या घरात जात आणि त्या बाईला ताब्यात घेत असत. त्याची काही उदाहरणं–

सकाळीच आम्ही मुलींच्या शोधात खेड्या-पाड्यांतून जात होतो. आणि संध्याकाळी आमच्या मुख्य कार्यालयात परत येत होतो. आणि नंतर तपासणी करताना, शोध घेताना ज्या स्त्रिया सापडत, अशा स्त्रियांना कार्यकर्त्या बरोबर घेऊन येत. मग आम्ही आमच्या केंद्रावर त्यांचं स्वागत करीत असू. मग त्यांच्या मिळालेल्या माहितीवरून त्यांची रवानगी त्यांच्या प्रांतात करीत होतो. मग दुसऱ्या दिवशी पुन्हा असाच दौरा! आमच्यांतल्या काही धाडसी कार्यकर्त्या होत्या, त्या अगदी धिटाईनं पुढं जात.

आम्ही खेड्यापाड्यांतून जात होतो आणि अंडी विकत होतो. अंड्याच्या बदली कधी आम्ही लस्सी मागत असू. आम्ही सांगायचो, की आम्ही फार लांबून आलो आहोत. अम्मा अम्मा म्हणून आम्ही हाक मारत होतो. मग आम्ही अंडी विकून लस्सी प्यायला मागायचो. मग आम्ही त्यात काही गोष्टी बनवून सांगायचो. आम्ही हिंदुस्थानातून आलो आहोत. तुम्हांला माझा लहान भाऊ माहीत आहे का, त्या शीखांनी त्याची बायको पळवली. चांगली तरुण. इकडंच कुठं आणलीय्. आम्ही मुद्दाम हिंदुस्थानातून इथं आलो आहोत. तो आता एकटाच आहे. दु:खी आहे. तुम्हांला अशी एखादी बाटलेली मुलगी माहीत आहे का, असेल, तर सांगा. आम्ही फार तर तिला विकत घेऊ आणि त्या बिचाऱ्याचा संसार उभा करू. मग कुणी तरी सांगायचं की, कदाचित त्या म्हाताऱ्या बाईला काही माहीत असेल. मग असंच कुणीतरी सांगायचं की, अमुक ठिकाणी एक मुलगी आहे... तेव्हा आमची अंडी विकण्याची पद्धत अशी असायची. मग आम्ही लस्सी प्यायचो... आम्ही म्हणायचो, अम्मा आम्हांला फार भूक लागलीय्. काही तरी खायला द्या. अशा तऱ्हेनं आम्ही लोकांचा विश्वास संपादन करीत होतो. आणि मग आम्ही विचारीत होतो की, एखादी मुलगी आहे का, आम्हांला ती विकत घ्यायचीय्. तिच्या घरची माणसं तिला पाठवतील का आणि मग आम्ही

हळूच पत्ता विचारून घेत होतो. तर अशा पद्धतीनं आम्ही बातम्या काढत होतो.[२०]

एकदा दिल्लीमधील निर्वासितांच्या छावणीत एक तरुण होता. त्याची बायको आणि दोन महिन्यांचा मुलगा दोघेही बेपत्ता झाले होते. त्या तरुणाचं नुकतंच लग्न झालं होतं. एक दिवस एक म्हातारी आली आणि त्या तरुणाला म्हणाली की, तुझी बायको भोगलमधल्या (दिल्लीचा एक भाग) एक जाट माणसाकडं आहे, म्हणून. ती असंही म्हणाली की, मला त्याबद्दल वाईट वाटतं. आणि मी माझ्या नवऱ्याला सांगून तिचा काही निरोप, असेल तर मी तुला कळवते. नंतर त्या तरुण माणसानं मला हे सुद्धा सांगितलं की, त्याच्या बायकोनं त्याचा फोटो मागितलाय्, म्हणून आणि तो त्यानं पाठवून दिलाय्. ती म्हातारी असंही म्हणाली की, ती तुझी फार आठवण काढतेय् आणि ज्यानं तिला पळवून नेलीय् त्या 'जाट' माणसानं तिला आपल्या शेतावर कामाला लावलंय्. तेव्हा एक दिवस सुशीला नायर छावणीमध्ये आल्या आणि म्हणाल्या; चल, मी तुझ्याबरोबर येते. कुठं आहे ते शेत, आपण हुडकून काढू. त्या वेळी संध्याकाळ टळून गेली होती. आणि आम्ही ओखला इथं पोहोचलो. तेव्हा अंधार पडला होता. परंतु सुशीला नायर धीट होत्या. त्या माझ्यापुढं तरतर चालत निघाल्या. शेतं, झाडं, झुडपं यांतून मार्ग काढत आम्ही तिथं पोहोचलो. आम्हांला अनेक बायका भेटल्या. पण पाहिजे ती भेटली नाही. नायर त्या घरात अगदी बिनधास्तपणे घुसल्या. आणि मी त्यांच्यामागे गेले. तो तरुण ज्याचं नाव आसफ होतं, तो आमच्याबरोबर आला होता. तो बाहेर उभा राहून जानबी, जानबी म्हणून आपल्या बायकोला हाका मारत होता. पण आतून कुणीच प्रतिसाद दिला नाही. तेव्हा सुशीला नायर यांनी तिथं असलेल्या स्त्रियांना सांगितलं की, हे पाहा, ती मुलगी कुठं आहे, ते सांगा. तिला मुकाट्यानं इकडं आणा. तुम्हांला काहीही त्रास होणार नाही. मी इथं आले आहे, ते तिला घेऊन जाण्यासाठीच. आणि उद्या जर का पोलिस इथं आले, तर तुम्हांला जेलमध्ये जावं लागेल आणि शिक्षा भोगावी लागेल. तरीपण त्याचा काही उपयोग झाला नाही. ती मुलगी मिळाली नाही. आणि रात्री नऊ वाजता आम्ही परत आलो.[२१]

---

२०. दमयंती सेहगल : व्यक्तिगत घेतलेली मुलाखत.

२१. अनिस किडवाई : आज़ादी की छाँव में. (हिन्दी) दिल्ली, नॅशनल बुक ट्रस्ट, १९९० पा. १३१.

नंतर काही दिवसांनी सुशीला नायर आणि अनिस किडवाई या दोघींनी मिळून तिचा शोध लावला. त्या मुलीला घरातल्या गवताच्या माळ्यामध्ये कोंडून ठेवली होती. नंतर त्या जाट माणसानं तिला उत्तर प्रदेशात घेऊन जाण्याचा प्रयत्न केला असता जानबी मधूनच निसटली. मध्ये एका गावात काही मुस्लिम नमाज पढत होते. ती त्यांच्याजवळ गेली आणि तिनं आपली हकीकत त्या मुसलमानांना सांगितली. नंतर तिला तिच्या नवऱ्याच्या ताब्यात दिली. पण तिचा मुलगा मात्र गेला होता. अर्थात सगळ्याच स्त्रियांच्या बाबतीत असा सुखांत शेवट झाला, असं नाही. कारण अशा कित्येक जणी धडाडीनं बाहेर पडल्या; पण त्यांचा पुढं कुठं पत्ताच लागला नाही. नंतर अशा स्त्रियांच्या बाबतीत काही कायदेशीर कारवाई करून त्यांना आपापल्या गावी पोहोचवता येईल का, याचा प्रयत्न केला. स्त्रियांशी संपर्क साधून तारखा निश्चित केल्या. त्याबद्दल सर्वांना माहिती दिली. परंतु कित्येक जणींचा अंदाज लागत नव्हता. अनेक स्त्रियांनी कायदेशीर कारवाईला नकार दिला. आपल्या घरी जायलाच नकार दिला. झैनाबसारख्या अशा कित्येक जणी होत्या, की त्यांनी स्वत:च निर्णय घेतला आणि ज्या माणसानं त्यांना पळवून आणलं, त्याच्या बरोबरच राहायचं ठरवलं. त्याच्याशीच संबंध ठेवले किंवा ज्यांनी पैसे देऊन बाई विकत घेतली, अशा माणसाबरोबरच कायम राहण्याचा निर्णय कित्येक जणींनी घेतला. ज्या विकल्या गेल्या होत्या. अगदी सुरुवातीला या गोष्टींवर माझा विश्वासच बसत नव्हता. पण यातही काही दाहक सत्य होतं. एखादा कुणी तत्त्वज्ञान सांगेलही; पण हे उघड आहे की, आतापर्यंत तरी बहुतेक भारतीय मुलींची लग्नं ही अनोळखी माणसाशीच लावली गेली आहेत. लावली जातात. मग अशी लग्नंसुद्धा एक दडपा-दडपीचाच प्रकार नाही का? अन्याय आणि जबरदस्तीचाच हा सारा मामला. मग फाळणीमध्ये पळवून नेलेल्या मुलींनी कुणाशी किंवा मुलींशी कुणी जबरदस्तीनं लग्न केलं आणि अशा मुलीही नंतर त्यांच्याबरोबर कायमच्या राहिल्या, तर फरक काय पडतो? केवळ तो माणूस इतर जातीचा, धर्माचा आहे, म्हणून विरोध का? एका बाईचे हे उद्‌गार पाहा : 'मी परत का येऊ? मला तुम्ही भारतातच परत यायला का सांगता आहात, तिथं माझं राहिलंय् काय, कसलं पातिव्रत्य, कसला धर्म? माझं काय उरलंय् आता?' दुसरी एकजण म्हणाली. 'माझा नवरा गेला. म्हणून मी दुसऱ्या माणसाबरोबर राहतेय्. तुमचं म्हणणं मी भारतात परत यावं, पण कशासाठी? माझं आता तिथं कुणीही नाही. आणि मी किती नवरे बदलू? रोज एक नवरा बदलू की काय?' तशी अपेक्षा तुम्ही करू नका.[२२]

---

२२. कृपाल सिंग : पंजाबची फाळणी. प्रसिद्धी कार्यालय : पंजाब विश्व विद्यालय, पतियाळा : १९७२ पा. १७१

मृदुला साराभाईंनी अनेक मध्यमवर्गीय स्त्रियांना सामाजिक कार्यात आणलं. अशा महिलांनी हिंदू आणि शीखांच्या ज्या स्त्रियांचं अपहरण झालं होतं, त्यांच्या पुनर्वसनाचं काम केलं. दिल्लीमधल्या जुना किल्ला आणि हुमायूँन स्मारक या दोन ठिकाणी ज्या निर्वासितांच्या छावण्या होत्या, त्या दोन्ही मुसलमान निर्वासितांच्या होत्या. तिथंच एका कार्यकर्ती महिलेनं आपणहून केवळ मुसलमान स्त्रियांसाठीच काम केलं. त्या स्त्रिया हिंदू आणि शीखांनी पळवून आणल्या होत्या. अनिस किडवाईचे पती शफी अहमद किडवाई यांचा फाळणीच्या वेळी मसुरीमध्ये खून झाला. तेव्हा अनिस किडवाई या अत्यंत निराश झाल्या. आणि काही विरंगुळा मिळावा, म्हणून त्या गांधींकडे गेल्या. गांधींनी त्यांना सांगितलं, की दुःख थोडं विसर आणि काही सामाजिक कार्य कर. तेव्हा किडवाईंनी मुसलमान निर्वासितांसाठी काम करायला सुरुवात केली. निर्वासितांसाठी काम करता-करता काही मुस्लिम स्त्रिया ज्यांना पळवून आणलं होतं, त्यांच्या संपर्कात आल्या. किडवाईंनी अशा स्त्रियांच्या अडी-अडचणींवर लिखाण सुरू केलं. त्या लेखनातला एक उतारा इथं मी देत आहे :

> या अनेक मुलींपैकी काही वेळा एखादी मुलगी मारली जायची किंवा जखमी तरी केली जायची. 'एखादी देखणी' मुलगी असेल, तर आळीपाळीनं सैनिक आणि पोलिस तिचा उपभोग घ्यायचे, 'बऱ्यापैकी' इतर कुणी मुलगी असेल, तर तिला घेऊन जायचे. म्हणजे अशा 'बऱ्यापैकी' मुलींचा वापर अनेक जण करीत. मग अशा मुली अनेक जणांच्या हातांत पडत. काम झालं, की त्यांना पुन्हा दुसरा कुणी एखादा हॉटेलमध्ये घेऊन जायचा आणि आपली मिजास दाखवायचा. नाहीतर कुणी अशा मुलींना पोलिस अधिकाऱ्यांना खूश करण्यासाठी नजराणा म्हणून पाठवत. पोलिस अधिकारी मग अशा मुलींचा स्वतःची भूक भागवण्यासाठी वापर करीत.
>
> आणि मग अशा मुलींपैकी प्रत्येक मुलगी फसवणूक, अत्याचाराला बळी पडलेली असायची. अर्थातच आपल्याला या संकटातून जो कुणी मुक्त करील, त्याला जुलुमानं का होईना, पण ती देवदूत समजायची. आणि असा देवदूत– म्हणजे जो हाणा-मारी, झगडा करून राक्षसाच्या तावडीतून अशा मुलींना बाहेर काढायचा. मग त्या मुलीला असा माणूस देवदूत वाटणारच. कारण सर्वत्र हिंसाचार, लूटमार चालू असताना आपला जीव धोक्यात घालून तो मुलीची सुटका करायचा. मुलीला नराधमांच्या तावडीतून 'तशा' अवस्थेत बाहेर काढल्यानंतर तो स्वतःच्या कमरेचा कपडा किंवा अंगातलं बनियन त्या मुलीच्या अंगावर टाकून तिची लाज झाकायचा. गंमत म्हणजे,

त्याच्या अंगावरचे कपडे सुद्धा लूटमारीतलेच असत. मग अशा निकराच्या प्रसंगी सुटका झालेली मुलगी सर्व काही विसरायची. आपल्या आईचा कापलेला गळा, वडिलांचं रक्तानं माखलेलं शरीर, नवऱ्याचं लटपटतं प्रेत. मग ती या देवदूताचे आभार मानायची. नाही तर काय करणार? आणि का आभार मानू नयेत? कारण एका भयानक संकटातून त्यानं मुलीची सुटका केलेली. आणि अशा माणसानं जर तिला घरी आणली, तिला सन्मानानं वागवली, तिला लग्नाचं वचन दिलं, तर त्या मुलीनं अशा माणसाचं जन्मभर का ऋणी होऊ नये?

पण काही गोष्टींचं आकलन फार उशिरा व्हायचं. डोक्यात फार उशिरा उजेड पडत असे. जिथं सगळेचं अत्याचारी, त्यांच्यापैकी एकाच माणसाला निष्पाप म्हणून जवळ करणं, किंवा पोलिसांमध्ये कुणाला सज्जन समजणं फार कठीण! एकाच ब्रशानं सर्वांचे चेहरे काळे झालेले. आणि आपल्या तरुण मुलींच्या अब्रूच्या रक्षणासाठी प्रत्येक जणच जीवन-मरणाशी खेळला असेल का? तेव्हा ज्यांच्या मुलींना पळवून नेलं आहे, ज्यांच्या मुली बेपत्ता झाल्या आहेत, अशा मुलींच्या हजारो आया-बहिणी अशा तथाकथित 'शूर वीरांना' शिव्याशापच देत असतील. परंतु या सगळ्या गोष्टी लक्षात यायला एवढा उशीर झाला होता की, आता अशा मुलींना जायला कुठं जागाच नव्हती. तोपर्यंत या 'आई' होण्याच्या मार्गावर होत्या किंवा अशा मुलींचा उपभोग अनेकांनी घेतला होता. म्हणजे ज्या मुलींनी अनेक पुरुषांचे चेहरे बघितलेले, अशा भारतातल्या मुली आपल्या आई-वडिलांचे, नवऱ्यांचे चेहरे कधी तरी बघू शकतील का?[२३]

अपहरण केलेल्या स्त्रियांविषयी किडवाईंच्या भावना : 'हे सगळे प्रकार ऐकल्यानंतर एक स्त्री म्हणून मला काय वाटलं असेल, याची कल्पना वाचकांना येणार नाही.' त्या म्हणतात; ज्या इतर अनेक सामाजिक कार्यकर्त्या महिलांनी अशा स्त्रियांच्या पुनर्वसनाचं सुटकेचं जे काम हाती घेतलं आहे, जी जबाबदारी घेतली आहे, त्यांच्याही भावना काय असतील, हे माझ्यावरून ओळखता येतील. राज्याच्या कर्तव्य-दक्ष सेविका म्हणून काम करताना सुद्धा या स्त्रियांनी अशा दुर्दैवी स्त्रियांच्याकडं एक स्त्री म्हणूनच बघितलं. आणि अनेक वेळा अशा सेविका राज्यांनी दिलेली कार्यक्रमाच्या पत्रिका, ठरवून दिलेलं काम कसं तरी पूर्ण करून मोकळं होण्याच्या मार्गावर असत. आणि काही वेळा त्यांचाही नाइलाज असे. कारण त्यांच्यावर कामाचा ताणच इतका असायचा की, इतर

---

२३. अनिस किडवाई : आज़ादी की छाँवमें, पान – १४२

गोष्टींचा विचार करायला त्यांना मोकळीक मिळायचीच नाही. किडवाईंनी आपल्या भावना व्यक्त केल्या, त्या अशा :

... तिथं अशा काही स्त्रिया होत्या, की त्या गरिबांच्या घरी जन्माला आल्या होत्या आणि दारिद्र्यांशिवाय त्यांनी काही पाहिलं नव्हतं. अर्धपोटी आणि अंगावर चिंध्या. आणि आता त्या अशा माणसांच्या हातांत सापडल्या होत्या की, त्यांनी अशा स्त्रियांसाठी सिल्कच्या सलवारी, जाळीदार दुपट्टे, आणि त्यांनी अशा स्त्रियांना थंड आईस्क्रीम म्हणजे काय, गरम कॉफीची चव कशी असते, शिवाय सिनेमा कसा बघावा. हे समजून सांगितल्यानंतर प्रश्न येतच नाही, मग अशा स्त्रियांनी या पुरुषांची संगत सोडून भर उन्हात, फाटख्या चिंध्या नेसून गुलामासारखी शेतावर कामं का करावीत? आणि समजा, एखाद्या बाईनं किंवा मुलीनं अशा रीती-रिवाज असलेल्या, उत्साही पुरुषांची संगत सोडली, तर ती काय करणार तर एखाद्या दारिद्री, अंगावर चिंध्या आणि खांद्यावर दांडकं असलेल्या शेतकऱ्याबरोबर तिला आयुष्य काढावं लागणार. म्हणूनच या स्त्रिया आता सुखी आहेत. त्यांना मागच्या भयकारी आठवणी नको आहेत. आणि पुढच्या अस्थिर, शिवाय छळवादी, आयुष्याचाही त्यांना विचार करायचा नाही. आहे हा पुरुष चांगला आहे. आणि आलेला दिवस उत्तम आहे.

त्याशिवाय अशा स्त्रियांना अशी एक भीती होती, ती म्हणजे, जे लोक त्यांची या नरकवासातून सुटका करणार होते त्यांना मित्र समजायचं, का शत्रू? कारण हे लोक पैशासाठी पुन्हा आपली विक्री करणार नाहीत, याची कल्पना कुणाला आणि कशी असणार? शेवटी एखादी मुलगी आधीच अनेक वेळा विकली गेलेली असायची. आणि त्याच मुलीची पुन्हा किती वेळा विक्री करणार? म्हणजे पुन्हा तेच पोलिसांचे खाकी कपडे, शिवाय इकडून-तिकडं तिला घेऊन जाणं. जे मागं अनेक वेळा घडलं, तेच पुन्हा. म्हणजे खात्री कुठलीच नाही. एखादा कुणी डोक्याला फेटा गुंडाळून आलेला असेल, तर तो मुलीच्या कुण्या नातेवाइकांकडून आलेला आहे, हे कशावरून? आणि समजा, तो आलेला माणूस एखादा दलाल असेल आणि त्यानं विकत घेतलेली मुलगी पुन्हा दुसऱ्या कुणाला विकली, तर? म्हणजे खात्री काहीच देता येत नाही. तेव्हा अशा मुलींना चार दिवस कुठं त्यांच्या नातेवाइकांकडे पाठवलं, तरच त्यांचावरचा कलंक पुसला जाण्याची शक्यता.

आता उरला धर्माचा प्रश्न. या मुलींना धर्माची काही माहिती नसणार. मुसलमान पुरुष कमीत कमी नमाज तरी पढतात. अलविदा म्हणतात.

ईदच्या दिवशी मशिदीत जातात. नमाझ पढतात आणि मुल्ला-मौलवींचा उपदेश ऐकतात. बांग ऐकतात. पण एखादी तरुण मुलगी, बाई मशिदीजवळ दिसली, तरी मुल्ला-मौलवींचा रागाचा पारा चढतो. तेव्हा मुल्ला त्यांना लगेच विचारतील की, तू इकडं का आलीस, तुझं इथं काय काम आहे, आणि तिला हाकलून देतील. म्हणजे एखाद्या कुत्र्याला हाकलून द्यावं, तसं ते लोक त्या मुलीला हाकलून देतील. म्हणजे जे स्वत:च गुन्हेगार, तेच स्त्रियांना हाकलून देतील. म्हणजे स्त्रिया मशिदीजवळ आल्या, की त्यांच्या नमाजाला बाधा येते. त्या धर्मोपदेश ऐकायला आल्या की, त्यांचं पित्त खवळतं. लक्ष विचलित होतं. स्त्रिया दर्ग्यामधे गेल्या, तर पुरुष त्यांना हाकलून देतील. पण स्त्रियांनी जर कव्वालीच्या मैफलीत भाग घेतला, तर त्याला सूफींचा विरोध नसतो. उलट, तेच मैफलीत मश्गूल होतील. त्यांचं लक्ष मग परमेश्वराऐवजी भौतिक वादाकडं जातं. आणि, मित्रमैत्रिणींनो, त्यांच्या या धर्मानं बाईला कधीच सुख लागू दिलं नाही. परंतु आता जो तिला नवा माणूस भेटला आहे, तो मात्र तिला देवासारखा वाटतोय्. कुणी काही म्हटलं, तरी ती अशा देवासमान पुरुषाची संगत कधी सोडणार नाही. कारण या पुरुषानं त्या बाईचं आयुष्य उजळून टाकलं आहे. तिला फुलासारखं जपलं आहे.

तेव्हा अशा देवासमान पुरुषाची संगत सोडण्याची तिची तयारी नसताना सुद्धा अशा कित्येक स्त्रियांवर फार मोठा दबाव आणला गेला. सक्ती केली गेली. आणि मग नाइलाजानं अशा स्त्रियांना हव्या असलेल्या पुरुषाची संगत सोडून घरी जाणं भाग पडलं. (आणि सगळ्याच स्त्रियांची अशी अवस्था नव्हती. अनेक स्त्रिया स्वखुशीनं आपल्या घरी गेल्या. कारण आपली सुटका झालीय् यातच त्यांना आनंद झाला होता.)

दमयंती सेहगल

एकदा दोन तरुण माणसं माझ्याकडं आली आणि त्यांनी सांगितलं की, आमची बहीण सत्या हिच्या लग्नाची तयारी आम्ही करत होतो आणि तेवढ्यात तिला कुणी पळवून नेली. त्यांचा संशय पठाणांवर होता. त्यांनीच तिला पळवून नेलीय् आणि कसंही करून तुम्ही तिला शोधून काढा. मी ते ऐकलं होतं. पण नक्की ठिकाण कुठलं, हे मी विसरले. त्या बदमाश पठाणांनी दीनदार पंथाची मुलगी पकडली आणि तिला घोड्यावर बसायला

शिकवलं... आणि आता ती रायफल घेऊन फिरतेय्... मी सत्याविषयी ऐकलं होतं. ती कुण्या डाकू आणि चोरांच्या बरोबर होती. आणि ती आता त्यांच्यापेक्षा भलतीच तयार झालीय्. आणि ती घोड्यावर बसून जाते. मी एका पोलिस अधिकाऱ्याला सांगितलं की, मला त्या भागात जायचं आहे. तेव्हा तो म्हणाला, ती जागा फार धोक्याची आहे. मी म्हणाले, असू दे; कसला धोका न् कसलं काय, मला तिकडं जायचंय्. आणि बघा, त्यांनी मग काय केलं असेल, तर आमच्याकडून बातमी काढली आणि तसा तिकडं निरोप पाठवला. म्हणजे आम्हांला पाहिजे, ती व्यक्ती तिथून निघून जाणार. आमच्याकडची बातमी त्यांना कळाल्याबरोबर ते गेलेच असणार आणि आमची हालचालही तशी मर्यादितच होती. जाताना आम्हांला कुठं जायचंय् आणि आम्ही कसे जाणार, याविषयी फार काळजी घ्यावी लागायची. इतरांच्यापेक्षा मला जास्तच हालचाल करावी लागली; पळावं लागलं. काही जरी असलं, तरी त्या दिवशी आम्हांला राना-वनातून-शेतातून जावं लागलं. आणि तो पोलिस अधिकारी आम्हांला सारखं सांगायचा, की ही जागा, हे रान फार धोक्याचं आहे, म्हणून. एक गरीब बाई माझ्याबरोबर आली होती. दुसरे दिवशी सकाळी त्यांनी पुढं निरोप पाठवला की, शेवटी बरीच पायपीट केल्यानंतर आम्ही सत्याचा ताबा घेतला. ज्या वेळी सत्याला गुजरातमध्ये परत न्यायचं होतं, त्या वेळी त्या पोलिस अधिकाऱ्याला सांगितलं, की आमच्याबरोबर सत्या आणि इतर मुली आहेत, तेव्हा आम्हांला पोलिस संरक्षण द्या. ते पठाण आमच्या मागोमाग गुजरातमध्ये आले. आणि त्यांनी कोर्टात सांगितलं की, ही बाई पहिल्यापासूनच मुसलमान आहे. आणि आम्ही हिला काही सोडणार नाही. आणि पाकिस्तानची निर्मिती होण्यापूर्वीच ती दीनदार पंथाची मुसलमान होती. तेव्हा त्या मुलीला कोर्टानं माझ्याकडून आपल्या ताब्यात घेतलं आणि सोडून दिलं. तेव्हा कोर्टात तिचा भाऊ होता. त्यानं आरडाओरड केली आणि या गोष्टीला विरोध केला. त्याला त्याच्या बहिणीला भेटू सुद्धा दिलं नाही. म्हणून तो संतापला. मी सुद्धा सांगितलं, की तिला तिच्या भावाला तरी भेटू द्या. पण कुणी ऐकलं नाही. मला फार वाईट वाटलं. मी माझं आयुष्य धोक्यात घालून तिला हुडकून काढलं, कष्ट घेतले आणि कोर्टानं तिला सोडून दिलं. मग मी पाकिस्तानचे पहिले पंतप्रधान लियाकत अली त्या वेळी कराचीमध्ये होते. (ही एक चूक आहे. दमयंती ज्यांच्याबद्दल बोलत होत्या, ते पंतप्रधान नव्हते. तर ते निर्वासितांचं पुनर्वसन वगैरे खात्याचे मंत्री रजा गझनफर अलीखान होते.) याच वेळी भारतीय स्त्रिया भारतात पाठविण्यासंबंधी आणि पाकिस्तानी स्त्रिया पाकिस्तानात

पाठविण्यासंबंधी एक राज्यांतर्गत करार झाला होता. या कराराचा संदर्भ देऊन मी मंत्र्यांना तार पाठवली. त्या तारेत मी म्हटलं की, अतिशय कठीण परिस्थितीत आपल्या राज्यांतर्गत कराराप्रमाणे त्या मुलीला मी ताब्यात घेतलं आणि कोर्टानं तिला सोडून दिलं. आणि अशी जर लबाडी इथं होत असेल, तर मी पाकिस्तानात राहणार नाही, म्हणून कळवलं. मग मंत्र्यांनी उलट तार पाठवली की, मी दुसऱ्या दिवशी गुजरातमध्ये येणार आहे आणि त्या मुलीला रेल्वे स्टेशनवर आणण्याची सोय करावी. म्हणजे मी तिला भेटेन. आणि काय करता येईल, ते बघेन. तेव्हा आम्ही सत्यादेवीला घेऊन स्टेशनवर वाट बघत राहिलो. आणि मग मुसलमान समाजात बातमी पसरली की, त्यांचे पंतप्रधान इकडं येणार आहेत आणि एका हिंदू बाईनं त्यांना इथं येण्यास भाग पाडलंय्, म्हणून आणि ही बातमी सगळीकडं पसरली. आणि या प्रकरणासंबंधी मुसलमानांना सुद्धा बातमी समजली की, मी एका बाईला पठाणांकडून सोडवून आणलंय् आणि त्या बाईच्या हातांत बेड्या घातल्या आहेत. सत्यादेवीचे भाऊ पण माझ्याबरोबर होते. प्रत्येकजण तिथं होता आणि हे प्रकरण जरा घाबरून टाकणारंच होतं. कारण लोक आणि डाकू सूड घेण्याच्या तयारीतच आले होते. आणि सत्यादेवी सुद्धा तशी तयारीतच आली होती. आणि तुम्ही विश्वास ठेवणार नाहीत, कारण त्या वेळी स्टेशनवर कोण नव्हतं.. एस्. पी., डी. सी...

तुम्हांला काय म्हणायचंय्, ते म्हणा, पण तिथं सगळे हजर होते. त्या अधिकाऱ्यांनी मला एका खोलीत बसवलं. सैनिक पण तिथं आले होते. कॅप्टन आला होता. आम्ही सगळेजण गाडी येण्याची वाट बघत होतो. आणि मला वाटत होतं, की मला हे कसं काय जमणार? कारण ती बाई मुस्लिम आणि वस्ती मुसलमानांची आणि मी पडले एकटी. मी त्या मंत्र्यांना काय सांगू? मला काय करावं, हे सुचत नव्हतं. मग मी कागद आणि पेन्सिल मागून घेतली. मग मी लिहिलं. 'जनाब-ए-अली, तुम्ही एक जाणकार आहात, आणि संपूर्ण पाकिस्तानचा लगाम तुमच्या हातात आहे...' मी त्यांना विनंती केली; मी लिहिलं की, तुम्ही पाकिस्तानामध्ये अत्युच्च जागी आहात. तुम्ही पंतप्रधान आहात. बुद्धिमान आहात. मी एक मूर्ख बाई. मला कसलीच कल्पना नाही. मला तुम्हांला सांगायचं एवढंच की, माझ्या ताब्यात एक गरीब मुलगी आहे आणि इथं जणू सगळं पाकिस्तान जमा झालं आहे. मला तुम्हांला एक विचारायचं आहे, की एखाद्या मुलीची सुटका करायची, तर अशा मार्गानं करणार का? याला मदत म्हणता येईल का? राज्यांतर्गत जो करार झाला आहे, तो यासाठीच का? आणि इथं एका

मुलीसाठी हजारो माणसं जमली? त्यांच्या हृदयांत एवढी आग धगधगतेय् का? आणि अशा परिस्थितीमध्ये मी कशी काम करणार? मी लिहिलं पत्र. एक छोटंसं पत्र. मग गाडी आली. लोक म्हणू लागले. गाडी आली... गाडी आली.. गाडी शेवटी आली. बघितलं, तर सगळी रेल्वे पांढरी. गाडीचा रंग पांढरा आणि त्यावर सर्वत्र पाकिस्तानी झेंडे. ही रेल्वे अगदी बघण्यासारखी होती. गाडी थांबली आणि पोलिसांनी मला तिकडं नेलं. त्यांचं नाव होतं लियाकत अली. ते बाहेर आले आणि म्हणाले; तुम्हीच का त्या? मी म्हणाले, होय. तुमचीच तक्रार आहे काय? मी म्हणाले, होय. तसे ते म्हणाले. गाडीत या. मी म्हणाले, साहेब, मी गाडीत येते; पण जरा परिस्थिती बघा. एका बाईसाठी एवढी माणसं? हा काय प्रकार आहे, हेच मला कळत नाही. मी एका मुलीचा शोध घेतला आणि तिला इथं आणली, तर एवढी माणसं आणि हा सगळा गोंधळ. मग मंत्री फार रागावले. त्यांनी डी. सी. ना हाक मारली. 'डीसी कुठं आहेत?' ते एकदम ओरडले. 'ही सगळी माणसं इथं का जमली आहेत?' 'साहेब, या मुलीसाठी हे सगळे इथं जमलेत.' 'एका मुलीच्या रक्षणासाठी एवढ्या माणसांची जरूर आहे काय? आणि ती मुलगी कुठं आहे, तिला आणलीत का इथं?' मग पोलिसांनी या मुलीला हातांतल्या बेड्यासह आणली. मी तिथं उभी होते. मंत्री पण तिथंच होते. आणि ती मुलगी एकदम ओरडली. मला घेऊन जायला कोण आलंय्, ही मूर्ख बाई? त्या मुलीची ही वागण्याची पद्धत! 'ही मला न्यायला आलीय्? मी जाणार नाही.' तिनं पायातला बूट हातात धरला आणि मला दाखवला. ओह्ऽऽ मंत्र्यांनी रागात पाहिलं आणि म्हणाले, हिला ताबडतोब जेलमध्ये टाका आणि या सगळ्या लोकांना लगेच घरी पाठवा. काढून टाका यांना. हा हुकूम आहे. या पोलिस अधीक्षकाला बदलीचा लेखी हुकूम द्या. ताबडतोब! मग त्यांनी रेल्वे फ्लॅटफॉर्मवर असं भाषण दिलं, की बस्स! ते म्हणाले, मला या हिंदू सेविकांचा अभिमान वाटतो. ही इथली मुलगी भारताची एकुलती एक प्रतिनिधी. आणि तुमच्या सगळ्या पोलिस ताफ्याला आणि तिच्यासाठी सगळ्या अधिकाऱ्यांना इथं येण्याची इतकी गरज का भासली? या बाईकडं बघा, ती कशी एखाद्या सिंहिणीसारखी उभी आहे. आणि तिला संरक्षण सुद्धा नाही. मला तुमची लाज वाटतेय्. तुम्ही कसे पुढं येणार? प्रगती कशी करणार? तुमच्या हजेरीत एक मुलगी कुणाला बूट दाखवते, आणि तेही माझ्यासमोर? तिला साखळ्या बांधा आणि एका कोठडीत टाका. आणि तिच्याबरोबर जे बदमाश आहेत. त्यांनाही एका कोठडीत टाका. त्यांनी पोलिसांना काढून टाकलं, अधीक्षकाची बदली केली

आणि इतरांचीही बदली केली. मग त्यांनी माझ्या पाठीवर थाप टाकली आणि आपल्या शेजारी बसवून घेतलं. आणि म्हणाले, मला तुझा खूप खूप अभिमान वाटतो. तुझाच नाहीतर भारताचा सुद्धा. खरोखरच हे कौतुकास्पद आहे. तुला कुठल्या आणि कसल्या गोष्टींना तोडं द्यावं लागतंय्. किती नाजूक प्रकृती आहे तुझी. आम्ही पंधरा मिनिटं बोलत होतो. मग गाडी सुटली. आणि मला, जमलेल्या लोकांना, सर्वांनाच आश्चर्य वाटलं...

मुली, मला थांबायला पाहिजे होतं. त्या मंत्र्यांनी सर्वांना अगदी लाखोली वाहिली. अधिकाऱ्यांसह सर्वांना. मला स्वत:चीच इतकी लाज वाटत होती की, मी मान वर करून बघू शकत नव्हते. ते सांगत सुटले. याची बदली केली. आम्हांला लाज वाटतेय्. जेव्हा मी परत फिरले, म्हणजे गाडी निघून गेल्यावर, त्या पोलिसांच्या पैकी एक जण माझ्यापाशी आला आणि म्हणाला, मला वाटतं, आता तुमचं समाधान झालं असेल. तुम्ही शांत दिसता. तुमचं काळीजही शांत झालं असेल. पण ज्या गरीब माणसांची बदली झालीय्, त्यांच्या घरी काय परिस्थिती होईल, काय वाटेल घरच्या लोकांना याची कल्पना आहे तुम्हांला? त्यांच्या मुला बाळांचा काही विचार? ती मुलं तुम्हांला काय म्हणतील? तुम्ही तुमचा विचार करा. तुम्ही अशा परिस्थितीत राहू शकाल का? मला वाटतं, हा खरोखरच गहन प्रश्न आहे. तो बोलणारा निघून गेला आणि माझ्या मनाला मात्र ही गोष्ट लागली. मग पुन्हा तो म्हणाला, 'आणि लक्षात घ्या, आज त्यांच्या घरात सगळे कसे शांत आहेत. दु:खी आहेत. आज त्यांच्या घरात चूलसुद्धा पेटली नाही. स्वयंपाक नाही. मुलं भुकेली आहेत. आणि प्रत्येकाला आश्चर्य वाटतंय्, की ही कोण भारतीय बाई आहे. कुणीही आलं तरी ती वरचढ ठरते. कुणीही आलं, तरी ती स्वत:चंच खरं करते. आम्हांला तर ती त्रास द्यायला आलेली हडळच वाटते.' मग मी त्या माणसाला विचारलं की, खरंच त्या पोलिसांना काढून टाकलंय् का? दुसरं काय, तो म्हणाला. आणि तुम्हांला त्यांच्याविषयी काय वाटतं, ज्यांच्या घरी आज जेवण नाही. कारण त्यांच्या घरची मन:स्थिती चांगली नाही. घरी जो मिळवून आणतो, त्याचीच नोकरी गेली, तर ती मुलं-बाळं, बायका काय तुम्हांला आशीर्वाद देतील का? तुम्हांला शिव्या-शाप दिल्याशिवाय ते दुसरं काय करणार? मग मी विचारलं, मी असं काय केलं? तसा तो म्हणाला की, तुम्ही तक्रार केली, म्हणून तर ही कारवाई झाली. मग मी पोलिस अधीक्षकाकडे गेले आणि त्यांना विचारलं

की, 'तुम्ही आधी यांची चौकशी का करीत नाही... ओह्, मला काय म्हणायचं होतं बरं, हां म्हणजे त्यांना निलंबित का करीत नाहीत? तुम्ही त्यांना नोकरीतून कमी करू नका. कृपा करून त्यांना नोकरीतून काढू नका. तसा तो अधिकारी म्हणाला की, तो मंत्र्यांचा हुकूम आहे. मी तो टाळू शकत नाही. मग मी डीसीकडं गेले आणि रडले. मी म्हणाले; असं करू नका. त्यांना नोकरीतून काढू नका. तसे ते साहेब म्हणाले की, मिस् सेहगल, मंत्री कसे रागावले होते, माहीतंय् ना. तेव्हा मी काय करू शकतो? तशी मी म्हणाले, होय मी ते किती संतापले होते हे बघितलंय्. पण तुम्ही काही करू शकता का, मला आता अन्नपाणी सुद्धा गोड लागत नाही. मी मंत्र्यांशी बोलेन. तुम्ही तशी सोय करता का? तसे डीसी म्हणाले; होय. तेवढं करू शकतो. मी तुम्हांला फोन जोडून देतो. तुम्ही जर बोललात, तर काही होऊ शकेल. पण तुम्हांला त्यांच्याशी बोललं पाहिजे. मग त्यांनी मला फोन जोडून दिला. मी त्यांच्याशी फोनवर बोलले. आधी मी त्यांचे आभार मानले. कारण त्यांनी मोठं काम केलं होतं. मग मी त्यांना सांगितलं, की माझ्या मनाला एकच गोष्ट लागून राहिलीय्. मला फार वाईट वाटतं. आणि कशाबद्दल म्हणाल, तर तुम्ही पोलिसांना कामावरून काढून टाकलंत. बिचाऱ्यांचं नशीब चांगलं नाही. मग ते म्हणाले की; त्यांनी त्यांच्या कामात कुचराई केलीय्. मी म्हटलं, आपलं बरोबर आहे. साहेब; मला वाटतं, ते लोक थोडे गोंधळून गेले होते. त्यांना असं वाटलं असेल की; आपलं पहिलं काम म्हणजे आधी पाकिस्तानचं रक्षण करणे. आणि मला वाटलं, मुलीला ताब्यात घेणं हे माझं काम होतं. मला त्याबद्दल फार वाईट वाटतं. मग मंत्री म्हणाले; तुम्हांला खरंच असं वाटतं का? तर मी म्हणाले; होय. मग ते म्हणाले की, ठीक आहे. मग त्यांनी पोलिस अधिक्षकांना सांगितलं की; पोलिसावर कुठलीही कारवाई करायची नाही. सध्या तरी. नंतर त्या मुलीचं काय झालं आणि ती कुठं गेली, हे मला काही माहीत पडलं नाही. मग आठवतं की, मी स्टेशनवर तिला सांगितलं की; तुझे भाऊ इथं उभे राहिलेत तुझ्यासाठी, तर तिनं मला शिव्या दिल्या. म्हणाली; तुला काय घेणंय् माझ्याशी. तू कोण मला सांगणारी?...'

सांगायचं कारण तो स्टेशनवरचा देखावा फार प्रेक्षणीय होता. अतिशय थक्क करणारा. तुम्ही लक्षात घ्या. एका बाईला हातात बेड्या घालून आणलंय्, दुसऱ्या बाजूला पोलिस आणि त्या बाईला एका मंत्र्यासमोर उभं केलंय्. तिचे भाऊ पण तिथंच आहेत. आणि ती बाई अतिशय रागानं, द्वेषानं

माझ्याकडे बघतेय्... ती म्हणतेय्, हीच ती बाई जिनं मला अटक करून इथं आणलंय्. तिनंच सगळा गोंधळ निर्माण केलाय्.

आता तुम्ही विचाराल की, त्या मुलीचं काय झालं, तर त्याविषयी मला काहीच माहिती मिळाली नाही. तिच्या पुढील आयुष्याबद्दल मंत्र्यांनी काय केलं, मला माहीत नाही. त्या लोकांनी पुढं तिला भारतात पाठवली की, मला काहीच कळालं नाही. गुजरातमध्ये काही छावण्या निर्माण केल्या होत्या. म्हणजे निर्वासितांसाठी. असं मी ऐकलं होतं. मला असंही माहीत पडलं की गुजरातचा एक नबाब होता. तो, म्हणे, आपल्या सिंहासनावर बसायचा आणि त्याच्या समोर पळवून आणलेल्या मुलींची परेड चालायची. त्याच्या समोर मुली उभ्या राहिल्या की, तो एखादी सुंदर मुलगी पसंत करायचा, तो तरुण मुलींना ठेवून घ्यायचा आणि वयस्कर मुलींना बाहेर पाठवून द्यायचा. ज्या मुलींविषयी त्याला प्रेम वाटायचं, त्या काहीच विरोध करू शकत नव्हत्या. तो नबाब मग मुलींची प्रतवारी करायला सांगायचा. ही नंबर १, ही नंबर २ आणि सगळ्यांत ज्या सुंदर असतील, त्यांना आपल्या जनानखान्यामध्ये पाठवायचा. नंतर मला एक बातमी लागली, की त्या नबाबाकडे दोन मुलंही होती. ज्यांच्या आईवडिलांचा खून झाला होता. तेव्हा मी त्यांच्याकडं गेले. आणि ती मुलं परत मागितली. तेव्हा त्यांनी मुलं परत द्यायला नकार दिला. मी जेव्हा विचारलं, तुम्ही मुलं का परत देत नाहीत. – तुमचं स्वत:चं कुटुंब आहे. तर त्याची बायको म्हणाली की; जरी आमचं कुटुंब असलं, आणि मला स्वत:ची तीन मुलं असली तरी त्याच्या मागं आमची एक पद्धत आहे. रीत आहे. आम्ही उगीच कुणाला धरून आणत नाहीत. कचरा आम्ही घरात घेत नाहीत. आम्ही आम्हांला हवी तशीच मुलं घेतो. आता ही दोन मुलं शिकत आहेत. माझ्या इतर तीन मुलांबरोबर ती अभ्यास करत आहेत. त्यांना शिकवणी लावली आहे. मी त्यांना पुढील शिक्षणासाठी इंग्लंडला पाठवणार आहे. कारण माझ्याजवळ पैसा आहे. आणि ती दोन्ही मुलं मला आमचीच वाटतात. ही दोन मुलं इतकी बुद्धिमान आहेत, की माझ्या तिन्ही मुलांवर त्यांचा प्रभाव पडला आहे. आणि या मुलांनी लग्न केल्यानंतर त्यांना जी मुलं होतीत. ती सुद्धा हुशार निघतील. आणि आम्हांला याचंच वाईट वाटतं की, या भागातून हिंदू लोक निघून गेले. ती माणसं प्रेमळ होती. त्यांचं प्रेमही त्यांच्याबरोबर गेलं. सीमेबाहेर. आम्हांला ते प्रेम पुन्हा इथं आणायचंय् आणि ते वृद्धिंगत करायचंय्. या मुलांची मुलं. त्यांना एक चांगले मुसलमान म्हणून वर आणायचंय्.

काय आहे, रात्रंदिवस मी कामातच होते. काय चाललंय् हे मला समजायचंच नाही. सोडवून आणलेल्या मुलींची देखभाल करण्यात माझा वेळ जायचा. पण मला त्यात समाधान होतं... पण तुम्हांला सांगते, त्या पूँचमध्ये त्या मौलवी लोकांनी असंच एक केंद्र सुरू केलं होतं. त्या केंद्रात ते लोक इथून गेलेल्या मुलींच्या डोक्यात धर्माविषयी काही भरवायचे. बुद्धिभेद करायचे. तेव्हा हिंदू आणि मुस्लिम अशा मुलींना जवळ करायचे नाहीत. ते मौलवी म्हणायचे की, तुमचे नातेवाईक इकडे येतील आणि तुम्हांला घेऊन जातील. पण या देशाची हद्द ओलांडली, की किंवा हद्दीपाशीच तुम्हांला मारून टाकतील आणि ते सांगत, की भारतात परिस्थिती फार वाईट आहे. एका ग्लासभर पाण्याला तुम्हांला एक रुपया द्यावा लागेल. आणि ज्या मुली तिकडं गेल्या आहेत, त्या उपाशी मरतात. आणि या ना त्या तऱ्हेनं ती माणसं मुलींना घाबरवून सोडत. अनेक नाटकं करीत. मग ते लोक मुलींना नमाज पढायला लावत. आणि मग त्यांना धर्मांतर करायला लावत. मग त्यांच्यापैकीच कुणी तरी एक यायचा आणि मुलींना सांगायचा की, अमुक एका मुलीचे वडील खाली आले आहेत. ते त्यांच्या मुलीला घेऊन जाणार आहेत. मग काही मुलींना केंद्राच्या छपरावरून खाली पाहायला सांगत. खाली काही माणसं उभी राहत आणि काहीतरी थातुर-मातुर सांगून काही मुलींना आलेल्या लोकांच्या ताब्यात देत. पण व्हायचं काय, की दहा एक दिवसांनंतर त्या सोडून दिलेल्या मुली रडत मौलवींच्या केंद्रात येत. त्या सांगत, की आम्ही पळून आलो आहोत. राना-वनांतून चालत, कठीण परिस्थितीतून इथं आलो. एखादी सांगायची, एक शीख तिला मारायलाच निघाला होता, तेव्हा मी जीव वाचवला आणि पळाले. मग त्या मुली परत आल्या की, मुसलमान मुलींच्याबरोबर राहत. तिथं हिंदूंच्या दोनशे मुली होत्या. आणि काही थोड्याच मुसलमानांच्या मुलीच त्यांच्यामध्ये मिसळत. मग त्या मुसलमान मुली हिंदू मुलींना सांगत की हिंदू आणि शीख कसे वाईट होते... आम्ही अनेक ठिकाणांहून मुली शोधून आणल्या होत्या. आम्हांला त्या मुलींपैकी कुणाची फारशी माहिती नसायची. कोण कशी आहे, हे कुणाला माहीत? ते मुसलमान लोक त्या मुलींना सोडून द्यायचे आणि त्याच मुली परत यायच्या आणि काही गोष्टी सांगायच्या. मग इतर जणी घाबरून जात. आणि दुसरी एक घटना म्हणजे भयानकच.

ज्या वेळी ते लोक काही हिंदू-शीखांना पकडून त्यांच्या केंद्रात आणत, त्या वेळी पुरुषांना एक तर वेगळं ठेवलं जाई. मला वाटतं, ते लोक पुरुषांना मारून टाकीत. शिवाय ते लोक वयस्कर बायकांना बाजूला ठेवीत. माझ्यासारख्या

बाईचं ते काय करणार? पण ते लोक बदमाशी करत. म्हाताऱ्या बायकांना वेगळं ठेवत. त्यांच्या मुलांना मारून टाकीत. आणि संपत्ती जमीन जुमल्याच्या मालकीसाठी त्यांतले काही तरुण त्या म्हाताऱ्या बायकांना आई म्हणून जवळ करीत. असं दाखवत, की मी या बाईचा मुलगाच आहे. मग ते त्या बाईला अम्मा म्हणत. तू माझा मुलगा म्हणून स्वीकार कर, म्हणत. आणि तिची मालमत्ता हडप करीत. काही बदमाश लोक अशा म्हाताऱ्या बाया भारतात जाणार नाहीत, याची काळजी घेत. कारण पाकिस्तानात त्या हिंदू बायांची मालमत्ता असायची. आणि त्या समजा, भारतात गेल्या, तर पाकिस्तानातली त्यांची मालमत्ता जप्त होणार. तेव्हा असा धूर्तपणा ते लोक दाखवीत.

... मुसलमान लोक फार धीट आणि धूर्त होते ते सगळे एकजूट करून राहायचे. त्यांची एकी, त्यांची बेडर वृत्ती, त्यांमुळंच ते लोक अशा भानगडी करू शकले. आणि आमचे हिंदू तसे भित्रे. तुम्ही त्यांना नुसत्या लाल फडक्याचा तुकडा दाखवा, ते घाबरतील. किंवा रस्त्यावर रक्ताचे डाग दिसले, तरी ते दूर पळतील. ते म्हणतील की, याला कुणी मारलंय् किंवा यानं कुणाला मारलंय् आम्हांला काही माहीत नाही. आम्ही बुद्धिमान, हुशार असं स्वतःला समजतील. पण मुसलमान शरीरानं चांगले धट्टे-कट्टे आहेत. कारण ते मांस खातात आणि आम्ही मासे. मी किती महिलांची सुटका केली हे मला माहीत नाही. शेकडो असतील किंवा जास्तच. तिथं एकही प्रकरण असं नाही, की ज्याच्यात माझा सहभाग नाही. मी एकाच मुलीची सुटका केलीय्, असं कुणीही म्हणणार नाही. बहुतेक मुलींची मीच सुटका केलीय्. आणि त्याशिवाय दुसऱ्या कुणी जेव्हा कुण्या मुलींना आणीत, तेव्हा आम्ही त्या मुलीचं स्वागत करीत होतो आणि ज्यांनी मुली आमच्याकडं आणून सोडल्या. त्यांना आम्ही पावती देत होतो. ते लोक मुली आणून सोडत होते आणि आम्ही पावती देत होतो. अशी वीस-पंचवीस तरी प्रकरणं झाली असतील. मी इकडं तिकडं फिरत होते, तेव्हा मला सगळी प्रकरणं माहीत होती.

'माझं कुणीही नाही'

या एका वाक्यामध्ये फार सत्य दडलेलं होतं. अनेक स्त्रियांना जे समजलं, त्यापेक्षाही अनेक स्त्रियांनी स्वतःची मुक्तता करून घ्यायला राजी खुशी दाखवली किंवा ज्यांना जबरदस्तीनं मुक्त करण्यात, सुधारण्यात आलं, त्यांच्यासमोर दुसरंच संकट वाढून ठेवलं होतं. त्यांच्या घरांतल्या माणसांनी पोलिसांकडं आधी ज्या

तक्रारी केल्या होत्या किंवा त्यांच्या सुटकेसाठी सरकारला ज्यांनी विनंती केली होती, त्या लोकांचीच अशा स्त्रियांना घरात घ्यायची तयारी नव्हती. १९४८ सालच्या आधी फाळणीच्या कार्यकारी मंडळाची जी बैठक झाली होती, तीत असा एक ठराव मान्य करण्यात आला होता, की दोन्हीही देशांतील सत्ताधाऱ्यांनी आपापल्या भागातील निर्वासितांचा ताबा घ्यावा; आणि निर्वासितांच्या सुरक्षेची जबाबदारी घेतल्याशिवाय कुणालाही आपापल्या प्रदेशात जाण्याची सक्ती करू नये. अशा लोकांना आधी योग्य ते संरक्षण दिलं पाहिजे. आणि दोन्ही देशांनी तशी तयारी दाखवली. परंतु स्त्रियांच्या बाबतीत असा ठराव झाला :

> मदतकार्य आणि पुनर्वसन मंत्रालयानं रेडक्रॉसच्या सल्ल्यानुसार एक सत्य शोधक शाखा निर्माण केली. आणि चौकशी आणि शोध घेणाऱ्या समितीकडं एक विशेष कामगिरी सोपवली. ती म्हणजे अपहरण केलेल्या स्त्रियांचा तपास लावणं व पाठपुरावा करणं, या आधी २३००० नावं पाकिस्तानला कळवली होती. अपहरण केलेल्या स्त्रियांची सुटका आणि पुढील कार्यवाही यांसाठी सध्या सरकार सेवकांच्या मदतकार्यावर व काही मान्यवर व्यक्तींवर अवलंबून आहे. दि. ६ डिसेंबरला लाहोर इथं जी दोन्ही देशांची एक बैठक झाली होती, त्या बैठकीत दोन्ही देशांनी या स्त्रियांच्या सुटकेसाठी खास प्रयत्न करावेत, असं मान्य करण्यात आलं. मदतकार्य आणि पुनर्वसन मंत्रालयाच्या महिला शाखेकडं आतापर्यंत २५००० स्त्रियांच्या (ज्या पाकिस्तानात आहेत) चौकशीची प्रकरणं दाखल झाली आहेत; आणि २५०० स्त्रियांना आत्तापर्यंत परत आणलं आहे. परंतु एवढा धोका पत्करून स्त्रियांची सुटका करणाऱ्या कार्यकर्त्यांच्या पुढं एक नवाच पेच निर्माण झाला होता. त्या अनेक हिंदू स्त्रियांच्या मनामध्ये अशी एक भीती निर्माण झाली आहे की, आम्ही परत गेलो, तर आमचा हिंदू समाज पुन्हा आमचा स्वीकार करील, का नाही. आणि मुसलमानांना या त्यांच्या भीतीची कल्पना होतीच. तेव्हा मुसलमानांनी आधीच भेदरलेल्या या स्त्रियांच्या मनात खोटं-नाटं सांगून जास्तच भीती निर्माण केली. ती इतकी, या स्त्रियांपैकी काही परत भारतातल्या आपल्या घरी जायला तयार नव्हत्या. त्यांनी साफ नकार दिला. आणि गंमत म्हणजे, हे दोन्ही देशांनी मान्य केलं की, अशा परिस्थितीत स्त्रियांना सक्तीनं बाहेर काढायचं.[२४]

---

२४. फाळणीच्या कार्यकारी मंडळाची १६ वी बैठक, १९४८.

आता स्त्रियांना सक्तीनं बाहेर काढणं हा एक वेगळा भाग आणि त्यांच्या कुटुंबांनी त्यांचा स्वीकार करणं हा दुसरा भाग; आणि अशा दुर्दैवी स्त्रियांच्या कुटुंबांनी त्यांना घरात घ्यायला जेव्हा नकार दिला, तेव्हा गांधी आणि नेहरूंनी लोकांना कळकळीनं सांगितलं की, अपहरण केलेल्या स्त्रिया अजून शुद्ध आहेत. 'मी ऐकलंय्–' गांधी म्हणाले, 'स्त्रियांची तक्रार अशी आहे की, सुटका करवून परत आलेल्या स्त्रियांना हिंदू आपल्या घरात घ्यायला तयार नाहीत. कारण त्या बाटलेल्या आहेत. मला वाटतं की, ही फार लज्जास्पद गोष्ट आहे. अशा स्त्रिया माझ्या शेजारी बसलेल्या मुलींइतक्याच शुद्ध आहेत. आणि अशा परत आलेल्या स्त्रियांपैकी एकजण जरी माझ्याकडे आली, तरी मी तिला माझ्या शेजारी ज्या तरुण, अविवाहित मुली आहेत, त्यांच्याप्रमाणेच तिला सन्मानानं, आदरानं वागवीन.'[२५] नंतर १९४८ साली नेहरूंनी लोकांना जाहीर विनंती केली ते म्हणाले,

> 'मला असं सांगण्यात आलं आहे की सुटका झालेल्या मुलींच्या नातेवाइकांची त्या मुलींना परत घरात घ्यायची तयारी नाही, तेव्हा अशा गोष्टीचा विरोध करावा तेवढा थोडाच असून अशा प्रवृत्तीला कोणतीही सामाजिक रूढी, परंपरा पाठिंबा देत असेल, तर त्याचा निषेधच केला पाहिजे. अशा मुलींना, स्त्रियांना, आपल्या प्रेमभावनेची, जिव्हाळ्याची शिवाय मदतीची जरुरी आहे. त्यांची जास्तींत जास्त काळजी आपण घेतली पाहिजे. तेव्हा अशा मुलींना, स्त्रियांना पुन्हा आपल्या घरात घेण्यात त्यांच्या नातेवाइकांना अभिमानच वाटला पाहिजे.'[२६]

त्याच वेळी मग राम-रावण-सीता यांच्या कथेवर अनेक पुस्तिका प्रसिद्ध करण्यात आल्या. रावणानं सीतेला पळवून नेली आणि अशोकवनात आपल्या ताब्यात ठेवली. आणि रामापासून दूर झालेली सीता 'शुद्धच' राहिली. सीतेच्या या शुद्ध चारित्र्यावर भर देण्यात आला होता. या सगळ्या हकीकतींवरून एक लक्षात येतं, की भारतातल्या हिंदू-शीख धर्मांमध्ये स्त्रियांच्या चारित्र्याला, तिच्या शुद्धतेला फार महत्त्व दिलं होतं. त्याचं आणखी एक कारण म्हणजे, हिंदू धर्मातच चारित्र्य, शुद्धता आणि प्रदूषण याला जास्त महत्त्व दिलं आहे. या उलट असं दिसून आलं,

---

२५. १७ जानेवारी १९४८, हिंदुस्थान टाइम्समध्ये प्रसिद्ध झालेली लोकांना केलेली जाहीर विनंती. नेहरूंचे निवडक लेख : दुसरी मालिका, खंड-५ दिल्ली. जवाहरलाल नेहरू फंड, १९८७ पा. ११३.

२६. उतारा समाविष्ट : जी. डी. खोसला, स्टर्न रेकनिंग : फाळणीपर्यंतच्या घटनांची पाहणी आणि हिंदुस्थानच्या फाळणीचा पाठपुरावा : दिल्ली, ऑक्सफर्ड युनिव्हर्सिटी प्रेस, १९४९ पुनर्मुद्रण : १९८९ पा. ७५.

की अपहरण केलेल्या मुसलमान स्त्रियांना सोडवून आणल्यानंतर त्यांच्या नातेवाइकांनी त्यांना अगदी सहजपणे घरात घेतलं. इतकंच नाही, तर पाकिस्तानामध्ये अखिल पाकिस्तानी महिला मंडळ आणि इतर संस्थांनी या स्त्रियांची लग्नं जमवून देण्यात मोठा हातभार लावला. हिंदूंच्या बाबतीत सांगायचं, तर ती एकटीच असेल, तर तिच्या शुद्धतेचा, चारित्र्याचा विचार फारसा केला जात नाही. पण तिला मुलं झाली असतील, तर मात्र प्रश्न वेगळा. कारण दोन भिन्न जमातींतील संबंधांपासून बाईला मूल झालं, तर त्याची आठवण कायम राहते. या स्त्रीनं किंवा मुलीनं इतर जातींतल्या पुरुषाबरोबर शरीरसंबंध ठेवले आणि हे मूल जन्माला आलं, ही भावना कायम राहते. तेव्हा अशा लेकुरवाळ्या स्त्रियांच्या बाबतीत दोन पर्याय तेव्हा होते. एकतर अशा स्त्रियांनी आपल्या मुलांना घेऊन एखाद्या आश्रमात राहावं किंवा मुलांना अनाथाश्रमात सोडून आपल्या घरी परत यावं. (आणि अशी मुलं त्या वेळी खरोखरच अनाथाश्रमात ठेवली होती.) आता त्या वेळी आणखी एक प्रश्न निर्माण झाला होता. तो म्हणजे, ज्या स्त्रियांची सुटका करून त्यांना परत आणलं होतं, त्यांपैकी अनेक गरोदर होत्या. त्यांचं काय करायचं? तेव्हा सामाजिक कार्यकर्त्यांनी ठरवलं, की अशा स्त्रियांना बाळंतपणासाठी आपण ठरवू त्या ठिकाणी पाठवावं किंवा त्यांना गर्भपात करण्यासाठी सामूहिकरित्या पाठवणं चांगलं (ज्याला 'सफाया' म्हटलं होतं). तेव्हा राज्यानं या सामूहिक गर्भपातासाठी अंदाजपत्रकातच एक खास तरतूद केली आणि एक रक्कम मंजूर केली. आणि दमयंती सेहगलच्या माहितीप्रमाणे या 'गर्भपात' कार्यक्रमामुळं अनेक इस्पितळांनी आपलं नशीब काढलं. त्या पुढं म्हणतात :

> जालदंरच्या छावणीत गांधी वनितामध्ये अनेक लग्नं झाली. कारण तिथं आलेल्या बहुतेक मुली स्वतंत्र होत्या. कुणालाही बांधील नव्हत्या. तरुण मुली तिथं यायच्या आणि त्यांना तिथं शिक्षण मिळायचं. मग लोकांना माहीत पडायचं, की इथं अनेक तरुण मुली आहेत. तेव्हा आम्हांला लग्न जमवण्यासाठी तरुण मुलांची कमतरता पडली नाही. आम्ही बरीच लग्नं जमवली. त्याशिवाय आम्ही त्या मुलींसाठी नोकऱ्या शोधल्या. किंवा काहींना त्यांच्या नातेवाइकांच्या ताब्यात दिलं. त्या छावणीत अशाही मुली होत्या, की त्यांच्या पोटात मूलं होतं. आणि केवळ मुसलमानापासून मुलं झाली, म्हणून त्या मुलींच्या घरांतली माणसं त्यांना जवळ करायला तयार नव्हती. बाईच्या बाबतीत सांगायचं झालं, तर एकदा पोटात मूल आहे म्हटल्यानंतर बाईला ते काढून टाकणं कठीणच... परंतु अशा कित्येक स्त्रिया होत्या, की त्यांना आपल्या मुलांचा त्याग करणं भाग पडलं. एकदा लोकांना समजलं, की हे मूल मुसलमानांपासून झालेलं आहे की संपलं.

काय लोक तरी, समाज कसा असतो, बघा. अशा मुलांना काही भविष्यच नव्हतं. बहुतेक स्त्रियांची एका वर्षात सुटका केली आणि काही कुटुंबांनी आपापल्या मुलींना, स्त्रियांना घरात घेतलं. परंतु ज्या मुली, स्त्रिया गरोदर होत्या, त्यांच्यापैकी काहींना डॉ. कपूरच्या दवाखान्यात घेऊन जात आणि गर्भपात करीत. काही बाळंत व्हायच्या. नंतर आपल्या मुलांना त्या अलाहाबादच्या अनाथाश्रमात सोडून यायच्या. म्हणजे मुलांचं कठीणच होतं. मुलांना एकदा आश्रमात सोडल्यानंतर कधी त्यांना मुलांना भेटावंसं वाटायचं. मग त्या पुन्हा अलाहाबादला जात. मुलांच्या बाबतीत निर्णय त्यांच्यावर सोपवला होता. म्हणजे त्यांच्या नातेवाइकांची इच्छा असेल तर त्यांनी मुलांना घरी घेऊन जावं. मात्र मुलांना योग्य ती वागणूक मिळाली पाहिजे. मुलांना सगळ्यांनी सन्मानानं वागवलं पाहिजे. तरच मुलांना घेऊन जाण्याची परवानगी दिली जात होती. म्हणजे मुलांना न्यायचं, तर नातेवाइकांची तयारी पाहिजे. नाही तर अशा स्त्रियांना मुलं सोडून द्यावी लागत. म्हणजे सगळी पंचाईतच होती. प्रत्येक प्रकरण हे वेगळं होतं. मुलांच्या ओढीनं स्त्रिया अलाहाबादला जात. त्या आम्हांला विचारीत. आम्ही त्यांना अलाहाबादचं तिकीट काढून देत असू. त्या वेळी आम्ही सांगत असू, जा, भेटून या मुलांना. कोण जाणे, त्या मुलांच्या नशिबात पुढं काय वाढून ठेवलेलं आहे?

भारतातील उत्तर प्रदेशातल्या काही शहरांमधून अपहरण केलेल्या स्त्रियांसाठी आश्रम उघडले होते. त्यांपैकी जालंदर, अमृतसर, कर्नाळ आणि दिल्ली ही काही शहरं. या आश्रमांत काही स्त्रियांना तात्पुरतं म्हणून ठेवलं होतं. जोपर्यंत त्यांचे नातेवाईक त्यांना घरात घेत नाहीत, तोपर्यंत त्या स्त्रिया आश्रमात राहत. कारण त्यांच्या दृष्टीने या स्त्रिया कलंकित होत्या. मातीसमान होत्या. कारण ज्या वेळी या स्त्रियांचं अपहरण झालं, घरातून नेल्या, त्यानंतर घरातल्या माणसांनी काही तडजोड केली होती. आणि मग घरच्या लोकांनी अशा बाटलेल्या स्त्रियांना पुन्हा घरात का घ्यावं? नवी तडजोड का करावी? तेव्हा हे आश्रम काही स्त्रियांच्या बाबतीत कायमचं घर झालं होतं. तिथं त्यांना काही आयुष्यच नव्हतं. केवळ जुन्या आठवणींवर जगायचं. काही अबोलच राहिल्या. काही आपल्या जातीच्या स्त्रियांमध्ये मिळून मिसळून राहायच्या. त्यांच्यापैकी काही स्त्रिया तिथंच मरण पावल्या. फाळणीमुळं त्यांचं आयुष्य भरकटलं, दोन वेळा घडी विस्कळीत झाली. १९९७ अखेरपर्यंत काही स्त्रिया कर्नाळच्या आश्रमात राहत होत्या. त्याशिवाय जालंदरच्या गांधी वनिता आश्रमात अजूनही काही जणी राहत आहेत. त्यांपैकी काहींचा इतिहास अंधारातच आहे. काही जणींना स्वत:ची काहीच माहिती नाही. जालंदरच्या आश्रमात एक बाई

अशी आहे, की तिला केवळ काही महिन्यांची असताना आश्रमात आणली होती. ती कोणत्या जातीची आहे, तिचे आई-वडील कोण आहेत, हे कुणालाच माहीत नाही. एक मूल त्या इतिहासातलंच, पण इतिहास नसलेलं. जालंदरमधील गांधी वनिता आश्रम हे बेघर, निराधार आणि विधवांचं घर झालं आहे. एका सामाजिक कार्यकर्त्यानं सांगितलं, की ज्या वेळी आम्ही आश्रमाची स्थापना केली, त्या वेळी आम्ही योग्य जागेच्या शोधात होतो. आम्ही सगळीकडं शोधत राहिलो, तेव्हा शेवटी हे ठिकाण आम्हांला सापडलं. वास्तविक पूर्वी ही स्मशानभूमी होती. मुसलमानांचं कब्रस्तान. शेवटी प्रेतं जाळलेल्या जागी आम्ही या स्त्रियांचं आयुष्य उभं केलं. त्या वेळी फाळणीचा गोंधळ चालू होता, तो एक क्रांतिकारीच प्रसंग होता. म्हणून तर त्या वेळच्या हिंदुस्थान सरकारला इथं जागा मिळवता आली. त्याच कारण म्हणजे प्रत्येक जण आपला जीव घेऊन पळत होता. त्यामुळं ही जागा कुणाची, कुणी दिली याची चौकशी करायला कुणाला वेळच नव्हता. परंतु ज्या कित्येक स्त्रिया आश्रमात राहतात किंवा ज्यांना त्यांच्या घरच्याच लोकांनी झिडकारलेलं आहे, त्यांच्या वाट्याला हे कुठल्या प्रकारचं आयुष्य आलंय्, हे आम्हांला कधीही समजणार नाही. त्यांच्या नशिबात नेमकं काय होतं?

अपहरण केलेल्या स्त्रियांची सुटका करणं, त्यांना परत आणणं, पुनर्वसन करणं वगैरे ही कामं फाळणीनंतर नऊ वर्षं चालली होती. सुरुवातीची थोडी वर्षं हे काम रेंगाळलेलं होतं. सर्व मिळून काही ३०,००० स्त्रियांची सुटका करण्यात आली. यांपैकी २२,००० मुस्लिम स्त्रियांना भारतातून परत आणण्यात यश आलं आणि ८००० हिंदू आणि शीख स्त्रियांना पाकिस्तानातून परत आणलं. या स्त्रियांच्यापैकी अनेकांची नावं हरवलेल्यांच्या यादीत, म्हणजे सरकारकडं ज्यांची नोंद झाली होती, त्या यादीत नव्हती, हे दिसून आलं. दिवस जसे जात होते, तसं हे काम अवघड होऊन बसलं होतं. त्याचं कारण म्हणजे ज्या स्त्रियांना सक्तीनं बाहेर काढण्याचा प्रयत्न चालू होता, त्यांपैकी काही आपल्या मुलांना सोडायला तयार नव्हत्या. या कार्यक्रमात जादा कामामुळं काही प्रमुख, महत्त्वाच्या, सामाजिक कार्यकर्त्यांमध्ये मतभेद निर्माण झाले होते. रामेश्वरी नेहरूंना वाटत होतं की, हा कार्यक्रम आता थांबवावा. परंतु मृदुला साराभाईंना वाटत होतं, की हे काम असंच पुढं चालू ठेवावं. यात काहीही बदल करू नये. १९५४ साली एक खास संमेलन घेण्यात आलं होतं. त्यात एक ठराव पास झाला; तो म्हणजे अपहरण झालेल्या कोणत्याही व्यक्तीस त्याच्या इच्छेविरुद्ध दुसऱ्या देशात सक्तीनं पाठवण्याचा मार्ग सोडून देण्यात यावा. किंवा आणखी काही दुसरी उपाययोजना करता येईल का, याचाही विचार झाला, मग अशा व्यक्तींसाठी काही खास घरांची सोय केली. हेतू हा की, अशा घरात राहिल्यानंतर तरी त्यांच्या 'मनातील भीती जाईल, मनावरचा ताण कमी होईल.'

आणि नंतर अशा स्त्रियांना स्वतंत्रपणे विचार करून निर्णय घेण्याची संधी दिली, का नाही, हा प्रश्न वेगळा.

दमयंती सेहगल

जालंदरमधील एक वर्षानंतर मी होशियारपूरच्या छावणीत गेले. ती एक मोठी छावणी होती. तिथं काहीतरी १५०० स्त्रिया होत्या. या सर्व स्त्रिया एक तर स्वत:हून निघून आलेल्या किंवा आम्ही त्यांची सुटका केलेली होती. त्यांच्या घरच्या लोकांनी त्यांना ठार मारण्याचा प्रयत्न केला होता... आमच्या छावणीत त्या वेळी पंचेचाळीस सेवक होते. आणि मी तिथं चांगलीच अडकून पडले होते. या स्त्रियांचं आम्हांला पुनर्वसन करायचं होतं. ती पुनर्वसन छावणी होती. आम्हांला त्या स्त्रियांचं मानसिक, शारीरिक, आणि आर्थिक पुनर्वसन करायचं होतं. सांगायचं कारण आम्हांला ही सगळीच कामं करायची होती. आणि आमच्यापैकी किती जणांनी ही कामं खरंच केली, हा भाग वेगळा. सरकारनं या छावण्या निर्माण केल्या होत्या. त्यांमध्ये अतिशय गरीब किंवा एकट्या असलेल्या स्त्रियांना ठेवण्यात आलं होतं. होशियारपूरमध्ये मोठी छावणी होती. त्यानंतर जालंदरमध्ये आणि कर्नालमध्ये आणखीही कुठंतरी. त्या छावण्या सगळ्या खुल्या होत्या आणि माझ्यासारख्या बाईला त्या छावण्यांचं प्रमुख केलं होतं. आणि ती कामं आम्ही कशी केली, खरं तर, हे प्रत्येक व्यक्तीवर अवलंबून होतं. या कामाचं आमच्यापैकी कुणीही शिक्षण घेतलेलं नव्हतं. किंवा आमच्यापैकी कुणी फारसं शिकलेलंही नव्हतं. सरकारला या स्त्रियांचं सर्वंकष पुनर्वसन करून पाहिजे होतं. म्हणजे शारीरिक, मानसिक, आर्थिक. त्या स्त्रियांचं दु:ख कसं कमी होईल, त्या थोड्या आनंदी कशा होतील, हे आम्हांला बघायचं होतं. त्यांच्या मनाची उभारी ही महत्त्वाची होती. मग आर्थिक दृष्ट्या स्वत:च्या पायांवर कसं उभं राहता येईल, याकडं आम्हांला लक्ष द्यायचं होतं. त्यांच्या मनाची तयारी करून घेणं हे महत्त्वाचं होतं. त्यांच्या मनाची तयारी करून घेणं, त्यांना दिलासा देणं, चार गोष्टी समजावून सांगणं हे जबाबदारीचं काम होतं. आर्थिक स्वावलंबन नंतरची गोष्ट होती. आर्थिक स्वावलंबनासाठी सरकारनं आमच्या ताब्यात तयार कपड्यांचा कारखाना, शिवणकाम, विणकाम, भरतकाम, करंड्या वगैरे उद्योगधंदे दिले होते. माझ्या बद्दल सांगायचं, तर मी जेव्हा पाकिस्तानातून परत आले, तेव्हा होशियारपूरला जायच्या आधी मी निर्णय घेतला होता, की आता हे काम सोडून द्यावं. आता हे काम पुरे.

परंतु माझं काम रामेश्वरी नेहरूंना फार आवडलं होतं. आणि त्यांनी प्रेमी मावशीला सांगितलं, की हिला सोडू नका. हिला काम करायला सांगा. या आधी आम्ही स्त्रियांची सुटका करून त्यांना परत आणायचं काम केलं होतं. आता पुनर्वसनाचं काम करायचं होतं. तिनं मला सांगितलं की, आम्ही होशियारपूरला छावणी उघडली आहे. आणि त्या छावणीतल्या ज्या प्रमुख बाई होत्या, त्यांच्याविषयी अनेक तक्रारी येत होत्या. म्हणून रामेश्वरी बाईला माझी नेमणूक तिथं करायची होती. परंतु मी सांगत सुटले, की आता मला काही नको. पण प्रेमी मावशी माझं ऐकत नव्हती. आणि एक दिवस लेडी माऊंटबॅटन तिथं आल्या. त्यांना होशियारपूरच्या छावणीत न्यायचं होतं. मग मी तिकडं जायचं ठरवलं. कारण माझा प्रवास फुकट होणार होता. तेव्हा मी गेले. तिकडं पाहुण्यांची फारच चांगली सोय केली होती. पहिल्यांदा लेडी माऊंटबॅटन यांनी हातमागाचा विभाग बघितला. तिथं एक बाई हातमागावर कपडा विणण्याचं काम करत होती. पाहुण्यांना सांगण्यात आलं, की ही बाई दहा रुपये रोज मिळवते. मग आम्ही शिवणकामाच्या विभागात गेलो. पाहुण्यांना तिथंही हेच सांगण्यात आलं. भरतकाम करणाऱ्या मुलींनी ही हेच सांगितलं आणि मला नंतर आश्चर्य वाटू लागलं. सूत काढणाऱ्या मुलींना एवढा पैसा कधीच मिळत नाही. रोज दहा रुपये म्हणजे महिना तीनशे रुपये झाले. मी नंतर हे माझ्या मावशीला सांगितलं, तर ती मला म्हणाली, तू मूर्ख आहेस. तू आपली तिकडं जा. ती आलेली पाहुणी फारच उंच, देखणी होती. व्यक्तिमत्त्व डोळ्यांत भरणारं होतं. आयुष्य भोगलेली बाई होती. मग प्रेमी मावशी म्हणाली, हे मला सांगण्यात काही अर्थ नाही. त्याचा काही उपयोग नाही. तेव्हा सर्वांनी मला परत त्या विभागात जायला सांगितलं. आणि प्रेमी मावशी पण माझ्याबरोबर आली. कारण तिला तपासणीचं काम होतं. एकदा ती म्हणाली, तू इथंच थांब आता. मी उद्या तुला न्यायला येते. मग प्रेमी मावशीनं मला होशियारपूरमध्येच ठेवलं. मला म्हणाली, काही दिवसांनंतर मी येईन, तुला परत घेऊन जाईन. प्रेमी मावशीनं तिथल्या लोकांना सांगितलं की, हिला एक गादी द्या आणि इथंच राहू द्या. त्या दिवसापासून माझी त्या छावणीत नेमणूक झाली. आणि माझ्यावर जबाबदारी पडली, की मी माझं काम अगदी सर्वस्व अर्पून करते. आणि यश येण्यासाठी माझा देव मला मदत करतो. एक महिन्यानंतर माझ्या पुढं सर्व स्त्रियांच्या रोजगाराचं एक बिल आलं. सगळ्यांना त्यांच्या कामाचे पैसे द्यायचे होते. मी विचारलं, हे काय आहे? तेव्हा त्या लोकांनी मला सांगितलं, की एकदा या पगाराच्या बिलावर तुमची सही झाली, की सगळ्या कामगारांना पैसे

मिळतील. आणि मी जेव्हा ती पगाराची यादी बघितली, तेव्हा मला आश्चर्यच वाटलं. कारण ते आकडे काही चमत्कारिकच होते. मी मनात म्हटलं; काही स्त्रियांना महिन्याचे फक्त पाच रुपये मिळाले होते; तर काहींना दहा. मला पहिल्यांदा वाटलं, की ही यादी रोजची असेल– म्हणजे पाच रुपये, दहा रुपये एका दिवसाचे असतील; मग मला समजलं, की हातमाग कामगार स्त्रीला महिन्याचे दहा किंवा बारा रुपये. टोपल्या, दुरड्या करणाऱ्या बाईला महिन्याचे फक्त चाळीस रुपयांपर्यंत पैसे मिळाले होते. मी विचारलं, ही एका दिवसाची कमाई आहे काय? तेव्हा ते लोक म्हणाले की, नाही, ही महिन्याची कमाई आहे. मग मी विचारलं की, ज्या वेळी आम्ही तपासणीसाठी आलो होतो, त्या वेळी काय सांगितलं होतं? तेव्हा त्या पगारवाल्या लोकांनी सांगितलं की, ते आम्ही फक्त पाहुण्यांना सांगितलं होतं. तुम्हांला असं वाटतं का, या स्त्रियांना तेवढे पैसे मिळतात म्हणून? मला धक्काच बसला. मी त्यांना म्हटलं; मग तुम्ही त्या पाहुण्यांसमोर फार खोटं बोललात. तेव्हा ते म्हणाले, होय, ते खोटं होतं. आम्हांला म्हणायचं होतं की, जर कुणी रात्रं-दिवस काम केलं, तर त्याला भरपूर पैसे मिळू शकतात. तेव्हा त्या दिवशी पाहुण्यांसमोर सगळा देखावा होता. आता दुसरी एक गोष्ट माझ्या लक्षात आली होती, ती म्हणजे, जर आम्हांला बाहेरून कपडे शिवण्याचं मोठं काम मिळालं, तर कापड कापून द्यायला, बाहेरचे कारागीर येत. कामाची सर्व जबाबदारी त्या लोकांची. आमच्या स्त्री कामगार स्वतंत्रपणे काही करू शकत नव्हत्या. मग विचारलं की, हे बाहेरचे लोक आमच्या मुली काम करत असताना त्यांच्याभोवती फिरणार का? तयार कपड्यांच्या विभागात सुद्धा हे बाहेरचे कारागीर जात होते. त्यांची ती जबाबदारी होती. म्हणजे हे नाटक काही चमत्कारिक होतं. कारण जो पर्यंत बाहेरचे कारागीर इकडं येणार, तोपर्यंत शिवणकामाच्या मशीन्स चालणार. आणि एकदा का कारागिरांना काढून टाकलं, की सगळा मामला थंडगार. कामाचा बोजवाराच म्हणजे. हे कसलं आर्थिक पुनर्वसन?

स्त्रियांच्या आर्थिक पुनर्वसनाबद्दल बोलायचं झालं, तर जोपर्यंत त्या स्त्रिया इथं छावणीत आहेत तोपर्यंत त्यांना रेशन मिळणार आणि दहा-पाच रुपये कमाई होणार. मग एकदा त्या बाहेर पडल्यावर काय करणार? त्यांना अनुभव नाही, त्या कपडे शिवू शकणार नाहीत. त्यांच्या जवळ मशीन नाही आणि समजा, त्यांनी मशीन विकत घेतलं, तरी कारागीर मिळाल्याशिवाय त्या काम कशा करू शकणार? समजा, या स्त्रियांनी हातमाग विकत

घेतला, तरी त्या काय करू शकणार? इथं त्यांना थोडी-बहुत कारागिरांची मदत तरी मिळते. बाहेर या काय करणार?... बाहेर या बायांना काहीही भविष्य नव्हतं. आणि सरकारनं तर ठरवून टाकलं होतं, की तीन वर्षांनंतर या स्त्रियांनी स्वत:च्या पायांवर उभं राहायला शिकलं पाहिजे. ही अशी परिस्थिती असल्यावर तीन वर्षांत स्त्रिया आपल्या पायांवर कशा काय उभ्या राहणार? मी या विचारामुळं फार अस्वस्थ झाले होते. मला रात्री झोप येत नव्हती. काय करावं, हेच मला सुचत नव्हतं. आणि मुख्य म्हणजे, मी धार्मिक विचाराची असल्याकारणानं मला सारखं वाटू लागलं, की आपण गप्प बसून पाप करतोय्. आपण या स्त्रियांच्याविषयी काहीच करत नाही. कारण इथं मी जबाबदारी स्वीकारली आहे. मी इथली प्रमुख आहे. लोक मला सलाम करतात. माझ्या हातांखाली नोकर-चाकर आहेत. आणि इथल्या ज्वलंत विषयाबद्दल मी काय करते आहे? मग देवाची प्रार्थना केली. मला बुद्धी दे... विचार सुचव... आणि मग माझ्या मनात प्रौढ शिक्षणाचे विचार आले.

१९४७ ते १९४८ मध्ये मी पाकिस्तानात होते. १९४८ साली मी होशियारपूर छावणीची प्रमुख झाले. मी काही नोकरचाकर हाताशी घेतले आणि प्रौढ शिक्षणाची सुरुवात केली. मी माझ्या लोकांना सांगितलं, की ज्या विधवा तीस-पस्तीसच्या आतल्या असतील, त्यांची एक यादी तयार करा. मला आता नक्की आठवत नाही. पस्तीसच्यापुढं ज्या विधवा असतील, त्यांची नावं घेऊ नका. मला वाटतं, अशी दीडशे एक नावं आम्ही काढली. मग मी माझ्या हातांखालच्या लोकांना सांगितलं, की आता तुमच्यापैकी कोण किती शिकलं आहे, त्यांचीही एक यादी तयार करा. मी त्यांना एवढंही सांगितलं की, कुणी मॅट्रिक नापास झालं असलं, तरी त्यांचा एखादा विषय तरी पक्का असेल. तेव्हा अशी एक विषयानुरूप यादी करा. म्हणजे कुणाचा कोणता विषय चांगला आहे वगैरे. नंतर माझ्या लक्षात आलं, की आमच्यापैकी बऱ्याच लोकांचं हिन्दी चांगलं आहे. आणखीही विषयांची यादी आम्ही केली. माझ्या मनात असेही विचार आले की, आम्ही आठ तास काम करतो, म्हणजे फार काही करत नाही. आम्ही सकाळी प्रार्थना करतो ठीक! पण देश किती संकटात आहे? आणि आम्ही देशासाठी काय करतो? आम्ही काही देशाला दान, देणगी देऊ शकत नाही. आमच्याजवळ पैसे नाहीत. पण निदान आम्ही देशासाठी वेळ तरी देऊ शकतो. सरकारसाठी आम्ही आठ तास देऊ शकतो. पण त्यापेक्षा थोडा जास्त वेळ आम्ही द्यावा. तेवढं तरी आम्ही करू. आणि मग यादी तयार झाली. त्यामध्ये सर्वांत

पहिलं नाव माझं होतं. मी अर्धा तास या प्रौढ शिक्षणाच्या कामासाठी द्यायचं ठरवलं.

...मग कुणी अर्धा तास दिला, कुणी एक तास, असं करता आमच्या चाळीस एक लोकांपैकी सर्वांनी आपला वेळ दिला. आणि आम्ही सामूहिक वेळेचं दान जमा करू शकलो. मग आम्ही स्त्रियांची यादी बघितली आणि प्रत्येक कर्मचाऱ्याला पाच स्त्रियांना शिकवायला सांगितलं. आणि आमचं प्रौढ शिक्षणाचं काम सुरू होण्याची शक्यता निर्माण झाली. मग प्रश्न आला, तो वह्या आणि पेन्सिलींचा. सरकार या स्त्रियांना महिना फक्त दहा रुपये भत्ता म्हणून देत होतं. आणि या दहा रुपयांत या स्त्रिया काय करणार? त्यांना पोटाला अन्न तरी पाहिजे. मग मी ठरवलं की, ठीक आहे, मीच तुम्हांला वह्या पेन्सिली माझ्या खर्चानं देते. त्याशिवाय आम्ही हे सरकारलाही मागू शकत नव्हतो. आम्ही जे प्रयत्न करतो आहोत, त्याचीही दखल सरकारनं घेतली नाही. ठीक आहे. मला खर्चाची तरतूद करणं भाग होतं. मग मी प्रार्थना केली, त्या स्त्रियांनाही प्रार्थना करायला सांगितली, की आमचे प्रयत्न यशस्वी होऊ देत. शिक्षणात आम्हांला यश येऊ दे. आमच्यावर यापुढं भांडी-धुण्याची, खाजगी कामं करण्याची वेळ आणू नकोस. यासाठीच मी त्यांना प्रार्थना करायला सांगितली. त्यांना सन्मानानं जगता आलं पाहिजे. हा माझा हेतू. तेव्हा आमच्या प्रौढ शिक्षणाची बातमी आमच्या संचालकांना कळाली. संध्याकाळी मिसेस् थापर यांना समजलं, की मी प्रौढ शिक्षणाची योजना आखत आहे म्हणून. त्या म्हणाल्या, की तुझी जी काही योजना आहे, ती ठीक आहे. पण त्या मागं तूच आहेस, तुझ्याच पुढाकारानं ही सुरू होणार आहे. सगळीकडं बातमी पसरली. त्या वेळी आमचे कर्मचारी, त्या स्त्रिया तिथंच होत्या. जालंदरहून निरोप आला की, आम्हांला असं कळालंय् की, तुम्ही तिथं प्रौढ शिक्षणाचे वर्ग सुरू करता आहात. तुम्हांला माहीत नाही की, तुम्ही एक सरकारी नोकर आहात. तुम्ही स्वत: असे वर्ग सुरू करू शकत नाही. अशा योजना अमलात आणायच्या आधी तुम्ही सरकारची परवानगी घ्यायला पाहिजे. तेव्हा मी मनात म्हटलं, की हे लोक माझं काय करू शकणार आहेत? फार तर तोंडानं बोलतील. मला ठार तर मारू शकणार नाहीत. तेव्हा मी सगळ्या स्त्रियांना सांगितलं की, उद्या तुमचे वर्ग सुरू होतील. मग दुसरा प्रश्न जागेचा आला. हे वर्ग कुठं घ्यावेत? मी ठरवलं, की आंब्याच्या झाडाखाली हे वर्ग घ्यायचे. आणि त्याप्रमाणे मी सगळ्या स्त्रियांना सांगून टाकलं. त्या स्त्रियांपैकी काहींना हिंदी आणि पंजाबीचं थोडं ज्ञान होतं. काही अंगठेबहाद्दर होत्या. पगार घेताना त्या

अंगठा द्यायच्या, तर काही सह्या करीत होत्या. मी माझ्या हातांखालच्या कर्मचाऱ्यांना सांगितलं, की जो कुणी लवकर शिकवेल, त्याला मी बक्षीस देणार आहे. आणि हा आमचा प्रौढ शिक्षणाचा प्रयत्न चांगलाच यशस्वी झाला. त्या वेळी सरकारनं असे अनेक उद्योग सुरू केले. पण तिथं फक्त कारागिरांनाच जास्त पैसे मिळत होते. आमच्या स्त्रिया कुठंच जाऊ शकत नव्हत्या. पण एकदा थोडं शिक्षण मिळाल्यानंतर त्यांनी कारागिरांच्याविरुद्ध आवाज उठवायला सुरुवात केली. मग आपल्या नोकऱ्या जातील, म्हणून कारागीर घाबरले. कारण त्यांनी काहीच काम केलं नाही, तर त्यांच्या नोकऱ्या जाणारच. मग मी आमच्या महिलांना सांगितलं की, तुम्हांला अजून चांगलं शिकलं पाहिजे. तुम्ही अशा तयार व्हा, की यांच्या नोकऱ्याच धोक्यात आल्या पाहिजेत. मी जरा दमातच सांगितलं. पहिल्या वर्षी काही ऐंशी स्त्रिया होत्या. त्या वेळी काही जणी म्हाताऱ्याच दिसत होत्या. काही जणी थोडं-बहुत शिकल्या. काही जास्त शिकल्या. काही माध्यमिक शिक्षणापर्यंत, तर काही व्हर्नाक्युलर झाल्या. तिथं पुन्हा वयाचा प्रश्न आला. कारण कित्येक नोकऱ्यांमध्ये वयाची अट होती. आणि या बायकांचं तर वय झालेलं मग त्यासाठी आम्हांला साक्षी देऊन अधिकाऱ्यांकडून वयाचे दाखले मिळवणं भाग होतं. अर्जामध्ये शिक्षणाची माहिती वगैरे पाहिजेच होती; पण वयाचं काय करायचं? मी माझ्या कर्मचारी वर्गाला सांगितलं की, सरकारी नियमाप्रमाणे अठ्ठावीस वर्षांच्या पुढील उमेदवाराला नोकरी मिळत नाही. आता या वयाच्या अटीमागं काय विचारसरणी होती, हे माहीत नाही. पण कायदा तसा होता. मग आम्ही सर्वसाधारण एक हिशेब केला. ज्या स्त्रियांचं शिक्षण झालेलं नव्हतं. त्यांच्यासाठी आम्ही वेळ दिला. नंतर नोकऱ्यांचा शोध घेण्यात काही महिने घालवले. वर्षभर इतरही काही गोष्टींची पूर्तता करण्यात गेली. मग यासाठी शैक्षणिक दृष्ट्या किती जणी योग्य आहेत, याची यादी तयार केली. मग माझ्या हातांखालचे काही जण म्हणाले की, बहेनजी, यादी फार लहान वाटते. अजून मोठी यादी पाहिजे. मी म्हटलं, आम्हांला यांच्या नोकऱ्यांसाठी काय प्रयत्न केले पाहिजेत? तर ते लोक म्हणाले; यादीतली नावं वाढवा. ती कशी वाढवणार? मी विचारलं. मग मी त्यांना सांगितलं की, सांगितलंय्, तेवढं काम करा. यादीप्रमाणे नोकऱ्या मिळाल्या पाहिजेत. हा माझा हुकूम आहे. मग ते माझ्याकडं असं काही बघू लागले, की मला जणू वेडच लागलंय्. आता आम्हांला काही स्त्रियांच्या वयाचे दाखले मिळवायचे होते. ॲफिडेविट करायचं होतं. मग मी मॅजिस्ट्रेटकडे गेले, सहाय्यक उपआयुक्तांकडं गेले. मी नाव आठवते. बरोबर, मिस्टर

पुरी... आठवलं. मी त्यांना टेलिफोन केला. मी सांगितलं, मला तुमची भेट घ्यायचीय्. माझं एक काम आहे. त्यांनी होकार दिला. जरूर या, म्हणाले. पण तुमचं काम काय आहे, त्यांनी विचारलं. मी म्हटलं, मला काही वयाचे दाखले पाहिजे आहेत. त्यांवर तुमच्या सह्या पाहिजेत. मग मी त्यांच्या ऑफिसमध्ये गेले. पुरींनी मला विचारलं, तुम्हांला कसले दाखले पाहिजेत, ते सांगा. मग मी सांगितलं, की या स्त्रिया आठवीच्या परीक्षेला बसणार आहेत, तेव्हा त्यासाठी आम्हांला वयाचे दाखले पाहिजेत. या स्त्रिया, यादी बघून ते म्हणाले, कुठं आहेत त्या, घेऊन या त्यांना इकडं. त्या सगळ्या बाहेर उभ्या होत्या. मी त्यांना विचारलं, तुम्हांला कशासाठी त्यांना बघायचंय्; तर ते म्हणाले, मला त्यांच्या वयाच्या दाखल्यावर सह्या करायच्या आहेत. तेव्हा त्यांना बघितल्या-शिवाय मी कसे दाखले देऊ? मी त्यांचं मन वळविण्याचा प्रयत्न केला. तर ते म्हणाले; माझी चेष्टा करू नका. मला त्या स्त्रियांना बघायचंय्. पण कशासाठी त्यांना बघायचंय्? माझा तोच प्रश्न. तेव्हा पुरीसाहेब म्हणाले, आता विनोद कोण करतंय्, मी का तुम्ही? मी म्हटलं, तुम्हांला त्यांना बघायचंय्? तुम्ही फक्त त्यांच्या दाखल्यांवर सह्या करा, बस्स! पुन्हा ते म्हणाले; मिस् सेहगल, तुम्ही तशा चमत्कारिक वाटता. त्या बायांना आत तरी घेऊन या. मी म्हटलं; तुमचा आग्रहच असेल, तर मी त्यांना आत आणते. तेव्हा आम्ही सगळ्या जणींना आत आणलं. (त्या इथं हसल्या.) बिच्चारा! आम्ही त्यांची वय १२, १८, १४ अशी लिहिली होती. पुरींसाहेबांनी त्यांच्याकडं बघितलं आणि विचारलं, या स्त्रिया? आणि त्यांची वयं ही आहेत? मी म्हटलं; तुम्ही आपल्या सह्या करा. कशाला उगीच तुमचा आणि माझा वेळ घेताय्? त्यात काय झालं? मिस सेहगल, ते म्हणाले, त्या बाईकडं बघा. तिचे केस पांढरे झाले आहेत. मी म्हटलं; अभिनंदन तुमचं. फार चांगलं सांगितलंत. तुम्हांला माहीतंय् ना, की तरुण वयात सुद्धा माणसांचे केस पांढरे होतात, ते! आज बाराव्या वर्षीसुद्धा मुलांचे केस पांढरे होतात. तुम्ही बघितले नसतील, तर मी दाखवते. आज काल केसांच्या रंगावर कुणी अवलंबून राहत नाही. केस कधी पांढरे होतील, हे कुणीच सांगू शकत नाही. बारा वर्षांच्या मुलांचे सुद्धा केस पांढरे होतात. तेव्हा पुरी साहेब म्हणाले; या बाईकडं बघा हिच्या तोंडात दात नाहीत. ओह्ऽऽ मी म्हणाले; पुरुष असून तुमची नजर बरीच तीक्ष्ण आहे की, मी त्या बाईला म्हटलं, बिबी, तू काल माळ्यावरून पडली होतीस ना? तशी बिबी म्हणाली; होय, बहेनजी, बरोबर आहे तुमचं. माझे सगळे दात पडले आहेत. आता मी काय करू त्याला? तेव्हा ते म्हणाले,

मिस सेहगल, तुम्ही मला मूर्ख बनवता आहात. मी म्हणाले; पुरीसाहेब, या सगळ्या तुमच्या समोर आहेत. मी कशाला तुम्हांला मूर्ख बनवू? जे खरं आहे, ते तुमच्यासमोर आहे. पुरी पुन्हा म्हणाले; तुम्ही त्यांच्या चेहऱ्यावरच्या सुरकुत्या बघितल्यात का; तशी मी म्हणाले; तुमचं निरीक्षण खूपच चांगलं दिसतंय्. बऱ्याच गोष्टी तुमच्या लक्षात आल्या आहेत. हे बघा, पुरीसाहेब, आज सकाळी घरी तुम्ही काय खाऊन आलात. तेव्हा पुरी म्हणाले; आता तुम्ही माझ्यावर बाजू उलटवण्याचा प्रयत्न करता आहात. मी म्हणाले; मुळीच नाही. मी खरंच विचारते, आज न्याहारीमध्ये कोणते पदार्थ होते. काय खाऊन आलात सकाळी. आज तुमच्या बायकोनं न्याहारीसाठी तुम्हांला, नक्कीच दूध, टोस्ट, फळं, अंडी दिली असतील. एवढंच मी बोलू शकते. तुम्ही काय ते ओळखा. आणि मी सुद्धा बरंच काही खाल्लंय्. पण या गरीब स्त्रियांच्याकडं बघा. त्यांना काहीच मिळत नाही. सरकार त्यांना फक्त दहा रुपये देतं. त्यात त्यांचं कसं पोट भरणार? त्यांची उपासमार होतेय् म्हणून त्यांचे चेहरे सुरकुतलेले आहेत. एकदा त्यांना पोटभर अन्न मिळालं, की त्यांचे चेहरे तुकतुकीत होतील. मग पुरी म्हणाले, तुम्ही खरोखरच हटवादी आहात. या बायांच्याकडं बघा; एकीच्या तोंडात दात नाहीत, दुसरीचे केस पांढरे आहेत तिसरीच्या चेहऱ्यावर सुरकुत्या पडल्या आहेत... आहोऽऽ मी म्हणाले; पुरीसाहेब, तुम्हांला नक्की काय पाहिजे आहे? तसे ते म्हणाले; मला यांचं नक्की वय सांगा. मी मग म्हणाले; ठीक आहे, तुम्हांला काय वय लिहायचंय् ते लिहा. मी ते मान्य करीन. ते कसं काय, पुरी म्हणाले. का नाही, मी उत्तर दिलं. तुम्ही पेन घ्या, या प्रत्येकीचा जन्म कधी झालाय्, हे शपथपूर्वक लिहा. मी तुमच्यावर विश्वास ठेवीन. तेव्हा ते म्हणाले; ते मला कसं माहीत असणार? तर मग मला तरी कसं माहीत असणार? मी म्हणाले तुम्ही मी केलेला अंदाज बरोबर धराल का, तुम्ही आणखी त्यांचं वय कमी कराल. मग मी म्हणाले; तुम्ही त्यांचे चेहरे बघितलेच आहेत. त्या खेड्या-पाड्यांतून आलेल्या आहेत, तेव्हा त्यांना स्वत:चं वय कसं माहीत असणार? तुम्हांलाही याची कल्पना असेलच. त्या खोटं सांगतील. मी पण खोटंच बोलतेय्. तुम्हांला सही करावी लागेल. हे खोटं आहे धरूनच. आपण इथं जमलेले सगळेच खोटं बोलत आहोत. आपण एकत्रच आहोत. आणि आपणच आहोत. तेव्हा कुणीही कुठं बोलणार नाही. तुम्हांला असं वाटतं का, या सगळ्याजणी आपण केव्हा जन्मलो, हे सांगू शकतील? मी पण सांगू शकणार नाही आणि तुम्ही पण. तेव्हा आपण काय करू या? पंचेचाळीस मिनिटं झाली, आपण चर्चाच करत आहोत. वाद घालत

आहोत. मग मी काय करावं, असं वाटतं? ते म्हणाले, मग मी म्हणाले; मी काही सांगू शकत नाही. मी हे सगळं देवाचं नावं घेऊन करतेय्. त्याच्यासाठी तुम्हीही तेच करावं. मी त्यांना सरळ सांगितलं, की तुम्ही शपथ घ्या आणि सांगा या कधी, कुठं, किती वाजता जन्मल्या आहेत. मी तुमच्या शब्दावर विश्वास ठेवीन आणि त्यावर माझीही सही करीन. कारण जे तुम्हांला माहीत नाही, ते मलाही माहीत नाही. ते तुम्हांला शक्य नाही; ते मलाही शक्य नाही. शेवटी पुरी साहेबांनी वयाच्या दाखल्यांवर सह्या केल्या आणि त्याचा परिणाम फारच चांगला झाला. आम्ही यशस्वी झालो.

पाच

सन्मान

भाग १
आमच्या स्त्रिया, तुमच्या स्त्रिया

अगदी सुरुवातीपासूनच स्त्रियांचा शोध आणि मुक्ती या कार्याला अडचणी, ताण तणाव यानी ग्रासलं होतं. पहिल्यांदा या कामासाठी त्यांची जी एक सैन्य दल स्थलांतर संघटना (Military Evacuation Organisation) होती, तिचा वापर करण्यास पाकिस्तान सरकारनं विरोध केला. आणि सांगितलं, की ही संघटना फक्त छावण्यांच्या संरक्षणाचं काम करील. (या छावण्या तात्पुरत्या होत्या. आणि या छावण्यांमध्ये अपहरण केलेल्या; पण त्यांची सुटका करून परत आणलेल्या स्त्रियांना ठेवलं होतं. त्या आपल्याला मायदेशी केव्हा पाठवणार, याची प्रतीक्षा करत होत्या.) आणि प्रत्यक्ष शोध कार्यात आणि सुटका करण्यात पोलिस खात्याची मदत घ्यावी, असं पाकिस्ताननं सांगितलं. परंतु भारत सरकारनं पोलिसांची मदत घेण्यास नकार दिला. कारण कित्येक पोलिसांनीच स्त्रियांना पळवून नेलं होतं. आणि सामाजिक कार्यकर्त्यांवर विश्वास ठेवायचा झाला, तर यात तथ्य होतं. हे सत्य होतं. आणि अधिकारपदावर असलेल्या लोकांनीही स्त्रियांना पळवून नेलेलं होतं. आणि अशा घटना दोन्ही देशांत घडलेल्या होत्या. माँटगोमेरी विभागात, दिपालपूरच्या तहसिलदारानं एका अशाच बाईला आपल्या घरात आठ महिने ठेवलं होतं, असं

सांगतात. आणि तो स्वतःच रेडिओवरून अगदी उत्साहानं लोकांना विनंती करत होता की, पळवून आणलेल्या स्त्रियांची माहिती द्या. आम्हांला मदत करा. आता दुसऱ्या एका प्रकरणात दोघां पोलिस उपनिरीक्षकांनीच एका महिलेवर बलात्कार केला. आणि हे दोघे त्या बाईची सुटका करण्यासाठी म्हणून गेले होते.[२७]

अपहरण केलेल्या स्त्रियांच्या प्रश्नावर दोन्ही देशांत जो करार झाला होता, त्यानंतर कित्येक वर्षं या स्त्रियांचं भवितव्य दोन्ही देशांच्या आपसांतील गोंधळातच अडकून पडलं होतं. १९४७ नंतर लोकसभेतील चर्चा, वर्तमानपत्रं, पाक्षिकं या माध्यमातून या विषयी अनेक मुद्दे उपस्थित केले जात होते. आणि दोन्ही देशांतील अपहृत स्त्रियांच्या सुटकेची आकडेवारी लक्षात घेता त्यामध्ये फारच तफावत दिसून आली. पाकिस्तानच्या तुलनेन भारतानं अनेक मुस्लिम स्त्रियांची सुटका केली होती. पण पाकिस्ताननं अगदी बोटांवर मोजण्याइतक्याच स्त्रियांची सुटका केली होती. मुख्य म्हणजे, भारतानं पाकिस्तानी सामाजिक कार्यकर्त्यांना आपल्या प्रदेशात (ठरवून दिलेल्या) कुठंही फिरण्याची मुभा दिली होती. परंतु पाकिस्तान सरकारनं मात्र भारतीय सामाजिक कार्यकर्त्यांना आपल्या विभागात प्रवेशच बंद केला होता. प्रश्न असा निर्माण होतो की, पाकिस्तान सरकारनं आपल्या प्रदेशातील हिंदू आणि शीख स्त्रियांची सुटका जर अगदी नावालाच केली होती, तर भारतानं अनेक मुस्लिम स्त्रियांना मुक्त करून एवढं उदार धोरण का स्वीकारलं? दोन्ही देशांच्या करारानंतर भारत सरकारनं एका वटहुकुमाद्वारे सर्व अपहृत स्त्रियांची मुक्तता ३० डिसेंबर, १९४९ पर्यंत करण्याचं ठरविलं होतं. म्हणजे ती शेवटची तारीख होती. परंतु त्या तारखेआधी पंधरा दिवस श्री. गोपाल स्वामी अय्यंगार यांनी लोकसभेत एक बिल मांडलं. म्हणजेच अपहृत व्यक्तींची सुटका आणि पुनर्वसन हा कायदा झाला आणि त्याची मुदत फक्त १९५७ पर्यंतच होती. त्यानंतर या कायद्याला मुदत वाढ मिळाली नाही. आणि या वेळेपर्यंत स्त्रियांचा शोध सुटका या कार्यात चांगलीच शिथिलता आली होती. अनेक स्त्रियांचा पत्ताच लागत नव्हता. तर काही स्त्रिया आपल्या 'नवीन' घरात स्थिर झाल्या होत्या. तरी सुद्धा मधून मधून शोध घेणं चालूच होतं.

लोकसभेत ज्या वेळी या बिलाच्या तरतुदींवर चर्चा चालू होती, त्या वेळी अनेक वक्त्यांनी मान्य केलं की, अपहृत स्त्रियांच्या सुटकेचं काम जे झालं आहे, ते खरोखच मानवी दृष्टिकोन ठेवून झालेलं आहे. देशातील दुर्दैवी नागरिकांच्या हिताचीच सरकारनं काळजी घेतली आहे. सरकारनं आणि सेवाभावी स्वयंसेवकांनी हे काम उत्स्फूर्तपणे केलं असून, त्यासाठी नागरिकांच्या, त्या अपहृत स्त्रियांच्या, अत्याचार झालेल्या स्त्रियांच्या नातेवाइकांची किंवा इतर कुणाची त्यामध्ये ढवळाढवळ झाली

---

२७. कृपाल सिंग : पंजाबची फाळणी : पान – १७१

नाही किंवा कुणाच्या विनंतीची वगैरे सरकारनं वाट पाहिली नाही. त्याशिवाय लोकसभेत सभासदांनी या निमित्तानं फाळणी आणि पाकिस्तान सरकारचं धोरण यांविषयी स्पष्ट मतं मांडली. सभासदांच्या टीका टिपणीच्या मुळाशी फाळणी आणि पाकिस्तानची निर्मिती यांविषयी कडवट भावनाच होत्या. कारण या लोकांना भारताची सहिष्णू वृत्ती आणि निधर्मी विचारआचार यांची पूर्ण कल्पना होती. आणि फुटून निघालेल्या पाकिस्तान सरकारची बेमुर्वतखोर, असंस्कृत वागणूक याचीही कल्पना होती. कारण दोन्ही देशांत झालेल्या कराराची पाकिस्ताननं सरळ सरळ अवहेलना केली होती. करारातील तरतुदी झिडकारूनच टाकल्या होत्या. आणि आपल्या हीन संस्कृतीचं दर्शन घडवलं होतं. सभासदांच्या टीकेचा रोख असा होता की, त्या ऐकल्या असता त्यामध्ये दोन गोष्टी प्रकर्षानं जाणवल्या : एक तर पाकिस्तान सरकारची ही विशिष्ट प्रकारची असंस्कृत वागणूक आणि त्याउलट भारत सरकारचा सुसंस्कृत आणि मानवी दृष्टिकोन व विचारसरणी. आता पकिस्तानची ही विचारसरणी त्याच्या स्वभावाला साजेशीच होती. (कारण ते एक मुस्लिम धर्मावर उभारलेलं राष्ट्र होतं. आणि अशा राष्ट्राच्या निर्मितीसाठी जात्यंध मुस्लिमांनीच लढा दिला होता.) आणि त्याच वेळी एक वस्तुस्थिती लक्षात आली की, भारतानं त्यांच्या प्रदेशातील भारतीय अपहृत स्त्रियांना लवकर परत पाठवा, त्यांची मुक्तता करा, म्हणून दबाब आणला नाही. भारत सरकार पाकिस्तानच्या हे लक्षात आणून देऊ शकलं असतं की, आम्ही ज्याप्रमाणे अनेक मुस्लिम स्त्रियांना त्यांची सुटका करून परत पाठवलं, त्याप्रमाणे तुम्हीही पाकिस्तानात अडकून पडलेल्या आमच्या हिंदू आणि शीख स्त्रियांना परत पाठवलं पाहिजे असा दबाव भारतानं पाकिस्तानवर आणला नाही. म्हणजे आमच्या सरकारचा हा दुबळेपणाच होता. या बाबतीत प्रो. शिबनलाल सक्सेना (उत्तर प्रदेश) फार नाराज झाले होते. ते म्हणतात : ‘आमचं भारत सरकार पाकिस्तानातील सत्ताधाऱ्याला हे सांगू शकलं नाही की, आमच्या भगिनी पाकिस्तानात अडकून पडल्या आहेत त्यांची सुटका करा.’ त्यांनी सांगितलं की, परिस्थितीचं गांभीर्य ओळखून भारतानं वागायला पाहिजे. जशास तसे ही भावना भारतानंही ठेवली पाहिजे. पाकिस्तानशी तसंच वागायला पाहिजे. केवळ आमच्या भगिनी तिकडं अडकून पडल्या आहेत, म्हणूनच आपण असं वागायचं नाही, तर आमचीही एक ‘परपंरा’ आहे. ते म्हणाले की, ‘आता सुद्धा रामायण आणि महाभारत हे आम्ही पूज्य मानतो. आम्हांला ते आदर्शवत आहेत. रावणानं फक्त सीतेला, म्हणजेच एकाच स्त्रीला पळवली, तर तिला सोडविण्यासाठी साऱ्या प्रदेशानं हातांत शस्त्रं घेतली आणि ते सगळे युद्धावर गेले आणि इथं आमच्या हजारो स्त्रियांचा प्रश्न उभा राहिला असून, पाकिस्तान्यांनी त्यांना अगदी निर्घृणपणे वागवलं आहे... आमच्या काश्मिरी भगिनींची त्या लोकांनी बाजारात विक्री

केली. आणखीही काय केलं नसेल?'[२८] त्या वेळी आणखीही बरीच टीका झाली. आणि एक अशी सूचना करण्यात आली की, पाकिस्तानात अडकलेल्या अपहृत शीख आणि हिंदू स्त्रियांचा प्रश्न हा युद्धबंदी कराराचा एक भाग समजावा. त्याशिवाय एका सभासदानं सांगितलं, की 'वेळ पडल्यास युद्ध करावं.' दुसऱ्या सभासदाचं म्हणणं खालीलप्रमाणे होतं :

> तिथं जर आमच्या भावना दुखावण्याचा, दुःखद प्रसंग असेल, चीड आणणारी घटना असेल, तर आम्ही समेट करण्याचा किंवा समजुतदारपणा दाखविण्याचा प्रश्नच येत नाही. कारण हा प्रश्न शेवटी हिंदू स्त्रियांना पळवून नेण्याचा आणि त्यांची सुटका न करण्याचा आहे. रामाच्या वेळी सीतेला पळवून नेलं होतं, तेव्हा काय घडलं होतं, ते आम्हांला माहीत आहे. आणि आज इथं तर हजारो मुलींचा प्रश्न आहे. आणि आम्ही एक वेळ आमची साधनसंपत्ती विसरू, आणखीही काही विसरू, पण या मुलींचा प्रश्न आम्ही विसरू शकणार नाही... *रामाचे आम्ही वंशज आहोत : तेव्हा आम्हांला प्रत्येक सीता जिवंतपणे परत आणली पाहिजे.*

पाकिस्तानला ताळ्यावर आणलं पाहिजे, ही भावना सर्वत्र पसरली होती. पंडित हृदयनाथ कुंझरू यांच्याच शब्दांत सांगायचं, तर मुस्लिम स्त्रियांना त्यांच्या 'हक्काच्या घरी पाठवणं, (म्हणजे पाकिस्तानात) ही एक मोठी नैतिक जबाबदारी होती. इतरांनी आपली जबाबदारी टाळली, म्हणून आपण आपली नैतिक जबाबदारी टाळू शकत नाही.' त्यांचे विचार असे होते की, पाकिस्तानला आपण अशी जाणीव करून दिली पाहिजे की, कुणालाही अनिच्छेनं आपल्या प्रदेशात ठेवणं आणि त्यांना 'आपला धर्म सोडून द्यायला लावून इस्लाम धर्माला कवटाळायला लावणं यात शहाणपणा नसून, अशी कृती ही काळिमा फासणारी आहे.'

पाकिस्तानशी जशास तसे वागण्याची कल्पना सरकारी प्रतिनिधींनी खोडून काढली. पंडित ठाकूरदास भार्गव म्हणाले की, आपण या मुलींना (मुस्लिम) थोडे दिवस ओलीस का ठेवत नाहीत; मला याचं कारण कळत नाही. तेव्हा सरकारची बाजू मांडताना गोपालस्वामी अय्यंगार म्हणाले की, अशी वागणूक एका 'सुसंस्कृत' सरकारला शोभणारी नाही. उलट, भारत हा सुसंस्कृत, सभ्य, उदारमतवादी, निधर्मी देश आहे. आणि आपली जबाबदारी आहे, की दुसऱ्या देशाला सुद्धा आपण नीट मार्गदर्शन केलं पाहिजे. त्यांच्या वागण्यात सभ्यता कशी येईल, याचा आपण

२८. भारत : लोकसभेतील चर्चा १९४९ : त्याशिवाय या भागात जे इतर संदर्भ, उतारे घेतले आहेत, ते लोकसभेत जी चर्चा झाली (१९४९ मध्ये) त्या चर्चेतील आहेत.

पाठपुरावा केला पाहिजे. 'तरच आपण स्वत:ला सुसंस्कृत, सभ्य सरकार म्हणवून घेऊ शकतो. आपली ही प्रतिमा कायम राहिली पाहिजे.' त्यांनी आपल्या सहकाऱ्यांना आठवण करून दिली, की पळवा-पळवीचे प्रकार दोन्ही बाजूंनी झालेले आहेत. आपण सद्गुणाचा काही मक्ता घेतलेला नाही. आणि दुसऱ्या देशातल्या लोकांना दुर्गुणाचे मक्तेदार म्हणता येणार नाही. त्यांच्यासारखेच आपण दोषी आहोत.

पाकिस्तानातील मुसलमानांनीसुद्धा हिंदू आणि शीख स्त्रियांना पळवून नेलं आहे. तेव्हा पाकिस्तानही तेवढंच दोषी आहे. तेव्हा पाकिस्तान सरकारला काही सभ्य म्हणता येणार नाही. त्यांनी काही नैतिकतेचं प्रदर्शन घडवलं नाही. तेही तसेच आहेत. पश्चिम बंगालच्या रेणुका रे म्हणाल्या की 'पाकिस्तानाप्रमाणे भारत काही वागणार नाही. भारताला त्याची काही ध्येयधोरणं आहेत. भारताजवळ नीतिमत्ता आहे. पाकिस्तानाजवळ या गोष्टी आहेत, का नाही आणि ते यातून वर निघतील, का नाही, त्यांच्यांत सुधारणा होईल, की नाही, हे माहीत नाही. म्हणून भारतानंही पाकिस्तानसारखी नीतिमत्ता सोडावी आणि हीन वर्तन करावं असं नाही.' पंडित ठाकूरदास भार्गव म्हणाले की, '...आमच्याच बाबतीत सांगायचं झालं, तर आम्हांला आमची नैतिक जबाबदारी काय आहे, हे चांगलं माहीत आहे. आम्ही सदगुणांची कदरच करतो.' याचा अर्थ स्पष्टच होता, की पाकिस्तानकडं या गोष्टींचा अभाव आहे. कुणाजवळ नीतिमत्ता आहे आणि कुणाजवळ नाही, या आरडा-ओरडीमागे एकच प्रयत्न दिसून येत होता. आणि तो म्हणजे एकदा उच्च पातळीवर चर्चा घडवून आणावी. मद्रासच्या अम्मुस्वामीनाथन् म्हणाल्या की, 'काही सभासद सांगतात की, आपण जशास तसंच धोरण ठेवलं पाहिजे. आणि याचंच मला दु:ख होतंय्. कारण हे वागणं माणुसकीला सोडून असेल. कारण दोन्ही देशांमध्ये सरकारी पातळीवर समझोता होत नसेल, तर तो दोष या परिस्थितीच्या क्रूर फेऱ्यात सापडलेल्या निष्पाप मुलींचा नाही. तेव्हा जशास तसं वागण्याचा विचारच आपण सोडून दिला पाहिजे...' आता दुसरी अडचण म्हणजे, ज्या स्त्रिया परत जायला तयार नाहीत, त्यांचं काय करायचं? हा फार गहन प्रश्न होता. या स्त्रियांनी देशापुढं मोठा प्रश्न निर्माण करून ठेवला होता. कारण कायद्याप्रमाणे त्यांना स्वतंत्रपणे निर्णय घेता येत नव्हता. दोन स्वतंत्र देशाचे नागरिक म्हणून किंवा व्यक्ती म्हणून त्यांना त्यांचे अधिकार असायला पाहिजे होते. पण 'ते' स्वातंत्र्य त्यांना नव्हतं. कारण दोन्ही देशांनी एक मान्य केलं होतं, की काही ठरावीक तारखेनंतर सक्तीच्या धर्मांतराला किंवा लग्नाला मान्यता द्यायची नाही. मग एखाद्या बाईनं आपण होऊन कुणाशी लग्न करण्याची इच्छा प्रदर्शित केली, तर काय करायचं? याचा न्याय-निवाडा कोण करणार? कारण ज्या विवादास्पद प्रकरणांचा न्याय-निवाडा करण्यासाठी जे एक विशेष न्यायालय स्थापन केलं होतं, ते दोन्ही देशांतल्या पोलिस अधिकाऱ्यांचं होतं.

लोकांनी प्रश्न असा विचारला की, एखादी सत्य घटना किंवा एखाद्या बाईनं घेतलेला स्वतंत्र निर्णय याचा न्याय-निवाडा करण्यास हे न्याय देणारे पात्र आहेत काय? आणि गोपालस्वामी अय्यंगार यांची सुद्धा एखादं प्रकरण खरंच स्वयंनिर्णीत असेल, त्यात तथ्य असेल, हे मान्य करण्याची तयारी नव्हती, कारण 'अपहृत व्यक्ती किंवा स्त्री कोणत्या वातावरणातून बाहेर आलेली आहे, याला महत्त्व आहे. एकूण या भयकारी परिस्थितीचा विचार करता.' सकृद्दर्शनी एखाद्या व्यक्तीला स्वयंनिर्णयाची परवानगी देऊ नये, कारण त्यांच्या आयुष्याचा आपण विचार केला पाहिजे. आणि या कायद्याचा हेतू हाच आहे की, 'स्त्रियांना 'छावणी'तल्या वातावरणात असा निर्णय घेण्यास स्वातंत्र्य मिळावं. त्यांच्या वागण्यात मोकळेपणा यावा.' परंतु स्त्रियांना आपण 'छावणीत' ठेवलं, तर त्या मोकळेपणानं स्वत:चा निर्णय कसा घेऊ शकतील? कारण छावणीत त्यांना मोकळेपणानं कुठं फिरता आलं नसतं. एक तर पोलिसांचा पहारा, सामाजिक कार्यकर्त्यांचा दबाव म्हणजे सारा प्रकारच नवीन आणि कैदखान्यासारखाच होता. शिवाय मुक्तता करून छावणीत आणलेल्या स्त्रियांना कार्यकर्ते आणि सरकारही त्यांना आपल्या 'स्वत:च्या घरीच' पाठवण्याचाच प्रयत्न करतात. त्याशिवाय ज्यांना ज्या माणसानं पळवून आणलं, अशा माणसाच्या संबंधापासून मुलं झाली असतील, तर अशा स्त्रियांना स्वत:पुरता निर्णय घेताच येणार नाही. म्हणजे मुलांचाही विचार आलाच. काही सभासदांनी मंत्र्यांच्या या विचाराला पाठिंबा दिला होता. परंतु कोणी विरोधही दाखवला. पश्चिम बंगालच्या रेणुका रे म्हणाल्या की, 'शंभरामध्ये असं एखादं प्रकरण असेल की त्या स्त्रीला पुन्हा आपल्या घरी जायचं नसेल. तेव्हा अशा प्रकरणात सरकारनं लक्ष घातलं पाहिजे. तरी सुद्धा कायदेशीर लग्नाची आणखी काही प्रकरणं असतील. अशा बाबतीत आपण फार सावध राहिलं पाहिजे. एखाद्या बाईला लग्न मोडायचं नसेल; कारण वेळ निघून गेलेली असेल. केवळ तुम्ही तिला घरी पाठवण्यास उतावीळ झाला आहात, म्हणून घरी जायला तिचा विरोध असेल, म्हणून ती लग्न मोडणार नाही, असा याचा अर्थ नाही.' त्याआधी दुसरी एक महिला, पूर्णिमा बॅनर्जी यांनी सरकारला या बाबतीत सावध केलं होतं. त्यांनी बजावलं, की कित्येक स्त्रियांना मुक्त करून आता बराच कालावधी लोटला आहे.

> आणि या दिवसांत एकत्र राहत असताना या स्त्रियांनी एकमेकांशी सहकार्याची भावना ठेवली आहे आणि आपापसांत सामंजस्य निर्माण केलं आहे. तेव्हा अशा मुलींना स्वत:च्या देशात परत जाण्यासाठी प्रवृत्त करू नये. केवळ त्या हिंदू आणि मुसलमान आहेत, म्हणून, त्याशिवाय त्यांना एका विशिष्ट वातावरणात, चमत्कारिक परिस्थितीत त्यांच्या स्वत:च्या

घरातून उचलून आणलंय्, (ज्याला तुम्ही पळवून आणलंय् म्हणू शकाल) म्हणून, परत पाठवू नये.

आणि त्याच वेळी महावीर त्यागी म्हणाले की, या मुली आधीच हिंसाचाराला बळी पडलेल्या आहेत आणि त्यांना पुन्हा उचलून नियोजित छावणीमध्ये ठेवणं म्हणजे 'त्यांच्यावर दुसऱ्यांदा अत्याचार नाही का केल्यासारखा होणार. कारण हे तुम्ही त्यांच्या इच्छेविरुद्ध नाही का करणार?' परंतु संबंधित मंत्रिमहोदयांचा निर्णय आणि या बाबतीतला निश्चय कायम होता. सुटका करून परत आणलेल्या स्त्रियांना स्वयंनिर्णयाचा हक्क देणं त्यांना मान्य नव्हतं. 'अशा स्त्रियांच्याविषयी त्यांच्या आईवडिलांना, भाऊ किंवा नवऱ्याला माहिती दिल्यानंतर, तसेच घरच्या लोकांनाही आपल्या मुलीचा ठाव-ठिकाणा लागल्यानंतरसुद्धा एखाद्या बाईनं सांगितलं असेल की, मला पुन्हा त्याच माणसाकडं जायचं आहे. तिथंच राहायचं आहे. तर ती तिची सहज भावना असेल. कारण तिला जबरदस्तीनं पळवून आणलं ही पहिली गोष्ट आणि नंतर भलत्याच वातावरणात आणून टाकलं. आणि अशी एखादीच घटना असेल.' त्या शिवाय त्यांनी पुन्हा बजावून सांगितलं की, 'अशी एखादीही घटना आढळली नाही की, एखाद्या अपहृत स्त्रीला सोडवून आणलंय् आणि तिला तिच्या इच्छेविरुद्ध पाकिस्तानात पाठवलंय्.' तरीसुद्धा त्यांनी एक कबूल की, 'एखाद्या बाईला जेव्हा पहिल्यांदा कोठडीत ठेवलं, तेव्हा तिच्या इच्छा-आकांक्षा लक्षात घेतल्या नाहीत. कारण त्यामागची कल्पना अशी होती, की ज्या क्षणी तिला कोठडीत ठेवली, त्या वेळचं वातावरण परिस्थिती लक्षात घेता, ती आपण या वातावरणात राहायचं, का कुठं पूर्वीच्या जुन्या घरच्या वातावरणात जाऊन राहायचं, याचा विचार स्वतंत्रपणे करू शकणार नाही. कारण तशी ती स्वतंत्र नाही.'

म्हणजे स्वतःची सुटका करून घेण्यास स्त्रियांचाच विरोध होता. तसाच दुसरा अत्यंत कठीण प्रश्न होता तो त्यांच्या मुलांचा. तेव्हा मुलांचं काय करायचं? तेव्हा ज्या सभासदांनी अगदी उत्साहानं, अपहरण म्हणजे एक अनैतिक आणि लज्जास्पद कृती म्हणून निर्भत्सना केली, त्यांनीच सांगितलं की, या स्त्रियांनी आपली मुलं वडिलांच्याकडंच ठेवावीत. म्हणजे ज्यांनी अशा स्त्रियांना पळवून आणलं आणि ज्यांच्यापासून त्यांना मुलं झाली, त्यांच्यापाशीच ठेवावीत. तुम्हांला हे समजलं पाहिजे. असं पंडित ठाकूरदास भार्गव म्हणाले, 'ही सगळी मुलं ज्या अर्थी भारतात जन्माला आली आहेत, त्या अर्थी ती मुलं भारताचे नागरिक आहेत. जरी पुरुष हिंदू आणि स्त्रिया मुसलमान असल्या, तरी. आणि शेवटी या संततीचा वारसदार कोण? एखाद्या मुस्लिम स्त्रीची मुक्तता केली, तर ती म्हणेल, मी पाकिस्तानात जाणार आणि ती मुलांना घेऊन पाकिस्तानात जाईल आणि मुलांचा धर्म बदलून टाकील.

आणि तरी ही अशी मुलं तिकडं अनौरस म्हणूनच समजली जातील. त्यांना चांगली वागणूक दिली जाणार नाही. आणि कदाचित त्यांना मारूनही टाकलं जाईल.' शेवटी त्यांनी विचारलं की, आई आणि वडील या दोघांमध्ये पालक म्हणून कुणाचा अधिकार आहे? तेव्हा या मुलांच्या प्रश्नावर फारच भावनावेगानं चर्चा झाली. सभासद भावनाविवश होणं साहजिकच होतं. तरी सुद्धा या प्रश्नावर 'वस्तुस्थिती', 'विशिष्ट हेतू' काही योग्य दृष्टिकोन यांचा विचार करून निर्णय घ्यायला पाहिजे होता. परंतु अशा वेळी लोकसभेच्या सभासदांनी मनावर ताबा ठेवायला हवा. स्त्री सभासदांच्या बाबतीत असं म्हणता येणार नाही. कमलाबेन पटेल यांनी या प्रश्नातील अडचणी लक्षात आणून दिल्या. हिंदू समाजामध्ये मुसलमान पुरुष आणि हिंदू स्त्री या दोघांपासून झालेलं मूल स्वीकारलं जाणार नाही. आणि अशा स्त्रियांच्या नातेवाइकांनी त्यांच्या मुलांना स्वीकारलं नाही, तर मग अशा बेवारस, कंगाल मुलांची संख्या इतकी वाढेल, की सरकारपुढं हा मोठाच प्रश्न निर्माण होईल. तेव्हा या मुलांना त्यांच्या जन्मदात्या वडिलांकडंच सोपवण्याचा निर्णय अगदी योग्य होता. या मुलांच्या प्रश्नावर मी नंतर विचार व्यक्त करीन.

स्त्रियांच्या प्रश्नावर फक्त लोकसभेतच चर्चा होत नव्हती, तर त्या वेळी वृत्तपत्रं, नियतकालिकं, पाक्षिकं यांमधूनही अपहृत स्त्रियांच्याविषयी लेख येत असत, चर्चा होत असे. राष्ट्रीय स्वयंसेवक संघाचं मुखपत्र 'द ऑर्गनायझर' चा हा विषय तर आत्मीयतेचा होता. २९ डिसेंबर, १९४९ च्या 'ऑर्गनाझर'च्या पहिल्या पानावर एक लेख छापला होता. त्याचं शीर्षक होतं, 'पापी पाकिस्ताननं २५००० स्त्रिया पळवून नेल्या आणि हजारो स्त्रियांची विक्री केली.' ती कथा सांगितली, ती अशी :

'सीतेच्या सन्मानार्थ रामानं युद्ध केलं आणि रावणाचा नाश केला. ज्या वेळी नीच, पाजी खिलजीनं चित्तूरला वेढा दिला, तेव्हा राणी पद्मिनीच्या नेतृत्वाखाली हजारो स्त्रियांनी केशरी साड्या परिधान करून हसत-हसत चितेच्या ज्वाळांमध्ये आत्मदहन केलं. कारण मुसलमानांच्या स्पर्शानं उमद्या, शूर हिंदूच्या रक्ताचा एक थेंब सुद्धा बाटला जाऊ नये, म्हणून. आणि आज शेकडो हिंदू स्त्रिया अत्यंत दुःखात दिवस कंठीत आहेत. विचित्र मनःस्थितीत रात्र घालवीत आहेत. आणि इकडं आमचं सार्वभौम प्रजासत्ताक सरकार काहीच न करता त्यांच्यासाठी फक्त अश्रू ढाळीत, हुंदके देत बसलं आहे. पाकिस्तानच्या कुटिल कारस्थानाबद्दल, त्याच्या हीन, असंस्कृत आचरणाबद्दल 'ऑर्गनायझर' जी टीकेची झोड उठवली, ती पाकच्या वर्तनाला साजेशीच होती. शंभर टक्के बरोबर. ऑर्गनायझरनं पाकिस्तानला 'नापाकिस्तान' म्हटलं आहे. अगदी बरोबर. पाकिस्तानची लायकीच ती आहे. फाळणीनंतर 'ऑर्गनायझर'नं

पाकिस्तानवर सतत टीकेची झोड उठवली होती. आपला संताप व्यक्त केला होता. हिंदू आणि शीख स्त्रियांचं केलेलं अपहरण, त्यांच्यावर झालेले बलात्कार यांमुळं मुसलमानांनी आपली एक काळी प्रतिमा निर्माण केली आहे. मुसलमानांच्या या नीच कृत्याबद्दल ऑर्गनायझरनं त्यांना असंस्कृत, अविश्वासू अशी शेलकी विशेषणं लावली. भारताच्या शरीराचा तुकडा कापून त्यातून पाकिस्तान निर्माण केलं. (किंवा भारतमातेच्या शरीरातून) आणि हे कृत्य म्हणजे भारतमातेची झालेली विटंबनाच होय. भारताला आपल्या स्त्रियांचं रक्षण करता आलं नाही, म्हणून आणि पाकिस्तानसारख्या राष्ट्राला त्याच्याच भाषेत मूँहतोड उत्तर देता आलं नाही, म्हणून भारतावर खूप टीका झाली. आणि आजही होते आहे. आता खरी गरज आहे, ती समस्त हिंदूंनी 'भारत हे राष्ट्र सामर्थ्यशाली, बलवान केलं पहिजे, एक मर्दाची ताकद त्याच्यात आली पाहिजे. त्याला सैन्य बळाची जोड तर आधी पाहिजे.' आपल्या हिंदू-अमेरिका या पुस्तकात चमनलाल यांनी म्हटलं आहे की, 'आम्ही इतके शांतताप्रेमी झालो आहोत की, शत्रूनं आमच्या पाठीत लाथा घालून सुद्धा आम्ही त्या हल्लेखोरांना सत्य आणि न्याय याची जाणीव करून देत बसलो. आम्ही एका अर्थानं हल्लेखोरांना शरणच गेलो. तेव्हा आता आम्हांला खरी गरज आहे, ती हिंदू समाजात 'क्षत्रियत्वाची' भावना जागृत करण्याची. तरच आमचा हा दुबळेपणा नाहीसा होऊन आम्ही तडफदार 'क्षत्रिय' होऊ.'[२९]

'ऑर्गनायझर'मध्ये त्यावेळी अनेक लेखकांनी आपली मतं मांडली आहेत. त्यांच्या मतांप्रमाणे स्त्रियांच्यावर झालेले बलात्कार, त्यांचे केलेलं अपहरण हे नक्कीच लज्जास्पद आहे. परंतु पाकिस्तानसारख्या देशाकडून नाही तरी हीच अपेक्षा आहे. कारण 'हिंदूंची मालमत्ता, साधनसंपत्ती आणि स्त्रिया यांच्यावर डोळा ठेवूनच पाकिस्तानची उभारणी झाली आहे. आणि आम्ही या पिपासू, बुभुक्षित डोंबाऱ्यांवर काबू ठेवण्यासाठी प्रत्यक्षात काहीच केलं नाही.'[३०] आणि तिथं दुसरं एक जळजळीत सत्य होतं. ते म्हणजे हिंदू आणि शीखांनीसुद्धा मुस्लिम स्त्रियाचं अपहरण केलं होतं. आणि हे कोण आणि कसं स्पष्ट करणार? लोकसभेत जेव्हा चर्चा झाली, तेव्हा या कृत्याला 'आमचं अध:पतन', 'ही माणसं म्हणजे पाशवी वासनेचे झालेले बळी' ही विशेषणं लावली. 'ऑर्गनायझर'ची मात्र हिंदू आणि शीखांनी मुस्लिम स्त्रियांचं अपहरण केलं आहे, ते दोषी आहेत, हे मान्य करण्याची तयारी नव्हती. त्याचं म्हणणं, खरं तर, मुस्लिम स्त्रियांना त्यांनी 'आधारच' दिला होता. '१९४७ च्या युद्ध काळात' या लेखात लेखक म्हणतो :

---

२९. ऑर्गनायझर : १० जुलै, १९४७.
३०. ऑर्गनायझर : १४ डिसेंबर, १९४९

> १९४७ सालच्या उन्हाळ्यात पंजाबमध्ये झालेल्या हिंदू-मुसलमान दंग्यात द्वेष, संताप या विकारांचा अतिरेक झाला. दोन्ही बाजूंचे एक लाख लोक मारले गेले. परंतु युद्धापेक्षाही भयंकर... स्त्रियांचं अपहरण... त्यांच्यावर झालेले... *मुसलमानांच्या या जुन्या खोडीमुळं* या देशाला अपरिमित दु:खात लोटलं. हजारो मुस्लिम स्त्रिया, परित्यक्ता विधवा यांना बहुसंख्य हिंदूच असलेल्या विभागात सोडून देण्यात आलं. परंतु या स्त्रियांच्या सुटकेचं, त्यांना परत पाठवण्याचं काम सुरू झाल्याबरोबर ज्यांनी हिंदूच्या घरी आश्रय घेतला होता, त्यांना लगेच अधिकाऱ्यांच्या ताब्यात देण्यात आलं. नंतर फार थोड्या मुस्लिम स्त्रिया त्यांच्या मनाविरुद्ध भारतात राहिल्या असतील. आणि *यांतील काही स्त्रियांना मुसलमानांनीच पळवून नेलं होतं, हे लक्षात ठेवण्यासारखं आहे.*[३१]

तेव्हा हिंदू माणसं क्वचितच पाशवी वासनेला बळी पडत होती. एकंदरीत ते लोक निरुपद्रवी होते. कमकुवत ही होते. पाशवी वासनेच्या अधीन ते गेलेले नव्हते. वाचकांना सांगण्यात आलं, की 'हिंदू मन' हे इतरांना न्याय देण्यात फार उदार आहे. परंतु स्वत:साठी न्याय मागण्यामध्ये ते मन फारसं धीट नाही.[३२] त्याचं कारण म्हणजे भारताची एक मोठी परंपरा आहे. उदार संस्कृती आहे. ती अशी :

> शतकानुशतकाच्या काळात, कालखंडात आणि नंतर भारत शस्त्रसज्ज, सामर्थ्यवान असताना भारतानं युरोप खंड सहज पादाक्रांत केला असता. परंतु ही राक्षसी वृत्ती भारतानं कधीच दाखवली नाही. परंतु इतर लोकांनी अशा वेळी आपल्या पूर्वजांनी सुरू केलेल्या क्रूर, पाशवी मोहिमा पुढं अभिमानानं चालू ठेवल्या. जे आपले भाईबंद आहेत, जी माणसं आहेत, त्यांचं शोषण करण्यात, त्यांना सक्तीनं धर्मांतर करायला लावण्यात आणि या सर्वांना आपले गुलाम करून घेण्यात यांना धन्यता वाटते. पण भारतीयांची एक सांस्कृतिक परंपरा आहे. प्रसिद्ध तत्त्वज्ञान आहे; द्रष्टेपण आहे आणि मुख्य म्हणजे, भारतानं आपल्या संस्कृतीशी इमान राखलं आहे... ते दिवस आता आठवतात. तो महत्त्वाचा कालखंड, प्राचीन वैभवसंपन्न आणि भारताच्या सुसंस्कृतीची सर्व दूर पसरलेली प्रभा... [३३]

आणि या भारतीय प्राचीन परंपरेचा असा परिणाम झाला की, हिंदू पुरुष संयमी

---

३१. ऑर्गनायझर : १४ डिसेंबर, १९४९.
३२. ऑर्गनायझर : १४ डिसेंबर, १९४९.
३३. ऑर्गनायझर : ३० नोव्हेंबर, १९४९

झाले. त्यांच्यावर संस्कार झाले. त्यामुळं झालं काय, तर एखाद्यानं (चुकून) जरी मुस्लिम महिलेचं अपहरण केलं असेल, तर स्त्रियांच्या सुटकेचं आवाहन केल्याबरोबर अशा व्यक्तीनं स्वत:हून त्या महिलेस राज्याच्या अधिकाऱ्याच्या ताब्यात देण्याची तयारी दाखवली होती. हीच ती संयमी वृत्ती आणि सुसंस्कृत वागणूक आजपर्यंत जी महत्त्वाची होती. पण त्याचा दुसरा परिणाम असा झाला की, या फाळणीच्या अराजकात, संकटाच्या प्रसंगी हिंदू पुरुष आपल्या स्त्रियांचं रक्षण करण्यास असमर्थ ठरले. तेव्हा मुस्लिम देशाच्या कुरापतीला, खोडसाळपणाला, त्यांच्याच भाषेत उत्तर देण्यासाठी आमच्या सैन्याला बोलवाव लागलं. आणि याच संदर्भात एका लेखकानं आम्हांला सांगितलं की–

> आमच्या शेकडो धार्मिक वृत्तीच्या माता आणि भगिनी तिथं बेशुद्ध पडल्या. जिथं रक्तलांछित जागेत, हजारो रुपये, आणे, पैशांत आमच्या स्त्रियांची विक्री केली जात होती. सौदा केला जात होता. आणि त्या पवित्र स्थळामधून काही स्त्रियांना सोडवून आणल्याचं मी पाहिलं आहे. आणि त्यांच्या कपाळावर जे काही गोंदलं होतं, ते सहन करण्यापलीकडचं होतं. 'मुहम्मद की जोरू' (मुहम्मदाची पत्नी) 'मियाँ अहमद की जोरू' (मिया अहमदची पत्नी) 'हाजी हुसेन की जोरू' (हाजी हुसेनची पत्नी) वगैरे...
>
> त्यांचं (इथं निर्वासितांचं) लवकरात लवकर पुनर्वसन झालं पाहिजे. ज्या विभागात त्यांना पाठवण्यात येईल, त्या विभागातल्या आपल्या समाजानं त्यांना सामावून घेतलं पाहिजे, आर्थिक मदत केली पाहिजे. कामधंदा दिला पाहिजे. आणि *'त्यांना मदत करणं हे प्रत्येक भारतीय नागरिकाचं प्राथमिक कर्तव्य आहे.'*[३४] आणि ते काम एवढं सोपं नाही. मार्ग काटेरी आहे. आणि ते अपेक्षितच आहे. उघड आहे. परंतु ते कमी महत्त्वाचं नाही. कारण परिस्थिती अशी आहे की, ते काम म्हणजे *आमच्या पौरुषाला, माणुसकीलाच, आव्हान आहे. आमच्या राष्ट्रप्रेमापेक्षा ते कमी नाही.*[३५]

पौरुष, धैर्य आणि राष्ट्रभक्ती यांचं समीकरण ही साधारण गोष्ट नाही. यासाठी पुरुषांनी आपल्या मातृभूमीची प्रतिष्ठा जपली पाहिजे. तिचं रक्षण केलं पाहिजे. त्या वेळी 'ऑर्गनायझर'च्या लेखकांनी वाचकांना आपल्या मातृभूमीच्या पावित्र्याचं महत्त्व पटवून दिलं. मातृभूमी जिनं हिंदू वंश, वर्ण याला जन्म दिला. मात्र भूमी म्हणजे हिंदू धर्माचं 'घर'. या देशाला तुम्ही भारत म्हणा किंवा हिंदुस्थान म्हणा, तिची 'स्त्री'चीच

---

३४. ऑर्गनायझर : १० जुलै, १९४७.
३५. ऑर्गनायझर : १० जुलै, १९४७.

प्रतिमा निर्माण झाली होती. जननी आणि या आपल्या आईचे फाळणीनं दोन तुकडे केले. तिच्या शरीराची क्रूर विटंबना केली. १४ ऑगस्ट, १९४७ च्या 'ऑर्गनायझर'च्या मुखपृष्ठावर पुढील चित्र होतं. एक हिंदुस्थानचा नकाशा काढला होता. आणि त्या नकाशावर एक जखमी स्त्री असहायपणे पडली होती. असं चित्र रेखाटलं होतं. तिचा एक हात तुटला होता. आणि तो पंडित नेहरूंच्या जवळ पडला होता. नेहरूंच्या हातात एक रक्तानं माखलेली सुरी होती. मातृभूमीचे तुकडे करण्यास नेहरूच जबाबदार होते. त्या चित्राचा तोच अर्थ स्पष्ट होता. इतरत्र भारतमातेविषयी असं सांगितलं जातं होतं की, 'तिचा आपल्या धर्मावर दृढ विश्वास होता, म्हणूनच हिंदुस्थानचं विनाशापासून शतकानुशतकं रक्षण होत गेलं. गुलामगिरी आणि त्यातून सुटका व विजय याचं आव्हान तिनं स्वीकारलं. तिला भीती दाखवली गेली, तिच्यावर दडपण आणलं, मन वळविण्याचा प्रयत्न झाला. आमिषं दाखवली. कशासाठी, तर जे जुनं ते सोडून दे, त्याच्यावर विश्वास ठेवू नकोस. वेगळ्या मार्गाचा स्वीकार कर. परंतु तिनं आपला धर्म सोडण्यात नकार दिला– जो तिचा आत्मा आहे. ती ठाम राहिली.'[३६]

या नैतिक उपदेशात ज्या स्त्रिया अपहरणाला बळी पडल्या आहेत, त्यांना सुद्धा धडे दिले आहेत. आणि ज्या स्त्रियांनी 'दुसऱ्याचा' धर्म स्वीकारण्याचा मार्ग पत्करला, त्यांनाही. दुसरं म्हणजे, एक चांगली हिंदू स्त्री असणं म्हणजे चांगली माता असण्यासारखंच आहे. आता काही स्त्रियांनी मुसलमान पुरुषांबरोबर केलेल्या मैथुनाबद्दल सांगायचं झालं, तर मग ते मैथुन जबरदस्तीनं करावं लागलं असेल, किंवा स्वेच्छेनं केलेलं असेल, काही असलं, तरी ते अशा वर उल्लेख केलेल्या आदर्शाला सरळ सरळ आव्हान होतं. आदर्शाला धोकाच निर्माण केला होता. म्हणून त्यांची दखल घ्यायलाच पाहिजे होती. मग ही जबाबदारी कुणावर पडते, तर अशा स्त्रियांच्या नवऱ्यावर आणि भावांच्यावरही. त्यांनी स्त्रियासाठी लढा दिला पाहिजे. युद्धावर गेलं पाहिजे. इतकंच नाही, तर प्रसंगी 'त्यांना' त्यांची राख होईपर्यंत जिवंत जाळलं पाहिजे. आणि स्त्रियांना अगदी बंदिस्तपणे परत आणलं पाहिजे. जेणेकरून स्त्रियांना त्यांचं प्रदूषण होणार नाही. बाधा होणार नाही. 'कमल'च्या (कमल हे नियमित लेखन करणाऱ्या एका लेखिकेचं टोपणनाव) म्हणण्याप्रमाणे भारत वर्ष (माता) ही आमची आई आहे. आणि आम्ही तिची मुलं. एवढंच नाही, तर ती आमची देवता आहे आणि आम्ही तिचे भक्त आहोत. ती पवित्र होती. कुठं बाहेर जाणं म्हणजे परदेशी जाणं, रानटी प्रदेशात जाणं. अपवित्र म्हणून परत आल्यानंतर शुद्धी करण्याची गरच होती.[३७] दुसऱ्या एका लेखात राम लक्ष्मणाला सांगतो की, 'हे

---

३६. ऑर्गनायझर : १३ नोव्हेंबर, १९४८.

३७. ऑर्गनायझर : २५ सप्टेंबर, १९४७

थोडक्यात त्यांना सुरक्षित छपराखालून ओढूनच बाहेर काढलं, त्यांचं काय? आणि ही जबरदस्ती, अत्याचार प्रतिनिधिक नाहीत, तर प्रत्यक्ष स्त्रियांच्या शरीरांवर झाले आहेत. म्हणजे प्रत्यक्ष 'आई' वर! प्रत्येक स्त्रीला बाहेर काढलं, दूर नेलं, म्हणजेच जी माता होती किंवा जिच्यामध्ये मातृत्वाची क्षमता होती, तिचीच विटंबना केली. अशा स्त्रियांना एकदा मातृत्व प्रदान केल्यानंतर म्हणजे यांपैकी ज्या स्त्रिया नंतर ज्यानं अपहरण केलं, त्या माणसापासून गरोदर राहिल्या असतील, त्यांच्या लैंगिक संबंधांकडं दुर्लक्ष केलं जाईल. त्यांच्या होणाऱ्या संततीलाही कायदेशीर मान्यता मिळेल. परंतु अशाच कुणी मातेनं जिच्यावर बलात्कार झाला आहे, तिनं पुढं 'त्याच' माणसाबरोबर कायम राहण्याची इच्छा प्रदर्शित केली, तर असे शरीर संबंध पुढं मान्य केले जाणार नाहीत. समजून घेतले जाणार नाहीत. मग अशा मातृत्वाला तुम्ही 'अपवित्र, समजणार का?' वस्तुस्थिती अशी आहे की, ज्या परिस्थितीत अपहरण झालं, बलात्कार हे प्रकार घडले आणि स्त्रियांना मातृत्व प्राप्त झालं, ती परिस्थिती आधी लक्षात घेतली पाहिजे. अराजक गोंधळाच्या फेऱ्यात या स्त्रिया सापडल्या. मातृत्व स्वीकारणं भाग पडलं. पण पुढं या स्त्रिया आहेत, त्या पुरुषांबरोबर किती दिवस राहू शकणार? मुख्य म्हणजे, समाज, कुटुंब आणि देश यांना हे मान्य होईल का? तेव्हा या स्त्रियांना परत आणून त्यांची 'शुद्धी' करणं अपरिहार्यच होतं. त्यांना आपापल्या घरी परत पाठवून त्यांना पुन्हा स्थैर्य प्राप्त करून देणं भाग होतं. (याचा अर्थच असा होता, की त्यांना आपल्या अनौरस संततीपासून आणि बेकायदेशीर लग्नबंधनातून विभक्त करायलाच पाहिजे होतं.) म्हणजेच ढासळलेली नीतिमत्ता पुन्हा बळकट होईल. गेलेली प्रतिष्ठा प्राप्त होईल. आणि या राष्ट्रातील हिंदू पुरुषवर्गाला जी दुबर्लता आली होती, ऑर्गनायझरच्या टीकाटिपणीप्रमाणे पुरुष वर्ग जो नेभळट झाला होता, त्याला पुन्हा पौरुष येईल. मानसिक शक्ती प्राप्त होईल. फाळणीनं स्वत:बरोबर 'दुसऱ्याचंही' नुकसान केलं असेल, तरी एक दुसरी बाजूही विचारात घ्यायला पाहिजे. एकीकडे मातृभूमीवर, ज्याला आपण प्रतीकात्म म्हणू, असे अत्याचार झाले. बलात्कार झाला, आणि दुसरीकडं स्त्रियांची प्रत्यक्ष केलेली सुटका, त्यांचं पुनर्वसन आणि त्यांचं शुद्धीकरण म्हणजे स्त्री-चारित्र्य आणि स्त्रीची शुद्धी याला प्राधान्य देणं. या एकूण, समग्र परिस्थितीचा विचार करता देशाच्या, समाजाच्या, आणि स्वत:च्याही मान्यतेसाठी (फार तर कायदेशीर) स्त्री देहाला किती महत्त्व आहे, हे यावरून सिद्ध होतं.

संसदेत अपहृत व्यक्ती, सुटका आणि पुनर्वसन या कायद्यावर दीर्घकाळ बरीच चर्चा झाली; आणि ज्या 'स्त्री' विषयावर ही चर्चा झाली, तिच्याशी संसदेला काहीच देणं घेणं नव्हतं. असलं तर फार थोडं. आणि हे काही नवीन नाही. आज सुद्धा त्यांच्याविषयी नुसतीच चर्चा होते. सभासदांना तसं काही देणं-घेणं नसतं. तशी ही

चर्चा म्हणजे नावालाच. कुठला तरी विषय काढून चर्चा चालू ठेवायची, संसदेची प्रतिमा जपण्याचा एक प्रकार. अर्थातच भारताचीही प्रतिमा त्यात आलीच. आता आमच्यापुढं एक प्रश्न आहे, तो थोडा वेगळा आहे. आमच्या भारत देशाला अपहृत स्त्रियांची सुटका आणि पुनर्वसन करण्यासाठी इतका कालावधी का लागला? मध्ये काही अडचणी आल्या का? कायद्याची अंमलबजावणी करण्याचे सरकारकडे इतके अधिकार असताना या सगळ्याच गोष्टींची इतकी शहानिशा कशासाठी सरकार करत बसलं? खरोखरच आमच्या सरकारनंच आधी फार निष्ठुर वर्तन केलं. कारण नसताना सरकारनं काही कुटुंबांवर दबाव आणला. लोकांना दडपणाखालीच ठेवलं. आणि जसे दिवस जात होते, तसं पुनर्वसन, स्त्रियांची मुक्तता ही कामं रेंगाळत गेली आणि हे काम थोडं अवघडसुद्धा होऊन बसलं. कित्येक स्त्रियांना आपल्या घरी परत जायची इच्छा नव्हती. आहे त्याच ठिकाणी त्यांना राहायचं होतं. कारण तिथंच त्यांना सुरक्षित वाटत होतं. शिवाय त्यांना मुलांचा प्रश्न फार मोठा होता. मग स्त्रियांच्या इच्छेविरुद्ध सरकारनं ही मोहीम का चालू ठेवली?आणि या पुढं जाऊन सरकारला आणखी एक प्रश्न विचारावासा वाटतो. तो म्हणजे सरकारला हा प्रश्न जितका महत्त्वाचा वाटतो, तितकाच 'ऑर्गनायझर' सारख्या वृत्तपत्राला वाटतो. कारण त्यातले लेख वगैरे वाचले, की सरकारी धोरण आणि ऑर्गनायझर यांनी हा प्रश्न फारच महत्त्वाचा केला होता. दोघांनाही याचं महत्त्व वाटत होतं. परंतु या दोघींच्याही 'आवाजांत' स्त्रियांना स्त्री म्हणून काहीच महत्त्व नव्हतं. तिच्या स्वत:च्या इच्छा, आकांक्षा, तिचं स्वत्व याचा विचारच कुणी केला नाही. फक्त धोरण आणि धोरण! या स्त्रियांना स्वत:चं मत मांडण्याचा जो अधिकार, आम्ही कुठं जावं आणि कुठं नाही, या नैसर्गिक अधिकाराचा कुणी विचारच केला नाही. मुलांना बरोबर न्यावं, का नाही, याचा अपहृत स्त्रियांना कायद्यानं काही अधिकारच ठेवलेला नव्हता. इथंही स्त्रियांच्यावर जबरदस्तीच केली आहे. ते घर सोडायची जबरदस्ती, देश सोडायची जबरदस्ती. स्त्रियांना कुठलं स्वातंत्र्यच ठेवलं नव्हतं. घर, देश सोडताना स्त्रियांनी काही अडचणी निर्माण केल्या, तर तिनं आपल्या अडचणी खास न्यायालयापुढं मांडायच्या आणि समजा, तिला तिथंही न्याय मिळाला नसेल, तर मग दुसरा आधारच नव्हता. मग प्रश्न असा पडतो की, ज्यांच्यासंबंधी ही पुनर्वसनाची योजना सरकारने आखली होती, त्या स्त्रियांना इथं स्वत:चं मत मांडण्याचाच अधिकार नव्हता. मग ही मोहीम कशासाठी होती? योजना काय दुसऱ्याला दाखविण्यासाठी होती का? या मागचा हेतू काय होता? मग इथं मुद्दा उपस्थित होतो, तो कुठला, तर देशाच्या प्रतिष्ठेचा. सन्मानाचा. फक्त प्रतिष्ठा, मान आणि सन्मान. देशाच्या दृष्टीनं स्त्री ही सन्मानाचं प्रतीक; धर्माच्या दृष्टीनं तर आहेच. या सन्मानाचा भार कुणावर, तर मातृभूमीवर. हिंदू-शीख स्त्रियांच्या म्हणजे माता आणि होणाऱ्या माता

पाकिस्तानात निघून गेला होता. 'ही जागा मोठी आणि मोकळी. माझं हृदय दु:खानं भरलेलं. मला वाटलं, आपण इथंच राहावं. माझ्या दृष्टीनं हे रितेपण फार चांगलं होतं. एकाकीपण, रितेपण आणि ही रिकामी, मोकळी जागा.' इथं मंगलसिंगनं घर उभं केलं. आणि मोठ्या दु:खानं, भरकटलेलं, उद्ध्वस्त झालेलं आयुष्य, पुन्हा नव्यानं उभं करायला सुरुवात केली. त्यानं नातेवाइकांकडून आणि मित्रांकडून उसने पैसे घेतले. आणि जुने पंखे, विजेची उपकरणं याचं दुकान सुरू केलं. (जर तुम्हांला शे-सव्वाशे रुपयांची किंवा हजारो रुपयांची गरज पडली असती, तरी तुम्हांला मिळाले असते. कारण त्या वेळी लोकांनी तशी मदत केली होती.) त्यानं वेळेवर लग्न केलं आणि संसार सुरू केला. कौटुंबिक जीवन सुरू केलं. ज्या वेळी मी मंगलसिंगला भेटले, त्या वेळी तो सत्तरीतला होता. एक आजोबा, आजूबाजूला नातवंडं वगैरे मोठा गोतावळा होता. त्यांची मुलं उद्योगधंदा करत होते. मंगलसिंग आपला वेळ नातवंडांच्या सहवासात घालवत होता.

मला अनेकांनी सांगितलं होतं, अगदी आग्रहानं की तुम्ही मंगलसिंगशी बोला म्हणून. आणि मी पण उत्सुक होते. मंगलसिंगविषयी काही आख्यायिका आहेत, हे शेजाऱ्यांना माहीत होतं. आणि फाळणीच्या वेळी त्यानं आणि त्याच्या दोघां भावांनी मिळून घरातील बायका-मुलांना ठार केलं होतं. बायका-मुलांना धरून एकूण सतरा जणांना ठार केलं आणि नंतरच तो भारताच्या सरहद्दीत आला. खरं तर, माझा या गोष्टीवर विश्वासाच बसला नाही. तुम्ही स्वत:च्या बायका-मुलांना कसं काय मारू शकता? आणि का? सुरुवातीला मंगलसिंग माझ्याशी काही बोलायलाच तयार नव्हता. 'हे सगळं पुन्हा उकरून काढण्यात काय अर्थ आहे?' त्यानं विचारलं. नंतर आपल्या घरातील माणसांशी तो बोलला. तेव्हा त्याचे विचार बदलले. घरातल्या लोकांनी त्याला बोलायला भाग पाडलं. घरातल्या लोकांचं मत पडलं की, मंगलसिंगनं बरेच दिवसांपासून त्या घटनेचं ओझं आपल्या डोक्यावर बाळगलं आहे. मी त्याला त्याच्या घरातल्या माणसांविषयी विचारलं. (जे हयात नव्हते.) तेव्हा तो म्हणाला; आम्हांला त्या दिवसांत काही कमी नव्हतं. त्या दिवसांत आम्ही खाऊन पिऊन सुखी होतो. लोकांना त्या वेळी मुल बाळं बरीच असायची. तेव्हा आम्हांला बऱ्याच बायका होत्या आणि बरीच मुलं होती. आम्हांला बरीच मुलं-मुली, पुतणे आमचा मोठा परिवार होता. भलं मोठं कुटुंब होतं आमचं, सगळे अगदी आनंदात होते. सगळे सुखी होते. तर मग मंगलसिंग आणि त्याच्या भावानं घरातल्या लोकांना मारलंच पाहिजे, हा विचार कसा आणि का केला? म१८९१८९१८९१८९१८९ंगलसिंगला आपण बायका-मुलांना ठार केलं, हे मान्य नव्हतं. तो म्हणाला, 'ते हुतात्मा झाले.'

घर सोडल्यानंतर आम्हांला भोवतालची हद्द म्हणजे नदी ओलांडून जायचं होतं. आणि आम्ही अनेक कुटुंबं होतो. त्यांमध्ये अनेक स्त्रिया आणि मुलं होती. ते सगळे नदी पार करून पुढं जाऊ शकत नव्हते. तेव्हा ते मागं राहू नयेत, म्हणून आम्ही त्यांना मारलं. ते सगळे हुतात्मे झाले... आमच्या घरातली सतरा माणसं... सतरा जीव... आम्हांला त्यांच्याविषयी फार दु:ख झालं होतं. पश्चाताप झाला होता. त्यांचं दु:ख आणि स्वत:चंही दु:ख, अशा अवस्थेत आम्ही प्रवास केला. अगदी दु:खानं व्याकूळ होऊन. स्वत:चे असे खिशात पैसे नव्हते. खाण्यासाठी अन्नाचा कणसुद्धा नव्हता. ...पण आम्हांला जगायला तर पाहिजे होतं. आम्ही असं केलं नसतं, तर आम्हीही मारले गेलो असतो. वेळच तशी होती...

पण तुम्ही बायका-मुलांना का मारलंत? मी त्याला विचारलं, त्यांना जगण्याची संधी का नाही दिली? का ते जगायला योग्य नव्हते? ते बाहेर कुठं जाऊ शकले नसते, का संकटातून बाहेर पडू शकले नसते? तेव्हा मंगलसिंगनं अगदी कळकळीनं सांगितलं की, बायकांनी आणि मुलांनीच मरण 'पत्करायचं' ठरवलं होतं. त्या वेळी जे काही घडत होतं त्याला तोंड देण्यापेक्षा मरण परवडलं, असंच त्यांना वाटलं असेल. धर्मांतर आणि बलात्कार. पण त्यांनी स्वत:हून आम्हांला मारा, म्हणून कसं सांगितलं? त्यांना भीती कशी वाटली नाही? मी विचारलं, तेव्हा तो रागानं म्हणाला :

भीती? तुम्हांला एक सांगतो मी, तुम्हांला शीखांचा वंश माहीत आहे का? शीखांना कसली भीतीच वाटत नाही. समोर संकट उभं असताना भीती वाटत नाही. त्या लोकांच्या मनांत भीती नव्हतीच. (जे मारले गेले, त्यांच्या) त्या दिवशी ते सर्वजण आमच्या घराच्या भल्या मोठ्या अंगणात जमा झाले. ते सगळी खाली बसले आणि म्हणाले; की तुम्ही आम्हांला... हुतात्मे करू शकता. आम्हां सगळ्यांना हुतात्मा व्हायचंय्. आणि ते झाले. लहान मुलं सुद्धा... त्यात घाबरण्यासारखं काय होतं? खरी भीती होती ती अपमानाची, जर त्यांना मुसलमनांनी पकडलं असतं, तर आमचा आणि त्यांचाही घोर अपमान झाला असता. प्रतिष्ठा रसातळाला गेली असती. हा एखाद्याच्या मान-सन्मानाचा प्रश्न आहे. तुम्हांला स्वाभिमान असेल, तर तुम्हांला घाबरायचं काहीच कारण नाही.

पण स्वाभिमान कुणाजवळ होता आणि घाबरत कोण होतं? मंगलसिंग या प्रश्नावर आधी बोलायला तयार नव्हता. आणि त्याच्या हकीकतीवर विश्वास ठेवायचाच झाला, तर मग त्याच्यात एक धोका संभवतो, तो असा : मंगलसिंगच्या कृत्यामुळं,

आणि त्या कृत्याच्या मुळाशी असलेल्या कारणामुळं, तत्त्वामुळं एक धोका पत्करावा लागतो, तो म्हणजे धर्मांतर करणं म्हणजे मानहानी पत्करणं, अप्रतिष्ठा करून घेणं, आणि याच विचाराचा पगडा लोकांच्या मनांवर बसला. कुटुंब, माणसं, जमात आणि संबंधित समाजाला याची जाणीव झाली. प्रत्यक्ष हिंसाचाराचा प्रतिकार एक वेळ होऊ शकतो. परंतु धर्मांतराचं काय? धर्मांतर म्हणजे नाजूक विषय. आणि यात खोटं काहीच नाही. कारण दोन्ही धर्मांमध्ये, हिंदू व मुस्लिम यांच्यामध्ये मोठ्या प्रमाणावर सक्तीचं धर्मांतर झालेलं आहे. शीखांच्या बाबतीत सांगायचं झालं तर पुरुषांना वाटलं, आपण धर्मांतराचा प्रतिकार करू शकतो. परंतु त्यांना हे सुद्धा माहीत होतं, की आपल्या स्त्रिया प्रतिकार करू शकणार नाहीत. त्याच्यामागची सरळ विचारसरणी अशी, की पुरुष एक वेळ लढू शकतील, वेळ पडली, तर प्राणार्पण करू शकतील. आणि प्रसंग पडला, तर आपली बुद्धी आणि बळ वापरून पलायन करू शकतील. पण स्त्रियांचं तसं नाही. त्या काहीच करू शकणार नाहीत. म्हणूनच त्या धर्मांतराला सहज बळी पडू शकतील. आणि झालंही तसंच. आता 'शुद्धी'चाच विचार करायचा झाला, तर तेव्हा अनेक स्त्रियांच्यावर बलात्कार होऊ शकला असता. स्त्रिया इतर धर्मीयांकडून गरोदर राहू शकल्या असत्या. आणि तेव्हा अशा स्त्रिया बाटलेल्या म्हणून ओळखल्या गेल्या असत्या. एवढंच नाही, तर त्यांना जी संतती होणार, थोडक्यात सांगायचं, म्हणजे ती मिश्र असणार. आणि त्या संततीमुळं सर्व हिंदू आणि शीख (संबंधित) समाज बाटला जाणार, अशुद्ध होणार, किंवा झाला असता. याचाच अर्थ असा की, काही झालं, तरी पुरुष नामानिराळा राहू शकतो. त्याला कुठलाच बाध येत नाही. परंतु स्त्रीवर्गावर मात्र याची जबाबदारी टाकली जाते. कारण तिच्यापोटी संतती जन्माला येते. याचा अर्थच असा की, धर्मावर अधिष्ठित समाजाला स्त्रीवर्गच 'शुद्ध' ठेवू शकतो. धर्माच्या शुद्धतेसाठी स्त्री ही महत्त्वाची घटक आहे.

मंगलसिंगची मुलाखत घेतल्यानंतर काही काळानंतर फाळणीसंदर्भात मी वृत्तपत्रांतील जे अहवाल प्रसिद्ध झाले होते, ते वाचले. तेव्हा मंगलसिंग सारख्याच दुरावस्था झालेल्या कुटुंबांच्या काही हकीकती वाचायला मिळतील, ही माझी अपेक्षा. तेव्हा १५ एप्रिल १९४७ च्या 'स्टेट्समन' या इंग्रजी दैनिकात एक हकीकत वाचली. ती अशी :

> रावळपिंडी जिल्ह्यातील 'थोआ खालसा' या छोट्या खेड्यातली ही ९० स्त्रियांची कथा. नुकत्याच झालेल्या हिंसाचारामुळं, उद्रेकांमुळं पंजाबमधल्या लोकांची डोकी ठिकाणावर नव्हती; आणि याच वेळी थोआमधल्या ९० स्त्रियांनी विहिरींत उड्या टाकून आत्मबलिदान केलं,

त्यांच्या लक्षात आलं की, आपल्या घरातील पुरुष मंडळी आपलं जास्त काळ संरक्षण करू शकणार नाहीत. तेव्हा त्यांनी राजपूत स्त्रियांप्रमाणे आत्मबलिदानाचा मार्ग स्वीकारला. गांधींनी दिलेला सल्ला त्यांनी आचरणात आणला. काही विशिष्ट प्रसंगी शरण जाण्यापेक्षा आत्महत्या केव्हाही चांगली, गांधी म्हणाले होते.

एक महिन्यापूर्वी जातीयवादी संघटनेचे काही सैनिक हातांमध्ये स्वयंचलित बंदुका, हातबॉंब आणि काठ्या घेऊन आले आणि त्यांनी त्या खेड्याला वेढा घातला. खेडुतांनी त्यांचा आधी प्रतिकार केला. मग नाइलाजानं पांढरा झेंडा दाखवला. नंतर खेडुतांची आणि हल्लेखोरांची बोलणी झाली. हल्लेखोरांनी खेडुतांकडे १०,००० रुपयांची मागणी केली... दहा हजार रुपये ताबडतोब देण्यात आले. तेव्हा हल्लेखोरांनी आम्ही पुन्हा इकडं येणार नाही, असं कळकळीनं सांगितलं. पण ते तेवढ्यापुरतंच दिलेलं वचन हल्लेखोरांनी दुसऱ्या दिवशीच मोडलं. ते लोक दुसरे दिवशी आणखी पैशाची मागणी करण्यासाठी आले, तेव्हा खेडुतांनी त्यांचा प्रतिकार केला आणि मग हल्लेखोरांनी ४० लोकांना ठार केलं. कारण हल्लेखोरांची संख्या जास्त होती. त्यामुळं खेडुतांचा तिथं टिकाव लागला नाही. अशा परिस्थितीत त्यांच्या स्त्रियांनी एक बैठक घेतली. आणि ठरवलं, की आता काहीच शिल्लक राहिलं नाही. शिल्लक आहे तो फक्त स्वाभिमान आणि प्रतिष्ठा. तेव्हा एका लहान विहिरीत ९० स्त्रियांनी लगेच उड्या टाकल्या. त्यांतल्या तिघी जणी फक्त वाचल्या. कारण विहिरीत सगळ्याच बुडतील, एवढं पाणी नव्हतं.

ही सांगितलेली जी कथा आहे ती पंजाबमध्ये झालेल्या जातीय दंगलीच्या संदर्भातली आहे. पंजाबमधील दंगल खरी तर मार्च १९४७ च्या आधीच काही महिने सुरू झाली होती. म्हणजे फाळणीच्या आधीच. त्या महिन्याच्या सुरुवातीलाच रावळपिंडी जिल्ह्यातल्या शीखांच्या अनेक खेड्यांवर हल्ले सुरू झाले होते. साधारण ६ ते १३ मार्च या कालावधीत हे हल्ले झाले. पुढंही १५ मार्चपर्यंत अधून मधून काही ठिकाणी हल्ले सुरूच होते. असं सांगतात की, बिहारमध्ये मुसलमानांवर हिंदूंनी जे हल्ले केले, त्याचा सूड म्हणून मुसलमानांनी शीखांवर हल्ले केले. त्याशिवाय त्या वेळी शीख राजकीय पुढारी तारासिंग यांनी लाहोरमध्ये काही चीड आणणारी वक्तव्यं केली होती. त्यामुळंही मुस्लिम पुढारी बिथरले होते. उद्रेकाला तेही एक कारण होतं. आता पहिल्यांदा कुणी आगीत तेल ओतलं आणि कोण जबाबदार होतं, हा प्रश्न गौण आहे. मात्र एक खरं आहे की, ज्या वेळी फाळणी

होणारच, हे सिद्ध झालं, तेव्हाच हिंदू आणि मुसलमानांनी एकमेकांवर हल्ले सुरू केले. रावळपिंडी जिल्ह्यातल्या थामाली, थोहा खालसा, मटोर, नारा आणि इतरही अनेक खेड्यांवर हल्ले झाले. १३ मार्चपर्यंत हे प्रकार चालूच होते. जेव्हा सैन्यानं या भागाचा ताबा घेतला, तेव्हा उरलेल्या लोकांना संरक्षण मिळालं. कित्येक खेडी ओस पडली होती आणि इतर खेड्यांतून फारच थोडी माणसं उरली होती. ती मात्र वाचली.

शीख जमातीमधील जे लोक सहीसलामत राहिले, ते दिल्लीमधल्या जंगपुरा आणि भोगल या दोन मध्यमवर्गीयांच्या भागात राहतात. त्यांच्यापैकीच काही लोकांच्या कडून मी थोआ खालसामधील सामूहिक आत्महत्येबद्दल व आणखी बरंच काही ऐकलं होतं. कारण पंजाबमधील, त्या काळ्या इतिहासाबद्दल तेच अधिकारवाणीनं बोलू शकतात. रावळपिंडीमधल्या शीख जमातीतील लोक थोआ वगैरे भागातील लोकांच्याविषयी आजही मोठ्या आदरानं बोलतात. मंगलसिंगविषयीसुद्धा ते लोक मोठ्या आदरानंच बोलले. मात्र थोआ-खालसा जवळच्या खेड्यातले दोन भाऊ, ज्यांच्या बहिणींचंही अपहरण झालं होतं, ते थोडं वेगळंच बोलले. झालेल्या प्रकाराबद्दल ते असं काही बोलत होते की, जणू त्यांच्याही हातून कधी काळी, थोडा-बहुत अपराध घडलेला आहे. खरोखरच ज्या स्त्रियांनी बलिदान केलं, सन्मान ठेवण्यासाठी 'देहार्पण' केलं, त्यांच्यामुळंच त्यांच्या घराण्याचा आणि जमातीचाही नावलौकिक झाला. आदर वाढीस लागला. थोआ-खालसा विषयीची हकीकत मी पहिल्यांदा बसंत कौरकडून ऐकली. बसंत कौर सत्तरीला आलेली, उंच, शिडशिडीत, सरळ बांध्याची बाई, तिच्या सांगण्याप्रमाणे तिनं सुद्धा 'त्या' विहिरीत उडी टाकली होती. परंतु विहीर इतकी भरून गेली होती, की ती पाण्यात बुडू शकली नाही आणि ती वाचली. तिची मी जी दीर्घ मुलाखत घेतली होती, तिचा काही भाग खाली पुन्हा देत आहे.

बसंत कौर

'मी त्यांना या गोष्टी सांगत राहिले...'

माझं नाव बसंत कौर. माझ्या नवऱ्याचं नाव राजासिंग. आम्ही १२ आणि १३ मार्चला घराच्या बाहेर पडलो आणि गावाबाहेर थांबलो. आधी आम्ही त्यांना (मुसलमान हल्लेखोरांना) आमची ताकद दाखवण्याचा प्रयत्न केला; पण त्याचा काही उपयोग झाला नाही. तेव्हा आम्ही बाहेर जाण्यासाठी मोर्च्यात सामील झालो. आम्ही १२ तारखेला आमचं थोआ खालसामधलं

घर सोडलं. आम्हांला त्या लोकांनी तीन-चार दिवस तरी घरात डांबून ठेवलं होतं. आम्ही घराच्या छपरावर जाऊ शकत होतो. फिरत होतो. छपरावर फिरणं म्हणजेच बाहेर फिरणं. आमच्यापैकी एकाजवळ बंदूक होती. आम्ही तिचा वापर केला. तेव्हा 'त्यांचे' दोन किंवा तीन लोक मारले गेले. माझा मेव्हणा पण मारला गेला. त्या लोकांनी एक गोळी झाडली आणि तो ठार झाला. तेव्हा आम्ही बंदूक हातातच ठेवली. मग सगळीकडून गोळ्यांचा वर्षाव सुरू झाला. आम्ही त्यांना पुरे पडलो नाही. मला एक दीर होता. वयस्कर दीर. त्याला एक मुलगा होता. तो सारखा म्हणत होता. मला अफू द्या. ती पाण्यात मिसळा, म्हणजे मी ती घेईन. त्या माझ्या दीरानं त्याच्या आईला ठार केलं. त्याच्या बायकोला, बहिणीला आणि काकाला ठार केलं. माझ्या मुलीला सुद्धा त्यानं मारलं. आम्ही खेड्यात जिथं मोर्चा निघणार होता, तिथं गेलो. आम्ही घरदारं सोडली. आणि सरदारणीच्या हवेलीत एकत्र जमलो. तिथं सुद्धा एक विहीर होती. ते लाजवंतीचं घर होतं. तो सरदार म्हणजे तिचा नवरा, काही दिवसांपूर्वी वारला. परंतु त्याची बायको आणि दुसरी एक बाई अशा दोघी तिथं होत्या. काही मुलंपण होती. ते सगळे बाहेर आले. मग आम्ही सर्वांनी ठरवलं की आपण मुसलमान व्हायचं नाही. त्यापेक्षा आम्ही मरण पत्करू. मग प्रत्येकीला थोडी थोडी अफू दिली. ही तुम्ही तुमच्याजवळ ठेवा, असं प्रत्येकीला सांगण्यात आलं. मी थोडा वेळ घरात गेले. म्हणजे वरच्या मजल्यावर, मी खाली आले, तेव्हा तिथं माझा नवरा होता. दिराचा मुलगा होता. माझी जाऊ होती. तिची मुलगी, माझा दीर, माझी नातवंडं, तीन नाती; तेव्हा आमच्या मुली-बाळी मुसलमानांच्या हाती लागू नयेत, म्हणून त्या सगळ्यांना ठार केलं. आमच्या गावातली एक सुंदर मुलगी मुसलमानाबरोबर निघून गेली. मग सगळे काळजीत पडले की, एक मुलगी गेली, म्हणजे ते लोक आमच्या सगळ्याच मुलींना घेऊन जातील...

मग काही लोकांनी मुलींना मारायचं ठरवून टाकलं. माझा दीर ज्याचं नाव हरबन्स सिंग, त्यानं त्याच्या बायकोला, मुलीला आणि मुलाला ठार केलं. तो मुलगा फक्त आठ दिवसांचा होता. नंतर माझ्या मेव्हणीला, तिच्या मुलीला आणि मुलालासुद्धा मारलं. नंतर आम्ही १४ मार्चला झेलमपाशी आलो. तिथं मग गाड्या आल्या. गाड्यांमधून आम्ही गेलो. महिन्यानंतर आम्ही दिल्लीमध्ये आलो.

दिल्लीमध्ये माझे चार भाऊ होते. त्यांनी या छावण्यांबद्दल वाचलं होतं. म्हणून ते आले आणि आम्हांला भेटले. मग काही काळानंतर हळूहळू मुलं

मोठी झाली. आणि त्यांनी बाहेर उद्योग-धंदा बघितला. माझे आई-वडील थमालीचे होते. आता त्यांच्यापैकी कुणी शिल्लक असेल, असं वाटत नाही. तुम्हांला ते गुरुमितचं कुटुंब माहीत आहे का, त्यांना दोन बहिणी होत्या. त्या मुसलमानांनी पळवून नेल्या. त्यांचं पुढं काय झालं, हे समजलं नाही. त्या कुठं पळवून नेल्या, का जग सोडून गेल्या, काही पत्ता लागला नाही. त्यांची शरीरं कुठं दिसलीच नाहीत. कुणी कसं, कुठं मारलं गेलं, इकडं-तिकडं काही पत्ता लागला नाही. कुणाची तोंडंच नंतर दिसली नाहीत. माझ्या आईवडिलांना त्यांनी जिवंत जाळलं. तो सगळ्या खेड्या-पाड्याचा भाग होता. सगळं जंगल, उजाड! माझा एक भाऊ आणि एक बहीण– दोघंही वाचले. त्यांना मुसलमानांनी मदत केली. त्यांच्यापैकी काही चांगली माणसं होती. त्या मुसलमानांनी माझ्या बहिणीला आणि भावाला आपल्या घरात लपवलं. मग सैन्य दलाचे लोक आले आणि त्या दोघांना गाडीतून मटोरला घेऊन गेले. मटोरमध्ये शहानवाझ या माणसानं त्या दोघांना काही धोका होणार नाही, याची काळजी घेतली. नारामधले लोक बाहेर पडले खरे, परंतु वाटेतच त्यांना 'त्यांनी' ठार मारलं. माझ्या भावांनी हे सगळे प्रकार वर्तमानपत्रात वाचले. माझ्या नवऱ्यानं 'कृपाण' घेतलं आणि त्यानं आपल्या मुलीला, पुतणीला, बहिणीला आणि नातवाला जिवे मारलं. माझ्या पुतण्यानं त्याच्या आईला मारलं. त्याच्या बायकोला, मुलीला आणि नातू-नात यांना पिस्तुलानं ठार केलं, आणि मग माझ्या दिरानं स्वत:ला रॉकेल ओतून पेटवून घेतलं. तेव्हा अनेक मुली मारल्या गेल्या. माता लाजवंतीच्या घराशेजारी बागेत एक विहीर होती. मग आम्ही सर्वांनी त्यात उड्या टाकल्या. काही शंभर... चौऱ्याऐंशी... मुलं आणि मुली आणि मुलं म्हणजे लहान मोठी सगळ्यांनीच उड्या टाकल्या. मी सुद्धा माझ्या दोन मुलांना घेतलं आणि उडी टाकली. माझ्या अंगावर काही दागिने होते. माझ्या कानात, हातात जे काही होतं, जवळ चौदा रुपये होते, ते सगळं मी विहिरीत फेकून दिलं. मग मी विहिरीत उडी टाकली... पण ते कसं झालं, तर तंदूरमध्ये तुम्ही पोळ्या, रोट्या टाकल्या आणि तंदूर, चुल्हा भरून गेला, तर वरच्या रोट्या, म्हणजे सगळ्यात वरच्या, त्या तशाच राहणार. भाजल्या जाणार नाहीत. त्या मग बाहेर काढाव्या लागतात. तशीच परिस्थिती आमची झाली. आम्ही बुडालो नाही... मुलं वाचली. नंतर नेहरू ती विहीर बघायला गेले. नंतर ब्रिटिशांनी ती विहीर झाकून टाकली. विहीर प्रेतांनी भरलेली होती. पठाण लोकांनी मग अगदी वरच्या लोकांना बाहेर काढलं. जे मेले, ते मेले. जे जिवंत होते, त्यांना बाहेर काढलं. मग ते पठाण निघून गेले. आणि शेवटी आमच्या

खेड्यात काय शिल्लक राहिलं, तर ती पळवून नेलेली मुलगी.

मी खूपच घाबरलेली होते. आम्ही सगळेच घाबरलो होतो. कारण मुसलमान येतील आणि आम्हांला घेऊन जातील, ही भीती वाटत होती. आमच्या गावात जी विहीर होती, त्या विहिरीत मुलींनी उड्या टाकल्या. आम्ही मोर्च्यामधून निघणार होतो. तेव्हा त्या मुलींनी अपरात्रीच उड्या टाकल्या. लाजवंतीच्या घराशेजारी विहीर होती. त्या विहिरीत शंभर... चौऱ्याऐंशी स्त्रियांनी उड्या टाकल्या. मोर्चेवाले लाजवंतीच्या घरातच जमले होते. लाजवंती सत्तर-पंच्याहत्तर वर्षांची, उंच, धिप्पाड बांध्याची होती. तिनं स्त्रियांची खूपच सेवा केली. आणि नंतर तिनंसुद्धा विहिरीत उडी मारली. तिथं असलेले मोर्च्यातले काही लोक मारले गेले. मुसलमान लोक घरावर चढले, झाडावर चढले आणि तिथून त्यांनी मोर्चेवाल्यांवर गोळ्या झाडल्या. पुन्हा आणखी मुसलमान आले आणि त्यांनी बंदुकीनं अनेक लोकांना ठार केलं. एकानं माझ्या दिराच्या छातीवर बंदुक रोखली... आणि मग मात्र आम्ही विहिरीत उड्या टाकायला सुरुवात केली. इतर आमचे सहकारी आधीच जग सोडून गेले होते. आम्ही मोर्च्यात होतो. लाजवंतीच्या घरापासून थोड्या अंतरावर दोन विहिरी होत्या. एक विहीर घरात पण होती. माझी नणंद आणि तिची मुलगी दोघी तिथं पडल्या होत्या. मी एक पळी घेतली आणि त्या पळीत अफू एकजीव केली आणि तिला दिली. तिनं ती अफू तोंडात ठेवली... ती मेली. नंतर गावातल्या कुत्र्यांनी तिला खाऊन टाकली असेल. कारण तिच्यावर शेवटचे संस्कार करायला आम्हांला तेवढा वेळ नव्हता. नंतर तासाभरानं आम्हांला घेऊन जायला ट्रक आले. मग जिला अफू दिली होती, तिनं पठण केलं आणि म्हणाली, मला बाहेर फेकू नका. तिनं अफू घेतली आणि प्राण सोडला. आमच्याजवळ अफू होती. माझ्या दिराच्या मुलाला आम्ही अफू देत होतो. तो लहान होता. दिरानं अफू जवळच ठेवली होती. त्यानं मग सर्वांना अफू दिली. त्याच्या मुलाला, त्याच्या मुलीला, त्याच्या सुनेला आम्ही दिनियाच्या छावणीत जाताना ज्यांना अफू दिली होती, ते सगळे झेलममधे मेले. मला वाटतं, १५ मार्चला किंवा असंच. झेलमच्या जवळ छावणी होती. चार दिवस आम्ही झगडलो; पण तब्येती चांगल्या राहिल्या. म्हणजे साधारण १२ तारखेला आम्ही मोर्च्यात आलो. १३ तारखेला आमची माणसं मारली गेली. काही गोळ्यांना बळी पडले. काहींनी बलिदान केलं. मग संध्याकाळी ट्रक आले. आणि आम्हांला रावतला नेलं. ते खेडं होतं. त्या लोकांनी आम्हांला ट्रक मधून तिथं (विहिरीपाशी) आणलं... तिथून पुढं... काय... आम्हांला राहायला जागा

नव्हती... खायला काही नव्हतं... शेजारीच काही माणसं जेवत होती. पण मुलांना मी कुठून खायला देऊ? माझ्याजवळ पैसे फार नव्हते. माझ्या मोठ्या मुलाजवळ फक्त चवली होती. (दोन आणे) आम्हांला वाटलं, त्याचंच आम्ही काही विकत घेऊ. माझ्या भावाची मुलं पण भुकेली होती. मग ते म्हणाले की, चवली खोटी होती. (रडत सांगू लागली.) ... अशा अडचणी... खायला काही नाही... मुलांची तरी पोटं भरली पाहिजेत... आज त्या सगळ्या राण्या असल्या असत्या... त्यांच्यापैकी किती तरी... दिरांच्या बायका... मुलं... मी सगळ्यांत तरुण होते. आता मी घरी बसून असते. आणि मुलं बाहेर कामासाठी जातात. आणि मी त्यांना या सगळ्या गोष्टी सांगत असते. शेवटी आता त्या गोष्टीच आहेत. आणि आपण त्यांना सांगत सुटायचं. जोपर्यंत शुद्ध आहे, तोपर्यंत...

काही लोकांनी माझ्या मुलांना सांगितलं की, तुम्ही आईनं सांगितलेल्या गोष्टी ऐकू नका... भोगलमध्ये आम्ही १३ मार्च हा हुतात्मा दिवस म्हणून साजरा करणार आहोत... गुरुमितनं तुम्हांला काय सांगितलं? त्यानं तुम्हांला थमालीबद्दल सांगितलं का... ते माझ्या आई-वडिलांचं गाव. गावात घर होतं. त्यांनी थमालीमधून दोन मुलांना पकडून नेलं. गुरुमितनं ते नाही सांगितलं तुम्हांला? आमच्या गावात एक गुरुद्वारा होता. एक देऊळ होतं. परंतु मस्जिद नव्हती. आमच्या गावात मुस्लिम बाहेरून आले. तिथं थोडे मुसलमान होते. ते लोक गहू, हरबरा, इतर धान्य दळून द्यायचं काम करीत. ते धार्मिक, सांस्कृतिक कार्यक्रमांतही भाग घेत, ते बाकीचं काहीच करीत नसत. ते आमचंच मीठ खात होते.

माझा नवरा? माझ्या पुतण्यानं त्याला मारलं. कारण त्यानं मुलीला, आपल्या मुलीला, बहीण, नातवंडं यांना कृपाणानं मारून टाकलं. मग माझ्या दिराच्या मुलानं पिस्तूल घेतलं आणि आपल्या आईला आणि चुलत्याला मारलं... मग त्यानं माझ्या नवऱ्याला मारलं. त्या पुतण्याला एक लहान मुलगी होती. साधारण दीड एक वर्षाची. तिनंही पिस्तुलाच्या गोळ्या अंगावर झेलल्या. होय, माझ्या पुतण्यानं माझ्या नवऱ्याला मारलं. कारण माझा नवरा म्हणाला; मला मुसलमान व्हायचं नाही. कल्पना करा... पंधरा-वीस हजार लोक आणि आमच्याजवळ फक्त चार बंदुका. त्यासुद्धा त्या लोकांनी काढून घेतल्या. थमालीमध्ये सुद्धा तेच झालं. त्या लोकांनी आमच्याकडची सगळी हत्यारं काढून घेतली. पण त्यांना ते सोडून द्यावं लागलं. मग त्या लोकांनी थमालीमधल्या लोकांना मारलं. माझ्या दिराचा

मुलगा, पुतण्या, प्रकृतीनं चांगला होता; तरुण होता, शक्तिमान होता. त्याचं दुकान होतं. तो पुतण्या म्हणजे ज्याचे वडील जळून मेले, तो नव्हे. माझा मोठा दीर. मला आठ दीर होते. तो मुलगा मग त्यानं सुद्धा आत्महत्त्या केली. नंतर माझा एक मुलगा आहे. त्यानं स्वत:च्या बायकोला आणि मुलीला आणि त्याच्या लहान मुलाला मारलं. एक दीर रंगाबादला आला. जिथं त्याचा मुलगा होता. एकजण जळून मेला. दुसरा सगळ्यांत लहान हे सगळं बघत बसला. तो काहीच बोलला नाही. लोक म्हणाले, की याला कशाला मारा, याला काही मुलंबाळं नाहीत, काही नाही. हे सगळं मी सांगतेय्, ते आम्ही विहिरीत उड्या मारायच्या आधी घडलं. मला वाटतं, हे सगळे प्रकार १२ आणि १३ मार्चला घडले. मग रात्री ट्रक आले. चार स्त्रियांना त्यांनी विहिरीतून हाताला धरून बाहेर काढलं. मुसलमान होते. चार स्त्रिया. त्यांतली एक सुंदर होती. तिला आठ मुलं होती. ती वाचली. तिनं आधी आपल्या मुलांना विहिरीत ढकलून दिलं. मग तिनं स्वत: विहिरीत उडी मारली. पण ती वाचली. हे बघा, तुम्ही हिशेब करा. विहिरीत अनेक जणी बुडून शहीद झाल्या... पण पाणी अपुरं होतं. ते वर चढलंच नाही. अगदी वर होत्या, त्या वाचल्या. बायका, नातवंडं, सुना बहामिन (ब्राह्मण स्त्रिया) गावात आम्ही सगळे उच्च वर्णीय होतो. त्यांची मुलं... नंतर नेहरू आमच्या गावात आले. ते रडले... मग त्या लोकांनी विहीर झाकून टाकली. मग काही जण सैन्याला घेऊन तिकडं गेले. विहिरीचं झाकण उघडून प्रेतं काढण्यासाठी म्हणजे काही महिन्यांनंतर. त्या वेळी मी दिल्लीच्या छावणीतून दिल्लीला येत होते. माझे भाऊ तिथं होते. त्यांनी मग ट्रकमधून मला इकडं आणलं. आमच्या गावामध्ये काही कुटुंबं होती, मुसलमानांची. पण त्यांनी आम्हांला कधीच त्रास दिला नाही. आम्ही एकत्र मिळून मिसळून राहत होतो. गावात लग्न व्हायची, तेव्हा आम्ही पण त्यांच्या लग्नाला जात होतो. आम्ही अगदी मिळून मिसळून राहत होतो. आमच्या गावाशेजारी काही खेडी होती. तिथं सुद्धा मुसलमान होते. तिहाई, साईंथा, सादिओक, सद्दा अशी काही खेडी होती. मी पेशावरमधे जन्मले. मी थमालीस आले, तेव्हा एकोणीस... वीस वर्षांची होते. माझं लग्न मात्र थोआ खालसा मध्ये झालं. माझ्या वडिलांचा जेव्हा खून झाला, तेव्हा ते नव्वद वर्षांचे होते. ते निवृत्त झाल्यावर थमालीमध्ये आले होते. त्यांना बरेच दिवस पेन्शन मिळत होती. त्यांना चाळीस ते पंचेचाळीस रुपये पेन्शन मिळत होती. १९४७ च्या आधी त्यांच्या पेन्शनीत वाढ झाली होती. माझे वडील मला म्हणाले, मुली सगळ्या मुलींची आता लग्नं झाली आहेत. आता तू एकटीच राहिली आहेस. आता तुझं लग्न करून दिलं पाहिजे. तुला गेलं पाहिजे. तेव्हा

मी म्हणाले की, मला सांगायची जरूर नाही. मला वाटलं, की मी जाईन. आम्ही त्यावेळी चांगल्या परिस्थितीत होतो. आता मला सुद्धा पेन्शन मिळतेय्. पण ती नवऱ्याच्या नावानं मिळतेय्. मी खोटं कशाला बोलू? आता ती माझी पेन्शन आहे. आम्ही... आम्ही मोर्च्यामध्ये साखरेच्या पोत्यांमधून दोन पोती खजूर आणला होता. आणि दोन पोती शेंगदाणे आणले होते. आणखीही काही पदार्थ होते. आम्ही हे सगळं घाऊकमध्ये खरेदी करत होतो. तेव्हा आमच्याकडे धान्यांच्या पोत्यांची थप्पीच्या थप्पी असायची. गूळ... वगैरे

आमच्या गावापासून झेलम नदी बारा मैलांवर होती. आमच्या गावात हिंदूंची पण घरं होती. काही तीस-चाळीस पन्नास असतील. गावात बाकीची सरदार कुटुंबं होती. ब्राह्मणांची काही वीस-पंचवीस घरं होती. थोआ-खालसा एका शहरासारखं होतं. हिंदू लोक आपापली कामं करत होते. दुकानं, कपड्यांची दुकानं, असेच काही शंभर एक उद्योग. असंच काही द्या आणि घ्या... कट्टर शीख होते. महाराजा रणजितसिंगच्या काळापासून त्यांच्या अंगात पट्टे होते.

मला वाटतं पहिल्यांदा लाहोर आणि रावळपिंडीमध्ये दंगल उसळली. ती लाटच होती. ती घटनाच अशी होती की, त्या लोकांनी ठरवूनच टाकलं, की एकदाच काय आहे, ते संपवून टाका. एकाच दिवशी सगळ्यांना खलास करा. त्या लोकांनी असाच जणू निश्चय केला होता. रावळपिंडीत दंगलीची सुरुवात झाली खरी, पण प्रत्यक्ष तिथं कुणाचे खून वगैरे झाले नाहीत, कुणी मारलं गेलं नाही. सगळे खून, मुडदे पडले, ते रावळपिंडीच्या आजूबाजूच्या खेड्या-पाड्यांत, गावात. मला वाटतं, भयानक प्रकार पहिल्यांदा घडले, ते रावतमध्ये. रावतमध्ये घोडे आणि गाढवांचा बाजार भरायचा. तुला कल्पना नाही, मुली, की तो बाजार एवढा मोठा भरायचा, की जणू मेळाच. जत्रा नुसती. लोक आजूबाजूच्या गावांतून रावतला आपली गाढवं व घोडे विकायला घेऊन येत असत. तिथं एक पोलिस ठाणं होतं. मग दंगली सुरू झाल्या, ते थोआ, थमाली, नारा, बेवल या गावांतून. त्यांनी तिथं काही एक ठेवलं नाही. त्यांनी सगळी हत्यारं घेतली... आमच्याकडं चार बंदुका होत्या. त्यासुद्धा काढून घेतल्या. त्या ठिकाणी अजून दोघांच्याजवळ बंदुका होत्या. एका नोकराजवळ एक आणि एक जण सैन्य दलातून आला होता, तो सैनिक रजेवर आला होता, त्याची एक बंदूक होती. रावतमधून पिंडीमध्ये मग दंगल उसळली. पसरत ती आमच्या गावात आली.

स्त्रियांचं अपहरण, त्यांच्यावर झालेले बलात्कार, त्यांच्या शरीरांवर,

स्तनांवर व इतरही अवयवांवर गोंदण्याचे झालेले हिडीस प्रकार इतर धर्माची प्रतीकं, बोधचिन्हं स्त्रियांच्या शरीरावर गोंदवून ठेवणं, म्हणजे नीचपणाचा कळस होता. या हीन कृत्याचा त्या वेळी जगभर निषेध झाला. सर्वांनी धिक्कार केला. परंतु आमच्याकडं मात्र या हीन, नीच कृत्याचा कुणी निषेध केला नाही; ह्याविरुद्ध आवाज उठवला नाही. समाजानं नाही, समाजातल्या कुटुंबांनी नाही, की कुण्या इतिहासकारानं नाही, देशानं नाही. आणि ही काही लहान सहान गोष्ट नव्हती. याची व्याप्ती फार मोठी होती. खरं तर, प्रत्येक खेड्यात हे प्रकार झाले होते. थमालीमधला गुरुमितसिंग– जो सहीसलामत सुटला होता, ज्याच्या जिल्ह्यात हे प्रकार झाले होते, त्याच्या वाटचालीबदल तो सांगतो :

मार्च महिन्याच्या १२ तारखेला रात्री आम्ही आमच्या कुटुंबातील सर्वांना गुरुद्वारात एकत्र जमा केलं. गावातले इतरही अनेक लोक जमा झाले होते. त्या वेळी पहाटेचे चार वाजले होते. सर्वांच्या रक्षणासाठी काही लोकांना आम्ही बाहेर थांबवून ठेवलं होतं. आम्ही सगळ्या तरुण मुलींना ठार मारण्याच्या हुकूम दिला आणि गुरुद्वारावर रॉकेल ओतून ते पेटवून दिलं. हा निर्णय आमच्यांतल्याच काही लोकांनी घेतला. आमचा अगदी नाइलाज झाला होता. त्या दिवशी किती तरी लोक जमले होते. समोर बघावं, तर जिकडं तिकडं माणसंच माणसं. चारी बाजूंनी माणसांचा समुद्रच. काय करणार? शेवटी सगळेच घाबरलेले. आम्ही एकत्र आलो, म्हणून थोडं सुरक्षित वाटलं. कारण सर्वांना एकमेकांचा आधार वाटत होता. पण आम्ही असहाय होतो. कारण आमच्याकडं हत्यारं नव्हती. कारण आमच्याकडली हत्यारं 'त्या' लोकांनी घेतली होती. मग आमच्या लोकांनी निर्णय घेतला, की सगळ्या तरुण मुलींना आणि स्त्रियांना ठार मारायचं. ही कामगिरी दोघां-तिघांच्याकडं सोपविण्यात आली. आम्ही सांगितलं की, जे गुरुद्वारात असतील त्यांच्यासह गुरुद्वाराला आग लावा. पाहिल्यांदा आम्ही आमच्या हातानं तरुण मुलींना मारलं. त्यांच्यावर आम्ही रॉकेल ओतलं आणि मग गुरुद्वारा पेटवून दिला... स्त्रिया आणि मुलं कुठं जाणार होती?...

अनेक वर्षांनंतर मी याबद्दल जास्तींत जास्त लोकांशी पुन्हा बोलले. स्त्रिया आणि पुरुष– दोघांशीही. मला पुन्हा चांगलाच प्रतिसाद मिळाला. आणि मला तेच पाहिजे होतं. प्रतिक्रिया मला जाणून घ्यायच्या होत्या. यासंबंधी 'स्टेट्समन' वृत्तपत्रात जे छापून आलं होतं आणि त्या लेखामधला जो सूर होता, तसाच सूर मला अनेक कुटुंबांच्या माणसांबरोबर बोलताना

दिसून आला. तो म्हणजे धर्माचं पावित्र्य राखण्यासाठी त्या स्त्रियांनी 'हौतात्म्य' पत्करलं; बलिदान केलं. बसंतकौरला भेटल्यानंतर काही कालावधीनंतर आम्ही तिच्या मुलाला म्हणजे बीर बहादूर सिंगला भेटलो. त्यानं आम्हांला थोआ खालसा या गावातल्या जातीय आणि जमातींच्यामध्ये जी हिंसा झाली, ज्या घटना घडल्या, त्याबद्दल बरीचशी माहिती सांगितली. तो म्हणाला :

गुलाबसिंगच्या हवेलीमध्ये २६ मुलींना बाजूला काढण्यात आलं. पहिल्यांदा माझ्या वडिलांनी म्हणजे संत राजासिंग यांनी आपल्या मुलीला मारण्यासाठी म्हणून अंगणात आणलं. आधी त्यांनी प्रार्थना केली. ते म्हणाले; हे राजा, तू खरा सच्चा आहेस. आम्ही तुझ्या शीखी पंथाला डाग लागू देणार नाही. आणि तुझ्या पंथाचं, धर्माचं रक्षण करण्यासाठी आम्ही आमच्या मुलींना बळी देत आहोत. त्यांना हुतात्मे कर. कृपा कर आणि आम्हांला क्षमा कर.

मग एक माणूस पुढं आला. तो आमच्या गावात हमाली करत होता. तो पुढं झाला आणि त्यांनी आमच्या वडिलांचे पाय धरले. तो म्हणाला; भाप्पाजी, तुम्ही पहिल्यांदा मला मारा. कारण माझे गुडघे सुजले आहेत आणि मी बाहेर जाऊ शकणार नाही. पळू शकणार नाही. तेव्हा मुसलमान मला पकडतील आणि मुस्लिम धर्म स्वीकारायला लावतील. तेव्हा माझ्या वडिलांनी लगेच कृपाण घेतलं आणि त्याचं शिर धडावेगळं केलं. नंतर आला नंदसिंग धीर... तो माझ्या वडिलांना म्हणाला, राजासिंग, कृपा करून मला हौतात्म्य द्या. पहिल्यांदा मला हुतात्मा करा. कारण माझी मुलं लाहोरमध्ये आहेत आणि तुम्हांला असं वाटतं का, मी मुसलमानांना माझी दाढी कापायला परवानगी देईन आणि लाहोरला शेख म्हणून जाईन? म्हणून तुम्ही मला ठार करा. माझ्या वडिलांनी त्यालाही मारलं. तेव्हा त्यांनी दोघांना मारलं. आता तिसरा नंबर होता माझ्या बहिणीचा. मान कौर... माझी बहीण आली आणि वडिलांच्या समोर बसली. आणि मी वडिलांच्या शेजारी त्यांच्या कुडत्याला धरून उभा राहिलो. एखाद्या लहान मुलासारखा. मी त्यांना चिकटून उभा होतो. परंतु माझ्या वडिलांनी जेव्हा वार केला, तेव्हा काय झालं, कुणास ठाऊक; कदाचित त्यांना भीती वाटली असेल. मनाचा धीर झाला नसेल. कृपाण दुपट्ट्यामध्ये अडकलं असेल... कुणी काही सांगू शकत नाही. फार भयानक प्रसंग होता तो. मग माझ्या बहिणीनं स्वतःहून आपली वेणी पुढं धरून ठेवली. मग माझ्या वडिलांनी स्वतःच्या हातानं

तिचा दुपट्टा बाजूला केला आणि लगेच वडिलांनी तिच्या मानेवर कृपाणाचा वार केला... तेव्हा ताबडतोब तिचं डोक उडून बाजूला पडलं... दूर... मी सरपटतच खाली गेलो... खालच्या जागेत रडत... हुंदके देत... आणि नंतर मला किती तरी वेळ कृपाणाचे सपासप वार ऐकू येत होते. पंचवीस मुलींना ठार केलं. त्यांना कापून काढलं. एक मुलगी म्हणजे, माझ्या तायाची सून, जी गरोदर होती. काय झालं, कुणास ठाऊक पण तिला मारलं नाही. नंतर तायाच्या मुलांनच तिच्या पोटावर पिस्तुलाची गोळी झाडली. पण ती वाचली. मग तिनं आम्हांला सांगितलं की, मला मारा, मी वाचणार नाही. माझ्या पोटात मूल आहे. तिच्या पोटाला मोठी जखम झाली होती. जखमेतून भळभळा रक्त वाहत होतं. मग माझी आई आणि काका तिच्या शेजारी बसले. आणि हरनाम कौर, तिचं नाव हरनाम कौर होतं. ती म्हणाली मला थोडी अफू द्या. आम्ही अफूची सोय केली. त्या दिवसांत लोक अफू खात होते. एका पळीत सालिवामध्ये अफू मिसळली. आणि तिला दिली...

ती म्हणाली, जपजी साहिब पथ... (गुरु ग्रंथाचं पठण) जसं काही जपजी साहिब भोग... शेवटची प्रार्थना केली... गुरूचं नाव घेतलं आणि तिनं शेवटचा मंत्रोच्चार केला. ती अगदी मरणाला तयारच झाली होती. फार थोड्या लोकांची अशी तयारी असते. ती मरणाला घाबरली नाही. तिनं मनावर संयम ठेवला आणि मरण स्वीकारलं. तिला पाहिजे होतं, तेव्हाच तिला मरण आलं. जवळ जवळ दीड तास तिनं पठन केलं– आणि मग तिनं शेवटचा श्लोक म्हटला. आणि तिनं आपलं आयुष्य संपवलं. तिला माहीत होतं, आपण मरणार आहोत. पण तिनं संयम ठेवला... ती घाबरली नाही.

नंतर बीर बहाद्दूर सिंगनं सुद्धा ती घटना सविस्तर सांगितली. ज्या स्त्रियांनी आपला मानसन्मान, धर्माची प्रतिष्ठा राखण्यासाठी ती गहाण ठेवण्यापेक्षा विहिरीत उड्या टाकून बलिदान केलं, ती हकीकत. पण आज त्या घटनेला 'तमस' या दूरदर्शनच्या चित्र मालिकेमुळं मूर्तिपूजेसारखं महत्त्व प्राप्त झालं आहे. 'तमस'मध्ये उंच, धिप्पाड, शेलाट्या बांध्याच्या पंजाबी स्त्रिया अगदी जाणून बुजून, स्वाभिमानानं धर्मरक्षणासाठी, विहिरीकडं जाताना आणि उड्या टाकून प्राणार्पण करताना दाखवल्या आहेत. म्हणजे ते चित्रण अवास्तवच वाटतं. तेव्हा त्या वेळची वस्तुस्थिती काही वेगळीच असेल. 'तमस'सारखी परिस्थिती असेल, असं वाटत नाही.

आणि आता सुद्धा जी माणसं हयात आहेत, ती माणसं, त्यांतल्या

त्यांत, पुरुष त्या घटनेचं वर्णन करताना त्याला शौर्य आणि व्यक्तिपूजेचा मुलामा देतात. त्या स्त्रिया कशा शूर होत्या, हे पुन्हा पुन्हा पटवून देत असतात. त्या सर्व घटना म्हणजे परिस्थितीच्या फेऱ्यात सापडलेल्या शोकांतिका आहेत. बीर बहादूरच्या शब्दांत सांगायचं, तर ती वस्तुस्थिती अशी आहे.

माझ्या हजेरीत त्या विहिरीजवळ सरदारणी गुलाबसिंग कौर म्हणाली, सच्चे बादशहा (खऱ्या राजा), आमच्या मुलींना वाचवण्याची ताकद दे. आमच्या पंचवीस मुलींच्या बलिदानाची घटना आधीच घडली आहे. तेव्हा तिला माहीत होतं, की संत राजासिंगनं आपल्या घरातील आपल्या मुलींना आणि इतर स्त्रियांना मारलं आहे. ज्या उरल्या आहेत, त्यांना आम्ही मुसलमानांच्या हाती लागू देणार नाहीत. त्यांचं आयुष्य धोक्यात घालणार नाही... तेव्हा विहिरीपाशी बोलणं झाल्यानंतर त्यांनी निर्णय घेतला. त्यांनी ठरवलंच होतं. त्या म्हणाल्या, आम्हांला तहान लागली आहे. आम्हांला पाणी पाहिजे. तेव्हा मुसलमानांनी त्यांना विहिरीजवळ नेलं. मी माझ्या आईजवळ बसलो होतो. जेव्हा पंचवीस स्त्रियांची ही घटना घडली, तेव्हा विहिरीपाशी बसल्यानंतर माता लाजवंती– तिला सरदारणी गुलाब कौर सुद्धा म्हणत. तिनं काही तरी दोन शब्द उच्चारले आणि विहिरीत उडी टाकली. आणि मग तिच्या मागोमाग ऐंशी स्त्रियांनी उड्या टाकल्या. विहीर पूर्ण भरून गेली. तिथं जी एक बसंत कौर नावाची बाई होती– जिनं सहा मुलांना जन्म दिला होता. ती मुलंही विहिरीतच मेली... पण ती वाचली. तिनं विहिरीत चार वेळा उड्या टाकल्या. पण विहीर भरून गेली होती. ती उडी टाकायची आणि बाहेर यायची. तिनं मुलांना बघितलं असेल आणि पुन्हा पुन्हा आत उडी टाकली असेल. पण ती वाचली. आजही ती जिवंत आहे.

बहुतेक खेड्यांतून हल्लेखोर आणि खेडूत यांच्यामध्ये नक्कीच बोलणी झालेली होती. थमाली गावचा कुलवंत सिंग, जो सहीसलामत सुटला होता, या वेळी त्याला आठवलं की, एका बैठकीमध्ये असा समझोता झाला की, (दोन्ही जमातींमध्ये) आम्ही जर हल्लेखोरांना त्यांच्या मागणीप्रमाणे पैसे दिले, तर ते 'आम्हांला सोडून देतील.' तेव्हा त्या बैठकीत १६ ते ३० हजार रुपयांपर्यंत रक्कम ठरली. आणि आम्ही आमची हत्यारं त्यांच्या ताब्यात द्यायची, हे ठरलं. कुलवंत सिंगच्या सांगण्याप्रमाणे हे सर्व देऊनसुद्धा रात्री त्यांनी आमच्यावर हल्ला केला. गोळीबाराच्या फैरी सुरू झाल्या, तेव्हा हल्लेखोरांपासून आपल्या बहिणींना, मुलींना आणि इतरांनाही वाचवण्यासाठी त्यांचा मान, स्वाभिमान राखण्यासाठी त्या मुलींच्या काही नातेवाइकांनी आणि

आमच्या वीरांनी त्या मुलींना आणि स्त्रियांना 'हौतात्म्य' प्राप्त करून दिलं. अशा तऱ्हेनं त्या वेळी आमच्या मुलींना आणि स्त्रियांना ठार केलं. त्यावेळी गुरुद्वारात प्रेतांचा खच पडला होता. आता खरं सांगायचं, तर त्या वेळी शीख पंथाच्या लोकांनी आपल्याच घरांतील, जमातींतील किती स्त्रियांना आणि मुलांना ठार केलं, याची नोंद कुठंच नाही. त्यामुळं नक्की आकडा कळत नाही. अपहरण केल्याची माहिती सोडली, तर इतर माहिती द्यायला लोक तयार नसतात. कुणाच्या घरातील किती स्त्रियांनी आत्महत्या केली, कुणी किती स्त्रियांना मारलं, याची माहिती देण्यास लोक आपण होऊन तयार नसतात. कारण कुणाच्या मृत्यूला, घरात कुणी आत्महत्या केली असेल, त्याला हेच लोक जबाबदार असतात. अपहरणाच्या बाबतीत ही माणसं मूग गिळून गप्प बसतात. त्यांच्या या मौनातच अपहरणाची घटना, दुःख सामावलेलं असतं, तर ज्या स्त्रियांचे याच लोकांनी प्राण घेतलेले असतात, किंवा ज्या स्त्रियांनी आत्महत्या केलेल्या असतात, अशा स्त्रिया हुतात्म्यांच्या रांगेत जाऊन बसतात.

सामूहिक आत्महत्येच्या आणि ज्या स्त्रिया, मुलींना त्यांच्याच घरांतल्या लोकांनी ठार मारलं आहे, अशा अनेक कथा आहेत. अर्ध शतकानंतर सुद्धा अशा गोष्टी आवर्जून सांगितल्या जातात. या आठवणी; कथा लोकांनी जपून ठेवल्या आहेत. या गोष्टी केवळ शीख पंथाच्या शौर्याच्या म्हणून सांगितल्या जात नाहीत, तर ज्या स्त्रियांनी आपण होऊन देहत्याग, सर्वस्वाचा त्याग केला, त्यांच्या या अत्युच्च धैर्याबद्दलही सांगितल्या जातात. (ज्या स्त्रियांनी स्वत:हून बलिदान केलं, ज्या आता या जगात नाहीत, तरीसुद्धा त्यांच्या या निर्णयाचं श्रेय मात्र पुरुषांना दिलं जातं. या घटना म्हणजे शीखांचं शौर्य, मर्दुमकी समजली जाते. कारण या पुरुषांनी त्या स्त्रियांना मानहानी, अपमानास्पद जिणं यांपासून वाचवलं आणि मरण पत्करायला लावलं.)

आता जेव्हा जेव्हा गुरुद्वारात धार्मिक विधी होतात, तेव्हा प्रत्येक वर्षी या घटनांचं स्मरण केलं जातं. अगदी आवर्जून पुन्हा पुन्हा याची आठवण काढली जाते. त्या वेळी लहान-थोर, मुलं-बाळं, स्त्री-पुरुष गुरुद्वारात जमलेले असतात. तेव्हा खास करून स्त्रियांना त्यांच्या या 'शहीद' भगिनींचं शौर्य, त्यांचा त्याग याची आठवण ठेवा, असं आग्रहानं सांगितलं जातं. आणि तुम्हीही तशाच शूर, त्यागी आहात, असं समजा. हे पण त्यांना सांगितलं जातं. आणि जेव्हा आपला धर्म, पंथ संकटात सापडेल, तेव्हा तुमचं कर्तव्य काय असेल, हे तुमच्या लक्षात आलं असेलच. हा उपदेश स्त्रियांना केला जातो. अगदी प्रत्येक वर्षी. फाळणीमध्ये ज्या स्त्रियांनी बलिदान केलं आणि ज्या तऱ्हेनं त्यांनी बलिदान केलं, प्राण दिले, त्यांची तुलना 'स्टेट्समन' मधल्या एका लेखात राजपूत स्त्रियांशी केली आहे. लढाईत

जेव्हा अनेक राजपूत मारले गेले, तेव्हा त्यांच्या बहुतेक स्त्रियांनी आपल्या 'शील' रक्षणासाठी आणि आपलं पावित्र्य राखण्यासाठी धगधगत्या चितेच्या जाळात उड्या घेतल्या. आणि या दोन घटनांची तुलना नेहमीच केली जाते, हे वैशिष्ट्य. फाळणीत 'त्याग' केलेल्या स्त्रियांच्या बरोबर, ज्या संकटातून वाचल्या आहेत. त्यांच्याविषयी सुद्धा बोललं जातं. म्हणजे ज्या स्त्रिया सहीसलामत राहिल्या, त्यांची किंमत 'त्याग' केलेल्या स्त्रियांनी आधीच मोजलेली असताना, ज्या गेल्या, त्यांच्याबरोबर ज्या हयात आहेत, त्यांचीही आठवण काढली जाते. याचा निषेध कधी केला जाणार नाही. कुणी करणार नाही. कारण स्पष्ट आहे, की ज्या सहीसलामत सुटल्या, त्यांच्या मनांत एक अपराधीपणाची भावना आहे. कारण ज्या गेल्या, त्यांनी धर्मासाठी मृत्यूला कवटाळलेलं होतं. आणि ज्या हयात आहेत, त्यांनी काहीच केलं नाही. नव्वद स्त्रियांच्या आत्महत्येनंतर थोआ खालसामध्ये कुणी स्त्रिया राहिल्या होत्या का, हा प्रश्न जेव्हा बीरबहाद्दूर सिंगला विचारला, तेव्हा तो म्हणाला:

> होय, आमच्या गावात अजूनही स्त्रिया आहेत. आमच्या कुटुंबातील बहुतेक स्त्रिया मारल्या गेल्या. विहिरीमध्ये उड्या टाकल्या, त्याही गेल्या. परंतु इतर काही वाचल्या. कारण मग मुसलमानांना समजलं की, बाया स्वत:च आत्महत्या करतायत. जर आमच्या कुटुंबातील स्त्रियांना मारलं नसतं, आणि त्या महिलांनी विहिरीत उड्या टाकून प्राण दिले नसते, कुणी उड्या टाकल्या नसत्या, तर आजच्या स्त्रिया तिथं आहे, त्या सुद्धा राहिल्या नसत्या.

त्या वेळी ज्या जिवंत राहिल्या, त्यासुद्धा आज जिवंत राहिल्या नसत्या. अगदी स्पष्ट सांगायचं, तर इतर पुरुषांप्रमाणे 'जिवंत असणे' (कारण हे शब्द स्त्रियांच्या बद्दल आहेत) या शब्दाशी बीर बहादूरला काही एक देणं-घेणं नाही. ज्या स्त्रियांनी प्राण दिले, ते दिले नसते, किंवा ज्या स्त्रियांना ठार मारलं, ते मारलं नसतं, तर सर्वच स्त्रियांचं काय झालं असतं? तर कदाचित त्यांच्यावर बलात्कार झाले असते. त्यांचं अपहरण केलं असतं. अत्याचार झाले असते. त्या स्त्रियांना सक्तीनं धर्मांतर करायला लावलं असतं. हे सगळे प्रकार म्हणजे दुसरं मरणच! परंतु काही स्त्रियांनी त्याग केला, म्हणून इतर अनेक स्त्रियांचे आणि पुरुषांचेही प्राण वाचले. याचा अर्थच असा की, त्या स्त्रियांच्या बलिदानामध्ये जबरदस्त शक्ती होती. त्यामुळंच हल्लेखोर घाबरले. कारण एकदा त्यांनी लक्षात घेतलं की, या स्त्रिया मनानं खंबीर आहेत. आणि त्यांनी आपल्या धर्माची प्रतिष्ठा, मान राखण्यासाठी सर्वस्वाचा त्याग करण्याची तयारी ठेवली आहे. तेव्हा त्या हल्लेखोरांनी स्त्रियांच्या शक्तीपुढं माघार घेतली. तेव्हा अशा श्रेष्ठ त्यागाद्वारे त्या प्राण गमावून बसल्या, (हौतात्म्याच्या नावाखाली). याचा

अर्थच असा आहे की, या समाजाच्या प्रतिष्ठेसाठी, आदर भाव कायम राखण्यासाठी स्त्रियांना गैरवर्तन करू दिलं जात नाही किंवा कुणाकडूनही तिचा अनादर होऊ दिला जात नाही, जाणार नाही. तिचं पावित्र्य, चारित्र्य हीच समाजाची प्रतिष्ठा, इतर वेळी पुरुष स्त्रियांच्या चारित्र्याच्या रक्षणाची जबाबदारी घेतात, म्हणजेच पंथाचा, आपल्या समाजाचा आदर ठेवतात. परंतु ज्या वेळी स्त्रियांच्यावर संकट येतं किंवा कुणी तिच्यावर हल्ला करतो, तेव्हा पुरुषांना त्याचा बदला घ्यावाच लागतो. झगडा करावा लागतो. कारण स्त्री हिंसक होणार नाही, ती गैरवर्तन करणार नाही, याची काळजी घेणं म्हणजेच समाजाची प्रतिष्ठा राखणं होय.

या बाबतीत बीर बहादूर म्हणाला की,

'माझ्या वडिलांनी पहिलं पाऊल उचललं आणि मग बाकीचं काम सरदारणी लाजवंतीनं केलं... माता लाजवंती... तिनं त्याग केला आणि इतर शीखांचं रक्षण केलं. आणि नंतर हेच काम जवळ जवळ शंभर मुलींनी केलं.'

–आणि तरीही काही गोष्टींचा उलगडा होत नाही. स्वत:चा बचाव करताना समाज अनेक मुद्दे उपस्थित करतो. तेच या वेळी घडलं. प्रत्येक घटनेत स्त्रियांना गोवलं. तिची व्यापारी तत्त्वावर हल्लेखोरांनी मागणी केली. या मुलीला द्या. आम्ही तुमची सुटका करतो. थोआ खालसामध्ये हेच झालं. तिथं एक विशिष्ट बाई होती. तिचे मुसलमानांबरोबर काही लागेबांधे होते. त्या गावावर हल्ला करायच्या आधीच अतिरेक्यांनी त्या मुलीची मागणी केली. तिला द्या, सगळ्या गावाला माफी देतो. आम्ही कुणालाच त्रास देणार नाही, ही अट घातली होती. त्या बाबतीत बीर बहादूर म्हणतो :

> तो प्रकार असा होता. जेव्हा हल्ले सुरू झाले, तेव्हा तडजोडीची भाषा आली. तडजोड करा, म्हणून मागणी सुरू झाली. शेवटी युद्ध म्हणजे तडजोडच होती. तर मग मुसलमान तडजोडीसाठी आले. ते लोक म्हणाले, तुम्ही जर आम्हांला ती मुलगी दिलीत, तर तुम्हां लोकांना तुमच्या घरांत राहायला परवानगी मिळेल. त्यांच्यामध्ये एक मुसलमान होता. तो चांगला धट्टा-कट्टा होता. त्याचे आणि त्या मुलीचे काही संबंध होते. तो लोफरच होता. तो शेतीची काही कामं करत होता. त्या लोकांनी सांगितलं, की तुम्ही ती मुलगी द्या. आम्ही मुसलमानांना बाहेर जायला सांगतो. ते निघून जातील. आणि लोकांनी सांगायला सुरुवात केली, की ती वाईट मुलगी आहे. तिचे त्या माणसाशी संबंध आहेत. तेव्हा तिला कशाला ठेवून घ्यायची. हे बघा, जेव्हा तुम्हांला स्वत:चा जीव वाचवायचा असतो, तेव्हा काही लक्षात घेतलं जात नाही. तेव्हा निर्णय घेण्यात आला की, तिला पाठवून द्यावी... त्या

वेळी तिला काय वाटतं, हा प्रश्न नव्हता. प्रश्न गावाच्या प्रतिष्ठेचा होता.

शेवटी त्या मुलीला काही मुसलमानांच्या बरोबर पाठवलं नाही. गावकरी हल्लेखोर यांच्यांतली बोलणी फिसकटली. काही दिवसांनंतर थोआ खालसा गावातील जे लोक मागे राहिले होते, त्यांना तात्पुरत्या छावणीत ठेवण्यात आलं होतं. त्या छावणीतून मुसलमानांनी त्या मुलीला पळवून नेलं. एवढं होऊन सुद्धा ती मुलगी स्वत:हून गेली आणि तिनं मुस्लिम कुटुंबातल्या त्या माणसाशी लग्न केलं. बीर बहादूर बोलताना प्रत्येक वेळी आपल्या घरातील स्त्री-पुरुषांनी कसा त्याग केला, हे कौतुकानं सांगत होता. बीर बहादूर, त्याचे कुटुंबीय आणि थोआ खालसातले जे लोक वाचले आहेत, ते सगळे जण म्हणतात, की जे प्राणास मुकले, ज्यांनी त्याग केला, त्या लोकांचे आम्ही जन्मभर ऋणीच राहू. त्यांचे आमच्यावर बरेच उपकार झाले आहेत.

आमच्या आजूबाजूला सर्वत्र बंदुकांचे आवाज येत होते. चहूंकडून गोळ्यांचा वर्षाव चालू होता. तिथं एखादं गाणूरा काय करणार? मला खरोखर वाटतं की, ते सगळे आदर, मानसन्मानास पात्र आहेत. ज्या लोकांनी विहिरीत उड्या टाकल्या, आपल्या मुलाबाळांना मारलं... आणि त्यांनी आम्हांला वाचवलं... तुम्ही हुतात्म्यांचं कुठलंही कुटुंब घ्या, बघा तिथं त्यांचं बीज मूळ धरेल आणि वाढेल. रक्त हे असं असतं. तुम्ही रोपाला, झाडाला पाणी घाला, ते वाढणारच. त्या पद्धतीनं हुतात्म्यांची कुटुंबं वाढणार आहेत.

त्या प्रसंगाची आठवण काढत तो म्हणाला,

प्रत्येक दिवशी जेव्हा मला हे सगळं आठवतं, तेव्हा मला रडू येतं... माझ्या मनात प्रकाश पडतो. माझे वडील, एक बाप आपल्या मुलीला ठार मारतो... किती बळी... तो किती असहाय असला पाहिजे, नाइलाज...

मला असं म्हणायचं नाही की, ज्या स्त्रिया त्यांच्याच कुटुंबातल्या हिंसाचारात आणि समाजातल्या हिंसाचारात बळी गेल्या, त्यांना आत्महत्या करण्यास भाग पाडलं किंवा त्यांच्याच लोकांनी त्यांना ठार मारलं किंवा जे 'वडिलधाऱ्यांचे विचार' त्या विचारांना, तत्त्वाला बळी पडल्या. जे विचार त्यांच्या पंथातल्या पुरुषांनी आणि बुजुर्गांनी व्यक्त केले असतील, त्या 'मोठ्यांच्या विचारांचा' पाढा या लोकांनी गिरवला असणार. म्हणजे त्या स्त्रिया आदर्शवादाच्या केवळ बळी ठरल्या. परंतु या घटना खऱ्याच आहेत, हे आपण नेहमीच कसे मानत आलो? घटना सत्य जरी असल्या, तरी त्या घटनांच्या, एकूण परिस्थितीच्या आणि विचारांच्या मुळाशी काय

दडलं आहे? वस्तुस्थिती काय होती? अपहृत स्त्रियांना बोलतं करणं, किंवा त्यांच्या अंतरीचे विचार समजून घेण्यासाठी मार्ग सापडत नाही. एक बसंत कौर सोडली, तर बाकीच्या ज्या काही घटना मी यात समाविष्ट केल्या आहेत. त्या सगळ्या पुरुष वर्गाकडून ऐकल्या आहेत. आणि त्यांच्या सांगण्यात, विचारात त्या स्त्रियांचं प्रतिबिंब पडलं असेलच, असं आपण समजू शकत नाही. त्या स्त्रियांना बलिदान करतेवेळी नक्की काय वाटलं असेल, हे पुरुषांच्या निवेदनातून व्यक्त होणार नाही. कारण स्त्रीची भावना म्हणजे स्त्रीची भावना. तेव्हा मला असं वाटतं, की स्वखुशीनं घेतलेला निर्णय आणि दुसऱ्यानं केलेली जबरदस्ती या मधली सीमारेषा या पुरुषवर्गाच्या निवेदनापेक्षा जास्त धूसर असली पाहिजे. त्याचं कारण म्हणजे, जेव्हा बीर बहाद्दूर कुणी विहिरीत उड्या टाकल्या, आणि कुणी त्याग केला आणि त्यातून कोण वाचलं, हे सांगत होता, तेव्हा उड्या टाकणाऱ्यांपैकी एक माझी आई पण होती, म्हणजे बसंत कौर, हे त्यानं कधीच सांगितलं नाही. आणि जेव्हा बसंत कौरनं स्वत: (जी त्या प्रसंगातून वाचली.) ही सगळी हकीकत सांगितली, तेव्हा अगदी सुरुवातीला आपण तिच्यावर विश्वास ठेवला नाही. आणि नंतर जेव्हा लक्षात आलं की, विहिरीत पाणी अपुरं होतं; म्हणून जी बाई वाचली, ती म्हणजे बसंत कौर. तेव्हा इथं एक सांगावंसं वाटतं की, बीर बहादूरनं मुद्दामच आपल्या आईचं नाव सांगितलं नाही. कारण बसंत कौर त्या भयानक प्रसंगातून वाचली, म्हणजेच ती ज्या स्त्रिया हुतात्मा झाल्या, त्यांच्या रांगेत ती बसणार नाही. कारण ज्या भगिनी हयात नाहीत, ज्यांनी सन्मानानं मरण पत्करलं, त्यांच्याविषयी असं काही भारावून बोलणं सहज आणि सोपं असतं. आणि ज्या माता/भगिनी जिवंत राहिल्या, त्यांच्याविषयी स्तुतिपर असं काही बोलता येत नाही. मला वाटतं, बीर बहाद्दूरची सुद्धा अशीच पंचाईत झाली असणार.

थोआ खालसामध्ये आणि त्याच्या आसपासच्या भागात आठ दिवस हल्ले चालू होते. आणि शेवटच्या दिवशी सामूहिकपणे विहिरीत उड्या टाकण्याची घटना घडली. आणि या आठ दिवसांत हल्लेखोरांबरोबर गावातल्या प्रमुखांची आपसांत अनेकदा बोलणी झाली. आणि गावातील बहुतेक लोकांना हे माहीत होतं. जे वाचले, ते लोक सांगतात की, अशा चर्चेमध्ये जरी पुरुषांनी पुढाकार घेतला होता, तरी काही स्त्रियाही त्यात सहभागी झाल्या होत्या. थोआ खालसा गावातली प्रमुख म्हणून ओळखली जाणारी बाई म्हणजे सरदारणी गुलाब कौर. इतर वेळी ती माता लाजवंती म्हणून ओळखली जायची. तिला गावात चांगल्यापैकी महत्त्व होतं. जसं तिच्या नवऱ्याला, गुलाबसिंगला होतं. लोक सांगतात, की तिनं नुसताच निर्णय घेतला नाही, तर अगदी धीटपणे ती सर्व स्त्रियांना विहिरीकडं घेऊन गेली. धिप्पाड, उंच, सरळ बांध्याच्या आणि धीट पंजाबी स्त्रियांची जी परंपरा, तिचं तिनं पालन केलं.

आता विचार असा येतो की, जरी स्त्रियांना या चर्चेची कल्पना असली आणि त्यांनी या चर्चेत जरी भाग घेतला असेल, तरी स्वत:चा जीव घेण्यात त्यांनी आपल्या पंथाच्या समंजस, तर्कशुद्ध हेतूनं पालन केलं, असं आपण समजायचं का? आणि त्यांनी स्वत:चं प्राणार्पण केलं, त्यामुळं या विचाराला पुष्टी मिळाली का? म्हणजे ते विचार आणि बलिदान यांत सुसंगती किती? परकीयांच्या (परधर्मीयांच्या) अंगभूत हिंसाचारापासून, अत्याचारापासून स्त्रियाचं रक्षण करण्यामागे त्यांच्या समाजाची प्रतिष्ठा हेच फक्त मूळ आहे का? केवळ त्या एका आदर्श मूल्यासाठीच स्त्रियांचं रक्षण करायचं? आणि असं जरी असलं, तरी निसर्गनियमानुसार पुरुष हाच स्त्रीचा रक्षणकर्ता असतो. आणि तरी एका विशिष्ट क्षणी हा पुरुषवर्ग या स्त्रियांचं रक्षण करण्यास असमर्थ ठरतो, आणि स्त्रियांनासुद्धा हे माहीत आहे. आता कुणी असं म्हणेल की, आपल्या समाजाच्या प्रतिष्ठेसाठी, समाजाचा, धर्माचा आदर ठेवण्यासाठी या स्त्रियांनी आपलं बलिदान केलं? विहिरीत उड्या टाकताना त्यांनी सर्व बाजूंनी, पूर्ण विचार केला असेल का? आणि खरोखरच वस्तुस्थिती तशी नसेल, तर मग बळी गेलेल्या स्त्रियांनी धर्माच्या, पारंपारिक विचाराच्या, भावनेच्या आहारी गेलेल्या या दलालांचाच फक्त विचार केला असेल. ज्यांच्याबरोबर मी आजपर्यंत फाळणीबद्दल चर्चा केली, ज्यांचे विचार मी ऐकले. किंवा अशी परिस्थिती तर निर्माण झाली नाही ना, की कदाचित त्या स्त्रियांनी आधी स्वत:च निर्णय घेतलाही असेल; पण नंतर मात्र त्यांच्यावर सक्ती झाली असणार. म्हणजे इथं स्त्रियांचे मूळ विचार, त्यांच्या भावना दडपल्या गेल्या. त्यांचा नाइलाज झाला.

एखादा असा मार्ग सापडला पाहिजे, एखादा असा धागा हाती आला पाहिजे की, त्या आधारे या बलिदानाच्या घटनांमागील सत्य शोधून काढता येईल. असे सत्य, की ज्याच्यामुळं आपली समजूत पटेल. मनाचं समाधान होईल. 'स्वयंनिर्णय' आणि 'पसंती' याची अशी वेगळी व्याख्या करता येणार नाही. मी 'स्वयंनिर्णय', 'पसंती' या दोन्ही गोष्टींकडं सध्याच्या 'स्त्री वादी' भूमिकेतून बघितलं आहे. मी अनेकांशी चर्चा करतानाही माझी हीच भूमिका होती. आणि अशा वस्तुनिष्ठ भूमिकेतूनच मी इतिहासाकडं, फाळणीकडं बघितलं आहे. माझ्या अशा विचारसरणीतूनच मला फाळणीत स्त्रियांच्यावर झालेल्या अत्याचार वगैरे घटनांचं महत्त्व वाटू लागलं. कारण ज्या स्त्रियांनी आत्महत्या केली, ज्या बळी गेल्या, त्याचं खरं कारण काय? की तो एक त्यांच्या नशिबाचा भाग होता? त्यांचं नशीबच तसं होतं? का सर्वच दृष्ट्या त्या केवळ साधन ठरल्या? मुख्य म्हणजे, या घटनांकडं आतापर्यंत स्त्रीभावनेतून कुणीही बघितलेलं नाही. सांगायचा मुद्दा असा, की आजपर्यंत झालेल्या चर्चेतून, छापून आलेल्या बातम्या, इतिहास, कागदपत्रं (सरकारी/निमसरकारी) यांतून स्त्री भावनेतून कुणीही बघितलं नाही. लिहिलं नाही. तसे अहवाल सापडत नाहीत.

दडपशाही, जुलूम-जबरदस्ती यांबद्दल कुठं उल्लेख नाही. इतकी भाषणं पुढाऱ्यांनी केली, पण याचा उल्लेख कुठं सापडत नाही. आम्ही फाळणीच्या हिंसाचाराबद्दल बोलतो; पण सध्या आमच्या घरात, समाजात काय चाललं आहे, आम्ही त्याबद्दल मात्र बोलत नाही. आज स्त्रियांवर अत्याचार, जुलूम-अन्याय चालू आहेत. पण आम्ही बोलत नाही. उलट, आम्ही दुर्लक्ष करतो. हे फार घातक आहे. आणि या छोट्या मोठ्या अनेक ठिकाणी, घरा-दारांत झालेल्या जुलूम-जबरदस्तीमुळं अनेक स्त्रियांचे प्राण गेले असतील. आणि ही समाजातली प्रवृत्ती अशीच वाढीस लागण्याची शक्यता आहे. धर्मवादी, परंपरावादी लोक वर्षानुवर्ष आपलं यापुढंही महत्त्व कसं वाढेल, हेच बघत राहतील. हिंसाचाराला चिथावणी देतील. म्हणजे सार्वजनिक हिंसाचाराचा आपण विचार करतो; पण या छोट्या-मोठ्या घटनांचा विचार करत नाही.

फाळणीमध्ये दोन गटांत हिंसाचार झाले. त्याविषयी आम्ही अनेक हकीकती ऐकल्या. त्यांपैकी एक म्हणजे फाळणीत पुरुषांचा जास्तींत जास्त सहभाग होता. या गोष्टींमागे प्रामुख्याने पुरुष आहेत. धार्मिक मूळ असलेल्या लढाया, धर्मावरून झालेल्या दंगलीच्या काळात ज्या स्त्रिया होत्या, त्यांचाच मोठ्या प्रमाणावर बळी गेला आहे. जे अपराधी होते, धर्माचे जे दलाल होते, त्यांना कसलीच इजा झाली नाही. कुणाचे प्राण गेले नाहीत. आणि हे विधान सर्वस्वी आम्ही हिंसाचार, जुलूम यांकडं कसे बघतो, म्हणजे हे विधान आमच्या समजून घेण्यावर अवलंबून आहे. आणि मला माहीत आहे की, आमचे दंगलीबाबती जे विचार आहेत, ते धोपटमार्गी आहेत, पूर्वग्रह दूषित आहेत. कारण दंगलीचा विचार करताना आम्ही स्त्रियांचा विचार करत नाही. दंगल आणि स्त्री हेच आम्हांला अभिप्रेत नाही. मुख्य म्हणजे, या खाजगी क्षेत्राचे जे काळजीवाहक, रक्षक आहेत, तेच हिंसाचारी आहेत. त्या प्रवृत्तीचे ते लोक आहेत. अजून सुद्धा एक प्रश्न मनात येतो की, थोआ खालसामध्ये ज्या स्त्रियांनी स्वतःहून प्राणार्पण केलं, ज्यांचे प्राण घेतले गेले, त्या खरोखरच मरणाला स्वतःहून तयार झाल्या का? आणि त्यांची जर ती तथाकथित स्वतःची 'पसंती' असेल, तर तो एक प्रकारचा हिंसाचारच झाला आहे. आता कुणी अगदी सहजसुद्धा म्हणेल, की थोआ-खालसाचा प्रकार म्हणजे फाळणीतल्या हिंसाचाराचाच एक भाग होता. त्यात काय एवढं? आणि दुसरं म्हणजे, दंगल, हिंसाचार जर तुमच्या घरादारापासून दूर, तुमच्या समाजापासून दूर झाला असेल, तर तो मात्र खपवून घेतला जातो. त्याचं एक कारण मला दिसतं की, फाळणीच्या आणि फाळणीच्या दंगलीसंदर्भात ज्या काही आठवणी आहेत, त्यांमध्ये हिंसाचाराचं खापर फक्त 'दुसऱ्यावर' फोडलं गेलं. दंगल केली म्हणजे 'इतरांनीच' केली. हाच समज सर्वत्र पसरला, म्हणजे काही बाबतींत आम्ही डोळेझाकच केलेली आहे. तीही

आमच्याच बाबतीत. कित्येक हिंदू आणि शीख लोकांनी आपल्याच जातीतल्या स्त्रियांच्यावर अत्याचार केले आहेत. जुलूम-जबरदस्ती केली आहे. तेव्हा तेही अपराधी आहेत. नुकत्याच झालेल्या सामूहिक हत्त्या (स्त्रियांच्या) आणि स्वेच्छेने केलेल्या सामूहिक आत्महत्त्या ही त्याची जळजळीत उदाहरणं आहेत.

स्त्रियांनी आपल्या घरातील माणसांकडून आणि समाजाकडून झालेले अत्याचार सुद्धा सहन केले आहेत. महिलांच्यावर झालेल्या या कौटुंबिक आणि सामाजिक हिंसाचाराच्या गोष्टी मी सांगितल्या. आता हे प्रकरण संपवताना मला एका बाईची गोष्ट सांगणं भाग आहे. तिचं नाव प्रकाशवन्ती. तिला मी जालंदरच्या गांधी वनिता आश्रमात भेटले. फाळणीमधून वाचलेल्या ज्या तिघीजणी या आश्रमात आहेत, त्यांच्यांपैकी एक म्हणजे प्रकाशवन्ती. तिची गोष्ट अशी : ती, तिचा नवरा आणि तिचं एक लहान मूल शेकुपुरामध्ये राहत होते. १९४७ साली ती वीस वर्षांची होती. ज्या वेळी फाळणीच्या झळा बसायला लागल्या, तेव्हा तिच्या गावातले सगळे हिंदू संरक्षणासाठी एका तांदळाच्या गिरणीत जमा झाले. थोड्याच वेळात गिरणीवर हल्ला झाला आणि हल्लेखोरांनी गिरणी लुटायला सुरुवात केली. प्रकाशवन्तीचा नवरा तेव्हा तिच्याजवळ आला आणि म्हणाला, 'मी तुला मारणार आहे, नाहीतर ते लोक तुझी मानहानी करतील.' नंतर तिच्या नवऱ्यानं कसला तरी फटका तिच्या डोक्यावर मारला आणि ती बेशुद्ध पडली. हल्लेखोरांना वाटलं, ती मेली. आणि नंतर ज्या वेळी ती शुद्धीवर आली, त्या वेळी हल्लेखोरांच्या भीतीनं प्रकाशवन्ती आणि इतर दोन मुली पोत्याच्या मागं जाऊन लपल्या. नंतर तिनं काय बघितलं, तर तिच्या नवऱ्याचं आणि मुलाचं प्रेत तिथं पडलेलं. इतरही प्रेतं तिथं पडली होती. तेव्हा मी तिला विचारलं की, त्या वेळी तुला तुझ्या नवऱ्याचा राग कसा आला नाही? तू त्याच्यावर का चिडली नाहीस? तेव्हा ती म्हणाली की, 'तो एकटा माणूस काय करणार होता?' म्हणजे तिनं नवऱ्याची बाजू घेतली नाही. पण आपल्या नवऱ्यानं तो प्रकार का केला, कोणत्या परिस्थितीत केला, यामागची भूमिका तिनं स्पष्ट केली. कारण त्या वेळची परिस्थिती तिला माहीत होती. मला या बाईची कीव आली. तिची भूमिका, तिचं मत पटण्यासारखं होतं? मग या उदाहरणावरून माझ्या मनात नेहमी येतं, ते म्हणजे ज्या स्त्रियांनी आपले प्राण दिले, तेव्हा म्हणजे प्रत्यक्ष विहिरीत उड्या टाकण्याआधी त्यांच्या मनात काय आलं असेल? 'आपला नवरा, धर्म, समाज यांच्या समाधानासाठीच आपण हे धाडस करतो आहोत,' म्हणून स्वतःच्या मनाला समजावलं असेल का? आता जे लोक हौतात्म्याचे गोडवे गातात, हुतात्म्यांवर स्तुतिसुमने उधळतात, शौर्याच्या कहाण्या सांगतात, त्यांच्या बाबतीत आणखी बरंच काही सांगता येईल.

थोआ खालसामध्ये ज्या घटना घडल्या आहेत, त्या घटनांची, त्या दिवसांची

स्मृती म्हणून 'स्मृतिदिन' आता साजरा केला जातो. खरं तर, पुरुषांची जी हीन वृत्ती आहे– म्हणजे स्त्रियांच्यावर अन्याय करणं, जुलूम करणं, अरेरावी करणं, अत्याचार करणं यांवर स्त्रियांनीच पहिल्यापासून काबू ठेवायला पाहिजे होता. निदान काही मर्यादेपर्यंत तरी स्त्रियांनी अशा पुरुषांना आपल्या ताब्यात ठेवायला पाहिजे होतं ज्या काही धार्मिक संस्था आहेत, त्यांच्यावरही थोडा अंकुश ठेवायला पाहिजे होता. परंतु स्त्रियांनी तसं काही केलं नाही. त्यामुळं स्त्रियांना कुणी बंडखोर म्हणू शकलं नाही. आणि काही अंशी अजूनही तीच परिस्थिती आहे. म्हणूनच स्त्रियांनी फाळणीच्या वेळी किंवा इतर वेळी जे काही शौर्य दाखवलं असेल, (धर्मासाठी, समाजासाठी स्वत:ची आहुती देण्याचं शौर्य) त्यांच्या स्मृतिदिनादिवशी जे गोडवे गायले जातात, शूरपणाचा पावित्र्याचा त्यांना जो मुलामा दिला जातो, त्याच्यामागची पुरुषी भूमिका हीच, की आपल्या स्त्रियांना त्यांच्या मर्यादा दाखवून देणं. त्यांची कुवत दाखवून देणं. तेव्हा झालं काय, तर स्त्रियांना मवाळ, अहिंसक ठरवलं गेलं. शिवाय त्या कशा त्याग करतात, त्या किती सहनशील आहेत हे लोकांना सांगितलं गेलं. आणि स्त्रियांना त्यागाचं 'प्रतीक' म्हणून ठरवलं आणि शेवटी स्त्रियांना आहे त्याच जागी बसवून ठेवलं. म्हणजे घरामध्ये काय आणि बाहेर, समाजात काय स्त्रियांना मवाळ, बळी पडणारी, पुरुषांना सांभाळून घेणारी अशीच भूमिका पार पाडावी लागणार. स्त्रियांचा जन्मच त्यासाठी झालेला. म्हणजे एवढे अन्याय करूनही 'स्त्रिया' म्हणजे कुटुंब, समाज, देश, धर्माचं एक सन्मानाचं प्रतीक ठरवायचं आणि ठरवणारे जे धर्माचे 'दलाल' आहेत, ते पुन्हा स्त्रियांचे वाभाडे काढायला, त्यांच्यावर अत्याचार करायला मोकळे. इकडे त्यांना सन्मानाचं प्रतीक म्हणायचं आणि त्यांना वेळ पडली, की विवस्त्र करायचं. म्हणजे स्त्रियांना स्वत:वर स्तुतिसुमनं उधळून घ्यायला कोणती किंमत मोजावी लागते यावरून लक्षात आलंच असेल.

भाग ३

बीर बहादूर सिंग

'तुम्ही हुतात्म्याचं कुठलंही घर घ्या, बघा, तिथं त्यांचं बीज मूळ धरेल आणि वाढेल.'

वाचकांना आता बीर बहादूरची चांगलीच ओळख झाली असेल. इथं त्याचं एक वाक्य मी थोड्या विस्तारानं वर उद्धृत केलं आहे. तरीसुद्धा त्याच्या मुलाखतीचा संपूर्ण भाग इथं उद्धृत करण्याचा मी निर्णय घेतला आहे. कारण त्यामध्ये आणखीही अशा कित्येक गोष्टी आहेत की, ज्या मला महत्त्वाच्या आणि वैशिष्ट्यपूर्ण वाटतात– ज्यांचा उल्लेख मी वर केलेला नाही. १९९० साली त्याची ही मुलाखत मी दिल्लीमध्ये घेतली होती. त्या वेळी तो साठीतला होता. इतर लोकांच्या प्रमाणेच बीर बहादूर मला योगायोगानंच भेटला. सुदेश आणि मी काही महिने रावळपिडींत मार्च १९४७ साली झालेल्या दंगलीतून जे लोक वाचले होते, त्यांच्याशी बोलत होतो. ते लोक भोगल आणि जंगपुरा भागांत राहत होते. ज्या वेळी तुम्ही एखाद्या जमातीमधील लोकांशी बोलता, त्या वेळी ते लोक एकमेकांच्या ओळखी करून देत असतात. त्यांच्याशी बोला, म्हणून सांगत असतात. पहिल्यांदा आम्हांला कुणीतरी बीर बहादूरची आई, बसंत कौर हिची ओळख करून दिली. भोगलमधल्या एका नव्या घरात ती राहत होती. बसंत कौरची मुलाखत घेत असतानाच आम्हांला बीर बहादूर भेटला. त्याचं व्यक्तिमत्त्व डोळ्यात भरणारं होतं; तो चांगलाच उंच होता. त्याची दाढी पांढरी झालेली आणि लांब होती. तो दिल्लीमध्ये विविध वस्तूंचं दुकान चालवत होता, धंद्यात त्याचा जम बसला होता. आम्ही ज्या लोकांशी बोललो, त्या सर्वांमध्ये बीर बहादूर हा राजकारणात सक्रिय होता. तो शिरोमणी गुरुद्वारा प्रबंधक कमिटीचा सभासद होता. त्याशिवाय इंदिरा गांधीच्या खुनानंतर शीख लोकांच्या कुटुंबीयांना मदत करण्याचं कामही त्यानं केलं होतं. त्याशिवाय त्याचे राजकारणातल्या अनेक शीख पुढाऱ्यांही चांगले संबंध होते. त्याचं कारण, म्हणजे त्या वेळी म्हणजे १९८४ नंतर अनेक शीखांना संशयावरून अटक केली होती. त्या वेळी बीर बहादूरला सुद्धा अटक झाली होती आणि त्याला जेलमध्ये टाकलं होतं. कारण तो दहशतवादी होता. त्यानं १९८४ नंतर झालेल्या दंगलीविषयी मुलाखत देताना आपल्या भावना तीव्र शब्दांत व्यक्त केल्या आहेत. त्यातून त्याचा संताप, चीड

दिसून येते. १९८४ नंतर अनेक शीखांच्या याच तीव्र भावना होत्या. १९८४ च्या दंगलीनंतर बीर बहादूरचं बरंच आर्थिक नुकसान म्हणजे चीजवस्तूंचं नुकसान झालं. त्याच्या घरादाराला ही (घरच्या लोकांना) त्रास झाला. या मुलाखतीमध्ये त्यानं दोन गोष्टींबद्दल आपला संताप व्यक्त केला आहे. त्याच्या सांगण्याप्रमाणे वस्तुस्थिती अशी आहे, की या दंगलीतले जे दोषी आहेत, त्यांना अद्याप शिक्षा झालेली नाही. म्हणजे मी जो इतिहास लिहिते आहे, त्या वेळेपर्यंत तरी. आणि दुसरं म्हणजे, सरकारनं 'ज्या लोकांनी स्वातंत्र्यासाठी रक्त सांडलं.' त्या लोकांसाठी अद्याप काहीच केलं नाही. त्यांच्याकडं दुर्लक्षच करायचं जणू सरकारनं ठरवलं. याचा अर्थ असा, की त्याला म्हणायचं होतं, ज्या शीखांचा फाळणीच्या दंगलीत सहभाग होता, ते 'इतर' लोकांच्या विरुद्धही लढलेच. त्याशिवाय त्यांच्या कुटुंबांनी त्याग केला. म्हणजे स्वातंत्र्य-संग्रामात आणि फाळणीच्या दंगलीत शीखांनी मोठी कामगिरी केली. त्याच्या वडिलांसारख्या शीखानं (ज्यांचा उल्लेख बळी म्हणून या मुलाखतीत केला आहे) आपल्या शीख पंथाच्या आणि देशाच्या प्रतिष्ठेसाठी स्वत:च्या नातेवाईकांना मारलं आणि त्याचं ओझं डोक्यावर घेऊन ते वावरले. आणि मान कौरसारखी शीख, त्याची बहीण, जिनं शीख धर्मासाठी आपल्या वडिलांच्या हातून स्वत:चं हौतात्म्य पत्करलं. म्हणजे हा त्यागच झाला.

ज्या वेळी मी बीर बहादूरची कथा पहिल्यांदा ऐकली, तेव्हा मला प्रत्येक क्षणाला मागच्या आठवणी होत गेल्या. ज्या मला टोचत होत्या, त्या म्हणजे अभिमान, दु:ख आणि सर्व काही खरोखरच हरवल्याची भावना, या तिन्हींचं मिश्रण त्याच्या बोलण्यातून जाणवत होतं. ज्या ज्या वेळी तो मला स्त्रियांच्या विषयी सांगत होता, त्या त्या वेळी तो जास्तच भावनाविवश झाला होता. त्याच्या बहिणीला म्हणजे मान कौरला त्याच्याच वडिलांनी मारलं, तिच्याविषयी त्याला वाटतं की, तिनं पंथाच्या प्रतिष्ठेसाठी, पंथाचा सन्मान ठेवण्यासाठी प्राण दिला. एवढंच नाही, तर ज्या लोकांनी स्वातंत्र्यासाठी बलिदान दिलं, हुतात्मा झाले, तसाच मान-सन्मान कौरच्या बलिदानाचा झाला पाहिजे. आणि याचं स्मरण म्हणून प्रत्येक वर्षी गुरुद्वारात जे धार्मिक विधी होतात त्या कार्यक्रमाला बीर बहादूर अगदी नियमानं जातो. आणि ज्या स्त्रियांनी हौतात्म्य पत्करलं, त्यांच्या आठवणी तो सांगतो. या हुतात्म्यांच्या, शूर बलिदानाच्या घटना फक्त थोआ खालसामध्येच घडल्या आहेत. म्हणजे त्याच्या म्हणण्याप्रमाणे इतर शीख खेड्यांपेक्षा थोआ खालसा याला जास्त महत्त्व आहे. बीर बहादूर सांगतो की, थोआ खालसामधील पुरुषांनी आपल्या गावातील स्त्रियांचं अपहरण होऊ दिलं नाही. आपला दुबळेपणा त्यांनी दाखवला नाही. उलट, अशा स्त्रियांना त्यांनी 'हौतात्म्य' प्राप्त करून दिलं.

एकदा आम्ही बीर बहादूरला भेटलो, तेव्हा आमच्या जवळ एक पुस्तक होतं. ज्याचा उल्लेख मी आधी केला आहे. त्या पुस्तकामध्ये पाकिस्तानातल्या ज्या हिंदू आणि शीख स्त्रियांना पळवून नेलं होतं, त्यांची एक जिल्हावार यादी होती. त्याला आम्ही ते पुस्तक दाखवणार होतो. त्याचं कारण असं की, यादीमधील एक तरी नाव त्याच्या ओळखीचं आहे का, हे आम्हांला बघायचं होतं. परंतु ते पुस्तक दाखवण्याआधीच बीर बहादूरनं सांगितलं की या पुस्तकात थोआ खालसामधील कुठल्याच बाईचं नाव नाही. कारण गावातील पुरुषांनी त्यांचं रक्षण केलं होतं; आणि ही काही खरी गोष्ट नव्हती. कारण त्या पुस्तकात इतर खेड्यांतल्या बरोबरच थोहा खालसा या गावातल्या स्त्रियांचीही नावं होती. परंतु थोआ खालसा गावातील ज्या स्त्रियांनी हौतात्म्य पत्करलं, त्या 'हुतात्म्यांना' न्याय देण्यासाठी बीर बहादूरला आपल्या गावातील झालेले बलात्कार आणि अपहरण हे प्रकार सांगायचे नव्हते. असे काही प्रकार झाले आहेत, हे त्याला मान्यच नव्हतं. मग प्रश्नच उरत नाही. कारण अपहरण आणि बलात्कार होऊ नयेत, म्हणून स्त्रियांनी हौतात्म्य पत्करलं. हौतात्म्य पत्करण्याचा हेतूच तो होता. आणि तरीसुद्धा तसे प्रकार जर घडले असतील, तर मग त्याला काही अर्थच उरणार नाही. म्हणजे जी झालीय, ती प्राणहानी फुकटच गेली, म्हणायची. तेव्हा बीर बहादूरच्या निवेदनात कुठली निंदा-नालस्ती नव्हती. किंवा ज्या पुरुषांनी आपल्याच घरातील लोकांना मारलं, त्याच्या पाठीमागं कोणती विचारसरणी होती, असले प्रश्नही त्याच्या मनात येत नव्हते, असं दिसून आलं. फाळणीच्या संदर्भात एक गोष्ट अशी सांगितली जाते, ती म्हणजे आपली सुटका करून घेण्यासाठी कुटुंबांनी आपल्या मुलींचा सौदा कसा केला. बीर बहादूर अशीच एक गोष्ट सांगतो; ती म्हणजे, आपली सुटका करून घेण्यासाठी, स्वांतत्र्यासाठी, गावकऱ्यांनी एका मुलीला कशी हल्लेखोरांच्या हवाली केलं. 'ज्या वेळी तुमचा जीव वाचवण्याची वेळ येते,' तो म्हणाला, 'तेव्हा बाकीचा काहीच विचार केला जात नाही.' खरं तर, बीर बहादूरच्या वडिलांनी लोकांना त्यांच्या या निर्णयापासून परावृत्त करण्याचा प्रयत्न केला होता. पण नंतर त्यांनी मुलींना आणि स्त्रियांना 'हौतात्म्य' प्राप्त करून देण्याचा निर्णय घेतला. आणि बीर बहादूरला याचा धक्काच बसला. बीर बहादूरनं बघितलं की, आपले वडील बळीच ठरले आहेत; हतबल झाले आहेत. परमेश्वरी इच्छेचं ते एक 'साधन' ठरलं. जेव्हा स्वत:च्या मुलीला मारण्याची वेळ आली, तेव्हा पिताजींचा पहिला वार यशस्वी झाला नाही. त्यांनी दुसऱ्यांदा प्रयत्न केला, तेव्हा ते यशस्वी झाले. बाप आणि मुलगी काय करताहेत, हे बीर बहादूरच्या डोळ्यांनी बघितलं. त्या वेळी ते दोघे आपसांत काहीच बोलले नाहीत. 'त्या वेळी दोघांमध्ये फक्त कृपाणाची भाषा होती.'

हिंदू आणि मुसलमान यांचे संबंध कशा तऱ्हेचे होते, याबद्दल बीर बहादूर कळकळीनं बोलतो. त्याच्या म्हणण्याप्रमाणे फाळणीला हिंदू लोकच कसे जबाबदार आहेत (यात त्यानं शीखांनाही गोवलं आहे.) त्याचं उदाहरण म्हणजे हिंदू (आणि शीखांनीही) मुसलमानांना कुत्र्यापेक्षाही वाईट तऱ्हेनं वागवलं. तरीसुद्धा नंतरच्या काळात बीर बहादूर हा राजकारणाकडं वळला. मी कित्येक वर्षांपासून त्यांना भेटलो नाही. पण मला असं वाटतं, की ते आता भा. ज. पा.चे सभासद आहेत. तेव्हा माझ्या मनात प्रश्न आला की, हे असं कसं? बीर बहादूर अशी उलट सुलट विधानं कशी करतो? आधी तो हिंदूंनी मुसलमानांना कसं वागवलं, हे सांगत होता आणि लगेच तो मुसलमानांची संख्या कशी वाढत चाललीय् याबद्दल भाजपाची जुनीच मतं, मांडतो, त्यांच्या विचारसरणीची ठासून भलामण करतो. त्याची मुलाखत घेताना मी सारखी भारावल्यासारखी झाले होते. कारण एकाच वेळी तो परस्परविरोधी मतं मांडत होता. पहिल्यांदा त्याची ओळख हिंदू म्हणून आहे; आणि तोच हिंदूंनी मुसलमानांना कसं वागवलं, याबद्दल स्पष्ट बोलतो, कधी त्याच्या बोलण्यातून शीख आणि शीख धर्माविषयी वाढतं प्रेम, जिव्हाळा दिसून येतो. आपण शीख आहोत, याबद्दल त्याला सतत जाणीव होत असते. आणि इकडं हिंदू राष्ट्राबद्दल त्याच्या मनात धूसरताही दिसून येते. मग पुन्हा फाळणीबद्दल त्याची मतं, मुसलमानांची मनात भीती, ती म्हणजे ते लोक आता हिंदू राष्ट्रच ताब्यात घेतील; आणि या सगळ्या विचारांच्या मुळाशी त्याची राजकारणाविषयीची निष्ठा आणि त्याची धार्मिक वृत्ती हीच होय. त्यानं आपली मत मांडली, म्हणून मला त्याची मुलाखत फार महत्त्वाची वाटली.

बीर बहादूर सिंग

माझं नाव बीर बहादूर सिंग. माझ्या वडिलांचं नाव संतराज सिंग. माझ्या गावाचं नावं थोआ खालसा. जिल्हा रावळपिंडी, तहसिल काहुता. आमचं गाव रावळपिंडी जिल्ह्यात होतं. आमचं गाव म्हणजे एक नमुनेदार गाव होतं. कारण त्या सगळ्या भागात तुम्ही गुज्जरखान सोडलं, की आमचंच मोठं गाव होतं. थोआ खालसा फार मोठं तहसील होतं. तिथं पन्नास-साठ मोठे व्यापारी होते. तिथं घाऊक व्यापार चालायचा. आणि आजूबाजूला लहान लहान खेडी होती... तिथं अनेक खेडी होती. त्या गावांत दुकानं नव्हती. ती खेडी सगळी मुसलमानांची होती. त्यामुळं ते सगळे लोक आमच्या गावात खरेदीसाठी यायचे. अगदी माणसांचे लोंढेच्या लोंढे यायचे. एक उदाहरण सांगतो, एखादी बाई मुसलमानांच्या खेड्यातून खरेदीला

यायची, तेव्हा एका दिवसाच्या खरेदीसाठी यायची नाही, तर ती एकदम महिन्याची खरेदी करून जायची. कारण त्या लोकांना आमचं गाव लांब पडायचं. आणि कधी ते सगळे कधी यायचे– ते वीस-पंचवीस स्त्रिया-पुरुष मिळून; जणू त्यांचा एक तांडाच द्यायचा. तेव्हा थोआ-खालसामध्ये एवढी गर्दी व्हायची, की थोआ खालसा जणू छोटं शहर वाटायचं; या गावातली महत्त्वाची व्यक्ती म्हणजे संत अतार सिंगजी. ते मुस्तवाना साहेब मधले. अणि त्यांनी आमच्या गावात दु:ख भंजनी साहिब गुरुद्वारा बांधला. तो गुरुद्वारा आमच्या भागात फार प्रसिद्ध होता. आदरणीय होता. लोक फार लांबून त्या गुरुद्वारात येत. वर्षातून दोन वेळा तिथं मेळा भरायचा. त्या वेळी हिंदू आणि शीख सगळेच जमायचे. इतकंच नाही तर मुसलमान लोकसुद्धा मोठ्या संख्येनं जमत आणि या संतांना आदरांजली वाहत. माझं गाव म्हणजे थोआ खालसाजवळ असलेलं सेंथा खेडं. त्या गावात फक्त चाळीस-पन्नास कुटुंबं होती. त्याच्याशेजारी आणखी काही लहान खेडी होती. सेंथामध्ये माझ्या वडिलांचं एक दुकान होतं. माझं बालसंगोपन तिथंच झालं. माझे शिक्षक मुसलमान होते आणि गावात फक्त शीखाचं घर म्हणजे आमचंच होतं. बाकी सगळे मुसलमान होते.

आमच्या भागात जे लोक शहरात, कसब्यामध्ये राहत होते, ते लोक मग खेड्यात जाऊन दुकानं वगैरे चालू करून आपल्या कुटुंबाला घेऊन तिथंच राहत. आणि मला आठवतं, की मी पहिलीपासून ते पाचवीपर्यंत तिथंच शिकलो. तिथं एक मुसलमान बाई होती. तिला आम्ही दादी, दादी म्हणत होतो. तिचं नाव माँ हुसेनी होतं. मला आठवतं, की मी तिच्या मांडीवर जाऊन बसायचो. मी एका बाजूला आणि तिची नात दुसऱ्या मांडीवर बसायची. तेव्हा आम्ही मांडीवर बसून एकमेकांचे केस ओढायचो. मी तिची वेणी ओढायचो, तर ती माझे केस ओढायची. आम्ही दोघेही मग एकमेकांना मांडीवरून खाली ढकलून देत होतो. मी म्हणायचो, ती माझी दादी आहे. आणि ती म्हणायची, ती माझी दादी आहे. आता हे बघा; ती मुलगी लहान होती. आम्ही जेव्हा एकत्र खेळत होतो, तेव्हा मी पाचवीत होतो. आणि ती माझ्यापेक्षा लहान होती. आणि आता तिचा मुलगा मोठा झाला आहे. तो दुबईला होता. तिथून तो मला पत्र लिहायचा. पत्रात तो मला मामूजी म्हणायचा. त्या मुलीचं त्या वेळी लग्नसुद्धा झालेलं नव्हतं. आणि आता तिचा मुलगा चाळीस वर्षांचा आहे. त्यानं माझी पत्रं त्याच्या आजी-आजोबांच्या घरी बघितली. तेव्हा त्यानं विचारलं, हे कोण आहेत, म्हणून? तेव्हा त्याच्या मामानं सांगितलं, की हा सुद्धा तुझा मामा आहे. तुझा

काका... इतके आमचे चांगले संबंध होते. आमच्या घरी काही कार्यक्रम असला, की आम्ही त्यांना व इतर मुसलमानांना बोलवीत होतो. ते लोक आमच्या घरी येत आणि खात-पीत. पण आम्ही मात्र त्यांच्या घरी काही खात नव्हतो. वाईट वाटतं. आणि आता मला हे समजलं. ते जेव्हा आमच्या घरी येत, तेव्हा त्यांच्यासाठी आमच्या घरी, एक कोपऱ्यात वेगळी भांडी ठेवलेली असत. ते घरी आले, की आम्ही त्यांना सांगत होतो, की ती कोपऱ्यातली भांडी घ्या त्यामध्ये जेवा. मग ते लोक जेवल्यावर आपली भांडी धुऊन ठेवीत. आणि अशी ती चमत्कारीक गोष्ट होती. आणि पाकिस्तानची निर्मिती व्हायला हेच कारण घडलं. आम्ही जेव्हा त्यांच्या घरी लग्न कार्याला जायचो, तेव्हा ते लोक आम्हांला आदरानं वागवायचे. आमचा मान ठेवायचे. ते आम्हांला शिधा द्यायचे. म्हणजे, कणीक, तूप, डाळ, कोबंडी आणि मटण सुद्धा देत असत. भाजीपाला– जे त्यांच्याजवळ असेल, ते आम्हांला देत असत. आणि आमची त्यांच्याशी वागण्याची पद्धत इतकी खालच्या पातळीची होती, की आता मला लाज वाटते त्याची. एखादा पाहुणा आमच्या घरी येतो आणि आम्ही त्याला सांगतो, की ती भांडी आणा आणि धुऊन घ्या. आणि माझी आई किंवा बहीण त्यांना रोटी वाढायला लागली, तर रोटी अगदी वरून त्यांच्या थाळीत फेकायची. कारण काय, तर त्या लोकांचा थाळीला स्पर्श होईल, म्हणून... आणि मुसलमान लोक मात्र आमच्याशी खूपच चांगलं वागायचे आणि आम्ही मात्र त्यांच्याशी वाईट तऱ्हेनं वागायचो. त्याशिवाय कुणी मुसलमान जर आम्हांला रस्त्यावर भेटला, आणि आम्ही त्याच्या हातात हात मिळवला, आणि आमच्या दुसऱ्या हातात जर काही खाद्यपदार्थ असतील, डबा असेल, तर त्याला विटाळ व्हायचा. ते अन्न, ते पदार्थ दूषित होत आणि आम्ही ते खात नसू. आणि आमच्या एका हातात कुत्रा असेल आणि दुसऱ्या हातात जेवणाचा डबा असेल, तर त्या अन्नाला कसली बाधा होत नसे. आणि कुणी मुसलमान आमच्या घरी आले आणि त्या स्त्रियांनी आमच्या दादीच्या किंवा आईच्या हातात हात मिळवला, तर त्या दोघी म्हणत की, मुला, हे अन्न खाऊ नकोस, हे दूषित झालं आहे. तेव्हा अशी ही आमची वागण्याची पद्धत होती. म्हणजे कसं होतं, बघा, एकाच गावात (दोन) जमातींचे लोक राहायचे आणि एका जमातीचे लोक दुसऱ्या जमातीतील लोकांशी आदरानं वागायचे आणि दुसऱ्यांनी मात्र त्या जमातीला कुत्र्यापेक्षाही कमी दर्जाची वागणूक द्यायची? हे असं कसं? ते लोक आमच्या आईला आणि बहिणींना दीदी म्हणायचे. ते लोक आम्हांला वडील, भाऊ, बहीण या नात्यानं

ओळखायचे आणि आम्हांला गरज लागली, की आम्ही त्यांच्या घरी जात असू आणि कधी ते आमच्या घरी आले, की आमच्याकडून त्यांना वाईट वागणूक मिळायची. आणि ही खरोखरच वाईट गोष्ट होती. म्हणून तर पाकिस्तान निर्माण झालं. त्यांना वाटलं असेल, की हे काय घडलं? काय हे? हे कसं झालं?

एकाच गावात दोन जमातींचे लोक राहतात आणि एका जमातीचे लोक दुसऱ्यावर प्रेम करतात, आणि दुसरे लोक मात्र त्यांची हेटाळणी करतात. त्यांच्या घरचं शिजवलेलं अन्नसुद्धा खात नाहीत. अन्नाला शिवतसुद्धा नाहीत. तुमच्या एका हातात काही वस्तू असेल आणि दुसरा हात तुम्ही मुसलमानांच्या हातात मिळवला, तर संपलं. ती वस्तू, पदार्थ नासलाच, म्हणून समजा... आमच्या हिंदू लोकांनी आणि शीखांनी जसं मुसलमानांशी वर्तन केलं, तसं आमच्या इतर हलक्या जातींशी कधी केलं नसेल. आणि मी आता खरंच सांगतो की, मला आता या गोष्टीची लाज वाटते. मी जर मुसलमानांच्या घरी गेलो आणि त्यांनी मला विचारलं तुम्ही काय खाल, तर मी सांगेन की, मी सगळं खाईन. खाण्यापिण्यात त्यात काय? आणि तुम्ही जर कुणाच्या घरी गेलात, आणि त्यांनी तुमची हेटाळणी केली आणि सांगितलं की, तुम्हांला तुमची थाळी स्वत: घेतली पाहिजे आणि जाऊन जेवण घेतलं पाहिजे तर... अशी वागणूक तुम्हांला दिली, तर... मी एक माणूस आहे आणि मी अशा पद्धतीनं तुमच्या घरी खाईन का? शीखांमध्ये सुद्धा ब्राह्मणत्व होतं. आणि आम्ही सगळे या धर्माच्या काट्यात सापडलो होतो. सगळीच कोंडी झाली होती. म्हणून द्वेष, मत्सर, वाढत गेला. नाहीतर एकमेकांबद्दल त्या वेळी फारच प्रेम होतं. आदर वाटत होता. फारच प्रेम होतं... तुम्ही जर आमच्या गोष्टी ऐकाल, तर मी सांगतो, मला अजून पत्रं येतात... आमचे चुलत भाऊ वगैरे जे खरं नातं, ते लोक आमच्यापासून लांबच राहिले. पण आमच्या मुसलमान मित्रांनी मात्र संबंध कायम ठेवले. ते आम्हांला इथं आल्यावर कळलं. पाकिस्तान झाल्यावर आम्हांला कळलं की, आम्ही जिला लहानपणी दादी म्हणत होतो, ती आमची खरी दादी नव्हती, तर ती मुसलमानीण होती. दादीनं आपल्या बागेत अंजिराची झाडं लावली होती. त्यांतील एक झाड तिनं माझ्यासाठी ठेवलं होतं. आणि त्या झाडाची फळं ती मशिदीत पण द्यायची नाही. ते झाड तिनं फक्त माझ्यासाठी राखून ठेवलं होतं. तिचा एकुलता एक नातू होता. तो मला वाचवायला गेला आणि स्वत:च मेला. तुम्हांला तो नांगर माहीताय् ना... जमीन उकरायचा, त्याच्या तिथं तो माणूस असा उभा होता. दोन पायांवर. आणि

त्याच्यासमोर बैल होता. आणि मी त्याच्या दोन पायांमध्ये उभा होतो. त्याचं नाव अरीफ होतं... आणि जवळूनच एक साप आला. तो माझ्याकडं असा उडी मारल्यासारखा येत होता. अरीफच्या पायात काहीच नव्हतं. तुम्हांला माहीत आहे, की शेतकरी पायांत बूट वगैरे काही घालत नाहीत. आणि त्यांनी असं काही तरी केलं आणि त्याला साप चावला. तिचा एकुलता एक नातू गेला. पण तिनं आम्हांला काही दोष दिला नाही. एक शब्द बोलली नाही. उलट ती सांगायची की, माझ्या नातवाजवळ नांगराचा दांडा होता, म्हणून हा मुलगा वाचला. तेव्हा देवाला सुद्धा घाबरणारी ती बाई नव्हती. आजपर्यंत माझ्या आयुष्यात मी अशी बाई बघितली नाही. ती स्वत: नांगर चालवायची. होय स्वत:! तिचा नवरा ती तरुण असतानाच वारला आणि मुसलमान लोकांमध्ये नेहमीच दुसरं लग्न करतात. आणि तीच तेवढी बाई मी आयुष्यात तशी बघितली. तिनं लग्न केलं नाही. ती स्वत: सगळं करू शकत होती. करू शकणार होती. तीच एक मी बाई बघितली, जी स्वत: नांगर चालवायची आणि पुढंही चालवू शकणार होती. नाहीतर बाई कधी नांगराला हात लावत नाही. पंजाबमध्ये आता त्या ट्रॅक्टर चालवतात. तर अशा तऱ्हेनं आमचे आणि मुसलमानांचे चांगले संबंध होते. आमच्यावर संकट आलं, ते ब्राह्मणवाद आणि राजकारणामुळं. ब्राह्मणांनी अशी काही लोकांना भुरळ पाडली आहे, त्यांनी असं एक जाळं पसरलं आहे, की पुढच्या शंभर पिढ्यांपर्यंत आम्हांलाही शिक्षा भोगावी लागणार आहे. असं काही त्यांनी आमच्यासाठी करून ठेवलं आहे. मला वाटतं, आमचे वडिलधारे लोक मुसलमानांच्या बाबतीत फार दोषी आहेत. त्यांनी मुसलमानांच्या बाबतीत फार पापं केली आहेत. तेव्हा पुढची शंभर वर्षं आम्हांला जी काही शिक्षा असेल, ती भोगावी लागणार आहे. आम्ही त्याच लायकीचे आहोत. आम्ही फार पापं केली आहेत. मुसलमानांनी आमच्यावर विश्वास ठेवला. आता उदाहरण म्हणून सांगतो... जे कुणी कामगार होते, नोकऱ्या करत होते. तेव्हा जर कुणाची मनी ऑर्डर आली, तर कुणाच्या घरी ती पाठवली जात नसे. मनीऑर्डर घेऊन कुणी जात नसे. आमच्या तिथं एक पोस्ट ऑफिस होतं. तेव्हा आसपासच्या खेड्यांतले लोक पोस्टात यायचे आणि मनीऑर्डर, पत्रं घेऊन जायचे. थोआ खालसामध्ये एक पोस्ट ऑफिस होतं. आणि पोस्टमन काही प्रत्येकाच्या घरी जात नसत. कारण सगळे मुसलमान लोक कामासाठी म्हणून घराबाहेर पडत. मग ते लोक आमच्या घरचा पत्ता देत असत. मग त्यांचे पैसे आमच्या घरी येत असत. माझे वडील अगदी प्रामाणिकपणे त्यांच्या पैशांची नोंद ठेवत... ही यांची मनीऑर्डर... ती

त्यांची... आणि मग लोक आमच्या दुकानात येत आणि त्या मनीऑर्डरच्या पैशाच्या मोबदल्यात काही लागणाऱ्या वस्तू धान्य वगैरे घेऊन जात. याचा अर्थ जणू त्यांचे पैसे अनामत रकमा म्हणूनच आमच्याकडं येत. शंभर रुपयांच्या शंभर मनीऑर्डर आल्या तर दहा हजार रुपये जमा होत. म्हणजे ते पैसे तुम्ही रेशनचे धान्य आणायला वापरू शकत होता. किंवा पाच हजार रुपये धान्यासाठी वापरून बाकीचे पाच हजार तुम्ही दुकानात वापरू शकत होता. त्या लोकांनी आमच्यावर एवढा विश्वास ठेवला होता. पण आम्ही माणसाला माणसासारखं वागवावं, हा विचार सुद्धा करत नव्हतो... मी असं म्हणत नाही की तुम्ही धर्म बदला आणि मुसलमान म्हणून राहा. शेवटी प्रत्येक धर्माची एक जागा आहे. पण मला काय म्हणायचं होतं, तर माणुसकीला सुद्धा एक स्थान आहे. आणि आम्ही ती माणुसकी सोडली आहे. माणुसकी होती, की नव्हती, अशीच परिस्थिती आम्ही करून टाकली. आणि तेच लोक आमच्याकडे माना वर करून बघतील. जर आम्ही त्यांना फाळणीबद्दल विचारलं आणि शीख लोक तुमच्याशी कसं वागले, विचारलं, तर मी सांगतो तुम्हांला आम्ही किती वाईट वागतो त्यांच्याशी. आणि या बाबतीत एखादा मुसलमान मुसलमानाशी बोलला, तर तो नक्कीच एकाचं दोन करून सांगेल. याविषयी तो जास्तींत जास्त बोलेल. आणि अर्थात या बाबतीत शंकाच नाही की, ते सगळे मुसलमान म्हणाले असतील, की या लोकांनी आम्हाला फार वाईट तऱ्हेनं वागवलं आहे. तेव्हा यांच्या बरोबर राहा कशाला? आम्ही जर वाईट वागवलं, तर ते नक्कीच म्हणतील, आम्ही यांच्याबरोबर राहू शकणार नाही. आणि एक बरोबर आहे त्यांनी आमच्याबरोबर कशाला राहावं? तेव्हा फाळणी झाली, ते चांगलंच झालं. आमची त्यांच्याबरोबर राहण्याची लायकी नाही आणि त्यांच्या हातून आम्हांला जी शिक्षा मिळायची होती, ती मिळाली. त्यांनी आम्हांला मारलं, म्हणजे आम्हांला केल्या कृत्याची शिक्षा मिळाली. नाहीतर खरे भाऊ आणि बहिणी एकमेकांना मारणार नाहीत. शेवटी आमच्यामध्येही थोडं-बहुत पाप दडलेलं आहे... दुसऱ्याचा द्वेष करण्यासाठी आधी स्वत:मध्ये ती द्वेषभावना असावी लागते. माणुसकी याला कधी क्षमा करील?

बीर बहादूरसिंग (मुलाखत)

थोआ खालसामध्ये सुरू झालेली लढाई तीन दिवस चालू होती. मुसलमानांना बाहेर घालविण्यासाठी आमचे जवान तीन दिवस लढले. जेव्हा

आमच्या गावात हजारो मुसलमान आले, तेव्हा आम्ही त्यांच्याशी लढत राहिलो. शेवटी असं ठरलं की, बोलणी करायची. बोलणी करण्यासाठी काही मुसलमान पुढं आले. करार करताना त्यांनी एक अट घातली... तिथं एक मुलगी होती. ती अजून पाकिस्तानातच आहे. खरं तर, त्या मुलीविषयी सगळ्यांना माहिती होतं. मलाही माहीत होतं. तेव्हा मी लहान होतो. तेव्हा सगळ्या गावाला तिच्याबद्दल माहीत असलं पाहिजे. एखादी गोष्ट जर मुलांना माहीत आहे, तर ती मोठ्यांना माहीत असलीच पाहिजे. तिचे त्यांच्यापैकी एका मुसलमानाशी संबंध होते. तेव्हा मुसलमान म्हणाले, ही मुलगी आम्हांला द्या. तेव्हा माझे वडील म्हणाले, हे बघा, आम्ही त्या प्रकारची माणसं नाहीत. आम्ही असलं काम करीत नाही. तुम्हांला पैसे पाहिजे असतील, तर घ्या. तुम्हांला आणखीही काही पाहिजे असेल, तर ते घ्या, पण... काबूल कंदाहारमधल्या गझनीनं आमच्या मुली पळवून नेल्या, तेव्हा आम्ही त्या मुलींना परत आणलं. आणि आज तुम्ही म्हणता, ही मुलगी द्या... आम्ही मुळीच देणार नाही. आणि ते... ते सात भाऊ होते. माझे वडील आणि त्यांचे भाऊ, दोन बहिणी आणि मुलं... सगळे भाऊ, बहिणी मिळून आणि आणखीही धरले, तर एकूण २५ ते २६ मुली... मुलांना बाजूला काढलं... तेव्हा ती तरुण माणसं... अगदी तरुण... नवीन लग्न झालेल्या मुली, आणि कुमारिका... माझ्या वडिलांनी आणि माझ्या काकांनी, त्यांचं नाव होतं अवतार सिंग. तेव्हा त्यांनी सगळ्यांना एका जागी बोलावलं. आणि त्यांना सांगितलं की, काही झालं, तरी आम्ही त्यांची अट मान्य करणार नाही. त्यापेक्षा आम्ही तुम्हांला मारून टाकू. तेव्हा मुलींनी काही विरोध केला नाही. कसलाच आरडा-ओरडा नाही. तेव्हा सगळ्यांनी सांगितलं, की आम्हांला मारून टाका...

त्या वेळी तिथं हजार ते बाराशे लोक होते. तिथं गुलाबसिंग नावाचा एक सरदार होता... त्याच्या हवेलीत सर्वांना जमवलं. ते एक मोठं घर होतं. आम्ही सगळेच तिथं जमा झालो होतो. त्या गुलाबसिंगच्या हवेलीत २६ मुलींना बाजूला ठेवलं. पहिल्यांदा माझ्या वडिलांनी, म्हणजे संत राजासिंग यांनी आपल्या मुलीला घराच्या अंगणात आणलं. तिला मारण्यासाठी पहिल्यांदा त्यांनी प्रार्थना केली. ते म्हणाले, सच्चे बादशाह, (खऱ्या राजा) आम्ही तुमच्या शीख धर्माला डाग लागू देणार नाही. आणि शीख धर्माचं रक्षण करण्यासाठी आम्ही आमच्या मुलींचा बळी देत आहोत. त्या त्याग करीत आहेत. त्यांना हौतात्म्य प्राप्त करून दे. आम्हांला क्षमा कर. तेव्हा तिथं एक माणूस होता, जो आमच्या गावात हमाली काम करत होता. तो

पुढं आला आणि त्यानं आमच्या वडिलांचे पाय धरले आणि म्हणाला; भाप्पाजी, पहिल्यांदा तुम्ही मला मारा, कारण माझे गुडघे सुजले आहेत. आणि तेव्हा मी बाहेर पळून जाऊ शकणार नाही. तुम्ही सगळे जाल आणि मी येऊ शकणार नाही. आणि मुसलमान मला पकडतील आणि मला मुसलमान करतील. तेव्हा माझ्या वडिलांनी लगेच त्याच्यावर कृपाणाचा वार केला आणि त्याचं शिर धडावेगळं केलं. नंतर पंजाबचे जे मुख्य न्यायाधीश होते. त्यांचे बेहनोई, म्हणजे त्यांच्या सासऱ्यांचा मेव्हणा, सरदार नंदसिंग धीर पुढं झाले; ते माझ्या वडिलांना म्हणाले; राजासिंग, कृपा करून मला 'हौतात्म्य' प्राप्त करून दे. कारण माझी मुलं लाहोरमध्ये असतात, तुम्हांला असं वाटतं का, मी मुसलमानांना माझी दाढी कापू देईन आणि मी शेख म्हणून लाहोरला जाईन? म्हणून तुम्ही मला मारा. तेव्हा माझ्या वडिलांनी त्यांना ठार केलं. त्यांनी दोघांना मारलं. आणि आता तिसरा नंबर होता माझ्या बहिणीचा, म्हणजे मान कौरचा. माझी बहीण आली आणि माझ्या वडिलांच्या समोर बसली. आणि मी वडिलांच्या शेजारी त्यांचा कुडता धरून एखाद्या लहान मुलासारखा उभा राहिलो. मी त्यांना चिकटूनच उभा राहिलो... आणि माझ्या वडिलांनी जेव्हा कृपाणाचा वार केला... कदाचित ...तेव्हा काय झालं, कुणास ठाऊक, कदाचित त्यांना भीती वाटली असेल, मनाचा धीर झाला नसेल. कृपाण दुपट्ट्यामध्ये अडकलं असेल, कुणी काही सांगू शकत नाही. फार भयानक प्रसंग होता तो. मग माझ्या बहिणीनं आपल्या दोन वेण्या स्वत:च्या हातानं पुढं धरल्या. आणि मग माझ्या वडिलांनी स्वत:च्या हातानं तिचा दुपट्टा बाजूला केला आणि त्यांनी तिच्या मानेवर कृपाणाचा एक वार केला आणि तिचं डोकं धडा वेगळं झालं, आणि खाली पडून घरंगळत दूर जाऊन पडलं... मी तसाच सरपटत खाली गेलो... रडत-हुंदके देत... आणि नंतर मला कितीतरी वेळ कृपाणाचे सपासप वार ऐकू येत होते... त्या वेळी पंचवीस मुलींना ठार केलं. त्यांना कापून काढलं. एक मुलगी म्हणजे माझ्या तायाची सून (काकांची) जी गरोदर होती. काय झालं, कुणास ठाऊक, पण तिला मारलं नाही. नंतर तायाच्या मुलानंच तिच्या पोटावर पिस्तुलानं गोळी झाडली. नंतर त्यानं स्वत:वर गोळी झाडून घेतली. आणि त्याच्या वडिलांनाही ठार केलं. दोघेही शहीद झाले... हुतात्मा... पण ती वाचली. मग तिनं आम्हांला सांगितलं की, मला मारा, मी वाचणार नाही. माझ्या पोटात मूल आहे. तिच्या पोटाला मोठी जखम झाली होती. जखमेतून रक्त वाहत होतं. मग माझी आई आणि माझे काका तिच्या शेजारी बसले. तिचं नाव होतं हरमान कौर. आणि मग

त्यांनी थोडी अफू आणली. त्या दिवसात खेड्यातले लोक अफू घेत असत... मग त्यांनी ती अफू तिला दिली. त्या आधी 'जपजी साहिब पथ...' हे पठन केलं. आणि म्हणाला, 'वाहे गुरू'... मला हुतात्मा होऊ दे... आणि जसा... शेवट आला... आणि ते खरोखरच... तुम्हांला माहीतंय,... हे अगदी क्वचित घडलं. माणूस अशा मरणाला तयार होतो... अशा तऱ्हेनं आणि ती गेली. तिनं मरण आपल्या ताब्यात ठेवलं. आणि तिला जेव्हा वाटलं, आता मरण यावं... ते आलं. तिनं जवळ जवळ अर्धा तास पठन केलं. आणि शेवटचा श्लोक तिनं म्हटला आणि तिचा शेवट झाला. तिला माहीत पडलं. ती आता मरणार आहे. आणि तो शेवटचा श्लोक पवन गुरु पानी पिता माता तत् महत्...

मला आता ते आठवत नाही धड; पण तिचा शेवट वेळेवर झाला. आयुष्य त्या वेळीच संपलं. आणि त्याच रात्री तिथं ज्या दोन मुली राहिल्या होत्या. तेव्हा त्या दोघींना हवेली मधल्या विहिरीत फेकून द्यायचा निर्णय घेतला. आम्हांला वाटलं, त्या दोघी सकाळी मरतील, म्हणून. ती विहीर फार खोल होती. रावळपिंडी जिल्ह्यातल्या विहिरी फार खोल होत्या. तुम्ही जर आत बघितलं, तर तुम्हांला तळ दिसणार नाही. तुम्ही इतक्या खोल बघू शकणार नाही. आणि सकाळी आम्ही त्यांचे आवाज ऐकले. त्या भजन म्हणत होत्या. तेव्हा आम्ही मुलसमानांना बोलावलं. आम्ही त्यांना सांगितलं, या दोन मुली पाणी भरायला म्हणून विहिरीत गेल्या होत्या, तेव्हा पाण्यात पडल्या. तुम्ही आम्हांला त्यांना बाहेर काढण्यासाठी मदत कराल का? मग त्यांनी दोर आणला आणि आम्ही त्या मुलींना बाहेर काढलं. त्या जिवंत होत्या. त्यांच्या हातांवरच्या बांगड्या तशाच होत्या. तिथं एक हरिसिंग म्हणून होता. तो मला बाहेर जा, म्हणून हातानं खुणावत होता. तो बोलायचा प्रयत्न करत होता. पण त्याला बोलता येत नव्हतं. त्यानं खूण करून सांगितलं की, मुसलमानांनी त्याची जीभ कापली होती. त्याचं कारण म्हणजे, त्यानं मुसलमान होण्याचं नाकारलं. त्यानं सांगितलं की, मी डोक्यावरचे केस कापणार नाही. त्यानं जीभ कापून घ्यायची तयारी ठेवली होती. आम्ही कुणीच मुसलमान झालो नाही. एक जण सुद्धा नाही. मग आम्ही सगळ्यांनी गांव सोडलं आणि नदीच्या काठी गेलो.

१९४५ साली आम्ही थोआ खालसामध्ये आलो. नंतर सहा महिन्यांनी आम्ही तिकडं गेलो. आमच्या गावी. आणि आम्ही पुन्हा इकडं आलो, तेव्हा येताना आम्ही दोन उंटांवर बसतील, एवढ्या सामानाच्या पिशव्या आणल्या. ते सामान म्हणजे मुसलमानांनी दिलेल्या भेटवस्तू होत्या. पदार्थ होते.

भोपळे, पेठा, आंबे, डाळ, तूप... सोळा थैल्या भरून भेट वस्तू आणल्या. मुसलमानांनी दिलेल्या. धान्य वगैरे सगळं. सोळा थैल्या, जसं पिराला, संतांना ते देणग्या देतात. तशा देणग्या त्यांनी आम्हांला दिल्या. प्रत्येक घरातून आम्हांला भेट मिळाली. आटा, तूप, डाळ अशा अनेक वस्तू. ते लोक आमच्या घरी ठेवून गेले. मुसलमान शेती करायचे किंवा नोकरी. काही वेळेला कुटुंबातला एक माणूस सैन्य दलात असायचा. तो पैसे पाठवी. आणि ते पैसे सुद्धा आमच्या नावावर यायचे. ते फार चांगले लोक होते. ते कधी आमच्याशी भांडत नव्हते. ते आम्हांला धमक्या देत नव्हते. घाबरवून सोडत नव्हते. आणि इतकंच नाही तर जेव्हा पाकिस्तान होणार, असं समजलं, तेव्हा त्यांनी आम्हांला सांगितलं, की तुम्ही आता गाव सोडा, नाहीतर तुम्हांला त्रास होईल. आम्ही त्या गावातून खरोखरच सन्मानानं बाहेर पडलो. आणि जेव्हा खरंच गडबड सुरू झाली, त्रास होऊ लागला, तेव्हा ते लोक आमच्याकडे आले. तुम्हांला माँ हसीना माहीतंय ना, जिच्याबद्दल मी तुम्हांला सांगितलंय्. तिचा मुलगा साजवल खान, तो आमच्याकडं आला आणि म्हणाला, तुम्हांला वाटलं, तर तुम्ही आमच्या घरात राहू शकता, तो आपल्या मुलांना घेऊन आला होता. पण आम्हांला शंका होती. आज मला वाटतं, तो जे सांगत होता, त्याच्या चेहऱ्यावरचे भाव, त्याचं वागणं... तिथं खरी त्याची भावना होती, त्याचा प्रामाणिकपणा होता. आणि आम्ही... आम्ही त्याच्याविषयी गैरसमज करून घेतला. आम्ही सगळेच संकटात होतो. जगणं तापदायक झालं होतं. आणि ते आम्हांला मदत करायला, संरक्षण द्यायला आले होते. आणि आम्ही मदत नाकारली. रावळपिंडीत जे दुकानदार होते, त्यांच्या मालकीच्या जमिनी होत्या. त्याशिवाय त्यांनी मुसलमानांची मालमत्ता गहाणवर म्हणून ठेवून घेतली होती. ते लोक जमिनीच्या मोबदल्यात उसने पैसे देत होते. तेव्हा ते लोक हे सुद्धा करत होते. आणि तिथं शीखपण होते. ते जमिनदारी करत होते. त्यांच्याकडं गाई, बैलं, म्हशी होत्या. आणि त्यांना चारा लागायचा. मग ते लोक गहाण ठेवलेल्या जमिनीत गव्हाचं पीक घ्यायचे. त्याशिवाय त्यांची दुकानं होती. फायदा थोडा, पण धंदा स्वच्छ! त्यांचा खर्चही कमी असायचा. मला आठवतं; त्या वेळी मी पाचवीत होतो. तेव्हा माझे वडील मला म्हणाले, बेटा, तू फार खर्च करतोस. कारण नसताना खर्च करतोस. फजूलखर्ची. तुला माहीतंय् ना आम्हांला दररोजच्या खर्चाला घरात पैसे लागतात. ते तू फार काळजीपूर्वक खर्च केले पाहिजेस. लोक भरपूर पैसे मिळवायचे आणि सुखात राहायचे. मी आमचं दुकान सकाळी उघडायचो आणि माझे वडील

साधारण नऊच्या सुमाराला गुरुद्वारातून यायचे आणि दुकानात बसायचे. ते सकाळी चारला उठत. आंघोळ करून पाठ म्हणत. मग गुरुद्वारात जायचे आणि सकाळी नऊ वाजता येऊन दुकानात बसायचे. आता मला जी माहिती आहे, ती माझ्या वडिलांकडून शिकलो, स्वच्छ आणि प्रामाणिक धंदा. एखादी लहान मुलगी आली, तर ते त्या मुलीला 'माझ्या मुली' म्हणून हाक मारायचे. मोठी कुणी असेल, तर ते तिला बहीण म्हणायचे. ते प्रत्येकाचा आदर करीत. आम्ही आमच्या दुकानातलं सामान गुज्जरखानमधून आणायचो. सगळं सामान उंटांवरून यायचं. दुकानदार जायचे आणि आपलं सामान घेऊन यायचे. त्या दिवसांत तिथं मालमोटारी नव्हत्या. बसेस् होत्या. थोआ खालसा ते रावळपिंडी आणि परत. अंतर साधारण वीस किलोमीटर. सगळे जायचे. सगळे यायचे. मुसलमान, शीख आणि हिंदू. गर्दी असायची. प्रत्येक जण प्रत्येकाकडं जात होता. कुणाला काही वाटत नव्हतं. एवढ्याशा गोष्टीत कुणी लक्ष देत नव्हतं. मुसलमान लोक फार मोठ्या मनाचे होते. ते उत्पादन करत होते. धान्य, फळं, प्रत्येक वस्तू. ते उदार होते. त्यांच्या घरी कुणीही जात होतं. कधीही जा. समजा, शीख त्यांच्या घरी गेले, तर ते आम्हांला भेटवस्तू द्यायचे. सुखी-रास त्याला म्हणत. न शिजवलेले पदार्थ – कोरडा शिधा. आणि खरं म्हणजे, मुसलमानांनी शीखाला काही दिलं नाही, तर त्यांच्याबद्दल इतर खेड्यातल्या मुसलमानांत लोकांचं मत वाईट व्हायचं. ते त्याला म्हणत, की शाहजी आले आणि तुम्ही त्यांना काहीसुद्धा दिलं नाही. कुणी विचारत, मग दोघे तिघे स्वतःहून काही वस्तू आणीत. आणि ते शांतपणे सांगत की, तुम्ही आमच्या घरचं काही खात नाही. कधी ते लोक भांडी आणीत. हे पाहा, आम्ही त्यांच्या घरी जाऊन दूध पीत होतो. परंतु ते दूध वेगळ्या भांड्यात असायचं. पण आम्ही कधी त्यांना विचारलं नाही, की आम्ही तुमच्या नेहमीच्याच भांड्यातून दूध पिलं असतं, तर काय फरक पडला असता. कप धुऊन घ्या आणि प्या. जर आम्ही तुमच्या कपातून दूध प्यायलो असतो, तर आज आम्ही एकजुटीनं राहिलो असतो. आमच्यामध्ये काही मतभेद झाले नसते आणि हजारो लोकांचे बळी गेले नसते. आणि फाळणीही झाली नसती. मुसलमान लोक भारतात राहत नाहीत का? आणि हिंदू पाकिस्तानात? आणि हे जे झालंय् ते केवळ राजकारणामुळंच झालंय् असं नाही, तर ते ब्राह्मणवादामुळं झालंय्. आणि मला या दिवसांत अशी भीती वाटते, आणि मला आश्चर्य वाटेल, की जर हरिजन आमच्याशी तसंच वागणार नाहीत, जसे मुसलमान आमच्याशी वागले. जे प्रकार त्यांनी आमच्याशी केले. एक वेळ अशी येईल, जेव्हा

हरिजन ज्यांना आम्ही सद्रस म्हणतो. आजसुद्धा आमच्या मुली आम्ही त्यांना देत नाही. आम्ही त्यांची मुलं घेत नाहीत. आम्ही त्यांना काहीच मान देत नाहीत. किंमत देत नाहीत. मी तुम्हांला सांगतो, हे फार वाईट आहे, धोकादायक आहे. ते बंड करतील. बघा, कांशीराम त्यांच्या सभेत काय सांगतात, ते सांगतात, त्यांना ब्राह्मणवाद नको आहे. त्याची गरज नाही. हे पाहा, तो राग उफाळून यायला सुरुवात झाली आहे. शीख, मुसलमान, हरिजन यांच्याशी आमची वागणूक सारखीच असली पाहिजे. कुणाशीही. तुम्ही लोकांशी वेगळं वागू नका. एखाद्या माणसाला चार मित्र असतील, तर त्याला अभिमान वाटला पाहिजे, की माझा एक मित्र मुसलमान आहे, एक हिंदू आहे आणि एक शीख आहे व इतरही. प्रत्येक जातीतले माझे मित्र असले पाहिजेत, यासाठी मी फार प्रयत्न करत असतो.

ज्या वेळी दंगल सुरू झाली (१९८४) माझे अनेक मित्र... गुप्ताजी म्हणून माझा एक मित्र आहे, मनोहर गुप्ता, तो आला आणि माझ्या दुकानासमोर उभा राहिला, जेव्हा हल्लेखोर आले. तो त्यांना म्हणाला की, हे माझं दुकान आहे. तेव्हा ते म्हणाले, हे बीर बहादूर सिंगचं आहे, असं म्हणतात. तो म्हणाला, होय, ते माझं नाव आहे. तीन दिवस त्यानं आम्हांला त्याच्या दारात ठेवलं. त्यानं आम्हांला एक दिवाण दिला. आणि काही गोंधळ सुरू झाला, तर काय करायचं, याची त्यानं आम्हांला रंगीत तालीम दिली. त्यानं आम्हांला सांगितलं की जर काही धोका निर्माण झाला, जर त्यांनी दार फोडायला सुरुवात केली, तर त्यानं मला सिंदूर दिला. आणि तो म्हणाला, जर असं घडलं, तर आम्ही सगळे खाली बसू; आणि सांगू की, हे आमचे गुरुजी आहेत ते भेट द्यायला आले आहेत. त्यानं सांगितलं, की तुला तुझे केस मोकळे सोडले पाहिजेत. आणि तुला खाली बसलं पाहिजे. मग आम्ही सगळे तुझ्याभोवती कोंडाळं करून बसू आणि प्रार्थना सुरू करू. आणि सांगू, की आमचे गुरुजी आले आहेत. मी तुम्हांला सांगतो, तुम्हांला वाचवण्यासाठी एखादा माणूस तुम्हांला गुरू करून तुमची प्रार्थना करतो, यापेक्षा महान गोष्ट कुठली? हा खरा मनाचा उमदेपणा. माझ्या मुसलमान मित्रांनी फोन केला. हिंदू मित्रांनी आणि अर्थातच तिथं आमचे शीख मित्र होतेच... १९८४ मध्ये शीखांच्या बाबतीत काय झालं, त्याबद्दल आम्ही फार दु:खी आहोत. पाकिस्तानात माझं सगळं कुटुंब गेलं. कुणीच राहिलं नाही. माझे दोन भाऊ, आणि माझी आई आम्ही इथं आलो. आम्हांला काही इथं जमीन मिळाली नाही. किंवा घर मिळालं नाही. आम्हांला

सरकारकडून काहीच मदत मिळाली नाही. आणि आमच्या जवळ जेवढी नाणी होती, तेवढी आम्ही खर्च केली. आम्ही खरोखर फार कष्ट केले आणि छोटं शेत घेतलं. मग आम्ही घरं घेतली. ते सगळंच उद्‌ध्वस्त केलं आणि चीजवस्तू लुटून नेली. मी चार हजार बदकं भारत सरकारकडून विकत घेतली होती. मी त्यासाठी परवानगी घेतली होती. माझं एक स्वप्न होतं. मी ती सगळी बदकं उत्तर प्रदेशातल्या खेड्यांमधील तळ्यांतून सोडणार होतो. जिथं हरिजन राहतात. मला उत्तर प्रदेशात बदकांच्या अंड्यांची पैदास करायची होती. अगदी मोठ्या प्रमाणावर. कारण त्यांच्या अंड्यांत भरपूर जीवनसत्त्वं असतात. कोंबडीच्या अंड्यांपेक्षा बदकांची अंडी फार चांगली आणि त्याची किंमतही कमी असते. कारण बदकं तळ्यात राहतात. त्यामुळं त्यांच्या खाण्याचा खर्च कमी होतो. पण ती सगळी दंगलीत मारून टाकली. माझी एक ट्यूब विहीर होती. ती संपूर्ण उद्‌ध्वस्त करून टाकली. ती गाझियाबाद जिल्ह्यामध्ये होती. आणि हे सगळं ज्यांनी केलं, त्यांची ओळख पटली होती; पण त्यांच्यावर काहीच कारवाई झाली नाही. मग या सरकारनं आमच्यासाठी काय केलं? ज्यांनी देशासाठी रक्त सांडलं, स्वातंत्र्यासाठी बलिदान केलं. आमच्या मनांत देशाविषयी प्रेम नसतं, तर गोष्ट वेगळी होती. आम्ही मुसलमान झालो असतो, तर आम्ही तिकडं राहिलो असतो. पण आम्ही म्हटलं नाही, आमचं हिंदुस्थान देशाशी नातं आहे. त्या वेळी मास्टर तारासिंग म्हणाले होते की, शीख आणि हिंदू एकच आहेत. आणि आम्ही आहोत. मला खात्री आहे. थोआ खालसामधील आमच्या दुकानामागं एक देऊळ आहे. आणि ते देऊळ हजार वर्षांपूर्वीचं असलं पाहिजे. आणि गुरुद्वारा दोनशे किंवा तीनशे वर्षांपूर्वीचा असला पाहिजे. म्हणजे शीख धर्म हा काही हिंदू धर्मापेक्षा जुना नाही. याच्या अर्थ असा, की माझे पणजोबा किंवा त्या आधीचे आमचे वंशज नक्कीच त्या मंदिरात प्रार्थनेसाठी गेले असणार. शेवटी ते मशिदीत नक्कीच गेले नसणार. ते नक्कीच मंदिरात गेले असणार. मग आम्ही वेगळे कसे असणार? गुरु ग्रंथसाहेबमध्ये सुद्धा आम्ही एक आहोत, याचा उल्लेख आहे. आणि हिंदू हे आमचे मूळ आहेत. आणि मूळच जळालं, तर झाड कुठं असणार? हिंदूंच्या म्हणण्याप्रमाणे आम्ही योद्धे आहोत. आणि जे शीख योद्धे आहेत, त्यांनाच तुम्ही मारलंत, तर तुमचं घर कोण सांभाळणार? आणि प्रत्येकजण घरातल्याच एका योद्ध्यावर हल्ला करायला लागला, तर मग वेगळी गोष्ट असणार. मग तो अर्थातच सूड घेणार. १९८४ साली जे काही झालंय्, ते मला मान्य नाही. आणि आजपर्यंत त्या लोकांना शिक्षा झालेली नाही. आणि मला खरोखर

वाईट वाटतं की, आमच्या काही लोकांच्या विरुद्ध FIR (प्राथमिक माहिती अहवाल) दाखल केला आहे. आणि एकदा का माणूस अडकला, की सगळंच संपलं आणि अशा तऱ्हेचा छळवाद... आणि प्रश्न केवळ सिम्रानजित सिंग मान यांचाच नाही, तर आमचं काय होणार, म्हणून प्रत्येक शीख आता विचारू करू लागला आहे. आणि एका माणसाला सुळी दिला, की मग इतरांनाही शिक्षा भोगावी लागते. गेल्या वर्षी मी पकडला गेलो होतो... मी हे तुमच्या टेपकॉर्डरमध्ये बोलू का?... मला बोलायचंय्. २४ ऑक्टोबरला प्रबोध चंदर नावाचे पंजाबचे मंत्री वारले. ते माझे मित्र होते. आणि माझे दुसरे मित्र म्हणजे विरिंदर सिंग. त्यांच्या घरी मी गेलो होतो. आणि आम्ही परत येताना पृथ्वीराज रस्त्यावर गाडी होती. तिथं काही लोक जखमी होऊन पडलेले होते. आणि एक जोडपं सुद्धा मरून पडलेलं दिसून आलं. त्यांतील एकाला मी ओळखलं. तो बुटासिंग यांचा मुलगा होता. तो रडत होता. लोकांना थांबा म्हणून सांगत होता. कुणीही थांबायला तयार नव्हतं. तेव्हा मी थांबलो. मी बुटासिंगच्या मुलाला, त्याच्या बंदुकधारी रखवालदाराला, त्याच्या मित्राला– सगळ्यांना घेतलं आणि दवाखान्यात पोहोचवलं. अमेरिकन हॉस्पिटल, तिथं दाखल केलं. माझी गाडी रक्तानं भरली होती पण मी ते माणुसकी म्हणून केलं; इन्सानियत. मी सहन करू शकलो नाही. एक जण मेलेला होता, एकजण जखमी झालेला होता. तो हिंदू होता. आम्ही त्याला सुद्धा दवाखान्यात पोहोचवलं. आणि त्याच्यानंतर लगेच काही पंधरा दिवसांनंतर... (आणि मला वाटलं होतं, की याबद्दल माझं काही नाव होईल. मला धन्यवाद मिळतील... मला आठवतं, की मी बुटासिंग यांना फोन केला आणि त्यांनी माझे आभारसुद्धा मानले.) तर पंधरा दिवसांनंतर मी आजारपणामुळं अंथरुणावर पडलो होतो, तेव्हा ते लोक आले आणि त्यांनी मला पकडलं. तुम्ही त्याबद्दल वर्तमानपत्रात वाचलंच असेल. त्यांनी बातमी अशी दिली होती की, दिल्लीमध्ये गुरुद्वारा बांगला साहिबजवळ पाच महत्त्वाच्या दहशतवाद्यांना पकडलं. पहाटे दोन वाजता ते तिथं जमले होते. आणि आम्ही त्यांना पकडलं. त्यांचे आणि पंजाबमधील दहशतवाद्यांचे चांगलेच संबंध होते. त्यांच्याशी ते संघान बांधून होते. त्यांनी लोकसभेची इमारत उडवण्याची आणि राजीव गांधींना मारण्याची योजना आखली होती. आम्ही जर दहशतवादी असलो असतो, तर बुटासिंगचा मुलगा आमच्याजवळ होता. अजून आम्हांला काय पाहिजे होतं? आम्ही त्याला घेऊन बाहेर पळालो असतो आणि बुटासिंगना पैसे मागितले असते, त्यांच्याकडून घेतले असते आणि दहशतवाद्यांकडूनसुद्धा घेतले असते. पण आम्ही माणसांसारखं

वागलो. तरीसुद्धा बुटासिंग यांनी आम्हांला पाच महिने तुरुंगात ठेवलं. आणि दहशतवाद्याचा शिक्का आमच्या कपाळावर मारला. आठ बाय् सहा फुटाच्या खोलीत आम्ही चोवीस तास राहत होतो. खोलीत दिवा नव्हता. आम्ही राज्यपालांना पत्रं लिहिली आणि दिव्यांची मागणी केली. मी 'पाठ' म्हणायचो. मी तिथं चार 'भोग' केले. तिथं राहणं म्हणजे फाशीची सजा झालेल्या माणसाच्या कोठडीत राहण्यासारखं होतं. जेलर सारखा येत होता आणि सांगत होता; बिल्लाला फाशी दिलं. आणखी कुणाला इथं फाशी दिलं. आणि फाशी द्यायच्या आधी त्या लोकांना इथं आणलं होतं वगैरे. नंतर त्यांना फाशी दिलं. मला असं वाटू लागलं, की आपण सुद्धा कधी त्या लोकांना इथं रात्री बघितलं आहे. म्हणजे मला त्यांच्या आकृत्या दिसत होत्या. मकबूल भट्ट, बिल्ला, रंगा... जे कुणी फाशी गेले आहेत, ते... त्यांना इथं आणलं होतं. ते सांगायचे... मला जामीन देण्यासाठी मी पार हायकोर्टापर्यंत अर्ज केले. परंतु त्याचा उपयोग झाला नाही. शेवटी त्या लोकांना लिहून द्यावं लागलं की, आम्ही बीर बहादूर सिंगला अटक केली आहे. परंतु त्याचा कुणाशी कसलाही संबंध नाही. हे ऑक्टोबर १९८७ ला घडलं आणि डिसेंबरमध्ये हायकोर्टानं माझी मुक्तता केली. आणि मे किंवा जून १९८८ मध्ये सरकारनं सेशन्स कोर्टाला लिहून दिलं की, याचा कुठंही सहभाग नव्हता. मी काही दहशतवादी नाही. आणि मी शिरोमणी गुरुद्वारा कमिटीचा सभासद आहे, एवढंच.

जेलमध्ये आम्हा पाच लोकांना अगदी वेगळं ठेवलं होतं. प्रत्येकाला वेगळं. फाशीच्या कोठडीचे दोन भाग होते. एका खोलीत फाशी जाणाऱ्या माणसाला ठेवलं जातं आणि दुसऱ्या खोलीत कुणीच नसतं. मोकळीच असते. आम्हांला ज्या भागात ठेवलं होत, तिथं एक बाथरूम होती. अशीच तीन बाय... भरपूर पाणी होतं. आणि डासही भरपूर होते. संडास होता. आमचं जेवण आम्हांला खोलीत द्यायचे. आम्हांला असं वाटायचं, की आम्ही देशभक्तांची मुलंच आहोत. जेलमधले कैदी आपला वेळ कसा घालवातात, हे आम्ही बघत होतो. हा माझा अनुभव विचित्र होता. मी त्यांच्याप्रमाणे वागलो असतो, तर दहशतवादी झालो असतो. मला राग खूप येतो. मला घरदार, मुली असल्यामुळं मी काहीच करू शकत नाही. जर मी वीस-बावीस वर्षांचा असतो, तर नक्कीच काही तरी घडलं असतं. माझ्यासारख्या माणसाला आता शक्य नाही. माझ्यासारखे असे अनेक लोक आहेत. तरुण मुलं दहशतवादी झाली आहेत. शेवटी एक राष्ट्र आहे. आणि त्या लोकांना हे बघायचं आहे, की आम्ही एका सत्तर वर्षांच्या म्हाताऱ्याला

कसा दहशतवादी ठरवला. माझा इतिहास बघा. मी एका महानगरपालिकेचा अध्यक्ष होतो. मी एस्‌जीपीसीचा सभासद होतो. माझ्याविरुद्ध एकाही गुन्ह्याची नोंद नाही. मी माझ्या आयुष्यात फार प्रामाणिकपणे वागलो आहे. माझ्या घराण्याची पार्श्वभूमी बघा, माझे वडील...

माझे वडील देशभक्त होते. स्वातंत्र्याच्या लढ्यात ते अग्रभागी होते. ते जेलमध्ये होते. त्यामुळं तर माझ्या आईला पेन्शन मिळतेय्. एका हातानं हे लोक तुम्हांला पेन्शन देतील आणि दुसऱ्या हातानं तुमच्या कपाळावर दहशतवादी म्हणून शिक्का मारतील. म्हणजे ते तुमच्या... ते लोक तुमच्या आयुष्यावर काळा डाग लावतात. आणि तेव्हा तुमच्या भावांना आणि बहिणींना त्याचं काही एक देणं-घेणं नसतं. जेलमध्ये असताना माझी बायको आणि मुलं मला भेटायला यायची तेव्हा मला त्यांचे चेहरेसुद्धा नीट बघता यायचे नाहीत. मी काहीतरी खाणाखुणा करून त्यांच्याशी संवाद करायचो. कारण मध्ये पोलिस असायचे... तुम्ही काय बोलणार? इथं कुठं न्याय आहे? ही काय लोकशाही आहे काय? अशा पद्धतीनं कुणाला तरी पकडायचं, त्याला दहशतवादी ठरवायचं, जो एस्‌जीपीसीचा मेंबर आहे. आणि हे महापाप आहे. आणि जे मी माझ्या आयुष्यात विसरणार नाही. ते आमच्याशी कसं वागले? तरी सुद्धा हिंदुस्थान आमची भूमी आहे. आणि सगळे शीख असाच विचार करतात. कुणालाही खलिस्तान नको आहे. शेवटी सत्याचाच विजय होणार... राज करेगा खालसा...

परिस्थिती अशी झाली की, जास्तींत जास्त हल्ले शीखांच्यावर झाले. कारण शीख लगेच ओळखू येतात. हिंदू आणि मुसलमानांतला फरक पटकन कळत नाही. मला असं वाटतं की, एखादा हिंदू आहे म्हणून कुणी त्याच्यावर हल्ला करायला जात असेल आणि तो मुसलमान निघाला असेल. शीख लगेच ओळखू येतात. त्यामुळं त्यांच्याजवळचं कृपाण ते लोक काढून घ्यायचे. तुम्हांला माहीत आहे. माझ्या बहिणीला मारल्यानंतर माझ्या वडिलांनी सात मुसलमानांना ठार केलं, सात. त्यांच्याशी वडिलांचं काही शत्रुत्व नव्हतं. खरं तर, त्यांचं एकमेकांशी वागणं प्रेमळपणाचंच होतं. पण माणूस एकदा चिडला की, त्याच्या कराल दाढा शिवशिवायला लागतात. आणि शीखांच्या बाबतीतच हे घडलं, तेव्हाच कृपाण बाहेर आलं. गुरु गोविंद सिंग यांची शिकवणच तशी आहे. प्रसंगानुसार तुम्ही वागलं पाहिजे. उगीच कुणी कुणाला छळू नये, हीच शिकवण. आणि इंग्रजांनासुद्धा हे माहीत झालं होतं. आणि हे आमचं सरकार एवढंच एक...

गेल्या चाळीस वर्षांपासून शीखांच्या बाबतीत जे घडतंय्, तरीसुद्धा तुम्ही बघू शकता, शीख कसे प्रत्येक वेळी इतिहास घडवतात ते. १९८४ साली मी राज्यपालांना भेटलो आणि म्हणालो की, मला फार वाईट वाटतं. जे काही चाललं आहे, ते बघून. मी एसजीपीसीचा सभासद आहे. परंतु मी लोकांची विचारपूस करण्यासाठी बाहेर जाऊ शकत नाही. त्यांनी मला विचारलं, तुम्हांला काय पाहिजे? मी म्हटलं, मला दंगली जिथं झाल्या, त्या विभागात जायचं आहे. त्यांनी मला एक गाडी दिली आणि बरोबर काही माणसं दिली. आणि मला वाटतं, की मी त्या वेळी पहिलाच शीख असेन, की ज्यानं सगळ्या शहरात फिरून परिस्थिती बघितली. मी शाकारपूरला गेलो. मी प्रत्येक ठिकाणी गेलो. त्यांनी माझ्याबरोबर लोक दिले होते. त्याबद्दल मी त्यांचा खरोखरच ऋणी आहे. शाकारपूरमध्ये आम्ही जखमींना मदत करत होतो आणि त्यांना सांता-दा-डेरामध्ये घेऊन जात होतो. तेव्हा रस्त्यात बघितलं, तर एक मुलगी खाली पडली होती. आणि तिच्यासमोर तिचं लहान मूल तिच्या स्तनांकडे दुधासाठी बघत होतं. त्याला दूध प्यायचं होतं. तेव्हा आम्ही गाडी थांबवली आणि मी त्या मुलीला म्हणालो, बीबी, पण ती मुलगी मेली होती. तेव्हा आम्ही त्या मुलाला उचललं आणि छावणीत पाठवलं. आणि अशा विचित्र परिस्थितीत आम्हांला महिला सापडल्या. ज्या तरुण मुलांनी, मुलींनी हे प्रकार बघितले, तर ते कुणावर आणि कशावर विश्वास ठेवतील? शेवटी विश्वास ठेवला, की विश्वास वाढीस लागतो आणि अविश्वास अविश्वासच निर्माण करतो. मी तुम्हांला सांगतो, त्या वेळी आम्ही सजावल खान याच्यावर अविश्वास दाखवला, आम्ही त्याच्यावर विश्वास ठेवायला पाहिजे होता. विश्वास एक मोठी चीज आहे. शत्रूवर सुद्धा विश्वास ठेवावा. तुम्ही जर त्याच्यावर विश्वास ठेवला, तर तो खोटं बोलणार नाही. आणि तुम्हांला फसवणार नाही. इतकंच काय, पण लबाड माणूस सुद्धा तुमच्याशी तसं वागणार नाही.

ज्या दोन मुलींना विहिरीतून वर काढलं, त्यांचे वडील त्या वेळी मुसलमानांच्या गोळीने जखमी झाले होते. मुसलमानांनी झाडलेली गोळी त्यांच्या पायात घुसली होती. त्या काळी तो आमचा पुढारी होता. प्रताप सिंग धीर त्यांचं नाव. त्यांच्या एका मुलीचं नाव होतं महिन्दर कौर. तेव्हा आम्ही त्यांच्या घरी जात होतो. त्यांच्या चारपाई म्हणजे कॉटवर बसून ते जे काही सांगतील, ते ऐकत होतो. ते जे सांगतील, ते करत होतो. जर त्यांनी सांगितलं असतं, तुम्ही मुसलमान व्हा, आम्ही मुसलमान झालो असतो. पण ते तसे नव्हते. त्यांनी सांगितलं की, आम्ही स्वत:च आमचे तुकडे

करू, तुकडे होईपर्यंत आम्ही स्वत:ला कापून टाकू, पण मुसलमान होणार नाही, धर्मांतर करणार नाही... आमचे प्राण वाचावेत; म्हणून आम्ही धर्म बदलणार नाही. नाहीतर मी आता अर्धमेला झालोच आहे. तेव्हा तुम्ही माझ्या शरीराचे तुकडे करू शकता. आणि तुम्ही माझ्या देहाच्या प्रत्येक तुकड्याला विचारलं, तरी मी नाहीच म्हणणार. त्यांनी असं सांगितलं आणि लाजवंती आणि इतर स्त्रियांनी विहिरीत उड्या टाकल्या. तेव्हा मुसलमान म्हणाले की, इथं त्या स्वत:च जीव देताहेत. मग त्यांनी थमालीस जायचं ठरवलं. थमाली थोआपासून चार किलोमीटर लांब होतं. आमचं गाव तिथं अगदी जवळच होतं. सभोवती छोट्या टेकड्या होत्या. ते फार सुंदर गाव होतं. आणि मग तिथं अनेक लोक गेले, त्यांनी लुटालूट केली. ज्या वेळी लोक पुन्हा आमच्या गावी गेले, तेव्हा त्यांनी सांगितलं, की गावात त्या लोकांनी एक वीट सुद्धा शिल्लक ठेवली नव्हती. आमच्या गावात लुटालूट करून लोक थमालीस गेले. तिथं काही दिवस दंगा चालूच होता. तिथं एक शूर बाई होती. माझी नातेवाईक दीवाण कौर. तिनं डोक्याला पगडी बांधली आणि लढायला गेली. नंतर तिचं प्रेत गावापासून थोड्या अंतरावर मिळालं. लोक तिला सांगत होते की, एकटी जाऊ नकोस म्हणून. तेव्हा ती म्हणाली, हा कसला मूर्खपणा, मी गुरु गोविंद सिंग यांची मुलगी आहे, आणि ती एखाद्या विजेसारखी त्यांच्यावर तुटून पडली. होय, कित्येक स्त्रिया अजून आमच्या गावामध्ये राहिल्या आहेत. आमच्या घरातल्याच बहुतेक स्त्रिया गेल्या. आणि ज्या स्त्रियांनी विहिरीत उड्या टाकल्या त्या गेल्या. सगळ्या जग सोडून गेल्या. पण बाकीच्या वाचल्या. कारण मुसलमानांनी बघितलं, की इथं स्त्रिया आपण होऊन आत्महत्या करताहेत. आपले प्राण देताहेत. ज्यांनी एकदा कुणी आत्महत्या केली, त्याग केला... आमच्या कुटुंबातील स्त्रियांना जर मारलं नसतं आणि ज्यांनी विहिरीत उड्या टाकल्या, त्या टाकल्या नसत्या, तरी आज ज्या स्त्रिया जिवंत राहिल्या, त्या राहिल्या नसत्या. कुणीच जिवंत राहिलं नसतं. मुसलमान त्यासाठीच तर आले होते. मी जे सांगतोय्, त्याबद्दल तुम्ही मला क्षमा कराल, असं वाटतं. परंतु आमच्या गावातले मुसलमान काही फार चांगले नव्हते. उदाहरण द्यायचं झालं, तर आमची मुलं अगदी स्वच्छ राहत असत. त्यांचे कपडेही स्वच्छ असत. पण मुसलमान लोक आठ दिवस आंघोळ करत नव्हते. साबण तर त्यांना माहीतच नव्हता. मग ते अगदी भयानक दिसायचे. आणि आमच्या स्त्रिया खूपच सुंदर होत्या. म्हणून त्या लोकांनी आमच्या स्त्रियांना पळवून न्यायचं ठरवलं. परंतु माझ्या वडिलांनी अगदी ठाम निश्चय केला की, असं

होऊ द्यायचं नाही. इतिहास काही रोज बदलत नाही. आणि आम्ही जन्म काही रोज घेत नाही. आणि आम्हांला असं किती दिवस जगायचं आहे, ते म्हणाले, फार तर दहा वर्षं, नाहीतर वीस वर्षं, नंतर काय? त्या नंतर तरी आम्हांला मरायचंच आहे. मग आम्ही सन्मानानं मरू आणि मग राहिलेलं काम... माझ्या वडिलांनी पहिलं पाऊल उचललं आणि राहिलेलं काम सरदारणी लाजवंतीनं पूर्ण केलं. आमच्या भागात फक्त दोन वकील होते. एक न्यायमूर्ती हरमान सिंग आणि दुसरे संत गुलाब सिंग.

न्यायमूर्ती हरमान सिंग हायकोर्टात पोहोचले आणि गुलाबसिंग संत झाले. ते या मार्गाला लागले. ते फार विद्वान आणि साहित्यिक होते. माता लाजवंती त्यांची बायको होती. आणि त्यांनी आपलं आयुष्य संपवलं, त्याग केला आणि सर्व शीखांचे प्राण वाचवले. काहीतरी शंभर मुली... त्या २६ धरून... नंतर मुसलमान आमच्या गावात आले. तिथं एक हरिसिंग म्हणून होता. आणि दुसरे एक जण ग्रंथी होते... त्यांना पकडलं आणि घेऊन गेले. पहिल्यांदा त्यांनी त्यांचा हात कापला. नंतर खांद्यापासून हात काढला; तरी पण त्यांनी मुसलमान होणार नाही, म्हणून सांगितलं. त्यांनी सांगितलं की, तुम्हांला वाटलं, तर तुम्ही मला ठार मारू शकता. आणि त्या लोकांनी त्यांना ठार केलं. त्यानंतर आमचे एक नातेवाईक, गुरु बक्ष सिंग धीर... ते आता जिवंत नाहीत. त्यांनी गुरुबक्ष सिंगच्या छातीवर बंदूक ठेवली. त्यांनी विचारलं; तुमचे वडील कुठं आहेत, ते सांगा... तुमचे वडील कुठं आहेत, वडील रात्रीच पसार झाले. वीस किलो मीटर प्रवास करून ते रावळपिंडीला गेले. तिथं जिल्ह्याच्या अधिकाऱ्यांना भेटले आणि सैन्य पाठवण्याची त्यांनी सोय केली. खरा त्याग केला, तो माता लाजवंती आणि त्या मुलींनी. ज्यांनी विहिरीत उड्या टाकल्या. तिनं मिळवलेल्या हत्याराकडं बघा. त्या वेळेला हे कसं योग्य होतं. ती वेळच तशी होती. तिनं संत राजासिंग कडून प्रेरणा घेतली. तिनं पाहिलं, की राजा सिंग यांनी आपल्या स्वत:च्या मुलींना ठार केलं. त्या मुली आणि या मुली– फरक काय? त्यांनी त्यांतली एक जरी मुलगी पळवली असती, तर ती आमची मानहानी झाली असती. ज्या मुलीविषयी ते बोलत होते, ती जिवंत राहिली. आम्ही तिला आमच्या बरोबर आणली... आम्ही तिला छावणीमध्ये ठेवली. तिथून ती पळाली आणि माँटगोमेरीला गेली. आणि तिनं मुसलमानाशी लग्न केलं. आणि ती अजून आमच्या गावात राहतेय्. ते कसं होतं, माहीतंय् का, ज्या वेळी लढा सुरू झाला, त्याच वेळी समेट करण्याची बोलणी सुरू झाली. शेवटी भांडणं, लढाई म्हटली, की बोलणी आलीच. तर बोलणी करण्यासाठी मुसलमान

आले. त्यांनी सांगितलं की, आम्ही तुम्हांला तुमच्या घरात राहायला परवानगी देऊ. जर तुम्ही आम्हांला ती मुलगी देत असाल, तर. तिथं एक मुसलमान होता. तो चांगला दणकट होता. तो लोफरच होता. तो शेतावर काम करत होता. पण त्याला ही मुलगी पाहिजे होती. त्याचे या मुलीबरोबर कसले तरी संबंध होते. ते लोक या मुलीविषयी विचारतच राहिले. तुम्ही जर ती मुलगी आम्हांला दिलीत, तर आम्ही सगळ्या मुसलमानांना बाहेर पाठवून देऊ आणि लोक तिच्याविषयी चर्चा करीत होते. नाहीतरी ती वाईटच मुलगी आहे. तिचे त्या माणसाशी संबंध आहेत. तेव्हा तिला ठेवून घेण्यात तरी काय अर्थ आहे? हे बघा, जेव्हा तुमच्या जिवाशी गाठ असते, तेव्हा काहीच लक्षात घेतलं जात नाही. तेव्हा एक निर्णय घेतला, की तिला बाहेर पाठवून द्यावं.

त्या वेळी तिला काय वाटेल, हा प्रश्न नव्हता. तो गावाच्या अब्रूचा प्रश्न होता. माझे वडील म्हणाले, हे कसं शक्य आहे? आमचा इतिहास सांगतो, की जेव्हा काबूल आणि कंदाहारमध्ये गझनीनं मुली पळवून नेल्या, तेव्हा आम्ही त्या मुली परत आणल्या आणि लोकांच्या घरी, म्हणजे त्या मुलींना आपापल्या घरी पाठवून दिलं. आणि आता आम्ही अगदी सहज सांगतो, त्या मुलींना घेऊन जा, म्हणून. केवळ आमचा जीव वाचवण्यासाठी? आम्ही कसं करू शकतो हे? ती मुलगी माझी मुलगी आहे. तुम्ही जरा बाजूला उभे राहा. मी तुम्हांला दाखवतो, आम्ही मुलगी कशी बाहेर पाठवणार ते. मग त्यांनी त्या मुलाला बाजूला बसवलं आणि ते मैदानात गेले. त्यांनी त्यांच्याशी दोन हात केले आणि मुसलमानांना पळवून लावलं. मग आम्ही ती चार पायी उचलली. ज्याच्यावर प्रताप सिंग होते. ते म्हणाले, आपण ती मुलगी देऊ या. आणि जेव्हा सैन्य आलं, तेव्हा ती मुलगी आमच्याबरोबर ट्रकमध्ये आली. पहिल्यांदा आम्ही झेलमला गेलो... नाही, आम्ही गुज्जर खानला गेलो. नंतर रात्री आम्ही रावतला गेलो. नंतर वाह छावणीत गेलो. आम्ही तिथं थांबलो. आमच्याबरोबर ती मुलगी पण होती. मॉंटगोमेरीमध्ये तिचे काही नातेवाईक होते. तिथं कसली गडबड नव्हती. अजून तरी शांत होतं. आणि जेव्हा आमच्या रावळपिंडीमध्ये गडबड सुरू झाली, तरी सुद्धा इतर ठिकाणी लोक आपापल्या घरात शांत होते. आरामात होते. पण त्रास सुरू झाला. तो मार्च महिन्यात. झेलममध्ये एक सरदार होता. हरनामसिंग, त्यानं लोकांना खूप मदत केली. तो सगळीकडून वस्तू गोळा करून आणायचा आणि सगळ्यांना वाटायचा. आम्ही अशा वाईट अवस्थेत होतो, की आमच्याजवळ काहीच नव्हतं. एक पैसासुद्धा नव्हता.

एकदा मी माझ्या खिशात हात घातला आणि दोन आणे बाहेर काढले. आणि मी ते माझ्या पुतण्याला दिले आणि त्याला सांगितलं, की काही चोले घेऊन ये. रावतच्या रस्त्यावर आम्हांला फार भूक लागली होती. तिकडून येताना सगळी भूक-तहान मरून गेली. जेव्हा तुम्ही आपल्या आईचा एक हात धरला असेल आणि दुसऱ्या हातात दुसऱ्या एका मुलाचा हात धरला असेल, तेव्हाच दुसरा लहान भाऊसुद्धा बरोबर असेल, तर तुम्हांला भूक कशी लागणार? शेवटी माणूस तो माणूस. माणसाला भूक लागणारच. मी जे दोन आणे माझ्या पुतण्याला दिले होते, ते खोटं, खराब झालेलं नाणं होतं. पुतण्यानं हे जेव्हा मला सांगितलं, तेव्हा मला रडूच आलं, नंतर मी माझा हात माझ्या दुसऱ्या खिशात घातला, तर मला वडिलांनी लिहिलेलं एक पत्र सापडलं. ते त्यांनी मेव्हणीला लिहिलं होतं. ते पत्र खिशात अगदी सहज आलं असलं पाहिजे. आणि त्या वेळी माझ्याजवळ वडिलांची एक शाल आणि चादर होती. कधी मी ते पत्र वाचत होतो. कधी शालीचं चुंबनं घेत होतो. ते पत्र मी कित्येक वर्षं जपून ठेवलं होतं. आता ते कुठं आहे, हे मला माहीत नाही. मला ज्या वेळी खूप दुःख व्हायचं, त्या वेळी रडायचो. रडलं, की मला बरं वाटायचं. परंतु डोळ्यांतले अश्रू म्हणजे एक चांगलं लक्षण असतं. डोळ्यांतून घळघळा पाणी वाहत राहिलं, की चांगलंच. आराम वाटतो. मी त्या दिवशी किती रडलो असेन? जेव्हा मला समजलं, की ते नाणं खोटं आहे, मी खूप रडलो...

रावतच्या छावणीत एक खोली होती. त्या खोलीत सतरंजी पसरलेली होती. आम्ही तिथं गेलो आणि खाली बसणार, तर लगेच आम्हांला सांगण्यात आलं की, ती खोली तुमच्यासाठी नाही. तिथं अजून एक खोली होती. तेव्हा आम्ही आमच्या पिशव्या, चादरी वगैरे जे काही थोडं-बहुत सामान होतं, ते घेतलं आणि त्या दुसऱ्या खोलीत गेलो. जेव्हा आम्ही तिथं आमच्या पिशव्या वगैरे ठेवताना बघितलं, तर तिथं एका रुमालाची एक पुरचुंडी सापडली. ती मी सोडून बघितली, तर तिच्यात मला पन्नास रुपये सापडले. मग मी तिथं असलेल्या इतर लोकांना विचारलं, की हे पन्नास रुपये तुमच्यापैकी कुणाचे आहेत का? ते नक्कीच कुणाचे असायला पाहिजेत. परंतु कुणीही सांगण्याच्या मनःस्थितीत नव्हता. कारण परिस्थितीच इतकी गोंधळाची आणि जिवावरची होती, की या पन्नास रुपयांचा कुणीही विचार करणं शक्यच नव्हतं. कारण घरदार सोडून पळताना असे हजारो रुपये तसेच सोडून हे लोक आले असतील. हे लोक कदाचित त्या पहिल्या

खोलीत राहिले असणार किंवा ते दुरीबरोबर (सतरंजीबरोबर) आले असणार. पण त्या पैशावर कुणीही हक्क सांगितला नाही. तेव्हा ते पैसे आम्ही ठेवून घेतले. आणि आम्ही ते पैसे पुरवून पुरवून दोन महिने वापरले. मग पेशावरमधल्या आमच्या काही नातेवाइकांनी आम्हांला पन्नास रुपयांची मनीऑर्डर पाठवली. आणि त्यांच्यापैकीच आमचे काही नातेवाईक दिल्लीत होते. त्यांनी आम्हांला इथं आणलं. आमच्याजवळ काहीच उरलेलं नव्हतं. आम्ही त्या वेळी अगदी तरुण होतो. असेच काही सोळा एक वर्षांचे. तुम्हांला ते सारडीन माशांचे डबे माहीत आहेत का? आणि ते दुधाचे डबे, कंडेन्सड् मिल्क, त्याचे डबे आम्ही पाण्याची भांडी म्हणून वापरायचो आणि माशांचे डबे वाट्या म्हणून वापरायचो. त्या डब्याचे काठ आम्ही दगडानं ठोकून डबे सपाट करून घ्यायचो. तेव्हा कुणी चांगले लोक आमच्याकडून डबे घेऊन जा, म्हणून सांगायचे. दुसरं म्हणजे सैन्यातल्या जवानांनी आपले खाद्यपदार्थांचे डबे फेकून दिलेले असत. ते डबे आम्ही स्वच्छ करून घेत होतो. दगडानं ठोकून, ते डबे नीट करून आम्ही वापरत होतो. मग असे डबे आम्ही इतरांनाही द्यायचो. ताई, हा घ्या तुम्हांला, काका, हा घ्या तुम्हांला– प्रत्येकाला आम्ही मदत करीत होतो. मदत करणं हे माझं पहिलं काम. आम्ही ते टमरेल, वाट्या धुऊन काळजीपूर्वक ठेवायचो. मग जेवणाची वेळ आली की, आपण घरातली भांडी कशी काढून घेतो, त्या पद्धतीनं आम्ही ही आमची टिनपाटांची भांडी वापरत असू. नंतर छावणीत आम्हांला भांडी मिळाली. पेले, वाट्या वगैरे. परंतु त्याआधी आम्ही ती, पत्र्याची भांडी वापरली. मग हळूहळू आम्ही इथं आलो. आम्ही माँटगोमेरीजवळ असतानाच मी ज्या मुलीविषयी सांगत होतो, तिला पळवून नेली. तिचं लग्न थाटामाटात झालं. नंतर मी ऐकलं की, ती त्या गावात बस-स्थानकाजवळ राहत होती. ती गरोदरपण होती. त्या माणसानं तिला नेली. सुंदर मुलगी. तिला आता मुलगा झाला असेल. आणि इतर मुलांच्या बरोबर तो वाढला असेल. त्याचं एक हॉटेल आहे. दोन वर्षांपूर्वीच तिचा नवरा वारला, म्हणे. फार सुंदर मुलगी... तिथं अशाही काही गोष्टी आहेत. यांसारख्या. अनेकांच्या मृत्यूला ती कारणीभूत झाली. हे सगळं कसं ठरवून ठेवल्याप्रमाणे घडलं. शीखांचं एकच खेडं आणि बाकी सगळी मुसलमानांची. एका रात्रीत सगळ्या गावातले लोक जमा झाले. तीस-चाळीस गावं मुसलमानांची आणि एक गाव फक्त शीखांचं. काय करणार? शीखांनी जायचं कुठं? शेवटी त्यांनाही जेवण, खाणं-पिणं, धान्य विकून आणणं हे सगळं होतंच. ते कसं करणार? हे बघा, मुसलमानांनी काही भयंकर गोष्टी केल्या. त्यांनी उघड

उघडं लढाई कधीच केली नाही. म्हणजे युद्धासाठी मैदानावर ते कधीच आले नाहीत. ते पाठीमागून यायचे आणि पाठीत सुरा खुपसायचे. ते लोक शीखांच्याबरोबर मैदानात समोरासमोर कधीच लढू शकणार नाहीत. ते लोक तुमच्या घरादारांना, तुमच्या गावाला आगी लावतील. तेव्हा ज्या वेळी त्यांनी आमच्या गावाला वेढा घातला, त्या वेळी पहिलं काम त्यांनी आगी लावण्याचं केलं. घरं-दारं पेटवली. आणि तुम्हांला माहीतंय् की, जरा धूर दिसला, की माणूस घाबरतो. आमच्याभोवती त्यांनी वेढाच घातला होता. सगळीकडे आमच्याभोवती नुसत्या आगीच्या ज्वाळा... माणूस काय करणार? खरोखर ते लोक– ज्यांनी आपल्या मुलींना, स्त्रियांना मारलं, त्या स्त्रिया ज्यांनी सामूहिकपणे आत्महत्या केली, आणि आम्हांला त्यांनी वाचवलं. त्यांच्याविषयी आदर वाटतो. जे हुतात्मे झाले आहेत, त्यांचं कुठलंही घर तुम्ही घ्या, बघा त्या घरात याचं बीज मूळ धरेल आणि ते वाढेल. तर रक्त हे असं आहे की, त्या बीजाची वाढ होणारच. तुम्ही झाडाला पाणी घाला, ते वाढलेलं दिसेल. तसंच आहे या हुतात्म्यांचं. पाकिस्तान झाल्यानंतर... माझा मुलगा वारला. माझ्या लग्नानंतर माझ्या शेतावर राहत असताना मुलगा गेला. आता मी इथं राहतोय्. इथं कुणी गेलं नाही. शेवटी इथं थोडी बरकत (भरभराट) आहे. काही सुधारणा आहे. खरं तर, माझ्या नशिबानंच ठरवलं असेल, की या माणसाचं घरदार सगळंच नष्ट झालं आहे. तेव्हा आहे, ते तरी सुरक्षित ठेवावं. दाखवलेलं शौर्य हे कधीच वाया जात नाही. होय, की नाही?आमच्या नशिबानं जसं ठरवलं, तसं आम्ही वागलो. आम्ही वाढलो, आमची प्रगती झाली. मला पाच मुलं आहेत. माझ्या आईला जेव्हा त्या घटनांची आठवण येते, तेव्हा ती सबंध दिवसभर रडत बसते. आता जरा कमी झालं. तेव्हा ती दुःखाची गाणी म्हणत बसते. जप पाठ करते. परंतु त्या गुरूंनी तिची अवस्था लक्षात घेतली असणार, तेव्हा कृपा केली. आता ठीक आहे. आता आम्ही तिघं भाऊ आहोत. आम्हांला मुलंबाळं आहेत. मला पाच मुलं आहेत. नातवंडं आहेत. आता आमचं कुटुंब बरंच मोठं झालं आहे. घरदार भरलेलं आहे. पण आता माझी आई तक्रार करते की, घरात इतकी गडबड असते, की तिला धड झोप सुद्धा येत नाही. घरात शांतताच नाही. तेव्हा खरं तुम्ही आता आनंदी असायला पाहिजे, कारण हा चमत्कार तुमच्या नशिबानं घडवून आणलाय्. तुम्ही सुखात राहायला हवं.

मला दोन बहिणी होत्या. त्या वेळी एक बहीण कलकत्त्याला होती. दुसरी जी होती, तीच पहिली 'हुतात्मा' झाली. आणि तिनं हे सगळं मोठ्या धैर्यानं पत्करलं. मरण पत्करणं सोपं नाही. माझ्या डोळ्यानं तरी मी कधी

असं कुणाला मरणाला सामोरं जाताना बघितलं नाही. ती अशी बसली होती... कुल्ल्यावर, आणि तिच्यामागं माझे वडील उभे होते. आणि मी त्यांच्या शेजारीच उभा होतो. मुलगी आणि वडील एकमेकांकडं बघू शकत नव्हते. वडील तिच्यामागं उभे होते. ते खाली बसले. त्यांनी कृपाण बाहेर काढलं आणि पठन केलं. आणि ज्या वेळी त्यांनी तिला मारायचा पहिला प्रयत्न केला आणि काहीतरी झालं. कदाचित तिथं वडिलांचं प्रेम आडवं आलं. मग माझी बहीण... त्या दोघांचं काहीच बोलणं झालं नाही. त्या वेळी एकमेकांना समजून घ्यायला फक्त कृपाणाची भाषाच पुरे होती. आणि पहिला वार फुकट गेला, म्हणून दोघेही दुःखी होते. आणि नंतर मग माझ्या बहिणीनं आपली वेणी पुढे धरली. आणि माझ्या वडिलांनी असा वार केला... असा... आणि तिचं डोकं उडालं... त्या वेळी काही लोक वरच्या मजल्यावर होते आणि काही खाली होते. सगळ्या गावातले लोक तिथं आले होते. खालच्या भागात काही खोल्या होत्या आणि वर काही खोल्या होत्या. तिथं आधी काही तशी योजना नव्हती. परंतु सर्वांना एकदम जाणीव झाली की, सगळी कुटुंबंच्या कुटुंबं उद्ध्वस्त होणार आहेत. आणि सगळ्या मुली तरुण होत्या. फरक एवढाच होता की, सात भावांच्यापैकी माझे वडील सगळ्यांत लहान होते. ज्या मुलीविषयी मी तुम्हांला सांगितलं होतं, की तिच्या पोटात मूल होतं, म्हणून, ती पहिल्यांदाच गरोदर राहिली होती. मी काय म्हणतोय, हे तुमच्या लक्षात आलं असेलच. अवतारसिंग ज्यांच्याविषयी तुम्हांला सांगितलं होतं... तर... काका आणि पुतणे दोघंही तरुण होते. मोठ्या भावाचा मुलगा ज्यानं आपल्या गरोदर बायकोला गोळी घातली होती. तो आणि काका... दोघेही एकाच वयाचे. ते सगळे तरुण होते. आमच्या घरात त्या वेळी बरीच माणसं होती. आता तुम्ही विचार करा. जिथं २६ मुली होत्या, तेव्हा घरात किती माणसं असली पाहिजेत. पंधरा ते वीस तरुण माणसं. त्या सर्वांनी विचार केला, की आमचा नाश होईल. आणि काका म्हणाला, हे अगदी बरोबर आहे. आपण हे केलंच पाहिजे. तेव्हा सगळ्यांनी त्याला पाठिंबा दिला. त्यांनी विचार केला, की जर मुसलमानांनी आमच्या मुली पळवल्या... कुणाला माहीत, आम्ही किती दिवस जगणार आहोत, ते. हे बघा, समजा, त्या वेळी मुसलमानांनी ते प्रकार केले नसते तर आज तुमच्या पुस्तकात जी अपहृत मुलींची यादी आहे, त्यात माझ्या बहिणीचं नाव आलं नसतं का? (त्याचा संदर्भ असा की, माझ्याजवळ अपहृत मुलींची यादी असलेलं एक पुस्तक त्या वेळी होतं.) ज्यांनी आम्हांला वाचवलं ते लोक हेच आहेत. ते म्हणाले, आमच्या मुलींचं

आयुष्य उद्ध्वस्त करण्यापेक्षा आम्ही आमच्या मुलींना ठार करू. ... हे बघा, या तुमच्या पुस्तकात आमच्या गावाचं नाव सापडणार नाही. ती आमच्या मुलींची नावं तुम्हांला थमाली आणि आसपासच्या गावांत ऐकायला मिळतील. त्या मुलींना दुसरा मार्गच नव्हता. गरीब बिचाऱ्या. हे बघा, समजा, दहा माणसं आली आणि आमच्या मुलींना नेलं, तर मी काय करू शकतो? आणि तिथं इतकी माणसं होती, की त्याला अंत नव्हता. जणू सगळं जग फाटलं आहे, आणि माणसांचा लोंढा इकडं ढकलला आहे. आणि होय, त्या गावात अशी काही माणसं होती की, त्यांनी आपल्या मुली बाहेर नेल्या. फक्त आमच्या सगळ्या कुटुंबातली माणसं तिथं होती. आणि बाकी सगळे खाली गेले होते. आणि जे खाली गेले होते, ते कायमचे गेले. संपलेच. मी तिथं वरच्या मजल्यावरच होतो. मला त्या लोकांनी मारलं नाही. फार भयानक, भीषण प्रसंग होता तो. मी असा प्रसंग कधी बघितला नव्हता. आणि आज जरी मला तो प्रसंग आठवला, तरी मला रडू येतं... त्यानं माझं मन मोकळं होतं. मनावरचा ताण कमी होतो. काय आहे, बघा, एक बाप आमच्या मुलीला मारतो, कसा प्रसंग आला होता त्याच्यावर... हतबल झाला असेल... अपराधीपणाची भावना किती तीव्र असेल... माझी मुलगी कुणीतरी घेऊन जाईल, या कल्पनेनं त्याचं काळीज फाटून गेलं असेल. म्हणून तिला... आणि हे सगळं मला माझ्या आयुष्यभर... आठवणीत राहणार... केवळ धर्मासाठी त्या लोकांना आमच्या मुली पाहिजे होत्या. मुलींचं सक्तीनं धर्मांतर करायचं होतं...

–आणि असाच प्रकार १९८४ साली घडला. आमच्या लोकांना केस कापायला लावले. लोकांनी झगडा केला, प्रतिकार केला, ते प्राण गमावून बसले. त्यांना मरावंच लागलं. दिल्लीमध्ये एक बाई होती. तिच्या नवऱ्याची बदली अंबाला इथं झाली होती. आणि तिचा एक भाऊ पतियाळामध्ये काम करत होता. त्याची बदली दिल्लीला झाली होती. तेव्हा त्यानं विचार केला की, दिल्लीत माझ्या बहिणीचं मोठं घर आहे, तेव्हा आपण तिथंच राहावं. झालं, तिचा नवरा अंबालामध्ये राहिला, आणि भाऊ तिच्या घरी दिल्लीमध्ये. त्या बाईला मुली होत्या. त्या बाईचं घर पालम कॉलनीमध्ये होतं. आणि तिथं हल्लेखोरांनी तिच्या घराला वेढा घातला. त्या बाईनं हे बघितलं, तेव्हा तिनं आपल्या भावाला मारू नका, म्हणून त्यांच्यापुढं भीक मागितली. विनवणी केली. परंतु त्यांनी तिला सांगितलं, तुम्ही बाहेर जा, आम्ही तुम्हांला मारणार नाही. आम्ही बायकांना मारत नसतो. आणि तिच्यासमोर त्या लोकांनी तिच्या भावाला भोसकून ठार केलं आणि ते निघून गेले... तेव्हा ती आपल्या

भावाच्या प्रेताशेजारी एकटीच होती. ती अगदी दिङ्मूढ झाली. बर्फासारखी थिजून गेली. नंतर तिनं हाताला येतील, त्या वस्तू गोळा केल्या. तिनं खिडक्यांच्या फळ्या लाकूड, तूप, नंतर तिनं हाताला लागतील ती पुस्तकं घेतली आणि तिनं आपल्या भावासाठी चिता तयार केली. तरी सुद्धा त्याला ती संपूर्णपणे जाळू शकली नाही. हे सगळं घडायचं कारण म्हणजे, आमची वृत्ती, वागणूक आणि पाकिस्तान निर्माण झालं, ते यामुळंच. आमची वृत्ती आणि शीखांनीही हिंदुस्थान निर्मितींच्या लढ्यात भाग घेतला. देश स्वतंत्र झाला, त्यात शीखांचाही सहभाग आहे. शीखांनीच भारतीय झेंडा उंच फडकावला. मुसलमानांच्या आधीचा इतिहास काय सांगतो? आमच्यावर हल्ला झाला, तर आधी शीख लोक पुढं जायचे. शेवटी शीख म्हणजे हिंदूच. हिंदूंनीच शीख धर्म स्वीकारला. आणि आता हिंदू म्हणतात, आम्ही वेगळे आहोत. आणि शीख म्हणतात, आम्ही वेगळे आहोत. खरे तर, आम्ही पहारेकरी आहोत. दरवान बघा. तुम्हांला आवडेल, तर सगळ्या हिंदू समाजाचे आम्ही रक्षणकर्ते, सैनिक आहोत. तुम्ही आम्हांला काही म्हणा, सरदार, बुजुर्ग, तरुण काहीही... जरी आम्हांला दूर लोटलं, तरी...

मुसलमानांची संख्या कशी वाढत चाललीय्, हे तुम्ही बघा. ज्या वेळी पाकिस्तान निर्माण झालं, त्या वेळी मुसलमानांची संख्या सात कोटी होती. मला वाटत नाही यात माझं काही चुकतंय्. आणि आता त्यांची संख्या सोळा कोटी आहे. या चाळीस वर्षांत एवढी संख्या झाली. पुढच्या चाळीस वर्षांत यापेक्षा त्यांची लोकसंख्या नक्कीच वाढणार. माझा एक मित्र होता. त्या वेळी मी भोपाळच्या महापालिकेची निवडणूक लढवीत होतो. तो माझा मित्र, इक़बाल आला आणि म्हणाला, माझ्या मुलाचा वाढदिवस आहे. तुला आलंच पाहिजे. मी म्हटलं, मी नक्कीच येईन. मग मी त्याला विचारलं की, इक़बालसाहेब, तुम्हांला किती मुलं आहेत? तसा तो म्हणाला, यार, ते विसर; ते मी नंतर सांगेन. तेव्हा मी म्हटलं, मला सांग. का मी सांगू मला किती मुलं आहेत, ती? मला पाच मुलं आणि दोन मुली आहेत. तसा तो म्हणाला; दोस्ता, ते विसर. मी ते पुन्हा कधी तरी सांगेन. कदाचित तुला जास्त असतील, तर... मी पुन्हा विचारलं; मला सांग किती आहेत ती. तो म्हणाला, अठरा मुलं! प्रश्न असा पडतो की, आमच्या मतांचं काय होणार? असं होऊ नये. तुम्ही काय करता खालिस्तानच्या नावाखाली तुम्ही शीखांना दडपून टाकता. आणि इतर लोकांना खूश करता. त्यांना तुम्ही दुखवत नाही. आणि ही काही देशभक्ती नाही. देशाबद्दलचं प्रेम नाही. ही तर तुमची खुर्चीची भक्ती. सत्तेची लालसा. तर, तुम्ही संपूर्ण हिंदुस्थानला स्वतंत्र

समजलं पाहिजे. प्रत्येकाला स्वातंत्र्य आहे, असा तुम्ही विचार केला पाहिजे. कुणाला कुणाची, कसलीही भीती वाटू नये. गुरुद्वाराच्या चळवळीमुळं हिंदुस्थान आझाद झाला. स्वातंत्र्याच्या लढ्यात एकशे सात लोकांना फाशी दिलं. त्यात ९२ शीख होते. सगळे शहीद झाले. एकशे सातापैकी ९२ शीख होते. तेव्हा तुम्हीच आता प्रमाण काढा. शीख शूर आहेत. मनानं खंबीर आहेत. त्यांना जवळ केलं पाहिजे. आमच्या हुशार बायका म्हणतात. की, जर गाय हुशार, उपयोगी असेल, ती जर भरपूर आणि चांगलं दूध देत असेल, तर तिनं एकदा लाथ मारली, म्हणून कुठं बिघडलं? अशीच आमची परिस्थिती आहे. पण जी गाय दूधच देत नसेल, तर तिला कोण विचारतो?

■

सहा

लहान मुलं

फाळणीच्या इतिहासात मुलांच्या विषयी काही सांगण्यासारखं आहे, असं अजून तरी मला वाटलं नाही. आणि इतिहासाचा विषय म्हणून मुलांशी बोलणं, त्यांना काही विचारणं, हे तसं कठीणच आणि यात आश्चर्य वाटण्यासारखं काहीच नाही. आमचे इतिहासकार एक नक्कीच विचारतील की, मुलांचे अनुभव तुम्ही कसे समजून घेतलेत, मुलांप्रमाणेच का? आता इतिहासाचं एक साधन म्हणून आपल्या आठवणीवर, स्मरण-शक्तीवर विश्वास ठेवणं फार अवघड काम. कारण काही गोष्टी आपल्याला वेळेवर आठवतीलच, असं नाही. दुसरं म्हणजे, मुलांना बोलतं करून, त्यांच्याकडून घटना समजून घ्यायच्या, वस्तुस्थिती जाणून घ्यायची, आणि ती लोकांच्या समोर ठेवायची म्हणजे प्रौढ व्यक्तिमत्त्वाच्या चश्म्यातून त्याची छाननी करून घ्यायची. एक आहे, अशा गाळीव आठवणी आत्मचरित्रासाठी उपयोगी पडतील; पण त्याला इतिहास म्हणता येईल, असं नाही. मग मुलांचे अनुभव आम्ही कुठल्या पद्धतीनं समजून घ्यायचे? आणि फाळणीचाच विचार केला, तर हे फार महत्त्वाचं आहे. फाळणीचा हा जो इतिहास घडला, त्याचे अगणित धागेदोरे मुलांच्याचभोवती गुंफलेले आहेत. आणि आता त्यांचं अस्तित्वच यात कुठं दिसत नाही. ही एक दुःखद घटना आहे. भारत आणि पाकिस्तान या दोन्ही देशांनी स्त्रियांच्यासाठी झगडा केला, त्यांच्याच प्रश्नावरून मतभेद निर्माण झाले; पण मुलांचे प्रश्न कुणी फारसे गंभीरपणे घेतले नाहीत. तेच हरिजनांचं झालं. आणि ज्या मुलांचं अपहरण झालेलं आहे, त्यांनी सर्वांच्या समोर एक फार मोठं आव्हान उभं केलं आहे. म्हणजे या मुलांचं काय करायचं? या उलट, ज्या स्त्रियांना पळवून नेलं, त्यांच्यावर बलात्कार झाले, त्यांना धर्माच्या नावाखाली परत आणून, आता त्याच

भाषेत सांगायचं, तर त्यांचं 'शुद्धीकरण' करता येईल. पण मुलांचा प्रश्न फार अवघड होता. कारण मुलांचा विचार केला, तर त्यांचा नक्की धर्म कोणता? कारण त्यांच्या रक्तात दोन धर्मांचा संयोग झालेला होता. म्हणजे प्रश्न अवघड होऊन बसला आणि अशा मुलांची संख्या हा तर महत्त्वाचा जटिल प्रश्न. तेव्हा नाहीतरी अपहरण झालेल्या मुलांची संख्या किती, याकडं लक्ष देणं भाग होतं. फाळणीच्या वेळी जर ७५००० ते १००००० स्त्रियांचं अपहरण झालं असेल, तर त्याच्या निम्मीतरी मुलांची संख्या असली पाहिजे. म्हणजे ५०,००० पर्यंत आणि एक लाख अपहृत स्त्रियांपैकी फार थोड्या स्त्रियांचा शोध लागला. शिवाय त्याला दहा वर्षांचा कालावधी लागला. तेव्हा मुलांचं काय? कारण अपहृत मुलांची संख्या सोडली, तर अशी शेकड्यांनी इतर मुलं असतील. त्यांचा शोध घेणं म्हणजे महा कठीण काम. टाकून दिलेली, सोडून दिलेली त्यांची कुठं खानेसुमारी झालेली नाही. कुठं काही नोंद नाही. मुख्य म्हणजे, याकडं दुर्लक्ष करूनही चालणार नव्हतं. अनेक सरकारी, निमसरकारी संस्थांची कागदपत्रं तपासली असता त्याची नोंद सापडत नाही. अनेक सामाजिक कार्यकर्त्यांशी बोलताना मी हा विषय काढला. माझ्या अंदाजाप्रमाणे शेकडो मुलं (यांत मुलं आणि मुली दोन्हींचा समावेश केला असता) अशीच टाकून दिलेली, कुणी बेवारशी, कुणाच्या नातेवाइकांचाच पत्ता नसलेली, कुणी दारिद्र्यानं पिडलेली, भीक मागत फिरणारी, कुणी आजारी म्हणून दवाखान्यात येऊन पडलेली, अशी शेकडो मुलं असतील. युनायटेड कौन्सिल ऑफ रिलीफ अँड वेलफेअर फंड (ही संस्था एडविना माऊंटबॅटन यांच्या नेतृत्वाखाली स्थापन झाली होती. तिचा उद्देश 'मदत व पुनर्वसनाचं' काम करणाऱ्या इतर ज्या खाजगी संस्था होत्या, त्यांना मदत करण्याचा होता.) या संस्थेच्या नोंदणी विभागाच्या अधिकारी सावित्री माखिजानी यांनी सांगितलं की; लाहोरमध्ये त्या वेळी एक निर्वासितांची मोठी छावणी होती. ती बंद केली. त्या वेळी, म्हणजे फाळणीनंतर काही महिन्यांनी, सावित्री माखिजानी दिल्लीतच होत्या. आणि त्या सामाजिक कामाचं शिक्षण देणाऱ्या शाळेत काम करीत होत्या. लाहोरची मोठी छावणी बंद झाल्याबरोबर त्यांना एक बातमी कळली की, लाहोरच्या छावणीतली बारा एक मुलं तशीच मागे राहिली आहेत. त्यांना कुणी वालीच नाही. त्या वेळी साहजिकच प्रश्न पडला, की या मुलांचं काय करायचं. मग ती मुलं दिल्लीस पाठविण्यात आली. तेव्हा सामाजिक शिक्षण शाळेच्या मृदुला साराभाई यांनी त्या मुलांना बालकाश्रमामध्ये ठेवलं आणि त्यांनी मुलांना दत्तक घेण्यासाठी ऑल इंडिया रेडिओवरून लोकांना आवाहन केलं. त्या जाहिरातीला चांगला प्रतिसाद मिळाला. अनेक पत्रं आली. पण नेहमीची जी मागणी, त्याप्रमाणे लोकांना मुलगा पाहिजे होता. आणि इथं तर नेहमीचीच अवस्था, सगळ्या मुलीच होत्या. तरीसुद्धा सगळ्या मुली दत्तक गेल्या. काही दिवसांनंतर एका गृहस्थानं

नेलेली मुलगी परत आणून दिली. का, तर ती म्हणे फार खोडकर आहे. काही सामाजिक कार्यकर्त्यांच्या म्हणण्याप्रमाणे बहुतेक लोक मुलींना तसेच घेऊन जात होते. म्हणजे दत्तकविधान वगैरे न करता. कारण त्या मुलींना केवळ घरच्या कामांत मदत म्हणून घेऊन जात. आता हूडपणा वगैरे ही त्या माणसाची खोटी सबब होती. ती छोटी होती आणि काहीच करत नसणार. सावित्री यांना आठवत नव्हतं, की त्या मुलीचं पुढं काय झालं. त्यांचंही मत पडलं, की लोक मुलांना अगदी कायदेशीर, दत्तक म्हणून घेतात. आणि मुलींना तसंच नेतात, ते 'इतर' कामांसाठी. त्या बाबतीत त्यांनी जे सांगितलं, ते असं :–

ज्या वेळी मी दिल्लीत आले, त्या वेळी मी सामाजिक काम करत होते. आम्ही नुकतेच दिल्लीत आलो होतो. इथं आल्यानंतर आम्हांला कळलं की, पाकिस्तानातल्या हिंदूंनी स्थलांतर केलं आहे आणि काही भारतीय डॉक्टर निर्वासितांच्या छावणीतल्या हिंदूंना मदत करण्यासाठी म्हणून पाकिस्तानात पाठवले आहेत. पाकिस्तानजवळ फार डॉक्टर नव्हते. तरी त्यांनी मदत केली. ही परिस्थिती बघून भारतानं आपले डॉक्टर तिकडं पाठवले. आणि जेव्हा पाकिस्तानी सरकार निर्वासितांची छावणी बंद करत होते. त्या वेळी तिथं आठ ते दहा मुलं तशीच राहिली होती. त्यांच्याकडं कुणी लक्षच दिलं नाही. तेव्हा या भारतीय डॉक्टरांनी त्या मुलांना भारतात आणलं. कारण त्यांना तिथं तसंच टाकून कुणी इकडं येणं शक्य नव्हतं. जरी ती मुसलमानांची मुलं असली, तरी. त्यांना माहीत होतं, की ही भारतीय मुलं आहेत म्हणून... त्या वेळी रामेश्वरी नेहरू आणि रक्षा सरण या दोघी मिळून बालकाश्रम ही संस्था चालवीत होत्या. तेव्हा त्यांनी मुलांना आपल्या आश्रमात ठेवून घेतलं. मग त्या वेळी सामाजिक शिक्षण शाळेतल्या आमच्या एक शिक्षिका ऑल इंडिया रेडिओवर गेल्या. आणि त्यांनी रेडिओवरून एक निवेदन दिलं की, आमच्याकडं आठ ते दहा मुलं आहेत अणि त्यांना दत्तक द्यायचं आहे. आणि मुलं काही जास्त नव्हती. आठ-दहाच आणि मी अजून तिथंच काम करत होते. रेडिओवरून जाहिरात केल्यानंतर आम्हांला पोस्टकार्ड यायला सुरुवात झाली. आणि तेव्हा प्रत्येकाला मुलगाच पाहिजे होता. इतकंच नाही, तर चांगला देखणा आणि प्रकृतीनं उत्तम मुलगा पाहिजे होता. मुली कुणालाच नको होत्या. ते काही असू दे... एक दिवस एक माणूस आला आणि त्यानं एक मुलगी घेतली. आणि दोन दिवसांत तिला परत आणली. कारण काय, तर ती खोड्या करते आणि लहान मूल खोडकर असणारच. त्याच्याकडून तुम्ही काय अपेक्षा करणार. त्या मुलांचं पुढं काय झालं, हे मला माहीत नाही. तेव्हा सांगायचा मुद्दा म्हणजे इथं हिंदू आईवडिलांनीच आपली मुलं सोडून दिली होती. तुम्हांला माहीत आहे. लोकांची मनं बदलली आहेत. आधी त्यांनी स्वत:ची काळजी घेतली आणि मुलं सोडून दिली– केवळ स्वत:चा जीव वाचवण्यासाठी.

त्रिलोक सिंग

फाळणीनंतर चाळीस वर्षांनं मी त्रिलोकसिंगला भेटले. त्या वेळी त्रिलोक सिंग नऊ वर्षांचा होता; जेव्हा त्याच्या वडिलांनी आणि काकांनी ठरवलं, की आपण पाकिस्तान सोडण्याआधी आपल्या घरातील बायका-मुलांना मारून टाकायचं. त्या तिघांनी आपलं गाव सोडायचं, हे नक्की केलं. कारण ते गाव पाकिस्तानात जाणार, हे त्यांना माहीत होतं. म्हणून त्यांनी हिंदुस्थानात पळून जायचं ठरवलं. त्यावेळी शीखांच्यावर आधीच हल्ले सुरू झाले होते. आणि जसे दिवस जात होते, तशी दंगल जास्तच पसरत चालली होती. मंगल सिंग (त्रिलोक सिंगचा काका) आणि त्यांच्या दोन भावांना माहीत होतं की, आपण पळून जाऊ शकतो. किंवा वाटेत हल्ला झाला, तर फार तर मारले जाऊ शकतो. पण घरातल्या बायका आणि मुलं बाळं त्यांचं काय करायचं? ते काही सहीसलामत सुटणार नाहीत. तेव्हा त्या तिघां भावांनी निर्णय घेतला की, बायका-मुलं मुसलमानांच्या अत्याचाराला सहज बळी पडू शकतील. किंवा मुसलमान त्यांचं काहीही करतील. तेव्हा आपण त्यांना मारून टाकावं, हेच बरं. आणि त्या वेळी इतर हिंदू आणि शीख जसा निर्णय घेत होते, तसाच यांनीही घेतला. आणि हा निर्णय केव्हा घेतला जायचा, जेव्हा बायका, मुलं, म्हातारी माणसं, तान्ही मुलं यांना आपण सुखरूप घेऊन जाऊ शकणार नाही, अशी खात्री झाल्यावरच आणि स्त्रियांच्या बाबतीत तर आधी विचार करणं भाग होतं. कारण त्या दुबळ्या, आहारी जाऊ शकणाऱ्या, धर्मांतर करू शकणाऱ्या होत्या. जुलूम– जबरदस्तीला भीक घालणाऱ्या. तेव्हा दोन्हीही गोष्टी धर्माची मानहानी करणाऱ्या होत्या. (आणि त्यांच्या माणुसकीची) आणि मुलं सुद्धा चटकन धर्मांतराला बळी जाऊ शकतात किंवा त्यांना कुठं पळवून नेणं सोपं असतं. आणि हे काही कपोलकल्पित नाही. दोन्ही जातींच्या समाजांत या घटना घडलेल्या आहेत. त्रिलोकसिंगनं हे ऐकलं की, आपल्या घरातील वडिलधारे आपल्या कुटुंबाला लवकरच ठार मारणार आहेत– ज्याला ते 'हौतात्म्य' म्हणतात. तेव्हा आपल्याला काही मरायचं नाही, हा निर्णय त्यानं घेतला. तेव्हा त्यानं आपल्या वडिलांना आणि काकांना सांगितलं की, माझी तुमच्याबरोबर यायची तयारी आहे. वाटेत आपल्यावर हल्ला झाला, तरी माझी मरायची तयारी आहे. तेव्हा त्यानं सांगितलं की, तुम्ही मला तशी संधी द्या आणि त्यांनी त्याला ती संधी दिली. कुटुंबातल्या इतर बायका-मुलांना तशी संधी मिळाली नाही. तेव्हा त्या घरातील सतरा जणांना त्या तिघां वडिलधाऱ्या माणसांनी मारून टाकलं. आणि लहान त्रिलोक तेवढा वाचला.

मी त्रिलोक सिंगला अमृतसरजवळ एका खेड्यात भेटले. तिथं तो कपड्याचा धंदा करत होता. एक दुकान काढून बसला होता. स्वत:चं सोडून तो बाकीचं सांगू

लागला. त्याला आठवलं. 'मला काही सांगायचं नाही. जे झालं, ते झालं. पण पुन्हा ते सगळं समोर येतंच!' तो म्हणाला. आपल्या वडिलांच्या आणि त्या प्रसंगातून वाचलेल्या आपल्या काकांच्या मृत्यूनंतर तो आणि मंगलसिंग हे दोघे मूळ घराण्यातील वाचलेले. आणि आता दोघांनीही नवे संसार थाटले होते. आणि त्या दोघांच्याही घरांतील लोकांना 'त्या' दु:खद प्रसंगाची आठवण काढून त्यांना दुखवायचं नव्हतं. त्रिलोक आणि त्याचे काका एक विचित्र भावनेनं क्वचित प्रसंगी भेटत. दोघांच्याही मनांत सलणारी वेदना होती. ते दोघे जरी कधी भेटले, तरी घडलेल्या दु:खद घटनांवर चुकूनसुद्धा बोलत नसत. कारण त्याच्या मुळाशी कटुता होती. त्रिलोकच्या बोलण्यावरून असं दिसून येत होतं, की तो सुद्धा त्याच्या नातेवाइकांकडून मारला गेला असता. ज्या वेळी तो मंगलसिंग समोर आला, तेव्हाच तो त्याच्या हातून ठार झाला असता. आणि दोघांच्याही मनांत ही खूणगाठ होती. आणि म्हणूनच दोघेही जाणीवपूर्वक शांत असत. त्या दोघांच्याही अवती-भोवती ते मृतात्मे जणू फिरत होते. आणि दोघेही त्या वेळी मूग गिळून होते. आणि मंगलसिंग जेव्हा 'त्या मृतात्म्यांच्या' स्मृतिप्रीत्यर्थ सुवर्णमंदरात अठ्ठेचाळीस तास प्रार्थनेसाठी जायचा, तेव्हा त्रिलोक सुद्धा त्याच्याबरोबर जात होता. ते दोघेही मग जे ईहलोकी गेले, त्यांच्यासाठी शांतपणे प्रार्थना करीत आणि आपापल्या घरी जात. आणि त्या दोघांच्या या खाजगी यात्रेला, सुवर्णमंदिरातल्या प्रार्थनेला त्यांच्या घरचं दुसरं कुणीही जात नव्हतं.

त्रिलोकची कथा काही नेहमीसारखी नव्हती. आता ज्या पन्नाशीतल्या लोकांच्याकडून मी फाळणीचे अनुभव ऐकले, त्यांना बोलतं केलं, ते फाळणीच्या वेळी लहान होते. ही सगळी छोटी मुलं होती. म्हणजे त्यांच्या लहानपणीचे अनुभव त्यांनी प्रौढपणी सांगितले. मोठ्या, प्रौढ माणसांनी त्या वेळी जे अनुभव घेतले होते, त्यांना आपले अनुभव व्यवस्थित सांगता तरी येत होते. परंतु लहान मुलांना त्या वेळी जरी काही वाटलं असेल, तरी त्यांच्याशी बोलायलाच कुणी नव्हतं. शिवाय संवाद करण्याची त्यांची क्षमता नव्हती. ती भाषा त्यांच्याजवळ नव्हती. त्रिलोकला आपले अनुभव सांगता येण्यासाठी अनेक वर्षं लागली. कित्येक मुलं त्या वेळी त्यांच्या दारिद्र्यामुळं, कुणाचा आधार नसल्यामुळं अनाथाश्रमात वाढली होती. कुणी रस्त्यावर भीक मागत मोठी झालेली. कुणाला दत्तक घेतलं गेलं. तेव्हा त्यांचं दु:ख कोण ऐकून घेणार? मोठ्या माणसांची गोष्ट वेगळी. त्यांनी जे भोगलं, स्वत:चं दु:ख, यातना शिवाय दुसऱ्याचंही पाहिलं, ऐकलं, हा सगळा इतिहास ते सांगू शकतात. कारण त्यांची तेवढी क्षमता असते. म्हणून अनेक जण आपले अनुभव मला व्यवस्थित सांगू शकले. परंतु मुलांच्या जवळ ही क्षमता नसते. कारण त्यांना बोलताच येत नसतं, भाषा नसते. सतत दु:खाशी सामना दिल्यानंतर बाकी काही त्यांना सुचत नसतं.

फाळणीमधल्या कित्येक मुलांना मानसिक अपंगत्व आलेलं. तेव्हा अशी मुलं आपल्या वैगुण्यामुळं कुटुंबात राहू शकली नाहीत. त्या वेळी कुलवंत सिंग हा असाच एक मुलगा होता.

कुलवंतसिंग

कुलवंतसिंगला मी जेव्हा भेटले, तेव्हा तो साठीला आला होता. पांढरी रुळणारी दाढी, उंच आणि कृश बांधा, कुलवंतसिंग शांत आणि मृदू स्वभावाचा वाटला. त्याचा एक हात कोपरापासून तुटलेला होता. फाळणीनं दिलेली त्याला ही देणगी. 'मी एका दवाखान्यात तंत्रज्ञ म्हणून काम करतो,' तो म्हणाला. 'आणि उरलेला दिवस. प्रार्थनेत आणि समाज सेवेत घालवतो.' आपण फाळणीच्या आगीतून जिवंत राहिलो, त्याबद्दल तो गुरु नानकजींचे आभार मानतो. ऋणी होतो. आणि कृतज्ञता म्हणून तो दिल्लीमधल्या शीख गंज गुरुद्वारात दररोज जातो. दोन-तीन तास समाजसेवेत घालवतो. गुरुद्वारात जाऊन तो फरशी झाडणं, पुसणं ही कामं करतो. त्याशिवाय गुरुद्वारात दर्शनासाठी गेलेल्या लोकांचे तो चपला, बूट सांभाळतो. आणि त्याला पाहिजे ती आणखीही कामं करतो. इतरांसारखाच त्याला फाळणीचा दु:खद अनुभव आला आहे. त्यानं आघात सोसले आहेत. जवळ जवळ त्याचं कुटुंबच त्यात नष्ट झालं आहे. त्याला आठवतं; त्याच्या वडिलांच्या अक्षरश: तुकडे झालेल्या प्रेताजवळ तो पडला होता. आजूबाजूला सर्वत्र आगीचे डोंब उसळले होते. हल्लेखोरांपासून रक्षण म्हणून त्याच्या गावाभोवती गावकऱ्यांनी काटेरी कुंपण घातलं होतं. परंतु कुलवंतसिंगला त्याचा काहीच उपयोग नव्हता. कारण कुलवंतसिंगला जे अनुभव येत होते, ते फारच भयानक होते. काटे आणि आगीचे डोंब यांची चांगलीच झळ त्याला लागली होती. तो सांगतो :-

> मी लहान होतो. हल्लेखोर माझ्या वडिलांचे अक्षरश: तुकडे करत होते आणि माझी आई ते बघत होती. त्या लोकांनी पहिला घाव माझ्या वडिलांच्या मानेवर घातला आणि नंतर त्यांनी माझ्या वडिलांच्या शरीराचे तुकडे तुकडे करून टाकले. त्या वेळी माझं शरीर थरथर कापत होतं. माझ्या पायांशी अनेक प्रेतं पडली होती. भोवताली आगीचे डोंब उसळले होते. तहानेनं माझा जीव कासावीस झाला होता. त्यांनी माझं ओरडणं ऐकलं... माझ्या आईनं माझं डोकं उचलून धरलं आणि माझ्या काकीनं दोन्ही पाय धरले... आणि... लहान लहान बाळं... त्यांनी सहा महिन्यांची मुलगी उचलली आणि सर्वांनी प्रार्थना केली (अरदास) मग त्यांनी त्या मुलीला आगीत टाकून दिली... पेटलेलं जणू कुंड... आणि ते म्हणाले; मुलींनो, आमच्यापुढं मोठा तिढा

आहे. आमची अब्रू धोक्यात आहे... आम्ही आमचा 'मान' 'आदब' राखावा, का आमच्या मुली?... आणि त्या, म्हणजे आमच्याच लोकांनी एकेक करून आपली मुलं पेटत्या कुंडात फेकून दिली... आणि माझ्या आईनं मला उचललं आणि माझ्या वडिलांच्या प्रेताशेजारी खाली ठेवून दिलं... तिथं सगळीकडं आगीच्या ज्वाळा... माझ्या घशाला कोरड पडलेली आणि आगीमुळं माझे पाय भाजलेले...

नंतर मी उठलो. माझे हात कापलेले होते. सगळ्या अंगातून रक्ताच्या धारा लागल्या होत्या. माझं शरीर भाजून निघालं होतं. मी खाली कोसळलो. मग त्यांनी मला धरलं, आणि ज्या वेळी त्यांनी मला आणलं, त्या वेळी माझ्या पायांखाली काटेच होते. चांगले मोठे काटे; पण त्या वेळी मला ते जाणवत नव्हते.

कुलवंत सिंगनं वर्षाहून अधिक काळ फाळणीच्या तशा दिवसांत काढला. मार्च १९४८ पर्यंत तो रावळपिंडीच्या दवाखान्यात होता. ज्या वेळी तो पूर्ण बरा झाला, त्या वेळी तो आपल्या नातेवाइकांच्याकडं दिल्लीत आला. परंतु नातेवाइकांच्या घरी राहणं त्याला जड गेलं. मग त्याच्या नातेवाइकांनी एका आश्रमात त्याच्यासाठी अर्ज केला आणि त्याला आश्रमात दाखल करण्यात आलं.

आश्रमातून मी आलो आणि माझ्या काही नातेवाइकांच्याकडं दोन-तीन वर्षं राहिलो. पण अनुभव काही चांगला आला नाही. मग माझ्या काकांच्या मुलानं– तरलोकसिंगनं एका वसतिगृहात अर्ज केला. तो म्हणाला; तू इथं सुखी नाहीस, दुःखी आहेस. तेव्हा मला वसतिगृह म्हणजे इथं आश्रमात आणून ठेवलं. इथं पूर्वी भाजी मंडई होती. आणि नंतर इथं कस्तुरबा निकेतनमध्ये आलो. मी वसतिगृहात सोळा वर्षं राहिलो. मी इथंच मॅट्रिक झालो. आणि नंतर मी मागणी केल्याप्रमाणे सरकारकडून मला ५००० रुपये मिळाले. नंतर मला राहायला जागा मिळाली. मी महाराजांचा आभारी आहे. मला नंतर जे पी हॉस्पिटलमध्ये (मौलाना आझाद मेडिकल कॉलेज) नोकरी मिळाली. आणि तेव्हापासून ते आजपर्यंत मी नोकरी करतो आहे. हे माझं आयुष्य...

एकदा तो दिल्लीला आला. तेव्हा राज्याच्या पुनर्वसन योजनेचा तो एक विषय ठरला. आधी त्याला अनाथश्रमात ठेवलं होतं. नंतर त्याला चांगली समज आली, हिंडू फिरू लागल्यावर तो नोकरीच्या शोधात बाहेर पडला. तिथंही त्याला राज्य सरकारनं मदत केली. एक तर तो निर्वासित आणि पुन्हा अपंग, त्यामुळं त्याला

पटकन नोकरी मिळाली. त्याला नशिबानं साथ दिली. सरकारी, कायम स्वरूपाच्या नोकरीमुळं कुलवंत सुखा-समाधानात राहू लागला.

मुराद

कुलवंतसिंगला जरी देशाच्या कल्याणकारी योजनेचा फायदा मिळाला, त्याचं कल्याण झालं, तरी तिथं अजून कित्येक फाळणीतली मुलं होती की, त्यांच्यापुढं अनेक अडचणी होत्या. प्रश्न अवघड होते. त्या वेळी परिस्थिती इतकी चमत्कारिक, गोंधळाची होती की, मुलांची त्या वेळी मानसिक स्थिती काय झाली असेल, हे सांगणं कठीणच. ज्या वेळी ही मुलं कार्यकर्त्यांच्या समोर आली, त्या वेळी ती अबोलच वाटली. आत्ताच्या प्रत्यक्ष मुलाखतीवरून सुद्धा मुलांच्या मन:स्थितीची कल्पना येते. मी ज्या काही मुलाखती घेतल्या, त्यांवरून मला कल्पना आली. मुरादसारखी आताची मोठी माणसं त्या वेळी लहान होती. मुरादला फाळणीच्या वेळी त्याचं वय काय होतं हे आठवत नाही. मी लहान होतो, एवढंच तो सांगतो. ज्यावेळी सत्ती खन्ना आणि पीटर चॅपेल या दोघांनी त्याची मुलाखत घेतली. त्या वेळी तो चाळिशीतला होता. आणि लाहोरला टांगा चालवत होता. त्यानं सांगितलं :-

> एका शाळामास्तरानं मला ठेवून घेतलं. मला चांगलं सांभाळलं. माझ्या इतर नातेवाइकांपेक्षा त्यांनी माझी चांगली काळजी घेतली. मास्तर फार प्रेमळ होते. मी त्यांची गुरंढोरं चरायला घेऊन कुरणात जात होतो. नंतर पाकिस्तान-हिंदुस्थान वाद सुरू झाला. तेव्हा मला कुणीही ठेवून घ्यायला तयार नव्हतं. मला एका म्हाताऱ्या काकानं अगदी बळेनं ठेवून घेतलं. मी नेहमीच बाहेर खेळत होतो. आणि आमच्या त्या गावात आजूबाजूला शीखांची घरं होती. ते लोक अगदी मोठ्या, प्रमुख रस्त्याच्या कडेलाच राहत होते. लोक म्हणायचे की, मी नेहमीच बाहेर खेळत असतो आणि तिथंच गोळीबार होत असतो. तेव्हा हा मारला जाईल. तरीसुद्धा मी बाहेरच खेळायचो. नंतर मला माझ्या मामांनी त्यांच्या घरी नेलं. त्यांना वाटलं की, मी नेहमीच बाहेर खेळत असतो. तेव्हा मी मारला जाईन. एक दिवस आम्ही घरात होतो, माझे मामा आले आणि खाली बसले. ते म्हणाले; शीख आले, मुलीच्यावर बलात्कार करणारे. पहिल्यांदा त्यांनी माझ्या घराचं दार वाजवलं. ते घरात आले आणि त्यांनी माझ्या मामाला खाली पाडलं. मला वाटलं, मला सुद्धा ते लोक मारतील, म्हणून मी बाहेर पळालो. बाहेर उसाच्या चोथ्याचे, पानाचे ढीग होते. त्यात जाऊन मी लपलो. सगळा ढीग मी माझ्या अंगावर घेतला.

मुराद जेव्हा बाहेर उसाच्या चिपाडात जाऊन लपला, तेव्हा त्याच्या काकानं त्याला बघितलं. त्या दोघांनी मग तिथून पळ काढला. आणि शेजारी असलेल्या छावणीमध्ये ते दोघे गेले. तेवढाच एक भाग सुरक्षित होता. तिथं ते दोघे राहू शकत होते. मला समजत नाही की, मुसलमानांना पाहिल्याबरोबर ते लोक ठार मारतील. हे कसं काय? 'हे एक गूढच होतं.' मुराद म्हणाला, 'छावणी भागात एक उसाचा मळा होता. आम्ही उसामध्ये जाऊन लपलो. पण आम्हांला तिथं खायला काहीच नव्हतं. आम्ही नुसतेच पडून राहिलो.'

मुरादच्या कथेनं फाळणीमुळं ज्या मुलांचं संपूर्ण आयुष्यच उद्‌ध्वस्त झालं होतं, त्यावर चांगलाच प्रकाश पडला. छावणी भागात आल्यानंतर त्यानं पाकिस्तानला निघालेली एक लॉरी पकडली. सीमेवर आल्यानंतर ड्रायव्हरनं त्याला खाली उतरवलं. एवढं त्याला आठवतं. ड्रायव्हरनं त्याला सरळ सांगितलं की, आता तुझा तू रस्ता बघ. मला कुठं जावं, हेच माहीत नव्हतं. जायचं तरी कुठं? मी विचार केला... मला काहीच सुचत नव्हतं. मग तो कुणाच्या तरी मागं निघाला. कदाचित त्याला वाटलं असेल, की हा माणूस जिथं चाललाय्, त्याच्या मागं आपणही जावं. मुराद लहान होता, तरी त्याला पैशाची किंमत माहीत होती. तो पैशाचा वापर काळजीपूर्वक करत होता. 'माझ्याजवळ काही नाणी होती. परंतु मी ती खर्च करीत नव्हतो. कारण ती आपल्याला कधीही उपयोगी पडतील, म्हणून.' मुराद निघाला. आजूबाजूला स्मशान वातावरण, पडझड, मृत्यू... यातून तो मार्ग काढत कसा तरी चालत होता. बोलता बोलता मग मुरादला आठवलं की, सरहद्दीजवळ अत्तारी नावाचं गाव होतं. तिथं त्याला एक म्हातारी येताना दिसली. तो म्हणाला, 'आई, मला इथं राहायचंय्.' तसं म्हातारीनं विचारलं, 'तू आलास कुठून?' तो उपरोधी सुरात म्हणाला, 'विहिरीतून, भयाण पोकळीत आलोय्.' तिनं मुरादला जेवण दिलं. आणि घराच्या छतावर झोपायला सांगितलं. पण मुराद झोपला नाही. 'माझ्या घरी कुणी नाही.' एवढं तो म्हणाला आणि बाहेर पडला.

कित्येक वर्षं मुरादनं कंगाल अवस्थेत काढली. कधी तरी त्याला काम मिळायचं. तेही अगदी तुरळक. कुठं थोडे दिवस भाजी मंडईत काम कर, कधी कुठलंही पडेल ते काम कर. आणि एक वेळ अशी आली, की तो लाहोरला निघून गेला. तिथं तो टांगेवाल्यांना, गाडीवाल्यांना मदत करायचा. त्यांच्या घोड्यांची देखभाल कर. कुठं काही, त्याला मोबदला म्हणून रोज दोन आणे मिळायचे. 'दिवस निघून गेले.' तो म्हणाला. एक दिवस त्यानं टांगा चालवणाऱ्यांचा जो म्होरक्या होता, चौधरी, त्याला विचारलं, की मला टांगा चालवायला परवानगी द्याल का, म्हणून. तेव्हा त्याला सांगण्यात आलं, की त्याला रस्ते माहीत नाहीत. पण त्याचं नशीब चांगलं होतं. कारण तिथं ज्या साध्या गाड्या (छकडे) होत्या, त्या गाडीचा

चालक, म्हणजे गाडीवान नोकरी सोडून गेला. मग मुरादला तू गाडी चालवशील का, म्हणून विचारलं. तो मग कबूल झाला. गाडी चालवताना तो भेटेल त्याला रस्ते विचारीत होता. कधी गाडीत बसलेल्या गिऱ्हाइकांनाही तो रस्ता विचारायचा. असं करता करता त्यानं शहराची माहिती करून घेतली. त्याला आता चांगली नोकरी मिळाली. थोडा पैसा हाती आला आणि आयुष्यही मिळालं. 'फाळणीबद्दल जास्त विचार करण्यासारखं काही नाही.' मुराद म्हणाला. फाळणीच्या वेळेची एक महत्त्वाची त्याची आठवण म्हणजे त्याला सारखी भीती वाटायची. कारण त्याला कुणाचाही आधार नव्हता. जवळ पैसे नव्हते. घर नाही, दार नाही; तुम्ही जाणार कुठं, तो म्हणाला. कुठं जागाच नव्हती. सणवार, जत्रा, उत्सव अशा वेळी तो फारच अस्वस्थ व्हायचा. रात्ररात्र त्याला झोपच लागायची नाही. त्या वेळी फाळणीच्या संदर्भात लोक चर्चा करीत होते; सोडून जाण्याची भाषा करीत होते. हे त्याला आठवलं. 'कुठं?' तो म्हणाला; 'कुठं जायचं आम्ही, मसणात?'... ते लोक म्हणत, की तुमच्या पाकिस्तानात जा. 'पाकिस्तान कुठं असेल?' मी विचारायचो. तेव्हा लोक सांगत : 'कुठं तरी लाहोरजवळ' पण मी लाहोर बघितलं नाही. तेव्हा लोक मला विचारीत की लाहोर हे शहर आहे का, आणि मला त्यासंबंधी खरंच काही माहीत नव्हतं. कारण मी लाहोरला कधी गेलोच नव्हतो. मग काही लोक मला सांगायचे की, 'नाही. ते तुम्हांला सुद्धा सांगतील की, तुम्हांला लाहोरला गेलंच पाहिजे. तुम्हांला जावंच लागेल.' आणि मी कुठं लाहोरमध्ये जन्म घेतलाय्, म्हणून मी लाहोर माझं आहे म्हणू. ते काही जरी असलं. तरी आम्ही लाहोरमध्ये ओढले गेलोच.

फाळणीतील मुलं

ज्या वेळी मी फाळणीतील मुलांच्या संबंधी काही ऐकते, त्यांच्यासंबंधी काही माहिती वाचते, त्या वेळी मला सतत एक जाणीव होत असते की फाळणीच्या वेळी ही लहान मुलं होती. आणि आता आम्ही ज्या मुलांच्यासंबंधी बोलतो आहोत. (आता ती मोठी माणसं आहेत.) ज्यांच्या तोंडून आम्ही अनुभव ऐकतो आहोत, ती आता चांगली वय उलटून गेलेली माणसं आहेत. तेव्हा ही मोठी माणसं फाळणीतलं आपलं लहानपण आठवताहेत आणि जमेल तसे, आठवतील तसे आपले अनुभव आम्हांला कथन करताहेत. आणि दुसरं म्हणजे, ही जी माणसं आहेत. त्यांच्या वयाचं त्या वेळी (फाळणीच्या वेळी) प्रमाण काय असेल. तर सहा ते अकरा या दरम्यान, तेव्हा साहजिकच मला या माणसांच्या स्मरणशक्तीचं फार कौतुक वाटतं. म्हणजे या लोकांनी आमच्या संशोधनाचं काम फारच सोपं करून ठेवलंय्. तरी सुद्धा माझ्या मनांत येतं, की माणसं किती मागचं आठवू शकतात? एखादी गोष्ट

माणसाच्या स्मरणात किती दिवस राहू शकते? आणि त्या आठवणी अगदी अचूक असतील का, म्हणजे एखादा प्रसंग जसा घडला, तसाच आठवेल का? आणि ही जी माणसं आहेत– म्हणजे ज्यांच्या मुलाखती आम्ही घेतल्या, त्या माणसांना आपलं लहानपण आठवावं, त्या आठवणीत रममाण व्हावं, असं कधी वाटलं असेल? तर मला वाटतं, तसं काही असेल. कारण ही मोठी माणसं फाळणीच्या वेळी जरी लहान मुलं होती, तरी ती अडचणीत सापडलेली, परिस्थितीनं गांजलेली होती. बालपण आठवावं, असं ते काही रम्य बाळपण नव्हतं. मग प्रश्न असा पडतो, की त्यांच्या स्मरणशक्तीवर कसा आणि किती विश्वास ठेवायचा? का शेवटी त्यांच्या बाल्यावस्थेतील या बनावट गोष्टी असतील म्हणून त्यांना सोडून द्यायचं, म्हणजे थोड्या-बहुत गृहीत धरायच्या आणि थोडं दुर्लक्ष करायचं? असं जमणार नाही. प्रश्न थोडा अवघड आहे खरा. आता आपण कुलवंतसिंगचं उदाहरण घेऊ. कुलवंत सिंगनं आपल्या घरातील स्त्रियांनी कशी हत्या केली, हे सांगितलं, म्हणजे आधी त्याच्या घरातील आई आणि इतर बायकांनी आपल्या लहान, कोवळ्या मुलींना आगीत टाकून दिलं. नंतर त्यांनी स्वत: आत्महत्या केली. आता प्रश्न असा आहे, की एवढ्या लहान वयात या माणसानं बारीक-सारीक गोष्टींचं निरीक्षण कसं केलं? का इतरांच्या अनेक गोष्टी ऐकून त्यानं या गोष्टी थोड्या-बहुत रचून, बनवाबनवी करून सांगितल्या का? पण तसंही नसेल. कारण त्याची बायकोच सांगते की, कुलवंतसिंग कधी रात्री अपरात्री घाबरून उठतो. कारण त्याला ते भयंकर स्वप्न पडलेलं असतं. चहूंबाजूला घरंदारं पेटलेली, आगीचे डोंब... आणि तो आपल्या वडिलांच्या शेजारी पडलाय्... त्याला आगीची धग जाणवतेय्, चटके बसतायृत... म्हणजे १९४७ सालची धग तो अजून विसरला नाही. आता आणखी एक हकीकत म्हणजे दिल्लीमधील भोगल भागात एक शीख राहतो. त्यानं आपल्या लहानपणी मुसलमानांची कत्तल करण्यात कुणाला मदत केली होती. त्याची बायको सांगते की, तो रात्री असाच ओरडत उठून बसतो. आणि तो मुसलमानांच्या त्या वेळेच्या किंकाळ्या कधीही विसरू शकणार नाही. मग त्रिलोकसिंगनं आपल्या वडिलांना, काकांना केलेली विनंती, त्याचं इकडं निघून येणं या साऱ्या घटना तो व्यवस्थित सांगतो. तर त्याच्यावर खरंच विश्वास ठेवायचा का? त्या वेळी त्याचं वय फक्त नऊ वर्षांचं होतं. तेव्हा त्याची स्मरणशक्ती एवढी तीक्ष्ण असेल का? का त्यानंही काही गोष्टी इकडून तिकडून ऐकून स्वत:ची कथा रचून सांगितली असेल का? असं असेल, तर या सर्व गोष्टींवर विश्वास ठेवायचा, का नाही? तर माझ्यापुढं असे अनेक प्रश्न उभे राहत होते.

१९४८ साली अनिस किडवाई यांनी दिल्लीमधील आयर्विन हॉस्पिटलला भेट दिली होती. त्या वेळी किडवाई सोडून दिलेल्या भटक्या, दारिद्र्यानं पिडलेल्या, मुलांच्या पुनर्वसनाचं काम करीत होत्या. अर्थातच ही सगळी मुलं फाळणीच्या फुपाट्यातून बाहेर आलेली होती. त्यांच्याबरोबर जामिया या संस्थेचे काही कार्यकर्तेही आले होते. त्या मध्ये किडवाईंची मैत्रीण जमिला बेगम या सुद्धा आल्या होत्या. या सर्वांनी मिळून एक खाजगी संस्था (त्या मुलांचं पुनर्वसन करण्यासाठी) काढली होती. आणि त्यासाठी हे कार्यकर्ते मुलांचा शोध घेत होते. हॉस्पिटलमधील मुलांनाही ही संस्था आधार देणार होती. किडवाईंनी बघितलं, तर इथं कितीतरी मुलं होती. आणि तीही वेगवेगळ्या वयाची. कुणाच्या डोक्याला मार लागला होता. तर कुणाचा पाय मोडला होता. कुणाचा हात तुटला होता. अशी अनेक मुलं हॉस्पिटलमध्ये होती. तिथं एक लहान मुलगी होती. चिमकुली. फार तर असेल पाच वर्षांची. किडवाईंच्या सांगण्याप्रमाणे ती मजेत बसली होती. गाणं म्हणत होती, खेळत होती. 'तू अगदी छान दिसतेय्स, मजेत आहेस?' किडवाई म्हणाल्या. तशी ती मुलगी म्हणाली; 'मी इथं माझ्या मावशीबरोबर आलेय्, (खरं तर तिची आया) पण ती आता वारली.' आणि त्या मुलीबरोबर त्यांनी इतरांची ओळख करून द्यायला सुरुवात केली. 'हा रशिद', त्यांनी सांगितलं, 'त्याच्या घरातलं आता कुणीच जिवंत नाही.' 'आणि ती झैनाब' त्यांनी सांगितल. आणि तिच्या पलीकडं आहे तो नाबू... त्या लोकांनी नाबूच्या आईचा गळाच कापला, तिला ठार केलं... किडवाईंची जी धडपड होती, ती या मुलांना 'घर' मिळवून देण्याची होती. दिल्लीतील काही सामाजिक जाणीव असलेल्या नागरिकांनी मिळून एक संस्था काढली होती. या संस्थेसारख्या अशा अनेक संस्था होत्या. परंतु त्या संस्थांची आणि त्यांनी केलेल्या कामाची कुठंच नोंद नव्हती. त्यामुळं अशा संस्थामधून सरकारचा सहभाग किती, त्यांना किती मदत मिळते, या गोष्टी समजणं कठीणच होतं. (आणि सरकारनेही किती तरी बालकाश्रम, अनाथश्रमांची स्थापना केली होती.) आता या खाजगी संस्थेसाठी कुणी आपला वेळ दिला होता, तर कुणी घर दान केलं होतं. आणि किडवाई दवाखान्यात जाऊन मुलांचा शोध घेत होत्या. त्या वेळी तिथं एक लहान मुलगा होता. तो म्हणाला, माझं घर लखनौला आहे. एवढंच त्याला माहीत होतं. तेव्हा फिरोज गांधी सुद्धा या कामात लक्ष देत होते. त्यांनी त्या मुलाला लखनौला घेऊन जाण्याची आणि त्याच्या घरच्या लोकांना मदत करण्याची तयारी दाखवली. तेव्हा ते मुलाला घेऊन लखनौला जात असता वाटेत तो मुलगा पाणी पिण्यासाठी म्हणून स्टेशनवर उतरला. पण लगेच धावत पळत परत फिरला. गांधींनी त्याला सांगितलं, की तू परत जा आणि पाणी पिऊन ये. परंतु तो मुलगा भलताच घाबरला होता; तो म्हणाला; मी काही जाणार नाही. कारण तिकडं बरेचशे शीख आहेत. ते

मला मारून टाकतील. आता दुसरी ही एक कथा एका तरुण मुलीची. तिला तिचं नाव विचारलं, तर तिनं सांगितलं. सीता हसीना. तिच्या वडिलांचं नाव विचारलं, तर... पुन्हा तीच अडचण. नावावरून ती मुसलमान आणि आहे हिंदू. मग ही मुलगी नेमकी कोणत्या कुटुंबातली? का दोन्हींचा संयोग झालेली? आता हिंदू आणि मुसलमान या मधली रेषा आखून झाली आहे, मग या मुलीनं कुठं जायचं? ती जर मुसलमान असती, तर पाकिस्तानात गेली असती. आणि हिंदू असती, तर हिंदुस्थानात. तिनं केलेले सगळे प्रयत्न निष्फळ ठरले. म्हणजे माझ्याबाबतीत एक नक्की करा. एक तर मला पाकिस्तानात पाठवा किंवा हिंदुस्थानात तरी. स्थान नक्की करा. नंतर मग गांधींच्या सूचनेवरून तिला दिल्लीच्या कस्तुरबा ट्रस्टमध्ये पाठवण्यात आलं. परंतु सगळीच प्रकरणं काही सहज निकालात निघाली नाहीत. प्रश्न सुटले नाहीत. कारण मुलांना शोधून काढणं एवढं सोपं नव्हतं. ज्या वेळी किडवाईंनी दिल्लीतले सगळे दवाखाने फिरून बघितले, त्या वेळी त्यांना फारच थोडी मुलं दिसली. आणि सगळीकडं चर्चा चालू होती. लोक सांगत होते की, दिल्लीमध्ये सगळ्या इस्पितळांतून फाळणीमधल्या मुलांची गर्दी झालीय्, म्हणून. पण परिस्थिती तशी नव्हती. तसं बघितलं, तर अशा मुलांच्यासाठी प्रत्येक इस्पितळामधून एक स्वतंत्र विभाग असायला पाहिजे होता. परंतु किडवाई दिल्लीतल्या प्रत्येक इस्पितळात जाऊन आल्या; पण त्यांना मुलं सापडलीच नाहीत. तेव्हा त्यांच्या मनात आलं की, 'या मुलांचं काय झालं, या मुलांची संख्या किती आहे, हे अजून मला कळू शकलं नाही. ही मुलं कुठं नाहीशी झाली? का ती बरी झाली आणि बाहेर निघून गेली. का त्यांना मिशनरी लोक घेऊन गेले?'[४१]

आणि ही भीती काही अनाठायी नव्हती. कारण त्या वेळी मिशनऱ्यांचा प्रादुर्भाव होता. सर्वसाधारण परिस्थितीतसुद्धा धर्मांतराला कुणीही बळी पडत होतं. आणि त्या वेळी धर्मांतराच्या बाबतीत मिशनऱ्यांचाच हात होता. त्या वेळी राष्ट्रीय स्वयंसेवक संघाचे लोक निर्वासितांच्या प्रत्येक छावणीमध्ये जाऊन लोकांना वैद्यकीय मदत करीत. त्या शिवाय इतरही मदत करीत. नैतिक पाठिंबा देत आणि आर् एस् एस्च्या हिंदुत्वामुळं त्यांच्याकडं जास्तींत जास्त लोक आकर्षित होत. त्यांच्या कार्यालाही मान्यता मिळत होती. परंतु मिशनरी हे शेवटी परके. ख्रिस्ती धर्मांच्या प्रसारासाठी या देशात आलेले. तेव्हा त्यांचं सगळं कार्य धर्माच्या नावाखाली चालत होतं. तेव्हा धर्मांतर हा त्यांच्या कार्याचाच एक भाग होता. आणि मग अशा धर्मांतराला मुलं चटकन बळी पडत. त्याशिवाय टोळीवालेही होतेच. हे टोळीवाले मुलांना पळवून

---

४१. अनिस किडवाई : आझादी की छाँव में, वरील दोन्ही घटना या पुस्तकामधून घेतल्या आहेत.

नेत. त्यांना भीक भागायला लावत. मुली असतील, तर त्यांना वेश्यागृहात विकून त्यावर पैसे कमावत. मुलांना भीक मागायला लावून त्यांच्यावर कमाई करणारे दादा लोकही तेव्हा होते. लोकांच्या सांगण्याप्रमाणे त्या वेळी प्रत्येक शहरात, फूटपाथवर, चौकांतून लहान मूलं भीक मागत फिरत होती. त्यांतल्या त्यांत उत्तर प्रदेशात या भीक मागणाऱ्या मुलांची संख्या पूर्वीपेक्षा जास्त वाढली होती. परंतु या गोष्टींवर प्रकाश टाकता येईल, इतपत कुठं पुरावाच मिळत नाही. कागदोपत्री कसली नोंद नाही. मुलांच्या अपहरणाची अनेक कारणं सांगितली जात होती. तरी याला पुष्टी मिळेल, अशी कागदपत्रंच कुठं उपलब्ध नाहीत. पुरावे नाहीत. त्या वेळच्या सामाजिक कार्यकर्त्यांच्या बोलण्यावरून असं लक्षात येतं, की हिंदू आणि शीखांची मुलं इतरांपेक्षा मुसलमान कुटुंबांनीच उचलून नेली. आणि हे खरं असेल, तर त्यांच्या मागची कारणं काय आहेत? दमयंती सेगहल याचं स्पष्टीकरण पुढीलप्रमाणे देतात :

> मला असं कळालं, की गुजरातमध्ये एक नबाब होता. तो, म्हणे, आपल्या सिंहासनावर बसायचा आणि पळवून आणलेल्या मुलींची त्याच्या समोर परेड चालायची. मुलींना रांगेत उभ्या करून त्यांपैकी एखादी सुंदर मुलगी तो पसंत करायचा. चांगल्या तरुण मुलींना तो ठेवून घ्यायचा आणि वयस्कर, नको असलेल्या मुलींना तो बाहेर पाठवायचा. मुलींना त्याचा विरोध करणं जमायचं नाही. ते शक्यच नव्हतं. मग तो सांगायचा, यांचं वर्गीकरण करा. या मुलींना नं. १ मध्ये टाका. या मुलींना नं. २ मध्ये आणि ज्या अति सुंदर असतील, त्यांना जनानखान्यात पाठवा. नंतर मला असं समजलं, की त्या नबाबानं दोन मुलांनाही ठेवून घेतलंय्, म्हणून. त्यांचे आईवडील दंगलीत मारले गेले. मी या मुलांबद्दल ऐकलं आणि त्यांच्याकडं गेले आणि ती दोन मुलं परत द्या, म्हणून सांगितलं. तेव्हा ते म्हणाले; आम्ही ती मुलं परत देणार नाही. मी म्हटलं का, तुम्हांला तर तुमची मुलं आहेत. कुटुंब मोठं आहे. तेव्हा ती म्हणाली; (नबाबाची एक बायको) बरोबर आहे. मला स्वत:ची तीन मुलं आहेत. मग मी विचारलं, ही मुलं तुम्ही का ठेवून घेतलीत? तशी ती म्हणाली, त्या पाठीमागं काही पद्धत आहे, कारण आहे. आम्ही उगीच कुणालाही जवळ करत नाही. आम्ही कचरा घरात आणत नाही. आम्हांला जी मुलं आवडली, ती आम्ही ठेवून घेतो. ती आमच्या मुलांच्याबरोबर शिकत आहेत. त्यांना आम्ही शिकवणी लावली आहे. (या वेळी त्यांनी ती दोन मुलं माझ्यासमोर आणून उभी केली.) ती दोन मुलं आणि आमची मुलं एकत्र अभ्यास करत आहेत. आणि मी त्यांना इंग्लंडला पाठवणार आहे. कारण माझ्याजवळ पैसा आहे. ही मुलं इतकी

हुशार आहेत, की त्याचा परिणाम माझ्या मुलांवर झालेला आहे. आणि ज्या वेळी ते लग्न करतील त्या वेळी त्यांची मुलंसुद्धा खूप हुशार निघतील...

दमयंती आणि इतर सामाजिक कार्यकर्त्यांच्या बोलण्यावरून शीखांची आणि हिंदूची मुलं हुशार, बुद्धिमान असतात, हे तेव्हा सर्वमान्यच झालं होतं. आणि हे मत हिंदू आणि शीख यांच्या आर्थिक आणि बौद्धिक यशावर आधारलेलं होतं. आणि याची दुसरी बाजू (फार तर विरुद्ध बाजू म्हणू या) म्हणजे मुसलमान लोक. ते स्त्री-लंपट आणि दंगलखोर आहेत. आणि पुन्हा हिंदूंच्या बाबतीत सांगतात की, ते जरी शरीरानं कमकुवत असले, तरी ते बुद्धीनं चलाख, हुशार आहेत. आणि याच्या विरुद्ध मुसलमान. आता हिंदू आणि शीखांची मुलं केवळ बुद्धिमान म्हणून त्यांना उचलून न्यायचं, पळवून न्यायचं आणि त्यांचं पालनपोषण करायचं, म्हणजे इथं माणुसकीच्या ऐवजी व्यापारी वृत्तीच दिसून येते. आणि स्त्रियांचं काय? ही मुलं ज्या स्त्रियांच्या पोटी जन्माला आली, त्यांचं स्थान कुठं? का स्त्रिया म्हणजे कुण्या जाती-जमाती, पंथाच्या प्रतिष्ठेचं किंवा अप्रतिष्ठेचं ओझं वाहून नेणाऱ्याच का? आणि दुसऱ्या अर्थानं मुलांचंही तेच. कारण ही मुलं म्हणजे केवळ बुद्धिमत्ता आणि धूरार परिस्थितीचे वाहक. त्यांचं शरीर म्हणजे फक्त वाहन. म्हणजे जे लोक ठरावीक दिशेनंच नेहमी विचार करतात, ठोकताळे काढत राहतात, असे लोक यापुढंही स्त्रिया, मुलं यांचा अशाच पद्धतीनं विचार करीत राहणार.

आता काही प्रौढांना, फाळणीत जे लहान होते त्यांना, आपल्या त्या वेळच्या आठवणीविषयी बोलणं जड जात असेल, तर ते आपण थोडं मान्य करू. परंतु इतरही काही अशी माणसं असतात, ती त्यांना गप्प बसायला लावतात. कारण या 'प्रौढ' माणसांमध्ये एक कडवटपणा असतो, शिवाय त्यांना काही आठवेलच, असं सांगता येत नाही. कदाचित त्यांनी या लोकांना असंही सांगितलं असेल, की जे झालं, ते झालं किंवा अनायासे जे विसरलंय्, ते चांगलंच झालं. मागचं काही उकरून काढायचं नाही. तुम्ही गप्प बसा. जालंदरच्या गांधी वनिता आश्रमात मला एका यशस्वी महिला डॉक्टरची हकीकत ऐकायला मिळाली. आश्रमातल्या काही लोकांच्या सांगण्याप्रमाणे ती महिला डॉक्टर याच आश्रमात लहानची मोठी झाली. फाळणीमध्ये तिची आई विधवा झाली होती. आणि त्या वेळी ती आपल्या दोन मुलांना घेऊन या आश्रमात आली. दोन मुलं– म्हणजे एक मुलगा आणि एक मुलगी. त्या दोन्ही मुलांनी आपलं आयुष्य जवळ जवळ इथंच काढलं. परंतु ती मुलं इतरांपेक्षा वेगळ्या वर्गातली, थोडक्यात थोडी उच्चभ्रू वर्गातली असल्यामुळं त्या मुलांना आश्रमातले इतर फायदे मिळाले. मदत मिळाली. मला असं सांगण्यात आलं की, या आश्रमानं त्या दोन मुलांना शिक्षणासाठी मदत केली. त्यांतल्या त्यांत त्या

डॉक्टर झालेल्या मुलीला. त्या मुलीला मेडिकल कॉलेजच्या शिक्षणासाठी आश्रमानं बरीच मदत केली. इतर मदत तर केलीच. आता त्या मुलीनं लग्न केलं आहे आणि तिचा वैद्यकीय व्यवसायातही चांगलाच जम बसला आहे.

तेव्हा त्या मुलीनं मला काही सांगायचं कबूल केलं. खरं तर, तिला मागच्या आठवणी काढून काही सांगावं, असं वाटत नव्हतं. पण ती माझ्याशी बोलायला तयार झाली. त्याचबरोबर आपलं नाव कुठं जाहीर करायचं नाही, अशी अटसुद्धा तिनं घातली. त्याचं कारण म्हणजे, त्या डॉक्टरीण बाईच्या मुलांना आधीच्या गोष्टी काही माहीत नव्हत्या. त्याशिवाय आपल्या मुलांना मागचा इतिहास समजू नये, असंही तिला वाटत होतं. तिच्या सांगण्याप्रमाणे यात वावगं काहीच नव्हतं, कारण आतापर्यंतचं आयुष्य तिनं स्वत:च्या पायांवर उभं केलेलं होतं. ती जरी आपल्या आईला घेऊन त्या आश्रमात राहत होती, तरी आईनं आश्रमाकडून काहीही मदत घेतली नाही, असं ती सांगते. या डॉक्टरीणबाईची हकीकत इतरांपेक्षा वेगळी आहे, असं मला आश्रमातल्या अधिकारी वर्गानं सांगितलं. स्वत:बद्दल काहीही बोलण्याची तिला भीती वाटत होती. त्याचं कारण म्हणजे एक तर ती स्त्री आणि पुन्हा आश्रमात राहणारी. तिचे वडील सैन्य दलात होते. वडिलांच्या मृत्यूनंतर तिच्या आईचा पाकिस्तानातच राहण्याचा विचार होता. परंतु तिच्या आईला नातेवाइकांनी, पुरुष मंडळींनी काही सल्ला दिला आणि तिला पाकिस्तान सोडायला लावलं. तेव्हा डॉक्टरीणबाईची आई आश्रमात आली. पण ती केवळ आश्रमाच्या मदतीवर जगली नाही. तर तिला नवऱ्याची पेन्शन मिळत होती. अर्थात आश्रमाची मदत ही केवळ पैशाचीच नव्हता, तर राहायला जागा, काम, संरक्षण, शिवाय मुलांचं मोफत शिक्षण यांसारख्या सवलती तिला मिळत होत्या. परतुं त्या डॉक्टरीणबाईची त्याबद्दल काहीही बोलायची, सांगायची तयारी नव्हती. तिला आश्रमातल्या मुलासारखं राहायचं नव्हतं. म्हणून ती इतर मुलांपासून अलिप्त राहिली. त्या आश्रमातील बहुतेक मुलं ही अनौरस होती. म्हणजे अपहरण झालेल्या स्त्रियांची. तेव्हा त्या ज्या अपहृत स्त्रिया होत्या, त्यांच्यापासून तिची आईसुद्धा अलिप्त राहिली. तेव्हा डॉक्टरीणबाईच्या दृष्टीनं इतर मुलं ही बाटलेली होती.

भारतातील काही राज्यांनी (फाळणीसंबंधित) फाळणीनंतर अपहृत स्त्रिया आणि मुलांसाठी एक पुनर्वसन योजना आखली होती. अपहृत, विधवा, फाळणीची झळ लागलेल्या स्त्रियांची जबाबदारी काही राज्यांनी घेतली. मुलांसाठी बालकाश्रम, अनाथश्रम काढले होते. अशा फाळणीतून सहीसलामत राहिलेल्या अनाथ मुलांच्या शिक्षणाची सोयसुद्धा राज्यांनी केली होती. त्यांतलीच ती महिला डॉक्टर. तिला चांगलंच यश मिळालं होतं. म्हणून तिला मागच्या त्या कडवट आठवणी नको होत्या. तिच्या मनातही कडवटपणाची भावना होती. तिला इतर मुलांमध्ये मिळून-

मिसळून राहणं आवडत नव्हतं. कारण ती विशिष्ट वर्गातून आली होती. तिच्या आईनं आश्रमात येताना पाकिस्तानातून काहीही साधन-संपत्ती आणली नव्हती. अर्थातच डॉक्टरीणबाई स्वत:च्या पायांवर उभी होती. इतर अनेक पंजाबी लोकांप्रमाणे ती स्वत:ची प्रतिमा, प्रतिष्ठा जपत होती. तरीसुद्धा तिचं आश्रमात येणं, तिचं आश्रमातलं आयुष्य हे दृष्टी-आड करून चालणार नाही. ती फाळणीतलीच होती आणि तिच्या बालपणाला फाळणीची झळ लागली होती. जरी ती इतर मुलांसारखी नव्हती, ती पूर्णपणे अनाथ असहाय नव्हती, तरी ती एक फाळणीतील मुलगी, स्वकर्तृत्वावर आता मोठी झालेली. म्हणजे हजारो मुलांपैकीच ती डॉक्टरीण, कुलवंतसिंग, मुराद आणि त्रिलोकसिंग.

अपहृत स्त्रियांच्या मुलांच्या बाबतीत आता वेगळेच प्रश्न निर्माण झाले होते. १९५४ साली दोन्ही देशांनी म्हणजे भारत आणि पाकिस्तान यांनी एक मान्य केलं की, दोन्ही देशांनी ज्या स्त्रियांची मुक्तता केली असेल, त्या स्त्रियांना दुसऱ्या देशात जाण्याची सक्ती करू नये. याचा अर्थ असा की, भारतात पळवून आणलेल्या स्त्रीची मुक्तता केलेली असेल, तर तिला तू पुन्हा पाकिस्तानात जा, म्हणून तिच्यावर सक्ती करू नये. याचा अर्थ असा की या दोन्ही देशांनी आपला आधीचा निर्णय बदलला. आधीचा निर्णय होता तो असा, की अशा अपहृत स्त्रियांना काही जरी वाटलं, त्यांच्या भावना काही जरी असल्या, तरी त्यांनी आपापल्या धर्माप्रमाणे आपल्या देशात जावं, असंच नाही, तर त्यांनी तिथंच गेलं पाहिजे. त्याचं कारण म्हणजे कित्येक कुटुंबांनी आपापल्या स्त्रियांना म्हणजे मुलगी, पत्नी यांना आपल्या घरात घेण्याचं मान्य केलं होतं. पण अशा स्त्रियांच्या मुलांना घरात घेण्यास मात्र नकार दिला. आणि मुद्दा असा होता की, कित्येक स्त्रियांना अपहरणानंतर मुलं झाली होती आणि त्यांनी आपली मुलं इथंच सोडून आपल्या देशात जाण्यास नकार दिला. अर्थात त्यांच्या नकारामागं आणखीही काही कारणं होती. १९४९ साली या देशात 'अपहृत व्यक्ती मुक्तता आणि पुनर्वसन' हा जो कायदा झाला होता, त्याची म्हणजे अपहृत व्यक्तीची व्याख्या पुढीलप्रमाणे केली होती : 'सोळा वर्षांखालील मुलगा किंवा कोणत्याही वयाची स्त्री जर त्याच वेळी किंवा १ मार्चच्या आधी बेपत्ता झालेली असेल आणि १ जानेवारी, १९४९ रोजी किंवा त्या आधी तो किंवा ती घरातून निघून गेलेली असेल, आणि अशी व्यक्ती तो किंवा ती कुणाच्या आश्रयाला राहिलेली असेल, आणि त्यानंतर एखाद्या बाईला वर निर्देश केलेल्या तारखेनंतर मूल झालेलं असेल, आणि दुसऱ्या भाषेत सांगायचं झालं, तर कुठल्याही जमातीनं फाळणीच्या वेळी मूल उचलून नेलेलं असेल, किंवा त्यानंतरच्या वर्षात एखाद्या बाईचं अपहरण झालेलं असेल आणि तिला फाळणीनंतर मूल झालेलं असेल, अणि ती बाई किंवा ते मूल इतर धर्माच्या लोकांबरोबर राहत असेल किंवा तसे नजरेस आल्यास, तेही

अपहृत मूल समजावं. आता प्रश्न असा होता की जी मुलं अजून जन्माला यायची होती, त्यांचं काय करायचं? कारण ज्या स्त्रियांना मुक्त करून परत आणलं होतं, त्यांपैकी काही गरोदर होत्या. त्यातून एक मार्ग निघू शकला असता. तो म्हणजे गरोदर स्त्रियांना मूल जन्माला येईपर्यंत लोकांपासून दूर ठेवायचं आणि मूल जन्माला आलं, की त्या आईपासून दूर करायचं आणि त्याची दुसरी सोय करायची किंवा गरोदर राहून जास्त दिवस झाले नसतील, तर त्यांना गर्भपात करून घेण्यासाठी मदत करायची आणि या बाबतीत दमयंती सेहगल सांगतात की :–

> ज्या स्त्रियांना परत आणलं होतं, त्यांच्यासाठी आम्ही छावणी उघडली होती. अशा छावण्या एक होशियारपूरमध्ये होती आणि दुसरी जालंदरमध्ये. त्या मुली तरुण होत्या. साधारणपणे एक वर्षापासून आम्ही त्यांची सुटका करून त्यांना परत आणत होतो. त्यांच्यापैकी कित्येक जणींचे दिवस जवळ आले होते. बाळंत होण्याची शक्यता होती. आणि हा प्रश्न फार गंभीर होता. आम्ही काय करू शकणार होतो? आम्ही त्यांना विचारत होतो आणि त्या फारच करारीपणे उत्तर देत होत्या. (दमयंती यांना इथं गर्भपात म्हणायचं होतं. पण त्या शब्दाचा उल्लेख त्या करत नव्हत्या. त्या एवढंच म्हणत; ते करायलाच पाहिजे. एवढंच.) शेवटी त्या माता होत्या. त्यांनी नंतर मला सांगितलं की, आम्हांला ते करायचं नाही. त्या म्हणत की, आम्हांला मूल होऊ देत. त्यासाठीच तर सरकारनं बालकाश्रम काढला. लहान मुलांसाठी. (शारदा भवन, अलाहाबाद.) मुसलमान बापापासून झालेलं मूल नको... क्वचित एखादी बाई म्हणत असे की, मला हे मूल माझ्याबरोबर न्यायचं आहे परंतु ते मी, (मुलगा किंवा मुलगी) माझ्याबरोबर घेऊन जाऊ शकत नाही. प्रत्येक जण माझ्याकडं बघून थू, थू करील. मग इतर ज्या स्त्रिया गरोदर होत्या, त्यांना आम्ही विचारीत असू, तुम्हांला हे मूल बरोबर घेऊन जायचंय्? तुम्हांला तो दवाखाना माहीत आहे का कपूर दवाखाना, त्या दवाखान्यात आम्ही मुलींना 'सफाई' करून घेण्यासाठी पाठवत असू. अर्थात ज्यांची इच्छा असेल त्यांनाच.

दमयंतींच्या बहिणीनं, कमलानं या गोष्टीला पुष्टी दिली. 'तो सरकारी नियम होता.' ती म्हणाली.....

सरकार जवळ तो कार्यक्रम होता. पण गर्भपात बेकायदेशीर होता. तेव्हा मावशी त्यांना म्हणाली, (मावशी म्हणजे प्रेमावती थापर. ज्या स्त्रियांची मुक्तता, पुनर्वसन या कार्यक्रमाच्या प्रमुख अधिकारी होत्या.) हे फार क्रूर कर्म आहे. त्या मुली

फार नाराज आहेत. आणि मुलं जन्माला आली, तर त्या काय करणार आहेत? तेव्हा ती म्हणाली, मी काय करू शकते. तो कायदा आहे. आणि मग करोल बागेतल्या डॉक्टर कपूरला सांगितलं की, ही ऑपरेशन्स तू करशील, तर तुझा दवाखानाही चांगला चालेल, तुला पैसे मिळतील आणि या गरीब मुली पण संकटातून वाचतील. आणि मग सगळ्या मुलींना कपूरच्या दवाखान्यात पाठवलं. आणि कपूरनं हे बेकायदेशीर काम करून टाकलं. या कामाबद्दल तो जेलमध्ये पण गेला असता. त्यांच्यापैकी काही स्त्रिया अशाही होत्या, की त्यांनी गर्भमात करून घ्यायला नकार दिला. त्यांनी सांगितलं, की आम्हांला आमच्या तिकडंही कुणी नाही. आणि इकडंही कुणी आमचा स्वीकार करणार नाही. निदान मूल झालं, तर ते तरी आमचं होईल.

> काही स्त्रिया गर्भपात करून घेण्यास तयार झाल्या. (आणि मी खरंच याबाबतीत प्रत्येक सामाजिक कार्यकर्त्यांशी बोलले आणि या सामूहिक गर्भपाताविषयी खात्री करून घेतली... पण काहींनी सांगितलं की, 'त्या वेळी गर्भपात हा बेकायदेशीर होता.') तर गर्भपातास काही तयार झाल्या, काहींच्यावर दडपण आणून त्यांना गर्भपात करून घेण्यास प्रवृत्त केलं. काहींनी मुलांना जन्म दिला. शिवाय काही स्त्रियांना परत आणलं तेव्हा त्यांना आधीच मुलं झालेली होती. नंतर त्या स्त्रियांनी आपली मुलं अलाहाबादच्या बालकाश्रमाला दिली. कारण मुलांना बरोबर ठेवून घेणं इतकं सोपं नव्हतं. फार कठीण काम होतं ते आणि त्या स्त्रियांना आपल्या मुलांना कधी भेटावंसं वाटत होतं. पण नातेवाइकांचा विरोध असायचा. त्यांच्या नातेवाइकांना वाटायचं की, मुलांना चांगलं तैनातीत ठेवावं. त्यांची योग्य निगा राखावी आणि ती माणसं मुलाकडं अगदी आदरानं बघत. कारण नाही तरी त्यांना ती मुलं सोडूनच द्यावी लागणार होती. आणि हाच खरा प्रश्न होता. इथं प्रत्येक प्रकरण हे वेगळं होतं. 'मुलांच्या माता... आमच्याकडून परवानगी घेत आणि अलाहाबादला जात. तिथं त्या काय करीत होत्या, त्यांना काय वाटलं असेल, याबद्दल आम्हांला काहीच माहिती नव्हती. आम्ही त्यांना रेल्वेचं तिकीट काढून देत होतो. आणि जा, मुलांना भेटून या, म्हणून सांगत होतो. त्या मुलांचं कसलं नशीब, कुणास ठाऊक. त्यांच्या नशिबात पुढं काय लिहिलं आहे, माहीत नाही.'[४२]

आणि खरोखरच देशाची फाळणी झाली आणि त्या अराजकात हजारो लहान मुलं बेपत्ता झाली. अनेक दुःखद घटनांपैकी ही एक घटना. शोकांतिका. कमलाबेन

---

४२. दमयंती सेहगल : व्यक्तिगत घेतलेली मुलाखत.

पटेल यांच्या सांगण्याप्रमाणे बहुतेक स्त्रियांनी आपली त्या दृष्टीनं शारिरीक तपासणी करून घेण्याची तयारी दाखवली; परंतु पस्तिशीच्या पुढील स्त्रियांनी मात्र आपली तपासणी करून घेण्यास नकार दिला. कारण त्यांना याची लाज वाटत होती. त्यांच्या सांगण्याप्रमाणं त्यांच्या 'मूळ' घरी त्यांच्याविषयी एक प्रकारची प्रतिष्ठा निर्माण झाली होती. एक प्रतिमा तयार झाली होती. तेव्हा अशा परिस्थितीत गर्भपात करून घेतलेल्या अवस्थेत घरी जाण्यात त्यांना लाज वाटेल. त्याशिवाय त्यांना जी मुलं होती, त्या मुलांना सुद्धा घरी घेऊन जाण्याची त्यांची तयारी नव्हती. कारण त्यांना वाटत होतं की, आधीची जी मुलं आहेत त्या मुलांमध्ये काय भावना निर्माण होईल? या नवीन संबंधापासून निर्माण झालेल्या संततीबद्दल मुलांना काय स्पष्टीकरण द्यायचं? परंतु ज्या स्त्रिया पहिल्यांदाच गरोदर राहिल्या होत्या, त्यांना आपली मुलं, परत आपल्या मूळ घरी जाताना बरोबर घेऊन जायची होती. परंतु इथंही एक वेगळाचा प्रश्न निर्माण झाला होता. अशा स्त्रियांना खरोखरच मुलं घेऊन जाण्याची परवानगी द्यावी का? या बाबतीत कमलाबेन म्हणाल्या :-

> ज्या वेळी अशा स्त्रियांचे नातेवाईक त्यांना भेटायला आले, त्या वेळी स्त्रियांनी नातेवाइकांना भेटायला नकार दिला. त्यांना स्वत:चीच लाज वाटली. काही स्त्रिया तर रडल्या. त्यांना माहीत होतं की, आपल्याला घरी जाताना आपलं मूल बरोबर घेऊन जाता येणार नाही. कारण आपले आई-वडील या मुलाचा स्वीकार करणार नाहीत. त्यांना ते आवडणार नाही. आणि खरोखर काही स्त्रियांना हा कठोर निर्णय घ्यायचा होता. आपल्या मुलांना इथंच सोडून जावं, का आपणच इथं राहावं? अर्थात त्यांपैकी बऱ्याच स्त्रिया आपल्या घरी गेल्या. आपल्या मुलांना सोडून जाताना त्या रडल्या.

त्या मुलांचं पुढं काय झालं, हे विचारल्यावर कमलाबेन यांनी सांगितलं, की मुलांना आम्ही छोट्या छोट्या बास्केटमध्ये कसं ठेवलं, बास्केटमध्ये त्या मुलाविषयी संपूर्ण माहिती असलेली पत्रं कशी ठेवली व विमानानं सगळी मुलं कशी दिल्लीस पाठवली; त्यांनी वर्णन केलं :-

> त्या वेळी अमृतसर आणि दिल्ली अशी विमानसेवा होती. आम्ही त्या लोकांना आमची मुलं तुम्ही न्याल का, म्हणून विचारलं; त्यांनी ते कबूल केलं. मग आम्ही ती सर्व मुलं वेगवेगळ्या बास्केटमध्ये ठेवली. त्यांच्यासंबंधी माहिती असलेली पत्रं पाकिटातून घातली आणि ती पाकिटं प्रत्येक बास्केटमध्ये ठेवली. त्याचबरोबर त्यांचे कपडे आणि इतर वस्तू ठेवल्या. मग आम्ही ती बास्केटस हवाई सुंदरींच्या ताब्यात दिली. पुढं मग दिल्लीला आमचे कार्यकर्ते होतेच. ते कार्यकर्ते ती मुलं ताब्यात घेत आणि पुन्हा विमानानं ती

मुलं अलाहाबादला पाठवून देत. पुढं अलाहाबादचे कार्यकर्ते त्या मुलांना आधी दवाखान्यात घेऊन जात. अशा तऱ्हेनं आम्ही साधारण दोनशे मुलं पाठवून दिली.

पुढं मुलांना का पळवून नेलं. त्यांची सुटका का झाली नाही, या सर्व गोष्टींची चर्चा सुरू झाली. १९४८ साली मीर इनायतुल्लाखान यांनी भारतातील पाकिस्तानच्या उच्च आयुक्ताकडं एक विनंती अर्ज केला की, माझ्या मुलीला पळवून नेलं आहे. तेव्हा तिच्या सुटकेसाठी आपण मला मदत करावी. त्या वेळी अशी अनेक प्रकरणं झाल्यामुळं त्या लोकांना आपली मुलगी कुणी पळवून नेली आहे, याची कल्पना असायची. इनायतुल्लाहच्या अर्जाला प्रतिसाद म्हणून पाकिस्तानच्या उप-उच्चायुक्तांनी पूर्व पंजाबच्या चिटणीसांना पत्र पाठवलं. त्याचा मसुदा असा :

> १) मी आपणास आदरपूर्वक कळवतो की, मीर इनायतुल्ला खान यांनी मला पत्राद्वारे कळविले आहे की, त्यांची तेरा वर्षांची मुलगी रझिया बेगम हिला फावासिंग या माणसाने ठेवून घेतली आहे. त्याचा पत्ता असा... फावासिंग, वडिलांचं नाव जेबासिंग, गाव : भोमा, पी एस मजिथिया, जि. अमृतसर. इनायतुल्लाह यांच्या पत्राला उत्तर म्हणून भारताच्या सैन्य दलाच्या अधिकाऱ्यांनी कळविलं की, त्यांची मुलगी आपल्या नवऱ्याला सोडायला तयार नाही. आणि आपणांस माहीत आहेच की ६ डिसेंबर, १९४७ रोजी झालेल्या दोन्ही देशांच्या परिषदेत हा एक निर्णय घेतला आहे की, १ मार्च, १९४७ नंतर अपहृत व्यक्तीनं केलेल्या धर्मांतराला किंवा लग्नाला कायदेशीर मान्यता मिळणार नाही. आणि अशा सगळ्या व्यक्तींना त्यांच्या संबंधित राज्याला परत पाठवलंच पाहिजे. आणि ज्या व्यक्तींना परत पाठवायचं आहे, त्यांच्या मताचा, इच्छेचा इथं विचार केला जाणार नाही.
>
> २) तेव्हा आपण जर या मुलीच्या सुटकेची, तिला परत आणण्याची व्यवस्था कराल, तर मी आपला आभारी होईन. तिला सोडवून आणल्यानंतर तिला पुन्हा तिच्या वडिलांच्या घरी, लाहोरला पाठविण्याची सोय करता येईल.[४३] या पत्रासोबत तिची सर्व माहिती कळवीत आहोत.

आता इथं परिस्थिती कशी झाली, तर फाळणीनंतर एक तेरा वर्षांची मुलगी भारत सरकारनं एक लहान 'मूल' म्हणून जिची नोंद केली, अपहृत व्यक्तींच्या यादीत 'मूल' म्हणून तिचं नाव घातलं, आणि अशी मुलगी एकदम 'स्वत:चा निर्णय' घेण्यास कशी पात्र ठरली? एक लहान मुलगी ती स्वत:चा नवरा पसंत

---

४३. डॉन : १२ मे, १९४८

करते आणि लग्न करून मोकळी होते? आणि तेही आई-वडिलांना न विचारता? हे कसं काय?

फाळणीमधली मुलं आता दुसऱ्या एका अडचणीत सापडली होती. त्यांचं एक वेगळंच वर्गीकरण झालं होतं. ते म्हणजे, 'अपहरणानंतरची मुलं' १ जानेवारी, १९५४ ते ३० सप्टेंबर, १९५७ या कालावधीत अनेक मुस्लिम स्त्रियांची सुटका करून त्यांना परत आपल्या घरी म्हणजे पाकिस्तानात पाठवलं. त्या वेळी पाकिस्तानात जाताना जवळ जवळ ८६० मुलांना मुस्लिम स्त्रियांनी भारतातच सोडून दिलं होतं. आणि ४१० मुलांना त्या आपल्याबरोबर घेऊन गेल्या. आणि याउलट १९५२ सालची जर आकडेवारी बघितली, तर ज्या हिंदू आणि शीख स्त्रियांना पाकिस्तानातून परत आणलं, त्या स्त्रियांनी भारतात येताना १०२ मुलांना आपल्याबरोबर आणलं. अर्थातच मुलांना जन्म पाकिस्तानातच झाला होता. अर्थातच ही मुलांची संख्या म्हणजे तशी नगण्यच होती. तेव्हा आता तिथं नियमाप्रमाणे मुलांचे दोन भाग पडले होते. 'अपहरणानंतरची मुलं' हे ओघानं आलंच. १) ज्या मुस्लिम स्त्रियांना भारतात पळवून आणलं होतं आणि त्या स्त्रियांच्या पोटी जी मुलं इथं जन्माला आली, २) ज्या हिंदू आणि शीख स्त्रियांना पाकिस्तानात पळवून नेलं होतं अणि नंतर त्यांना भारतात परत आणलं, त्या स्त्रियांची पाकिस्तानात जन्मलेली मुलं म्हणजे दोन प्रकार. या दोन्ही देशांत जन्मलेली मुलं म्हणजे संमिश्र रक्ताची मुलं. मग प्रश्न असा आला, की ही मुलं कुणाची? त्यांचा धर्म, देश कुठला? प्रश्न एवढ्यावरच सुटणारा नव्हता. भारत आणि पाकिस्तान या दोन देशांत जो करार झाला होता (आणि कायदाही झाला), त्या वेळी एक तारीख नक्की केली. १ मार्च, १९४७ ही शेवटची मुदत. अर्थात तारीख ठरविण्यावर बरीच चर्चा झाली. मार्च महिनाच निश्चित करण्याचं कारण म्हणजे, त्याच महिन्यात पंजाबमध्ये दंगलीला सुरुवात झाली. कुठलेही स्त्री-पुरुष संबंध (अनैतिक) लग्नं, धर्मांतरं १ मार्च, १९४७ नंतर झाली असतील, तर अशा धर्मांतराला, लग्नाला, कायदेशीर मान्यता मिळणार नाही. अशा धर्मांतराला किंवा लग्नाला स्वखुशीनं झालेले धर्मांतर किंवा लग्न समजण्यात येणार नाही. म्हणजे ज्या दोन जमातींच्या संयोगातून ती मुलं जन्माला आली, ती अडचणीतच आली. मग या मुलांच्या जन्माची कायदेशीर तारीख कुठली धरायची? समजा, एखादं मूल भिन्न जमातीच्या आईवडिलांपासून जून किंवा जुलै १९४७ मध्ये जन्माला आलं, तर त्याच्या जन्माची कायदेशीर तारीख आणि महिना कुठला? १ मार्च, १९४७ च्या आधीची तारीख धरायची का? म्हणजे मुलगा किंवा मुलगी धड कायदेशीरही नाही आणि बेकायदेशीरही नाही. म्हणजे ही मुलं अधांतरीच आणि

समजा, एखाद्या बाईचं अपहरण झालेलं असेल आणि त्या आधीच ती गरोदर असेल, म्हणजे तिच्या पोटातला गर्भ हा कायदेशीर असेल आणि त्या मुलाचा जन्म जर ठरवून दिलेल्या तारखेनंतर झाला असेल, तर ते मूल बेकायदेशीर ठरणार आणि हा संदर्भ लक्षात घेतला, तर ते मूल कुणाचं ठरवायचं, हा प्रश्न आलाच. आईचं का मूळ वडिलांचं? म्हणजे अपहरण होण्याआधी ज्या नवऱ्यापासून तिचा गर्भ राहिला. त्या नवऱ्याचं ते मूल समजायचं, का जन्म दिलेल्या आईचं? आणि मग अशा मुलाला किंवा मुलीला कुठं पाठवायचं, आईच्या देशात, का वडिलांच्या देशात? मग त्या मुलाची जन्मभूमी कोणती? आणि लोकसभेत ज्या वेळी याच प्रश्नावर चर्चा चालू झाली, त्या वेळी एका सभासदानं विचारलं की, एखादं मूल मुसलमान आईच्या पोटी जन्माला आलं असेल, आणि त्या मुलाचे वडील जर हिंदू असतील, तर त्यात बिघडलं कुठं? ही चर्चा अशा विवादास्पद जन्मलेल्या मुलांच्या बाबतीत झाली होती. त्याचं भवितव्य लोकसभेत ठरणार होतं. त्या सभासदाला याची खात्री पाहिजे होती की, अशी मुलं किंवा मुली पाकिस्तानात पाठवल्यानंतर त्यांना काफिर म्हणून जगण्याची पाळी येऊ नये, म्हणजे नास्तिक, इस्लामविरोधी म्हणून. तो सभासद म्हणाला की, 'आपण या प्रश्नाकडं अपहृत स्त्रियांच्या दृष्टिकोनातून पाहू. या स्त्रियांची मुलं त्यांच्या दृष्टिनं त्यांच्या 'मानहानीची' विषय झालेली आहेत. म्हणून अशा स्त्रिया एक दोन वर्षांपासून सर्वांच्या चर्चेचा विषय झालेल्या आहेत. आणि आपण जर अशा स्त्रियांच्या दृष्टिकोनातून बघितलं, तर त्यांना ही मुलं जन्माला यायला नको होती. आणि एखादी बाई जर आपल्या मुलांना घेऊन पाकिस्तानात गेली, तर आपल्याला अशी खात्री पाहिजे की, त्या मुलांची तिकडं हेटाळणी होणार नाही. नाहीतर ती मुलं आपल्या कुटुंबातली नाहीत, ती त्यांच्या आईच्या मूळ कुटुंबातली आहेत. अशी भावना कुणाची होऊ नये. शिवाय त्यांना तिकडं वाईट वागणूक मिळणार नाही, याचीही आपल्याला खात्री पाहिजे. नाहीतर या सर्वांचा असा वाईट परिणाम होईल, की ती मुलं कुठं अनाथाश्रमात पाठवली जातील आणि तशी शक्यता आपण नाकारून चालणार नाही.' मग अध्यक्षांनी पुन्हा या प्रश्नावर आपलं वेगळं मत कसं दिलं? त्यांचा सल्ला असा होता की, 'अशी मुलं भारतातच पुन्हा का ठेवून घ्यायची? कारण त्यांचे वडील जर आपण होऊन मुलांची मागणी करत असतील तर? *'जरी वडिलांची पूर्वीची वागणूक काही असली, तरी'* ते स्वत: आपल्या मुलाला सांभाळण्यास तयार असतील, पालनपोषण करून त्याच्या प्रगतीकडं लक्ष देणार असतील, तर?'[४४]

म्हणजे तो जो पिता असेल, त्यानं स्त्रिया पळवलेल्या असल्या, तरी

---

४४. लोकसभेतील चर्चा १९४९. भाषणातील हे उतारे आहे तसेच घेतलेले आहेत.

चालतील, असा अर्थ इथं ध्वनित होतो. आणि अशा पित्यानं आपल्या मुलावर सांगितलेला हक्क जास्त महत्त्वाचा. आणि असेच विचार लाहोरच्या परिषदेमध्ये मांडले गेले. 'अपहरणानंतर जन्मलेल्या' मुलांच्या भवितव्याविषयी चर्चा करण्यासाठी कार्यकर्त्यांची एक परिषद लाहोरमध्ये भरली होती. त्या परिषदेत अनेक सामाजिक कार्यकर्त्यांनी आपलं असं मत व्यक्त केलं की, पाकिस्तानात जन्मलेल्या मुलांना (अपहरण केलेल्या स्त्रियांची मुलं) त्यांच्या वडिलांजवळच राहू द्यावं. त्या मुलांना भारतात आणण्याची परवानगी देऊ नये. कारण त्या मुलांना भारतात आणल्यास त्यांना बालकाश्रमात किंवा अनाथश्रमात राहावं लागेल. कारण आपल्या समाजाला त्यांची बाधा होईल. समाज बाटेल, त्यांच्यामुळं आपल्या समाज अपवित्र होईल, या भीतीने शीख आणि हिंदू समाज त्या मुलांना आपल्यांत सामावून घेणार नाही. परंतु यालाही काही कार्यकर्त्यांनी विरोध केला. त्यांनी सांगितलं की, स्त्रियांना आपल्याबरोबर मुलांना भारतात नेण्यास परवानगी द्यावी. मुख्य म्हणजे, ज्या दोन महत्त्वाच्या स्त्री-कार्यकर्त्या या कामात गुंतल्या होत्या, त्यांच्यांतच या बाबतीत मतभेद होते. त्या म्हणजे रामेश्वरी नेहरू आणि मृदुला साराभाई. रामेश्वरी नेहरू या स्त्रियांच्या बाबतीत जास्त कनवाळू होत्या. यावर बरीच चर्चा झाल्यानंतर तडजोड अशी झाली की, त्या स्त्रियांनी भारतात येताना आपल्या मुलांना घेऊन यावं, आणि साधारण पंधरा एक दिवसांनी अशा मुलांना आपल्या जवळ ठेवून घ्यायचं, की नाही, याचा निर्णय त्यांनी घ्यावा. पंधरा दिवसांत त्या काही तरी निर्णय घेऊ शकतील. तरीसुद्धा प्रश्न अधांतरीच राहतो. समजा, एखाद्या बाईनं ठरवलं की, आपल्या मुलीला/मुलाला जवळ ठेवून घ्यायचं नाही, मग अशा मुलांचं काय करायचं? अशा मुलांना परत पाकिस्तानात पाठवायचं का? आणि पाकिस्तानातले सामाजिक कार्यकर्ते आणि पोलिस त्या मुलांना त्यांच्या वडिलांच्याकडं पुन्हा सुपूर्द करू शकतील का? आणि मुलांच्या वडिलांचा पत्ता शोधून काढणं तरी शक्य होईल का? आणि संबंधित पित्यानं मुलाला परत घेण्यास नकार दिला, तर... म्हणजे हे सगळं संशयास्पदच. आणि मुलाला त्याच्या पित्यानं नाहीच स्वीकारलं, तर पुढं त्या मुलाचं करायचं काय? त्याची जबाबदारी कोण घेणार? आणि खरा प्रकार जो घडला, तो म्हणजे अनेक स्त्रियांना आपल्या मुलांना मागं ठेवूनच परत यावं लागलं. म्हणूनच अशा स्त्रियांना पुन्हा आपल्या घरात सहज प्रवेश मिळाला. आणि नंतर त्या मुलांची पाकिस्तानातील अनाथाश्रमात रवानगी झाली असण्याची शक्यताच जास्त. कमला बेनच्याच शब्दांत सांगायचं तर :-

> सरकारनं एक वटहुकूमच काढला की, ज्या स्त्रियांनी आपल्या मुलाला पाकिस्तानात जन्म दिला असेल, तर त्यांनी ती मुलं पाकिस्तानच

सोडून द्यावीत आणि जी मुलं भारतात जन्मली असतील, तर अशी मुलं भारतातच ठेवावीत आणि याबाबतीत चर्चा करण्यासाठी लाहोरमध्ये एक परिषद बोलावली होती; परंतु मी हजर राहण्यास नकार दिला. मी मृदुलाबेनला सांगितलं की, मी परिषदेस येणार नाही. कारण मी जर आले, तर मला जे काही वाटतं, ते सांगणं भाग पडेल. मी त्यांना सांगितलं की, अशी कुठली आई असेल की, जिनं आत्तापर्यंत यातना भोगल्या आहेत, आणि मूल झाल्यावर शेवटी तिला तुम्ही सांगणार की, तू जाऊ शकतेस, पण मुलाला तू इथं ठेवलंच पाहिजे; पण अशी बाई मुलाला सोडून कशी जाईल? तिच्या काही भावना आहेत, का नाहीत? 'मला जे काही सांगायचं, ते' त्या म्हणाल्या, 'की आईला आपल्या मुलापासून कधीच दूर करू नये.' स्त्रियांना आपल्या मुलांसंबंधी 'अधिकार' दिले आहेत. म्हणजे वाटलं, तर त्यांनी आपल्या मुलाला बरोबर न्यावं किंवा इथंच (आपल्या मागं) सोडून द्यावं. म्हणजे हा एक क्वचित दिलेला अधिकार होता.

तरीसुद्धा त्या स्त्रियांना आपल्या देशात जाताना मुलांना छावणीतच सोडून द्यावं लागलं. म्हणजे एक प्रकारे सक्तीच केली होती आणि अशीच भावना स्त्रियांची झाली होती. 'आणि आपल्या मुलाला मागं ठेवून मूळ घरी जाताना प्रत्येक बाई रडली.' कमला बेन म्हणाल्या, 'प्रत्येक बाईनं छावणीतल्या अधिकारी वर्गाला सांगितलं, की माझ्या मुलाला जपा. त्याची पत्रानं खुशाली कळवा. परंतु अधिकाऱ्यांनी दिलेली ती प्रेमळ आश्वासनं तेवढ्यापुरतीच होती. प्रत्येकीनं आपलं मूल मागं ठेवून दिलं आणि पुढं त्या मुलाचं काय झालं, हा एक वेगळाच भाग आहे.'

लोकसभेत 'अपहृत व्यक्तीची सुटका आणि पुनर्वसन' कायदा या चर्चेत अपहरण झाल्यानंतर मुलं या विषयाला जास्त प्राधान्य देण्यात आलं. कारण या विधेयकावर, कायद्यावर चर्चा चालू असताना मुस्लिम स्त्रियांचाच विषय पुढं आला होता. आणि भारतात जन्माला आलेली त्यांची मुलं पाकिस्तानात पाठवावीत, का भारतातच त्यांना ठेवून घ्यावं, हाच एक प्रश्न होता. आणि यांतील काही भागावर लाहोरच्या परिषदेत चर्चा झाली होती. सरदार हुकुमसिंग यांनी मुद्दा विचारात घेतला, तो असा, की, मुलांच्या बाबतीत आई ही फार महत्त्वाची आणि जवळची आहे. 'तिथं अशी प्रकरणं असतील.' की; ते म्हणाले, 'एखाद्या आईला आपलं मूल पाकिस्तानात न्यायचं नसेल. आणि त्या मुलाच्या किंवा मुलीच्या वडिलांना मूल आपल्याकडंच राहावं, असं वाटत असेल, तर आपण त्याकडं

मानवी दृष्टिकोनातून बघितलं पाहिजे.' लोकसभेतील इतर सभासदांच्या मताप्रमाणेच हुकूमसिंग यांचं मत होतं. त्यामध्ये मानवी हितच लक्षात घेतलं होतं. जर एखादं मूल इकडं बेकायदेशीर ठरणार असेल, तर दुसरीकडं ते बेकायदेशीरच ठरणार आणि असं मूल आपल्याबरोबर तिकडं घेऊन जाणं हे स्त्रियांच्या बाबतीत लज्जास्पदच होतं. अशी मुलं जर तिकडं स्त्रिया घेऊन गेल्या, तर *'अशा मुलांना ठार मारलं जाईल, नाही तर त्यांना कुठं नाहीसं तरी केलं जाईल.'* हा मुद्दा लक्षात घेऊनच त्यांनी, मी मानवी हिताचा मुद्दा लक्षात घेऊन बोलतो आहे, असं म्हटलं होतं. त्यांच्या बोलण्याचा अर्थच असा होता की, जो कुणी मुलगा असेल किंवा मुलगी असेल, त्यांना भारतातच ठेवावं. एकूण काय, तर मुलांना पाकिस्तानात पाठविण्यास त्यांचा विरोध होता. आणि त्यामागची विचारसरणी अशी होती की, या मुलांचं पालन-पोषण त्यांचे 'निसर्गदत्त' पालकच करतील. आणि या विचाराला लोकसभेच्या इतर सभासदांनीही पाठिंबा दिला. सभासदांनी विचारलं की, पालकत्त्वाचा जो कायदा आहे, त्यातील तरतुदींचा सरकारनं विचार केला आहे काय? जो कायदा या देशात लागू आहे आणि त्या कायद्याप्रमाणे पालक म्हणून मुलांच्यावर वडिलांचा संपूर्ण अधिकार आहे.

आता सरकारपुढं वेगळाच प्रश्न निर्माण झाला होता. अपहृत स्त्रियांना परत आणण्यात सामाजिक कार्यकर्त्यांपुढं अडचणी निर्माण झाल्या होत्या. या स्त्रिया आपली मुलं मागं ठेवून जायला तयार नव्हत्या. तेव्हा संबधित मंत्री 'अपहृत व्यक्ती' याची व्याख्या विस्तृत कशी करता येईल, याचा विचार करत होते. 'अपहृत व्यक्ती' या व्याख्येत मुलांचाही समावेश करायचा, तो असा 'कुठलाही सोळा वर्षांखालील मुलगा' म्हणजे ही व्याख्या विस्तृत केल्यास दोन्ही देशांत झालेल्या करारानुसार स्त्रियांच्याबरोबर मुलांनाही परत आणता येईल. मग मंत्र्यांना विचारण्यात आलं, की 'भूमीचा' कायदा आणि 'पालकत्वाचा' कायदा यांकडं दुर्लक्ष होणार काय? ज्याच्यामध्ये वडिलांना अधिकार दिले आहेत? नंतर दुसऱ्या एका सभासदानं वेगळीच सूचना मांडली. ती म्हणजे मूल बेकायदेशीर, अनौरस वगैरे जरी असलं, तरी संबंधित स्त्रियांना आपली मुलं आपल्याजवळ ठेवण्यास परवानगी द्यावी. आणि मूल जर कायदेशीर असेल, तर अशा मुलांच्यावर वडिलांचा संपूर्ण अधिकार असला पाहिजे. आणि दुसऱ्या एका सभासदानं वेगळीच सूचना मांडली. ती म्हणजे, या मुलांना 'युद्धातील बाळे' म्हणून वेगळी संज्ञा द्यावी. आणि वडिलांच्यावर संपूर्ण जबाबदारी टाकावी. याला काही हरकत आहे का? परंतु प्रश्न असा निर्माण होतो की, मुलांचे वडील आहेत कुठं? परंतु या वडिलांच्या संपूर्ण अधिकारावर प्रत्येक सभासदानं काही विचार व्यक्त केले नाहीत. तेव्हा रेल्वे आणि वाहतूक मंत्री गोपल स्वामी अयंगार म्हणाले की,

पालकत्वाच्या कायद्याविषयी मला काही माहिती नाही. तुम्ही मुलांचा कसा विचार करता, यावर सर्व अवलंबून आहे. मूल कायदेशीर असो किंवा बेकायदेशीर असो, जन्मल्यापासून त्याचा विचार करता, मला असं वाटतं, की आधी आईच्या ताब्यात ते मूल दिलं पाहिजे. प्राधान्य तिला दिलं पाहिजे. मुलाची काळजी ती खरी घेणारी आहे. आणि ती जर मुलाचा ताबा घेण्यास तयार नसेल, तर तिनं तो निर्णय नक्कीच विचारपूर्वक घेतला असला पाहिजे. पुढील भविष्याचा तिनं काही तरी विचार केला असला पाहिजे.

मंत्र्यांनी आपल्या इच्छेनुसार 'अपहृत व्यक्ती'ची व्याख्या विस्तृत करण्याचा जरी निर्णय घेतला, तरी लोकसभेत याला प्रत्येक सभासदाचा पाठिंबा होताच, असे नाही. उत्तर प्रदेशातील खासदार पंडित हृदयनाथ कुंझरू यांनी अशी सूचना केली की, अपहृत या व्याख्येत मुलांना बसवू नये आणि दुसरं म्हणजे, ज्या माणसानं एका बाईला पळवलं आहे, तो माणूस या दुसऱ्या जातीतील संततीचा पिता म्हणून दावा करू शकतो का? 'आणि हे खरं आहे, महाराज,' ते म्हणाले, 'की, बाईचं अपहरण करणाऱ्या माणसाच्या वर्तनाची कुणी गय करणार नाही. अशा अश्लाघ्य वर्तनाबद्दल तो नक्कीच दोषी आहे. आणि त्यानं आपल्या देशालाही काळिमा फासला आहे. तरीसुद्धा आपण या प्रश्नाकडं 'अपहृत स्त्री'च्या दृष्टिकोनातून बघितलं पाहिजे.' 'या स्त्रियांची मुलं त्यांच्या दृष्टिनं मानहानीचा विषय झालेली आहेत. आणि एक-दोन वर्षांपासून त्या स्त्रियासुद्धा एक चर्चेचा विषय झालेल्या आहेत. आणि आपण जर त्यांच्या दृष्टिकोनातून बघितलं, तर त्यांना नको असलेली ही मुलं आहेत. आणि कुणी एखादी बाई आपल्या मुलांना घेऊन पाकिस्तानात गेली तर, आपल्याला अशी खात्री पाहिजे की, ती मुलं आपल्या कुटुंबातली नाहीत, ती आपल्या आईच्या कुटुंबातली आहेत, असं कुणी समजणार नाही. त्याशिवाय त्यांना तिकडं वाईट वागणूक मिळणार नाही, हे सुद्धा आपण बघितलं पाहिजे. या शक्यता गृहीत धरल्या, तर ती मुलं अनाथाश्रमात पाठवली जातील.'

या ठरावाला इतरांनीही पाठिंबा दिला. उदाहरण द्यायचं झालं, तर पंडित ठाकुरदास भार्गवांनी अगदी आग्रहानं सांगितलं की, मुलांना परत भारतातच ठेवलं पाहिजे. कारण 'ती सगळी मुलं या भारताताच जन्माला आली असल्यामुळं ते भारताचेच नागरिक आहेत.' ते पुढं म्हणाले की, 'समजा, एका हिंदू पुरुषानं मुस्लिम महिलेशी लग्न केलं, तर त्यांच्या मुलांचा पालक कोण असेल? आणि जर हिंदू पित्यापासून झालेलं मूल त्या मुसलमान बाईला, म्हणजे आईला, पाकिस्तानात न्यायचं असेल, तर ते मूल पाकिस्तानात बेकायदेशीर, अनौरस समजलं जाईल आणि मग एक तर त्या मुलाचा तिकडं छळ तरी होईल किंवा

त्याला मारून तरी टाकलं जाईल. 'कारण वटहुकूमच तसा काढलाय्, की अशा मुलांना पाकिस्तानात पाठवून द्यावं. आणि मुलांना तिकडं का पाठवलं पाहिजे, याला कारण काहीच नाही. त्याऐवजी एखाद्या पित्यानं अगदी कळकळीनं सांगितलं की, मी त्या मुलाची इथंच योग्य ती काळजी घेईन आणि त्याचं पालनपोषण करून त्याला मोठा करीन तर?' ते म्हणाले; 'मग मला समजत नाही की, एखाद्या अधिकृत खात्यातर्फे ते मूल पाकिस्तानाच्या ताब्यात का द्यायचं?' अशी अनेक मतांतरं झाली. परंतु या विषयावर मत मांडताना प्रत्येकाचाच सूर सारखाच होता, असं नाही. बिहारचे श्री वृजेश्वर प्रसाद यांचं मत वेगळंच होतं. ते म्हणाले की, या मुलांना भारतात न ठेवण्यामागं माझी भूमिका अशी आहे की, हिंदू समाज हा मुसलमान समाजपासून फार वेगळा आहे, आणि 'कायद्याच्या दृष्टिनं ही मुलं अनौरस, बेकायदेशीर' असल्यामुळं या मुलांना भारतात ठेवलं, तर त्यांचं जिणं 'कुत्र्यासारखं' होईल.

आता मुद्दा असा आहे की, मुसलमान आई आणि हिंदू पित्यापासून झालेली ही मुलं भारताचे नागरिक कसे होऊ शकतात? आणि लोकसभेच्या ज्या सभासदांनी या मुलांना आपल्या निसर्गदत्त पण बाई पळवणाऱ्या पित्याकडंच ठेवावं, असे विचार मांडले, त्यांनी हे विचार मांडताना नागरिकत्वाचा विचार केला होता का? आणि मग जर आई हिंदू असेल आणि वडील मुसलमान असतील, तर त्यांच्या मुलांना सुद्धा हाच निकष लावला जाणार का? आणि नागरिकत्व हे कोणत्या आधारावर दिलं जातं? त्याचे नियम काय आहेत? मुलांना जे नागरिकत्व बहाल केलं जातं, ते आईच्या का वडिलांच्या राष्ट्रीय तत्त्वावर, का धर्मावर? या नव्यानं स्वतंत्र झालेल्या आणि स्वत्वाची जाणीव झालेल्या याच देशात नागरिकत्वाचा प्रश्न तसा वादग्रस्त आणि गोंधळाचाच झाला होता. एक नक्की असं धोरण नव्हतं. सगळा अनागोंदी कारभार झाला होता. फाळणीनंतर या देशात लाखो निर्वासित आले. अर्थातच त्यांची सगळी जबाबदारी ही सरकारवरच होती. त्यांच्यासाठी सरकारनं काही योजना आखल्या. त्या पालकत्वाच्या भूमिकेतून. सरकारनं निर्वासितांच्यासाठी ज्या योजना आखल्या, त्या म्हणजे निर्वासितांना नुकसान-भरपाई देणं, त्यांच्या स्वास्थ्यासाठी, स्थैर्यासाठी कल्याणकारी योजना आखणं, आणि मुख्य म्हणजे त्यांचं पुनर्वसन करणं. तेव्हा पुनर्वसनाची ज्यांना गरज होती, त्यांनी सरकारची मदत घेतली. आता जे पंजाबी निर्वासित होते, त्यांनी आपला स्वावलंबनाचा मार्ग पत्करला. त्यांनी स्वाभिमानानं सरकारची मदत नाकारली. त्यांचा या सरकारच्या मेहरबानीला, खरा तर, विरोधच होता. हे पुरुषांच्या बाबतीत झालं. स्त्रियांचं काय? एक नागरिक म्हणून स्त्रियांची एक वेगळीच कथा होती. आता इथं पं. हृदयनाथ कुंझरू यांच्या

मताप्रमाणे हिंदू पिता आणि मुसलमान माता यांच्यापासून झालेली मुलं, वडिलांच्या मागणीप्रमाणे त्यांच्या ताब्यात द्यायची आणि मुलांना या देशाचं नागरिकत्त्व द्यायचं, म्हणजे सरळ सरळ एखाद्या पित्याचे अपराध सरकारनं पोटात घालायचे. एक तर त्यानं बाई पळवून या देशातल्या कायद्याचं उल्लंघन केलेलं असतं तेव्हा असे लोक देशाचे नागरिक कसे होऊ शकतात? म्हणजे ज्या हिंदूंनी, शीखांनी देशाचा कायदा पाळला नाही, म्हणजे ज्यांनी स्त्रियांचं अपहरण केलं, ते दोन्ही समाजांतले असे पुरुष आणि त्यांची मुलं या देशाचे नागरिक म्हणून समजले जातात, त्यांना नागरिकत्व मिळू शकतं. मग हिंदू आणि शीख स्त्रियांच्या बाबतीत काय? त्यांच्या बाबतीत असा विचारच केला नाही. म्हणजे इथं स्त्रियांना सरळ सरळ वेगळा न्याय दिला. स्त्रियांची मुक्तता करवून त्यांना या देशात आणलं, त्यांचं पुनवर्सन झालं, त्या माता आहेत, शिवाय या देशाच्या नागरिक आहेत. पण त्यांना मात्र आपल्या मुलांच्या बाबतीत निर्णय घ्यायचा अधिकार नाही. घरी जाताना आपली मुलं बरोबर न्यायची, का इथंच ठेवायची, हे त्यांनी ठरवायचं नाही. त्याशिवाय अशा मुलांच्या नागरिकत्वाचा प्रश्न पुन्हा अधांतरीच राहतो. कारण ही मुलं दोन्ही जमातींपासून जन्माला आलेली, म्हणजे इथं पुन्हा दुसरी गुंतागुंत निर्माण झालेली. पण जिथं अशा हिंदू आणि शीख स्त्रियांनाच नागरिक म्हणून काही अधिकार नाहीत, त्यांना तसं स्थानच नाही, तेव्हा मुलांचंही भवितव्य तसंच अधांतरी राहणार आणि याच संदर्भात दुसरा एक मुद्दा विचार करण्यासारखा आहे तो म्हणजे सुरुवातीपासूनच म्हणजे अपहृत स्त्रियांची मुक्तता करणं, त्यांचं पुनर्वसन करणं ही कामं दोन्ही देशात सुरू झाली, तेव्हापासून अपहृत स्त्रियांची ओळख ही त्यांच्या धर्मावरून होऊ लागली. म्हणजे 'ही मुसलमान, ती हिंदू...' स्त्रियांचं राष्ट्रीयत्व कोणतं, त्यांचा देश कोणता, पाकिस्तान, का भारत, याचा विचारच कुणाच्या मनात यायचा नाही. आणि नंतरही त्यांची ओळख धर्मावरूनच केली जात होती. अजूनही तसंच. त्यामुळंच अप्रत्यक्षपणे त्यांच्या नागरी हक्कांवरच गदा आली. त्यांना हक्कच राहिला नाही. त्यांनी कुठं जावं, कुठं राहावं, याचा अधिकार अपहृत स्त्रियांना नव्हता आणि विशेष म्हणजे, त्यांना तक्रार करायलाही कुठं जागा नव्हती. कायद्याचाही आधार नाही. काही खास प्रकरणाचा निवाडा करण्यासाठी एक न्यायालय होतं, तेवढंच. तेव्हा त्यांच्या मुलांचं काय करावं, त्यांचं भवितव्य ठरविण्याचा अधिकार त्या स्त्रियांना नव्हता. याचा अर्थ स्पष्ट आहे की, निदान त्या वेळी तरी राष्ट्रीयत्वाची संकल्पना ही लिंगभेदविरहित नव्हती. तेव्हा या विवादास्पद परिस्थितीत 'अपहृत व्यक्ती मुक्तता आणि पुनर्वसन' या कायद्याच्या व्याख्येत विवादास्पद मुलांचा अंतर्भाव करावा, ही जी मागणी लोकसभेत काही सभासदांनी केली होती, ती महत्त्वाची

होती. त्या कायद्यान्वये अपहृत व्यक्ती कुणाला समजावं तर '... सोळा वर्षांखालील मुलं (पुरुष) आणि स्त्रिया कोणत्याही वयाच्या...' म्हणजे इथं अपहृत स्त्रियांचं वय काहीही असलं, तरी ती अपहृत स्त्री होऊ शकते. परंतु पुरुषांच्या बाबतीत फक्त सोळा वर्षांखालील मूलंच अपहृत व्यक्ती या कायद्याखाली आली होती. म्हणजे मुलांचं वय गृहीत धरलं होतं, ते अगदी अचूक– ज्या वयापासून मुलं शैशवातून प्रौढत्वाकडं झुकतात, ते वय. म्हणजे ज्यांनी कुणी या कायद्याचा मसुदा तयार केला होता, त्यांना असंच वाटलं असणार, की सोळा वर्षाखालील मुलांना या कायद्यान्वये काहीही अधिकार नाहीत. तरीपण सोळा वर्षांवरील पुरुषांना मात्र सगळेच अधिकार आहेत. म्हणजे ते कुठंही जाऊ शकतात. आपल्या मनाप्रमाणे एखाद्या देशाचं नागरिकत्व घेऊ शकतात, स्वत:ची ओळख ते देशाप्रमाणे ठरवू शकतात. म्हणजे सोळा वर्षांपुढं ते काहीही करायला पात्र ठरतात. स्त्रियांच्या बाबतीत मात्र त्या कितीही वयाच्या असल्या तरी त्या निर्णय घ्यायला अपात्र ठरतात.

आता अपहृत मुलांचं भवितव्य पुन्हा एका वेगळ्या, बहुचर्चित विषयात अडकून पडलं. स्त्रियांचं मातृत्व! हा मोठा विवादास्पद विषय. फाळणीमुळं जे अनेक प्रश्न निर्माण झाले होते, त्यांपैकी हा एक. याविषयी मी मागच्या प्रकरणात चर्चा केलीच आहे. एक स्त्री आणि माता म्हणून भारतीय स्त्रियांची प्रतिमा किती डागाळली, याची अनेक ज्वलंत उदाहरणं देता येतील. पाकिस्तानची निर्मिती झाली आणि हिंदू आणि शीख स्त्रियांना पळवून नेलं. आणि मुख्य म्हणजे, त्यांच्यावर झालेले बलात्कार. त्यांच्या शरीराची झालेली निर्भर्त्सना, सामूहिक आणि वैयक्तिक बलात्कार. त्यांच्या अंगांवर परधर्मीयांची चिन्हं गोंदली. ही विटंबना का झाली, तर फाळणी! आणि पाकिस्तानची निर्मिती! त्यामुळंच हिंदू आणि शीख स्त्रियांच्यावर बलात्कार करण्याची इतर जातीच्या लोकांची हिंमत झाली. तेव्हा या अत्याचारातून जन्मलेल्या अनौरस मुलांच्या मातांनी आपल्याला मातृत्वाला कायदेशीर मान्यता मिळावी ही मागणी सोडून दिली. आणि जेव्हा अशा मातांच्या पुढ्यात ही त्यांची मुलं बसली, तेव्हा ही मुलं आपल्यापासून दूर जाऊ नयेत, म्हणून या स्त्रियांनी आपली 'शुद्धता' पावित्र्य आणि लौंगिक अत्याचार, स्वत:ची लैंगिक भूक यांकडं दुर्लक्ष केलं. प्रश्न इथंच सुटणारा नव्हता. या अपहृत स्त्रियांना आणि बलात्कारापासून मुलं झालेल्या स्त्रियांना धर्मामध्ये, कुटुंब, समाज आणि देशामध्ये माता म्हणून स्थान मिळवून देण्यासाठी या अनौरस मुलांना त्यांच्यापासून दूर करणं भाग होतं. कारण अनौरस मूल म्हणजे व्यभिचाराचा पुरावा. तोच कुठं दृष्टिआड केला, की अशा स्त्रियांना मग कसलीच भीती नव्हती. मनावर समाजाचं दडपण नव्हतं. तेव्हा पुन्हा या

समाजात एक 'माता' म्हणून त्यांचं स्थान बळकट होणार होतं हे नक्की आणि विनोद म्हणजे सरकार या स्त्रियांना कायदेशीर मातृत्त्व मिळवून देण्यासाठी खाजगीत याची काही व्याख्या करता येईल का, याचा विचार करत होतं. अर्थातच समाज आणि कुटुंब यांच्या पाठिंब्यानंच सरकारला पाऊल उचलणं भाग होतं.

अर्थातच, याबाबतीत प्रत्येक प्रकरण हे वेगळं होतं. काहींनी मुलं आपल्याजवळ ठेवली होती. काही स्त्रियांनी ती सोडून दिली. काही स्त्रियांच्यासमोर कुठला पर्यायच नव्हता. अपहरण केल्यानंतर जी मुलं जन्माला आली होती, त्या मुलांच्या बाबतीत कायेदशीर अणि बेकायदेशीर हा प्रश्न निर्माण झाला. परंतु ज्या स्त्रिया फाळणीमुळं (जे पुरुष फाळणीतील हिंसाचारात मारले गेले, अशा मृत पुरुषांच्या स्त्रिया) विधवा झाल्या होत्या. त्यांच्या मुलांना सरकारच्या समाज कल्याण योजनेतर्फे मदत मिळत होती. अर्थातच सरकारनं या स्त्रियांची आणि त्यांच्या मुलांची कायमची जबाबदारी घेतली होती. सरकारच्या डोक्यावर हे 'कायमचं ओझं' झालं होतं. 'अनाथाश्रम', 'बालकाश्रम' यांसारख्या संस्था सरकारतर्फे आणि खाजगी, सामाजिक संस्थांतर्फे चालवल्या जात होत्या. त्या शिवाय सरकारतर्फे विद्यार्थ्यांना मदत मिळत होती. आणि मदत कार्य आणि पुनर्वसन मंत्रालयातर्फे स्थलांतरित अविवाहित स्त्रिया आणि मुलं यांचं पुनर्वसन केलं जात होतं. तात्त्विक दृष्ट्या सरकारनं स्थलांतरित, विधवा स्त्रियांची आणि मुलांची जबाबदारी घेतली होती.[४५] केंद्र सरकारनं ज्या स्त्रिया अपंग आहेत आणि ज्यांना कुठल्याही अनाथाश्रमात ठेवलेलं नाही, अशा स्त्रियांना महिना पंधरा रुपये भत्ता देण्याची राज्यसरकारला परवानगी दिली होती. त्याशिवाय अशा स्त्रियांच्यावर अवलंबून असणाऱ्या मुलांना महिना सात किंवा आठ रुपये भत्ता देण्याचीही परवानगी दिली होती. सरकारनं जरी अशा अनाथ, दारिद्र्यानं पिडलेल्या मुलांच्या पुनर्वसनाची सोय केली होती, तरी अशा किती मुलांची सोय झाली आणि त्यांच्याकडं किती लक्ष दिलं गेलं, हा वेगळाच विषय होता.

१९५४ साली भारतीय सैन्य दलाचे माजी प्रमुख, जनरल जे. के. भोसले (जे त्या वेळी पुनर्वसन खात्याचे उपमंत्री होते.) यांनी एक योजना कार्यान्वित केली होती. त्यांची कल्पना अशी होती की, जे स्थलांतरित, गरीब विद्यार्थी आहेत, त्यांच्यासाठी एक प्रशिक्षण कार्यक्रम कार्यान्वित करायचा. हेतू हा की, अशा विद्यार्थ्यांमध्ये 'एक कडक शिस्त यावी. त्यांची शरीर प्रकृती सुदृढ व्हावी.' नीतिमूल्यं अणि आध्यात्मिक मूल्यं त्यांच्या अंगी बाणावीत. त्यावर त्यांची निष्ठा

---

४५. यू. भास्करराव : पुनवर्सनाची कथा : पान ७७

असावी. 'एकूण त्यांनी सुदृढ नागरिक व्हावं.' आता या योजनेकडं थोड्या उत्सुकतेनं बघितलं, तर असं दिसून येईल की, त्या स्थलांतरित मुलांचे प्रश्न खरेच पूर्णपणे सुटले होते का, त्यांनी कोणत्या अडचणीला तोंड दिलं, काय त्रास सहन केला याच्याकडं कुणीच फारसं लक्ष दिलं नाही म्हणजे आत्तापर्यंत त्यांचं आयुष्यच विस्कळीत, बेशिस्त होतं. मग अशा मुलांना योग्य वळण लावण्यासाठी जी उपाययोजना केली होती किंवा ती उपाययोजना अमलात जरी आणली असेल, म्हणजे नैतिकता आणि आध्यात्मिक मूल्यं जपण्याची किंवा त्याची वाढ करण्याची, पण ती योजना नक्की कोणत्या मुलांसाठी होती? त्याचा फायदा नक्की कोणत्या मुलांनी घेतला? हा महत्त्वाचा मुद्दा आहे. याचा प्रमुख उद्देश म्हणजे मुलांमधली नैतिक मूल्यांची वाढ करणं. (नैतिक मूल्यांचा अभाव हेच बेशिस्तीचं कारण आहे.) आणि स्वत्वाची जाणीव, स्वावलंबन यांची मुलांना जाणीव करून देणं. आणि एक जबाबदार नागरिक निर्माण करणं. म्हणजे असे नागरिक पुढं देशाचं भवितव्य घडवतील. देशांच्या प्रगतीला हातभार लावतील.

याचा अर्थच असा आहे, की या योजनेमध्ये 'भारताचा सांस्कृतिक वारसा, भारताची परंपरा, राष्ट्रीय नेते, स्त्री-पुरुष, नागरिकत्व, देशभक्ती यांवर भर दिलेला आहे.'[४६]

राष्ट्रीय शिस्त या योजनेची सुरुवात दिल्लीच्या 'लजपत नगर मधील' कस्तुरबा निकेतन स्कूल' या शाळेतील मुलांपासून झाली. म्हणजे आधी ही योजना निराधार व फाळणीत विधवा झालेल्या मुलांच्यासाठी राबविण्यात आली. आणि त्यानंतर निर्वासितांच्या शाळेतील म्हणजे, स्थलांतरित आणि इतर मुलांसाठी ही योजना सुरू केली. अशा मुलांची संख्या जवळ जवळ एक लाखाहून जास्त होती. आणि भारतासारख्या नवोदित, अनेक प्रश्नांनी, अडचणी आणि आक्रमणाच्या संकटांनी वेढलेल्या देशात अशा अनाथ, स्थलांतरित, दारिद्र्यानं पिडलेल्या मुलांचा प्रश्न सोडविण्याचं काम एवढं सोपं नव्हतं. त्यासाठी सरकारनं अनेक मदत केंद्रं, अनाथाश्रम, बालकाश्रम मुलांसाठी रुग्णालयं स्थापन केली होती. त्यासाठी सरकार शैक्षणिक अनुदान वगैरे देत होतं. परंतु जी मुलं अशा अनाथाश्रमांतून, केंद्रांतून राहत होती, ज्या मुलांची सरकारनं जबाबदारी घेतली होती, त्या मुलांचा यात फायदा झाला असेल. परंतु जी मुलं रस्त्यावर भटकत होती, भीक मागत होती, ज्यांच्या डोक्यावर छत नव्हतं, त्यांचं काय? त्यांच्यासाठी काहीच उपाययोजना नव्हती. इतकंच नाही तर त्यांची शिरगणतीसुद्धा केलेली

४६. आय् बी आय् डी

नव्हती. म्हणजे या योजनांचा फायदा फक्त ठरावीक आणि बोटांवर मोजण्याइतक्या मुलांनाच मिळाला होता. या योजना जरी मुलांच्यामध्ये शिस्त, नैतिकता, निष्ठा निर्माण करणाऱ्या असल्या, तरी रस्त्यावर भटकणाऱ्या मुलांचा यात विचार केलेला नव्हता. अनेक संस्थांनी अशी मदत केंद्रं सुरू केली होती. मदतीचा हात पुढं केला होता. नामनिर्देश करायचा, तर 'मुलांचं रक्षण करा' ही समिती, 'कस्तुरबा गांधी नॅशनल मेमोरिअल ट्रस्ट', 'सिंधी महिला आणि मुले विश्वस्त संस्था', 'आर्य प्रादेशिक प्रतिनिधी सभा' आणि 'जैनेंद्र गुरुकुल पंचकुल' या संस्था कार्यरत झाल्या होत्या. शिवाय या संस्थांना केंद्रीय सल्लागार समितीनं सहकार्य केलं होतं. अशा मुलांची सुधारणा करणं हेच एक महत्त्वाचं काम होतं. गुणात्मक सुधारणा व्हावी, यासाठीच सगळ्या संस्थांचे प्रयत्न होते. हे जरी असलं, तरी त्या मुलांचे एवढे प्रश्न होते की, त्यांच्यामध्ये अशी सुधारणा होण्याची किती शक्यता होती, हा एक विचार करण्यासारखाचाच मुद्दा होता.

माझ्या मनात येत होतं, की आम्हांला माहीत नसलेल्या अशा आणखी कितीतरी गोष्टी होत्या. उदाहरण द्यायचं झालं, तर अशी किती मुलं सोडून दिली, टाकून दिली किंवा मारली, हे एक गूढच आहे. या मुलांमध्ये जास्तींत जास्त मुलीच होत्या. मारून टाकलं, ते बहुतेक मुलींनाच. निर्वासितांच्या छावण्यांमधून जी मुलं सोडून दिली, (टाकून दिली, हेच खरं) त्यांमध्ये जास्त करून मुलीच होत्या. महत्त्वाचा मुद्दा म्हणजे, या मुलींना दत्तक घेणारे आणि मुलींचा योग्य तऱ्हेने सांभाळ करणारे लोक मिळणं ही एक अडचण होती. त्यांपैकी कित्येक तरुण मुलींनी घरगुती कामं स्वीकारली किंवा कित्येक जणी वेश्या म्हणून कुणाजवळ तरी राहिल्या. आणि मुलींची ही जी तरुण पिढी होती, त्यांची संख्या कितीतरी होती. म्हणजे अशा मुलींचं आयुष्यचं उद्ध्वस्त झालं. 'कृष्णा सोबती' या लेखिकेच्या म्हणण्याप्रमाणे या मुलींनी फाळणीसाठी त्याग केला. पण हे लक्षात कोण घेणार? सरकारने किंवा खाजगी संस्थांनी अनेक अनाथगृहांमधून या स्थलांतरित मुला-मुलींची सोय केली होती. शिक्षणाचीही सोय केली होती. परंतु ज्या वेळी ही मुलं मोठी झाली, आणि त्यांची आश्रम, अनाथगृह सोडून जाण्याची वेळ आली, तेव्हा मुलांना नोकऱ्या, स्वतःच्या पायांवर उभं राहण्यासाठी कामधंदा मिळणं सोपं गेलं. पण तरुण मुली आणि स्त्रियांना काम-धंदा मिळणं कठीणच गेलं. आश्रमातील अधिकारी वर्गानं काही मुलींची लग्नं लावून दिली. त्यांचं कल्याण केलं. परंतु कित्येक मुलींच्या आयुष्याला पुढं बरं-वाईट वळण लागलं. त्याला कारण काय, तर फाळणी! फाळणीमुळं जे अनेक प्रश्न निर्माण झाले, त्यांमध्ये मुलांच्या जन्मानंतर कायदेशीर आणि बेकायदेशीर, औरस,

अनौरस हे निर्माण झालेला हा फार महत्त्वाचा प्रश्न होता. जेव्हा जाती-जमातींमध्ये दुजा-भाव निर्माण झाला. प्रत्येक जमात स्वत:ला वेगळी समजू लागली. तेव्हा पासून शीख आणि हिंदू धर्मांमध्ये 'शुद्धता, शुद्धी' याचं महत्त्व फार वाढलं. त्यातल्या त्यात पंजाबमध्ये फारच महत्त्व वाढलं. पंजाबमध्ये हिंदू आणि शीख यांचं प्राबल्य वाढल्यामुळं मुसलमान आणि ख्रिश्चन लोकांना अशी भीती वाटू लागली, की हिंदू आणि शीख आपल्याला धर्मांतर करायला लावतील. नंतर पंजाबमध्ये 'आर्य समाज' हा जास्ती जास्त बळकट होऊ लागला. आणि पंजाबी हिंदू ही धर्मभावना वाढीस लागली. मूळ जातीधर्माप्रमाणे कायदेशीर ओळख, नागरिकत्व, याला धर्मांतरामुळं मोठाच धोका निर्माण झाला. आधीच फाळणीमुळं देशाच्या शरीराचा एक मोठा भागच कापला गेला. कायमचं नुकसान झालं, एका तुकड्याचं सरळ सरळ धर्मांतर झालं. परंतु स्त्रियांच्या आणि मुलांच्या शरीरात सीमारेषा मात्र सळसळत राहिली. मुसलमानांनी शीख आणि हिंदू स्त्रियांना पळवून नेलं. त्यांच्याशी सलगी केली. आता खरे तर हे संबंध ओढून ताणून निर्माण केले होते. दोन्ही जमातींच्या स्त्रीवर्गावर ही झालेली सक्ती होती. परंतु समज असा झाला की, या स्त्रियांनी स्वखुशीनं मुसलमान पुरुषांशी संबंध ठेवले. इथं प्रेम आणि इच्छा हे शब्दप्रयोग सुद्धा केले गेले. परंतु देशाच्या, संस्थांच्या मदतीनं अशा स्त्रियांना परत आणलंही असेल. त्यांची शुद्धी झाली असेल, त्या पुन्हा हिंदू झाल्याही असतील. हे ठीक आहे. परंतु अशा स्त्रियांच्या मुलांचा विचार केला, तर मुलांच्या शरीरांत सळसळणारं रक्त हे 'मिश्र' होतं हे नक्कीच आणि ते आजही आहे. म्हणजे इथं कसलीही विभागणी करता येणार नव्हती. या मुलांनी कुठं जावं, याची आखणी केलेली नव्हती. त्यांच्या अस्तित्वाचाच विचार केलेला नव्हता. उत्तम मार्ग म्हणजे त्या मुलांना विसरून जाणं. इतकेच नाही, तर ती मुलं अस्तित्वातच नव्हती, असा तर्क काढायला काहीच हरकत नाही.

आता हा तर्क आम्ही सहज काढला. किती सहजपणे आम्ही बोलून गेलो. कित्येक आईवडिलांनी आपल्या मुलांचा शोध घेण्याचा प्रयत्न केला. परंतु त्यांच्या मुलांचा काही पत्ता लागला नाही. अशा आई-वडिलांनी अर्ज दाखल केले. तक्रारी केल्या. तोंडी निरोप पाठवले; पण उपयोग झाला नाही. कुरुक्षेत्राजवळ ढेरा धुपसाडी नावाचं गाव होतं. या खेड्यातली एक बाई मात्र नशिबवान ठरली. फाळणीच्या दंगलीत तिचे अनेक नातेवाईक मारले गेले. जिथं दंगल झाली होती, त्या जागेकडं ती बाई, म्हणजे धरम कौर जात होती. त्या वेळी तिला आपल्या नातेवाइकांची प्रेतं दिसली. परंतु तिच्या मुलीचं, मोहिन्दर कौरचं प्रेत काही दिसलं नाही. मोहिंदर कौरच्या सुदैवानं तिला ग्रेस नावाच्या सेविकेनं उचलली आणि अनाथाश्रमात ठेवली. तिथं ती अन्वर सादीका नावानं राहत होती. काही वर्षांनंतर जेव्हा अन्वर सादीकानं लग्न केलं, तेव्हा ती ग्रेस, जी तिच्या संकटकाळी

उपयोगी पडली, तिनं अन्वर सादीकाला तिची पूर्वीची हकीकत सांगितली. एक दिवस अन्वर सादीका आपली मुलगी अझमत सादीकाला घेऊन प्रवास करीत होती. तिच्याच शेजारी एक शीख माणूस बसला होता. तेव्हा आपल्या आईच्या शेजारी बसलेल्या शीख माणसाकडं अझमत सादीका, इतर लहान मुलं जातात तशी गेली, आणि त्या माणसाला हात लावत म्हणाली, मामू म्हणाली. (मामा) तेव्हा अन्वर सादीकाला रडू आलं आणि तिनं आपली कथा त्या शीखाला सांगितली. त्यांचं नाव होतं निरंजन सिंग. तो म्हातारा होता. त्यांची हरवलेली एक बहीण नुकतीच सापडली होती. तेव्हा त्यांनी अन्वर सादीकाला सर्वतोपरी साहाय्य करण्याचं वचन दिलं. भारतात परत आल्यानंतर त्याला समजलं की, लुबानवाला येथील निर्वासित कुरुक्षेत्राजवळ स्थायिक झाले आहेत. त्यांची वस्ती त्यांच्या घराशेजारीच होती. त्यांनी ती कथा सांगितली ती अशी :–

> निरंजन रोज सकाळी बस भाड्यानं घेत होते. आणि गावात फिरताना जाहीर करायचा की, 'मी पाकिस्तानातून आलो आहे. तिथल्या एका बाईची आपली आई बेपत्ता झाली आहे. असं ती बाई सांगते. तेव्हा तुमच्यापैकी कुणी जर लुभानवाला मधील शीख असतील तर, त्यांनी कृपया पुढं यावं.' आणि याचा उपयोग झाला. त्याचं असं झालं, की फाळणीनंतर जे लोक परत एकमेकांना भेटले होते त्या लोकांच्या कानांवर बातम्या गेल्याच होत्या. तोंडी निरोप पाठवण्याचा हा एक चांगला परिणाम दिसून आला. तेव्हा निरंजन सिंगना बातमी लागली की, सादीकाचे आई-वडील फाळणीच्या दंगलीतून वाचले आहेत आणि कुरुक्षेत्रजवळच्या एका खेड्यात राहिले आहेत. खेड्याचं नाव ढेराधुपसाडी.[४७]

निरंजन सिंगनं हे काम तडीस नेलं. एक दिवस कुठलीही पूर्वसूचना न देता ते ढेरा धुपसाडी इथं आले आणि धरम कौरच्या घरी गेले. त्या वेळी रात्र झालेली होती. त्यांनी सादीकाची चिठ्ठी तिच्या आईला दिली. तिनं लिहिलं होतं. 'मी मोहिन्दर सिंग कौर जावेदसिंगची मुलगी जिवंत आहे.' आणि काही वर्षांनंतर सादीका धुपसाडीला आली आणि आईला भेटली. त्यानंतर तिची आई आपल्या नातीच्या अझमत सादीकाच्या लग्नाला पाकिस्तानात गेली. हे धरम कौरचं झालं. परंतु प्रत्येक जण काही चांगलं नशीब घेऊन जन्माला आला नव्हता. गांधी वनिता आश्रमातील कामगारांनी सांगितलं की, १९४७ साली दोन वर्षांची एक मुलगी आश्रमात आणली होती. तिचं नाव-गाव, ती कुठली, याची कुणालाच

---

४७. इंडिया टुडे – ऑगस्ट, १९९७ च्या खास अंक : स्वातंत्र्याच्या सुर्वणमहोत्सवानिमित्त प्रसिद्ध झालेला.

माहिती नव्हती. आज ती बावन्न वर्षांची आहे. आणि आश्रमातच राहात आहे. ज्या मुलीला इतिहास आहे आणि नाहीही. धरम कौर आणि सादीकासारखं कुणीच नशीबवान नव्हतं. ऑगस्ट, १९५६ साली कराचीमधील डॉन या वृत्तपत्रानं एक अग्रलेख लिहिला होता त्यात अपहृत व्यक्तींच्या सुटकेबद्दल भारत आणि पाकिस्तान या देशांचे विचार किती भिन्न आहेत, याबद्दल लिहिलं होतं. आणि त्याचं एक उदाहरण दिलं होतं. एका तरुण मुलीला पळवून नेलं होतं. तिचे वडील अत्यंत दुःखी झाले होते. आणि त्यांनी 'डॉन' या वृत्तपत्रातील पत्र-व्यवहार या सदरात आपल्या कहाणीला वाचा फोडली होती. अग्रलेखात म्हटलं होतं की, ज्या लोकांच्या मुली-बाळी पळवून नेल्या आहेत, त्या आई-वडिलांना, नातेवाइकांना दोन्ही देश काय मदत करताहेत? आपल्या मुलाचा तपास लावण्यासाठी जेव्हा आई-वडील दोन्ही देशांत जातात, त्या वेळी सरकार त्यांना काय मदत करतं, कोणत्या सवलती देतं? उलट, त्यांना गुन्हेगार असल्यासारखीच वागणूक दिली जाते. 'जेव्हा एक पिता, जो आता पाकिस्तानचा नागरिक आहे, आपल्या मुलीच्या शोधासाठी आपल्या जन्मगावी जातो, आपल्या मुलीची मागणी करतो, तेव्हा त्याला सरकारी, बडे अधिकारी मदत तर करीत नाहीतच, संरक्षणही देत नाहीत, उलट, अशा दुःखी कष्टी माणसावर खोटे-नाटे, बनावट आरोप करून त्याला तुरुंगात टाकलं जातं. आणि आपल्या मुलीसाठी प्रयत्न करण्याचा, तिला शोधण्याचा त्याला अधिकारही राहत नाही.'

त्या मुलीची कथा अशी :– १९५१ साली कमारुद्दीन अहमदच्या लहान मुलीला पळवून नेण्यात आलं. तिच्या शोधासाठी त्यानं भारतात अनेक हेलपाटे मारले. एकदा तो पुन्हा भारतात आला असता त्याला अटक करण्यात आली. आणि त्याच्यावर हेरगिरीचा आरोप करून त्याला तुरुंगात पाठवलं. तुरुंगात त्यानं तीन वर्षं काढली. 'माझ्या मुलीला परत करण्यास भारत सरकारचा नकार' तो म्हणाला. 'आणि यात आश्चर्य वाटण्यासारखं काहीच नाही. परंतु मी अनेक वेळा विनंती-अर्ज करून सुद्धा आमच्या सरकारनं मला कायदेशीर मदत केली नाही किंवा माझ्या मुलीला परत नेण्यासाठी काही मदत केली नाही.' शिक्षा भोगून झाल्यानंतर कमारुद्दीन अहमद पुन्हा पाकिस्तानात परत आला. त्यांना पाकिस्तान सरकारकडं पुन्हा एकदा माझ्या मुलीला परत आणण्यास मदत करा, म्हणून अर्ज केला. तेव्हा पाकिस्तानी अधिकाऱ्यांकडून त्याला सांगण्यात आलं की 'भारत सरकारनं माझ्या मुलीला पाठवण्यास नकार दिला आहे आणि आमच्या सरकारनं हे प्रकरण निकालात काढलंय्.'[४८] १९५७ साली अपहृत

४८. डॉन : ऑगस्ट, १९५६

स्त्रियांचं शोधकार्य आणि तत्सम कार्यक्रमावर अधिकृतरीत्या पडदा टाकण्यात आला. अर्थातच, या पित्याच्या मुलीचा आणि इतरांच्या मुलींचा शोध तसाच राहिला. प्रकरणं बंद करण्यात आली.

गेल्या एका भागामध्ये माझ्या मैत्रिणीला आणि मला सापडलेल्या एका पुस्तकाविषयी मी सांगितलंच आहे. त्या पुस्तकामध्ये पाकिस्तानात पळवून नेलेल्या हिंदू आणि शीख स्त्रियांची जिल्हावार यादी दिलेली आहे. या पुस्तकात अपहृत व्यक्तींच्या ज्या नोंदी केलेल्या आहेत, त्याची वर्गवारी केलेली आहे. म्हणजे पळवून नेलेलं मूल, (आता मूल म्हणजे सोळा वर्षांच्या खालील मुलांची नोंद प्रौढ म्हणून केलेली आहे.) किंवा स्त्री किंवा विधवा किंवा क्वचित प्रौढ पुरुषाचीही नोंद केलेली आहे. अपहृत मुलांचे काय प्रश्न आहेत, त्यांच्या काय अडचणी आहेत आणि अशी किती मुलं आहेत, याची माहिती घेण्याचा मी प्रयत्न करीत होते. तेव्हा मी या अपहृत मुलांची यादी एकदा सहज तपासून बघितली आणि त्याची आकडेवारी तयार केली. ती अशी :

कंपबेलपूर	एकूण अपहृत	९२ पैकी	३० मुलं
डेरा-गाझी-खान	एकूण अपहृत	१०७ पैकी	२३ मुलं
रावळपिंडी	एकूण अपहृत	५९८ पैकी	१४६ मुलं
गुरुदासपूर	एकूण अपहृत	१८८ पैकी	६९ मुलं
शेखुपुरा	एकूण अपहृत	९१६ पैकी	३१८ मुलं
		१९०१ पैकी	५८६ मुलं

एकूण हे आकडे लक्षात घेता मुलांची (पुरुष) संख्या साडेतीन टक्क्यांवर जाते.

मुलांच्याविषयी चर्चा संपवताना फाळणीच्या वेळी ज्या मुलांना पळवून नेलं होतं, त्यांची एक यादी नमुन्यादाखल मी इथं देत आहे. या यादीत मुलांची संख्या थोडीच आहे. शेखुपुरा जिल्ह्यातील मुलांची ही यादी आहे. आता यादीवर विश्वास ठेवायचाच असेल, विशेषत: या यादीवर, तर कित्येक प्रकरणांमध्ये मुलांना पळवून नेणारे आणि बलात्कार करणारे त्याच गावातील आहेत, आणि ज्यांची मुलं पळवून नेली आहेत, त्या लोकांना गुन्हेगार कोण आहेत, याची माहिती नक्कीच होती.

नोंदणी क्रमांक	अपहृत व्यक्तीचा तपशील	पळवून नेल्याचे ठिकाण आणि तारीख	संशयित गुन्हेगाराची माहिती
QSP/S-13/U 3C	अंग्रेज सिंग, ४ वर्षे, वडील प्रकाश मोह अकंदपुरिधन, पीएसपी, पी.ओ. सयीदवाला तेह : नानकानासाहिब शेखुपुरा	शेखुपुरा दंगलीच्यावेळी	तो शेखुपुरा किंवा जवळपास असण्याची शक्यता
QSP/B/N-49	अखेल कौर वय वर्षे ९, वडील : मंगलसिंग पीएस मुरिडकी, तेह, जि. शहादरा शेखुपुरा	चाक नं. ९ शेखुपुरा सप्टेंबर १९४७	बक्षी, थडोला, पिंड थाडेल, जिल्हा शेखुपुरा
QSP/S-2N-1C	अमर कौर, वय वर्षे ४.५ गाव शेकुक, पो. कथियाला कालन, पी.एस.तेहसिल जि. शेखुपुरा	गाव शेंकुक जि. शेखुपुरा, ऑगस्ट ४७	कथियाला कालन तेह. आणि जि. शेखुपुरा
QSP/S-13 N-3C	अशोक कुमार, वय वर्षे ३.५, वडील गाव : लाल, पो. ऑ. आणि पी.एस. नारंग मंडी, तेहसिल, शहादरा, जि. शेखुपुरा	नारंग मंडी ऑगस्ट ४७	करीम बिबी जवाहर मोसेक, नारंग मंडी, जि. शेखुपुरा
QSP/S-1 N3C	दयाळ, वय वर्षे ३, वडील धरमसिंग, गाव कलारी, चाक २८२ तेह आणि जि. शेखुपुरा	कलारी नं. २८२ शेखुपुरा	फालो इसाई गाव : कलारी चाक नं. २८२ जि. शेखुपुरा

मी वर निर्देश केलेली जी यादी आहे, तिचा उद्देश एवढाच की, मी जी काही माहिती मिळवण्याचा प्रयत्न केला आहे, ती तुमच्यापुढं ठेवणं. मी काही अगदी मोजून, मापून प्रयत्न केले नाहीत किंवा पद्धतशीर काही केलेलं नाही. अर्थात ही माहिती, यादी केवळ नमुन्यादाखल दिली आहे. या सगळ्या गोष्टी करताना माझ्यापुढं सतत प्रश्न होता, की फाळणीतील मुलांची माहिती, त्यांचा इतिहास कसा हुडकून काढायचा, शोधून काढायचा म्हणजे कसा? आणि फाळणीच्या इतिहासात जर मुलांच्या बाबतीत काहीच सांगण्यासारखं नसेल, तर फाळणीत मुलांनी अपरिमित दु:ख, हाल सोसून सुद्धा ते अंधारातच राहतील, तर इतिहासातले हे न्यून काही चांगलं नाही. इतिहासाचा विचार केला, तर त्यांतल्या त्यांत भारतीय इतिहासाचा विचार केला, तर मुलांना तिथं कुठं स्थानच नाही. इतिहासकारांनी मुलांचा विचारच केलेला नाही. पाश्चात्त्य देशांत जे लोक नर-संहारातून सहीसलामत राहिले होते, अशा लोकांच्या मुलांनी आता त्या नरसंहाराचे वेळी जी मुलं होती, त्यातून जी वाचली होती, त्यांची माहिती मिळवण्याची कार्यवाही सुरू केली आहे. जी कित्येक वर्षांपूर्वी ॲनी फ्रँकनं सुरू केली होती. त्या वेळी जगामध्ये सर्वत्र विध्वंस चालू होता. मानवी संहार सुरू होता. त्या वेळी लहान मुलांची अवस्था कशी होती, त्यांनी कसे दिवस काढले, याचा शोध घ्यायला पाहिजे, हे जसे विचार पाश्चात्त्यांच्या मुलांमध्ये झाले, तसे विचार आमच्या मनांत येत नाहीत. फाळणीची वेळ सुद्धा तशीच होती. बाल्यावस्थेमुळं मुलांना फाळणीचं गांभीर्य, विध्वंस, घरादाराची झालेली राखरांगोळी, उद्ध्वस्त झालेला समाज यांची कल्पना आली नसेल. याचा अर्थ असा नाही की, त्यांना फाळणीची झळ बसलीच नाही. फाळणीचे चटके मुलांनाही बसले आहेत आणि मुलींनाही, त्या वेळी मुलांचं काय झालं असेल हे आम्ही विचारतो का? मुलांना अनाथाश्रमात ठेवलं, बालकाश्रमात ठेवलं, तान्ह्या मुलांना जिथं आश्रय मिळणार होता, तिथं बास्केटमध्ये घालून सुखरूप पाठवलं. ही कामं संस्थांनी, समाजसेवकांनी केली. या संस्थेतून त्या संस्थेत मुलं पाठवली, हे ठीक झालं. पण मुलं म्हणून त्यांची इतिहासकारांनी नोंद घेतली का? तेव्हा आम्ही तरी आमच्या इतिहासात फाळणीतल्या मुलांची नोंद कशी करायची? त्यांच्याविषयी लिहायचं काय?

मुराद

'मी नेहमी रस्त्यावर खेळत असायचो...'

मुराद लाहोरमध्ये टांगा चालवतो. फाळणीच्या वेळी तो अगदीच लहान होता. त्याचं वास्तव्य भारतातच होतं. इतर लहान मुलांप्रमाणेच देशात काय चाललं आहे, याची कल्पना त्याला नव्हती. इतरांप्रमाणेच त्यालाही देश सोडावा लागला आणि

पाकिस्तानात पलायन करावं लागलं. खरं तर, मी मुरादला कधीच भेटले नाही. पीटर चॅपेल आणि सत्ती खन्ना या दोघांनी मुरादची मुलाखत घेतली होती. या दोघांनी मिळून फाळणीवरचा चित्रपट तयार केला होता. तेव्हा त्या दोघांच्या परवानगीनं मी मुरादची मुलाखत या पुस्तकात पुन्हा प्रसिद्ध करीत आहे. मुरादची मुलाखत प्रसिद्ध करण्याचा निर्णय मी फार विचारपूर्वक घेतला. त्याला आणखी काही विशिष्ट कारणंही आहेत. मुरादच्या लहानपणीच्या ज्या काही आठवणी आहेत, त्यांत बरंच काही दडलेलं आहे. मुरादची मुलाखत ही एका वेगळ्या कारणानं प्रातिनिधिक होणार आहे. अणि याविषयी आधी मी सूतोवाच केलं आहेच. मुरादची मुलाखत म्हणजे मला एका प्रौढ, स्वत्वाची जाणीव असणाऱ्या, व्यवहारी माणसाची मुलाखत वाटली. त्याचे विचार परखड वाटले. ज्या वेळी या दोघांनी त्याची मुलाखत घेतली, त्या वेळी मुराद पन्नाशीतला होता. पीटर आणि सत्तीच्या म्हणण्याप्रमाणे मुरादनं आपली हकीकत अगदी पहिल्यांदाच अतिशय सावधपणे व विचारपूर्वक सांगितली. परंतु मुरादच्या या निवेदनानं माझ्या मनात एक प्रश्न निर्माण झाला, तो असा, मुराद जेव्हा शेतात जाऊन लपला... तो अनुभव त्यानं कसा सांगितला, तर... 'आम्ही खाली पडून राहिलो, आणि वेळ घालवला...' म्हणजे त्यानं हा अनुभव ज्या तऱ्हेनं सांगितला, तसा विचार करता तो प्रसंग नक्कीच भीतीदायक, गर्भगळीत करणारा असला पाहिजे... तो प्रसंग जणू जीवन-मरणाचा खेळच... यावरून आपल्याला त्या प्रसंगाची कल्पना येते. आणि दुसरं म्हणजे, तो प्रसंग अगदी रहस्यमय होता. काय होणार आणि काय नाही... अशा अवस्थेत तो मुलगा राहिला होता. म्हणून मी मुरादची मुलाखत पुन्हा ऐकली. आणि माझं लिखाण मी पुन्हा वाचलं. तेव्हा मला अपेक्षित होती, तशीच त्याची मुलाखत होती, म्हणून मी माझ्या या पुस्तकात ती समाविष्ट केली. माझ्या मनात सारखं येत होतं की, एवढ्याशा मुलाला त्या प्रसंगाची समज कशी आली? तो उसाच्या चिपाडात जाऊन लपतो. पुन्हा आपल्या मामाबरोबर तिथून निसटतो. आज मुराद प्रौढ आहे. वयस्कर आहे. त्याच्यातला तेव्हाचा छोटा मुराद पुन्हा जागा होतो. आणि त्या वेळच्या आठवणी सांगतो. आहेत, तशा. ज्या वेळी पीटर चॅपेल आणि सत्ती खन्ना या दोघांनी हिंदू-मुसलमान दंग्याविषयी, तंट्याविषयी आपलं मत विचारलं, तेव्हा त्याबद्दल मुरादनं फारशी उत्सुकता दाखवली नाही. दंगलीचं त्याला विशेष असं काही वाटलं नाही. अजून सुद्धा मुराद भूतकाळात रमतो... सांगितलेल्या हकीकती, त्यांतील वास्तवता... खरं खोटं... त्या वेळी 'दोन जमाती' मध्ये असलेली सलगी... सुखसंवाद... 'लाहोर' त्या वेळचं एक सर्वसमावेशक शहर... स्वप्नवत... आणि आता उजाड... सर्वस्व गमावलेलं एक शहर... आघात सोसलेलं... देशाची झालेली फाळणी... तुकडे... त्यामुळं तर मुरादच्या स्वभावात बदल झाला नसेल?... मूलं हिंदू असतील किंवा मुसलमान.

आणि मुराद मुसलमान आहे, हे ठीक! पण तो लाहोरमध्ये स्थायिक झाला आणि त्याच्यातला मुसलमान जागा झाला. हिंदूंच्यापेक्षा, हिंदू शेजाऱ्यांपेक्षा आपण वेगळे आहोत, याची जाणीव होत गेली. त्याचं कारण काय असेल? मुरादची ती सहज प्रवृत्ती म्हणता येईल काय? तो 'लाहोर' मध्ये आला. आणि त्याच्या मनात दुजा-भाव निर्माण झाला का? का मूळबीजच तसंच होतं? तेव्हा मला असं वाटतं, की हा प्रश्न माझ्या मनात येतच राहणार. प्रत्येक प्रसंग, घटना सांगताना किंवा आणखी कुणाच्या मुलाखती ऐकताना हा प्रश्न मनात येणारच. त्याचं कारण म्हणजे फाळणीतली जी माणसं हयात आहेत, त्यांची ओळख करून घ्यायची, म्हणजे आधी 'धर्म' मनात येणार. धर्माचं वलय प्रत्येकाभोवती तसंच राहणार आणि हे असं का, म्हणून विचाराल, तर प्रश्नाचं उत्तर तसं अवघड आहे. म्हणूनच मुरादची मुलाखत माझ्या दृष्टीनं, काही गोष्टी समजून घेण्याच्या दृष्टीनं फार महत्त्वाची आहे. आणि काही मुलाखतींमधील अनुभव तुम्हांला एकसारखेच वाटले, तर आश्चर्य वाटण्याचं काही कारण नाही. मुरादच्या मुलाखतीत तुम्हांला कसलं नाव सापडणार नाही, किंवा एखादं विशिष्ट भौगोलिक ठिकाण सापडणार नाही. याचा अर्थ असा, की तो मुलगा भारतात आणि पाकिस्तानात दोन्ही देशांत राहिलेला. विशिष्ट परिस्थितीत वाढलेला. ना घर, ना दार! एक गरीब मुलगा आणि त्याची ही मुलाखत. दोन्ही प्रदेशांतील अनुभव तो सांगतो. आणि महत्त्वाची गोष्ट म्हणजे, त्याचे सच्चे अनुभव! आणि ते सांगण्याची त्याची पद्धत, प्रामाणिकपणा आणि धर्मापेक्षा, नाव, गाव, प्रदेशापेक्षा प्रामाणिकपणा हा फार महत्त्वाचा. त्याचं एक उदाहरण द्यायचं, तर तो काय म्हणतो; 'जमिनदार जमिदाराकडं जातो आणि गरीब गरिबाकडे जातो.' या त्याच्या बोलण्यावरून एक लक्षात घ्यायचं, की गरिबाचा वाली गरीबच असतो. श्रीमंतांकडं तो जात नाही. म्हणजे काही जरी असलं, तरी गरीब-श्रीमंत भेद नाहीसा होणं कठीण आहे. म्हणजे मुराद विचारवंतही आहे तर!

मुराद

मी लहान मुलगा होतो. माझे काका भारतात राहत होते. कुणीतरी मला आजूबाजूच्या लोकांच्याकडं घेऊन जात होतं, की याला सांभाळा, म्हणून; पण माझी जबाबदारी घ्यायला कुणीही तयार नव्हतं. लोक सांगायचे, की हा मुलगा कमनशिबी आहे. आणि याचा आम्हांलाही त्रास होईल. मग एका शाळामास्तरानं माझी जबाबदारी घेतली. आणि मी त्याच्या घरी राहू लागलो. त्यांनी माझी काळजी घेतली. माझ्या इतर नातेवाइकांपेक्षा मास्तरांनी मला प्रेमानं वागवलं. माझ्या गरजा पूर्ण केल्या. मी त्यांची गुरंढोरं कुरणात

चरायला घेऊन जात होतो. आणि नंतर भारत आणि पाकिस्तान वाद सुरू झाला. मी नेहमीच बाहेर खेळत होतो.

माझ्या मामांनी मग मला त्यांच्या घरी नेलं. त्यांना वाटलं, की मी गल्लीमध्ये खेळता, खेळता मारला जाईन. एक दिवस आम्ही घरात बसलो असता माझा मामा आला आणि खाली बसला. म्हणाला; शीख आले! मुलींवर अत्याचार करणारे. पहिल्यांदा त्यांनी माझ्या मामाला खाली पाडलं... मला वाटलं, की मी पण मारला जाईन. म्हणून मी बाहेर पळण्याचा प्रयत्न केला. घराच्या पाठीमागं उसाच्या पाल्याचा ढीग होता. मी त्यात उडी टाकली आणि अंगावर पाला ओढून घेतला अणि लपून राहिलो. तिथं माझा आणखी एक मामा होता. तो थोड्या वेळानं आला. त्यानं मला हलवलं आणि म्हणाला; 'आता काय करायचं,' मी म्हणालो, आपण पळून जाऊ. त्यांनी माझ्या मामाला जरी मारलंय्, तरी ते आम्हां दोघांना सोडणार नाहीत. जो माझा मामा मारला गेला होता, त्यानं मला काही नाणी दिली होती... नंतर आम्ही जवळच्या छावणीमध्ये (Camp) आलो. खरी तर छावणी थोडी दूरच होती. तिथं आम्हांला चमत्कारिक परिस्थिती दिसली. एकजण ऊस आणत होता आणि दुसरा त्याचे तुकडे करत होता. त्यांनी जर मुसलमान बघितला, तर ते त्याला ठारच मारणार. तरी आम्ही कसंबसं लपत छपत छावणीमध्ये आलो आणि एका उसाच्या मळ्यात लपलो, जो अगदी शेजारीच होता. आम्हांला धड खायला, ना प्यायला. आम्ही खाली जमिनीवर पडून राहिलो आणि कसा तरी वेळ घालवला.

मी लहान असतानाच माझे आईवडील वारले. मला जिथं जिथं कुणी घेऊन जात होतं, तिथं लोक माझा स्वीकार करत नव्हते. ते म्हणत, हा कमनशिबी आहे. आम्हांला संकटात टाकील... मला ठेवून घ्यायला कुणीही तयार नव्हतं. अगदी अनिच्छेनं माझ्या मोठ्या मामानं मला ठेवून घेतलं. आमच्या गावातील मुख्य रस्त्यावर काही शीख राहत होते. लोक म्हणायचे की, 'हा नेहमीच बाहेर खेळतो. आणि तिकडं नेहमीच गोळीबार होत असतो. एक दिवस हा मारला जाईल.' तेव्हा त्यांनी परत मला माझ्या गावी नेलं. त्यांच्यानंतर तिथं काही मिरासिस लोकांनी मला सांभाळलं. मी त्यांचे घोडे चरायला घेऊन जायचो. त्यांच्याबरोबर मी जेवायचो... त्या वेळी मी घराच्या छपरावर होतो. तेव्हा मी बघितलं, तर शीख लोक आले आणि त्यांनी त्या तीन-चार लोकांना ठार मारलं. मी विचार केला, की जर त्यांनी त्या तीन-चार लोकांना ठार केलं, तर ते मला कसं सोडतील? ते मलाही तसंच ठार करतील. तेव्हा मी तिथंच असलेल्या उसाच्या पाल्यापाचोळ्यात

उडी मारली आणि खाली पडून राहिलो. मला वाटलं, त्यांना वाटेल, की हा सगळा उसाचा पालापाचोळा, आणि चिपाडं आहेत आणि ते निघून जातील. नंतर आम्ही तिथून निसटण्याचा विचार केला. कुठं जावं, याचा विचार केला. माझा मामा आला आणि म्हणाला, 'त्या लोकांनी तुझ्या आजोबाला मारलंय्, तेव्हा आपण इथून पळून जाऊ.' आम्ही छावणीकडं निघालो. त्या वेळी सगळीकडं शीख होते. तेव्हा काय झालं, तर एक सैन्य दलाची गाडी आली. त्या लोकांनी सांगितलं, की ज्यांना घरचं कुणी नाही, कुणाचं संरक्षण नाही. त्यांनी रेल्वेत जाऊन बसावं. 'आम्ही त्यांना पाकिस्तानपर्यंत संरक्षण देऊ. बियास नदीजवळ एक किल्ला होता. तिथं गाडी थांबली. आणि आम्ही खाली उतरलो. आम्ही तीन किंवा चार मुलं होतो. ती मुलं म्हणाली; चला, आपण लस्सी पिऊ. तेव्हा मी म्हणालो; मी लस्सी पिणार नाही. त्या लोकांनी त्यात विष घातलं असेल. आम्ही बाजारात शिरलो. त्या तिघांनी लस्सी घेतली. मी काही घेतली नाही. मी म्हणालो, त्यापेक्षा नदीचं पाणी प्यालेलं बरं. जवानांनी ते पाणी तपासलं असेल. त्यात विष नसेल. आम्ही मागं फिरलो. तेव्हा येता-येताच ते तिघे खाली कोसळले. तिघंही मेले.

त्या जागी काही ट्रक्स होते. ते पाकिस्तानला जाणार होते. एक माणूस म्हणाला की, वाटेत शीख आपली कत्तल करतील. मी म्हणालो, 'मी जाणार नाही. ज्या वेळी आमचं सैन्य बरोबर येईल, त्याच वेळी मी जाईन. मी आधीच खलास झालो आहे. संपलय् सगळं. मग अशा पद्धतीनं मरण कशाला ओढवून घ्या. तेव्हा काही ट्रक्स आले. ते मुसलमानांचे होते. आम्ही त्यात बसलो. आम्ही वाघाच्या सरहद्दीजवळ उतरलो. आता तुमचं तुम्ही बघा. ट्रकवाले म्हणाले. मी जाणार कुठं? मला कुठला रस्ताच माहीत नव्हता. तिथं एक जण जालंदरचा माणूस होता. मी त्याच्या मागं निघालो. माझ्याजवळ जी नाणी होती, त्यांतली मी काहीच खर्च केली नव्हती. वेळ प्रसंगी ती नाणी उपयोगी पडतील, म्हणून मी ती जपून ठेवली. मी सहेदराला गेलो, तेव्हा रात्र झाली होती. तिथं आजुबाजूला खजुराची झाडी होती आणि इतर झाडंझुडपं होती. लोक कॉलऱ्यानं आजारी पडले होते. सगळे त्रासले होते. मग मी अत्तारी नावाच्या खेड्यात गेलो. मला तिथं एक म्हातारी दिसली. मी म्हणालो; आई, मला इथं राहायचं आहे. 'तू राहा इथं' ती म्हणाली; 'पण तू आलास तरी कुठून?' तिनं विचारलं. 'विहिरीतून भयाण पोकळीत आलोय्...' मी म्हणालो. 'माझे कुणी नातेवाईक नाहीत.' म्हातारी प्रेमळ होती. तिनं मला भाकरी खायला दिली. तुला जर इथं राहायचं

असेल, तर मी तुला जागा देते.' ती म्हणाली. 'कशासाठी, आई?' मी म्हणालो,; 'घर घेऊन मी काय करू?' मी मग रस्त्यावर आलो. एक ट्रक आला आणि थांबला. त्या दिवसांत बसेस् फारच थोड्या होत्या. क्वचित एखादी बस यायची. लोक ट्रकमधूनच प्रवास करीत. एका माणसानं आवाज दिला : 'जरनवाला, जरनवाला' 'तू इथं काय गवत काढतोस का?' कसली मुळं उखडतोय्स?' मी म्हणालो, 'मी आधीच उखडलेलाय्. माझी कशाला चौकशी करताय्?' 'मित्रा, तू बराच काही त्रास सहन केलेला दिसतोय्स' तो ड्रायव्हर म्हणाला. 'चल. आत बस.' मी ट्रकमधून गेलो आणि जरनवाला इथं उतरलो. मी थोडा इकडं तिकडं भटकलो. मी म्हणालो; हीच ती जागा. याच जागेतून त्यांनी मुळं उखडून काढली. मला तिथं कुणीच माहीत नव्हतं. एक टांगेवाला ओरडत आला. 'सरन दी खू.' 'म्हणजे काय?' मी विचारलं. तो थांबा आहे. 'तिथं टांगे वगैरे थांबतात. लोक तिथं उतरतात.' टांगेवाला म्हणाला, 'तू एक लहान मुलगा आहेस. तुला काही पैसे पडणार नाहीत.' पण मला उगीच वाटलं, की माझे काही पैसे खर्च होतील म्हणून. 'जाऊ दे, रे. मी तुला फुकट घेऊन जातोय्.' तो म्हणाला. 'तुम्ही खूप प्रेमळ आहात.' मी म्हणालो. त्यानं मला त्या थांब्यापर्यंत नेलं. तिथं जवळपास एक खेडं होतं. मी त्या गावात गेलो. जमिनदार जमिनदाराकडे जातात. आणि गरीब गरिबाकडं जातो. तिथं काही हमाल होते. मी त्यांच्याकडं गेलो, त्यांना मी माझी हकीकत सांगितली, 'आम्ही आधीच वाईट परिस्थितीत आहोत.' त्यांनी सांगितलं. पुन्हा ते म्हणाले; की, 'आम्हांला असं वाटतं की, तू आमच्यापेक्षा खूपच त्रास सहन केलेला दिसतोय्स. पण आम्ही काही सगळ्यांनाच सांभाळू शकणार नाहीत. सगळ्यांचंच पोट भरणं आम्हांला शक्य होणार नाही. मग मी विचार केला, अशी जर परिस्थिती असेल, तर मंडईत जाऊन काही काम मिळतंय् का, ते बघावं. बघू, तिथं नशीब उजाडलं, तर. मला तिथं काम मिळेल का? मी विचारलं. तसे ते म्हणाले, 'होय, तुला काम मिळू शकेल.' त्यांनी मला एक झोपडी दाखवली.

मग मी लाहोरला आलो. तिथं एक 'शॉन-दा-डेरा' नावाचं ठिकाण होतं. तिथं मी दररोज जायचो. तिथं बरेच टांगेवाले होते. त्यांनी टांगे उभे करून ठेवले होते. टांग्याच्या तळावर मी घोड्याचा खरारा करू लागलो. एका घोड्यामागं मला दोन आणे मिळत होते. दिवस जात होते. तेव्हा एकदा मी चौधरीला विचारलं की, 'मी टांगा चालवू शकतो का, म्हणून' 'तुला लाहोरचे रस्ते माहीत नाहीत.' चौधरींनी सांगितलं. 'मी रस्ते हुडकून काढीन. ज्यांना रस्ते माहिती आहेत त्यांना विचारीन.' मी सांगितलं. त्याच

वेळी एका गाडीवाल्यानं नोकरी सोडली. त्याचा घोडा मोकळाच होता. मला गाडी चालवायचा अनुभव नव्हता. तेव्हा चौधरींनी मला सांगितलं की, तू टांगा चालव. तेव्हा टांगा चालवायला सुरुवात केल्यानंतर मी टांग्यात बसलेल्या गिऱ्हाइकांनाच विचारायचो की, कुठं वळायचं, तुम्हांला कुठं उतरायचंय्, तुमच्या घराकडं कुठला रस्ता जातो वगैरे... त्या वेळी मला लाहोरची काहीच माहिती नाही, असं मी कुणाला सांगत नव्हतो. पण माझं कमनशीब बघा. माझ्या हाता-पायाला सूज येऊ लागली. ते एवढे सुजले की, मला बाहेर फिरणं मुश्किल झालं. तेव्हा मला एक म्हातारी बाई भेटली. तिनं मला काही पैसे मागितले. मी पैसे नाहीत, म्हणून सांगितलं आणि तिला माझ्यासाठी प्रार्थना करायला सांगितली. आणि सांगायचं कारण परमेश्वरी कृपेनं मी बरा झालो. तिथं एक 'खंगाह्' नावाचं नौगझा (नऊ फुटी) असलेलं स्थान होतं. तिथं मी नंतर नियमानं जाऊ लागलो. तिथं एक म्हातारा होता. तुझं लग्न झालंय् का, म्हणून त्यानं मला विचारलं.

एकदा एक गिऱ्हाईक आलं आणि त्यानं मला विचारलं की, मला 'मिरान-दी-खाईला' घेऊन जाण्यासाठी किती पैसे घेशील? तेव्हा तिथं जायचे साधारण किती पैसे पडतात तुमच्या माहितीप्रमाणे? मी विचारलं. मग त्यानं रक्कम सांगितली. मी म्हणालो, ठीक आहे. मला रस्ता माहीत नव्हता, म्हणून मी विचारलं; 'कसं जायचं, मला जवळचा रस्ता दाखवा.' 'सरळ दिल्ली गेटला जायचं.' मी तिथं गेल्यावर विचारलं; 'कोणत्या रस्त्याला, सर? इकडं वळायचं?' 'नाही, मूर्खा, सरळ चल.' जाता जाता मी अशी हुशारी दाखवत होतो की, मी 'लाहोरी' नाही हे त्याला कळू नये. आम्ही 'खुली'ला पोहोचलो. मी उतरलो. मी सिगारेट घेण्याचा बहाणा केला आणि मी त्या दुकानात गेलो आणि दुकानदाराला विचारलं की, हे ठिकाण कुठं आहे. तर दुकानदार म्हणाला की, 'हेच ते ठिकाण.' 'भालीहून इथं यायला एका माणसाला टांग्याचं भाडं किती पडतं?' मी विचारलं. तसं त्यानं सांगितलं की, 'टांग्यात जेवढी माणसं बसतील, त्यासाठी एक रुपया पडतो.' मला वाटलं, ते गिऱ्हाईक बारा आणे देईल. परंतु त्यानं मला दीड रुपया दिला.

फाळणीवर जास्त विचार करण्यासारखं काही नाही. आमच्या जमातीमधील लग्नं म्हणजे वजनावर होतात. ज्याला 'वट्टा' म्हणतात. वजनाचा दगड. तुमच्या जवळ लग्नाची मुलगी असेल तर तिच्या बदल्यात तुम्हांला एक किलो मिळेल. म्हणजे मुलगी द्या. आणि एक किलो घ्या. तुम्हांला मुलगी

नसेल, तर तुम्ही नुकसानीत गेलात. मी फार गोंधळून गेलो होतो. हे देवा, मला पाठ टेकवायला सुद्धा जागा नाही. कुठं जायलाच जागा नसेल, तर तुम्ही जाणार कुठं? ज्या वेळी ईदचा सण यायचा, तेव्हा मी फार दुःखी व्हायचो. त्या वेळी रात्रच त्रासदायक जायची... तुम्हांला माहीतंय, का भारतामधल्या दंगली. पहिल्यांदा तिथं निवडणुका झाल्या. त्या वेळी मुस्लिम लीग आणि काँग्रेस हे दोन पक्ष लोकांच्या समोर आले. ट्रकमधून माणसं आली आणि त्यांनी लोकांना मत द्यायला सांगितलं. मी त्या वेळी ऐकलं की कायदे आझम त्या वेळी आमचे पुढारी होते. अफवा पसरू लागल्या. कुणी म्हणत की, तुम्ही तिकडं जाणार आहात, म्हणून. मग मी विचारत होतो की, तिकडं म्हणजे कुठं? मी त्याला विचारीत होतो. आम्ही कुठं मसणात जायचं का? मी इथं शतकानुशतक राहतोय्. मग तो म्हणे, की, तुमच्या पाकिस्तानात जायचं. पाकिस्तान कुठं असेल? माझा प्रश्न. 'कुठंतरी लाहोरजवळ.' पण मी लाहोर बघितलं नव्हतं. लोक विचारत, की लाहोर हे शहर आहे का? मला माहीत नव्हतं. मी कधीच तिकडं गेलो नाही. नाही, ते तुला सुद्धा लाहोरला पाठवून देतील. तुला जावंच लागेल. पण कसं? लाहोरमध्ये कुठं माझा जन्म झालाय्, म्हणून लाहोर माझं आहे, म्हणू. पण काही का असेना आम्ही लाहोरमध्ये येऊन पडलो. तेव्हा सगळ्या त्रासाचं मूळ हे आहे. ब्रिटिशांनी कुणालाच वर येऊ दिलं नाही. त्यांतल्या त्यांत मुसलमान माणसाला त्यांनी वर येऊ दिलं नाही. त्यांनी मुसलमानांना कधीच वरचढ, बलवान होऊ दिलं नाही. हे माझं निरीक्षण आहे. माझ्या बाबतीत हेच झालंय्. ज्या वेळी मी तरुण होतो. त्या वेळी एका खत्री, हिंदूनं इंग्रज माणसाला विचारलं की, 'साहेब, हे पाहा, मुसलमान लोकांना दोन वेळचं धड जेवण मिळत नाही. तेव्हा त्यांचा हा प्रश्न सोडविण्यासाठी काही तरी केलं पाहिजे!' तेव्हा, तो इंग्रज माणूस म्हणाला की, त्यांना असंच ठेवलं पाहिजे. नाहीतर त्यांच्या पोटाला एकदा भरपूर अन्न मिळालं की, हे मुसलमान लोकांना ठार करत सुटतील... आता तुम्हांला... बघा... सगळीकडं प्रेतांचा वास येत राहील. प्रत्येक ठिकाणी तुम्हांला पोलिसांशी सामना करावा लागेल. आमच्या खेड्यात दोन तेली होते. तेलाची घाणी चालवणारे. चांगले दणकट तरुण होते. गावात एक मेळा भरत असे. वरचढ झालेल्या शीख लोकांचा मेळा. लोक अगदी डोंगरदऱ्यांतून मेळाव्यासाठी येत. तिथं एक महंत होते. ते गुरुद्वाराचा कारभार बघत. शीख लोक त्यांना एका मोठ्या चौरंगावर बसवून त्यांची मिरवणूक काढीत आणि त्यांच्यावर फुलं उधळीत, मंत्र म्हणत, हरे राम, हरे राम.

एक काळ असा होता की, हिंदू आणि मुसलमान भावासारखे राहत असत. एकमेकांकडं लक्ष देत. एखाद्या साध्या कामगाराचं जरी लग्न असलं, तरी एखादा जमिनदार त्याला मदत करायचा. तो जमिनदार त्याच्या लग्नानिमित्त जेवणावळसुद्धा घालायचा. त्या लग्नाचं बिऱ्हाड किती जरी मोठं असलं, तरी त्यांची तैनात ठेवली जायची. भांडीकुंडी, पलंग एकत्र जमवणं, खाणं-पिणं, त्या वेळी माणसाविषयी प्रेम असायचं. पण ज्या वेळी फाळणी झाली, त्या वेळी सगळं विस्कळीत झालं... त्या लोकांनी तान्ह्या मुलांनासुद्धा भाल्यानं भोसकून मारलं. इतकंच नाही, तर ते लोक आपल्या भाल्यावर ठार केलेल्या मुलाला उचलून धरीत आणि म्हणत 'अरेच्या... मला फक्त एकच मिळालं...' तेव्हा सगळ्यांनी नंतर एकमेकांचा द्वेष करायला सुरुवात केली. फाळणीच्या आधी एवढं एकमेकांविषयी प्रेम होतं की, एखादा कफल्लक, गरीब श्रीमंताच्या घरी जात होता आणि प्यायला लस्सी मागत होता...

आता एक रेघ ओढली गेली. सरहद्दीवर खाणाखुणा केल्या आहेत. आम्ही इथं, तर ते तिथं. एखादी वस्तू भारतात पाठवली तर तिथं जबरदस्त कर भरावा लागतो. आणि भारतातून इकडं एखादी वस्तू आणली, तर पाकिस्तान तेच करतं.

■

सात

दुर्लक्षित माणसं

आतापर्यंत फाळणीविषयी ज्या गोष्टी उजेडात आल्या आहेत किंवा ज्या गोष्टींवर प्रकाशझोत टाकलेला आहे, तो इतिहास म्हणजे संपूर्ण फाळणीचा इतिहास नाही. कित्येक गोष्टी अशा आहेत, की ज्या उजेडात आलेल्या नाहीत. अधिकृत इतिहास किंवा इतर कागदपत्रं बघितली, तरी आपणांस हे दिसून येईल. एकदा आपण इतिहासाचं आवरण दूर केलं, आणि संबंधित इतिहासाची पारंपरिक कागदपत्रं, अहवाल, सरकारी कागदपत्रं, वृत्तपत्रं, इत्यादी बघितली, तर तिथं तुम्हांला अजूनही कित्येक दबलेले आवाज ऐकू येतील, त्यांचा कलकलाट ऐकू येईल. आणि आमचंही काही ऐका, अशी मागणी होईल. आणि फाळणीच्या इतिहासासंबंधी आणखीही काही ऐकायला मिळेल. जे दडलेलं, अज्ञात आहे. आणि या इतिहासाच्या पानातून त्याची चर्चा झालेली नाही. काही गोष्टींना प्रसिद्धी दिली नाही. आता या गोष्टी, हकीकती कुणाच्या, तर जे लोक काठावर आहेत. आणि काठावर म्हणणंसुद्धा चुकीचं ठरेल. या लोकांचा इतिहास माझ्या मते दबून राहिलेला आहे. त्याचं कारण असं आहे की, फाळणीवरचं जे काही लेखन झालेलं आहे, त्या लेखनातून फक्त हिंदू, शीख आणि मुसलमान यांच्यावरच, त्यांतल्या त्यांत पुरुषवर्गावरच प्रकाश टाकलेला आहे. जणू काही दुसऱ्या जाती-जमाती, धर्म नाहीतच आणि हिंदू, शीख आणि मुसलमान यांची ओळख फक्त धर्मावरूनच झालेली आहे. हिंदू-मुसलमानांची सामाजिक प्रतिष्ठा, वर्गवारी, आणि अशा अनेक इतरही काही गोष्टी आहेत; स्त्री-पुरुष आणि इतर जाती हे काही ठळक आणि गुंतागुंत निर्माण करणारे मुद्दे आहेत. ज्याला आपण ओळख म्हणू, तेव्हा अशा ठरावीक लोकांनाच म्हणजे हिंदू, मुसलमान, शीख यांनाच प्रकाशझोतात आणलं आहे. फाळणीच्या इतिहासात हिंदू,

मुसलामान आणि शीख यांच्यावरच जास्त लक्ष केंद्रित झालं आहे. त्यामुळं इतर ज्या जाती आहेत, त्यांचाही एक इतिहास आहे. मागासवर्गीय, अस्पृश्य, हरिजन, दलित– तुम्ही त्यांना काही म्हणा; पण ते सुद्धा फाळणीच्या इतिहासाचे नायक आहेत. तसं पाहिलं, तर ते इतिहासापासून बाजूलाच राहिले आहेत. एका दृष्टीनं ते अस्पृश्यच राहिले आहेत, असं म्हणू या; फाळणीच्या कोणत्याही लेखनात त्यांचा उल्लेख नाही. या लोकांच्या दु:खाला मी वाचा फोडण्याचा प्रयत्न करीत असता मला असं म्हणायचं नाही की, मी काही नवीन करते आहे, म्हणून. कारण फाळणीचा विचार करता इतरांप्रमाणे मी सुद्धा धर्मावरूनच फाळणी प्रचलित झाली, हे मनात ठेवलं होतं. मी जात-धर्म यांचाच विचार केला. त्यातल्या त्यात दोन प्रचलित विरुद्ध जातींचाच आणि याबद्दल वेगळी धारणा असणं किंवा धर्माच्या बाबतीत विविधांगी विचार केव्हा आणि कुणी करायला सुरुवात केली, हे सांगता येणार नाही. माझ्याच बाबतीत विचाराल, तर मी सर्व बाजूंनी विचार करू लागले, ते १९८६ साली. त्या वेळी मी स्त्रिया आणि मुलं यांच्या सुख-दु:खांवर प्रकाश टाकायला सुरुवात केली; मी त्यांच्या मुलाखती घ्यायला सुरुवात केली. त्याच वेळी मी, सत्ती खन्ना आणि पीटर चॅपेल आम्ही तिघांनी मिळून बटालामध्ये एका झाडूवालीची मुलाखत घेतली. तिचं नाव त्या वेळी माया राणी. माया राणीला मी एक स्त्री म्हणून ओळखलं. तेव्हाच माझ्या मनात आलं की, मी सुद्धा एक स्त्री आहे. म्हणूनच माया राणी फाळणीविषयी माझ्याशी एक स्त्री या भूमिकेतूनच सर्व काही बोलेल. माया राणी जेव्हा आमच्याशी बोलू लागली, तेव्हा तिनं आपली ओळख न कळत एक हरिजन, आणि नंतर एक स्त्री म्हणून करून दिली. त्या वेळच्या फाळणीसंबंधी जे लेखन होतं. त्यामध्ये हरिजनांचा उल्लेख होता का? तर नाही. तेव्हा मला कळून चुकलं की, केवळ स्त्रिया आणि मुलं यांचाच फक्त आवाज दबलेला आहे; त्यांनीच फक्त मौन धारण केलेलं आहे, आणि आपलं दु:ख जपून ठेवलं आहे– असं नाही तर इतर अजून कुणी आहेत, की ज्यांना फाळणीची झळ अनपेक्षितपणे बसली आहे. आणि अशा लोकांच्याविषयी फारशी माहिती कुणाला नाही. म्हणूनच मी इतरही लोकांच्या (जाती-जमातींच्या) कथा, हकीकती समजून घ्यायला सुरुवात केली.

माया राणीला जेव्हा आम्ही बटालामध्ये भेटलो, तेव्हा ती पन्नाशीला आलेली, एक सशक्त महिला होती. ती एका शाळेत, (ज्या शाळेला ती कॉलेज म्हणत होती) झाडू मारण्याचं काम करीत होती. शाळेतली नोकरी करत असतानाच ती इतरही घरगुती काम करीत होती. आणि थोडे जास्त पैसे मिळवत होती. मायानं आम्हांला तिच्या दिनानगरच्या घरची गोष्ट सांगितली. १९४७ साली इतर अनेक खेड्यांपैकी

तिच्या गावाचं नशीबसुद्धा असंच अधांतरीच लोंबकळत होतं. (आणि खरोखरच जे बटाला गाव गुरुदासपूर जिल्ह्यात येतं, तो जिल्हा म्हणजे (संख्येच्या बाबतीत) विवादास्पदच होता. कारण तो मुसलमानांचा नव्हता आणि धड हिंदू किंवा शीखांचाही नव्हता.) तेथील संख्या समप्रमाणात होती. त्या वेळी एक अफवा पसरली होती, की बटाला हे पाकिस्तानला जाणार. म्हणून, नंतर बातम्या आल्या, की ते हिंदुस्थानातच राहणार आणि एखादी बातमी आली, की सगळीकडं एकदम गोंधळाची परिस्थिती निर्माण व्हायची. लोक आपआपली घरंदारं सोडून पळत सुटायचे. माया आणि तिच्या मैत्रिणी या धावपळीकडं एक गंमत म्हणून बघायच्या. तिनं त्या वेळची हकीकत हसत-हसतच सांगितली ती अशी :

> आम्ही अजिबात घाबरलेलो नव्हतो. प्रत्येकानं आम्हांला घाबरवून सोडायचा प्रयत्न केला. आमच्या आईवडिलांनी सुद्धा. परंतु त्या भागातली कुठलीच मुलं घाबरली नव्हती. आम्ही नेहमीच आमच्या घरावरून दुसऱ्या घराच्या छपरावर उड्या टाकून जात होते. काही नाही नुसती गंमत म्हणून. नंतर आम्ही एकत्र जमून लोकांच्या घरी जायला सुरुवात केली. आणि सरळ लुटालूट सुरू केली. आम्ही तांदूळ, बदाम जे मिळेल, ते घरी घेऊन जायला सुरुवात केली. आमच्या घरी आम्ही अनेक वस्तू आणून ठेवल्या. मोठी भांडी, पातेली, पराती... होय आम्ही मुलांनी ते सगळं लुटलं. नंतर आमच्या गावातल्या मोठ्या माणसांनी, (हिंदू लोकांनी) सांगितलं की, हे तुम्ही थांबवा. अशी लुटालूट काही चांगली नाही. लुटालुटीचा वाईट विचार मनात आणू नका. मग गावातली काही महत्त्वाची माणसं एकत्र जमली. सात-आठ माणसं. त्यांनी सांगितलं की, असं काही करू नका. तुमच्या घराची झडती घेतली जाईल. तुमच्या घरातल्या सगळ्या वस्तू हिसकावून घेतल्या जातील. पण आम्ही काही ऐकलं नाही. आम्ही आमचं काम सुरूच ठेवलं. आमच्या वडिलांनीसुद्धा सांगितलं, की तुम्ही हे थांबवा. पण प्रत्येक वेळी आम्ही होयच म्हणत होतो. परंतु मोठी माणसं उठून गेली, की आम्ही पुन्हा आमचं काय सुरू करत होते... तांदूळ, दुसरे पदार्थ जे उत्तम असेल, ते आम्ही घरी आणलं. एका दुकानातून आम्ही साजूक तूप आणि बदाम आणले. दुसऱ्या दुकानातून कापड आणलं. आम्ही कितीतरी भांडी जमा केली. आणि आमच्या घरातली मोठी खोली भरून टाकली. मग गावातल्या काही वडिलधाऱ्या माणसांनी जाहीर करून टाकलं की, ज्यांच्या घरात पितळेची, तांब्याची भांडी असतील, ती जप्त केली जातील. तेव्हा लोकांनी त्या वस्तू विकून टाकाव्यात. कदाचित त्यांना त्यातील काही वस्तू पाहिजे

असतील, म्हणूनच ते लोक विकून टाका, म्हणून सांगत होते. मग आम्ही खोलीत जे काही साठवून ठेवलं होतं... तांदूळ वगैरे, दोन ते अडीच रुपये किलो भावानं विकून टाकले. नंतर लोकांच्या लक्षात आलं, की ही सगळी बनवाबनवी होती. लोकांना त्या वस्तू कमी भावात पाहिजे होत्या, म्हणून ही अफवा पसरवली. दुकानदारांनी यापैकी बराचसा माल विकत घेतला...

मी यांपैकी नवी भांडी, आंघोळीची घंगाळं, इतर भांडी माझ्या लग्नासाठी ठेवली. लग्न झाल्यानंतर मी बरीच भांडी माझ्या घरात आणली. त्याशिवाय मी रजया, दुलया वगैरे लुटून आणल्या. कापूस वगैरे आणून काही रजया, उश्या घरी तयार केल्या. त्या वेळी आम्ही अकरा जणी होतो. आम्ही ज्या वस्तू लुटून आणल्या होत्या, त्यांतून आम्ही आमच्या हुंड्याची सोय केली... त्यांपैकी दोन मुलींनी बटालामध्ये लग्न केलं.

माया राणीची कथा ऐकून मला फारच आश्चर्य वाटलं. तिनं आणि तिच्या मैत्रिणीनं ही लुटालूट कशी काय केली? तुम्हांला कुणी त्रास कसा दिला नाही? मी विचारलं. त्या हिंसाचारातून तुम्ही सगळे कसे काय सुटला? मायानं सांगितलं, की आम्ही ज्या वेळी शेजाऱ्यांचं घर लुटलं, तेव्हा आम्ही थोड्या घाबरलो होतो. परंतु आम्ही आमचं काम पुढं चालूच ठेवलं. आम्ही गल्लीबोळांतून गेलो आणि लुटालूट केली. आमचे आईवडील तेव्हा खूपच काळजी करत होते. आम्ही वस्तू आणू नयेत, म्हणून त्यांनी खूप प्रयत्न केले. ते म्हणाले; लोक आम्हांला मारतील. ते आम्हांला मुसलमान समजतील. 'आम्ही विचार केला की आम्हांला कोण धरून नेणार, आम्हांला कोण मारणार? आम्ही हरिजन आहोत. ख्रिश्चन हिंदू आहोत. आम्हांला कुणीही मारणार नाही.' आणि मग अशा पद्धतीनं आम्ही प्रत्येक घराच्या छतावर जायला सुरुवात केली, उड्या मारत. काय होईल, याची आम्ही पर्वाच केली नाही.'

माया राणीनं जे सांगितलं, ते ऐकून पहिल्यांदा मला धक्काच बसला. फाळणीमुळं जी परिस्थिती उद्‌भवली, तिचाच एक भाग म्हणजे लूटालूट व चोऱ्या करणं म्हणजे या गोंधळाच्या परिस्थितीचा गैरफायदा म्हणजे काही लोकांची आर्थिक लुबाडणूकच झाली. लोकांनी लुटून आणलेल्या वस्तूंचा आणि साधनसंपत्तीचा घरात ढीग लावला. मला याच्याविषयी काही वाटलं नाही. परंतु सगळ्या हिंदू समाजाप्रमाणे, जो समाज माझ्या मनात खोल कुठं तरी दडलेला आहे, त्याच समाजाचा (दलित) 'हरिजन' समाज एक आहे. आमचीच ती माणसं. गांधी हरिजनांना 'देवाची मुलं' समजत होते. ते हरिजन म्हणजे या हिंदू समाजाच्या अगदी कडेची, टाकाऊ माणसं. म्हणजे जणू सतरंजी किंवा घोंगडीच्या दशा. हे मला कळून चुकलं. मग हे मागासवर्गीय, हरिजन स्वत:ला वेगळे का समजतात? त्यांनी स्वत:ची अशी

समजूत कशी करून घेतली? मायानं तर स्पष्टच सांगितलं, की ते स्वत:कडं हिंदू किंवा ख्रिश्चन म्हणून बघत नाहीत. उलट, ते स्वत:ला 'वेगळेच' समजतात. आणि या अस्वस्थ करणाऱ्या विचारसरणीबरोबरच दुसरा मुद्दा समोर येतो. या हिंदू समाजामध्ये दलितांना 'मागासवर्गीय' 'अस्पृश्य' म्हणून समजलं जातं. म्हणजे त्यांचं अस्तित्व एकूण पुसट, नकारात्मक! ज्या इतर जातीच्या लोकांना एक प्रतिष्ठा आहे. अशा लोकांनी या समाजाला अगदी कडेला ठेवलं आहे. जातीच्या बाहेर, शिवाय ती माणसं हलकी कामं करतात. घाण काढतात, संडास-मुताऱ्या धुतात. म्हणजे ही स्वच्छतेची जबाबदारी दलित, हरिजन घेतात. आणि त्यांच्या या महत्त्वाच्या अत्यावश्यक कामाचा कुणी विचारही करत नाही. आणि त्याच कारणामुळं हे लोक 'अंधारात' राहिले. अस्पृश्य राहिले. पण माया राणीनं फाळणीच्या दंगलीत या अस्पृश्यतेला फार मिष्किलपणे कलाटणी दिली. फाळणीतल्या हिंदू-मुस्लिम दंगलीमध्ये आपल्या 'अस्पृश्यतेला' ती संरक्षक कवच समजली. आणि फाळणीच्या दंगलीचा विचार केला आणि इतिहासाचाही विचार केला, तर हरिजन, अस्पृश्य यांचं अस्तित्व कुठं दिसूनच येत नाही. हिंदू, शीख आणि मुसलमान यांना इतिहासात इतकी प्रसिद्धी मिळाली की, इतरांचं कुठं 'अस्तित्व' दिसलंच नाही. बाकीची जमात कुठं होती, का नव्हती. हीच परिस्थिती आणि हाच धागा पकडून मी अगदी मन:पूर्वक निर्णय घेतला, की या लोकांच्या कथा, यांचे अनुभव या विषयावर म्हणजे दलितांच्या अस्तित्वावर, त्यांच्या सुख-दुःखांवर काही प्रकाश टाकू शकेल.

अशी कित्येक उदाहरणं आहेत की, हरिजनांवर कसा अन्याय झालेला आहे, हे सहज दाखवून देता येईल. १९४८ च्या जानेवारी महिन्यात सुशिला नायर आणि अनिस किडवाई या दोघी जणी दिल्ली बाहेर असलेल्या तिहार खेड्यात गेल्या. त्या दोघींच्या कानांवर एक बातमी आली होती की, पाकिस्तानातल्या एका हिंदू, श्रीमंत माणसानं आपली सगळी जमीन, संपत्ती पाकिस्तानातच सोडून दिली आणि तो तिहारमध्ये आला आणि पाकिस्तानातल्या इस्टेटीच्या बदल्यात त्यानं तिहारमध्ये एका मुसलमानाची जमीन घेतली. म्हणजे अनेक निर्वासितांनी जे केलं, तेच या श्रीमंत माणसानंही केलं. परंतु इतर कामधंदा, नोकर-चाकर यांची अदलाबदल करून कुणी कुणाला उपकृत केलं नाही. तेव्हा याच पद्धतीनं हिंदूनी ज्या जमिनी ताब्यात घेतल्या, त्या जमिनीमध्ये, म्हणजे शेतावर, बागायती जमिनीवर, जे कामगार होते, त्यांची कुठलीही चौकशी न करता त्यांना कामावरून काढून टाकण्यात आलं. त्यांपैकी बरेच मुसलमान होते. तेव्हा जे मुसलमान कामगार होते, त्यांनी शहरात असलेल्या मुसलमान निर्वासितांच्या छावणीमध्ये आश्रय घेतला. परंतु जे हरिजन होते, फाळणीतल्या दंगलीत रस्त्यावर आले होते, निराधार होते, धड हिंदू नाही, धड मुसलमान नाही, अशी त्यांची ओळख होती, त्यांना कुठंच स्थान

नव्हतं. ते परिस्थितीनं इतके गांजलेले होते की, त्यांना कुठं आश्रयाला छावणी नव्हती, सरकारनंसुद्धा त्यांना काहीच मदत केली नाही. सरकार काय नि राजकीय नेते काय, यांना हिंदू आणि मुसलमान या दोन जमातींचे हितसंबंध जपण्याशिवाय त्यांना दुसरं काही सुचतच नव्हतं. तेव्हा दलितांना कोण मदत करणार? राजकीय पुढारी, सरकार हे इतरांनाच जास्त प्राधान्य देत होते, हे जरी असलं, तरी हरिजनांना स्वतंत्र दर्जा देणं किंवा हिंदू समाजापेक्षा 'अस्पृश्य' 'दलित' यांना वेगळं समजणं हे त्यांना शक्य नव्हतं. कारण १९१९ साली वसाहतवाद्यांनी हरिजनांना एक वेगळा दर्जा दिला होता. आणि त्यांना स्वतंत्र मतदारसंघही दिला होता. परंतु १९३२ झाली पुणे-करार झाला आणि यात थोडा बदल करण्यात आला. त्या वेळी मुस्लिम लीगला विरोध म्हणून काँग्रेस पक्षानं आपली घोडदौड सुरू केली. हिंदू समाजाचं हित जपण्यासाठी काँग्रेस पक्षानं 'दलितांना' जवळ केलं. त्यांना मग हिंदू म्हणूनच ओळखलं जाऊ लागलं. आणि १९४६ साली हरिजन पुन्हा अडचणीत आले. त्यांच्या अंधःकारमय जीवनात पुन्हा भर पडली. त्या वेळी मंत्री मंडळाच्या एका समितीनं एक योजना आखली. ज्या वेळी या देशात सत्तांतर होईल, ते सत्तांतर सुलभ मार्गानं शांततेच्या मार्गानं आणि पद्धतीशीर व्हावं; त्यासाठी एक राज्यघटना समिती स्थापन करावी. ती समिती नव्यानं निर्माण होणाऱ्या हिंदुस्थानसाठी (भारतासाठी) राज्यघटना तयार करील. या घटना समितीमध्ये केवळ भारतीय प्रतिनिधी असावेत, हे ठीक! पण ते नेमके कोण असावेत? सूचना अशी होती की, (जी मंत्रीमंडळाच्या समितीने स्वतःच्या अधिकारात केली होती,) या समितीमध्ये 'मुसलमान, शीख आणि इतर सर्वसाधारण जमातींतले एक एक प्रतिनिधी असावेत. तेवढे पुरे आहेत.' शीख, मुसलमान सोडून कुणीही एक म्हणजे कोण? (म्हणजे हिंदू हे कुणीही समजू शकेल.) शीख नाही, हिंदू नाही आणि मुस्लिमही नाहीत. फक्त 'सर्वसाधारण' आता 'सर्वसाधारण' म्हणजे नेमकं काय? यात कोण प्रतिनिधी असणार, हे कसं ओळखायचं?

जेव्हा अनिस किडवाई आणि सुशिला नायर तिहारला गेल्या, तेव्हा त्यांनी काय बघितलं, तर गावाच्या बाहेर कित्येक हरिजन, म्हातारी माणसं आपापल्या घरासमोर उभी होती. ती म्हातारी माणसं आपल्या घराकडं बघत आपल्या नशिबाला दोष देत होती. पाकिस्तानातून जे हिंदू निर्वासित भारतात येणार होते त्यांची सोय या गावात केली जाणार होती आणि त्याची पूर्वतयारी चालू होती. तेव्हा ती माणसं म्हणत होती की, 'मग आमचं काय? आम्ही जायचं कुठं आणि आमच्याकडं बघणार कोण?'[४९] आणि परिस्थिती अशी होती की, त्यांच्याकडं बघणारं कुणीही नव्हतं. कारण ते स्थलांतरित लोकांच्या कुठल्याही व्याख्येत बसत नव्हते. मग त्यांना मदत कशी

४९. अनिस किडवाई : आजादी की छाँव में पा: ८०-८२

करायची, हाच प्रश्न होता. तेव्हा १९४७ साली डॉ. आंबेडकरांनी नेहरूंना पत्र लिहिलं की, मागासवर्गीय निर्वासित जे पूर्व पंजाबमध्ये आलेले आहेत, त्यांना भारत सरकारनं स्थापन केलेल्या निर्वासितांच्या छावण्यांमधून प्रवेश दिला जात नाही. कारण छावणीचा जो अधिकारी, त्यानं हिंदू आणि मागासवर्गीय यांत सरळ सरळ भेद केला आहे. आणि सरकारचं जे 'मदत आणि पुनर्वसन खातं आहे, त्या खात्यानं एक स्पष्ट नियम केला आहे की, जे निर्वासित छावण्यांमधून राहत आहेत, त्यांनाच फक्त रेशनवरचं धान्य आणि (कपडे) कापड मिळेल.' तेव्हा आंबेडकरांनी पत्रात आणखी लिहिलं की, 'केवळ ते मागासवर्गीय सरकारी निर्वासितांच्या छावण्यांमध्ये राहत नसल्यामुळं त्यांना कोणतीही मदत मिळत नाही.'[५०] तेव्हा जे निर्वासितांच्या छावण्यांमधून राहत होते, त्यांनाच फक्त रेशनवरचं धान्य मिळत होतं. आणि मागासवर्गीयांना, दलितांना निर्वासितांच्या छावण्यांमध्ये जागा मिळाली नाही. कारण अधिकारी वर्गानं त्यांना प्रवेश नाकारला. म्हणजे ते वरवरचे दिखाऊ होते. खरं तर, ते कुठलेच नव्हते. कारण 'हिंदू' हिंदुस्थानात राहतात. आणि हरिजन? त्या वेळी दोन प्रकारच्या निर्वासितांच्या छावण्या होत्या. एक म्हणजे जे लोक पाकिस्तानातून आले होते, (बहुतेक हिंदू) त्यांच्यासाठी 'निर्वासितांच्या छावण्या' आणि जे निर्वासित पाकिस्तानला जाणार होते, त्यांच्यासाठी एक (बहुतेक मुसलमान) आणि महत्त्वाचं म्हणजे तिहारमधले हरिजन कोणत्याच वर्गात बसत नव्हते. हिंदू नाही किंवा मुसलमानही नाही. ती माणसं दिल्लीची होती आणि त्यांना दिल्लीतच जागा पाहिजे होती. त्यातही पुन्हा विसंगती होती. सगळ्याच दलितांना काही घरं नव्हती, असं नव्हतं. आणि सगळ्यांनाच काही छावण्यांमधून प्रवेश मिळत नव्हता, असं नाही. दलितांच्या पैकी जे पाकिस्तानातून इकडं आले होते, ते सगळे शेत-मजूर होते. परंतु त्यांच्यापुढंही 'सरकारी फतव्याचा' वेगळाच प्रश्न होता. जे पाकिस्तानातून आले होते, त्यांना जमीन (भरपाई म्हणून) एका अटीवर मिळणार होती. जमीन मिळण्यासाठी त्यांनी 'शेतकरीच' असायला पाहिजे, शेतमजूर नाही. थोडक्यात म्हणजे, ज्यांची पाकिस्तानात स्वत:च्या मालकीची जमीन होती, अशा शेतकऱ्यांनाच इथं जमीन मिळणार होती. तेव्हा मागासवर्गीय हे काही जमिनीचे मालक नव्हते. तेव्हा जरी ते जमीन कसत होते, शेतीवर काम करत होते, तरी ते 'मालक' नसल्या कारणानं त्यांना भारतात नुकसान-भरपाई म्हणून जमीन मिळणार नव्हती. आणि यातून काही मार्ग काढावा, शेतमजूरांना न्याय द्यावा, म्हणून भारत सरकारकडं अनेक अर्ज गेले होते. त्या वेळी रामेश्वरी नेहरू या 'हरिजन विभागाच्या' प्रमुख होत्या. ३ मे, १९४८ रोजी त्यांनी सरकारला पाठवलेले हे पत्र :–

---

५०. आंबेडकरांचे नेहरूंना पत्र १८ डिसेंबर, १९४७

महोदय,

१) जवळ जवळ २,५०,००० हरिजन निर्वासित म्हणजे ५०,००० कुटुंबं पश्चिम पंजाबमधून इकडं आलेली आहेत. आणि ती कुटुंबं पूर्व पंजाबमधील निर्वासितांच्या छावण्यांमधून कुजत आहेत. त्यांच्यापैकी ९०% हरिजन शेतीच्या कामात हुशार असून त्यांचा उपयोग आपल्याला 'अधिक धान्य पिकवा' या मोहिमेसाठी करून घेता येईल. हे लोक सध्या निर्वासितांच्या छावणीमध्ये आळशीपणानं आपलं आयुष्य काढत आहेत. आणि त्यांची एकूण अवस्था फार वाईट आहे. सरकार त्यांना जे रेशनवरचं धान्य देतं (शिधा), त्यावरच त्यांचा उदरनिर्वाह होत असून, त्यांना मिळणारं धान्यही अपुरं आहे.

२) तेव्हा त्यांच्या पुनर्वसनाच्या प्रश्नाकडं आपण ताबडतोब लक्ष द्यायला पाहिजे. त्यांच्या दररोजच्या खर्चाचा अंदाज काढला, तर दर दिवशी, दर माणशी एक रुपया जरी धरला, तरी या निर्वासितांच्यासाठी रोज २,८०,००० रुपये सरकार खर्च करीत आहे. आणि असा पाण्यासारखा पैसा खर्च करणं कोणत्याही सरकारला एक ओझंच आहे. त्याशिवाय या लोकांना आपलं आयुष्य आळसात काढावं लागत आहे. कारण त्यांना कुठलंही काम नाही. त्यामुळं या रिकामपणाचा त्यांच्या नैतिकतेवरही परिणाम होत आहे.

३) या हरिजनांनी आयुष्यभर शेतावरच काम केलेलं आहे. जमिनीची मशागत करणं, कसणं यात हे लोक तरबेज आहेत. तेव्हा त्यांना नेहमीचं काम सोडून इतर काम देणं योग्य होणार नाही. तेव्हा या लोकांना शेतीचीच कामं दिली पाहिजेत. आणि शक्य तो त्यांना शेतीचं शास्त्रशुद्ध, सुधारित ज्ञान दिलं पाहिजे. शिक्षण दिलं पाहिजे.

४) आता अवघड प्रश्न म्हणजे, ही जमीन आणायची कुठून? २६ नोव्हेंबर, १९४७ रोजी दिल्लीत भरलेल्या पत्रकार परिषदेत पूर्व पंजाबचे मुख्यमंत्री डॉ. गोपीचंद भार्गव यांनी सांगितलं की, पूर्व पंजाबच्या मुस्लिमांनी देश सोडताना आपल्यामागं ३३ लाख एकर जमीन सोडली आहे, तर याउलट पश्चिम पंजाबच्या बिगर मुस्लिमांनी (म्हणजे हिंदू, इ.) इकडे येताना ६१ लाख एकर जमीन सोडली आहे. आणि असाही एक अंदाज काढला आहे की, मुसलमानांनी चार प्रांतांत मिळून १२ लाख एकर जमीन सोडली आहे. ते प्रांत म्हणजे जिंद, पतियाळा, फरिदकोट आणि कपूरथळा. याचा अर्थ असा आहे की, जे निर्वासित पश्चिम पंजाबमधून आलेले आहेत, त्यांच्यासाठी ४५ लाख एकर जमीन उपलब्ध होऊ शकते.

आणि पूर्व पंजाब सरकारच्या धोरणाप्रमाणे प्रांतात जी जमीन राखून ठेवली आहे, तिचं वाटप पश्चिम पंजाब मधून आलेल्या जमीनमालकांना व हरिजनांना केलं जाणार आहे. अर्थातच, जे हरिजन जमिनीची मशागत, व इतर शेतीची कामं उत्तम प्रकारे करू शकतात त्यांनाच जमीन दिली जाणार आहे. तेव्हा याच मुद्द्याला अनुसरून आमची सरकारला एक नम्र सूचना आहे की, सरकारनं ज्या पद्धतीनं जमिनीचं वाटप करण्याचं ठरवलं आहे. त्याचा धीटपणे फेरविचार करावा. ४५ लाख एकर जमिनीपैकी फक्त ५ लाख एक जमीन हरिजन शेतकऱ्यांना दिली जाणार आहे. तेव्हा पश्चिम पंजाबमधून आलेल्या ६० लाख एकर जमीनधारकांना ४० लाख एकर जमीन दिली आहे. किंवा दिली जाणार असेल. असं जर असेल, तर सरकारनं धीट पावलं टाकून जमीन-मालकांना जी जमीन देण्यात येणार आहे, तीमध्ये कपात करावी व प्रत्येक हरिजन कुटुंबाला १० एकर जमीन द्यावी. त्या जमिनीवर त्यांचा हक्क असावा. व सरकारनं सामूहिक सहकारी तत्त्वावर शेतीचा प्रयोग करून धान्योत्पादन वाढविण्याचा प्रयत्न करावा.

५) भारत सरकारनं हस्तक्षेप केल्यामुळं बिकानेर राज्यानं आपल्या राज्यातील एक लाख एकर जमीन छोट्या शेतकऱ्यांना म्हणजे शेतीवर काम करणारे जे मजूर, त्यांना दिली, हे ऐकून आनंद झाला. जी जमीन गंगानगर कॉलनीतल्या मुसलमानांनी पाकिस्तानात जाताना सोडून दिली होती. एका शेतकरी कुटुंबाला १६ एकर याप्रमाणे १२०० हरिजन कुटुंबांना म्हणजे ६००० लोकांना याचा फायदा मिळाला. त्याशिवाय भरतपूर आणि अलवार राज्यांतील बरीचशी लागवडी- खालील जमीन केवळ जे लोक प्रत्यक्ष शेतावर काम करतात, अशाच मजुरांना देण्यात आली. ही जमीनसुद्धा मुसलमानांचीच होती. सरकारच्या पुनर्वसन खात्यानं अगदी काटेकोरपणे जे कसतात, मशागत करतात त्यांनाच जमिनीचं वाटप केले. तत्त्वांचं तंतोतंत पालन केलं. पूर्व पंजाब सरकार हे तत्त्व अमलात आणेल, तर त्यामुळं गरीब शेतमजुरांना काँग्रेसच्या राज्यात आर्थिक स्वातंत्र्याचा उदय झालेला आहे, याची खात्री वाटेल. त्यांना आनंद होईल. इतके दिवस या मजुरांना वेठीस धरलं होतं, त्यांना आता या स्वतंत्र भारतात जमिनीचे मालक म्हणून प्रतिष्ठा मिळेल. शेतकऱ्याचा दर्जा मिळेल. आता स्वराज्य म्हणजे काय, हे समजेल आणि काँग्रेसचं महत्त्व पटेल. आता त्यांच्या शृंखला तुटतील आणि ती माणसं जमीन कसतील, तिची मशागत करतील आणि मुख्य म्हणजे, ते शेतमजूर माणूस म्हणून, स्वतंत्रपणे, स्वाभिमानानं जगतील.

६) फाळणीच्या आधी पूर्व पंजाबमध्ये काही थोडेच मुस्लिम जमिनदार होते. आणि ती जमीन जे छोटे जमिनधारक होते, त्यांनाच वाटण्यात आली. आणि (ही शिफारस आहे.) जे जमीन करणारे आहेत, त्यांना सहकारी शेतीची ओळख करून देण्याचा प्रयत्न करावा.

७) आणि दुसरा लक्षात घेण्यासारखा मुद्दा म्हणजे, ज्या जमिनीच्या मालकांना (जे आपली जमीन पाकिस्तानात सोडून इकडं निर्वासित म्हणून आले आहेत, त्यांना) सरकार जमीन देणार आहे, ते लोक या जमिनीकडं एक मिळकतीचं साधन म्हणून बघतील. त्यांना जमीन दिली आहे, ते जमिनीचे मूळ मालक गैरहजर आहेत. म्हणून, तेव्हा ही वाटप पद्धती शेतकीचं धोरण म्हणून अमलात आणू नये. त्यापेक्षा ही जमीन कसणाऱ्यांनाच द्यावी. आणि हा दृष्टिकोन ठेवला, तर हरिजन शेतकरी इतर शेतकऱ्यांप्रमाणेच स्थिरस्थावर होतील.

८) शेवटी सांगायचा मुद्दा असा की, पश्चिम पंजाबमधून जे ५०,००० निर्वासित आलेले आहेत, त्यांची मागणीच अशी आहे की, स्वतंत्र भारतात त्यांना वेठबिगार, गुलाम म्हणून वागवलं जाऊ नये. याचा अर्थ असा की, त्या लोकांना आता अस्थिर जिणं नको आहे. म्हणजे वेठबिगार म्हणून राहायचं आणि उद्यापासून नको म्हटलं, की घरी बसायचं. म्हणजे 'नोटीस न देता भाडेकरूला काढण्याची परवानगी असावी' या पद्धतीचं जिणं, गुलामगिरी नको आहे. तेव्हा हे पत्र आपणांस आदरभाव मनात ठेवून लिहिलेलं आहे. इच्छा एवढीच की, गरीब, हरिजन शेतकरी कुटुंबं आहेत. त्यांना जमिनीपासून वंचित करू नये. तो त्यांचा जन्मसिद्ध हक्क आहे.[५१]

फाळणीनंतर जमिनीची अदलाबदल करण्यात आपण किती जमीन मिळवली, आणि किती गमावली, हा महत्त्वाचा मुद्दा होता. विचार केला, तर थोडी दुःखद आणि परस्परविरोधी ही घटना. त्याबद्दल तेव्हा रामेश्वरी नेहरूंनी पंजाब सरकारला विनंती केली होती की, पंजाब सरकारनं इतर प्रांतांनी जी काही पद्धत स्वीकारली असेल, त्याचं अनुकरण करावं. आणि स्वतंत्र भारत म्हणून आम्ही जे लोकांना अभय दिलं आहे, त्याचं पालन करावं. लोकांची फसगत करू नये. म्हणजे निर्वासितांचा विचार केला, तर त्यांना जमिनीचं वाटप करताना जमिनदारांनाच जमिनी दिल्या आहेत. जे शेतावर प्रत्यक्षपणे काम करतात, त्यांना नाही. तेव्हा नुकसानभरपाई किंवा अदलाबदल या गोष्टी विचारात घेतल्या, तर जे जमीनमालक त्यांनाच जमीन मिळाली आहे. तुमची मालमत्ता हरवली आहे, तर ही घ्या तुम्हांला.

---

५१. अ. भा. काँ. क. : मदत आणि पुनर्वसन फलित : ९-२६, १९४७

हाच प्रकार झालेला आहे. परंतु जमीन, शेती याची मालकी, म्हणजेच सर्वस्व नव्हे. जे मजूर शेतीवर काम करताहेत, त्यांची खरी जमिनीवर मालकी असायला पाहिजे. कामगारांनी परंपरा जपलेली आहे. ज्या वेळी दोन्ही देशांतील निर्वासितांच्या जमिनीची नुकसानभरपाई केली, त्या वेळी शेतमजुरांचा, कामगारांचा काहीच विचार झाला नाही. निर्वासितांचं पुनर्वसन केलं. त्यांना मदत केली, जमिनी दिल्या, पण मजुरांच्या उदरनिर्वाहाचा विचार केला का? कारण जे कामगार शेतावर काम करत होते, तिथंच राहत होते, त्यांचं काय? एकदा का जमीन विकली गेली, की त्यांचं घरही गेलं, कामही गेलं. स्थलांतरित मालकांनी जमिनी ताब्यात घेतल्या, की जुन्या कामगारांना काढून टाकणार आणि मोकळे होणार. किंवा जमिनीच्या इतर कामासाठी उपयोग करणार, जमिनी विकण्याच्या अनुषंगानं इतर जे काही नुकसान होतं. त्याचा विचार कोण करणार? तिहारमधल्या हरिजनांच्या बाबतीत असाच घोर अन्याय झाला होता. रामेश्वरी नेहरूंच्या पत्रात त्याचा उल्लेख आलेलाच आहे. कुणी असाही प्रश्न विचारील की, कामगारांची नुकसान-भरपाई कशी करायची होती. पत्रात हे का सांगितलं नाही? राज्यात काय करायचं होतं? का अशी काही परिस्थिती होती का, ज्या निकडीच्या कामामुळं राज्यकर्त्यांना प्रत्येक बारीक सारीक गोष्टीकडे बघायला वेळच मिळाला नाही? मग स्वातंत्र्यानंतर जी एक कार्यक्रम- पत्रिका तयार केली होती, लोकांना जी काही आश्वासनं दिली होती, त्याचं काय? आणि जमिनीच्या कायद्यात काही सुधारणा करण्याचं १९३० पासून घाटत होतं. तेव्हा फाळणीनंतर ही जी संधी चालून आलेली होती, तिचा फायदा घेऊन कायद्यात काही बदल करून हरिजनांना मालकी हक्कानं जमीन देता आली असती. परंतु या परिस्थितीचा कुणी फायदा घेतला नाही. त्यामुळं हरिजन आपल्या स्वतःच्या मालकीची अशी जमीन, संपत्ती काहीही मिळवू शकले नाहीत. आणि त्यांच्या या निर्धन अवस्थेमुळंच त्यांच्यावर कुणी हल्ले केले नाहीत. किंवा त्यांनीही कुणावर हल्ले केले नाहीत.तेव्हा हरिजनांच्या बाबतीत सांगायचं झालं, तर त्यांच्याजवळ काही गमावण्यासारखं नव्हतंच. त्यांच्याजवळ लुटण्यासारखं काही नव्हतं. कदाचित असंही असू शकेल की, हल्लेखोरांना (दोन्ही बाजूच्या) कल्पना आली होती की, हरिजनांवर हल्ले केले असते, तर सगळ्यांचीच कामं खोळंबून राहिली असती. आता अगदी कडवटपणेच बोलायचं झालं, तर एका जमीनमालकाचा खून केला, तर दुसरा त्याची जागा घेऊ शकतो. परंतु जो तुमची घाण काढतो, संडास-बाथरूम साफ करतो, त्याला जर कुणी मारलं, तर त्याची जागा कुणी घेणार नाही. त्या जागी एखादा माणूस शोधणं फार कठीण!

इथं मला एक गोष्ट फार खटकली. माणसाची ओळख म्हणजे एक वैशिष्ट्य आहे. माझं कुटुंब हे अर्धं शीख आहे. माझे आजोबा, म्हणजे वडिलांचे वडील, हे

डोक्याला शीखांसारखा फेटा बांधत होते. त्यांनी शीखांचंच नाव धारण केलं होतं. आणि ते शीख धर्माचंच पालन करीत होते. माझी आजी हिंदू होती. ती सोयीप्रमाणे धर्माचं पालन करीत होती. कारण ती समजुतदार होती आणि अनेक मिश्र कुटुंबांप्रमाणे रीतीरिवाजाप्रमाणे सगळ्यांत मोठा मुलगा शीख धर्म स्वीकारीत होता. शीख धर्माचं पालन करत होता. तेव्हा इतर मुलांना स्वातंत्र्य असायचं... म्हणजे शीखधर्म स्वीकारायचा, की हिंदू धर्म. माझे वडील सर्वांत मोठे होते. तेव्हा त्यांनी आपल्या नावाला 'सिंग' हे शीखांचं नाव जोडलं. आणि त्यांचे इतर भाऊ हिंदूच असल्याकारणानं त्यांनी आपल्या नावापुढं 'चंदर' हे नाव जोडलं. आता सगळं कुटुंबच धार्मिक होतं. त्यामुळं जास्तींत जास्त शीख धर्माचंच पालन सर्वांनी केलं. आणि अगदी अडलेल्या वेळी, ठरावीक धार्मिक विधी हा शीख धर्माप्रमाणेच केला जात होता. आता यात थोडी सुधारणा करून सांगायचं झालं, तर घरी लग्न समारंभ हा हिंदू धर्माप्रमाणे साजरा केला जात असे. आणि कुणाच्या मृत्यूनंतर जो धार्मिक विधी होत असे, तो मात्र शीखधर्माप्रमाणे आणि त्यानंतर ४८ तास गुरुग्रंथसाहीब या ग्रंथाचं वाचन होत असे. ज्याला अखंड पाठ म्हणत. आणि माझ्या सारखी पिढी वाढली ती, दोन्ही धर्मांच्या अजाणता झालेल्या संस्कारांवर. परंतु धर्माच्या पालनापासून म्हणण्यापेक्षा धर्माप्रमाणे जे विधी, पूजा, पाठ होत असत, त्यांपासून आमच्यासारखी पिढी दूर राहिली. आमच्या पिढीतील सर्वजण स्वत:ला निधर्मी समजत होते. आणि मग १९८४ साली एक शीख रखवालदारानंच इंदिरा गांधींचा खून केला आणि ही घटना म्हणजे शीख समाजाला एक धोक्याचीच सूचना होती. या खुनाचा बदला नक्कीच घेतला जाणार होता...

झालंही तसंच. केवळ दिल्लीच्या आसपासच्या भागातच तीन हजार शीखांची कत्तल झाली. आणि त्याचा परिणाम म्हणजे ज्यांचं शीख धर्मीयाचं नाव होतं, किंवा जे लोक शीखासारखे दिसत होते, त्यांना याचं दु:ख झालं. एक जाणीव झाली. आपल्याला धोका आहे हे त्यांना समजून आलं. या वेळेपर्यंत तरी माझे वडील डोक्याला फेटा बांधत नव्हते. किंवा त्यांनी दाढी वाढवली नव्हती. पण आमचं शीख नाव मात्र तसंच होतं. आणि ही पहिलीच वेळ अशी आली होती की, माझे भाऊ, माझ्या बहिणी, आमचे शीखमित्र आम्ही सगळेच घाबरलो होतो. भीती म्हणजे काय असते, याची कल्पना तर आलीच; पण आमच्या आई-वडिलांनी, आजोबांनी कसे दिवस काढले असतील, कोणत्या मन:स्थितीतून ते गेले असतील, याचीही कल्पना आली. मग आम्ही जेव्हा मदत केंद्रात काम करायला सुरुवात केली, त्या वेळी मात्र मला आमच्या शीख नावाचा पुन्हा थोडा अभिमान वाटू लागला. मी लोकांना अगदी जाणीवपूर्वक माझं नाव सांगू लागले. त्यामुळं मदत केंद्रात शीख निर्वासितांशी जवळीक वाढवता आली. जे दंगलीमध्ये होरपळलेले होते. त्यांच्या दु:खाची मला

कल्पना आली. या दंगलीत त्या लोकांनी जे सहन केलं, ते मी समजून घेतलं. त्या वेळी मी स्वत:लाच सांगितलं, की लहानपणी गुरुद्वारामध्ये बराच वेळ जात होते. तिथं थांबत होते. (हे खरं होतं आणि त्यावेळी अंगात नैतिक बळही वाढल्यासारखं वाटत होतं, त्याचा प्रभावही जाणवत होता) आणि आम्ही त्या वेळी एखाद्या हिंदू मंदिरामध्ये सुद्धा फार काळ जात होतो, असं वाटत नाही. इतकचं नाही, तर आमच्या घरी सुद्धा प्रार्थनेच्या खोलीत गुरुनानक यांचा फोटो (तैलचित्र) होता. खरं तर, ज्या वेळी आमची आजी यायची, त्या वेळी आम्ही ती खोली पटकन आवरत होतो. आणि प्रार्थनेसाठी ती सज्ज ठेवत होतो. कारण ती खोली बहुतेक वेळा आम्ही सामानसुमान, धान्य वगैरेंसाठी वापरत होतो. तिथं हिंदू देवांचे फोटो कधीच नव्हते. आणि १९९४ च्या दंगलीआधी आम्ही जे निधर्मी होतो, ते नंतर शीख पंथी झालो होतो.

आणि ज्या वेळी म्हणजे आठ वर्षांनंतर हिंदूंनी बाबरी मशीद पाडली, त्या वेळी मात्र माझ्या मनातील शीख धर्माची भावना कमी होत गेली. नाहीशी झाली, म्हटली, तरी चालेल. आणि माझी निधर्मी भावना पुन्हा जागृत झाली. आता मला आपल्याला लोकांनी शीख म्हणून ओळखावं वाटत नव्हतं. आणि ज्या वेळी मशीद पाडली, त्या वेळी, मलाच नाही, तर अनेकांना आपण हिंदू आहोत, याचीच थोडी लाज वाटू लागली. ती चीड कशी, तर माझी शीख म्हणून जी ओळख मी करून घेतलेली नव्हती. म्हणून मी स्वत:ला शीख आहे, असं समजत नव्हते. मी शीख धर्मीय आहे, हा माझा दोष नव्हता. शेवटी असं आहे, की एकदा त्या घराण्यात जन्मच घेतल्यानंतर मला पर्यायच नव्हता. म्हणजे मी शीख आहे आणि हिंदूसुद्धा आहे. तेव्हा यातून सुटका म्हणजे आपली जातपात कुणाला न सांगणं. शीख म्हणून आपली सुटका होत नाही, तोपर्यंत इलाज नाही. इतर अनेक हिंदू लोकांच्याप्रमाणे मला माझ्या मुसलमान मित्रांपाशी क्षमायाचना करण्याची नितांत गरज भासली. माफी मागितलीच पाहिजे. ज्या हिंदूंनी बाबरी मशीद पाडली, त्या हिंदू धर्माशी फारकत घेण्याची मला आवश्यकता वाटू लागली. इतकंच नाही, तर सर्व हिंदू समाजाबद्दल माझ्याच मनात अपराधीपणाची भावना निर्माण झाली आणि हिंदूच्या या वागण्यामुळं माझ्या मनात मुस्लिम धर्माविषयी, त्या जमातीविषयी न कळत आपुलकीची भावना निर्माण झाली. मला माहीत होतं, की हिंदूंच्या विरोधात उभी राहिलेली ही जातीयवादी जमात आहे आणि सामाजिक स्वास्थ्याच्या दृष्टीनं तितकीच धोकादायक आहे. पण आता मला मुसलमानांच्या विरुद्ध तोंड उघडता येणार नव्हतं. माझ्या मनातली ही एक चीड मनस्वी होती.

हिंदू आणि शीख या दोन समाजांमध्ये धर्मांची जी किनार आहे, ती जास्त प्रवाही आहे. म्हणजे हिंदू आणि मुसलमान या दोन धर्मीयांच्यापेक्षा. परंतु पंजाबमध्ये

हिंदू आणि मुसलमान धर्मानं जरी वेगळे असले, तरी सामाजिक दृष्ट्या, सांस्कृतिक दृष्ट्या दोघांमध्ये एक साम्य आढळून येतं. कारण एखादा मुसलमान आणि एखादा हिंदू दोघे भेटले की, आधी ते एकमेकांना पंजाबी म्हणूनच ओळखतील. धर्म वेगळा असला, तरी संस्कृती पंजाबी. मग इथं धार्मिक भेद कुठं आड येतो? फाळणीची रेषा इथं कुठं गेली?

दुसरा मुद्दा असा की, फाळणी जर हिंदू, शीख आणि मुसलमानांच्यापुरतीच मर्यादित नव्हती, तर इतरांना त्याची झळ खरीच बसली का? या तीन जमाती सोडून इतरांना फाळणीविषयी काय वाटत होतं? ख्रिश्चनांचंच उदाहरण द्यायचं झालं, तर त्यांचं स्थान आहे आणि नाहीही! त्यांची संख्या सुद्धा फार नाही. हरिजनांसारखी त्यांच्या ओळखीची विशेष खूणगाठ नाही. (म्हणजे कामावरून) अद्याप तरी हरिजन वाट्टेल ती कामं करतात. त्यावरून त्यांची ओळख पटते. दुसरं म्हणजे, ख्रिश्चनांची वसाहतवाद्यांशी जवळीक आहे, अशी एक भावना आहे. त्यामुळं आपल्या राष्ट्रीय प्रवाहात त्यांना कुठं स्थान नाही. त्यांचं नाव घेतलं जात नाही. कारण त्यांच्याकडं बघण्याचा आपला एक वेगळाच दृष्टिकोन आहे. मग या देशाच्या फाळणीविषयी त्यांना काय वाटत होतं आणि आजही काय वाटतं? फाळणी म्हणजे हिंदू-मुसलमानांची लढाईच होती, असं त्यांना वाटत होतं का? आपलाही त्यात काही संबंध होता, अशी त्यांची भावना होती का? आजसुद्धा त्यांना काय वाटतं? या बाबतीत मी दिल्लीमध्ये लक्ष्मी फेन यांच्याशी बोलले. त्यांचा नवरा भारतीय सैन्यात अधिकारी होता. आणि १९४७ नंतर दिल्लीत भडकलेल्या जातीय दंगलीचा बंदोबस्त करीत असता त्याला मृत्यू आला. लक्ष्मी फेन यांच्या सांगण्याप्रमाणे त्या दोघांना आपण भारतीयांपेक्षा वेगळे आहोत, असं कधीच वाटलं नाही. तसा सवालच नव्हता. आणि त्यांच्याप्रमाणेच अनेक ख्रिश्चनांची हीच भावना होती. आणि खरोखरच त्या लोकांना असं काही वाटत होतं, आपण वेगळे आहोत, ही भावनाच त्यांच्यामध्ये नव्हती, हे लक्षात ठेवण्यासारखं आहे. जरी त्यांच्याकडून अशी अपेक्षा नव्हती तरी. लक्ष्मी फेन यांनी हवाई दलाच्या दोन ख्रिश्चन अधिकाऱ्यांची एक गोष्ट सांगितली. त्या दोघांना भारत-पाक सीमेजवळ राजस्थानच्या वाळवंटात आपलं विमान जबरदस्तीनं उतरवणं भाग पडलं. विमान जमिनीला लागल्याबरोबर ते दोघे वैमानिक बाहेर आले. बघितलं, तर त्या दोघांच्या भोवती स्थानिक लोक जमले होते. तुम्ही कोण आहात, हिंदू का मुसलमान? स्थानिक लोकांनी चौकशी केली. जेव्हा त्या दोघांनी सांगायचा प्रयत्न केला की, आम्ही हिंदू नाहीत आणि मुसलमानही नाहीत. आम्ही ख्रिश्चन असून, भारतीय हवाई दलात वैमानिक आहोत. परंतु त्या दोघांचं बोलणं कुणालाच समजलं नाही. तेव्हा ती दोन माणसं अगदी मरणाच्याच दारात उभी होती. आणि अशा तऱ्हेचे प्रश्न 'इतर' जातींकडून विचारले गेले नसते.

आता दुसरी एक गोष्ट जीन सायमन, जी आता ऐंशी वर्षांची आहे. ती तरुण असताना राष्ट्रीय चळवळीत पडली होती. तिला देशाच्या एकात्मतेविषयी आस्था होती. परंतु माझ्या जमातीकडून माझ्या कामाला पाठिंबा मिळाला नाही. त्यांनी माझ्यावर बहिष्कार टाकला होता. आमचे लोक म्हणाले की, ‘तुला या भानगडीत पडून करायचं काय? त्या हिंदू-मुसलमानांनी आपसातले मतभेद, भांडणं स्वत:च मिटवावीत ’ आणि ज्या वेळी फाळणी झाली, त्या वेळी जीन बेळगावात आपल्या नवऱ्याबरोबर ख्रिश्चन कॉलेजमध्ये तिच्या काकांबरोबर राहत होती. जागा काकांची होती. ‘आमच्या एका बाजूला हिंदूंची गल्ली होती आणि दुसऱ्या बाजूला मुसलमानांची. आम्हांला भीतीच वाटत होती.’ त्यांना बघून असं वाटत होतं, की दोन्ही जमातींतले ‘वेगळे’ लोक आहेत. ते इथं एकमेकांच्या आश्रयाला आले आहेत. आणि खरं सांगायचं, तर त्या दोन्ही जमातींकडून काहीच धोका नव्हता. त्यांच्याकडं बघून एक नक्की वाटत होतं, की ही माणसं शांत, समजुतदार आहेत. दंगलखोर नाहीत.

मायाराणीची मुलाखत मी घेतली आणि नंतर मला समजून आलं की, हिंदू, मुसलमान आणि शीख या तीन जमाती म्हणजेच फाळणी नव्हे. ती माझी प्राथमिक समजूत होती. मायाराणीच्या एकाच मुलाखतीमध्ये मला समजून चुकलं की, फाळणी म्हणजे अजूनही काही बरंच आहे. अनेक गोष्टी फाळणीत गुंतल्या आहेत. या एकाच प्रकरणात सांगायचं, तर जात आणि त्याचबरोबर वर्ग. नंतर मी ठरवलं की, मायाची मुलाखत पुन्हा एकदा वाचली पाहिजे आणि जात-वर्ग यांच्याबद्दल आणखी काही सखोल माहिती मिळवली पाहिजे. मायानं एक दलित म्हणून स्वत:विषयी आणखी काही सांगितलं होतं का? किंवा तिनं सांगितलंय् आणि मी विसरले? आणि मी ती मुलाखत वाचली आणि मला स्वत:लाच त्याची लाज वाटली, आश्चर्यही वाटलं. नक्कीच मी काही विसरले होते. होय, मी तिला तुझ्या काही मुसलमान मैत्रिणी आहेत का, म्हणून विचारलं होतं. त्या वेळी तिनं उत्तर दिलं होतं :

> नाही. मला स्वत:च्या अशा कुणी मुसलमान मैत्रिणी नाहीत. परंतु माझ्या आईची एक मुसलमान मैत्रीण होती आणि तिची परिस्थिती फार वाईट होती. इतकी, की मला तिच्याविषयी फार वाईट वाटलं. माझ्या आईला बहीण नव्हती, तेव्हा तिची ती मैत्रीणीच तिला बहिणीसारखी होती. आणि आई तिच्यासाठी रडत होती. आम्ही सगळेच रडलो. माझी आई म्हणाली की, ‘तुझ्या मावशीची’ परिस्थिती अतिशय वाईट आहे. तिला मुली होत्या. आणि तिनं माझ्या आईला विनंती केली की, ‘माझ्या मुलींना तू ठेवून घे, म्हणून, पण माझी आई म्हणाली की, मुलींना आम्ही कसं ठेवून घ्यावं? पोलिस आम्हांला तशी परवानगी देणार नाहीत. हिंदू लोक पण

आम्हांला तसं करू देणार नाहीत. मी तुझ्या मुलींना कसं घरात लपवून ठेवणार? माझे हात बांधलेले आहेत.' हे पाहा, हिंदू लोकांनी सगळ्या लोकांवर नजरा ठेवल्या आहेत. अगदी प्रत्येक माणसावर. आणि तुम्ही जर कुणाला लपवून ठेवलं, तर ते लोक येतील आणि सगळ्यांना बाहेर काढतील.

त्या वेळी हिंदू लोक एवढे बलवान आणि एकोपा करून होते, की दलितांनी मुसलमानांना मुळीच संरक्षण दिलं नाही. आणि पंजाबमधल्या मुसलमानांना आणि दलितांना याची कल्पना होती की, हिंदू समाजाच्या हातात या जुलूम-जबरदस्तीच्या नाड्या आहेत, त्यांची संख्या फार मोठी आहे. तेव्हा आपण सावध असलेलं बरं. तेव्हा पंजाबमध्ये दलित आणि मुस्लिम एकमेकांच्याजवळ आले. एकोप्यानं राहू लागले. मायानं त्या वेळचं वर्णन केलं आहे. फाळणीनंतर काही वर्षांनी तिची आई तिच्या मुसलमान मैत्रिणीला भेटायला म्हणून पाकिस्तानात गेली. परंतु तिथं तिला शोधण्यापासून तयारी होती. त्या वेळी हिंदुस्थान-पाकिस्तानचा मार्ग काही दिवसांपुरता खुला होता. पाकिस्तानामध्ये मायाची आई तिच्या पूर्वीच्या सगळ्या मैत्रिणींना भेटली. त्या वेळी तिच्या सगळ्या मैत्रिणींना आनंद झाला. त्यांना आनंद का होणार नाही, ती म्हणाली. ज्या वेळी विचारलं, तेव्हा ती म्हणाली की, 'भांडण होतं, ते हिंदू आणि मुसलमानांच्यामध्ये. आम्ही मुसलमानांशी कधीच भांडलो नाही. आणि त्याला तसं काही कारण नाही.' मायानं अगदी पुन्हा पुन्हा सांगितलं होतं की, तिला आणि तिच्या मैत्रिणीला मुळीच भीती वाटत नव्हती, म्हणून. हे शक्य होतं का? आणि माया, त्या वेळी हा प्रश्न माझ्या मनात पुन्हा पुन्हा येत राहिला. ती काही लहान मुलगी नव्हती. ती म्हणाली की, त्या वेळी माझ्या डोक्यावर कसलाही ताणतणाव नव्हता. या तिच्या बोलण्याचं मला खरंच आश्चर्य वाटलं. तिला त्या वेळी लोक कसे घाबरलेले होते, हे सगळं आठवतं. ती प्रत्येक प्रसंग विस्तारानं आणि एकरूप होऊन सांगते की, प्रसंग समोर तो प्रसंगच उभा करते. आणि तरीसुद्धा तिला कसली भीती वाटली नाही. उलट, ती अभिमानानं आठवून सांगते की, त्या गोंधळाचा फायदा घेऊन आम्ही कशा आणि किती वस्तू लुबाडून आणल्या, ते ती काय सांगते :

... आम्हांला तिथं कसलाही धोका नव्हता. कारण आम्ही हरिजन आहोत. पाकिस्तान झालं असतं काय, नि हिंदुस्थान झालं असतं काय, आम्हांला काहीच फरक पडला नसता. आम्ही जिथं जन्मलो, तिथंच राहणार. आमचे बुजुर्ग म्हणत होते की, काही झालं, तरी आम्ही इथून हलणार नाही. ते आमचं घर होतं. गाव होतं. कुणी जर आम्हांला घरदार

> सोडायला लावलं असतं, तर आम्ही त्यांना आमची ताकद दाखवली असती. शेवटी हरिजन काही इतरांसारखे नाहीत. आमच्या समाजातही चांगली ताकद आहे. आणि असं जर काही झालं असतं, तर, आम्ही आमच्या स्वतंत्र राज्याची मागणी केली असती. आणि ती मान्य केलीच असती. याबाबतीत आमची बाजू भक्कम आहे. आम्हांला चांगलं ज्ञान आहे.

आपल्या समाजातही तेवढी ताकद आहे, आम्ही एक आहोत. याचं ज्ञान असणं, म्हणजे 'आम्ही प्रबळ आहोत' याची जाणीव झाल्याची खूण होय. आणि अशी भावना, स्वत:विषयीचा स्वाभिमान काही काळ तरी दलितांच्यामध्ये वाढीस लागला होता. त्या वेळी पूर्व पंजाबची लोकसंख्या एक कोटी, सव्वीस लाख होती. त्यांपैकी हरिजनांची संख्या ८,६९,४०० एवढी होती. म्हणजे ६.९७% होती. याचा अर्थ असा होता, की पूर्व पंजाबमध्ये हरिजनांची संख्या इतर जमातींपेक्षा जास्त होती. आणि ती महत्त्वाची होती. याचा अर्थ देशातल्या इतर प्रांतापेक्षा पूर्व पंजाबमध्ये हरिजन जास्त होते आणि त्यांना याची पूर्ण कल्पना होती. आणि त्या वेळी हरिजनांच्या हातांतलं संख्याबळ हे महत्त्वाचं शस्त्र होतं. म्हणूनच माया राणी आणि इतर लोक आम्ही प्रबळ आहोत, म्हणत होते. त्यांची ताकद त्यांना माहीत होती.

आणि ज्या वेळी मी मायाराणीची मुलाखत पुन्हा वाचली, तेव्हा मला तीत विसंगती दिसून आली. आणि मला पुन्हा उत्सुकता लागली.

त्या वेळी माया आणि तिच्या मैत्रिणी त्यांच्या गावात दंगल चालू असताना कुठं अदृश्य झाल्या नव्हत्या किंवा कुठं घरात बसून नव्हत्या. रावळपिंडीच्या भागात मार्च, १९४७ मध्ये उसळलेल्या दंगलीनंतर पी एन् राजभोज (त्या वेळी राजभोज हे अखिल भारतीय वर्गीकृत जमात आणि तत्सम जातीच्या संघाचे चिटणीस होते.) यांनी भेट दिली त्या वेळी ते म्हणाले :– 'मी ज्या वेळी त्या भागास भेट दिली, त्या वेळी प्रत्येक ठिकाणी माझ्या एक लक्षात आलं की, मागासवर्गीय जाती जमातीला दंगलीची फारशी झळ बसली नाही. आणि याचं मला समाधान वाटतं. आणि जिथं कुठं एखाद्याला दंगलीचा त्रास सहन करावा लागला असेल, तर ती त्या व्यक्तीची चूक असणार. कारण आपण हिंदू आहोत, हे सांगितल्यामुळंच त्याच्यावर हल्ला केला असेल. आणि दंगलखोरांना ज्यांनी सांगितलं की, मी हिंदू नाही आणि मुसलमानही नाही. त्यांना काहीच त्रास झाला नाही.[५२] आता राजभोज यांनी त्या वेळी जे वक्तव्य केलं, त्या अनुषंगानं अनेक मुद्दे उपस्थित होतात. आणि अनेक प्रश्न

---

५२. अ.भा.काँ. स. कागदपत्र फाईल नं. जी-१९ (के डब्लू -१) हरिजन सेवक संघ १९४६-४८

अनुत्तरित राहतात. पहिला मुद्दा म्हणजे, मायाराणी आणि तिच्या मैत्रिणी एवढी दंगल चालू असताना सुद्धा सुरक्षित राहिल्या, का, तर त्या हरिजन होत्या, म्हणून. म्हणजे अस्पृश्यता आणि अंध:कारमय जीवन हेच निकष रावळपिंडीतल्या हरिजन महिला, मुली, लहान मुलं यांना लागू होते का? केवळ हरिजन, दलित म्हणून त्यांच्या स्त्रियांच्यावर, मुलींवर अत्याचार झाले नाहीत, बलात्कार झाले नाहीत? पुरुष वर्गावर हल्ले झाले नाहीत? आणि एवढी दंगल चालू असताना दंगलखोरांना असं कोण सांगू शकलं असेल, की 'मी हिंदूही नाही आणि मुसलमानही नाही?' म्हणजे हे जर खरं असेल. तर कित्येक दलित, हरिजन दंगलीतून सहीसलामत सुटले, म्हणजे! कारण ते हरिजन होते. यावरून एक सिद्ध होतं, की दंगलखोरांना आपण कुणावर हल्ला करतो आहोत, हे माहीत असलं पाहिजे. आता आपण किती हुशार आहोत, हे दाखवण्यासाठी कित्येक जातीय दंगली उराशी बाळगून तिचा अभ्यास करणारे हुशार अभ्यासू सांगतात की, हल्लेखोर हे नेहमीच बाहेरचे असतात. ते प्रवेश करतात आणि लोकांचं (निष्पाप, दुर्दैवी) आयुष्य उद्ध्वस्त करून टाकतात. आणि हे जर खरं असेल की, हल्लेखोरांना आपण कुणावर हल्ला करतो आहोत, कुणाला मारतो आहोत, हे माहीत असेल, तर मग याचा विचार करता, आम्ही असा तर्क काढायचा का, दंगलीपासून संरक्षण मिळवण्याचं आणखी एक साधन म्हणजे दलित असणं! दोन्ही जमाती दलितांच्याकडं एक खालच्या दर्जाची जमात, म्हणून बघतात. दलितांचा दोन्ही जमाती तिरस्कार करतात. मग अशा कडेच्या, दुर्लक्षित जमातीवर समोरासमोर हल्ला कशाला करायचा? कारण त्यांच्याशी लढा देण्याइतकी सुद्धा त्यांची सामाजिक पातळी नाही. म्हणजे दोन्ही जमाती दलितांच्याकडं दलित म्हणून तर बघतातच; पण त्यांच्याशी लढा देणं, त्यांच्याशी भांडण करणं यात सुद्धा कमीपणा समजतात का? सामाजिक समानता, सारखेपणा, हिंसाचार करतानासुद्धा लक्षात येतो का? तरीसुद्धा कित्येक गोष्टींमध्ये हिंदू आणि मुसलमान यांच्यामध्ये सारखेपणा, समानता नाही. पण एक नक्की आहे की, दलितांच्यापेक्षा या दोन्ही जमाती काही बाबतीत समसमान आहेत. आता दलितांचा सामाजिक दर्जा, त्यांची पातळी ही इतर वेळेला हिंदू आणि मुसलमानांच्या ताबडतोब लक्षात येते. मग ज्या वेळी (इथं पुन्हा मागील मुद्दा आला.) दलितांच्या स्त्री-वर्गावर बलात्कार केला जातो, तेव्हा बलात्कार करणाऱ्याच्या त्या स्त्रीची जात, त्या जातीचा समाजातील दर्जा, हलकी जमात हे का लक्षात येत नाही? आणि बलात्कार म्हणजे त्या स्त्रीशी सलगी करून, एकरूप होण्याचा प्रयत्न करण्याचाच प्रकार की, लुटालूट, सत्ता, हुकुमशाही यापेक्षा बलात्काराला वेगळं स्थान आहे काय? इथं सामाजिक असमानता कुठं जाते?

आता दलितांच्या आयुष्यातील अंधाराची, दुर्लक्षित जीवनाची आणखी एक बाजू आहे. जिथं समाज, जाती-जमाती एकत्र राहतात, म्हणजे देशातल्या बहुतेक

भागांत, तिथं दररोजच्या काही कामाची वाटणी केलेली असते. लोक आपापल्या परीनं वेगवेगळी कामं करीत असतात. जगण्यासाठी व्यक्ती, कुटुंब, समाज हे सगळे एकत्रितपणे झटत असतात. पश्चिम पंजाबमध्ये देशातल्या इतर काही भागांतल्याप्रमाणेच खालच्या जमातीला, वर्गाला, दलितांना माणूस ह्या दररोजच्या आयुष्यातल्या ज्या गरजा आहेत, त्यांची पूर्तता करण्यासाठी आवश्यक ती कामं दिली आहेत. ती त्यांची जबाबदारीच आहे. आयुष्य उजाड करणारी नीच, हलक्या दर्जाची कामं म्हणजे एक क्रूर, चौकट आहे. दलितांच्या आयुष्याची एक ओंगळ चौकट. समाजाच्या आरोग्याच्या दृष्टीनं आवश्यक ती कामं करणाऱ्या या दलितांना समाजानं बाजूला टाकलं आहे. फाळणीमुळं त्यांचे प्रश्न जास्तच किचकट होत गेले. त्यांच्या कित्येक समस्या आहे तशाच आहेत. फाळणीमध्ये लोक पळून आले. काही योजना नव्हत्या. एकदम लोक निघाले. त्यांनी समाजाच्या रिवाजाप्रमाणे एकत्र राहण्याचा प्रयत्न केला. परंतु जीवनावश्यक, जगण्यासाठी ज्या गोष्टी सोयी, सुविधा असतात, त्या सोयी दलितांना नव्या घरात काही मिळत नव्हत्या. आणि कधीच मिळत नाहीत. समाजाची आवश्यक ती सेवा करणारे दलित प्रत्यक्ष काम करताना कुठंच दिसत नाहीत. म्हणजे हजर असूनसुद्धा अदृश्यच राहतात. आणि तेच दलित जेव्हा निघून जातात, कामं पडून असतात (घाणीचीच), तेव्हा मात्र दलित (समाजाला) समोर दिसतात. ते आहेत कुठं? त्यांची ही हलकी, ओंगळ कामं करणार कोण? आणि ती रोजच्या रोज केली तर पाहिजेत. फरश्या पुसणं, संडास-बाथरूम-मुताऱ्या साफ करणं, झाडलोट करणं, हे कोण करणार? लोकांनी राहायचं कसं? जगायचं कसं? मग हिंदू समाजानं दलित – दलित म्हणायला सुरुवात केली. आता त्यांना दलितांची ओळख पटली. हरिजन, दलितांची अस्मिता, त्यांची ओळख, रूप, एकूण त्यांच्या स्वत:ला आकार बरेच दिवसांनंतर येऊ लागला. गांधी आणि आंबेडकरांनी आपापल्या मार्गानं दलितांच्या प्रश्नाकडं, त्यांच्या अडीअडचणींकडं लक्ष घातलं. गांधीनी ज्या गोष्टींसाठी चळवळ केली, दलितांनी त्या गोष्टी अमान्य केल्या. गांधीच्या कार्यक्रमात मंदिर प्रवेश, एक गाव एक पाणवठा, यांसारखे कार्यक्रम होते. म्हणजे दलितांच्या दृष्टीनं ती वरवरची मलमपट्टी होती. तेव्हा दलितांनी गांधींच्या या गोष्टी नाकारल्या. त्यांना मंदिर प्रवेश, एक गाव एक पाणवठा याची आधी गरज नव्हती. दलितांना काय पाहिजे होतं, तर राजकीय सत्ता, भागीदारी आणि सगळीकडं प्रतिनिधित्व आणि महत्त्वाची मागणी म्हणजे नागरिक म्हणून त्यांना समान दर्जा. १० जून, १९४७ रोजी म्हणजे, फाळणीची योजना जाहीर झाल्यानंतर लगेच अखिल भारतीय दुर्लक्षित, उदासीन वर्गाच्या ऊर्जितावस्थेसाठी जे एक मंडल स्थापन झालं होतं, त्याचे अध्यक्ष जे. एच्. खांडेकर यांनी माऊंटबॅटन यांच्याकडं एक प्रतिनिधी मंडळ पाठवलं. व अशा वर्गाला बंगाल आणि पंजाबमध्ये

फाळणीनंतर जी सीमा आखली जाणार आहे, त्या समितीवर प्रतिनिधित्व द्यावं अशी मागणी केली. त्यामुळं वर्गीकृत जमातीचे जे हक्क आहेत, त्यांच्या ज्या सोयी-सवलती आहेत, त्या अबाधित राहतील. 'त्यांचे हक्क चिरडले जाणार नाहीत. त्यांच्याकडे दुर्लक्ष होणार नाही.' त्यांना प्रतिनिधित्व द्यायचं कारण म्हणजे पंजाबमध्ये वर्गीकृत जमात, हरिजन वगैरेची संख्या इतरांपेक्षा जास्तच होती. तेव्हा पंजाब बंगालची सीमारेषा आखताना इतर समाजाला प्रतिनिधित्व दिलं जाणार होतं, त्यांचा सल्ला घेतला जाणार होता, तर मग वर्गीकृत जमाती यांनाही त्या समितीत सहभागी करून घ्यायला पाहिजे. आणि माऊंटबॅटन यांना पत्राबरोबर मंजूर झालेल्या ठरावाची एक प्रतसुद्धा पाठवली. अखिल भारतीय दुर्लक्षित, उदासीन वर्गाच्या मंडळानं जो ठराव एका बैठकीत मंजूर केला होता, तो असा :–

१) 'अखिल भारतीय उदासीन वर्गीयांचे मंडळ' यांच्या बैठकीत एक ठराव मंजूर झाला आहे. त्यानुसार मंडळाला वाटतं की, बंगाल आणि पंजाबच्या विभागणीमुळं उदासीन वर्गीय, दलित तत्सम समाजावार एक वाईट परिणाम होणार आहे. या विभागणीमुळं मंडळाला अशी भीती वाटते की, त्यांना मुसलमानांच्या प्रभुत्वाखाली येणाऱ्या, त्यांचीच संख्या जास्त असणाऱ्या नवीन प्रांतामध्ये सक्तीनं जावं लागणार आहे. तेव्हा याला आळा घालण्यासाठी एच् एम् जी योजनेखाली दोन्ही देशाच्या 'सीमारेषा' आखणीसाठी जी समिती स्थापन होणार आहे, त्या समितीमध्ये उदासीन वर्गीयांना प्रतिनिधित्व मिळालंच पाहिजे.

२ (अ) या मंडळाला याचं दुःख वाटतं की, पंजाबच्या या आधीच्या मंत्रिमंडळात उदासीन वर्गाला दलितांना काहीच प्रतिनिधित्व न मिळाल्यामुळं त्या मंत्रिमंडळानं या प्रांतातील दलित, पीडित वर्गासाठी काहीही भरीव योजना आखल्या नाहीत. या समाजाच्या कल्याणासाठी मंत्रिमंडळ काहीही करू शकलं नाही. तेव्हा हे मंडळ काँग्रेसला, हिंदू आणि शीख पुढाऱ्यांना अशी विनंती करीत आहे की, यापुढं जे प्रांताचं मंत्रिमंडळ स्थापन केलं जाईल, त्या मंत्रिमंडळात या उदासीन वर्गाला योग्य असं प्रतिनिधित्व द्यावं.

३) या समितीला आणखी एका महत्त्वाच्या गोष्टीची चिंता वाटते की, या देशातील मुसलमान, शीख आणि ख्रिश्चन धर्मीयांनी उदासीन वर्गीयांचं धर्मांतर करण्याचे (प्रत्येक जमातीनं) प्रयत्न चालविले आहेत. राजकीय सत्ता मिळवण्यासाठी आपल्या जाती-धर्माची संख्या वाढविणं हाच या मागचा उद्देश आहे. आणि जर वेळीच या धर्मांतराला पायबंद घातला नाही, तर आम्हांला असं वाटतं की; यामुळं उदासीन वर्गीय व तत्सम जातीची

संख्या तर कमी होईलच; परंतु त्याचा वाईट परिणाम हिन्दू समाजाच्या अस्तित्वावर सुद्धा होईल. आणि त्यामुळं प्रत्येक प्रांतात यापुढं नवेच राजकीय प्रश्न उभे राहतील. आणि हिंदू समाजाला एक वेगळ्याच अडचणीला तोंड द्यावं लागेल.[५३]

सक्तीच्या धर्मांतरामुळं मुसलमान, शीख आणि ख्रिश्चनांची संख्या वाढेल आणि हिंदू समाजावर त्याचा विपरीत परिणाम होईल, ही भीती बहुसंख्य असलेल्या हिंदू समाजाच्या वतीनं वरील पत्रात व्यक्त केली आहे. आणि वर्गीकृत जाती, हरिजन, दलित, यांच्यासारख्यांना याची जाणीव झाल्यामुळंच की काय, त्यांना आपलं वेगळेपण, आपलं महत्त्व जाणवू लागलं. तेव्हा वर्गीकृत जातीनं आपली ताकद वाढवायला सुरुवात केली. आणि सत्तेमध्ये भागीदारी फक्त वर्गीकृत जातीचे लोकच मागत होते, असं नाही, तर याबाबतीत ख्रिश्चन लोकसुद्धा मागं नव्हते. १९४८ च्या नोव्हेंबर महिन्यात अखिल ख्रिश्चन कल्याण संस्थेच्या सिमला शाखेनंसुद्धा अशीच मागणी केली. या संस्थेनं म्हटलं आहे की, पूर्वपंजाबच्या विधान सभेच्या अध्यक्षांनी आणि मुख्यमंत्र्यांनी आपल्या प्रांतातील अल्पसंख्यांकांच्या मदतीसाठी, हक्कांसाठी एक समिती स्थापन केली होती. त्या समितीनं तथाकथित 'ख्रिश्चनांच्या प्रश्नांकडं जाणून बुजून दुर्लक्ष केलं आहे.'[५४] आपल्या स्वत:च्या अस्तित्वासाठी, स्वत:च्या विशिष्ट ओळखीसाठी आधी आपण स्वत: कुणी तरी आहोत, याची जाणीव व्हावी लागते. कदाचित या अभावामुळंच मुसलमान, शीख आणि ख्रिश्चन हे लोक वर्गीकृत जमातीला धर्मांतर करायला लावतील, ही भीती वर्गीकृत जमातीच्या पुढाऱ्यांना वाटत होती. वर्गीकृत जातींमध्ये सुद्धा वेगवेगळे गट होते. वर्गीकृत जातींचा कल थोडा मुसलमान जातीकडं होता. तर अखिल भारतीय उदासीन वर्गाच्या संघटनेचा कल हिंदूंच्याकडं होता. पुढाऱ्यांना धर्मांतराचा संशय होता, त्याचं कारण धर्मांतराची प्रकरणं झालीच होती. आणि चालू होती. नामनिर्देश केलेल्या जाती-जमाती 'आपल्या जातीचं संख्याबळ वाढावं आणि त्या संख्याबळावर आपण राजकारणात आणि मुख्य म्हणजे सत्तेमध्ये भागीदारी मागावी' याच उद्देशानं इतरांना धर्मांतर करायला लावत होत्या. आपली स्वतंत्र मतदारसंघाची मागणी मान्य व्हावी, संख्याबळाप्रमाणे राजकारणात प्रतिनिधित्व मिळावं, महत्त्वाचे निर्णय घेणाऱ्या ज्या समित्या असतील, तिथं आम्हांला निमंत्रित करावं. यांसारख्या मागण्या मान्य करवून घेण्यासाठीच वर्गीकृत

---

५३. अखिल भारतीय उदास वर्गीयांचे मंडल. करोलबाग अ.भा. काँ.क. कागदपत्र फा. नं. जी-१९ (के डब्ल्यू-१) हरिजन सेवक संघ, १९४६-४८

५४. अ.भा.काँ.क. कागदपत्र पंजाब फा. नं. जी २६-१९४८

जमात, हरिजन, अस्पृश्य आपण वेगळे आहोत, आम्ही स्वतंत्र आहोत, म्हणत असत. माया राणीनं असेच विचार व्यक्त केले होते. मी जेव्हा तिला भेटले, त्या वेळी तिनं मला पुन्हा पुन्हा हेच ऐकवलं.

दलितांच्या दुर्लक्षित, उदासीन संघटनेच्या सगळ्याच गटानं काही स्वतंत्रपणाची भाषा केली नव्हती. त्यांच्यामध्ये असेही काही गट होते, ते आर्थिक निकषावर सवलती मागत होते. त्यांना आर्थिक स्थैर्य पाहिजे होतं. म्हणून ते आपल्या लोकांमध्ये तसा प्रचार करत होते. लोकांना एकत्र करत होते. ते म्हणत होते, आम्हांला जातीवर सवलती नको आहेत, हा त्यांचा स्वाभिमान होता. तरीपण 'स्वतंत्रपणाची' मागणी मूळ धरत होती, हे नक्की. असं सांगतात, की ज्या वेळी पी. एन्. राजभोज यांनी पंजाबला भेट दिली होती, त्या वेळी ते म्हणाले होते, 'वर्गीकृत जातीजमातीचं हिंदूंशी साधर्म्य मुळीच नाही. परंतु शीखांचं हाडमांस मात्र हिंदूंचं आहे. कित्येक वर्गीकृत जाती जमाती, मजहबी शीखांसह जवळजवळ सगळे शीखच आहेत. तेव्हा पंजाबची फाळणी झाली, तर ती तीन भागांत केली पाहिजे. नावानिशीच सांगायचं, तर मुस्लिम पंजाब, शीख-हिंदू-पंजाब आणि वर्गीकृत जाती पंजाब.'[५५]

आता आपण इथं फाळणीसंबंधीच दोन समांतर टिपणं पाहू : फाळणीच्या आधी काय झालं, तर हिंदू आणि मुसलमान पुढाऱ्यांनी आपलं महत्त्व कसं वाढेल, आपल्याला सगळीकडंच प्रतिनिधित्व कसं मिळेल, यासाठी आधी लढा दिला. फाळणीनंतर कशासाठी झगडावं लागलं, तर मालमत्ता, जमीनजुमला, पैसा अडका, माणसं (जास्त करून महिला आणि मुलं) लोकांची वेगळी जात-जमात, समाज... आता दलितांची वेगळी भाषा, मागण्यांचा प्रकार वेगळा तो असा : आमचंही काही ऐका, या लढ्याच्या इतिहासात आमचंही नाव येऊ द्या. या लढ्यात आम्हांलाही गुंतवा. आम्हांला ओळखा. आम्हीही अल्पसंख्याक आहोत. आमचा जीव सुद्धा थोडा घाबरतो. तो आमच्यासाठी. आमच्याही मागण्या आहेत. स्वत:चे आमचे अधिकार, हक्क, आमच्या गरजा... आम्हांलाही आमची भूमी पाहिजे आहे. ती आखायची आहे. जी स्वत:ची असेल... आणि त्यांनी आम्हांला भीती दाखवली एखाद्या राक्षसासारखी, त्यांनी काय केलं, तर आमच्या या काल्पनिक मातृभूमीला एक समंजस, कल्पक, बुद्धी वापरून नाव दिलं. 'अछूतीस्थान' अस्पृश्यांची भूमी. आणि मायाराणीनं नंतर जे सांगितलं, ते हेच. ती काय म्हणाली : 'आम्ही त्यांना स्वतंत्र राज्याची मागणी करू शकलो असतो, आणि त्यांना ती द्यावीच लागली असती.'

---

५५. आय.बी.आय.डी.

आणि १९४६ च्या नोव्हेंबर महिन्यात काय दिसून आलं, तर अखिल भारतीय अछूतीस्थानची चळवळ या चळवळीचे प्रणेते श्री. बिहलाल यांनी त्याच महिन्यात एक निवेदन प्रसिद्धीला दिलं.

हे लक्षात घेणं समर्थनीय ठरेल की, हिंदुस्थान हा देश अस्पृश्यांचा होता. तेव्हा हा त्यांच्या ताब्यात दिला पाहिजे. 'अछूत' या शब्दापासून 'अछूतीस्थान' शब्द निर्माण झाला आहे. याचा शब्दश: अर्थ काढायचा झाला, तर हा देश 'अशुद्ध नाही.' तो अशुद्ध झाला, तो हिंदुस्थान, पाकिस्तान आणि इंग्लिशस्तान यांच्या मिश्रणानं. जीनांनी फक्त पाकिस्तानचीच मागणी केली. अछूतीस्थानची नाही. हा त्यांचा मूर्खपणा झाला. त्यांना आमची आठवण झाली नाही. पहिल्यांदा अछूतीस्थानचा प्रश्न महत्त्वाचा आहे. नंतर हिंदुस्थान, पाकिस्तान आणि इंग्लिशस्तान. या तिघांनी आधीच्या, उल्लेख केलेल्या लोकांना चिरडून टाकण्याचा प्रयत्न केला. त्यांनी काय केलं नाही? बंदुकांचा वापर केला, मारामारी करण्याची साधनं वापरली... आज मेहेतर, झाडूवाले आणि चांभार यांची काय परिस्थिती आहे? शहरांमधून नगरपालिका, जिल्हापरिषद यांची स्थापना करून त्यांना ही कामं करण्यास भाग पाडलं आणि खेड्या-पाड्यांत चांभार लोकांना कामाला लावलं. त्यांना काय करायला लावलं, तर त्यांच्या (इतर समाजाच्या) घरातली विष्ठा बाहेर काढणं, मेलेली माणसं बाहेर काढणं, मेलेली जनावरं बाहेर घेऊन जाणं. हिंदुस्थान, पाकिस्तान आणि इंग्लिशस्तानमधल्या जमिनदारांनी बिगारी लोकांना आपल्या शेतीची, इतर कामं करायला लावली. मग अछूतीस्थानच्या लोकांना आपल्या सामर्थ्याची, ताकदीची जाणीव झाली. आणि त्यातून संघटना स्थापन झाल्या आणि या संघटनांनी लोकजागृती करायला सुरुवात केली. त्या संघटना म्हणजे वर्गीकृत जातीजमाती, दुर्लक्षित, उदासीन मागासवर्ग आणि हरिजन... परंतु त्यांची ताकद, एकजुटीवर निर्देश केलेल्या तिघांनी घाला घातला. त्यांना खच्ची करायचा प्रयत्न केला. हिंदुस्थानच्या लोकांना या जमातीला हरिजन म्हणून बाहेर ठेवायचं आहे. पाकिस्तानच्या लोकांना वर्गीकृत जाती या नावाखाली त्यांचं धर्मांतर करायचं आहे. आणि इंग्लिशस्तानच्या लोकांना 'उदासीन वर्ग' म्हणून त्यांच्याकडे दुर्लक्ष करायचं आहे...[५६]

---

५६. अ.भा. काँ.क. कागदपत्रं, फा. न. जी-१९, (के डब्ल्यू -१) हरिजन सेवक संघ. १९४६-४८

वरील निवेदनाद्वारे संबंधितांनी जो आपला आवाज उठवला आहे, त्यात नवीन काही नाही. कारण अशाच आशयाचं एक पत्र (तारीख नाही) पंजाबच्या गव्हर्नरांना लाहोरमध्ये पाठवलं होतं. त्या पत्रात याच्या पुढची पायरी गाठून सरळ स्वातंत्र्याची मागणी केली आहे, भौगोलिक माहिती पण दिली आहे.

सन्माननीय महोदय,

पंजाब प्रांतातील वर्गीकृत जातीची संघटना पंजाबच्या वर्गीकृत जाती-जमातीतर्फे, नियोजित फाळणीच्या संबंधी एक निवेदन सादर करीत आहे.

१) पंजाबची नियोजित फाळणी ही प्रांतातील वर्गीकृत जातीतील लोकांच्या पूर्णपणे हिताच्याविरुद्ध आहे. जो वर्ग हिंदूंच्यापासून अगदी स्वतंत्र आहे आणि या प्रांतातील वर्गीकृत जमात ही एक महत्त्वाची अल्पसंख्याक जमात आहे.

२) हे वर्गीकृत जातीचे लोक कोणत्याही विशिष्ट एक-दोन जिल्ह्यांत राहत नसून, ते प्रांतातील सर्व कोना-कोपऱ्यांतून राहत आहेत. फाळणी जर झाली, तर त्यांना संपूर्णपणे इतर समाजाच्या कृपाछत्राखाली राहावं लागेल. परावलंबी व्हावं लागेल.

३) या वर्गीकृत जातीच्या लोकांना एका विभागाच्या लोकवस्तीतून दुसऱ्या वस्तीत जावं लागल्यास त्यांना बरंच काही भोगावं लागणार आहे. आणि सक्तीनं एका विभागातून दुसऱ्या विभागात जावं लागल्यास या वर्गाचं आर्थिक, सामाजिक, राजकीय आयुष्यच धोक्यात येईल. त्यांच्या एकूण आयुष्यावरच त्याचा परिणाम होईल.

४) त्याशिवाय हे वर्गीकृत जातीचे लोक कधीच हिंदू नव्हते आणि नाहीत हे नुकत्याच झालेल्या जातीय दंगलीनं सिद्ध करून दाखवलेलं आहे. या वर्गाचे लोक हिंदूंच्याकडून चांगल्या वागणुकीची अपेक्षा करू शकत नाहीत. जे हिंदू पूर्व पंजाबमध्ये बहुसंख्येनं आहेत, तेच हिंदू या जमातीचा आवाजच दाबून टाकतील. आणि ज्या महान ध्येयासाठी गेली दोन दशकं हे लोक झगडत आलेले आहेत, त्या ध्येयालाच हिंदू लोक हानी पोहचवतील. हिंदूंनी या लोकांचे कायदेशीर अधिकार आधीच हिरावून घेतले आहेत. आणि या नियोजित फाळणीमुळं वर्गीकृत लोकांच्या प्रगतीचे दरवाजेच बंद होतील.

५) या वर्गीकृत जातीचे लोक आधीच दडपलेले, दुखावलेले आहेत. आणि पंजाबच्या फाळणीमुळं या लोकांची दोन भागांत विभागणी केली जाईल. त्यामुळं त्यांचं संख्याबळ घटेल आणि एकी राहणार नाही. आणि हे वर्गीकृत लोक एखाद्या विभागात नाइलाजानं गेले आणि तिथं एखाद्या

'दुसऱ्या' जमातीचं संख्याबळ असेल, तर या लोकांची संस्कृती, संस्कार, मान, स्वाभिमान याची जपणूक होऊ शकणार नाही, अशी भीती वाटते.

६) पंजाबचे हे वर्गीकृत जातीचे लोक विभागणी झालेल्या पंजाबमध्ये एखाद्या विशिष्ट धर्मातील लोकांच्या आधिपत्याखाली राहण्यापेक्षा मरण पत्करतील. त्यांच्या मनाविरुद्ध, इच्छेविरुद्ध, त्यांच्यावर जर फाळणीचा निर्णय लादला, तर हे वर्गीकृत लोक त्याला मान्यता देणार नाहीत. तसा निर्णय सुद्धा घेऊ देणार नाहीत.

७) ब्रिटिश सरकारनं लोकांना जी आश्वासनं दिली होती, ती त्यांनी आधी पाळली पाहिजेत. आणि तेही फाळणीच्या आधी आणि सत्ताबद्दल करण्याआधी.

८) आणि पंजाबच्या फाळणीशिवाय दुसरा पर्यायच नसेल, तर मग खाली निर्देश केलेल्या मागासवर्गीयांच्या, वर्गीकृत जाती-जमातींच्या ज्या निकडीच्या मागण्या आहेत, त्या पूर्ण केल्या पाहिजेत.

अ) पंजाबच्या विधानसभेत सगळ्या समाजाचे जे खरे प्रतिनिधी असतील, त्यांनी फाळणीसंबंधी निर्णय घ्यायचा आहे. आणि त्यासाठी ताबडतोब नव्यानं निवडणुका घ्याव्यात, ही विधानसभा बरखास्त करावी. आणि मग जे खरे प्रतिनिधी निवडून येतील, त्यांनीच फाळणीसंबंधी निर्णय घ्यावा. मागच्या निवडणुकीत वर्गीकृत जातीचे खरे प्रतिनिधी निवडून येऊ शकले नाहीत. कारण त्या वेळी निवडणुका हिंदूंच्याबरोबर घेतल्या होत्या. आताचे जे काँग्रेसचे हरिजन आमदार आहेत, ते खरे हिंदूंचे प्रतिनिधी आहेत. वर्गीकृत जातींचे नाहीत. कारण त्यांना बहुसंख्य हिंदूंचीच मतं पडली होती. वर्गीकृत जातीला काँग्रेसमध्ये काही भविष्य नाही. आणि सध्याचे काँग्रेसचे हरिजन आमदार वर्गीकृत जातींतर्फे काही बोलू शकणार नाहीत. त्यांचे प्रतिनिधित्व ते करू शकणार नाहीत.

ब) वर्गीकृत जातीला एक स्वतंत्र राज्य द्यावं आणि त्यामध्ये जालंधर आणि अंबाला या विभागाचा समावेश करावा. कारण या भागातील रहिवासी जास्त करून वर्गीकृत लोकच आहेत. तेव्हा प्रांताच्या अनेक भागांतून जे लोक आपल्या नवीन राज्यात येतील, नव्या आत्म्यात प्रवेश करतील, तेव्हा त्यांच्या प्रवासाचा खर्च, ते लोक स्थिरस्थावर होईपर्यंत त्यांच्या राहण्या-जेवणाचा खर्चसुद्धा सरकारनंच करावा. त्याशिवाय नव्या राज्यात येताना या लोकांचं काही नुकसान झाल्यास त्याची भरपाई सरकारनं करावी.[५७]

---

५७. अ.भा.काँ.क. कागदपत्र, पंजाब फा. न. जी-२६. १९४८

फाळणीची वेळ जशी जवळ आली, तशी काँग्रेस आणि मुस्लिम लीग या दोन्ही पक्षांना जे या खेळातील प्रमुख खेळाडू त्यांना हरिजनांची मनधरणी करून आपल्या पक्षात त्यांना सामील करून घेण्याची गरज वाटू लागली. हरिजन ज्या पक्षात जातील, त्या पक्षाचे संख्याबळ वाढणार होतं. आणि पक्षात सुधारणाही होणार होती. त्यामुळं दोघांच्या हालचाली सुरू झाल्या. योग्य वेळी राजकीय आघाड्या केल्या, तर त्याचा नक्कीच फायदा होतो. आणि या वेळीही अपवाद नव्हता. ६ मार्च, १९४७ रोजी जे. एन्. मंडल, हंगामी सरकारमधील कायदेतज्ज्ञ– उत्तर प्रदेश वर्गीकृत जाती मंडळाच्या परिषदेत म्हणाले की, माझा गांधींच्यावर फारसा विश्वास नाही. कारण गांधींना या लोकांच्यासाठी आधी मंदिरं खुली करायची होती. 'मी मुस्लिम लीगबरोबर हात मिळवणी केली आहे.' पुन्हा ते म्हणाले की, 'वर्गीकृत जाती आणि मुसलमान दोघंही गरीब आणि मागासलेले आहेत. ते बहुतेक सगळे कामगार आणि शेतकरी आहेत. निदान बंगालमध्ये तरी. म्हणून त्यांना मोठ्या मदतीची गरज आहे. तेव्हा आता कायदा फक्त मुसलमानांसाठीच केला जाईल. आणि त्याचा फायदा वर्गीकृत जातीला होणार नाही.'[५८]

पुन्हा एकदा इथं मतभेदाची रेघ ओढली गेली. इथं मतभेद, हटवादीपणा, आपलंच डोकं चालवण्याचा प्रकार दिसून आला. हरिजनत्व केव्हा सुरू झालं आणि हिंदुत्व कधी संपलं? आता अल्पसंख्याक म्हणजे काय, त्याची व्याख्या कशी करायची? त्यांच्या आकडेवारीवरून का? (आणि इथं तर पंजाबमध्ये मुसलमानांचीच संख्या जास्त होती) का प्रतिकूल आर्थिक आणि सामाजिक परिस्थितीवरून?... मग याबाबतीत आधी हरिजनांचा आणि ख्रिश्चन लोकांचा नक्कीच विचार करायला पाहिजे होता.

या सगळ्या गोष्टीपेक्षा मला एक गोष्ट स्पष्टपणे समजली, ती म्हणजे आमच्याच मनात, खोलवर मतभेदाच्या जातीपातीच्या सीमारेषा कशा सतत आखल्या जातात.

आता वर्गीकृत जातीचंच उदाहरण घ्या. त्यांचे सगळे गट स्वत:ला आपण कुणी वेगळे आहोत, असंच समजून बसले. स्वतंत्र राज्याची मागणी करून बसले. आणि तरीही ते सगळे अद्याप दरिद्रीच, मागासलेले, अशिक्षित होते. इतर जे मोठे प्रबळ, धर्मांच्या बाबतीत कडवे, अधिकार गाजवणारे लोक होते, त्यांच्याप्रमाणेच या गटाला सामाजिक प्रतिष्ठा पाहिजे होती. समानता, समान हक्क, सत्ता-जे काही तुम्ही समजाल, ते. तेव्हा त्यांची जागा कुठं असेल, हे इतिहासच ठरवणार होता. त्यावर सर्व काही अवलंबून असणार होतं. या गटांनी काय करायला पाहिजे होतं, तर आधी प्रबळ गटावर म्हणजे हिंदू आणि मुसलमान यांच्यावर आपल्या निष्ठा

---

५८. अ.भा. काँ.क. पंजाब फा.न. जी-१९ (के डब्लू-१) हरिजन सेवक संघ १९४६-४८

दाखवायला पाहिजे होत्या. हल्ले, टीकाटिपणी, हेटाळणी हे सगळं आपल्या मागण्या मान्य होईपर्यंत सहन करून, संधी आल्याबरोबर योग्य ती पावलं उचलायला पाहिजे होती. पण हरिजनांचे, दलितांचे पुढारी काय करत बसले, तर काँग्रेस आणि मुस्लिम लीग यांच्याशी खोटी सलगी दाखवत बसले. आमचं आणि तुमच्या धर्माचं, संस्कृतीचं कसं जवळचं नातं आहे, तुम्ही आम्ही कसे जवळचे आहोत, अशी काही वक्तव्यं करून, राजकीय सत्तेत भागीदारी कशी मिळेल, याची वाट बघत बसले. तेव्हा हरिजनांचे गट काय करत बसले, तर आज याच्याशी, तर उद्या त्याच्याशी खेळ करत बसले. आणि जे प्रबळ गट होते, राजकीय पक्ष होते, त्यांना हरिजनांच्या, वर्गीकृत जातींच्या या डावपेचांची चांगलीच कल्पना होती. तेव्हा या प्रबळ समजाला हरिजनांची गरज राजकीय मतलबासाठी तर होतीच; त्याशिवाय या प्रतिष्ठित समाजाच्या काही गरजा होत्या. मूलभूत गरजा. त्यासाठी हरिजन लोकांची नितांत आवश्यकता होती. दररोजची हलकी कामं करायची कुणी? आणि हे फाळणीनंतर फारच स्पष्ट झालं. स्वच्छपणे जाणवलं, की हरिजनांची जपणूक केली जात आहे. त्यांच्या गरजा लक्षात घेतल्या जात आहेत. म्हणूनच स्थलांतरित हरिजनांचं पुनर्वसन केलं जात होतं. त्यांना मदत केली जात होती. त्यांना घरदार पाहिजे होतं, म्हणून भारत सरकारनं हरिजन गृहनिर्माण मंडळाची स्थापना केली होती. त्यांच्या पुनर्वसनासाठी अनेक संस्था निर्माण केल्या होत्या. 'हरिजनांचं या देशांत पुनर्वसन व्हावं, त्यांच्या हिताकडं लक्ष द्यावं.' यासाठी हरिजन सेवक संघानं पुनर्वसन आणि मदत कार्यात सहकार्य केलं होतं. हरिजन सेवक संघानं जी हरिजनांच्याबाबतीत सरकारला, संस्थांना मदत केली, त्यातही एक मेख होती. हरिजनांचं मनोधैर्य, त्यांची ताकद वाढवणं, त्यांच्या ध्येयसिद्धीसाठी त्यांना प्रेरणा देणं. म्हणजे पुन्हा इथं सामाजिक आणि राजकीय हेतूच स्पष्ट होतो. त्याशिवाय हरिजनांचा सामाजिक प्रतिष्ठेसाठी जरी लढा चालू होता, तरी त्यांना जीवनावश्यक गोष्टींची दररोज गरज लागत होती. मदत पाहिजेच होती. त्यांच्यासाठी घरांची योजना, त्यांचं पुनर्वसन केलं जात होतं. पण मदत करणारे, हरिजनांची ही वेगळी जात आहे, हे विसरले नव्हते.

वर जे काही सांगितलं, ज्याची चर्चा केली, त्याच्याच अनुषंगानं पुढील काही घटना, एकूण वर्गीकृत जाती, हरिजन, त्यांचं वक्तव्य, त्यांचे पुढारी आणि प्रत्यक्ष परिस्थिती यांत किती विसंगती होती, हे दिसून येईल.

पाकिस्तानची निर्मिती झाली आणि कित्येक लोकांना नोकरी, कामधंदा याची संधी निर्माण झाली. नोकरीधंद्यानिमित्त लोक इकडं-तिकडं पळाले, त्या वेळी त्यांनी धर्माचा विचार केला नाही. देशाच्या प्रगतीस हातभार लावताना व्यक्तींनी, समूहानं कसला विचार केला नाही. नोकरीधंद्या निमित्त लोक दोन्ही देशांत गेले. याला दलित

सुद्धा अपवाद नव्हते. अगदी सुरुवातीला नाकेरी-धंदा मिळेल, या आशेनं कित्येक लोक पाकिस्तानात गेले. परंतु कित्येकांना निराश व्हावं लागलं. नोकरी-धंदा मिळणं कठीण गेलं. तेव्हा अनेक जण पुन्हा भारतात परत येण्याची शक्यता होती. कित्येकांनी तसा प्रयत्न केला. त्याशिवाय फाळणी झाल्यावरसुद्धा कित्येक हरिजन पाकिस्तानामधेच राहत होते. त्यांनीसुद्धा भारतात येण्याची इच्छा व्यक्त केली. तेव्हा त्या लोकांनी भारतात यावं, म्हणून सरकारनं त्यांना मदत देऊ केली. नोकऱ्या, घरांसाठी कर्ज, पुनर्वसन याचं आमिष दाखवलं. परंतु पाकिस्तान सरकारनं उलट प्रचार केला. कारण या हरिजन लोकांनी भारतात जाऊ नये, म्हणून त्यांना सांगण्यात आलं, की भारतात लोकांची उपासमार होते आहे. अन्नधान्याचा तुटवडा आहे. दारिद्र्य आहे, महागाई प्रचंड आहे– एक ना दोन. कित्येक हरिजन सिंध प्रांतात राहत होते, आणि भारतात येण्यास त्यांना सोयीचा, जवळचा मार्ग होता तो म्हणजे समुद्रमार्ग. परंतु जहाजं, बोटींची कमतरता होती. त्याशिवाय सिंध सरकारनं एक पत्रक काढलं की, ज्यांना भारतात जायचं आहे, त्यांनी आधी परवाना काढला पाहिजे. आणि दररोज फार थोड्याच लोकांना असा परवाना मिळत होता. त्यामुळं कित्येक हरिजन वाट बघत तात्पुरत्या उभारलेल्या केंद्रांत थांबले होते. त्यांच्या गैरहजेरीमुळं कराचीतील साफसफाईची कामं, ड्रेनेज, संडास साफ करण्याची कामं तशीच पडून होती. तेव्हा सिंध सरकारवर दबाव आला व सरकारनं 'आवश्यक सेवा पालन कायदा' मंजूर केला. त्यामुळं हरिजनांना देश सोडता येणं शक्य नव्हतं. तेव्हा भारतातील राजकीय नेते संतापले व त्यांनी आरडा-ओरड केली. लोकसभेत प्रश्न विचारले. सरकार याबाबतीत फार काही करू शकलं नाही. ते फक्त बोलणी करू शकत होतं. १९५२ साली पंजाबमध्ये निवडणूक-प्रचारात डॉ. आंबडेकरांनी एक हृदयद्रावक भाषण केलं.

> फाळणी झाल्याबरोबर पाकिस्तान सरकारनं वर्गीकृत जातीच्या लोकांनी भारतात जाऊ नये, म्हणून एक मनाई हुकूम काढला. अनेक हिंदूंनी जेव्हा देश सोडला, तेव्हा पाकिस्तान सरकारनं त्याची दखल घेतली नाही. पण अस्पृश्यांनी, भंगी व इतर तिरस्करणीय वर्गानं जर पाकिस्तान देश सोडला, तर संडास-मुताऱ्या साफ करणं, झाडलोट करणं ही घाणेरडी काम कोण करणार? तेव्हा मी पंडित नेहरू यांना विनंती केली की, त्यांनी या बाबतीत ताबडतोब काही कारवाई करावी आणि स्थलांतर बंदी कायदा रद्द करायला लावावा. पण त्यांनी काहीच केलं नाही. त्यांनी हा विषय बाजूलाच टाकला. आणि पाकिस्तानी प्रतिनिधीबरोबर इतर विषयांवर जी अनेक बोलणी झाली, त्या वेळी त्यांनी याबद्दल एक अवाक्षरही काढलं नाही. किंवा कॉंग्रेस

पक्षातील कोणत्याही हरिजनानं आपल्या भावांचा छळ होतो आहे. याकडं अंगुलिनिर्देश केला नाही.[५९]

स्थलांतरित हरिजनांचा प्रश्न नंतर लोकसभेत विचारण्यात आला. त्या वेळी पुनर्वसन खात्याचे राज्यमंत्री श्री. मोहनलाल सक्सेना होते. तेव्हा मंत्र्यांना विचारण्यात आलं की, पाकिस्तान सरकार हरिजनांना देश सोडण्यास परवानगी देत नाही, हे खरं आहे काय, त्यावर मंत्र्यांनी सांगितलं की होय, अद्याप साधारण ३५००० हरिजन पाकिस्तानात आहेत. पाकिस्तान सरकारनं जो आवश्यक सेवा पालन कायदा केला आहे, त्यामुळं त्या लोकांना देश सोडता येत नाही. १९४७ पासून डॉ. आंबडेकर पाकिस्तानातील हरिजनांना चांगली वागणूक मिळत आहे, का नाही, याची खात्री करून घ्या, म्हणत होते. त्यासाठी ते प्रयत्न करीत होते. १९४७ च्या डिसेंबर महिन्यात त्यांनी ही गोष्ट जवाहरलाल नेहरूंच्या लक्षात आणून दिली होती. त्यांनी सांगितलं होतं, की पाकिस्तान सरकार या ना त्या मार्गानं वर्गीकृत लोकांना आपला विभाग सोडण्यास प्रतिबंध करीत आहे. त्याचं कारण त्यांनी सांगितलं की, हलकी, घाणेरडी कामं करण्यासाठी हरिजनांची त्यांना जरूर आहे. शिवाय ज्यांच्या जमिनी नाहीत, अशा शेतमजुरांची सुद्धा जमिनदारांना गरज आहे. त्याशिवाय आवश्यक सेवा पालन कायदा 'झाडूवाल्यांना लागू करून त्यांना तिथं अडकावून ठेवण्यात एक विशिष्ट हेतू आहे.'[६०] भेदभाव, दुजाभाव फक्त पाकिस्तानच करीत होतं, असं नाही, तर भारतातही तीच तऱ्हा होती. भारतात ज्या निर्वासितांच्या छावण्या होत्या, त्या छावण्यांतून हरिजनांना राहायला परवानगी नव्हती. त्याशिवाय सरकारनं शेतकरी समाजाची जी व्याख्या केली, त्यामध्ये हरिजन, वर्गीकृत कुणी बसत नव्हतं. तेव्हा शेतकरी म्हणूनही त्यांना कुठं स्थान नव्हतं. याउलट पूर्व पंजाबमध्ये शीख आणि जाट लोकांनी हरिजन लोकांना आपल्या जमिनी जबरदस्तीनं सोडायला लावल्या. कारण या श्रीमंत लोकांचा त्यांच्या जमिनीवर डोळा होता. त्यानंतर डॉ. आंबडेकरांनी याबाबतीत पंडित नेहरूंच्याकडं तक्रार केली. पण उपयोग काही झाला नाही. याउलट सरकारनं मुसलमानांच्या प्रश्नाकडंच जास्त लक्ष दिलं. वर्गीकृत लोकांचे प्रश्न एक तर उपस्थित करायचेच नाहीत. आणि कधी काळी एखादा प्रश्न निघालाच, तर त्याकडं विशेष काही नाही, म्हणून दुर्लक्ष करायचं.[६१] तेव्हा आंबडेकरांचे याबद्दलचे विचार अगदी बरोबर होते. हिंदू, मुसलमान आणि शीख

---

५९. भगवान दास, आंबेडकर असे बोलले: निवडक भाषणे खंड-२, १९६९, भीम पत्रिका प्रकाशन, जालंधर, पा. ३१-४२

६०. आंबेडकरांची नेहरूंना पत्रे, डिसेंबर, १९४७

६१. आय. बी. आय. डी.

यांच्याच हिताच्या गोष्टी करताना वर्गीकृत जातीचे प्रश्न त्यांच्यासारखेच अंधारात राहिले. त्यांच्या मागण्यांना ग्रहणच लागलं. तरीसुद्धा हरिजन वगैरे काही कुठं दडून राहिले नाहीत. कारण हलकी आणि घाणेरडी कामं असली, की त्यांची आठवण यायचीच. अशाच आमच्या दुहेरी वागण्याचा फुगा लाहोरच्या एका निर्वासितानं हिंदू महासभेला त्यांच्या अखंड हिंदुस्थानाच्या दृष्टिकोनाबद्दल पत्र लिहून फोडला आहे. पत्रात त्यानं लिहिलं आहे. 'जर आम्ही भारतीय मुसलमानाला ओरबाडून काढलं, (किंवा ख्रिश्चनाला) तर आम्हांला दिसून येईल की, त्याला त्याची प्राचीन हिंदू जात आणि उपजात आहे त्या अभंग अवस्थेत सापडलेली आहे. इथं फक्त एवढंच करायचं की, त्याच्यावर जे पाश्चात्त्य संस्कृतीचं आणि धर्माचं कवच आहे, ज्याच्यामुळं तो हिंदूपासून दूर गेला आहे, ते कवच महासभेनं काढून टाकण्याचा प्रयत्न केला पाहिजे. 'परंतु त्यानं सावध केलं की' ज्या वेळी आम्ही भारतात राहत असलेल्या बिगर हिंदू (हिंदूंना न जुमानणाऱ्या) लोकांच्यावर पुन्हा आमचा हक्क सांगू, त्या वेळी आम्हांला त्याचा शारीरिक, नाश करून, नि:पात करून चालणार नाही. *(ज्याप्रमाणे स्पेनमध्ये ख्रिश्चनांनी मुसलमानांचा समूळ नाश केला.) कारण आम्ही त्याचा नि:पात केला, तर आमच्या समाजातल्या कारागिरीचं, कौशल्याचं मोठं नुकसान होईल. आणि देशापुढं ज्या काही आर्थिक समस्या आहेत, त्या आणखी वाढतील.'*[६२]

आता या पत्राप्रमाणे शारीरिक नि:पात करणं कदाचित टोकाची भूमिका ठरेल. याचा विचार कोण करू शकतो, जेव्हा कुणी एखादा संघटनेच्या रंगात (हिंदू महासभेसारख्या) बुडून बेभान झालेला असेल, तोच. हे अतिरेकी विचार सोडले, तर वर्गीकृत जातींच्या बाबतीत समतोल विचार करावा लागणारच. शेवटी ते सुद्धा कुशल, कारागिरी तंत्रज्ञ समाजापैकीच आहेत. परंतु त्यांचं व्यक्तिगत स्वातंत्र्य, त्यांचं अस्तित्व याचा काहीच न विचार करता त्यांच्याकडून हलकी कामं मात्र करवून घेतली. काँग्रेस आणि मुस्लिम लीग यांनी काय केलं, तर या लोकांना फक्त राबवून घेतलं.

आता या सगळ्या कथा, हकीकती जेव्हा मी ऐकल्या, तेव्हा मला मंटोची अलीकडचीच, एका प्रसिद्ध कथेची आठवण येते. 'तोबा टेक सिंग' ही कथा. या कथेतला नायक मनोरुग्ण असतो. त्याला सांगण्यात येतं की, तू तुझ्या धर्माप्रमाणे तुझ्या देशाची निवड कर. तेव्हा तो काय करतो, तर दोन्ही देशांच्या ज्या सीमा– असतात, त्यामध्ये जी मोकळी निर्मनुष्य जागा असते, त्या जागेमध्ये तो मरण

---

६२. हिंदू महासभा कागदपत्रं, फा. नं. सी-१६८,१९४७.

पत्करतो. आता ही जी कथा आहे ती फाळणीतल्या कथांशी मिळतीजुळती आहे. अशा कथा आम्हांला माहीत आहेत. ज्यांच्या व्यक्तिमत्त्वाच्या खाणाखुणा पुसट झाल्या आहेत... आयुष्य संधिप्रकाशातल्यासारखं आहे... काही जातीय वादाच्या विरळ झालेल्या सीमा... इथं त्याला स्थान नव्हतं. काही जरी झालं, तरी तुम्ही कोण होता, कोण आहात हे आता नक्की झालेलं आहे. तुमच्यावर शिक्के बसले आहेत. तेव्हा ही परिस्थिती एखाद्या काठीसारखी तुमच्याच पाठीत बसेल. त्याचप्रमाणे तुम्ही त्या काठीचा उपयोग तुमच्या मागण्या, हक्क, सोयी सवलती पदरात पाडून घेण्यासाठी सुद्धा करू शकता. तरीसुद्धा जातीपातीच्या ओळखी, त्याचं स्वरूप, उदा, हरिजन, वर्गीकृत जाती वगैरे कुठल्या मर्यादेत अडकून पडलेल्या नाहीत. कारण काही समाज हा प्रवाही, प्रसंगी स्वतःला मुरड घालणारा, बदलणारा, नेहमीच फायद्याकडं बघणारा आहे. तो तसा असावा, हरिजनांनी स्वतःची जरी, आपण हिंदू आणि मुसलमान यांच्यापेक्षा वेगळे आहोत, अशी समजूत करून घेतली होती तरी, काही प्रसंगी त्यांना आपण हिंदू संस्कृतीच्या अगदी जवळचे आहोत, असंही वाटत होतं. कधी त्यांना हिंदू आणि मुसलमान या दोघांच्याही संस्कृतीशी आपलं साधर्म्य आहे, असं वाटत होतं. देशांत हिंदूंची संख्या सर्वांत जास्त असली, तरी ते पंजाबमध्ये अल्पसंख्य आहेत. पश्चिम-उत्तर सीमेलगतच्या भागात त्यांची संख्या कमीच आहे. शिवाय त्यांच्या आजूबाजूला असे काही गट आहेत की, ते तुमच्यामध्ये मिसळणार नाहीत. मित्रासारखे वागणार नाहीत. काँग्रेस पक्षानंच त्यांना सोडून दिलं आहे. त्यांचं आयुष्यच उजाड केलं आहे. हरिजन स्वतःला धार्मिक गटातले समजत नाहीत. तरी पण ते भविष्यात हिंदूंच्या आश्रयाला जाण्याचा विचार करतील. किंवा कधी मुसलमांनाशीसुद्धा हात मिळवणी करतील. आणि अशी आघाडी धर्मावर न होता सांस्कृतिक आधारावर होईल, नाही तर जशी परिस्थिती असेल, तशी.

मी फाळणीच्या ज्या काही गोष्टी ऐकल्या आणि फाळणीमधून जे सहीसलामत राहिले, त्यांच्याही तोंडून ज्या गोष्टी ऐकल्या, तेव्हा मला एका गोष्टीचं आकर्षण वाटू लागलं की, समाजानं ज्या लोकांना बाजूला टाकलं आहे, जे कुणाच्या खिजगणतीतही नाहीत, त्यांना फाळणीसंबंधी काय वाटलं असेल. इतर हिंसाचार आणि फाळणीतला हिंसाचार त्यांना सारखाच वाटला का? त्याशिवाय फाळणीचा 'या लोकांच्यावर' काय परिणाम झाला? फाळणीच्या ज्या काही ऐकीव बातम्या होत्या आणि फाळणीत प्रत्यक्ष घडलेले भयानक प्रकार यांमध्ये फारच साम्य होतं. ज्या वेळी इतक्या मोठ्या प्रमाणावर हिंसाचार होतो, हजारो लोक रस्त्यावर येतात, तेव्हा हल्लेखोर कधीही गरीब, श्रीमंत बघत नसतात. दुसरी वस्तुस्थिती अशी की, फाळणीत सगळ्यांनाच घरंदारं सोडावी लागली. तिथं गरीब होते, श्रीमंत होते.

म्हणजे इथं एका अर्थानं साम्य आढळलं. तरीही काही बाबतीत हे खरं नव्हतं. कारण फाळणीच्या वेळी स्त्रियांच्यावर जे बलात्कार झाले, त्या वेळी तिथे गरीब-श्रीमंत हा भेद केला नाही. तरीसुद्धा श्रीमंत, उच्चभ्रू स्त्रियांनी देश सोडताना कुणी विमानातून प्रवास केला, कुणी मोटारीतून, अगदी कुणी गरिबाप्रमाणे पायी प्रवास केला. तरीपण या स्त्रियांना संरक्षण मिळालं होतं, हे महत्त्वाचं. मग तसं म्हटलं, तर फाळणीत जे बलात्कार झालेत ते गरीब, दरिद्री वर्गाच्या स्त्रियांच्यावर. किंवा ज्यांची घरंदारं गेली, त्यांचाच विचार करायचा झाला, तर अनुभव तसाच होता. तिथे वर्गाचाच विचार झाला. घरदार, जमीन-जुमला, पैसा- अडका सगळ्यांचाच गेला होता. श्रीमंतांचा आणि गरिबांचाही. परंतु नुकसान-भरपाई देताना, घरं-दारं, जमिनीचं वाटप करताना वर्ग लक्षात घेतला. दलित, हरिजनांना काहीच मिळालं नाही. कारण शेतजमिनी कुणाला देण्यात येतील, हे सरकारनंच ठरवलं होतं. त्यात हरिजनांची नावं नव्हती. कारण ते शेतकरी नव्हते. दलितांच्या स्त्रिया आणि मुलं यांचे प्रश्न बाजूला ठेवले, तर दलितांना आपण संघटित आहोत, याची पूर्ण जाणीव आहे. अर्थात संघटना बांधणं आणि ती चालवणं इतकं सहज आणि सोपं नाही... आणि दलितांच्यासुद्धा वेगवेगळ्या संघटना आहेत. कुणाला आपण मुसलमानांच्या अगदी जवळचे आहोत, कुणाला आपण हिंदू आणि मुसलमांनाच्यापेक्षा स्वतंत्र आहोत, आणि कुणाला आपण हिंदूच्याचपैकी आहोत, असं वाटतं. म्हणजे असे वेगवेगळ्या विचारांचे गट आहेत. आणि फाळणीच्या वेळी या लोकांची गटबाजी स्पष्टपणे उघड झाली. पण त्याच वेळी हरिजन आणि ख्रिश्चन यांच्या संघटना अस्तित्वात असल्या असत्या, त्यांचं प्रतिनिधित्व करण्यासाठी, तर त्याचा काही उपयोग झाला नसता. त्यांनी आपल्या मागण्या, आपल्यावर होत असलेले अन्याय यांविरुद्ध आवाज काढला असता, तरी काही उपयोग झाला नसता. हे झालं धडधाकट लोकांचं; पण जे कारागृहात कैदी आहेत, जे धार्मिक मतभेदामुळं विभागलेले आहेत, जे मनोरुग्ण आहेत आणि ज्यांना दवाखान्यात राहण्याशिवाय पर्याय नाही, त्यांचा वाली कोण? त्याशिवाय ज्यांना समाजानं दूर फेकलं आहे, असे महारोगी, हिजडे त्यांचं प्रतिनिधित्व कोण करणार? फाळणीच्या वेळी या सगळ्यांना आपला धर्म कोणता, हे सांगावंच लागलं असणार. आणि त्यांनी धर्म सांगितला नसता, स्वत:ची ओळख सांगितली नसती, तर त्यांच्या निवडीच्या स्वातंत्र्याचं भवितव्य ठरलेलंच होतं.

स्त्रिया आणि वर्गीकृत जाती हे समाजातील दोन्ही महत्त्वाचे घटक; पण समाजानं त्यांना थोडं बाजूलाच ठेवलेलं, एकूण समाजानं त्यांचं महत्त्व ओळखून सुद्धा त्यांना दूर ठेवलेलं. तशी दोघांचीही काम महत्त्वाची, आवश्यक आहेत. त्यांचं महत्त्व खरोखरच आहे. फक्त क्षेत्र वेगळं आहे. वर्गीकृत जमातीचं महत्त्व दोन क्षेत्रांत आहे. अगदी रोजच्या रोज, ते शेतावर कामं करतात, म्हणजे धान्य उत्पादन

करतात. त्याशिवाय ते लोक तुमच्या आमच्या आरोग्यासाठी दररोज साफसफाई करतात. हलकी, घाणीतली कामं करतात. त्याशिवाय त्यांचं महत्त्व धार्मिक कार्यांत, विधींत, रीतिरिवाज यांतही आहे. आता स्त्रियांचाच विचार केला, तर समाजनिर्मितीत म्हणजे प्रजोत्पादनात त्यांचा मोलाचा वाटा आहे. परंतु त्याच स्त्रिया अंधूक प्रकाशातच राहिल्या. त्यांचं तसं महत्त्व रोज कुणालाच वाटत नाही. तरीसुद्धा कित्येक क्षेत्रांत त्या महत्त्वाच्या आहेत. आदरभाव, सौंदर्य, उदात्त भावना, आई म्हणून मुलांना आधार, मातृत्व, मातृभूमी आणि स्त्री आहे, म्हणून पुरुषांचं पौरुष समोर आहे. पौरुषाची ती साक्ष आहे. तरीसुद्धा आजपर्यंत त्या एकत्र जमून, समूहानं स्वतःचं प्रतिनिधित्व करू शकत नव्हत्या. किंवा त्यांना प्रतिनिधी म्हणून कुणी नव्हतं. आता फाळणीचाच विचार केला, तर हिंसाचार आणि स्थलांतर, विस्कळीत आयुष्य यांचा भयानक अनुभव सगळ्यांनीच घेतला आहे. तरीसुद्धा स्त्रियांची दुःखं ही व्यक्तिगतच राहिली. आणि जे प्रकार झाले, त्याचं स्वरूप बघता स्त्रिया काहीच बोलू शकत नव्हत्या आणि बोलू शकणारही नाहीत. आणि याच्या उलट दलित हे संघटित होते, आणि आहेत. तरीसुद्धा त्यांच्यामध्ये कितीही मतभेद झाले असतील, तरी त्यांना नेमकं काय पाहिजे आहे हे ते सांगू शकले. आणि स्त्रियांना असे मार्गच मोकळे नव्हते. त्याचं कारण कदाचित हे असू शकेल, की स्त्रिया आपलं दुःख, बाहेरचे आघात सहन करू शकत होत्या, संयम आणि गांभीर्य यामुळं त्यांचं दुःख हे व्यक्तिगत रूपात राहू शकलं. व्यक्तिगत... आणि स्त्रियांच्याच बाबतीत सांगायचं झालं, तर त्यांचा आवाज विरळ झाला... कुठं त्यांचा उच्चार ऐकूच आला नाही. तेव्हा त्यांची नोंद कुठं अधिकृत भाषणात, बोलण्यात, कागदपत्रांत झालीच नाही. फाळणीच्या इतिहासातही नाही. मग दलितांनी फाळणीमध्ये जे हाल सोसले, त्यांची स्थिती ना इधर ना उधर, अशी झाली असताना आमच्या इतिहासकारांनी दलितांच्या अनुभवाची कुठंच नोंद घेतली नाही. चांगली, समृद्ध ग्रंथालयं, ज्याच्यामधून दलितांविषयी कागदपत्रं, भाषणं, सरकारी टिपणं यांतून माहिती मिळू शकली असती. दलित स्त्रियांची माहिती मिळवणं अवघड होतं. पण दलितांनी फाळणीत घेतलेले अनुभव याची सर्वसाधारण इतिहासकारांना माहिती मिळू शकली असती. पण कुणी तसे प्रयत्न केले नाहीत. त्यामुळं फाळणीविषयी आतापर्यंत जे काही साहित्य उपलब्ध झालं आहे, त्यामध्ये दलितांची, दलित स्त्रियांची माहिती मिळत नाही. तेव्हा दलितांची दुःखं ऐकायची, ती फक्त त्यांच्या सभा-संमेलनांतून, खाजगी बोलण्यातून, दलित स्त्रियांच्या बाबतीत तर कुठंच काही ऐकायला मिळत नाही. दलितांच्या भाषणातून नाही. इतर स्त्रियांच्या सभा-संमेलनातून दलित स्त्रियांच्या विषयी कुणी बोलत नाही. त्यांचं प्रतिनिधित्व कुणी करत नाही. तेव्हा या स्त्रिया स्वतः काही बोलत नाहीत. त्या मूकपणे सगळं सहन करतात. वेदना शांतपणे त्यांची सोबत करीत असतात.

तेव्हा कितीही केलं, तरी अडचणी आणि गुंतागुंत फार मोठ्या प्रमाणावर वाढत गेली. लोकशाहीचे कार्यक्रम आणि सामाजिक जाणीव यांचा मेळच बसत नव्हता. सरकारनं पुनर्वसन योजना ज्या तऱ्हेनं हाताळली, जवळ जवळ रस्त्यावर तिचा पंचनामाच झाला, त्यावरून कुठं काही ताळमेळच नव्हता– हे दिसून आलं. जाती पातीचा विचार हा हवेतच विरला. हरिजनांचं जरी पुनर्वसन झालं, तरी त्यांना या देशाचे दुय्यम नागरिक म्हणूनच राहावं लागलं. नव्या देशाच्या एकूण कार्यक्रम पत्रिकेत (जास्त करून निर्वासितांच्या) हरिजनांना जरी फारसं स्थान दिलं नव्हतं, तरी स्त्रियांच्या बाबतीत मात्र सरकारनं उदार धोरण स्वीकारलं होतं. त्याची मूळ कारणं वेगळी होती. तेव्हा फाळणीतल्या ज्या विधवा होत्या, त्यांच्यासाठी या देशानं अगदी पितृतुल्य भावनेनं अनाथाश्रमांची, आश्रमांची स्थापना करून त्यांना आश्रय दिला. त्यांची संपूर्ण जबाबदारी सरकारनं घेतली. इतकंच नाही, तर कित्येक स्त्रियांची लग्नं लावून दिली. 'नैतिक दृष्ट्या त्यांचं कल्याण केलं.' एवढं असूनसुद्धा स्थलांतरित पुरुषांना या नवीन देशाचं नागरिकत्व, राष्ट्रीयत्व, बहाल करताना काही नियम, नातिमत्ता याचा विचार झाला नाही. नवे नागरिक म्हणून काही प्रमाणित नियम नागरिकत्व देताना पाळायला पाहिजे होते. भौगोलिकतेचाही विचार झाला नाही. पुरुषांवर काही प्रमाणात अन्याय झाला, म्हणूनच सरकारला स्त्रियांच्या बाबतीत पालक म्हणूनच नाही तर, नाइलाजानं का होईना, पण पिता म्हणून भूमिका स्वीकारावी लागली. सरकारनं या स्त्रियांना जरी देशाचे नागरिक म्हणून सोयी-सवलती व हक्क मिळवून दिले, तरी ज्या बेदरकारपणे स्त्रियांची सोडवणूक करून इकडं आणलं, त्यांच्यावर जी सक्ती केली गेली; तेव्हा तिथं सरकारनं त्या स्त्रियांचे खरे हक्क डावलून त्यांचा अनादरच केला आहे. कित्येक स्त्रियांना इकडं यायची इच्छाच नव्हती, हे महत्त्वाचं.

मी या प्रकरणात जास्त करून वर्गीकृत जात आणि हिंदू समाज, भारत आणि पाकिस्तान या देशांचे त्यांना आलेले अनुभव यासंबंधी सांगितलं. भारताच्या बाहेर जर काही घडलं असेल, तर मला त्याची फारशी माहिती नाही. परंतु हे प्रकरण संपवण्यापूर्वी मी तुम्हांला समाजानं बाजूला ठेवलेल्या, गरीब वर्गाच्या अनुभवाविषयी दोन गोष्टी सांगणार आहे. आणि ते अनुभव आहेत. आयुष्यातल्या दोन महत्त्वाच्या क्षणांचे. जन्म आणि मृत्यू माझ्यासाठी या दोन्ही गोष्टींचे अनुभव दुःखद आहेत. अतिशय अंधूक, नकळत मार्गानं या लोकांच्या आयुष्याला फाळणीनं स्पर्श केलेला आहे. ज्या स्त्रिया बाळंतपणात दाईचं काम करतात, त्यांचं हे दुःख. या स्त्रिया मूल जन्मताना त्या मुलाला या जगात पाऊल टाकण्यास मदत करतात. अर्थातच दाईचं काम करणाऱ्या स्त्रिया खालच्या वर्गातल्या असतात. मुलांचा जन्म आणि त्या वेळी

करावा लागणारा खटाटोप हा तसा घाणेरडा प्रकार. पण 'दाई' ते काम करतात. मुलाच्या अंगावरचं रक्त साफ करणं, त्याला पुसून काढणं, त्याची नाळ कापणं. आता यासारखंच दुसरं महत्त्वाचं काम म्हणजे माणूस मेल्यानंतर त्यांच्यावर करावे लागणारे संस्कार. जे लोक हे काम करतात त्यांनाही तेवढंच महत्व आहे. एक तर मेलेल्या माणसासाठी खड्डा खणणं, नाहीतर त्याच्या दहनाची तयारी करणं, या दोन्ही प्रकारांत अनेक विधी करावे लागतात. शरीराला आंघोळ घालावी लागते, कपडे घालावे लागतात. आणि ही कामं एक तर नातेवाईक करतात, नाहीतर धंदेवाईक लोक. याच संबंधात अनिस किडवाईंनी आपल्या दु:खद आठवणीचं प्रसिद्ध केलेलं जे पुस्तक आहे, त्यातील एक आठवण सांगते. मी ते पुस्तक पुन्हा पुन्हा वाचते. इतर कोणत्याही पारंपारिक, ऐतिहासिक पुस्तकापेक्षा त्या पुस्तकात मी एकाग्र होते. इतक्या त्या आठवणी परिणामकारक आहेत. तेव्हा त्यातील एक कथा एका वृद्ध इसमाची आहे. त्याच्या मृत्यूनंतर त्याच्यावर शेवटचे संस्कार करायला कुणीच नव्हतं, तो प्रसंग!

> एक दिवस मी छावणीतून दवाखान्याकडं जात होते. तेव्हा दवाखान्याच्या एका राहुटीत मला एका आजारी माणसाच्या शेजारी असलेल्या गादीवर एका मृत माणसाचं शरीर दिसलं आणि हे काही नवीन नव्हतं. शेजारी जो आजारी माणूस होता, त्याच्याकडं थोड्या उशिरा लक्ष दिलं असतं, तरी चाललं असतं. पण जो मृत होता, त्याच्याकडं ताबडतोब लक्ष द्यायला पाहिजे होतं. सर्वसाधारणपणे मृताला आंघोळ घालणं, त्याच्या दफनाची तयारी करणं, त्याच्यावर कपडा घालणं, ही कामं मृताचे नातेवाईक करतात किंवा जमियतचे लोक करतात. ते येईपर्यंत थांबायला पाहिजे होतं. तेव्हा मी याचा जास्त विचार केला नाही.

परंतु ज्या वेळी अनिस किडवाई पुन्हा तिथं आल्या, तेव्हा त्यांनी बघितलं, तर ते प्रेत अजून तसंच पडलं होतं. या म्हाताऱ्या माणसाचं दफन करायला कुणीच नाही का, तिनं विचारलं, याचे नातेवाईक कुठं आहेत? परंतु तिथं कुणीच नव्हतं. फक्त तिथं एक मुलगी होती, बहुतेक त्याची कन्या. आणि त्याचा एक तरुण मुलगा. ती मुलगी सतत रडत होती. पण आपल्या वडिलांच्यावर इतर संस्कार करून दफनासाठी त्यांचं शरीर ठेवणं हे काम करण्याची तिची इच्छा नव्हती. ती जबाबदारी ती घेत नव्हती. तेव्हा किडवाई आणि त्यांची मैत्रीण जमीला कुणाला तरी शोधायला बाहेर गेल्या. पहिल्यांदा त्या मदत केंद्रात गेल्या. मदत केंद्रातल्या मौलवीनं त्यांना मदत करण्यास नकार दिला. त्यांनी विनंती अमान्य केली. कबरी खोदणारे आणि दफनाची इतर तयारी करणारे शेवटच्या गाडीनं पाकिस्तानला निघून गेले आहेत आणि ही

जबाबदारी घेण्यास इथं आता कुणीही नाही, मौलवीनं सांगितलं. अनेकदा दया-याचना करून सुद्धा त्यानं त्या दोघींना मदत करण्याचं नाकारलं. त्यानं सरळ सांगितलं की, मला माझी कामं पुष्कळ आहेत. हे काम माझं नाही. तेव्हा किडवाई आणि जमिला यांनी जमियाच्या विद्यार्थ्यांची मदत घ्यायची ठरवलं. पण ते सुद्धा निघून गेले होते. मग त्या दोघींनी ती जी मुलगी होती, तिचं मन वळवण्याचा प्रयत्न केला; पण नशीब नव्हतं. जेव्हा त्या दोघी अगदी वैतागल्या. हे किचकट काम करायाला कधीच कुणी मिळणार नाही का? असा काही विचार करत असतानाच दोन म्हाताऱ्या बाया पुढं आल्या आणि ते काम करण्याची त्यांनी तयारी दाखवली. 'या आधी आम्ही हे काम कधीही केलं नाही.' त्या म्हणाल्या; 'एका माणसाचं शरीर हे दुसऱ्या माणसापेक्षा फार वेगळं असू शकत नाही. शेवटी आम्ही सगळे अल्लासमोर (देवासमोर) सारखेच आहोत.' आणि असं म्हणून त्यांनी पुढचं काम सुरू केलं, त्याच वेळी किडवाई, जमिला आणि इतरांनी दफनासाठी खड्डा खणायला सुरुवात केली आणि शेवटी त्या म्हाताऱ्या माणसाला तिथं शेवटची विश्रांती मिळाली. त्या माणसाच्या मुलीनं काही केलं नाही. ती बघत राहिली. रडत राहिली. आणि नंतर तिनं आपल्या कुटुंबाच्या जबाबदाऱ्या पार पाडल्या आणि ती पाकिस्तानात निघून गेली.

थडगं खोदणारे निघून गेले, म्हणून मृत शरीराचं काय करावं, हा प्रश्न निर्माण झाला. तेव्हा ते काम दोघी वृद्ध दाईंनी केलं. आता दुसऱ्या प्रकरणात जिवंत माणसाचं काय करायचं, हा प्रश्न होता. अशीच अडचण; पण प्रसंग वेगळा. अनिस किडवाईंची मुलगी किश्वर किडवाई ही सतरा-अठरा वर्षांची मुलगी दवाखान्यात आपल्या मुलाला जन्म देत होती. मूल या जगात येण्यासाठी स्वत:च धडपडत होतं. आणि किश्वर अन अवधानानं का होईना पण स्वत:च त्याला बाहेर येण्यासाठी मदत करत होती. प्रयत्न करत होती. दवाखान्यात ती एकटीच होती. तिनं कुणी नर्स, दाई वगैरे आहे का, ते शोधायचा केविलपणा प्रयत्न केला. पण तिथं कुणीही नव्हतं, सगळे पाकिस्तानात निघून गेले होते. नंतर जो डॉक्टर आला. तो हिंदू होता. पुरुष होता. काय घडतंय् त्याच्या लक्षात आलं. तो त्या 'आई'कडं पाठ करून उभा राहिला. त्यानं किश्वरला काय करायचं, त्याबद्दल सविस्तर सूचना दिल्या. तिनं घाबरटपणे सगळ्या सूचना पाळल्या आणि सूचनेप्रमाणे तिनं ती त्रासदायक नाजूक कामगिरी पार पाडली. मुलाचा जन्म झाला...

फाळणीमुळं लोकांना स्थलांतर करावं लागलं, अनेक घरं उद्ध्वस्त झाली, ताटातूट झाली; अनिस किडवाई म्हणाल्या, ही सगळी उलथापालथ झाली, तरी जन्म मृत्यूचे फेरे काही थांबले नाहीत. इतकंच नाही तर लोकांचे दररोजचे व्यवहार थांबले नाहीत. काहीही थांबलं नाही. आणि काही झालं, तरी जे लोक आपण

ज्यांना समाजापासून दूर असलेले, कडेचं समजतो. त्या लोकांचं महत्त्व पटलं. या दोन्ही प्रसंगांतून ते समजून आलं. ...समाजाला या लोकांची कशी गरज पडते, हे दिसून आलं.

मायाराणी

गुडघ्यांपर्यंत रक्त...

१९८५-८६ साली मी मायाराणीला भेटले. त्या वेळी माझ्याबरोबर पीटर चॅपेल आणि सत्ती खन्ना हे दोघेही होते. कारण तेव्हा ते दोघे 'हृदयाची विभागणी' (A Division of Heart) हा चित्रपट तयार करत होते. मायाराणीची मुलाखत आम्ही तिघांनी मिळून घेतली होती, हे तुमच्या लक्षात येईलच. त्यांतले बरेच प्रश्न सत्ती खन्नानं तयार केले होते. त्यानंच प्रश्न विचारले. मी त्याचं भाषांतर केलं आणि ते लिहून काढलं आणि या मुलाखतीचा माझ्या पुस्तकात अंतर्भाव करण्यामागं अनेक कारणं होती. आमची ही चर्चा केवळ फाळणीवर होती. या मुलाखतीमधून हिंदू, मुसलमान आणि शीख यांच्यावरच जास्त भर होता. म्हणजे फाळणीमुळं त्यांच्यावर झालेला परिणाम आणि तत्सम माहिती. मी इतरांच्या मुलाखती घेतल्या, म्हणजे ज्यांनी फाळणीचा अनुभव घेतला आहे, अशा लोकांच्या निवेदनातून मला ज्या गोष्टी समजल्या नाहीत, त्या मायाराणीच्या मुलाखतीमधून समजल्या आणि याच कारणास्तव मला मायाराणीची मुलाखत महत्त्वाची वाटली. कारण तिच्या बोलण्यातून जाती-जमातींविषयी जी कळकळ दिसली, ती महत्त्वाची होती. ती जातीविषयी अगदी स्पष्ट आणि खरं आहे ते बोलली. तेव्हा त्या विषयाचं महत्त्व मला हळूहळू समजलं. मायाच्या मुलाखतीमधून जातीविषयी मला जे काही ऐकायला मिळालं, त्यामुळं मला एक टोचणी लागली. नकळत माझा दृष्टिकोन बदलला. कारण फाळणीमध्ये जात-वर्ग हे महत्त्वाचे घटक होते. ज्याच्यामुळं अनेक बऱ्या-वाईट गोष्टी लक्षात आल्या. परिणाम दिसून आले. मायाराणीची मुलाखत मी आधी घेतली असती आणि तिचे महत्त्वाचे मुद्दे मला आधीच समजले असते, तर मी आणखी काही लोकांच्या याच मुद्द्यावर मुलाखती घेतल्या असत्या. असो! तेव्हा तिचीच अशी एक मुलाखत आहे, की जी मला आवश्यक वाटली. आणि तिचं या पुस्तकाच्या दृष्टीनंही तेवढच महत्त्व वाटलं. ज्या वेळी आम्ही मायाला भेटलो, तेव्हा ती पन्नाशीमधली होती. एक सशक्त, धीट पंजाबी बाई. उदरनिर्वाहासाठी ती दिवसभर काबाडकष्ट करीत होती. तिला एका शाळेत कायमची नोकरी मिळाली होती. त्यामुळं तिला आर्थिक स्वास्थ्य मिळालं होतं, नोकरी खात्रीची होती. त्यामुळं तिच्या

चालण्याबोलण्यांत एक आत्मविश्वास दिसत होता. ती आपल्या घरी आमच्याशी बोलत होती, त्यामुळं तिच्या घरात फाळणीच्या आठवणी म्हणून ज्या काही वस्तू होत्या, त्यांच्याकडं बोट दाखवून ती बोलत होती. त्या वस्तू तिनं आणि तिच्या मैत्रिणीनं फाळणीच्या गोंधळाचा फायदा घेऊन लुबाडल्या होत्या. आणि त्या वस्तू लुटण्यात त्यांना अपराध्यासारखं वाटलं नव्हतं. कारण त्या कोणत्याही दंगलखोर जमातींपैकी नव्हत्या. मला तिची हकीकत ऐकून एक धक्काच बसला. उत्सुकताही वाटली. तिनं आपली हकीकत अगदी एखादी विनोदी गोष्ट असल्यासारखी, तिऱ्हाईतापणे सांगितली. तिच्या सांगण्यात भूतकाळातल्या आठवणी सांगताना जो भारावलेपणा असतो तो मुळीच नव्हता. डोळ्यांत पाणी तरळलं नाही, की ती रडली नाही. ती असं काही सांगत होती की, जणू फाळणीतली झळ कुण्या दुसऱ्यालाच बसलीय्. माया म्हणाली की, माझ्या आणि माझ्या मैत्रिणींच्या मनांत कसली भीतीच नव्हती. कारण आम्ही लहान होतो. आणि त्या वेळचा सगळा प्रकार म्हणजे एखाद्या खेळासारखा आम्हांला वाटला. तिनं एका मुद्द्यावर मात्र म्हणजे अत्याचार कसा झाला, हे सांगितलं. ती बलात्काराची घटना होती. मायानं ही घटना कशी सांगितली तर काही तरुण मुलं एका बाईला बाहेर घेऊन जात होते. 'आणि असे दोन तास गेले.' एवढंच तिनं सांगितलं. मायाची मुलाखत मी अगदी लक्षपूर्वक ऐकत होते. तिच्यामध्ये मी कधी नाही ते समरस झाले होते. मला तिच्या अनुभवाचं, एकूण तिनं धीटपणे फाळणीमधली परिस्थिती कशी बघितली, याचं आश्चर्य वाटत होतं. आणि मला माझ्या दृष्टीनं तरी या मुलाखतीचं महत्त्व वाटत होतं. तिनं स्वतःहूनच बरीच माहिती सांगितली. आम्ही तसे प्रश्न विचारलेच नव्हते. मी मुलाखतींच्या कामाला सुरुवात करून जवळजवळ काम पूर्ण झाल्यावर अकरा-बारा वर्षांनंतर काही विशिष्ट प्रश्न विचारण्यात अर्थ नव्हता. ती हरिजन होती, म्हणून काही प्रश्न आम्ही विचारले नसतील. मायाराणीचं व्यक्तिमत्त्व तसं माझ्या लक्षात राहिलंय्. आता ती कुठं असेल, हे माहीत नाही. कदाचित ती यापुढं मला भेटू शकेल, की नाही, याची ही कल्पना नाही. मला आता एवढंच वाईट वाटतं की मायाराणी मला आधीच भेटली असती, तर हरिजनांविषयी काही गोष्टी मला समजू शकल्या असत्या. आणि माझ्या पुढील कामाला वेगळी दिशा मिळाली असती.

मायाराणी

त्या दिवशी... रस्त्यामध्ये आम्ही अनेक गोष्टी बघितल्या. ... चोऱ्या, लुटालूट... लोक एकमेकांना ठार मारत होते. आम्ही सगळी मुलं घराच्या छपरावर गेलो. त्या वेळी आमच्या भागातल्या अनेक मुली जमल्या होत्या.

आणि काय प्रकार चाललाय्, हे बघण्यासाठी आम्ही आमच्या घराच्या छपरावर गेलो. आम्ही जे काही बघत होतो, ते अतिशय वाईट होतं. थोड्या वेळानं तिथं सैन्य आलं. सैन्यातील जवान आमच्यावर ओरडले की, खाली उतरा, नाहीतर गोळ्या लागतील. तरीसुद्धा आम्ही घाबरलो नाही. आम्ही तरुण होतो. आम्ही बघत होतो, काय चाललंय्, ते. लोक लुटालूट करत होते. वस्तू इकडं तिकडं फेकत होते. कुणाच्या कानात काही कुड्या, डूल वगैरे असतील किंवा गळ्यात काही असेल, तर ते लोक ओढून घेत होते. इतर लोक दुसऱ्या लोकांच्यावर हल्ले करत होते. लोकांची कत्तल करत होते... साधारण दोन दिवस तरी लोकांची प्रेतं रस्त्यावर पडली होती. त्यांना कुत्री सुद्धा शिवत नव्हती. ती फार भयानक परिस्थिती होती. खून पडत होते आणि सगळीकडं सर्वनाश चालला होता. ज्या वेळी हिंदुस्थान आणि पाकिस्तानची निर्मिती झाली, त्या वेळी तिथं एक मुसलमान वकील होते. त्यांची सहा घरं होती. श्रीमंत माणूस. ते म्हणाले, की काय वाट्टेल ते झालं, तरी आम्ही हे गाव सोडणार नाही. आम्ही दिनानगरमध्ये राहू. आम्ही तिथल्या घरात राहू आणि जेव्हा परिस्थिती निवळेल, तेव्हा बाहेर पडू. त्यांच्या घरात काही म्हाताऱ्या बायका होत्या... त्या कधीही बाहेर पडत नव्हत्या. लोकांनी विचार केला की, त्यांना तिथंच राहू दे. तेव्हा त्या म्हाताऱ्या जवळजवळ महिनाभर घरात राहिल्या. तेव्हा काही तरुणांनी त्यांना सांगितलं की, आम्ही तुम्हांला घेऊन जातो. तेव्हा ट्रकमध्ये त्यांचं सामान वगैरे ठेवण्यात आलं आणि तेव्हा तरुण मुलांनी त्यांच्या घरातील लोकांना सांगितलं की, ते सामान सगळं इथं ठेवून जा. आम्ही तुम्हांला ते सगळं सामान नंतर पाठवू. तुम्ही तुमच्याबरोबर फक्त दागिने, सोन नाणं, पैसे बरोबर घेऊन जा. तेव्हा त्या लोकांनी आपलं सामान तिथंच ठेवलं आणि ट्रक थोड्या अंतरावर गेल्याबरोबर त्या तरुणांनी त्या ट्रकमध्ये पेट्रोल ओतलं आणि तो पेटवून दिला आणि ट्रकमधलं सगळं कुटुंब आगीत जळून खाक झालं. आम्ही या अशा काही गोष्टी पाहिल्या. आम्ही घाबरलो का? नाही. आम्ही घाबरलो नाही... प्रत्येकानं आम्हांला भीती दाखवण्याचा प्रयत्न केला. आमच्या आईवडिलांनीसुद्धा. परंतु कुठलीच मुलं घाबरली नाहीत. कधी आम्ही शेजारच्या घरावर जात होतो. केवळ काय चाललंय्, हे बघण्यासाठी. नंतर आम्ही लोकांच्या घरात जायला सुरुवात केली आणि मिळेल त्या वस्तू लुटायला सुरुवात केली. कुणाच्या घरात आम्हांला तांदूळ मिळाले. कुणाच्या घरात बदाम, जे मिळेल, ते. त्याशिवाय मोठी भांडी, पातेली, पराती... आम्ही सगळं काही जमा केलं.

होय, हे सगळं मुलांनी लुटलं. नंतर हिंदूंनी, म्हणजे गावातल्या मोठ्या माणसांनी सांगितलं की, हे काही बरोबर नाही. अशी लूटमार करणं चांगलं नाही. हे थांबवलं पाहिजे. शक्य तो कुठलीही गोष्ट मनाला लावून न घेता. त्यांतले काही सहा-सातजण जे प्रमुख होते, त्यांनी आम्हांला बोलावलं आणि सांगितलं की, हे काही चांगलं नाही. असल्या गोष्टी तुम्ही करू नका. नंतर तुमचाही शोध घेतला जाईल आणि तुमच्या सगळ्या वस्तू हिसकावून घेतल्या जातील. पण आम्ही काही ते थांबवलं नाही. आम्ही आमचं काम सुरूच ठेवलं. आमच्या वडिलांनी पण आम्हांला हेच सांगितलं. आम्ही त्या वेळी म्हणत असू की, होय, आम्ही पुन्हा असं करणार नाही. परंतु जरा कुठं मोठी माणसं गप्पा मारत बसली, की आम्ही पुन्हा लुटालूट सुरू करायचो... तांदूळ, आणखीही काही चांगले पदार्थ, वस्तू... एका दुकानातून आम्ही शुद्ध तूप आणि बदाम आणले... दुसऱ्या दुकानातून कापड, भांडी– जे हाताला लागलं, ते आणलं आणि घरातल्या एका खोलीत जमा करून ठेवलं. नंतर काही वडिलधाऱ्या लोकांनी सांगितलं की त्या सगळ्या वस्तू विकून टाका. एक दिवस त्या जप्त केल्या जातील. कदाचित त्यांना यातलं काही पाहिजे असेल, म्हणून ते विकून टाका म्हणून सांगताहेत. मग आम्ही खोलीत जे साठवून ठेवलं होतं, तांदूळ वगैरे दोन ते अडीच रुपये शेर भावाने विकून टाकले. नंतर लोकांच्या लक्षात आलं की, हा सगळा बनवाबनवीचा प्रकार होता. स्वस्तात वस्तू मिळाव्यात, म्हणून ही अफवा पसरवली. दुकानदारांनी बऱ्याच गोष्टी विकत घेतल्या. आमच्या वडिलांना आम्ही सांगितलं की, आम्ही दूर कुठं जाणार नाही. तुमच्या जवळपासच राहू. आमच्या शेजारीच एक मुसलमानाचं घर होतं. अगदी उड्या टाकून आम्ही त्या घरात जाऊ शकत होतो...

मी माझ्या लग्नासाठी बऱ्याच वस्तू ठेवल्या. नवीन भांडी, आंघोळीचं घंगाळ, वगैरे, त्याशिवाय रजया, दुलया हे सगळं मी लग्नानंतर घरी आणलं. रजया, दुलया त्यानंतर आम्ही घरी सुद्धा तयार केल्या. त्यासाठी आम्ही सामान आणलं. आम्ही जवळ जवळ अकरा मुली होतो. आम्ही जमवलेल्या वस्तूंमधून आम्ही आमच्या हुंड्याची सोय केली. आमच्या दोन मुलींनी बटालामध्ये लग्न केलं. मला कुणीही मुसलमान मैत्रीण नव्हती. परंतु माझ्या आईची एक मुसलमान मैत्रीण होती. तिची परिस्थिती फार वाईट होती. माझी आई सांगायची, की तुझ्या मावशीची परिस्थिती फार वाईट आहे. तिला आपल्या मुलींना सांभाळणं जमत नाही. माझ्या आईला बहीण नव्हती. तेव्हा ती मुसलमान मैत्रीण तिला बहिणीसारखीच होती. आपल्या

मैत्रिणीची परिस्थिती बघून माझी आई रडायची. मी सुद्धा. पण आई म्हणायची की, मी तिच्या मुलींना आपल्या घरात कसं ठेवून घेऊ. पोलिस आम्हांला तशी परवानगी देणार नाहीत. हिंदू तशी परवानगी देणार नाहीत. मी तुझ्या मुली आमच्या घरात कशी लपवून ठेवू? माझे हात बांधलेले आहेत. हिंदूंनी प्रत्येक घरावर नजर ठेवलेली आहे. आम्ही जर कुणाला घरात लपवून ठेवलं, तर ते हिंदू सगळ्यांना बाहेर काढायला लावतील. परिस्थिती थोडी सुधारल्यानंतर आम्हांला कळालं की, त्या आईच्या मैत्रिणीची परिस्थिती फार वाईट झाली होती. तिचं घर उद्ध्वस्त केलं होतं. फाळणीनंतर काही दिवसांनी माझी आई पाकिस्तानात गेली... त्या वेळी परिस्थिती थोडी सुधारलेली होती. आठ एक दिवस तरी रस्ते मोकळे केले होते. माणसं जाऊ शकत होती. माझी आई म्हणाली; की, मला गेलंच पाहिजे. माझी मैत्रीण लाहोरमध्ये आहे. तिला जाऊन बघितलं पाहिजे. पाकिस्तानात ती तिच्या अनेक मुसलमान मैत्रिणींना भेटली. आणि तिनं त्या लोकांना आपल्या मैत्रिणीविषयी, म्हणजे फातिमा-विषयी विचारलं. तेव्हा तिला समजलं, की तिच्या घरादाराचं पार वाटोळं केलं. पण माझी आई थोडी खुशीत होती. कारण तिच्या अनेक मुसलमान मैत्रिणी तिला भेटल्या... त्या सगळ्या मैत्रिणींना सुद्धा आनंद झाला. आणि आम्ही आता जरी पाकिस्तानात गेलो, तरी आम्ही आमच्या जुन्या मैत्रिणींना भेटतो. सगळे एकमेकांना अगदी प्रेमानं भेटतात. भांडण होतं, ते हिंदू आणि मुसलमानांमध्ये. आम्ही मुसलमानांशी कधीच भांडलो नाही. आम्हांला त्याच्याशी काही देणं-घेणं नाही.

मी तिकडं कधीच गेले नाही. माझी आई गेली. आणि तुम्हांला माहीतंय् की, ती माझी मैत्रीण, पुढारी आहे ती. ती एकदा तिकडं गेली आणि माझ्या काकाला भेटली. त्या काकांनी माझ्यासाठी आणि माझ्या मुलांसाठी अनेक वस्तू पाठवल्या. ती नेहमीच तिकडं जाते. तिच्याजवळ परवाना आहे आणि तिला दिल्लीमधून व्हिसा मिळतो. त्या दोघीही मग तिकडं जातात. दुसऱ्यांदा मी तिला भेटले, तेव्हा तिनं मला विचारलं की, तुझ्या काकाला काही द्यायचंय् का, म्हणून.

त्या वेळची परिस्थिती ही अशी होती. आणि आम्ही लहान असल्याकारणानं आम्हांला त्या वेळी गंमतच वाटायची. त्याचे परिणाम काय होतील, काय झाले असतील, याची आम्हांला कल्पना नव्हती. आणि याची समज तुम्ही मोठे, समजूतदार झाल्यावरच येते. लहान मुलांना याची कल्पना कशी असणार? लग्न झाल्यानंतर मी फाळणीबद्दल सगळं काही विसरून गेले...

मला वाटतं, फाळणीनंतर वर्षभरानं मी त्या जुन्या वस्तू माझ्या हुंड्यासाठी उपयोगात आणल्या. बटालात माझी जी मैत्रीण होती, ती लग्न करून गेली, ती आणि मी आम्ही दोघींनी एकाच वेळी लग्न केलं. माझ्याकडं थोडंच सोनं होतं. परंतु तिनं एका घरातून बरंचसं सोनं घेतलं आणि ते लग्नासाठी वापरलं. लग्न फार चांगलं झालं. आमचं लग्न झालं आणि आम्ही सगळं विसरून गेलो. आणि आम्हांला हे सांगायला इथं कुणीच नाही. त्या वेळी जर कुणी एखादा समजुतदार, शहाणा माणूस असता, आणि त्यानं आम्हांला समजून सांगितलं तरी असतं, पण तसं कुणीच नव्हतं. शेवटी असं आहे, की एकटा माणूस कुठं कुठं बघणार आणि कोणत्या गोष्टींचा विचार करणार?

हिंदू आणि मुसलमान एकमेकांवर तुटून पडले, त्याचं कारण ब्रिटिशांनी त्यांना एकमेकांपासून बाजूला केलं. त्यांनी सांगितलं की, तुम्ही वेगळे लोक आहात. ब्रिटिशांनी सांगितलं की, तुम्हांला जर स्वतंत्र व्हायचं असेल, तुमचं राज्य तुम्हांलाच चालवायचं असेल, तर तुम्हांला वेगळं, स्वतंत्र व्हायला पाहिजे. नाहीतर आम्ही असे वेगळे का झालो असतो? पहिली अफवा पसरली, ती म्हणजे, पाकिस्तान देश निर्माण झाला आहे आणि हिंदू, मुसलमान एकत्र राहणार आहेत. आणि तशीच दुसरी अफवा. हिंदुस्थान निर्माण झाला आहे. आणि तिथं ही हिंदू व मुसलमान एकत्र राहणार आहेत. आणि हे सगळंच चांगलं, मान्य करण्यासारखं होतं. परंतु त्या वेळी अशी काही माणसं होती की, त्यांनी हिंदू आणि मुसलमान लोकांना चिथावणी दिली. त्या लोकांनी या योजनेला नकार दिला. आणि सांगितलं की, तुम्हांला जर हा विभाग स्वतंत्र करायचा असेल, तर त्यासाठी, आमच्या पंजाबी भाषेत सांगायचं, तर गुडघ्यांपर्यंत पाय रक्तात बुडाले पाहिजेत. इतका रक्तपात झाला पाहिजे. आणि घडलं, ते तसंच घडलं... इतका रक्तपात झाला, की रक्त आमच्या गुडघ्याला लागलं. तेव्हा उपद्रवी लोकांनी असा सल्ला दिला; स्वतंत्र व्हा, स्वतंत्र राहा, आणि या मातीला शांतता कधी मिळू देऊ नका! आणि इथं जर दंगेधोपे झाले, तर ब्रिटिशांना ते पाहिजेच होतं. त्यांनी मग दुसरीकडं लक्ष घातलं असतं. ते म्हणाले असते की, इकडं लक्ष देण्याचं काही कारण नाही. तेव्हा कुण्या सैतानी माणसांची हीच योजना होती. मला कुणी इंग्रज माहीत नाही. मी आपलं ऐकलेल्या गोष्टी तुम्हांला सांगतेय्. अफवाच सगळ्या. एक बाबा होते म्हातारे, ते आम्हांला सांगायचे की, ज्यांनी या दंगली घडवून आणल्या, त्या लोकांना पुन्हा ब्रिटिश राज्य पाहिजे आहे. कारण या देशावर राज्य करण्याच्या आम्ही लायकीचे नाहीत.

प्रत्येक वेळी आम्ही हेच ऐकत होतो. म्हणे, आमची लायकी नाही राज्य करण्याची. सांगायचं कारण हा एक आम्हां दोघांत भांडणं लावायचा डाव होता... आज एकाचा खून... उद्या तीन खून... आणि शेवटी सांगायचं, की आम्हांला काही हे जमत नाही. तुम्हीच राज्य करा या देशावर, हे तुमचंच काम आहे.

शांतता? छान, ही दुसरी वेळ आहे. मागं पाकिस्तानच्या निर्मितीवेळी असाच झगडा झाला होता. त्या वेळी झगडा हिंदू-मुसलमानांत होता. आणि दुसऱ्यांदा हिंसाचार झाला, तो हिंदू आणि शीख यांच्यामध्ये. त्यांच्यामध्येही असे सैतान आहेत. ते सांगतात, आपण, म्हणे, स्वतंत्र होऊ. आता पुन्हा तशीच वेळ येणार आहे. तशीच वेळ जशी मागं आली होती. काही लोक इकडं मरतील, तर काही तिकडं मरतील, जे फाळणीच्या वेळी घडलं. हिंदुस्थान-पाकिस्तान निर्माण झालं आणि लोकांचे प्राण गेले. तशीच भावना आता लोकांची झालेली आहे. फाळणीच्या आधी होती, तशी. परंतु आता ज्या वेळी लोकांना कळलं की, काय घडतंय्, त्या वेळी सरकारी अधिकाऱ्यांनी परिस्थिती आटोक्यात आणली.

त्या वेळी, मी सोळा वर्षांची होते. आम्ही आमच्या कामावर जात होतो. मी त्यांच्या घरी काम करत होते. गाईंना चारा घालणं, त्यांची स्वच्छता करणं. आणि त्यांचं घर स्वच्छ करणं. मी माझं काम संपवलं आणि इतक्यात माझे वडील आले. त्यांच्या खांद्याला एक मोठा सुरा अडकावलेला होता. ते आले आणि त्यांनी हाक मारली, बसंत कौर आणि बसंत कौर म्हणाली, काय बंधू, आज इकडं कसे? तेव्हा वडील म्हणाले, 'मी माझ्या मुलीला घेऊन जायला आलोय्.' तेव्हा ती म्हणाली, का, काय झालं? माझे वडील म्हणाले, तसं काही नाही. परंतु बसंत कौरचा त्यावर विश्वास बसला नाही. काही नाही, तुम्ही असं काय सांगताय्? एरव्ही तुम्ही कधी असं इकडं येत नाही. तुम्ही आज इकडं आला, म्हणजे नक्कीच काही तरी वाईट घडलंय्. तेव्हा संध्याकाळ झालेली होती. माझे वडील म्हणाले, बहेनजी, पाकिस्तानची निर्मिती झाली. आणि ती ओरडलीच राम, राम, राम, रामा! काय झालं हे? हे काय घडलं? आणि लगेच शेजारपाजारचे लोक जमा झाले. आणि एकच गोंधळ सुरू झाला, लोक विचारू लागले, हे काय झालं? काय, घडलं तरी काय? शेजारीच एक मुसलमानाचं घर होतं. त्या घरातली बाई म्हणाली, काही काळजी करू नका, आपण आत्ता जसे एकत्र राहात आहोत, तसं यापुढंही राहणार आहोत. आणि हे बरोबर आहे. कारण ते

सगळे अनेक वर्षं एकत्र राहत होते. आणि एकमेकांचे मित्र होते. तिथं ते आम्हांला सांगत होते. काळजी करू नका. आणि इकडं बघा काय चाललंय्. थोड्या वेळानं आम्ही पुढं जात असता दोन प्रेतं दिसली आणि आणखी पुढं गेलो, तर एक तरुणांचं टोळकं दिसलं. ते सगळे मुसलमान होते. आणि ते एका बाईला बाहेर कुठं घेऊन जात होते. आणि असे दोन ते अडीच तास गेले. नंतर आम्हांला लोकांची आरडाओरड ऐकू आली. 'हिंदुस्थान, हिंदुस्थान' आणि हिंदूंची पुन्हा आशा पालवली. आणि त्यांनी सांगायला सुरुवात केली की, कुणीही काळजी करू नका. काळजी करू नका... हिंदू-मुसलमानांचा इथं काही संबंध नाही. काही बिघडणार नाही. पूर्वीसारखेच आपण एकत्र, एक दिलानं राहू. परंतु उपद्रवी आणि विध्वंसक लोकांना हे सहन झालं नाही. कारण गोंधळ माजवायचा आणि देशाचे दोन तुकडं करायचे, यासाठीच तर ते जन्माला आले होते. त्यांचे हात बांधलेले होते. एका घरात स्वयंपाक चालला होता. परंतु त्यांना स्वयंपाक तसाच सोडावा लागला. परातीमध्ये मळलेलं पीठ तसंच होतं. आम्ही आत गेलो, तर शेगडी तशीच पेटलेली होती. आम्ही श्वास रोखून आत गेलो. आम्ही थोडे घाबरलेलेही होतो. कारण घरमालक कुठं दडून बसलेले असतील, तर काय करा? आम्हांला त्यांच्या घरातील वस्तू चोरायच्या होत्या. सगळंच काही उचलायचा आम्ही विचार करत होतो. परंतु मनांत भीती होती, की मालक कुठं बाहेर लपून बसलेले असतील. पण नंतर आम्ही वस्तू उचलायला सुरुवात केली. सगळ्या गल्लीबोळांत आम्ही गेलो. परंतु आमचे आईवडील थोडे काळजीत होते. त्यांना भीती वाटत होती की, लोक आम्हांला मारतील, मुसलमान समजतील, आमच्या आईवडिलांनी आम्हांला अडवायचा खूप प्रयत्न केला. पण आम्हांला वाटलं की, आम्हांला कोण धरून नेणार, कोण आम्हांला मारणार. आम्ही हरिजन आहोत. हिंदू, ख्रिश्चन कुणीही आम्हांला काही करू शकणार नाही. आणि आम्ही न घाबरता प्रत्येक घराच्या छपरावरून उड्या टाकत गेलो. आणि दुसरे दिवशी परिस्थिती आणखी बिघडली. लोकांनी लुटालूट सुरू केली आणि मुसलमानांची सगळी गल्लीच पेटवून दिली. गल्ली सगळ्या बाजूंनी पेटली होती. अर्थातच, परिस्थिती फारच चिघळली होती. लोकांना वाटलं की, इथं श्रीमंतांची घरं धडाधड जळताहेत, तर गरिबांना एवढं घाबरायचं काय कारण आहे. तेव्हा मग सगळ्याच घरांना आगी लावायला सुरुवात झाली. एका घरात एक लहान मुलगा रडत होता. तो विचारत होता; 'तुम्ही माझ्या आईला बघितलं का, तुम्ही माझ्या आईला बघितलंत?'

जे काही चाललं होतं, त्याचं आम्हांला फार आश्चर्य वाटत होतं. पण आम्हांला त्याची फारशी कल्पनाच नव्हती. काही कळत नव्हतं. मोठ्या माणसांना काय चाललंय् हे माहीत होतं. पण आम्ही बहुतेक वेळ काय चाललंय् हे बघत राहत होतो. आम्ही राहतोय्, तो भाग सगळा पाकिस्तानात गेला असता, तरी आम्हांला काहीच धोका नव्हता. कारण आम्ही हरिजन आहोत. पाकिस्तान झालं काय, नि हिंदुस्थान झालं काय, आम्हांला काहीच फरक पडणार नव्हता. आमचा जिथं जन्म झाला आहे, तिथंच आम्ही राहू. आमचे वडिलधारे म्हणत होते की, काही झालं, तरी आम्ही या जागेतून हलणार नाही. हे आमचं घर आहे. आणि आम्हांला कुणी हात लावला असता, जागा सोडायला भाग पाडलं असतं, तर आम्ही त्यांना आमची ताकद दाखवली असती. शेवटी हरिजन काही इतरांसारखे नाहीत. आमच्या लोकांत तेवढी हिंमत होती आणि आजही आहे. आणि समजा, तसं काही झालं असतं, तर आम्ही आमच्या स्वतंत्र राज्याची मागणी केली असती. आणि ती त्यांना मान्य करावी लागली असती. आम्हांला याचं संपूर्ण ज्ञान आहे. आता जसं शीख लोक स्वतंत्र राज्याची मागणी करतात. तेव्हा असं झालं, तर तीन देश होणार नाहीत का? हिंदुस्थान, पाकिस्तान आणि शीखीस्थान, मग चौथ्या देशाची मागणी केली? तर कुठं बिघडतं? आजसुद्धा आम्हांला तेच वाटतं. एकेकाळी आमच्या मोठ्या, बुजुर्ग लोकांना तसं वाटत होतं. पण आज आम्हांला सुद्धा वाटतं. प्रत्येक जण हातांत सत्ता घेतो. हिंदूंनी सत्ता घेतली. शीखांनी घेतली, त्या वेळेला ब्रिटिशांच्या हातात सत्ता होती. पण आमच्यासारख्या लोकांना कुणी विचारातच घेत नाही. हरिजन आणि ख्रिश्चन– आम्ही कुठंच बसत नाहीत. आमचा विचारच कुणाच्या मनात येत नाही. आम्ही या बाबतीत इंदिरा गांधी आणि त्यांचे वडील नेहरू या दोघांशीही आम्ही बोललो आहोत. त्या वेळी दोघेही म्हणाले होते की, हा तुमचा स्वत:चा देश आहे. तुम्हीच राज्यकर्ते आहात. माझे वडील सुद्धा म्हणायचे की, नेहरूंनीसुद्धा हेच सांगितलं होतं की, हा तुमचा देश आहे. तुम्ही राज्यकर्ते आहात.

तुम्ही विचारता, माझे वडील आणि आजोबा कोणतं काम करत होते. माझे आजोबा धान्याच्या बाजारात झाडूवाल्याचं काम करत होते. आणि नंतर माझे वडीलपण तेच काम करू लागले. पुढं त्यांना सरकारी नोकरी मिळाली होती. नंतर माझा भाऊ पण सरकारी नोकरी करू लागला. धान्य बाजारातलं काम आमच्या कैक पिढ्यांपासून चालत आलेलं आहे. मी कॉलेजमध्ये काम करते आहे आणि खाजगी, घरातली कामं सुद्धा मी करते. सकाळचं काम

अकरा वाजता संपतं. मग मी कॉलेजमध्ये जाते. नंतर एका (खाजगी) घरी कामाला जाते. मग साधारण दोन वाजता पुन्हा कॉलेजमध्ये जाते. कधी कधी मी कॉलेजमध्ये उशिरा जाते. पण ते लोक मला काही म्हणत नाहीत. कारण त्यांना माहीतंय् की, मी काम टाळत नाही. इतर घरी मी कपडे धुते, केर-कचरा काढते.

माझ्या आयुष्यात मला एक समजून चुकलंय्, की हा जो झगडा, लढा आयुष्यात बघावा लागतो आहे, त्याला अंत नाही. माझ्या वयाच्या सोळाव्या वर्षापासून मी लढाई, भांडण-तंटा, हिंसा यांशिवाय काही बघितलंच नाही. आणि आपण जरी थांबवायचा प्रयत्न केला, तरी समाजात असा एक वर्ग आहे की, तो हिंसाचार, अत्याचार आणखीही काही चालूच ठेवणार. कारण ती एक प्रवृत्ती आहे. आणि मला वाटत नाही, की याला काही शेवट असेल. आमच्या कुणाजवळही याची उपाययोजना नाही. आणि हे कुणी जर थांबवू शकेल तर फारच छान होईल. मग सगळीकडंच शांत होईल. मग आमच्या भूमीत शांतता लाभेल. आमच्या पाकिस्तानात किंवा हिंदुस्थानात, आमच्या पंजाबमध्ये सगळीकडंच. इतकंच काय, पण सगळ्या जगात शांतता नांदेल. पण उपद्रवी लोक असं काही घडू देणार नाहीत. पंजाबमध्येसुद्धा आम्हांला कुणी शांतता मिळू देणार नाही. आम्ही एका मुलीला मारताना बघितलं. तिचे तुकडे केले आणि तिला फेकून दिलं. तिच्या कानांतले डूल काढले आणि तिला फेकून दिलं. आणि पुढं जाऊन त्याच लोकांनी एका तरुण मुलीला फरफटत ओढून न्यायला सुरुवात केली. गरीब बिचारी! आपल्या जिवाला घाबरून तिनं जवळच्या कॅनॉलमध्ये उडी टाकली. तेवढंच आम्ही बघितलं. तिथं एक शेख कुटुंब होतं. त्या शेखला एक मुलगी आणि एक मुलगा होता. मुलगा बाहेरगावी होता. तेव्हा ही मुलगी त्यांना मुलासारखीच होती. शेख कुटुंब मुलीला प्रेमानं काका म्हणायचं. तिचं काकाच नाव ठेवलं होतं. एक दिवस... काही गुंड ओरडत आले. आम्ही काकाला धरणार आहोत. आम्हांला काका पाहिजे. ती काका कोण आहे, ते तरी बघू या. गुंड जवळ आले, तशी तिनं छपरावरून खाली उडी मारली. कारण तिला स्वतःचा अपमान करून घ्यायचा नव्हता. तिला सन्मानानं जगायचं होतं. आणि त्या वेळी पोलिसांना दंगे, हिंसाचार यांना आवर घालायचाच नव्हता. असं एकूण त्यांच्या वागण्यावरून दिसत होतं. सैन्य दलातील जवानांनी थोडी मदत केली. त्यांनी लोकांना सुरक्षित जागा मिळवून दिली आणि लोकांना बाहेर जायला संरक्षण दिलं. पोलिस तर इतरांसारखीच लूटमार करत होते. मला वाटतं, लोकांची नंतर नीतिमत्ताच नाहिशी झाली होती.

स्वाभिमानही कुणाजवळ दिसत नव्हता... त्या दोन अडीच तासांत ज्या वेळी आम्ही पहिल्यांदा ऐकलं की, दिनानगर हे पाकिस्तानात गेलं आहे, तेव्हा मुसलमान लोकांनी हिंदूंची कत्तल सुरू केली. आणि नंतर दोन-अडीच तासानं फोन आला की, दिनानगर काही पाकिस्तानात गेलं नाही ते हिंदुस्थानातच राहिलं आहे. आणि मग याचा परिणाम उलट झाला. हिंदूंनी मुसलमानांना मारायला सुरुवात केली. मोठमोठ्यानं घोषणा द्यायला सुरुवात केली. त्यांनी लोकांना घरातून ओढून काढलं आणि त्यांना ठार केलं आणि फेकून दिलं... त्यांनी तरुण मुलींच्यावर बलात्कार केला... पहिली गोष्ट म्हणजे, हिंदूच म्हणाले होते की, आपण सगळे भाऊ आहोत. स्त्रिया, मुली आमच्या भगिनी आहेत. आम्ही सगळे एक आहोत. हे असंच ते पहिल्यांदा म्हणाले होते. आणि इतकचं काय, पण पाकिस्तान जरी निर्माण झालं, तरी आपण एकत्र राहू. पण शेवटी ते आपली घरंदारं, आपला जीव, इथलं आयुष्य कसं सोडतील आणि बाहेर जातील? पण तसं नाही. ते सगळे एकत्र राहिलेही असते. परंतु असे काही दुष्ट राक्षस आहेत, की त्यांनी हा गोंधळ घातला. त्या लोकांना आम्हांला एकत्र राहू द्यायचं नव्हतं. आम्हांला एकमेकांपासून तोडायचं होतं. आणि दाखवायचं होतं की, आम्ही राज्य चालवायला लायक नाही. आमची ती लायकी नाही. तेव्हा साहजिकच ब्रिटिशांना पुन्हा इकडं येण्याची संधी मिळाली असती.

■

आठ

स्मरण

मी आतापर्यंत माझ्या परीनं फाळणीचा इतिहास वाचकांपुढं ठेवला आहे. त्याचा समारोप करायचा, म्हणजे हीसुद्धा एक अवघड कामगिरी आहे. फाळणीसंबंधी मी शेवटी काय सांगू, म्हणजे ज्याची सांगता समाधानकारक होईल. आता

आपण असा विचार करू की, फाळणी म्हणजे काही फार, अतिशय महत्त्वाची घटना होती का, जिचा परिणाम दूरवर साऱ्या उपखंडावर झाला आहे? तेव्हा अगदी अंतर्मुख व्हावं, असा सखोल परिणाम लोकांच्या मनावर काही झाला नाही. हे जरी खरं असलं, तरी फाळणीसंबंधी आपल्याला बरंच काही अजून समजून घ्यायचं आहे. या पुस्तकाद्वारे वाचकांपुढं मी जे काही ठेवलं आहे, ते फाळणीसंबंधी एक प्राथमिक ज्ञान आहे. आणि दुसरं असं की, मी ज्या वेळी लोकांना भेटून, कागदपत्रं वाचून फाळणीबद्दल माहिती मिळवायला सुरुवात केली, तेव्हा या प्रकल्पातून आपण बरंच काही शिकणार आहोत, याची मला कल्पना नव्हती. मी आपलं हे काम अगदी सहज, निष्पाप वृत्तीनं सुरू केलं. म्हणजे एखाद्या भारतीय विद्यार्थ्यांप्रमाणे. विद्यार्थी शाळेत इतिहास शिकतात आणि विसरून जातात. १९८४ सालानंतर, म्हणजे दिल्लीत जी मोठी दंगल झाली, त्यानंतर मी हिंदुस्थानच्या फाळणीविषयी माहिती गोळा करायला सुरुवात केली. मी काय ऐकत होते, तर हिंसाचार, अत्याचार, आघात, आयुष्याची राखरांगोळी प्रत्यक्ष घटना कशा घडल्या हे मी ऐकलं, आणि ऐकता-ऐकता माझा संताप अनावर होत गेला. ही माझी कदाचित प्रतिक्रिया असेल. त्याचं कारण म्हणजे, झालेले पाशवी अत्याचार, जुलूम, जबरदस्ती, हिंसा तर होतीच; तरी आत्तापर्यंत फाळणीवर जे काही लिहिलं गेलं आहे, म्हणजे इतिहास, लेख जे काही असेल, ते, आणि जे प्रसिद्ध झालं आहे, त्यामध्ये सामान्य माणसाचा

कुठं उल्लेखच नाही. फाळणीची खरी झळ बसलीय्, ती सामान्य माणसाला. त्याचा उल्लेख कुठंच कसा नाही? फाळणीच्या अंतरंगात काय होतं, यातना, दु:ख, भावना सर्वस्व गमावल्याची भावना, खोल दडलेली मूक शांतता अशा किती गोष्टी इतिहासकारांना लोकांच्या समोर ठेवता आल्या असत्या. पण ते झालं नाही. ही इतिहास-लेखनातली कमतरता आहे का, या महत्त्वाच्या अशा घटनांकडं दुर्लक्ष केलं? मला असं वाटतं की, होरपळलेल्या, दु:खी माणसांच्या समोर जाण्यासाठीसुद्धा एक तटस्थ वृत्ती, धीटपणा लागतो. इतिहासकारांच्यामध्ये त्याचा अभाव होता का? इतिहासाची जी साधनं असतात, ती तुम्हांला गतकाळात डोळसपणे बघायला लावतात. ते माध्यम प्रभावी असतं. समजा, तुमचं कुटुंबच परिस्थितीच्या फेऱ्यात सापडलं असेल, तर तुम्ही त्या घटनेकडं, कुटुंबाकडं कोणत्या भावनेतून बघाल? वस्तुनिष्ठ दृष्टी ठेवून बघाल का? मृत्यू, स्थलांतर, उद्ध्वस्त झालेलं घरदार, आयुष्य यांकडं अशा कुटुंबांच्याकडं इतिहासकारांनी कसं बघितलं पाहिजे? आणि मला वाटतं की, उत्तर भारतातील इतिहासकारांना हे प्रकार तर अगदी घरातल्यासारखेच होते, कारण जे काही जास्त भोगलं आहे, ते याच राज्यानं. खरं तर, उत्तर प्रदेशीय इतिहासकारांना याची जाणीव कधीच झाली असणार. आणि आश्चर्य म्हणजे, आजपर्यंत तरी फाळणीचा इतिहास म्हणजे देशाचा इतिहास, असाच समज झालेला आहे. फाळणी म्हणजे देशाची फाळणी एवढंच आणि १९८४ साली दिल्लीत जी दंगल झाली, ती इतिहासकारांच्या दृष्टिनं पावसाच्या पाण्यासारखीच होती. दंगल झाली आणि शमली... पण प्रकार तसा नव्हता. १९८४ च्या दंगलीचे दुष्परिणाम नंतर देशात सगळीकडं झाले. दंगलीची लाटच सर्वत्र पसरली. पंजाबची दंगल, उत्तर-पूर्वेतल्या वाढत्या दंगली, हिंदुत्वाचा वाढता प्रभाव. घातपात... विध्वंस... १९९२ साली हिंदूंनी पाडलेली बाबरी मशीद आणि नंतर उसळलेल्या दंगली...लोकांनी या दंगली गर्भगळीत होऊन बघितल्या. एकसंध भारतीय समाजाची घडी, वीण धार्मिक आणि वांशिक दंगलीमुळं विस्कळीत झाली, लोक एकमेकांपासून कसे दूर गेले, एकमेकांवरचा विश्वास कसा उडाला, हे लोक बघत राहिले. समाज बघत राहिला.

१९८४ साली दिल्लीत दंगल झाली आणि पुन्हा फाळणी समोर उभी राहिली. जे लोक फाळणीच्या वेळी दिल्लीत आले, त्यांना या दंगलीमुळं फाळणीची आठवण झाली. त्या लोकांची एक प्रतिक्रिया 'आमच्या देशात या गोष्टी घडतील, असं कधीच वाटलं नव्हतं.' १९८४ ते १९९२ या काळात जी हिंदू आणि शीखांची दंगल झाली, त्यावर अनेक लोकांनी आपल्या प्रतिक्रिया व्यक्त केल्या. जातिभेद, धर्म या नावाखाली या समाजातली दरी रुंद होत गेली. याची पाळंमुळं कुठं सापडतात, तर दंगलीत. आणि मुख्य म्हणजे देशाच्या फाळणीत, असं समजायला

हरकत नाही. कारण ज्या दोन्ही घटना घडल्या, त्यांत बरंच साम्य आढळतं. हिंसाचार, खून आणि सूड... म्हणून याची कारणं शोधण्यासाठी गत इतिहासाकडं पुन्हा पळून बघायला हवं. आणि एक दंगल झाली की, त्याची कारणमीमांसा शोधण्यासाठी प्रत्येक वेळी गत इतिहासाकडं का डोकावून बघावं लागतं, हाच माझ्यापुढं प्रश्न पडतो. तरीसुद्धा शोधाशोध केलीच पाहिजे. कारण असं आहे की, आम्ही किंवा आपण सर्वजण वर्तमानकाळात जगत आहोत. आणि मागच्या दंगली, फाळणी, सध्याच्या दंगली, याचं मूळ कारण शोधून पुढं येणाऱ्या म्हणजेच भविष्यकाळाला काही योग्य आकार देता येईल का हे बघायला पाहिजे. आता जे इतिहासकार सतत कुठल्या ना कुठल्या घटनांच्या संपर्कात असतात, त्यांना हे नवीन नाही. पण माझ्यासारख्या या विषयातल्या विद्यार्थिदशेतल्या एका स्त्रीला हे एक आव्हानच आहे. म्हणजे दंगलीच्या बाबतीत वर्तमान आणि भूतकाळ तपासून बघणं हे एक कठीण काम आहे. आणि माझ्याप्रमाणे इतरसुद्धा असाच विचार करत असतील. त्यांच्यापुढंही हेच प्रश्न असतील. पण या प्रश्नांनी मला पुन्हा कामाला लावलं आहे.

अर्धशतकाचा काळ... विस्कळीत, लहरी... अनिर्बंध... तरी त्याला पण अर्थ असलेला. नवीन सुरुवात करा, हा संकेत देणारा... जे फाळणीतून वाचले आहेत, त्या त्या परीनं सहीसलामत सुटले आहेत, असे लोक वयाचा विचार करता सत्तरीतले किंवा ऐंशीच्या घरातले तरी नक्कीच असले पाहिजेत. आणि जे इतिहासकार आहेत, त्यांनी या बुजुर्गांना भेटून इतिहासाची उजळणी पुन्हा करणं फार महत्त्वाचं ठरेल, जे फाळणीचे साक्षीदार आहेत, त्यांनी या पन्नास वर्षांतल्या कालावधीत बरंच काही बघितलं असणार. पन्नास वर्षांचं अंतर तसं खूपच मोठं. त्या लोकांनी गेल्या पन्नास वर्षांतल्या घटना, प्रसंग, बरी-वाईट माणसं असं बरंच काही बघितलेलं असणार. आणि एखाद्या चित्रपटासारख्या त्यांच्या मनात आठवणी डोळ्यांसमोर तरळत असणार. आणि ते होणारच. तो मानवी स्वभाव आहे. आणि कित्येक लोकांना फाळणीच्या वेळी त्यांनी काय भोगलं, आयुष्य कसं काढलं, हे सांगताना त्यांना फार यातना झाल्या. आणि काही लोक असे होते, की त्यांना मनापासून वाटत होतं की, आमचे अनुभव, आमच्या कथा व्यथा यांना वाचा फुटलीच पाहिजे. हे सगळं ध्वनिमुद्रित झालं पाहिजे. तेव्हा मला असं वाटलं, की फाळणीवर नव्यानं आणखी प्रकाशझोत टाकण्याची वेळ आलेली आहे. तशी परिस्थिती निर्माण झालेली आहे.

ज्या वेळी तुम्ही एखादं नवीन संशोधन करता, त्या वेळी तुम्हांला असं वाटत असतं की आपण काही तरी नवीन विलक्षण करतो आहोत. तुम्ही आत्मसंतुष्ट होता. कारण तुमचा समज असा झालेला असतो, की आतापर्यंत हे संशोधन कुणीही

केलेलं नाही. पण तो तुमचा विश्वास अनाठायी असतो. आणि कोणतंही संशोधन हे विभ्रम असतं. म्हणजे संशोधन करताना माणूस विभ्रम असतो. आणि, खरं तर, त्यात नक्की असं काही नसतं. माझा अनुभव मला हेच सांगतो. तुम्ही केलेली संशोधन विषयक व्याख्या नवीन असते. ज्या वेळी तुम्ही गतकाळावर नजर टाकता, त्या वेळी तुम्हांला समजतं की, यात नवीन काही नाही. तुमचा दृष्टिकोन नवा असतो. अशी कामं अनेकांनी केलेली असतात. कारण मी फाळणीवर जे संशोधन सुरू केलं, त्या वेळी मी फाळणीच्या आत अंतरंगात काय दडलेलं आहे, हे बघत होते. मी पारंपरिक रूढिबद्ध इतिहासाकडं थोड्या साशंकतेनंच बघत होते. आता जी काही पारंपरिक इतिहासाची साधनं होती, त्यांमध्ये भाषणं, कागदपत्रं, सरकारी अहवाल, लेख या कागदपत्रांतून मला काय मिळालं, तर विचार, भावना. आणि केवळ विचार आणि कागद पत्रातल्या भावना, मतभेद यांवरून फाळणीचं सत्य दर्शन कसं काय घडणार होतं? तरीसुद्धा माझ्या संशोधनाच्या काळात मला या 'साधनांची' खूपच मदत झाली. त्यातून मला बरीच माहिती मिळाली. शेवटी त्याच्याकडं तुम्ही कुठल्या दृष्टिकोनातून बघता, यावर बऱ्याच गोष्टी अवलंबून असतात. आता मला जी माहिती मिळाली, ती अशी स्त्रियांच्या दुःखद कथा, त्यांनी भोगलेल्या यातना, त्यांच्यावर झालेले आघात... त्याशिवाय कागदपत्रं यावरून मी इतरही काही गोष्टी समजून घेतल्या. मला लहान मुलं, मागासलेल्या वर्गीकृत जाती-जमाती यांच्याबद्दल फार उत्सुकता होती. या काळात त्यांचे काय हाल झाले, हे मला समजून घ्यायचं होतं. मी माहिती मिळवण्याचा प्रयत्न करीत होते. आणि मी जेव्हा वर्तमानपत्रांतील बातम्या, लेख, संसदेत झालेली चर्चा, इतरही लेख वगैरेतून माहिती वाचली, तेव्हा त्यांची मला बरीच मदत झाली. आणि या कागदपत्रांनी आपल्यावर बरेच उपकार केले आहेत, असं मला वाटलं. आणि ती जर कागदपत्रं, अहवाल मला मिळाले नसते, तर या पुस्तकात मी जे लिहिलं आहे, त्याला खूपच मर्यादा पडल्या असत्या. कदाचित मी काही लिहू शकले नसते. आणि मला जी माहिती मिळाली, मी वाचली, तेव्हा मी खूपच सावध झाले. मला यातून स्त्रियांच्या विषयी फारच त्रोटक माहिती मिळाली. पण ती माहिती एक स्त्री समतावादी लेखिका म्हणून मला फार महत्त्वाची वाटली. आणि ज्या कुणाला इतिहासाची आवड आहे.[६३] त्यांनी समाजातल्या उपेक्षित लोकांचा इतिहास समजून घेतला पाहिजे. आणि जो इतिहास लिहिला गेला आहे, तो स्त्रियांच्या बाबतीत, मुलांच्या बाबतीत हात राखूनच लिहिला आहे आणि फाळणीचा इतिहास लिहिताना मला एक प्रश्न सतत डाचत होता की, माणसाचा आणि इतिहासाचा संबंध कसा येतो?

---

६३. अन्नारिटा बुट्टा फुक्को, 'माता आणि भगिनी'

त्यातल्या त्यात फाळणीचा इतिहास लक्षात घेतला, तर आम्हांला जो इतिहास माहीत आहे, त्याच्यामध्ये आणि जो इतिहास लिहिला गेला आहे, त्यांत बरीच तफावत आढळते. म्हणजे जी माणसं प्रत्यक्ष इतिहासाशी संबंधित आहेत, ती माणसं आणि इतिहास याच्या मुळाशी 'स्मृती' आणि 'विस्मृती' या दोन्हींची निवडक बीजं आहेत. आणि अधिकृत इतिहास- लेखनानं लेखनात एक तंत्र वापरण्याचा प्रयत्न केला आहे. तो म्हणजे विस्मृतीचा विध्वंस आणि स्मृतीची मशागत[६४] केल्यासारखी वाटते.

पण यामध्ये एक लक्षात आलं, की इतिहासाचं शास्त्र जे आहे, तेच मुळी अधिकार गाजवणार आहे. म्हणजे इतिहासलेखनाची चौकटच मुळी ठरावीक आहे. अधिकृत इतिहासलेखनाचं तंत्र हे अधिकारशाहीचं आहे. काय लिहायचं आणि काय छापायचं आणि काय नाही, याचा अधिकार लेखकानं स्वत:कडं ठेवला आहे. त्यांनी फाळणीच्याबाबतीत काही ठरावीक प्रसंगावरच प्रकाशझोत टाकला आहे. माझ्या लेखनाविषयी सांगायचं झालं, तर ज्या वेळी या पुस्तकातील लेखनाचा इतिहासाचा उपसंहार करण्याची वेळ आली, त्या वेळी माझं एक स्वच्छ मत झालं आहे की, कशावर लिहायचं आणि काय छापायचं, हे मी जाणीवपूर्वक ठरवलं होतं. आत्ताचा आमचा काळ, आणि येणारा भविष्यकाळ, याचा परस्परसंबंध जोडण्याचा मी प्रयत्न केला आहे. कारण यापुढंही आम्हांला काही काम करायचं आहे. या पुस्तकात मी सामान्य माणसांच्या व्यथा, वेदना, त्याला जे काही सांगायचं आहे, ते सांगण्यास त्याला प्रवृत्त करणं याकडं मी जास्त लक्ष दिलं आहे. आणि गेलेला काळ, इतिहास याकडं बघण्याची माझी दृष्टि थोडी बदलली आहे. वेगळा दृष्टिकोन ठेवला व फाळणीतील कित्येक गोष्टी मी प्रकाशात आणण्याचा जाणीवपूर्वक प्रयत्न केला आहे. आता अधिकृत इतिहासलेखनानं काय केलं आहे, तर काही विशिष्ट गट, जात यांचेच अनुभव, कथा जे काही असेल, ते प्रकाशात आणण्याचा प्रयत्न केला आहे. आणि काही लोकांच्या, स्त्रियांच्या, उपेक्षित लोकांच्या कथा, व्यथांकडं संपूर्ण दुर्लक्ष केलं आहे. यापुढं म्हणजे भविष्यात, मी जे काही लिहिणार आहे, त्या वेळी या उपेक्षितांना, स्त्रिया आणि मुलं यांना प्राधान्य देण्याचा मी प्रयत्न करणार आहे. त्यांतल्या त्यांत सामान्य माणसांची काही मतं आहेत, त्यांनाही काही अधिकार आहेत, समाजात त्यांचीही काही भूमिका आहे. आणि मला नक्कीच असं वाटतं, की अधिकृत इतिहासाच्या लेखकांनी फाळणीकडं एका विशिष्ट नजरेतून बघितलेलं

---

६४. अन्नारिटा बुट्टा फुक्को : लेख: "माता" आणि "भगिनी" स्त्रिया/स्त्री-पुरुष समतावाद/ अधिकृत इतिहास शास्त्र या विषयावरील खंडित लेखन. नुवोवो डी डब्लू एफ इटालियन/ नं. १५/१८८०

आहे. आणि जेव्हा आपण वेगळ्या दृष्टिने नवीन साधनं वापरू तेव्हा आपल्याला काही वेगळ्या वास्तववादी, खऱ्या हकीकती समजतील. त्यासाठी आम्हांला पुन्हा संशोधन केलं पाहिजे. याचा अर्थ असा की, फाळणीचा इतिहास पुन्हा एकदा समजून घेताना लहान मुलं, स्त्रिया आणि खालचा वर्ग म्हणजे दलित, हरिजन वगैरे यांना महत्त्व दिलं पाहिजे. कारण समाजातले ते महत्त्वाचे घटक आहेत. एरवीसुद्धा मी त्यांना समजून घेणार आहे. त्या लोकांची सुख-दुःखं मी समजून घेतली आहेत. त्यांचा इतिहास मी समजून घेतला आहे. आणि त्यांना बोलतं करून त्यांचं मत, त्यांची मनमोकळी भाषा मी समजून घेतली आहे.

मी ज्या मुलाखती घेतल्या, ज्या स्त्रियांना बोलतं केलं, त्यासाठी मी स्त्रीवादी अधिकृत इतिहासलेखन– पद्धतीची जी साधनं असतात, तीच साधनं, तेच तंत्र मी वापरलेलं आहे. कारण त्यामुळं होतं काय, तर तुम्हांला एक मोठी मानसिक ताकद येते. आणि तुम्ही कधीही न ऐकलेल्या गोष्टी ऐकू शकता. मौन धारण केलेल्यांना, शांत, गंभीर असणाऱ्यांना तुम्ही बोलतं करू शकता. समजून घेण्याची तुम्हांला ताकद येते. आणि हे तर नक्कीच आहे की, माणसांच्या आयुष्यात घडलेल्या जबरदस्त घटनाच त्याला बोलतं करतात. व्यथांना मोकळी वाट करून देतात. आणि मी माझ्या पुस्तकात जे लिहिलं आहे, त्यासाठी मी असाच प्रयत्न केला आहे. माणसाचं मौन आणि हृद्गत यांमध्ये जो एक विरोध असतो, त्यामुळं माणसं पटकन बोलत नाहीत. तेव्हा मी पहिलं काम केलं, ते अंतर्विरोधाची धार कमी करून घेतली. आणि दुसरं म्हणजे, मौनातच काही दडलेलं असेल, तर अशा माणसाला बोलतं केल्यावर तो फार मोकळेपणानं, प्रभावीपणे बोलतो. दुसरं सांगायचं, तर माझ्या मनात एक छोटी शंका आहे. ती अशी, राष्ट्रपातळीवर आणि इतिहासलेखनाच्या पातळीवर फाळणीतल्या लोकांची मतं, त्यांचा दडलेला आवाज ज्यांच्याकडं आजपर्यंत दुर्लक्ष केलं आहे. आणि एकूण समाजातील या तीन घटकांचा विचार करता मला फाळणीमुळं एक नवीन दृष्टिच मिळाली, असं नाही, तर त्यांनी फाळणीत असा एक इतिहास निर्माण केला आहे, की ज्याला अंत नाही. तो सतत तुमच्याबरोबर राहणार आहे. तो अनेक मार्गांनी आमच्या दररोजच्या आयुष्यात एकरूप होऊन बसला आहे. आमच्याही आयुष्यात त्यांचं काही स्थान आहे. कारण त्यांच्या व्यथा या समाजाच्या व्यथा आहेत.

मी माझं काम करताना लोकांचा जो आवाज दबलेला आहे, त्यामध्ये त्यांच्या व्यथा, दुःख भावना व्यक्त झाल्या आहेत, त्याचा शोध मी घेतला आहे. त्यासाठी मी इतिहास, कथा, लेख, भाषणं, साक्षी, निवेदनं जे काही लेखी असेल, ते साहित्य वाचून काढलं. मी लोकांचा उच्चार 'मूक भावना' कुठं कुठं आणि त्यातून मला काय बोध होतोय्, हे समजून घेत राहिले. आणि हे काम तसं सोपं नव्हतं. आणि आपलं दुःख, व्यथा, दुसऱ्याला सांगण्याच्याही लोकांच्या वेगवेगळ्या पद्धती आहेत. काही

लोक फटकन एकदम काही बोलून जातात. काही लोकांनी याआधी इतकं काही फाळणीच्या संदर्भात सांगितलेले असतं, की त्या लोकांना सांगण्याचा एक सराव झालेला असतो. जे फटकन बोलतात. त्यांच्या बोलण्यात सद्य:स्थितीचं आणि स्वत:बरोबर इतरांच्याही विचारांचं स्वच्छ प्रतिबिंब पडलेलं असतं. आता या बोलण्यातून सांगितलेल्या अनुभवाचा, विचारांचा कथा-व्यथांचा इतिहास लिहिला गेला आहे. अजूनही लिहिला जाईल. तेव्हा ज्यांनी सर्व इतिहास कथन केला आहे त्यांची स्वत:ची ओळख आणि इतरांचीही त्यातून कशी काय 'प्रतित' होणार? अनुभव सांगणाऱ्यांनी स्वत:बरोबर इतरांचं ही प्रतिनिधित्व केलेलं असतं. याचा अर्थ इतिहास जो लिहितो, तो लेखकच त्यात दिसतो. शेवटी तिऱ्हाइतानंच लिहिलेला तो इतिहास, खरं तर, अशा लेखनात 'प्रतिनिधित्व' फार तर लेखकाचं दिसेल आणि दिसलंही. म्हणजे जो सांगतो, त्याचं अस्तित्व आणि त्यानं केलेलं दुसऱ्याचं प्रतिनिधित्व या दोन वेगळ्या गोष्टी आहेत. आता माझ्याच बाबतीत सांगायचं झालं, तर फाळणीतील स्त्रिया, मुलं आणि मागासवर्गीय यांच्या कहाण्या मी सांगितलेल्या आहेत. म्हणजे एका अर्थानं मीच त्यांचं प्रतिनिधित्व केलं आहे. आणि मीच ते वाचकांच्या पुढं ठेवलं आहे. त्यात सुद्धा माझ्या दृष्टिनं काय महत्त्वाचं, कशाला प्रसिद्धी द्यायची, हे मीच माझ्या अधिकारात ठरवलं. आणि दुसरं महत्त्वाचं म्हणजे, ज्यांची मी मुलाखत घेतली आणि त्यांनी ज्या काही भावना, विचार व्यक्त केले आहेत, त्यांतून इतरांचंही प्रतिबिंब दिसून येतं. त्यातून इतरांचंही प्रतिनिधित्व आपोआपच दिसून येत. अनेकांचे 'आवाज' त्यात एकरूप झालेले आहेत. म्हणजे त्याला 'तिसरा' आवाज म्हणता येईल. लोकांनी जसं आठवलं, त्याप्रमाणे कथन केलं, आपल्या अनुभवाला गोष्टीरूप दिलं. मी स्वत: त्यांना काही सूचना केल्या नाहीत किंवा काही शिकवलं नाही. एका माणसानं निवेदन केलं, त्याला जे आठवलं, त्यानं तसं एकदाच सांगितलं. आणि रूढिबद्ध पारंपरिक इतिहासाच्या बाजूलाच या माझ्या फाळणीच्या इतिहासाला बसवायचा माझा विचार आहे. कारण तो फाळणीचा इतिहास आहे. आणि मुळात तो अनुभवातून व्यक्त झालेला आहे. शंभर टक्के तो सच्चा आहे. आणि याचबरोबर आणखी एक तिसरा 'आवाज' आहे, तो म्हणजे राष्ट्राचा. प्रतिनिधींनी, मंत्र्यांनी, पुढाऱ्यांनी केलेल्या वक्तव्याचा, भाषणांचा त्याचबरोबर विरोधी पक्षाचा उदा, राष्ट्रीय स्वयंसेवक संघाचा जो एक ताकद असलेला उत्स्फूर्त आवाज आहे. आणखी असे कित्येक आवाजाचे प्रकार आहेत. जे सारं काही सांगून जातात. माझा प्रयत्न होता. तो असा की, अनेकांना बोलायला लावून त्यातून जे काही व्यक्त होईल, त्याला प्रसिद्धी देण्याचा, आता लोकांना बोलायला लावणं हे थोडं कठीण असलं, तरी तिथं पुन्हा दुसरा आणखी एक मुद्दा उपस्थित होतो. कारण लोक जे बोलतात, त्यामध्ये बरीच तफावत आढळते. शिवाय

लोक बोलताना अगदी अधिकारवाणीनं बोलतात. ज्या वेळी मी अनेकांच्या मुलाखती घेतल्या तेव्हा त्या घेताना मला वेळेचं भान राहिलं नाही. मी दीर्घकाळ चालणाऱ्या मुलाखती घेतल्या, अनेक अनुभव घेतले. त्या वेळी माझ्या लक्षात आलं की, स्त्रियांना बोलतं करणं फारच अवघड काम होतं. ज्या वेळी मी दोघांच्या मिळून, म्हणजे पतीपत्नी दोन व्यक्तींच्या मुलाखती घेतल्या, तेव्हा माझ्या एक अनुभवाला आलं की, फाळणीचा आणि कुटुंबाचा फार जवळचा संबंध आहे. जे लोक इकडं निर्वासित म्हणून आले, त्यांची घरं म्हणजे फाळणीतलीच घरं. अशा वेळी घरातल्या कुणाशी या विषयावर बोलायचं, म्हणजे लोक घाबरलेलेच असत. घरातला कुणी कर्ता पुरुष शेजारी असल्याशिवाय बाई माणूस फाळणीवर बोलायलाच तयार व्हायचं नाही. आणि अशा वेळी तो पुरुष माणूसच बोलायचा. आणि इतर गप्प बसायचे. आणि कधी काळी एखाद्या बाईशी सरळ बोलायला सुरुवात केली, तर ती म्हणायची, माझ्याजवळ बोलण्यासारखं काही नाही. महत्त्वाचं काहीच नाही. मग असे आढेवेढे घेता घेता ती बोलायला सुरुवात करायची. मात्र अशा वेळी ती बाई तुम्हांला जे ऐकायचं आहे, तेवढंच बोलणार. याचा अर्थ स्पष्ट आहे की, शेजारी नवरा बसलेला असतो, त्याला जे हवं आणि तुम्हांला जे हवं, तेवढंच ती बोलणार आणि 'मौखिक' इतिहासकारांनी हे लिहून ठेवलं आहे. कॅथरीन अॅडरसन आणि डॅना सी जॅक सांगतात, की ज्या वेळी एखादी स्त्री आपल्या आयुष्याविषयी बोलते, त्या वेळी ती दोन भिन्न, कधी विवादास्पद दृष्टिकोन मनात ठेवून बोलते. पहिला मुद्दा म्हणजे एकामध्ये ती कल्पना आणि स्वत:चं मूल्य याची सांगड घालते. म्हणजे तिच्या बोलण्यात आपल्या संस्कृतीमध्ये आपल्यापेक्षा आपल्या नवऱ्याचं स्थान किती वरचं आहे, हेच लक्षात आणून देत असते. आणि दुसरं म्हणजे, तिचा स्वत:चा अनुभव आणि वास्तवता. आता अनुभव सांगताना त्यामध्ये एक लीनता असते. सांगणारी लीन होऊन सांगत असते. तेव्हा ती स्वत:कडं कमीपणाच घेत असते. आणि बोलताना लगेच तिला स्वत:विषयी काही शब्दही सापडत नसतात. कल्पना सुचत नाहीत, तेव्हा तिथं पुरुषाचा वरचढपणा कायम राहिल्यासारखा दिसतो. तेव्हा स्त्रिया बोलताना नेहमी म्हणजे घरी बोलताना किंवा चारचौघांत बोलताना अगदी आपल्या लोकांना पाहिजे तसं परंपरा सांभाळून मोजून-मापून बोलतील. आणि ज्या वेळी आपण अशा स्त्रियांची मुलाखत घेतलेली असते, त्या वेळी ती आपण जर एखाद्या स्टीरिओ टेपरेकॉर्डरवर ऐकली, तर आपणांस त्यातला सूक्ष्म भेद कळून येतो. म्हणजे आवाजाचा चढ-उतार वगैरे त्यातून हे लक्षात येतं.[६५] स्त्रियांमध्येसुद्धा आवाजाचे अनेक प्रकार असतात. याचा अर्थ असा,

---

६५. कॅथरीन अँडरसन आणि डॅना सी जॅक : मुलाखती ऐकण्याचं शिक्षण, तंत्र आणि पृथक्करण. शेरना बर्गर, ग्लक आणि डॅफने पटाई : (इडिएस) स्त्रियांचं भास्य : मौखिक मुलाखतीचा स्त्रीवादी परिपाठ : न्यूयॉर्क; रूटलेज १९९१ पा. ११.

की एखादी स्त्री बोलेल, आपल्या मनातलं दु:ख हलकं करेल, तर एखादी बोलणार नाही. एखाद्या मध्यमवर्गीय बाईशी बोलणं सोपं असतं. आणि अशी बाई तुम्हांला शोधून सापडते. ती तुमच्याशी बोलते. परंतु एखादी दलित बाई तशी मिळणार नाही. मुळात आधी तिला शोधून काढणं हे फार कठीण. आणि जरी ती कुठं भेटली, तरी तिला बोलतं करणं फार अवघड. आणि पुन्हा विषय कसा काढावा, हा प्रश्न असतोच. क़ारण अशी स्त्री सहसा आपल्यावर झालेल्या बलात्काराविषयी बोलणार नाही. आणि अपहरणाच्या अनुभवाबद्दल काही सांगणार नाही. फाळणीतल्या अशा अनेक स्त्रिया होत्या की, ज्या काही लपून राहिल्या होत्या, असं नाही. पण त्यांच्यावरील अत्याचाराविषयी काही सांगण्याची त्यांना इच्छा नव्हती. कारण बलात्कार आणि पळवून नेणं, याचा अनुभव हा लज्जास्पद प्रकार. तेव्हा अशा स्त्रियांच्या बाबतीत हा विषय म्हणजे भावनेचाच प्रश्न असतो. म्हणून त्यांना शक्यतो ही घटना कुणाला सांगावीशी वाटत नाही. ती विसरून गेलेली बरी, असंच त्यांना वाटतं.

मला आठवतं, तेव्हापासून मी स्वत:ला स्त्रीसमतावादी समजते. आणि ही भूमिका घेऊन राजकारणात काम करणं याला माझ्या दृष्टिनं एक वैयक्तिक अर्थ आहे. तो एक माझ्या अस्तित्वाचा भाग आहे. आणि फाळणीवरील या पुस्तकाचं काम करताना मला स्त्री-समतावाद आणि त्याचं इतिहासशास्त्र यांचा खूपच फायदा झाला. त्याबद्दल मी या शास्त्राची कृतज्ञ आहे. कारण माझी दृष्टि बदलली. मी सावध झाले. कारण स्त्रियांचा इतिहास आणि प्रत्यक्ष त्यांचे अनुभव यांमध्ये बरीच तफावत आहे. याचा अर्थ असा नाही की, स्त्रियांचा जो सुप्त असा इतिहास आहे, तो जाणून घेण्यासाठी स्त्री-समतावादी विचारसरणीची आवश्यकता असतेच, असं नाही. त्याची गरज नाहीच. मुळात एक स्त्री म्हणून दुसऱ्या स्त्रियांच्याकडं बघितलं, की हा प्रश्न उपस्थित होत नाही. परंतु माझ्या बाबतीत म्हणाल, तर मला त्याची गरज होती. कारण त्या विचारसरणीत एक शक्ती आहे. स्त्री-वादी इतिहासशास्त्रानं, त्या विचारानं इतर अनेक मार्ग खुले केले आहेत. या बाबतीत खूपच काही करता येण्यासारखं आहे. इतिहासाचा जो पारंपरिक प्रवाह आहे, त्यामध्ये हा विचार केलेला नाही. त्यामुळं अशा इतिहासावर एक पुरुषी छाप दिसते. आणि पारंपरिक इतिहासात मूळ लिंग भेदाचा विचारच केलेला नसल्यामुळं स्त्रीवादी इतिहासकारांना कशाकडं बघावं, काय करावं, हेच समजलं नसेल. तरीसुद्धा हा इतिहास परिपूर्ण आहे, असा याचा अर्थ नाही. मुळात हा विषय गंभीरपणे घेण्याची गरज आहे. आणि विचारातही आणखी गांभीर्य पाहिजे. 'आणखी' या शब्दात सर्व काही आलंच. तरी सुद्धा इतिहासाचा जो मुख्य प्रवाह ज्याला आपण, साचेबंद इतिहास म्हणतो, त्यामध्ये सुद्धा गांभीर्याचा अभाव आहे. स्त्रियांकडं एक स्त्री म्हणून कधीच बघितलं गेलं नाही. थोडा-बहुत तसाच प्रकार अजून तरी स्त्री समतावादी इतिहास शास्त्रात दिसून येतो.

तरीसुद्धा आमच्यापैकी जे कुणी या इतिहास शास्त्राचा विचार करतात आणि या शास्त्राला थोडं-बहुत महत्त्व देतात, ही समाधानाची बाब आहे. कारण या शास्त्राला काही अर्थ आहे. स्त्री समतावादी इतिहासात एक शक्ती आहे. आणि कदाचित याची चर्चा व्यासपीठावरसुद्धा होऊ शकेल. हे विचार ऐकवून चालणार नाहीत. आणि या स्त्रीसमतावादी विचारसरणीची मला माहिती झाली नसती. याचा मी विचार केला नसता. तर मुलांच्या इतिहासाकडं मी बघितलं सुद्धा नसतं. किंवा मागासवर्गीयांचा दलितांचा, दलित स्त्रियांचा इतिहास आणि इतर स्त्रियांचा इतिहास यांची तुलना मी केली नसती. स्त्रियांच्या इतिहासाकडं मी बघितलंही नसतं आणि इतिहासाची तुलना करताना स्त्री-पुरुष हा भेद माझ्या मनातही आला नसता. तरी पण माझं हे पुस्तक काही केवळ स्त्रियांच्यासाठी नाही. आणि स्त्रियांच्याविषयी जे काही असेल, त्याचा इतिहास पुढं लिहिला जाईल, काही झालं, तरी फाळणीच्या इतिहासाच्या केंद्रस्थानी स्त्री ही असणार.

मौन आणि बोलणं, स्मरण आणि विस्मरण, दाहक आणि सौम्य यांचा अनुभव हे पुस्तक वाचताना तुम्हांला येईलच. याचं दर्शन माझ्या पुस्तकाच्या अंतरंगात आहे. आणि या काळात मला ज्या लोकांच्या मुलाखती घेता आल्या, जेवढं काही लोकांच्या तोंडून ऐकता येईल, माहिती करून घेता येईल, तेवढी मी माहिती करून घेतली. माझा हा फाळणीवरचा प्रकल्प बरीच वर्षं चालला होता. हा एक वेगळा अनुभव मी घेतला.[६६] प्रत्येक माणूस आणि त्याची हकीकत म्हणजे एक वेगळा अनुभव. प्रश्नही वेगळाच. प्रत्येक प्रश्नाचं उत्तर देता येणं शक्य नाही. माझ्या परीनं मी उत्तरं शोधली ही असतील. महत्त्वाचं काय आहे, तर अडचणींना आणि प्रश्नाला समोर जाणं. प्रश्न तसे माझ्या कामाच्या संबंधीच होते. सगळ्यांत अवघड आणि महत्त्वाचा प्रश्न होता, तो म्हणजे लोकांना बोलायला लावणं. त्यांच्या आठवणी, त्यांचे अनुभव सांगायला लोकांना प्रवृत्त करणं. म्हणजे लोक जे काही विसरलेलं आहेत, त्यांना ते आठवायला लावणं आणि बोलायला लावणं. जे आघात, यातना, दुःख लोक विसरलेले होते, ते पुन्हा आठवा, म्हणजे उकरून काढा आणि आम्हांला सांगा. खरं म्हणजे, फाळणीच्या आगीतून वाचलेले लोक देशात स्थायिक झाले होते. सर्व काही विसरले होते. नवीन आयुष्य जगत होते. त्यांची मनःशांती त्यांनीच मिळवली होती. त्यांना दाहक आठवणी सांगायला लावणं, हे कशासाठी? लोकांना पुन्हा त्या काळातलं सगळं आठवा, हे मी का सांगितलं? याचं समाधानकारक उत्तर मिळत नाही. म्हणजे पुन्हा एक अडचणच. मग अशा वेळी ज्यांना काही माहिती

---

६६. जेम्स इ. यंग : नरसहांर (हॉलकॉस्ट) लेखन आणि पुनर्लेखन : (op.cit)

मिळवायची आहे, खरं-खोटं शोधून काढायचं आहे, त्यांनी काय करावं? लोकांना 'गप्प' बसायला सांगावं की, त्यांना बोला, म्हणून त्यांच्यावर सक्ती करावी?

ज्या वेळी मी हा प्रकल्प हाती घेतला, त्या वेळी मला अशा अनेक गोष्टींचा सामना करावा लागला. तसा मी माझा मामा, राणामामा, याच्याशीही थोडा सामना केला. राणामामामुळं मी या कामावर लक्ष केंद्रित केलं. जेव्हा मी राणामामाला पहिल्यांदा भेटले आणि त्याला अनुभव सांगण्यासाठी प्रवृत्त केलं, त्याच्याशी बोलायला सुरुवात केली, तेव्हा एक विलक्षण अधीरता निर्माण झाली होती. राणा मामानं आपली हकीकत सांगायचं कबूल केलं. तेव्हा मला खूपच आनंद झाला होता. कारण एका बाबतीत त्यानं कितीतरी दिवस मौन पाळलं होतं. मनातल्या मनात तो धुमसत होता. तरी तो शांत होता. मी त्याला विचारलं की, मी तुझ्या एकूण आयुष्याविषयी, तुला आलेल्या अनुभवाविषयी, मला तुझ्याशी काही बोलायचं आहे. तेव्हा तुझी तशी तयारी आहे का, ते सांग. तेव्हा तो म्हणाला, 'तुला जे काही विचारायचं असेल, ते जरूर विचार. काय लिहायचं आहे, ते लिही. मला त्याचं काही एक वाटणार नाही. त्याचं कारण म्हणजे आता माझ्या आयुष्यात वाईट काही घडणार नाही. तेव्हा राणा मामानं माझ्या सगळ्या प्रश्नांची उत्तरं अगदी शांतपणे, समजुतदारपणे दिली. म्हणजे तेव्हा माझीही जबाबदारी वाढली होती. याचा अर्थ असा आहे की, मामाच्या आयुष्यात घडलेल्या ज्या घटना, त्यातील सत्यता, शिवाय त्याला आलेले अनुभव, आत्तापर्यंतचं आयुष्य तो कसं जगला, ज्याला आपण भौतिक म्हणू पाहिजे तर, याची संपूर्ण माहिती मला पाहिजे होती. याचा अर्थ असाही नव्हता, की तो जे काही सांगेल, ते मी प्रसिद्ध करावं. आणि जे काही सत्य असेल, तेच मी दडवून ठेवलं असतं आणि इतर काही गोष्टी मी प्रसिद्ध केल्या असत्या, तर तेही मला पटलं नसतं. सांगायचं कारण, मामाच्या एकूण आयुष्याविषयी विचार करायचा म्हटलं, तर अंगात तेवढी सहनशीलता पाहिजे. तेव्हा मामाचे अनुभव प्रसिद्ध करताना मला माझ्या उलट-सुलट विचारांचा फारच त्रास झाला. हे झालं मामाच्या अनुभवाबद्दल. आता रावळपिंडीतल्या लोकांच्याविषयी सांगायचं झालं, तर ज्या वेळी शीख कुटुंबातील भयानक अनुभव, त्यांच्यावर झालेले हल्ले, एकूण अत्याचार यांविषयी मी त्यांच्याच तोंडून ऐकलं, तेव्हा मला वाटलं, की हे प्रसिद्ध केलंच पाहिजे. पण विषयाची एक बाजू मांडून चालणार नव्हती. मिळालेल्या माहितीला न्याय द्यायलाच पाहिजे. म्हणजे लोकांच्या समोर जी काही माहिती मिळाली आहे, ती ठेवायलाच पाहिजे. आमच्यासारख्या हिंदूंनी अधिकाराचा दुरुपयोग केल्यासारखं होईल, असं मला वाटलं. आणि ज्या वेळी स्त्रियांच्यावर झालेल्या अत्याचाराचा, त्यांच्या अपहरणाचा प्रश्न माझ्यासमोर उभा राहिला, त्या वेळी माझ्या

मनात आलं की, अशा स्त्रियांना सक्तीनं बोलायला लावणं योग्य ठरेल का? आणि पुन्हा मी जे ऐतिहासिक सत्य शोधून काढणार, म्हणजे पुन्हा हिंसक विचारांना चालनाच देणार का? हे सारे माझ्या मनातले सुरुवातीचे प्रश्न.

–आणि अनेक वर्षांनंतरही मला या प्रश्नाचं समाधानकारक उत्तर मिळालं नाही. फाळणीच्या आठवणी पुन्हा उकरून काढणं आमच्या दृष्टिनं फार महत्त्वाचं होतं का? कृष्णा सोबती, फाळणीतली एक निर्वासित, महिला आणि लेखिका म्हणते की, 'फाळणी' विसरणं तर फार कठीण; पण त्यापेक्षा तिची आठवण काढणं फार धोकादायक? याचा अर्थ असा नाही की, आम्ही फाळणीच्या आठवणी काढू नयेत. कित्येक वर्षं उलटसुलट विचार करण्यात गेल्यानंतर मी ठरवलं, की फाळणीच्या आठवणी किती जरी धोकादायक असल्या, तरी फाळणीचं अंतरंग जाणून घेणं फार आवश्यक आहे. केवळ फाळणी म्हणजे काय, हे समजून घेण्यासाठी नाही, तर ज्या आठवणी आजपर्यंत दबल्या गेलेल्या आहेत, कित्येक घटना अंधारात आहेत, त्यांची विस्मृती जरी झाली नसली, तरी त्या उजेडात यायला पाहिजेत. म्हणजे त्यावर काही प्रकाश टाकायचा असेल, तर फाळणीतली दाहकता, उद्रेक समजून घ्यायला पाहिजे, हे मला पटलं. मग पुन्हा त्या गोष्टी स्मृतीआड गेल्या, तरी चालतील. या बाबतीत मी एका सत्तर वर्षीय प्राध्यापकांशी बोलले. ज्यांचा उल्लेख पुस्तकात आहे. ते त्या काळी राष्ट्रीय स्वयंसेवक संघाचे सभासद होते. त्यांनी एक आठवण सांगितली. कुठं तरी बाजाराच्या आसपास त्यांनी एका मुसलमान बाईची किंकाळी ऐकली. त्या बाईवर आधी बलात्कार केला आणि नंतर तिला मारून टाकली. हा अनुभव सांगताना त्या प्राध्यापकांना रडू आलं. इतके दिवस त्यांनी हा भयानक प्रकार कुणालाही सांगितला नव्हता. ते सांगूच शकत नव्हते. पन्नास वर्षांनंतर ही घटना ते आठवू शकले आणि सांगू शकले. त्यांना दुःख तर नक्कीच झालं. परंतु ही घटना आपण कुणाला तरी सांगितली, त्यामुळं त्यांचं मन हलकं झालं असणार. आणि ती घटना, प्रसंग कदाचित ते विसरून सुद्धा जातील. हे सगळं सांगण्याआधी कदाचित त्यांनी आपल्या स्मरणशक्तीला ताण दिला असेल. तिला जाग्यावर आणली असेल. मला वाटतं, लोक, नाइलाजानं का होईना, पण आपल्या आठवणी सांगत असतील, तर कुणीतरी त्या ऐकल्या पाहिजेत आणि त्यांवर संशोधन करून एकूण इतिहास उजेडात आणला पाहिजे. निदान आपण या बाबतीत काय करू शकतो, याचा विचार तरी केला पाहिजे. म्हणून मला अगदी त्याबद्दल फार विश्वास वाटला, माझ्या मनाची खात्री झाली की, आपण त्याप्रमाणेच करतो आहोत. मला असं वाटतं की, फाळणीच्या घटना, प्रसंग, मानवी हत्या, खून, बलात्कार या प्रसंगांकडं आपण धीटपणे, तटस्थपणे बघितलं पाहिजे. या एकूण विनाशात बराच अर्थ दडलेला आहे. त्यातून आपण बरंच काही शिकणार

आहोत. तेव्हा फाळणीचा आपल्या आयुष्यावर काय परिणाम झाला आहे, उपखंडावरसुद्धा काय परिणाम झाला आहे, हे आपण समजून घेतलं पाहिजे. आपण जरी त्या घटनांकडं दुर्लक्ष केलं, फाळणी झालीच नाही, असं जरी मनात आणलं; तरी फाळणी झालीच आहे, ती तिथं राहणारच आहे. कारण तिथं दोन देश आहेत. इतिहास आहे, म्हणून मला असं मनापासून वाटलं, की आपण फाळणीचं संपूर्ण संशोधन केलं पाहिजे. आणि तेही सावधपणे. फाळणीत अशा काही घटना घडल्या आहेत की, ज्यांनी त्या अनुभवल्या, त्या लोकांच्या मौनामध्ये, शांतपणे सारं काही सहन करण्यामागं फार मोठा अर्थ दडलेला आहे. तेव्हा आपण त्यांना भेटून, वेळप्रसंग बघून अशा लोकांना बोलायला लावलं पाहिजे. प्रसंगी सक्तीसुद्धा केली पाहिजे.

मी ज्या वेळी लोकांच्या मुलाखती घेत होते, त्या वेळी लोकांच्या या भावना मी ओळखल्या होत्या. लोक आपले अनुभव, आपल्या आठवणी सांगायला शक्य तो तयार होत नसत. आणि हे लोकांचे नकार माझ्या अंगवळणी पडले होते. मुलाखती देणारे लोक सरळ सरळ मला प्रश्न विचारीत. ते म्हणत की, तुम्ही आमच्याकडून एवढं जे वदवून घेतायत्, त्याचा उपयोग काय? आणि आम्ही पुष्कळ आमचे अनुभव तुम्हांला सांगू, पण त्याचा प्रत्यक्ष आम्हांला फायदा काय? आणि लोकांची अशीही भावना झाली होती, की आम्ही त्यांना फाळणीविषयी जे प्रश्न वगैरे विचारतो, त्याला तसा काही अर्थ नाही. त्यांचं म्हणणं असं, की आम्हांला याचा काही फायदा नाही. आणि फाळणीतून होरपळून जे लोक निघाले आणि इकडं स्थायिक झाले, त्या प्रत्येक कुटुंबात एक अशी भीती दबून राहिली होती की, फाळणीमध्ये जे काही प्रकार झाले, त्यांबद्दल आम्ही काही बोललो, तर ते कदाचित आमच्यावर शेकायचं, तेव्हा मला हळूहळू कळायला लागलं की, लोकांचं जे मौन आहे, लोक शांत आहेत, त्याला अनेक कारणं आहेत. आणि त्यात एक गोष्ट दडली आहे, ती म्हणजे ऐतिहासिक शांतता, इतिहासाचं मौन, हे आम्ही ओळखून आहोत. आणि दुसरी गोष्ट म्हणजे कित्येक कुटुंबं वर्षानुवर्ष आपले अनुभव जवळ बाळगून आहेत; पण त्यांविषयी ते अवाक्षर काढत नाहीत. कित्येकांनी आपला इतिहास दडवून ठेवलेला आहे. काहींनी त्यामध्ये प्रत्यक्ष भाग घेतलेला आहे. उदाहरण द्यायचं झालं, तर जंगपुरामध्ये मी ज्या दोन भावांना भेटले आणि त्यांनी जे प्रकार केले, आणि काही बाबतीत त्यांच्या घरातील मतभेद वाढत गेले, आणि माझ्या घरात सुद्धा हेच घडलंय्. काही वेळेला काहीच न बोलणं हा निषेधाचा भाग असतो. आता याचंही उदाहरण द्यायचं झालं, तर कित्येक अपहृत स्त्रियांना भारत सरकारनं पाकिस्तानातून जबरदस्तीनं सोडवून आणलं, ज्यांना मुसलमानांनी पळवून नेलं होतं, अशी एखादी बाई त्याबद्दल काही बोलतच नव्हती. कारण तिनं

त्या मुसलमान माणसाबरोबर काही आयुष्य काढलं होतं. तेव्हा तिचं मौन म्हणजे, ती तुमचा निषेध करत होती. इथं मी एका पंजाबी निर्वासिताचं उदाहरण देते. तो अजूनही असाच गप्प आहे. काहीही बोलत नाही. त्याचं कारण त्यानं प्रत्यक्ष बघितलेला एक भयानक प्रकार. त्याच्या शेजारच्या मुलींवर गुंडांनी आधी बलात्कार केला आणि मग त्या मुलींना गुंडांनी ठार केलं. तेव्हापासून तो काहीच बोलत नाही. दुसरं एक उदाहरण म्हणजे, एका लेखिकेचं. अट्टिया होसेन या लेखिकेवर अशी सक्ती करण्यात आली होती की, तू कोणत्या तरी एका देशाची निवड केली पाहिजेस. या सक्तीचा निषेध म्हणून ती अद्यापही काही बोलत नाही. अबोलपणे तिनं आपलं लेखन चालू ठेवलंय्. ती बहुतेक फाळणीवरच लिहीत असेल. शिर कापलेल्या देशात तिला राहायचं नव्हतं. सांगायचं कारण म्हणजे, कित्येक माणसं अशी आहेत की, त्यांच्या मनामध्ये एक असहायतेची भावना निर्माण झाली आहे. त्यांना वाटतं की, जे घडलं आहे, घडतं आहे, त्याला काहीही इलाज नाही, म्हणजे एका अर्थी घोर निराशाच. अशा लोकांनी आपलं आयुष्य अत्यंत निराश अवस्थेत, अस्थिर परिस्थितीत, संकटाशी झुंज देत काढलं होतं. तरीसुद्धा या लोकांनी संयम ठेवला, मनाचा तोल सांभाळला आणि आपलं आयुष्य नव्यानं उभं केलं आहे. त्यांपैकी अनेक जण म्हणाले, की त्या वेळी आमच्या मदतीला कुणीही आलं नाही. आणि आता तुम्ही ज्या मुलाखती घेता आहात, त्यांचं ध्वनिमुद्रण करून ठेवता आहात, त्याचा आम्हांला काहीही फायदा होणार नाही. म्हणजे मनमोहन सिंग(ज्याचा मागं मी उल्लेख केला आहे.) यानं हाच प्रश्न विचारला होता. तो म्हणाला, तुम्ही आमच्या आवाजानं भरलेल्या ध्वनीफिती बाळगल्या आहेत, त्यांचा फायदा काय? अशा या निराशेच्या क्षणी मला काही गोष्टी कबूल कराव्या लागायच्या. म्हणजे हिंसाचाराचा अतिरेक, दुःख, यातना यांबरोबरच कृतघ्नपणाचंही दर्शन या फाळणीच्या दंगलीत झालं. आपल्याच जमातीतल्या, आपल्याच स्त्रियांना ठार मारणं हा हिंसाचार, अमानुषपणा नव्हता, तर तो, म्हणे, जातीचा, धर्माचा सन्मान होता. मानमरातब होता. मुलांचं नाहीसं होणं, त्यांना कुठंही सोडून जाणं, त्याचं नशीब जवळ जवळ वाऱ्यावर सोडून देणं हा अन्याय, हिंसाचार नव्हता, तर धर्माची शुद्धता राखण्याचा, धर्माचा, जमातीचा आदर ठेवण्याचा तो एक भाग होता. इतर धर्मांच्या लोकांना ठार मारणं हा हिंसाचार नव्हता, खून नव्हते, अमानुषपणा नव्हता. ते सारे प्रकार क्षम्य होते(?). हे सारे प्रकार ऐकताना माझा राग अनावर व्हायचा. मन विषण्ण व्हायचं.

बलात्कार, अपहरण झालेल्या स्त्रियांना आपलं मौन सोडायला लावणं, त्यांना बोलतं करणं हा प्रकार कठीण होता. चमत्कारिक होता. कित्येकदा या स्त्रियांची करुण कहाणी त्यांच्या घरच्या लोकांनासुद्धा माहीत पडत नव्हती. आणि मुख्य म्हणजे, ज्या स्त्रिया आश्रमात राहिलेल्या होत्या आणि ज्यांची लग्नं आश्रमातल्याच

व्यवस्थापकांनी लावून दिली होती, अशा स्त्रियांची माहितीच कुणाला नव्हती. कधी काळी अशा स्त्रियांच्या घरातल्या वृद्ध मंडळींना माहिती असायची. पण घरातल्या इतरांना त्याची माहिती नसायची. याचा अर्थ वृद्धांना ही हकीकत कळाली, तरी ते कुणाला सांगत नव्हते किंवा कुणाला याची चर्चाच नको होती. कारण चर्चा करायची, म्हणजे पुन्हा जखमेवरची खपली काढायची. आणि फाळणीतल्या इतर आठवणी उगाळत बसायच्या. म्हणजे पुन्हा अशा स्त्रियांच्या विषयी चर्चा, त्यांचा द्वेष, तिरस्कार हे आलंच. म्हणजे फाळणीमुळं अनेक स्त्रियांचं आयुष्य उद्ध्वस्त झालं, त्यांना यातना, मानसिक त्रास सहन करावा लागला. कौटुंबिक सुखाला त्या पारख्या झाल्या. स्त्री आणि कुटुंबं म्हणजे स्थिर आयुष्याचं प्रतीक, पण ज्यांना भर संसारातूनच ओढून नेलं, त्यांच्यावर बलात्कार झाले; त्यांच्या दुःखाचं मोज-माप करणार कसं? अशा स्त्रियांनी आपलं दुःख कोणत्या शब्दांत व्यक्त करावं? आणि कुणापाशी?

शब्दांचाच विचार केला, तर आमच्या जवळ शब्दांची कमतरता नाही. मुलाखती घेताना माझ्या एक लक्षात आलं की, लोक आपण फाळणीमध्ये कसे दिवस काढले, हे सांगण्यासाठी फार धडपड करीत. त्यांना काय सांगू आणि काय नको, असं वाटत असे. परंतु सर्व काही सांगून झाल्यावर मग पुन्हा सांगत की, आम्ही जे फाळणीमध्ये बघितलं, जो अनुभव घेतला, ते आम्ही सांगूच शकत नाही. त्याचं वर्णन करू शकत नाही. तुम्ही कसंही म्हणा, परंतु फाळणीनं एक मुद्दा पुढं मांडला आहे. तो तुम्ही उपहासात्मक, भयापोटी घ्या, मतभेद, हिंसात्मक काहीही अर्थानं घ्या, फाळणी, ती फाळणी! तो मुद्दा असा आहे की, ज्याचा संदर्भ म्हणून तुम्हांला उपयोगी पडेल. फाळणीसारखीच जातीय उद्रेकाची पुन्हा परिस्थिती निर्माण झाली, तर समजायचं, की इथं पुन्हा हिंसाचार, भीषण मृत्यू, हे सर्व अपेक्षितच आहे. तेव्हा तुम्ही या गोष्टी पटकन लक्षात घ्याल. आणि लगेच सावध व्हाल. अजून सुद्धा ज्या लोकांनी फाळणीतल्या दंगलीत दिवस काढले आहेत, त्यांच्या जवळ त्याचं वर्णन करण्यासाठी कदाचित शब्द नसतील. फाळणी हा शब्द तसा त्रोटक आहे. फाळणी म्हणजे काय, तर विभागणी. साधा अर्थ, परंतु १९४७ साली जे घडलं, ते विभागणी, दोन तुकडे यापेक्षाही फार भयानक घडलंय्. तसे शब्द साधे आहेत. 'बटवारा'. एक पुन्हा दुसरा शब्द. तक़्सीम उर्दू/पंजाबी शब्द. पुन्हा ठळकपणे दोन तुकडे. म्हणजे तेच अपुरेपण. तेव्हा केवळ फाळणी या एका शब्दात हिंसाचाराचा लाक्षणिक अर्थ लक्षात येणार नाही. एका रात्रीत लोक विभागले. मित्र शत्रू झाले. घरंदारंच उद्ध्वस्त झाली. काहींच्या बाबतीत ती घरं परकी झाली. आणि अनोळखी घरांना घरं म्हणण्याची पाळी आली. सीमारेषा नावाची एक रेषा मधूनच आखली गेली. आणि त्या रेषेचं सरहद्दीचं लोकांच्या मनांत आणि आयुष्यांत प्रतिबिंब पडलं.

माणसांच्या मूळ खाणाखुणा, माणसांची ओळख पुन्हा पटवून देण्याची पाळी आली. संदर्भच बदलून गेले : तुम्ही पूर्वी जर पंजाबी असाल आणि आपल्या पंजाबी मित्रांच्याबरोबर तुमचे सांस्कृतिक संबंध असतील, येणं-जाणं असेल, तर ते आता बाजूला ठेवा. सांस्कृतिक खाणाखुणा विसरा. भाषिक, भौगोलिक, आर्थिक संस्कृती मनात आणू नका. फक्त तुम्ही कोणत्या धर्माचे, तेवढं सांगा. धर्म हीच तुम्हांला ओळखण्याची खूण. तुमच्या मनाची आता विभागणी करा. आणि आपल्या आजुबाजूला जी राजकीय परिस्थिती आहे, तिच्याशी जुळतं घ्या. सगळीकडं फक्त फाळणी बघा. बाकीचं जे काही असेल, अनुभव वगैरे, ते न सांगता येणार आहेत. फाळणीमुळं काही अनिश्चितता निर्माण झाली होती, तरी 'हिंसाचार' मात्र निश्चित होता. सामान्य माणसं, जी शांततेत दिवस काढणारी, स्वतःच हिंसाचारी बनली, असं नाही,तर त्यांना हिंसाचार करावा लागला. जे दीनदुबळे, लवकर बळी पडणारे, तेच हिंसक झाले; आणि जे हिंसक वृत्तीचे होते, ते हिंसाचाराला बळी पडले. लोकांनी आपल्या मनाचीच फाळणी करायला सुरुवात केली. तुम्ही इतर जमातींच्या लोकांना ठार करता, हे ठीक; पण तुम्ही काय करता, तुमच्यांतला 'हिंसक' माणूस दडपण्यासाठी आपण कसं हिंसाचाराचे बळी ठरलो वगैरे बतावणी करता. खोटं बोलता. खून करून स्वत:ला निष्पाप ठरवता, म्हणजे या सर्व गोष्टी विचारात घेता, 'फाळणी' हा शब्द साधा कसा असेल? ज्या शब्दामध्ये एक भौगोलिक विभागणी आहे, अनेक लोकांचे त्यामध्ये सगळ्या तऱ्हेचे अनुभव दडलेले आहेत, तो 'शब्द' साधा, केवळ शब्द असू शकणार नाही; आणि असे शब्द की, जे हिंसाचाराचं प्रतिनिधित्व करतात, तुमच्या-मधल्या आणि बाहेरच्या हिंसाचाराची ओळख हे शब्द करून देतात, असे शब्द तुम्हांला कुठं सापडतील? आणि म्हणूनच कित्येक लोक जे स्वत:लाच आम्ही हिंसाचाराचे बळी आहोत वगैरे समजतात, त्याच लोकांनी फाळणीच्या हिंसाचारात भाग घेतलेला असतो. आणि म्हणूनच असे लोक फाळणीतल्या आठवणी वगैरे सांगायला नकार देतात.

भारतामध्ये कोणत्याही संस्थेनं फाळणीचं स्मारक उभारलेलं नाही. आणि देशालाही या फाळणीचं एखादं स्मारक असावं, असं वाटलं नाही किंवा देशाला तशी गरज भासली नाही. विएतनामच्या युद्धानंतर तिथं जे स्मारक उभारलं गेलं, तसं इथं उभारायला काही हरकत नव्हती. भारत-पाकिस्तानची सरहद्द ओलांडून लाखो लोक आले आणि इकडचेही तिकडं गेले. तेव्हा कुठंही असं स्मारक नाही, कुठं काही एखादी पाटी नाही. लिखित काहीही नाही. निदान जिथं निर्वासितांच्या छावण्या होत्या, त्या ठिकाणी तरी काही खूण पाहिजे होती. जेणेकरून फाळणीची आठवण राहिली असती. या देशाला जे स्वातंत्र्य मिळालं, त्याची काळी बाजू म्हणजे झालेली फाळणी. म्हणजे जिथं देशानंही फाळणीमध्ये जबरदस्त नुकसान सहन केलेलं आहे,

नागरिकांनी अत्याचार सहन केलेले आहेत, हे जे स्मारक उभारणार आहेत किंवा उभारू शकतील, त्यांच्या लक्षात आधी या गोष्टी यायला पाहिजेत. तरच स्मारक होईल आणि हजारो लोक या विनाशकारी फाळणीमुळं मारले गेले आहेत, हे सत्य आहे. आता पन्नास वर्षांनंतर भले तुम्ही जे लोक बळी गेले, त्यांना हुतात्मे समजाल, कारण नवीन देशाची निर्मिती झाली. आणि त्याला पूरक आणखी एक जळजळीत बाजू आहे, ती म्हणजे, या विनाशकारी घटनेत लाखो लोकांचे बळी गेले, कित्येक कुटुंबांमध्ये, कित्येक कुटुंबांचे अक्षरशः खून झालेले आहेत. या घटनांचं स्मारक तुम्ही कसं करणार? कसलं स्मरण करणार? कुणाचं करणार? देशाचं, की लोकांचं स्मारक? म्हणजे तुमच्याजवळ याचं स्मारक करावं, असं नक्की काही नाही. कारण ज्या दंगली झाल्या, त्यांमध्ये तुम्ही इतर जातींच्याच लोकांना मारलं, असं नाही, तर कित्येक अशा घटना आहेत, की लोकांनी आपल्याच घरातल्या लोकांना ठार केलं आहे. त्याचं कारण धर्म, जात, समाजाची अब्रू, मानहानी. म्हणजे मुद्दा माणसांना ठार करण्यावरच आला. स्त्रियांच्यावर जे बलात्कार झाले, ते असेच. परधर्मीयांनी तर केलेच, पण स्वधर्मीयांनी सुद्धा केले आहेत. याला तुम्ही कुठला इतिहास म्हणणार? हा इतिहास म्हणजे डागाळलेला, लज्जास्पद इतिहासच आहे. आणि या देशाच्या राजकारण्यांनी, काँग्रेसच्या सभासदांनी फाळणीच्या 'खेळी' बद्दल काही जरी सांगितलं, आम्हांला अशी फाळणी नको होती, वगैरे... तरी शेवटी आम्हांला जे स्वातंत्र्य मिळालं, ते फाळणीची किंमत देऊनच. हे तरी त्या पुढाऱ्यांना माहीत असलंच पाहिजे. तेव्हा असा जो इतिहास आहे, त्याचं सहजासहजी स्मारक कसं होईल?

अनेक देशांमध्ये जिथं क्रांती झाली, जिथं लढाया झाल्या, तिथं आज त्या विशिष्ट घटनांची स्मारकं बांधली आहेत. एक तर अशी स्मारकं देशाच्या मदतीनं किंवा अभ्यासू लोकांनी अतिशय मेहनत घेऊन अशा घटनांचं लिखित स्वरूपात म्हणजे एक संग्रहालयच तयार केलं आहे. त्याच्यासाठी त्यांनी संबंधित कागदपत्रं, अहवाल, पुस्तकं, लोकांच्या साक्षी-पुरावे, फोटोग्राफ्स, कुणी लिहिलेल्या आठवणी अशी अनेक साधनं गोळा करून संग्रहालय उभं केलं आहे. आणि आमच्या देशातील फाळणीसंबंधात अशी फार थोडी माहिती उपलब्ध आहे. आपल्याकडं अशा तऱ्हेचा जुजबी प्रयत्न कुणी केला आहे. त्यामध्ये लोकांनी सांगितलेल्या हकीकती, कथा आहेत, ज्या फाळणीमधले एक भयानक वास्तव उभं करतात. आणि आपल्या वृत्तपत्रात आणि मासिकातून फोटो-संग्रह नक्कीच आहेत. परंतु असे संग्रह शेवटी मर्यादित आहेत. आणि आम्ही आमच्या देशात स्वातंत्र्याचा सुवर्णमहोत्सव साजरा केला. स्वांतत्र्याला पन्नास वर्षं पूर्ण झाली, म्हणून. परंतु अशा प्रसंगी फाळणीविषयी काहीही केलं नाही. फाळणीची आठवणच राहिली नसेल, तर बाकीचं काय

करणार? परंतु फाळणीचं सार्वजनिक स्वरूपात जरी स्मारक झालं नसलं, तरी फाळणीच्या संबंधित कुटुंबांमध्ये आठवणी आहेत, धार्मिक विधी केले जातात आणि मृतात्म्यांचं, हुतात्म्यांचं स्मरण केलं जातं. तेव्हा त्यामुळं काही घटनांची आठवण नक्की राहिली आहे. आणि मंगलसिंग व त्याच्या दोन बंधूंनी आपलं गाव जेव्हा सोडलं, तेव्हा आपल्या घरातील 'सतरा' लोकांच्या हत्येचं ओझं घेऊनच. तेव्हा त्या तिघांनी नंतर मृतात्म्यांची नावं एका मोठ्या पितळी स्मारकवजा पाटीवर लिहिली आणि ती पाटी अमृतसरमधील सुवर्ण-मंदिराला अर्पण केली. त्याशिवाय दर वर्षी अठ्ठेचाळीस तासांचा एक धार्मिक विधी त्या लोकांची स्मृती म्हणून केला जातो. त्या वेळी शीख धर्मीयांच्या रिवाजाप्रमाणे पोथीचं वाचन होतं. प्रार्थना केली जाते. म्हणजे हुतात्म्यांची आठवण केली जाते. श्रद्धांजली वाहिली जाते. मंगलसिंगचे दोन बंधू जिवंत असेपर्यंत त्या तिघांनी प्रत्येक वर्षी हा स्मृतिदिन साजरा केला. नंतर तो कधी एकटाच जात असे, नाहीतर बरोबर त्रिलोक सिंगला घेऊन जात असे. जो कुटुंबातला एकटा जगून वाचून राहिलेला. जेव्हा मी मंगलसिंगला अनेक वर्षांनंतर विचारलं की तुम्ही या आठवणी जपत असताना आयुष्य कसं काढलंत? तेव्हा त्यानं आजूबाजूला असलेली शेती दाखवली आणि म्हणाला, 'आम्ही फाळणीतले निर्वासित म्हणून इथं आलो आणि आम्ही सर्व विसरून या जमिनीची मशागत करायला सुरुवात केली. आता या शेतजमिनीच्या भरभराटीतच आमचा आनंद.' नव्या दिल्लीतल्या जंगपुरा भागात रावळपिंडीतल्या हत्याकांडातून वाचलेले शीख जमातीमधले काही लोक राहतात. ते लोक प्रत्येक वर्षी १३ मार्च हा दिवस १९४७ च्या दंगलीत जे बळी पडले, त्यांचा धार्मिक विधी करून, 'स्मृतिदिन' म्हणून साजरा करतात. त्याशिवाय शहीदी दिवस, हुतात्मा दिवस म्हणून प्रत्येक वर्षी साजरा केला जातो. ज्या स्त्रियांनी फाळणीच्या उद्रेकात, 'शीख धर्माला बट्टा नको', म्हणून आपण होऊन बलिदान केलं, हौतात्म्य स्वीकारलं, त्यांचा स्मृतिदिन म्हणून साजरा करतात. जे लोक १९४७ च्या आपत्तीतून वाचले आहेत, ते लोक या उपक्रमात भाग घेतात. परंतु प्रत्येक वर्षी लोकांची संख्या कमी होत गेली, तरी लोक जमतात. जे लोक हुतात्मा झाले, त्यांच्या कथा, हकीकती तिथं सांगितल्या जातात. धार्मिक विधीची सुरुवात मृतात्म्यांसाठी प्रार्थना करून होते. त्यांची आठवण काढली जाते. श्रद्धाजंली वाहिली जाते. नंतर त्यांच्या गोष्टी अगदी ओजस्वी शब्दांत, सुरांत सांगितल्या जातात. प्रत्येक 'हुतात्म्याची' गोष्ट इथं सांगितली जाते. माता लाजवन्तीची गोष्ट सांगितली जाते. तिनं कसं ९० स्त्रियांचं नेतृत्व केलं, तिनं अगदी निर्भीडपणे सगळ्यांना विहिरीकडं कसं नेलं. पहिल्यांदा तिनं स्वत: तुडुंब भरलेल्या विहिरीत उडी कशी घेतली, तुमच्या डोळ्यांसमोर ती दिसतेय्, बघा... तुम्ही त्या स्त्रियांच्याकडं बघा. आणि त्या सर्वांचे आवाज ऐका. 'जो बोले सो निहाल...' आणि नंतर त्यांनी

घेतलेल्या उड्या बघा... अशा स्फूर्तिदायक गोष्टी सांगितल्यानंतर भजनाचा कार्यक्रम होतो. भजन म्हणणारे जवळ बसलेले असतात. प्रत्येक वर्षी तेच भजन, तेच शब्द :

सूर तू पहेचानिया
जो लडे दिन के हेट
पुरझा पुरझा कर मरे
कभी ना छोडे खेत...

याचा अर्थ असा :

तो शूर म्हणून ओळखला जातो,
जो आपल्या शत्रुविरुद्ध लढतो
त्याच्या शरीराचे मग तुकडे तुकडे झाले, तरी चालतील
परंतु त्याचं प्राक्तन तो सोडणार नाही...

आणि हा समारंभ चालूच राहतो. इतरही अशाच मृत्यूसंबंधीच्या गोष्टी सांगितल्या जातात. ज्यांनी मृत्यू पत्करला, त्यांच्या शौर्याबद्दल, हिंसाचारातील ते बळी असतात, पण त्यांना इथं हौतात्म्य बहाल केलेलं असतं. अनेक वर्षांपासून या स्मृतिदिनी रावळपिंडीतून आलेल्या लोकांची संख्या कमी होते आहे. आणि पुढं प्रकार असा झाला, की गोष्टी सांगणारे आणि ऐकणारे श्रोते यांच्यांतलं अंतर कमी झालं. म्हणजे गर्दी कमी झाली. तरीसुद्धा या धार्मिक कार्यक्रमाला लहान मुलांची आणि तरुणांची उपस्थिती जाणवू लागली. कारण लहान मुलं या हुतात्म्यांच्या गोष्टी अगदी तल्लीन होऊन ऐकतात. कारण सांगणारे हुतात्म्यांच्या कहाण्या इतक्या रंगवून सांगतात, की मुलांनी बसून राहावं. त्यात भावनेचा अतिरेक असतो. आता इथं होतं काय, तर बलिदान केलेल्या आणि बळी दिलेल्या स्त्रियांच्या, मुलांच्या शौर्याची गाथा इतकी प्रभावीपणे सांगितली जाते, की अशा वेळी त्या स्त्रियांच्या घरच्याच पुरुषांनी फाळणीच्या दंगलीत भाग घेतलेल्या असतो, त्यांनीही काही कृत्यं केलेली असतात, त्यांचा आपोआप विसर पडतो. मी जेव्हा अशा धार्मिक कार्यक्रमाला हजर राहायची, लोकांना भेटायची, त्या वेळी मला जे ऐकायला मिळालं, ते असं : दंगलीच्या वेळी हल्लेखोर गावावर हल्ले करायचे, तेव्हा गावकरी त्यांच्याशी बोलणी करीत. हल्लेखोरांना पैसे देत. मग हत्यारं खाली ठेवली जात. आणि त्याच सुमारास खेड्यातील स्त्रिया एकत्र जमून किंवा कधी एकट्या बसून आपल्या बलिदानाची योजना आखत. म्हणजे जीव कसा आणि कुठं द्यायचा... कधी या योजना घरच्या पुरुषवर्गासमोर सुद्धा आखल्या जात. आणि स्मृतिदिनाच्या कार्यक्रमात तर केवळ ठरावीक आठवणीच सांगितल्या जातात. त्यामुळं आठवणी जशा सांगितल्या

जातात, तशाच नंतर विसरल्या जातात. अशा धार्मिक कार्यक्रमात नाहीशा झालेल्या, पळवून नेलेल्या किंवा ज्यांनी हौतात्म्य पत्करण्यास नकार दिलेला असतो, अशा स्त्रियांच्या आठवणी येत नाहीत. मुळात अशा स्त्रियांच्या आठवणी टाळल्याच जातात. त्यांचा उल्लेखच केला जात नाही. हरवलेल्या व्यक्तींच्या ज्या अधिकृत याद्या प्रसिद्ध झाल्या आहेत, त्यांत अशा कित्येक खेड्यातील स्त्रियांची, मुलींची नावं आहेत. थमाली गावातल्या दोन मुली कित्येक दिवसांपासून बेपत्ता आहेत. परंतु प्रार्थनेच्या वेळी, स्मृतिदिनाच्या दिवशी, अशा स्त्रियांची, मुलींची कुणालाही आठवण येत नाही. प्रत्येक वर्षी किती लोक प्राणास मुकले, किती बेपत्ता आहेत, याच्या याद्या प्रसिद्ध होतच राहतात. प्राणहानी मोठ्या प्रमाणावर झालेली असते. पण याची दखल कुणी घेत नाही. आणि रावळपिंडी जिल्ह्यात झालेल्या हत्याकांडातून वाचलेले लोक धार्मिक कार्यक्रमात मार्च १९४७ च्या मानवी हत्याकांडाची ठरावीक उजळणीच करतात. म्हणजे आपल्याला पाहिजे, त्या लोकांचीच स्मृती. ठरावीक लोकांचंच (अर्थात मृतात्म्यांचं) गुणगान गातात.

आता आठवणी, स्मृती वगैरेच्या जंजाळात घुसलं, की फार त्रास होतो. फाळणीच्या आठवणींबरोबर इतरही आठवणी माझ्या मनात गर्दी करत होत्या. देश, देशातील घडामोडी, व्यवसाय, इतिहास, फाळणीच्या उद्रेकातून सहीसलामत सुटलेल्या लोकांच्या आठवणी, पुन्हा फाळणीनंतर जन्मलेल्या आमच्या पिढीच्या आठवणी, एक ना दोन... आणि या सगळ्यांच्या आत पुन्हा सखोल दडलेल्या, फाळणीतल्या, प्राथमिक का होईनात, पण शांतपणे बसलेल्या आठवणी. तिथपर्यंत कसं काय पोहोचायचं? माझं हे संशोधनाचं काम करीत असताना, फाळणीतल्या कथा, हकीकती ऐकत असताना त्या आठवणी माझ्या मनात गर्दी करत होत्या. तेव्हा मला कळून चुकलं की, जो संशोधन करतो, ज्या मूळ तत्त्वाचा तो शोध घेत असतो, त्याची फारकत कधी होऊ शकत नाही. आठवणी, शोधकार्य, संशोधक, तत्त्व सगळं एकजीव झालेलं असतं. आणि दहा वर्षांच्या शोधानंतर, वाचनानंतर, प्रश्नोत्तरांनंतर मला कळून चुकलं, की फाळणीच्या आठवणींना फार महत्त्व आहे. आणि त्याचा शोध सहज होऊ शकत नाही. तिथं संशोधक, अभ्यासक, तत्त्व, याची जरूर असते आणि संशोधकानं स्वत:च्या कक्षा वगैरे, स्वत:ची शांतता (मानसिक) याचा विचार करून भागत नाही. सगळी बंधनं झुगारून काम करावं लागतं, तरच शेवटी त्याचा परिणाम चांगला होतो. नंतरच तुम्हांला वेगवेगळी माहिती मिळते, ज्ञानाचं भांडार मिळतं. आणि या सर्व अनुभवांचा, माहितीचा संकलित विचार केला, तर तुमच्या पुढील प्रगतीला याचा हातभारच लागतो.

वाचकांच्यापुढं पुस्तकरूपानं फाळणीचा मी जो इतिहास ठेवला, त्याचा समारोप मी आता करणार आहे– ज्याची सुरुवात मी दोन गोष्टींनी केली होती. एकूण देशाची विभागणी, अनेक गोष्टींचा, कुटुंबांचा झालेला विनाश आणि हिंसाचार याकडं मी लक्ष केंद्रित केलं होतं. दुसरं म्हणजे, या फाळणीशी निगडित अशा कित्येक गोष्टी आहेत; सांगायचंच झालं, तर मैत्री, सहजीवन, सद्भाव या सद्गुणांच्या कितीतरी गोष्टी आपणांस सापडतील. शिवाय ब्रिटिशांनी दोन देशांची जी एक सीमारेषा ठरवून ती आखली, एका देशाचे दोन तुकडं केले, याच्याही कथा अनेक आहेत. पुन्हा सीमारेषेचं अनेक वेळा उल्लंघन झालं. लोकांच्या आयुष्यावर आघात झाले. आयुष्य उद्ध्वस्त झालं, आणि नंतर त्याचा परिणाम असा झाला, की नंतर कित्येक लोकांनी आपलं नवं आयुष्य उभं केलं. काही तरी नवीन करण्यासाठी त्यांना प्रेरणा मिळाली. या दोन गोष्टींविषयी मी तुम्हांला काही सांगणार आहे.

१९८९ साली मला समजलं की, फाळणीमध्ये ज्या स्त्रिया विधवा झाल्या आहेत, त्यांना 'फाळणीतील विधवा' ही संज्ञा भारत सरकारनं दिली होती व त्यांचा एक वेगळा वर्ग निर्माण केला होता. त्या वेळी दिल्लीमध्ये पीपल्स युनियन फॉर डेमॉक्रॅटिक राईट्स (लोकशाही हक्क संघटना) ही संघटना लोकांच्या नागरी हक्कांसाठी काम करत होती. या संस्थेनं काही निवडक नागरिकांची एक समिती स्थापन केली होती. त्यात मीही एक सभासद होते. त्या वेळी दिल्लीमध्ये स्त्रियांचा एक संप चालू होता. खरा तर, तो संप नव्हता, तर स्त्रिया नियमाप्रमाणे काम करीत होत्या. फाळणीमध्ये ज्या स्त्रिया विधवा आणि निराधार झाल्या होत्या, त्यांच्यासाठी सरकारनं एक योज़ना आखली होती. आधी त्या विधवा स्त्रियांना विविध कामांचं शिक्षण दिलं व नंतर त्यांना वेगवेगळ्या खात्यांत त्यांच्या कुवतीप्रमाणे कामं दिलं, आता त्या स्त्रिया साठ ते पासष्ट वयाच्या झाल्या होत्या. त्यांची मागणी पगारवाढीची नव्हती, तर त्यांना निवृत्ती- वेतनात वाढ पाहिजे होती. या स्त्रियांना नोकऱ्या देण्यात सरकारचा हेतू हा होता की, या स्त्रियांना आर्थिक साहाय्य मिळावं. त्यांनी आपल्या स्वतःच्या पायांवर उभं राहावं आणि त्यांना सामाजिक प्रतिष्ठा मिळावी. सन्मानानं जगता यावं. अर्थातच विरोध, निषेध वगैरे झाल्यानंतर सरकारनं या स्त्रियांच्या निवृत्ती-वेतनात थोडी वाढ केली. पैशाच्याच स्वरूपात सांगायचं, तर सर्व स्त्रियांच्या निवृत्ती वेतनात मिळून वर्षाला साधारण २,५०,०००/- रुपयांची वाढ झाली होती. परंतु इथं मुद्दा होता तो त्या स्त्रियांच्या अधिकाराचा, त्यांनी अगदी हक्कानं, मोठ्या निश्चयानं सरकारकडं आपली मागणी केली. आणि ती मंजूर झाली. त्यानंतर त्यातील काही स्त्रियांनी आपल्या प्रतिक्रिया व्यक्त केल्या, त्या अशा : एक जण म्हणाली, 'मी इकडं पाकिस्तानातून चालत आले. आणि आमच्या मागण्या मान्य होईपर्यंत मला सरकारकडं चालत जावं लागलं, तर मी जरूर जाईन.' दुसरीनं गृहमंत्र्यांच्या

बंगल्याकडं बोट दाखवलं आणि म्हणाली, 'ते आमचे मायबाप आहेत. आणि आम्ही आमच्या मागण्या त्यांच्यापुढं ठेवू.'

या देशातील सरकारच्या बाबतीत पालक म्हणून काही प्रश्न निर्माण करता येतील. त्यांच्यावर बोलता येईल. आत्ता जे आपण बघितलं, ते म्हणजे देशातील या अभागी स्त्रियांच्या आयुष्याला सरकारच्या मदतीमुळं मिळालेलं वळण. हे सांगायचं कारण म्हणजे, फाळणीमुळं अनेकांचं आयुष्य उद्‌ध्वस्त झालं, त्यांच्यावर मानसिक, शारीरिक आघात झाले. आणि नंतर संकटातून तावून सुलाखून निघालेल्यांच्या मनामध्ये 'मी' चा आणि स्वातंत्र्याचा एक स्फुलिंग निर्माण झाला. काहीतरी करून आयुष्याला उभारी देण्याची जिद्द या लोकांच्या मनांत निर्माण झाली. या स्त्रियांचंच उदाहरण घ्या. या विधवा स्त्रिया जर आपल्या पायांवर उभ्या राहू शकल्या, तर इतर स्त्रियासुद्धा अनेक कामं करू शकतील. उद्योग करू शकतील. शिवणकाम आहे, नर्सिंग आहे. आणि त्याशिवाय समाजसेवेचं अतिशय मोलाचं काम आहे. समाजसेवा करता-करताच या नवीन देशाच्या उन्नतीला, नवराष्ट्राच्या प्रगतीला त्यांचा हातभार लागेल. याचं एक ज्वलंत उदाहरण द्यायचं झालं, तर अनिस किडवाई यांचं. त्यांनी आपल्या आयुष्यावर झालेला जबरदस्त आघात सहन केला. दुःख पचवलं आणि आपलं आयुष्य समाज- सेवेसाठी वाहून घेतलं. आणखीही उदाहरणं द्यायची झाली, तर मृदुला साराभाई, कमलाबेन पटेल, प्रेमावती थापर, अनिस किडवाई, दमयंती सेहगल या सगळ्या कार्यकर्त्या आपल्याला या पुस्तकरूपानं भेटल्या आहेत. त्यांनी त्याग करून अभागी स्त्रियांची, मुलांची सेवा केली. समाजोपयोगी कार्य करून त्यांनी या नव्यानं निर्माण झालेल्या देशाचीही सेवा केली आहे. देशाच्या लौकिकात भर टाकली आहे. अर्थात हे सार्वजनिक कार्य करताना त्यांनी अनेक अडचणींना, संकटांना धीटपणे तोंड दिलं आहे. सरकारच्या काही चुकीच्या धोरणांची त्यांना झळ बसली आहे. तेव्हा फाळणीच्या संकटानं त्यांना एक नवीन दृष्टी दिली. त्यांनी स्वतःच्या आयुष्याबरोबर इतरांचं आयुष्य उभं केलं. त्यांनी जसं आपलं आयुष्य सत्कर्मी लावलं, तशीच त्यांनी इतर स्त्रियांची सेवा केली. त्यांच्या आयुष्याला आधार दिला.

आता मला दुसरी एक सत्यकथा तुम्हांला सांगायची आहे. (ही कथा पाकिस्तानच्या बातमीपत्रात बातमी म्हणून प्रसिद्ध झाली आहे.) तिचं नाव इकबाल बेगम. वय त्या वेळी चोवीस. १९४७ साली फाळणीच्या दंगलीत तिच्या घरातले अनेक लोक मारले गेले. तेव्हा ती अमृतसरजवळच्या खेर डिक्की नावाच्या खेडेगावात राहत होती. इतरांप्रमाणेच तिला आपलं गाव सोडून पाकिस्तानात जावं लागलं. फाळणीमधले भयानक अनुभव तिच्या मानगुटीवर आयुष्यभर बसले होते. काही वर्षांनंतर तिचा एक नातू अमृतसरला एका शांतिसेनेबरोबर जाणार होता. तेव्हा तिनं त्याला विरोध

केला. ती म्हणाली, 'तू अमृतसरला जाऊ नको. ते लोक तुला ठार मारतील.' इकबाल बेगमला फाळणीची फार धास्ती वाटत होती. खून, मारामाऱ्या, लुटालूट... परंतु तिची मुलगी कुलसुम– तिला वेगळाच अनुभव आला होता. अमृतसरमधल्याच एका कुटुंबातील माणसाशी तिनं लग्न केलं होतं. तिचा सासरा चौधरी लतीफ; पण फाळणीतला निर्वासित होता. तो सासरा लाहोरमधल्या इस्लामपुरा (आधीचे क्रिशन नगर) भागातील एका प्रशस्त घरात जाऊन राहिला होता. ते साल होतं १९४७. चौधरी लतीफला या घराचे मूळ मालक कोण, याची कल्पना नव्हती. एक दिवस त्याला जालंधरहून एक पत्र आलं. पत्रावर 'घरातील रहिवासी' एवढंच लिहिलं होतं. बाकीचा पत्ता होताच. चौधरींनी ते पत्र फोडलं, तर आत उर्दू भाषा :–

> मी एक माणूस म्हणून तुम्हांला हे पत्र पाठवत आहे. केवळ एका हिंदू माणसानं पत्र लिहिलंय्, म्हणून तुम्ही ते बाजूला ठेवणार नाहीत. अशी मला आशा आहे. पहिल्यांदा आम्ही माणसं आहोत. नंतर हिंदू आणि मुसलमान. मला पूर्ण खात्री आहे की, आपण माझ्या या पत्राचं उत्तर माणुसकीच्या नात्यानं द्याल आणि मला उपकृत कराल.

ते पत्र ज्यांनी पाठवलं होतं, त्यांचं नाव होतं हरी किशनदास बेदी. लाहोरच्या त्या घरात चौधरी लतीफच्या आधी ते राहत होते. ज्या वेळी फाळणीची दंगल सुरू झाली, त्या वेळी बेदी यांना ते घर ताबडतोब तसंच सोडून इकडं यावं लागलं. त्या वेळी बेदी हे लाहोरच्या संतन धरम हायस्कूलमध्ये शिक्षक होते. त्यांना वाचनाची व लेखनाची आवड होती. म्हणून त्यांचं प्रेम पुस्तकं, वर्तमानपत्रं व इतर अभ्यासाचं साहित्य यांवर होतं. तेव्हा बेदींना आपलं घर ताबडतोब सोडावं लागल्यामुळं त्यांना बरोबर काहीही नेता आलं नाही. त्यामुळं घरातलं सगळंच सामान तसंच राहिलं होतं. त्यात ते भूमितीवर लिहीत असलेल्या पुस्तकाचं अर्धवट हस्तलिखित तसंच टेबलावर पडलं होतं. फाळणीनंतर सप्टेंबर १९४७ साली बेदी पुन्हा लाहोरला आले. जुन्या घरात जाताना त्यांच्याबरोबर पोलिस होते. त्यांनी बेदींना घरातली कुठलीही वस्तू घेऊ दिली नाही. नंतर जेव्हा चौधरी लतीफ त्या घरात राहायला आले, त्या वेळी बेदींनी त्यांना एक सविस्तर पत्र लिहिलं. त्यात कोणतं पुस्तक किंवा कागदपत्रं, पेपर्स कुठं ठेवले आहेत, अलमारीमध्ये, ट्रंका, बॅगामध्ये काय आहे, हे स्पष्ट केलं. व त्यांना ती मौल्यवान पुस्तकं, पेपर्स वगैरे जपून ठेवण्याबद्दल लिहिलं. 'ज्या वस्तूंची तुम्हांला गरज नसेल, त्या एका पिशवीत घालून कुठं तरी ठेवून द्याव्यात.' आपली ओळख आणखी करून देण्यासाठी त्यांनी लिहिलं की, 'माझ्या विद्यार्थ्यांमध्ये हिंदू, मुसलमान, शीख सगळेच होते. आणि मला सगळे विद्यार्थी सारखेच होते. माझे जे शेजारी होते, चौधरी सिराज, ते मुसलमान होते,

त्यांना तुम्ही विचारू शकता. दंगलीच्या वेळी ते क्रिशननगरमध्ये नव्हते. तेव्हा मी आणि दीनानाथ, आम्ही दोघांनी मिळून त्यांचं घर सांभाळलं. आम्ही त्यांच्या घराला धक्का लागू दिला नाही.' चौधरी लतीफ यांनी बेदींच्या सूचना तंतोतंत पाळल्या. त्यांनी बेदींची सर्व पुस्तकं, पेपर्स, इतर कागदपत्रं या सगळ्यांचं एक छोटं पार्सल तयार केलं आणि ते अमृतसरच्या जवळ पाठवून दिलं. चौधरी लतीफच्या मुलानं सांगितलं, की, 'त्याच्या वडिलांनी सांगितलं की बेदींच्या सगळ्या पत्रांना त्यांनी कशी उत्तर दिली आणि त्यांच्या सगळ्या वस्तू कशा जालंधरला पाठवून दिल्या. त्या दोघांनी पत्राद्वारे मैत्रीचं नातं निर्माण केलं होतं.' मुख्य म्हणजे, त्यांचा पत्रव्यवहार सीमेपलीकडून चालू होता. आणि तोही अनेक वर्षं, नंतर चौधरी लतीफ वारले. तेव्हा त्यांच्या सुनेनं म्हणजे कुलसुमनं बेदींनी पाठवलेली सर्व पत्रं बघितली.

चौधरी लतीफ यांनी ती पत्रं व्यवस्थित गठ्ठा बांधून कपाटात ठेवली होती. आता ते हरी किशन दास बेदी जिवंत आहेत, का नाहीत, हे कुणालाच माहीत नाही. परंतु त्यांनी चौधरी लतीफ यांना पाठवलेली पत्रं म्हणजे चालती बोलती फाळणीची साक्ष आहे. फाळणीची अशी ही एक बाजू! लतीफ यांना पाठवलेल्या दुसऱ्या पत्रात बेदी म्हणतात :

> मी तुमचं पत्र पुन्हा पुन्हा वाचलं. आणि मला वाटलं की, ते एका जिवा भावाच्या मित्रानं लिहिलं आहे. मी ते पत्र माझ्या अनेक मित्रांनाही वाचून दाखवलं. तुम्ही पत्रातून ज्या भावना व्यक्त केल्या आहेत, त्या आणि तशाच भावना हिंदूंच्या आणि मुसलमानांच्याही आहेत. यापूर्वीही दोघांच्या भावना तशाच होत्या. हा रक्तपात जर कधी झाला नसता, तर आम्ही जे लोक भारतात आणि पाकिस्तानात राहत आहोत, त्यांनी दोन्ही देशांची शान नक्कीच वाढवली असती. परंतु देवाच्या मनात काही वेगळंच होतं. मला हे सांगताना भीतीनं कापरं भरतं की, हिंदू आणि मुसलमानांनी आपल्याच देशातल्या लोकांशी हे घृणास्पद वर्तन कसं केलं?... आणि सगळ्यांत वाईट गोष्ट म्हणजे, हे सगळे हिंसक प्रकार धर्माच्या नावाखाली झाले आणि रक्तपाताला धर्मानं कधीच परवानगी दिली नाही.

बेदींचा आशावाद कुणाच्या लक्षात येईल, का नाही, हे सांगता येत नाही. परतुं त्या दोघांच्यामध्ये झालेला पत्रव्यवहार जातिविरहित, विशुद्ध मैत्रीचा नमुना होय. पाकिस्तान आणि हिंदुस्थान यांच्यामधली सीमेरेषा मैत्रीच्या आड येत नाही याचं हे एक चांगलं उदाहरण आहे. तेव्हा मला एवढंच सांगायचं आहे की, फाळणीची ही सुद्धा एक दुसरी बाजू आहे– लक्षात राहण्यासारखी.

■